NHỮNG TRUYỆN NGẮN HAY NHẤT

Bốn Mươi Lăm Tác Giả
Những Truyện Ngắn Hay Nhất
Trang Bìa : Phạm Hoán
Những Trang Trong : Phạm Sam
Hình Ảnh : Trần Cao Lĩnh
Sóng Xuất Bản Lần Thứ Nhất, 1974
Saigon Việt Nam

BÌNH NGUYÊN LỘC • CUNG TÍCH BIỀN • DOÃN QUỐC SỸ DU TỬ LÊ . DUY LAM • DUYÊN ANH • DƯƠNG NGHIỄM MẬU ĐỊNH NGUYÊN. HỒ HỮU TƯỜNG

NHỮNG TRUYỆN NGẮN HAY NHẤT *của quê hương chúng ta*

HAI MƯƠI NĂM VĂN HỌC MIỀN NAM 1954 — 1973

HUỲNH PHAN ANH • LÊ TẤT ĐIỀU • MAI THẢO • MẶC ĐỖ NGUYỄN ĐÌNH TOÀN • NGUYỄN ĐÔNG NGẠC • NGUYỄN ĐỨC SƠN NGUYỄN MẠNH CÔN • NGUYỄN NGHIỆP NHƯỢNG • NGUYỄN QUỐC TRỤ • NGUYỄN SỸ TẾ NGUYỄN THỊ HOÀNG • NGUYỄN THỊ THỤY VŨ • NGUYỄN THỊ VINH • NGUYỄN THỤY LONG NGUYỄN TƯỜNG GIANG NGUYỄN XUÂN HOÀNG • NHÃ CA NHẤT-HẠNH • NHẬT TIẾN • SƠN NAM • THÁI LÃNG • THANH NAM THANH TÂM TUYỀN • THẢO TRƯỜNG • THẾ PHONG • THẾ UYÊN • TÔ THÙY YÊN • TRẦN THỊ NGH. • TRẦN TUẤN KIỆT TRÙNG DƯƠNG • TÚY HỒNG VIÊN LINH • VÕ PHIẾN • VŨ HẠNH • VŨ KHẮC KHOAN

SÓNG • MCMLXXIV

CHÂN DUNG TÁC GIẢ ĐÃ ĐÓNG GÓP
TRONG NHỮNG TRUYỆN NGẮN HAY NHẤT NÀY
Rút trong sưu tập
NHỮNG KHUÔN MẶT VĂN NGHỆ
MIỀN NAM
của TRẦN CAO LĨNH

Lời Nhà Xuất Bản

Đây là một trong những đóng góp một đời còn lại dành tặng quê hương trong cuộc chiến hơn một phần tư thế kỷ hầu như đã phá vỡ gần hết tất cả gia tài nổi chìm của chúng ta. Sự đóng góp vào cái gia sản tinh thần bất diệt của tổ tiên của những người làm việc trong lặng lẽ giữa tiếng ồn ào của đạn bom này, đã nói lên hùng hồn ý nghĩa của tranh đấu cho Tự Do và những giá trị Nhân Bản. Những người của phần đất bên này giòng Bến Hải.

Bốn mươi lăm truyện ngắn của bốn mươi lăm người viết văn trong khoảng 20 năm từ 1954 đến 1973 là bốn mươi lăm vì sao đời đời chiếu sáng trời đêm, là sông biển, núi rừng đời đời làm hùng vĩ quê hương. Cái công việc phải bỏ cả đời mới hoàn thành được, Nhà Xuất Bản SÓNG vô cùng hãnh diện đã được thực hiện công trình của bốn mươi lăm cuộc đời ấy, cuốn sách mang tựa đề «NHỮNG TRUYỆN NGẮN HAY NHẤT CỦA QUÊ HƯƠNG CHÚNG TA».

Trong cuốn sách này bạn đọc sẽ có thể sống lại trọn vẹn cuộc sống *đã mất* hay *sắp đến* của chính mình, và của cả dân tộc. Tất cả. Vằng vặc.

Bạn đọc sẽ thấy rõ từng sắc thái nhà văn qua *tiểu sử*, *truyện ngắn* và *quan niệm về truyện ngắn* của mỗi người, mà SÓNG đã phỏng vấn tóm tắt qua *3 câu hỏi :*

1. Xin quí anh chị vui lòng cho biết sơ qua *tiểu sử*.

2. Xin quí anh chị vui lòng cho biết *quan niệm* của quí anh chị *về truyện ngắn*.

3. Về *truyện ngắn hay và thích nhất* dành cho nhà xuất bản xin quí anh chị nói thêm ít lời để soi sáng thêm.

Có thể nói trong cuốn sách này gồm đủ các khuynh hướng văn học miền Nam và các bạn đọc chắc sẽ dễ dàng nhận biết và thẩm định được từng giá trị sau khi đọc xong bốn mươi lăm truyện ngắn. Đáng lẽ Nhà Xuất Bản phải viết bài «tổng quan» về truyện ngắn nói chung và truyện ngắn của mỗi nhà văn nói riêng với tinh thần phân tích, tổng hợp rồi đưa ra quan điểm của nhà xuất bản. Nhưng vì một vài lý do, ấn bản lần thứ nhất chúng tôi không muốn có trên trang đầu cuốn sách bài đó, chúng tôi xin để quyền phê bình cho độc giả và các nhà phê bình. Trong lần tái bản hoặc khi dịch ra ngoại ngữ, SÓNG sẽ thực hiện bài «tổng quan» thật công phu và cho in thêm những bài phê bình có giá trị của các học giả hữu danh.

SÓNG sẽ cố gắng cho dịch những truyện ngắn tiêu biểu trên của văn học miền Nam ra ngoại ngữ vì tin rằng về thơ và truyện ngắn chúng ta không thua kém bất cứ quốc gia nào trên thế giới. Hơn thế để đóng góp vào kho tàng văn hóa nhân loại và chứng tỏ cho thế giới biết tới những giá trị « hữu xạ» nhưng không « tự nhiên hương » của chúng ta chỉ vì sự không được phổ biến của ngôn ngữ, văn tự và bị lấn át bởi những ầm ĩ của chiến sự và chính trị giữa các phe phái, nên miền Nam đã phải chịu những thua thiệt, ngộ nhận của một số quốc gia «thiếu sự mở rộng tầm mắt» không thể chấp nhận được.

Về điểm này SÓNG hi vọng những người Việt-Nam hiện đang sống ở các nước ngoài nhất là giới sinh viên trí thức là các nhân tài quốc gia đã đầu tư khi đọc cuốn sách này (bằng tiếng Việt) sẽ có dịp sống lại các tình tự dân tộc để thấy mình gắn bó với quê hương hơn, sẵn sàng chia sẻ những vinh nhục với đồng bào và không bao giờ quên những gì đã và đang xảy ra ở quê nhà và nhất là biết kiêu hãnh được làm người Việt-Nam và yêu nước hơn dù quê hương đang chiến tranh và nghèo khổ.

SÓNG cũng hy vọng cuốn sách này một ngày sẽ có trong tay một số bạn đọc phía bên kia như một khởi đầu của kêu gọi thức tỉnh.

Những người cầm bút, những chứng nhân, được quyền kiêu hãnh vì đã làm được một phần cái công việc đã lựa chọn và vẫn còn đang tiếp tục. Và Nhà Xuất Bản SÓNG thực hiện cuốn sách này không ngoài những mục đích đã nêu trên. Những lời cuối cùng SÓNG muốn gửi tới các bạn trước khi các bạn đọc những trang đầu của cuốn sách là :

«Tặng phẩm tinh thần vô giá này SÓNG gửi tới các bạn là công trình của những nhà văn hiện đang sống tại miền Nam Việt-Nam và đây cũng là đóng góp của chúng tôi với mục đích tiếp nối những công trình tinh thần của tiền nhân. Xin trân trọng và thân ái mời các bạn dở trang thứ nhất của truyện ngắn đầu tiên».

Miền Nam Việt-Nam 1973

Nhà Xuất Bản SÓNG

BÌNH NGUYÊN LỘC

TIỂU SỬ

Tên thật là Tô-Văn-Tuấn, *sinh ngày 7.3. 1914 làng Tân Uyên, tỉnh Biên Hòa. Trước chiến tranh làm công chức (bút toán ở Tổng Nha Ngân Khố) cho đến năm 1945 thì thôi việc. Sinh sống bằng nghề văn, nghề báo chuyên nghiệp kể từ năm 1948.*

Đã viết cả trăm cuốn trong đó khoảng trên 30 cuốn đã được xuất bản. Các tác phẩm chính :

Truyện ngắn : Ký Thác — Cuống Rún Chưa Lìa...

Truyện dài : Đò Dọc — Phù Sa — Gieo Gió Gặt Bão — Xô Ngã Bức Tường Rêu...

Biên khảo : Nguồn Gốc Mã Lai Của Dân Tộc Việt Nam.

Hiện nay vẫn còn viết đều và là hội viên Hội đồng Văn hóa Xã hội.

QUAN NIỆM VỀ TRUYỆN NGẮN

Theo tôi thì thể truyện ngắn khá cô đọng, tuy không cô đọng được như thơ, chớ vẫn không quá loãng như tiểu thuyết. Viết truyện ngắn thì dễ làm loại văn súc tích hơn là viết truyện dài. Loại văn súc tích rất cần cho một loại đề tài nào đó, mà người viết sẽ không thành công nếu họ dùng loại truyện dài.

BÌNH NGUYÊN LỘC

Về Truyện Ngắn «RỪNG MẮM»

*Xin nhường phần nầy cho nhà xuất bản. Nhưng cũng xin nói thêm rằng câu chuyện trong «*Rừng Mắm*» chỉ xảy ra tại miền Nam nước Việt, còn thì không thể xảy ra ở phần đất nào khác trong lãnh thổ ta. Miền Nam là đất mới, mà cho đến ngày nay việc khẩn hoang cũng chưa xong. Đất nầy lại là đất bùn lầy, nên không giống với việc khẩn hoang các vùng đất khô như trong tỉnh Quảng Đức chẳng hạn. Bạn đọc gốc miền Bắc khó lòng mà hình dung được lối khẩn hoang nầy. Miền Trung lại càng khó tưởng tượng đến những gì xảy ra trong truyện hơn.*

BÌNH NGUYÊN LỘC

Rừng Mắm

Chim đang bay lượn bỗng đứng khựng lại, khiến thằng Cộc thích chí hết sức. Nó theo dõi con chim thầy bói ấy từ nãy đến giờ, chờ đợi cái phút nầy đây.

Thật là huyền diệu, sự đứng yên được một chỗ trên không trung, trông như là chim ai treo phơi khô ngoài sân nhà.

Chim thầy bói nghiêng đầu dòm xuống mặt rạch giây lát rồi như bị đứt dây treo, nó rơi xuống nước mau lẹ như một hòn đá nặng. Vừa đụng nước, nó lại bị bắn tung trở lên như một cục cao su bị tưng, mỏ ngậm một con cá nhỏ.

Cộc ngửa mặt lên trời để theo dõi ông câu kỳ dị và tài tình ấy nữa, nhưng mắt nó bị ngọn dừa nước bên kia bờ rạch níu lại.

Trên một tàu dừa nước, một con chim thằng chài xanh (1) như da trời trưa tháng giêng, đang yên lặng và bền chí rình cá.

Trong thế giới bùn lầy mà thằng Cộc đang sống, ai cũng là ông câu cả, từ ông nội nó cho đến những con sinh vật nhỏ mọn qui tụ quanh các ngọn nước.

Màu xanh của chim thằng chài đẹp không có màu xanh nào sánh kịp. Sự bền chí của nó cũng chỉ có sự bền chí của các lão cò sầu não là ngang vai thôi, cái bền chí nhìn rất dễ mê, nhưng mê nhứt là mũi tên xanh bắn xuống nước nhanh như chớp, mỗi khi thằng chài trông thấy con mồi.

Thằng Cộc là một đứa bé bạc tình. Một đàn cò lông bông bay qua đó, đủ làm cho nó quên thằng chài ngay.

Là vì đầu cò chởm chởm những cọng lông bông, nhắc nhở nó những kép võ hát bội gắn lông trĩ trên mão kim khôi mà nó đã mê, cách đây mấy năm, hồi gia quyến nó còn ở trên làng.

Hồi ấy nó sướng lắm. Quanh nhà nó, có hàng trăm nhà khác, có vườn cây trái, có nước ngọt quanh năm, có trẻ con để nó làm bạn, để nó đùa giỡn với.

Nhưng không hiểu sao một hôm tía (2) nó bán chiếc chòi lá đi, rồi ông nội nó, tía nó, má nó và nó, một đứa bé mười tuổi, kéo nhau xuống một chiếc xuồng cui, một thứ xuồng to mà người ta gọi là xuồng mẹ, ghe con. Rồi họ đi lang thang từ rạch hoang vắng nầy đến kinh hiu quạnh nọ, và rốt cuộc dừng bước nơi cái xó không người nầy mà ông nội nó đặt tên là xóm Ô-Heo.

Nghĩ đến những năm cũ, thằng Cộc bỗng nghe thèm người vô cùng, thèm còn hơn là thèm một trái xoài ngọt, một trái khế chua mà từ năm năm nay nó không được nếm.

Những người di cư năm nọ trên chiếc xuồng cui vẫn còn sống đủ cả. Những chiều nghi-ngút sương mù từ đất lầy bốc lên, và những đêm mưa gào gió hú, những người ấy kể chuyện cho Cộc nghe, những chuyện ma, rởn óc như ăn phải trái bần chua. Nhưng dầu sao, Cộc cũng thích người khác hơn, cũng như nó thích vườn tược sầm uất hơn cảnh rừng tràm tối mịt hoặc cảnh đồng không bát ngát ở đây. Ở đây, cho đến tiếng chó sủa, tiếng gà gáy nó cũng không nghe từ lâu. Con chó săn và mấy con gà giống mang theo, đã ngã lăn đùng ra mà chết ngay trong tháng mới tới. Thằng Cộc ngạc nhiên mà thấy sao người vẫn không chết trong khí hậu tàn ác nầy : nóng, ẩm, còn muỗi mòng thì quơ tay một cái là nắm được cả một nắm đầy.

Chưa bao giờ mong mỏi của Cộc được thỏa mãn mau lẹ như hôm nay. Nó vừa thèm người thì tiếng hò của ai bỗng vẳng lên trong rừng tràm, rồi tiếp theo đó là tiếng chèo khua nước :

Hò ơ... tháng ba cơm gói ra hòn,
Muốn ăn trứng nhạn phải lòn hang mai.

Mũi xuồng cui ló ra khỏi khúc quanh của con rạch, và trên xuồng, chồng chèo lái, vợ ngồi không trước mũi mà hò. Cặp vợ chồng nầy, Cộc quen mặt mấy năm nay, nhưng không biết họ từ đâu đến. Nó chỉ biết họ ra biển để bắt cua và bắt ba-khía, một năm mấy kỳ. Nghe tiếng người lạ nói, nhứt là tiếng hát, Cộc sướng như có lần tía nó cho nó ăn một cục đường từ nơi xa mang về.

Thà là không được ăn, chớ còn ăn một chút xíu thì cái vị của món ăn còn chọc thèm hơn bao giờ cả. Nên chi Cộc nhìn xuồng chèo khuất dạng rồi thì xây lưng tức khắc để chạy lên Ô-Heo.

Trọn vùng nầy, ông nội nó đặt tên là Ô-Heo. Nhưng riêng trong gia quyến nó thì Ô-Heo chánh hiệu là một cái gò xa ở trên kia, cách mé rạch đến hai dặm hú. Số là hồi trước, ngày đầu tới đây, ông nội nó với tía nó đi kiếm đồ ăn trong rừng, đã gặp nơi đó một ổ heo rừng. Cả ổ heo đều bị sát hại hôm đó và việc canh tác của gia quyến nó về sau nầy đã đuổi thú dữ đi xa.

Tuy nhiên, để phòng chúng trở lại, ông nội nó đã cấm nó lên Ô-Heo một mình. Thằng Cộc lại thích lên đó, ban đầu chỉ vì Ô-Heo có sức quyến rũ của một trái cấm, nhưng về sau, nó gặp người nơi đó.

Đó là vài người đàn ông và đàn bà, nói là ở xa lắm, cách đó một ngày đường sông. Đàn ông thì đến để gác (3) quốc, gác nhan sen, còn đàn bà thì để nhổ bồn-bồn về làm dưa bán.

Đó là những người bạn bí mật của nó, nó giữ kín không cho nhà nó biết. Họ hay kể chuyện xóm làng, chuyện đám cưới, đám ma, đám hát, đám cúng đình, tóm lại tất cả sanh hoạt của làng mạc mà từ lâu Cộc không thấy và ngậm-ngùi tưởng đến như nhớ những kỷ niệm xa xôi.

Cộc chạy qua khỏi ruộng nhà và đứng lại nghỉ mệt. Nó mệt lắm vì nó chạy dưới nước và dưới bùn, mặc dầu lúa đã đến mùa gặt.

Năm xưa, gia quyến nó đến đây vào cuối tháng giêng, sau khi cúng ông vải xong ở quê cũ. Ông nội nó với tía nó đốt rừng tràm từ ngoài bờ rạch. Gió thổi vô rừng, và lửa, như con vật khổng lồ, đã táp một cái vào khối thịt xanh um của biển rừng tràm nầy. Thành ra ruộng nhà nó mang một hình tròn kỳ dị, không tròn đều đặn vì không ai chỉ huy được sự cháy rất là rắn mắt của ngọn lửa.

Cộc nhìn ruộng mình một hồi rồi cười khan lên. Đám rừng bị khoét một lỗ để làm ruộng, trông như đầu tóc trẻ con được mẹ cạo, nhưng mới cạo có một mảng thì có chuyện gấp, bỏ dở công việc ; đứa bé bị chúng bạn chế nhạo là đầu chó táp.

Lúa ruộng chín, cây lúa cao quá, ngã rạp xuống, để lòi trăm ngàn gốc tràm lên, trông như ai đóng cọc để cất nhà sàn ; năm xưa đốt rừng nhưng không đủ sức đánh những gốc tràm tươi rói không cháy được nầy, tía thằng Cộc đành cấy lúa giữa những gốc ấy, mãi cho đến ngày nay mà gốc vẫn chưa mục. Tía nó nói mười năm nữa, tràm chết cũng vẫn còn đưa cẳng lên như vầy.

Sau lưng Cộc là những rặng tràm bị cháy sém dưới trận lửa khai hoang, không chết ngay, nhưng « chết nhát », cứ mỗi năm chết lần mòn thêm vài mươi cây. Mấy hàng tràm đầu nám đen và trụi nhánh như cột nhà cháy, căm hận nhìn chiếc chòi lá xa tít mù dưới mé rạch đang chứa chấp kẻ thù đã lấn đất của chúng, đã sát hại chúng.

Sau đó, rừng dày mịt, chằn chịt những dây bòng bong, dây choại, bò từ thân cây nầy qua thân cây khác.

Thằng Cộc lắng tai nhưng không nghe tiếng động nào cả. Nó đánh bạo chen qua những cây bình-bát, cây ráng, mọc xen với tràm, để đi tới đích.

Một ổ chồn cộc bỗng chạy qua trước mặt nó, khua lên một cái roạch, làm nó giựt mình, nhưng tiếng người trên Ô-Heo cách đó chừng hai hàng cây, giúp cho nó vững dạ.

Tiếng đàn bà hỏi :

— Anh hổng sợ thằng Mùi hay sao ?

Tiếng đàn ông đáp :

— Thằng Mùi thì qua cho một loi là nhảo hớt.

Cộc vẹt cỏ, lá, đi mau đến đó và khi nó chun ra khỏi khối xanh thì hai người có mặt trên gò Ô-Heo sợ hãi ngồi dang ra. Người đàn ông gác quốc là người quen, người đàn bà nhổ bồn-bồn thì lạ hoắc. Chị nầy trẻ đẹp hơn tất cả những chị mà nó quen biết từ lâu.

Người đàn ông tự trấn tĩnh lại ngay, ngoắt nó lại mà hỏi :

— Muốn về trển hay không Cộc ? Muốn thì đi theo chị hai mầy đây, chỉ có một đứa em gái ngộ lắm.

Trong khi thằng Cộc mắc cỡ tía tai thì chị đàn bà hỏi anh kia :

— Ở miệt nầy có người sao anh ?

— Chỉ có một nhà thôi. Mới tới đây chừng năm năm.

— Quen hay lạ ?

— Lạ. Họ ở trên Sa-Đéc lận.

Chị đàn bà an lòng, vui lại được và nói với Cộc

để mua lòng kẻ đã bắt chợt việc thầm lén của chị :

— Em của chị không bao giờ chịu về làm dâu ở một chỗ như vầy. Em có muốn thì phải ở rể thôi.

Rồi hai người lớn cười ngặt nghẹo với nhau.

Thằng Cộc mới mười lăm, nhưng cao lớn gần bằng người đàn ông kia. Mình trần của nó nồi u, nồi nần những bắp thịt rắn như nắn bằng đất sét gắn vào đó rồi nung cho đen và cứng.

Sự nẩy nở của thân thể nó đi song đôi với sự trưởng thành của đời sống sinh lý bên trong của nó. Năm nay nó đã bắt đầu bâng-khuâng mỗi khi chiều xuống, mặt trời đốt cháy đỏ đầu rừng tràm trầm-thủy trước nhà. Nhưng sống cô đơn ở đây, nó không biết chuyện trai gái như vầy là xấu đến mức nào và nó phải có thái độ làm sao nên bối rối lắm.

Chị đàn bà nắm tay nó, rị nó ngồi xuống bên cạnh chị, vỗ lên đầu nó rồi dỗ ngọt :

— Chị không ăn thịt em rể chị đâu mà sợ. Mầy mà về trển làm ruộng thì ai cũng ưa. Làm rể có công, ba năm thì má chị gả con Thôi cho mầy liền. Nói thiệt đó mà.

— Nó muốn trốn theo qua dữ lắm, người đàn ông nói, nhưng nó còn ngại.

— Ngại gì ?

— Thì lo sợ cái việc xa xôi đất lạ đó mà.

— Em nè, chị đàn bà lại hỏi, nhà có mấy người ?

— Bốn người.

— Ai với ai ?

— Ông nội tui, tía tui, má tui với tui.

— Làm mấy công đất ?

— Hồi đó bốn công, bây giờ mười công.

— Gặt được bao nhiêu giạ mỗi mùa ?

— Tám giạ.

Chị đàn bà cười ngất một hồi rồi day lại hỏi nhơn tình :

— Trời ơi, ruộng gì mà mười công đất, chỉ gặt được có tám giạ thôi ?

Người đàn ông không cười, đáp :

— Đất nước mặn nào mới khai hoang cũng như vậy hết.

— Rồi lấy gì mà ăn, em nhỏ ?

— Tía tôi đi đổi lúa thêm, ở đâu không biết, xa lắm.

— Đổi bằng gì ?

— Bằng cá khô. Với lại cũng chẳng cần ăn cơm. Nhiều khi ăn rùa, ăn rắn trừ cơm. Ở đây, rùa nhiều như kiến. Đốt rừng rồi đón trên đầu gió một lát là chúng nó lạch cạch chạy trốn lửa, bắt không kịp lận.

Chị đàn bà tỏ vẻ ái-ngại một hồi rồi nói :

— Nãy giờ chị nói chơi đó. Nhưng biết được tình cảnh của em, chị thật bụng thấy là em cần đi theo chị hoặc là anh đây cũng được.

Chị ta vói tay sau lưng, lấy bầu nước ngọt, mở nút ra rồi ngước mặt lên trời, rót nước vào miệng. Chị uống ừng ực vài cái rồi lại nói :

— Em có được ăn chè lần nào không ?

— Không, từ năm năm nay rồi. Cách đây một ngày đường nước, không có nhà cửa ai cả, không có quán tiệm gì hết. Với lại cũng không có tiền.

— Ở Sa-Đéc sao lại không vô Tháp Mười mà nhè xuống U-Minh nầy ?

— Tui cũng không biết tại sao. Nhưng ở Tháp Mười dễ chịu hơn hả ?

— Chị cũng không biết. Chỉ biết đất hoang ở Tháp Mười gần quê cũ của em hơn. Quê em ở gần Cao Lãnh phải không ?

— Gần.

— Em có nhớ xoài Cao Lãnh hôn ?

— Tui lạy chị, đừng có nhắc chè, nhắc xoài nữa, tui thèm muốn chết đi. Năm năm nay, tui không có biết món ngọt là gì. Mấy cây chuối trồng sau nhà cũng chết queo vì đất còn mặn quá. Năm nay một cây trổ buồng, chắc tôi được ăn ngọt đây. Úi chà ! Trưa rồi, chắc tới bữa cơm, thôi tui về nha, anh, chị ?

— Ừ, về, mai mốt lại lên đây nữa nha ?

— Xuồng anh chị ở đâu ?

— Dưới kia. Nhờ bồn-bồn ở dưới ấy, nhưng lên đây cho khô ráo để ăn cơm trưa é mà. Em Cộc nè, em của chị ngộ lắm, trắng lắm nghe không ?

Chuỗi cười của hai người nhơn tình ấy đuổi theo sau lưng Cộc khiến cho nó, trong giây phút, không muốn về nhà nữa.

Ra khỏi rừng tràm râm mát, mắt Cộc bỗng dưng như đổ hào quang trước ánh nắng tháng mười. Không khí bị đốt cháy, đang rung rinh như nước xao, và nó tưởng chừng như mái lá nhà nó, đen thui dưới kia, sắp cháy đến nơi.

Thằng Cộc về tới nhà thì cơm trưa đã dọn xong.

— Mầy đi đâu mà tới đứng bóng mới về ? Má Cộc hỏi.

— Tui đi lượm lông chim Long ô.

— Lông đâu ?

— Mà kiếm hoài hổng có.

— Mồ tổ cha mầy, nhiều chuyện. Chim Long ô đời xưa mới có chớ đời nay đâu còn nữa. Mai gặt nghe không ? Ăn cơm khuya rồi xuống đồng cho sớm, đừng đi đâu hết.

Cả nhà lặng lẽ ngồi quanh mâm cơm, không ai nói với ai lời nào. Những người nầy, sống biệt tịch ở đây lâu ngày rồi, đã gần biến thành á khẩu vì thói quen.

Riêng thằng Cộc, sự cần nói của tuổi thơ đang lên mạnh lắm như cần chạy nhảy, cần ăn uống vậy. Câu chuyện hồi nãy trên gò Ô-Heo khiến nó càng bắt mùi nói thêm, nên nín không được, nó hỏi ông nội nó :

— Nội nè, hồi mới tới, giữa mùa nắng, mình uống nước gì, tui quên rồi ?

Nó hỏi như vậy vì nó vừa nhìn ra cái giếng bên hè và nhớ ra là giếng đã ngọt nước hôm mùa nắng trước, mặc dầu đã được đào từ năm năm rồi.

— Uống nước đọng trên lung, trên rừng, chớ uống nước gì.

— Sao mình tới đây ông nội ?

— Đã nói cho mầy biết rồi. Trên xứ, mình không có ruộng, làm công khổ cả đời.

— Ở đây, mình có ruộng, nhưng cũng khổ cả đời.

Ông nội thằng Cộc lặng thinh. Nó nhìn ông nội nó rồi chợt nhận ra rằng năm nay ông cụ già quá. Tóc râu của ông cụ đã trắng bông. Nhớ ra ông cụ thường than mình nhớ mồ, nhớ mả ông bà quá, nó bùi ngùi thương ông nên dòm ra sân để quên.

Bấy giờ bóng của bốn cái nồi rau đã tròn vành, chỉ rằng thật đúng ngọ. Bốn cái nồi bể ấy, hèn là thế mà rất nhiều công dụng đối với nhà nó.

Để tránh nước mặn tràn bờ ngập sân, tía nó đã đóng mười hai cây cọc, làm thành bốn cái giá ba chơn tréo như giá trống của bọn đờn thổi đám ma. Trên mỗi giá, đặt một cái nồi lủng đít, và trong nồi để đầy đất mà tía nó mang từ xa về. Đất ở đây mặn chát dùng không được. Hành, ớt, rau râm, rau mồ om, được trồng trong mấy cái vườn cao cẳng đó. Đó là bốn thứ tối cần, đất mặn bao nhiêu cũng phải lập thế mà trồng cho được, không thôi không có món gia vị nào để ăn cá nữa.

Bốn miếng vườn cao cẳng và tí hon lại là chiếc đồng hồ của nhà nầy vào mùa khô. Cứ bằng vào bề dài của bóng giá là tính giờ được ngay, và khi bóng nồi tròn vụm chẹc mất bóng giá là đúng ngọ ngay bon.

Nhìn ra sân một hơi, nhai nuốt hết cơm, nó day vô và hỏi tía nó :

— Năm nay mình gặt cỡ được bao nhiêu tía ?

— Nhờ ông bà, đất nước, ít lắm cũng được hăm lăm giạ.

— Cũng chưa đủ ăn.

— Đủ gì mà đủ, má nó nói, nhà mình phải ăn trăm rưỡi là số chót.

— Với lại, tía thằng Cộc trở vào câu chuyện, tại lúa nàng Cụm thất gạo lắm. Năm tới ta gieo giống Tầm Vuột chắc được gạo hơn nhiều. Năm nay hễ chuối trổ buồng thì năm tới tao trồng sả, trồng ổi được rồi đó.

Cả nhà đều hớn hở trước dự định tương lai tốt đẹp kia. Nhưng thằng Cộc chưa thấy gì là xán lạn cả. Trồng ổi thì cũng phải khá lâu mới có trái, trong khi đó nó tiếp tục thèm chè, thèm xưng xa, nhớ đám cúng đình, nhớ hát bội và bị một hình ảnh mới quyến rũ, hình ảnh của con Thòi, chắc là giống hệt chị nhổ bồn-bồn, tức là có duyên lắm.

Con trai làng thấy con gái rất thường, thế mà họ còn thầm lén rủ nhau đi một ngày đường nước để ra đây gặp nhau, huống hồ gì nó chưa được nói chuyện với con gái lớn lần nào hết. Những đứa con gái bạn của nó cách đây năm năm, nó nhớ lại thì không có gì quyến rũ cả. Đứa nào cũng cạo trọc chừa bánh bèo phía sau và giữa chiếc bánh bèo, mọc ra một chòm đuôi dài trông đến buồn cười.

Nhưng mà con gái lớn phải khác. Cộc chưa thấy con gái lớn, nhưng tin chắc như vậy. Có một linh cảm gì, ở đâu từ kiếp tiền thân của nó bay lại và giúp cho nó biết như vậy. Những cò con gái lớn chưa thấy hình ấy, mà đã có tiếng kêu được, chúng âm thầm gọi Cộc, tiếng gọi như vẳng vẳng đâu trong không trung.

Thẫn thờ, thằng Cộc nói lại câu hồi nãy, và giận giỗi, thêm một đoạn khiến ông nội nó giựt mình, chống đũa mà nhìn nó trừng trừng:

— Ở đây mình có ruộng nhưng cũng khổ cả đời. Tui muốn đi quá, đi đâu cũng được, miễn ở đó có làng xóm, có người ta.

Thằng Cộc thích mấy cây nọc nạng lắm. Bó lúa nào gác lên đó cũng nằm yên cả chớ không chực rớt xuống nước ruộng như những bó lúa gác lên đầu nọc thường.

Đó là những gốc tràm mà cháng hai chẻ ra rất thấp. Khi đốn tràm cháy, tía thằng Cộc đã trù xa, đốn ở trên cháng hai ấy đọ một gang rưỡi nên bây giờ họ mới có nọc nạng rất tiện mà dùng gác lúa.

Ông nội thằng Cộc chống xuồng trên ruộng, len lỏi qua mấy gốc tràm. Ông ghé từng gốc để cho lúa xuống xuồng.

Đủ thứ là cò, cò ma, cò lông bông, cò quắm, cò hương, thân mật nhìn gia đình bốn người gặt lúa nhà. Đây là bốn người độc nhứt mà chúng thấy mỗi ngày ở vùng hoang vắng nầy; ban đầu chúng sợ hãi họ, nhưng về sau, thấy họ hiền từ quá, chúng làm quen với họ đã được bốn thế hệ cò rồi.

Má thằng Cộc lội sình tới đầu gối, và lội nước gần tới háng nhưng vui vẻ hơn ngày nào hết. Bà ta tằng hắng rồi cất tiếng hò :

Hò... ơ... tiếng anh ăn học lầu thông,
Lại đây em hỏi khăn lông mấy đường ?

Hò xong câu đố ấy, bà lẳng đợi chồng bà hò đáp. Nhưng tía thằng Cộc cứ làm thinh mà gặt, khiến bà đâm ngượng nên cười rồi cự chồng cho đỡ mắc cỡ :

— Tía nó sao câm cái miệng lại, không bắt vậy ?

— Hứ, nhiều chuyện nà ! Già rồi mà còn hò với hát, bắt với ghẹo. Bộ còn trai gái gì đó sao ?

Vì vui kết quả của cần cù nên má thằng Cộc quên rằng bà ta đã quá mùa hò rồi. Tía nó nhắc lại bà ta mới chợt nhận ra. Tuy nhiên bà vẫn ngậm ngùi nhớ cái thú vui ấy thuở bà còn con gái và ngay bây giờ đây, tóc đã nhuốm hoa râm rồi, bà cũng hưởng được nếu còn ở làng, hưởng bằng cách khuyến khích bọn trai trẻ hò đối đáp với nhau.

Thằng Cộc thì xôn xao trong lòng, nhớ lại lời chị nhổ bồn-bồn bảo rằng nó mà về làng làm ruộng thì ai cũng ưa. Ừ, nó sẽ hò đối đáp với con Thôi. Chặc ! Mà nó phải nhờ má nó dạy hò mới được. Nó có nghe hò lần nào đâu để mà thuộc giọng và biết câu.

Đến chiều thì xong xuôi cả. Ông nội thằng Cộc chống xuồng lúa để ra bờ rạch, còn tía nó, má nó và nó thì lội nước sình mà về bộ.

Đập lúa và phơi phong mất hết mười ngày. Trong những ngày buồn tẻ, phẳng li giữa cảnh bùn lầy nước đọng ấy, thằng Cộc càng nao nức muốn về làng.

Lại đây em hỏi khăn lông mấy đường.

Câu hò của má nó ám ảnh nó từ hôm gặt đến nay. Nếu con Thôi mà hỏi đố nó câu ấy chắc nó phải ngậm

 — Bình Nguyên Lộc

câm, cho dẫu được phép trả lời bằng văn xuôi.

Khăn lòng là vật dụng mà nó đã quên rồi thì còn biết là mấy đường đề mà đáp cho thông. Từ lâu, nó chỉ có một chiếc quần xà lỏn trên người, mùa nắng cháy như mùa mưa lạnh. Đêm khuya nó nhờ nóp che thân cho đỡ bị muỗi đốt và gió cắt da.

Những món đồ cần dùng của thế giới văn minh ấy cũng thuộc vào những thứ gợi thèm như bánh trôi nước, bánh ít trần và mái tóc của con Thôi.

Hôm ấy, dùng bồ cho con cháu đổ lúa vào, ông nội thằng Cộc long trọng nói :

— Ngày mai ra biển.

Không ai hỏi ra biển đề làm gì hết. Thằng Cộc cũng làm thinh, trái với mọi ngày mà nó hỏi không kịp đáp.

Con rạch Ô-Heo trước nhà, nếu có đi trên ấy thì phải về ngọn, nó nghĩ như vậy, đi về ngọn đề rẽ qua những kinh rạch khác mà tìm làng mạc sầm uất, chớ xuôi giòng ra biển thì còn nghĩa lý gì nữa chớ ?

Nó chưa được ra biển lần nào cả và mấy năm trước đây nó muốn theo ghe của bọn bắt cua đề đi một chuyến lắm, mà không được phép đi.

Chuyến đi đầu đến một chơn trời xa lạ mà ông nội nó vừa cho biết, không làm cho nó phấn khởi chút nào cả.

Ông nội nói tiếp, dặn mẹ nó :

— Con mẹ Trùm, ngày mai phải dậy khuya nấu cơm. Tao đi với thằng Trùm và thằng Cộc, đi thật sớm đề gặp con nước lớn ngay tại cửa mà về cho tiện.

Rạch Ô-Heo nhỏ xíu cho nên tràm mọc ở hai bên

bờ giao nhành với nhau được và phủ kín cả mặt nước.

Rạch tối om, đi như đi trong hang. Bây giờ thằng Cộc mới thấu nghĩa hai tiếng *«Hang mai»* trong câu hát của bọn đi bắt ba-khía.

Những nơi ánh nắng lọt vào được thì hai bên bờ, ô-rô và cóc kèn mọc đầy.

Nước ròng chảy xiết, xuồng trôi bon bon. Tuy vậy, ông nội và tía cũng chèo cẩn thận để mau tới nơi, hầu về kịp nội buổi chiều ngày đó.

Gần tới trưa, xuồng không đi mau nữa.

— Nước đứng rồi, ông nội nói, tức ta gần tới cửa rồi.

Họ thôi chèo, để cho xuồng trôi linh đinh, không tiến cũng không lùi, rồi lấy cơm dỡ trong mo nang ra mà ăn.

Không đi thì thôi, đã trót đi, và lúc gần tới đích, thằng Cộc nghe thích thấy biển coi ra sao. Nó và cơm hối hả rồi hỏi :

— Ra đó làm gì ông nội ?

— Rồi mầy sẽ biết.

Họ ăn cơm xong thì nước bắt đầu lớn. Họ chèo ngược nước cho đến quá đứng bóng thì đến một nơi kia mà ông nội tuyên bố rằng đó là biển.

Thằng Cộc ngạc nhiên lắm mà chẳng thấy biển đâu cả. Con rạch tiếp tục đi xa ra ngoài kia, hai hàng rào cây như đứt khúc, đâm vào một vách tường xanh như da trời.

— Biển ở đâu, ông nội ? Cộc hỏi.

— Đàng xa kia, xanh xanh đó.

— Sao không ra ngoài, ông nội ?

— Không cần.

Tía thằng Cộc chèo mũi, rút sào cặm xuống bùn, theo lịnh của ông nội nó.

Ông nội gọi Cộc hỏi :

— Con có thấy gì khác lạ không ?

— Không, ông nội à.

— Không thấy ? Cây ở đây không khác cây sau lưng mình à ?

— À... phải rồi.

Cộc nhìn lại thì quả như lời ông nội nó nói. Nơi đây, đất đã hết, mà chỉ còn bùn. Tràm mọc tới mé đất cuối cùng thì dừng lại, như là dân ở biên giới một nước kia dừng lại nơi bia lãnh thổ mình.

Hết tràm thì có một khoảng trống, nửa bùn, nửa đất, trên ấy cỏ ống rậm ri và chim cao cẳng đủ loại đáp đầy trong cỏ.

Tràm đứng trước bãi cỏ mà nhìn dân láng giềng mọc trên bùn đen. Đó là những cây ốm nhom chen nhau mà vượt cao lên, cây nầy cách cây kia không đầy bốn gang tay.

Bờ biển thoai thoải dốc xuống, tròng rừng cây lạ ấy như một đạo binh xuống núi, tuôn hãm thành hầu lập công.

— Nhìn xuống gốc cây, ông nội bảo.

Nước chưa lớn hẳn, để lộ bùn đen dưới gốc cây ra. Bùn đen từng nơi lại trắng xóa những đóa hoa năm cánh, hai màu đen trắng đối chọi nhau trông rất đẹp.

— Cây gì mà lạ vậy ông nội ? Trổ bông ngay dưới gốc ?

— Bông trổ trên đầu những cái rễ ăn lên mà người ta gọi là Rễ gió. Cây nầy là cây mắm. Đây là rừng mắm đây.

— Cây mắm ? Sao tui không nghe nói đến cây mắm bao giờ ?

— Con không nghe nói vì cây mắm không dùng được để làm gì hết, cho đến làm củi chụm cũng không được.

— Vậy chớ trời sanh nó ra làm chi mà vô ích dữ vậy ông nội, lại sanh hằng hà sa số như là cỡ ấy ?

— Bờ biển nầy mỗi năm được phù sa bồi thêm cho rộng ra hàng mấy ngàn thước. Phù sa là đất bùn mềm lủn và không bao giờ thành đất thịt được để ta hưởng, nếu không có rừng mắm mọc trên đó cho chắc đất. Một khi kia cây mắm sẽ ngã rạp. Giống tràm lại nối ngôi mắm. Rồi sau mấy đời tràm, đất sẽ thuần, cây ăn trái mới mọc được.

Thấy thằng cháu nội ngơ ngác chưa hiểu, ông cụ vịn vai nó mà tiếp :

— Ông với lại tía của con là cây mắm, chơn giẫm trong bùn. Đời con là tràm, chơn vẫn còn lấm bùn chút ít, nhưng đất đã gần thuần rồi. Con cháu của con sẽ là` xoài, mít, dừa, cau.

Đời cây mắm tuy vô ích, nhưng không uổng, như là lính ngoài mặt trận vậy mà. Họ ngã gục cho kẻ khác là con cháu của họ hưởng.

Con, con sắp được hưởng rồi, sao lại muốn bỏ mà đi ? Vả lại con không thích hi-sinh chút ít cho con cháu của con hưởng hay sao ?

Thằng Cộc nhìn lại ông nội nó và nghe thương không biết bao nhiêu ông già đã bỏ mồ bỏ mả ông cha để hì-hục năm năm trong đồng chua, nước mặn ở Ô-Heo.

Phải, cứ theo dự đoán của gia đình thì nó sắp được hưởng, tuy không nhiều, mà rồi sẽ nhiều. Nó nắm chặt tay ông nội nó và nó thấy ông nội nó giỏi quá. Ông có biết chữ nho kia mà.

— Ông ơi, nó than, nhưng tràm buồn quá.

— Tràm sẽ khỏi buồn nữa. Năm tới, đất thuần rồi thì ta làm ba mươi công và sẽ gọi dân cấy gặt ở xa tới phụ lực. Rồi tía con sẽ cưới vợ cho con, rồi thiên hạ sẽ bắt chước ta, tràn tới đây mà phá rừng, vùng Ô-Heo sẽ sầm uất, vui biết bao nhiêu. Tràm hết buồn vì sẽ đẻ ra cau, dừa, xoài, quít, đầy nhà, nước sẽ ngọt một khi đất thuần...

— Và sẽ có chè ăn ?

Ông nội cười ha hả mà rằng :

— Gì chớ chè thì sẽ có lu bù.

— Mà ông nội nè, cưới vợ làm sao được, ai thèm tới Ô-Heo ?

— Hai năm nữa người ta sẽ đồn rằng đất Ô-Heo thuần. Những kẻ nghèo khó như ta chỉ mong được tới đây. Ông nói điều nầy, không biết con hiểu được hay không. Là tổ tiên ta ngày xưa từ Bắc, Trung tràn vào đây đều chịu số phận làm cây mắm hết, từ xứ Đồng Nai nước ngọt cho tới đây, ở đâu cũng hoang vu cả.

Họ đã ngã rạp trong chốn ma thiêng nước độc nầy để lót đường cho con cháu họ đi tới, y như là đàn kiến xung phong, tốp đầu liều chết đuối, lội qua tô nước rọng hũ đường để làm cầu cho bọn đi sau vào đến nơi có chất ngọt. Nhiều lớp tiên phuông đã ngã gục như rừng mắm. Rồi thì ông sơ, ông cố con, ông nội đây là tràm mới kiếm được miếng ăn...

— Tía.

Thằng Cộc lo lắng không biết tía nó sẽ làm tràm như nó được hay không nên kêu tía nó bằng một giọng thương yêu triu mến hết sức.

— Thôi, nhổ sào để đi về cho kịp con nước, ông nội ra lịnh.

Ông nội vui vẻ quá, vì ông bỗng sực nhớ lại những câu hò của thế hệ người tiên phuông đi khai thác đất hoang ở miền Ham, mà ngày nay thế hệ tràm không hát nữa. Ông cất giọng khàn khàn lên :

Hò... ơ... Rồng chầu ngoài Huế,
Ngựa tế Đồng Nai.
Nước sông trong sao cứ chảy hoài,
-- *Thương người xa xứ lạc loài đến đây.*

BÌNH NGUYÊN LỘC

(1) *Tác giả thấy rằng màu lông của loại chim nầy là* màu lục. *Nhưng người miền Nam cứ cho đó là màu xanh, nên tác giả viết theo đa số, để được hiểu. Vả lại, đôi khi trời trưa thì cũng có thể thấy chim ấy mang màu xanh.*

(2) Tía *là danh từ của người Mã Lai có nghĩa là* Cha, *nhưng miền Nam vay mượn của người Hoa Nam (Phúc Kiến và Triều Châu) vì người Hoa Nam gốc Mã Lai, còn dùng đến mấy trăm danh từ Mã Lai trong cái Hoa ngữ của riêng Hoa Nam, chớ không phải là vay mượn của người Mã Lai đâu. Vả lại danh từ* Cha *cũng do Giao Chỉ vay mượn của Hoa Nam hồi cổ thời và cũng cứ là vay mượn danh từ* Tia *(không có dấu sắc). Khi* Tia *được đọc thật nhanh thì thì nó hóa ra là* Cha, *như trong tiếng Pháp* Tiare. *Hai câu chú thích nầy để dành riêng cho bạn đọc gốc miền Bắc và Trung.*

(3) Gác : *đánh bẫy.*

CUNG TÍCH BIỀN

TIỂU SỬ

Tên thật Trần Ngọc Thao, *sinh ngày 8 tháng 2 năm 1938, tại Quảng Nam, Trung Việt. Thuở nhỏ, sống trong vùng kháng chiến, thường theo người anh, đánh đàn cho các ban nhạc Liên khu V. Từ 1955 về sau, theo học tại Quốc Học, Văn Khoa Huế, rồi Luật Khoa Saigon. Bỏ ngang Đại học vì nhiều lý do. 1961 dạy học tại các trường Trung học vùng Điện Bàn. 1963 động viên vào Võ Bị Thủ Đức. 1964 chính quyền Nguyễn Khánh chỉ định cư trú tại vùng Cửu Long, vì lý do chánh trị. 1966 đăng truyện ngắn trên tuần báo Nghệ Thuật. 1973 rời quân ngũ, sau khi đã qua các binh chủng Pháo binh, Thiết giáp, và giảng viên trường Tài Chánh.*

Đã cộng tác với các Tuần báo và Tạp chí : Nghệ Thuật, Văn Học, Bách Khoa, Vấn Đề, Đối Thoại, Lý Tưởng, Khởi hành, Diễn Đàn, Quần Chúng, Tuổi Ngọc, Đời, Mây Hồng. — Các nhật báo : Sống, Công Chúng, Da Vàng, Bút Thần, Dân Ý, Độc Lập, Công Luận, Hòa Bình, Sóng Thần, Đông Phương, Điện Tín...

Tác phẩm đã xuất bản :

Ai Tỉnh Ai Điên *1968*

Hòa Bình Nàng Tình Rỗng, *1968*

CUNG TÍCH BIỀN

Nỗi Buồn Thắp Sáng, *1969*
Cõi Ngoài, *1969*

QUAN NIỆM VỀ TRUYỆN NGẮN

Viết một truyện ngắn được xem là hay, rất khó. Ngay cả những nhà chuyên về truyện ngắn, cũng chỉ có một thời kỳ viết được truyện hay mà thôi, còn chỉ là... Mỗi truyện ngắn có một « định mệnh » với người viết, đẩy ra một chân trời, hoạt họa một chân dung, bày lỏ một thế giới mới. Với một kỹ thuật cao, ở truyện ngắn ta nói được nhiều điều cần thiết hơn ở truyện dài ; người đọc dễ nhận, dễ xúc động ; y như ta đưa dần họ đến cái chóp núi chót vót, để bất ngờ thấy một thung lũng bàng bạc bên kia.

Hầu hết truyện ngắn của tôi, cốt truyện được nghĩ ra thật nhanh, thoáng vụt, chỉ như của trực giác ; sau đó, khi cầm bút viết, cần trải đáy lòng, soi tìm những súc tích, thâm thúy, những vì sao lạ trong ngôn ngữ. Tôi thường nghĩ tới công việc một nhà điêu khắc.

Trong thế giới văn chương, những truyện ngắn là những phiến ngà lấp lánh ; đa thể và biến dịch từ mỗi người đọc.

Về Truyện Ngắn « BẠCH HÓA »

Xin được miễn trả lời.

Bạch Hóa

I

Chiều nào khi mặt trời sắp chôn dưới chân núi chú Sáu cũng mang hai con bò phân tán ra hai nơi góc vườn, chú kéo cho mỗi con một mớ rơm để nhai qua đêm, chú nói như thế này để cà nông bắn rủi chết thì chết từng con một, khổ ải quá, người còn có thể chui hầm rúc hố, đằng này bò nó không thể nằm mãi dưới hầm như người, mà dù bò nó chịu nằm hầm mình cũng chẳng có bao cát dụng cụ đâu mà làm cho xuể một cái hầm.

Chiến tranh tràn đến xóm chú Sáu — có thể gọi chú là lão già hay con bò già cũng được, vì đời chú không học hành, không biết phố thị, đời chú dính với luống cày, mọc lên từ ruộng nương đầy phân bón và bùn lầy — chiến tranh thực sự có ở xóm chú từ năm nay, kể từ đêm Sáu Vu về chặt đầu cha. Sáu Vu là con Hương Đằng, nó bỏ nhà ra đi từ mười hai năm nay. Đúng mười hai giờ đêm một đêm năm trước hắn về làng tập họp dân chúng — mấy anh dân vệ hôm đó đã về ngủ trên quận — việc đầu tiên hắn làm chánh án tòa án nhân dân xử cha, lão Hương Đằng nay là đại diện xã. Dưới ánh đuốc bập bùng, dân làng có người đứng ra xin cho Hương Đằng, rồi chính Hương Đằng cũng nói với Sáu Vu tao là cha của mày, con ạ tao là cha, mày không nỡ giết cha. Sáu Vu trả lời : Ông là cha của riêng tôi chứ không phải cha của cả dân tộc này, ông chết một mình để cả dân tộc này sống, ông không đáng được gọi rằng chết nữa, ông, chính ông bị đền tội, ông bị loại trừ, cái chết là danh từ dành riêng cho các chiến sĩ, các con của nòi giống ; ông ạ, tôi không còn cha, không có cha nào nữa ngoài một người cha là cuộc cách mạng vĩ đại trường cửu này. Lão Hương Đằng nhổ một bãi nước bọt vào mặt Sáu Vu nói mày là thằng phản quốc, thằng bán linh hồn, mày hãy giết tao đi. Thế là một lưỡi dao phập xuống. Mọi người lúc đó, dưới ánh lửa ma quái không ai thấy Hương Đằng bị chặt đầu, họ thấy chính lát dao đang đi ngang qua cổ họ, họ cúi xuống nhìn bãi đất lạnh run rẩy.

Máu nơi cổ lão Hương Đằng chưa kịp đông lại thì ngay lúc đó có hàng tràng cà nông bắn tới tấp vào đám du kích quân, lửa nhá trên đầu họ, mảnh đạn bay lanh canh trên các mái ngói, chó thôi sủa, người thôi tố cáo người. Sáng hôm sau khi chôn cất, xác Hương Đằng bị một nhát mã tấu gẫy gọn và nhiều mảnh đại bác nho nhỏ.

Chính đêm đó chú Sáu mất con bò thứ nhất, con bò đực hùng vĩ. Nay chỉ còn có hai con, con bò cái ốm o, và một con bò con nhác súng. Mỗi lần có súng bắn là con bò con nhảy cùng vườn. Chú Sáu phải cột nó vào một gốc cây lớn — gốc cây trơ trụi vì thuốc khai quang, nếu có một thứ gì làm tiêu tan được gốc cây khô héo này thì người ta đã tưới xuống rồi.

Chú Sáu cột giây thừng vào cái cổ trầy trụa và chân con bò nhỏ, con bò dậm dậm chân ra chiều bất mãn, chú Sáu vuốt ve nó, đẩy nó sát vào gốc cây, chú ngó quanh quất xem chừng nếu một quả đạn bay tới cái gốc cây có che mảnh cho con bò không. Chú buồn rầu đi về phía con bò mẹ, bầu trời đầy tro xám, một áng mây đen bay là đà về hướng biển, con bò mẹ gầy gò như một bà già suốt đời bị hành hạ vì sinh đẻ và chồng con. Chú nhìn con bò rồi cúi trộn mớ rơm, bỏ thêm một ít cỏ tươi : khi kiệt sức rồi thì dù được nuôi bằng phó mát hay cam nho mày cũng trơ xương con ạ. Lão đi vào nhà.

Có tiếng con Miệng :

«Cậu Ban nói cái hầm nhà mình cà nông thổi trúng thì sập ngay. Cậu nói cái hầm nhà mình chật chội, mùa mưa nước lẹp xẹp đến chó nó cũng không muốn nằm nữa là người. Hèn gì mấy con bò nhà này nó không chịu ngủ dưới hầm».

Chú Sáu : «Ôi, cái thằng mắc dịch đó hắn ghẹo mày đó. Ai đời làm hầm để rồi người với bò chó cùng ngủ. Chưa có con chó nào chết vì cà nông hay pháo kích chứ người thì nhiều rồi đó. Mày bảo thằng Ban câm cái họng ôn dịch hắn lại. Bữa nào thằng Đích về rồi hắn biết tay...».

Chú Sáu nhớ đến người con trai của chú. Thằng Đích. Đích năm nay hai mươi hai tuổi, đi quân dịch đóng lon binh nhì, có hai huy chương một sao bạc một đồng, Đích nói lính Biệt động quân tệ chi đi nữa cũng có huy chương đeo đỏ ngực. Con Miệng, em kế thằng Đích.

Chú Sáu vào nhà nằm ngửa trên phản, hai tay dang, mắt nhìn lên trần nhà loang lổ miểng đạn, cái trần nhà hư nát nhưng không ai tính chuyện sửa sang lại trong thời buổi này ; chú nhớ đến thằng Đích ngày trước cất tiếng khóc oe oe trong góc này, ngày sinh con Miệng trời mưa lớn, ngã trưa người vú đứng ở hè cửa nói chị sinh con gái, thế là mai sau anh vừa có dâu vừa có rể, «dâu hiền con gái, rể thảo con trai» anh lo gì ; chú Sáu nhớ đến người vợ chú ngày trước hay ngồi bắt chí và chải tóc nơi cái đà cửa, gió nồm thổi man mác, những đêm trăng trải ngàn ngàn vợ chú vẫn ngồi nơi đó sàng gạo hay làm việc vặt vạnh ; ngày xưa ngày xưa, chuyện gì êm đềm cũng chuyện của ngày xưa. Giờ đây chú thấy quanh mình trơ trụi, vợ đã chết, thằng Đích đi xa, nó không chịu lấy vợ, con Miệng đã lớn, nó có thể bị xỏ mũi dắt đi nay mai — thời buổi này con trai không muốn lấy vợ nhưng con gái ưa có chồng ; con trai nói có vợ lấy gì ăn, lấy vợ để chết đói à ;

con gái nói lấy chồng cho xong để hưởng mùi đời ; đời gì rắc rối. Chú Sáu nằm trong bóng đêm âm thầm nhớ tha thiết, nhớ dại dột con bò đực vĩ đại của chú. Người tu hành có đức Chúa, người đi giải phóng có lưỡi mã tấu, anh lính có cây súng, và chú có con bò đực. Chỉ với nó thôi, cả vũ trụ chú ở đó. Con bò chết lòng chú hiu quạnh, không ai đi trước chú nơi luống cày, không ai chịu vác dùm cái ách, kéo dùm cái bừa, ỉa dùm cho chú cục phân bón lúa, tất cả thua con bò. Nay nó đã chết.

Chú nhắm mắt thấy máu chảy ra từ thân thể con bò thân yêu. Chú như ngã xuống và trôi miên man trong đó, giòng máu thơm ngát : máu không phản bội, máu ngoài các chính thể loài người.

Tiếng con Miệng :

«Đêm nay tui không ngủ trong hầm».

Chú Sáu kinh ngạc :

«Mày điên à, muốn chết à».

«Tui không thể ngủ hầm, khó chịu quá, thà chết ngoài trời cho thanh thản».

«À, tao biết mày rồi. Mày mê cái thằng Ngọc hả. Đừng con ạ. Dù sao mình cũng con nhà gia thế đừng có cái thói trên bộc trong dâu».

«Trên bộc trong dâu là gì ?».

«Là gì thì tao không tài nào giảng nghĩa, nhưng tao biết người ta ám chỉ những đứa con trai con gái hư. Con ạ, nếu mày muốn thì tao gả ngay. Thời buổi này tùy mày lựa chọn. Nhưng tao nói với mày, con ạ, đừng có dại dột ngoài rơm ngoài rạ ban đêm mấy ổng bắn toi mạng. Mày không nhớ con Ngó với thằng Phả chết trần trụi nhơ nhớp ngoài vườn chuối ngày trước à».

Con Miệng ngồi khóc. Nó nói cha không hiểu tui chi hết, cha làm tui nhục nhã. Sao trên trời một vài cái lấm tấm. Trời tối như mực. Chú Sáu nói thôi trải chiếu dưới hầm mà ngủ đi cho rồi...đó, có tiếng súng đó.

Dưới căn hầm này chỉ có hai cha con, một cha trên năm mươi, một con dưới hai mươi, và một con chó đen. Con chó thường ngủ ở miệng hầm — loài vật hình như không con nào thích nghi với loài hầm tránh bom đạn này — để đánh hơi, thỉnh thoảng nó chạy âm thầm ra ngoài vườn. Tuyệt nhiên nó không sủa. Từ lâu nay con chó mực trở nên thin thít ngay cả những đêm có trăng, nó thấy ngứa cổ lạ lùng khi nhìn những đọt lá lay lay với cái bóng, nó câm nín với những cái bóng đen di động như một thứ ma quái.

Ngủ hoài dưới hầm chỉ có hai cha con, mùa đông cơn mưa ngùi ngụt bên ngoài, nước chảy róc rách trong hầm, mùa hè oi ả với từng đợt gió khô khan. Những đêm như thế chú Sáu thường trở giấc với cái quạt mo trên tay. Dưới ánh đèn dầu mù mờ chú thấy con Miệng — con gái chú — ngủ có khi hở hang, nằm ngửa mình hai tay dang, hai đùi mươn mướt nóng hổi dưới lớp quần đen láng, con Miệng ngủ mê mẩn sau một ngày làm lụng. Hai giống người lạ hoắc ngủ với nhau trong căn hầm oan khiên này lẽ ra cái thân thể kia phải làm cho chú động tình, sẽ làm thui chột cái lương tri một người. Nhưng với chú, chú đúng là một người cha. Chú ngồi thẫn thờ dưới ánh đèn thương xót cho con gái mình, chú lấy tấm chăn đắp lên phần trống vắng cho con, chú muốn khóc, chú thương vợ. Chú nghĩ một mình :

« Loài người đến lúc ăn lông ở lỗ trở lại đây. Loài người đã bỏ áo quần luân lý vào núi vào hang mà ở rồi đây. Nhưng làm sao con người mới khỏi bị bóng tối đè nặng như súc vật ».

Chú lại nhìn con, nhưng chưa bao giờ chú dám

nhìn thẳng vào cái phần thiêng liêng của người đàn bà, nơi Miệng.

Đèm nay, cũng vẫn với cái quạt mo chú vặn thật nhỏ ngọn đèn, vì sợ ánh sáng lộ lên bên ngoài, chú tựa lưng vào thành đất lạnh ngắt, súng một lúc nổ một nhiều. Chú nhắm mắt để khỏi liên tưởng đến Sáu Vu, đến những ánh lửa bập bùng xung đột, những tràng súng ào ạt bay ra từ thị trấn. Từ ngày Sáu Vu về làng đến nay làng trở nên trơ trụi, những cuộc hành quân của quân đội thường xảy đến, chiều chiều máy bay lượn trên xóm chú thả trái khói. Từ ngày Sáu Vu về làng, dân làng cũng bỏ làng đi, những người ở lại phải ra ngoài bãi cát làm hầm mà trú, vì ở trong này phải đi đào đàng, mà đi đào đàng thì có khi không về, có khi sáng mai phải đi đắp lại.

Bây giờ súng nổ quá lớn, trời tối mịt mùng, con mực từ miệng hầm vụt chạy xuống, nó im lìm thu mình trong góc, bèn cạnh con Miệng. Chú Sáu lê dần đến phía miệng hầm, lo lắng cho hai con bò ở hai góc vườn. Mấy đám lúa mới bị nát nhưng chú ít tiếc thương, chú chỉ thương xót hai con bò còn lại. Hình như hoa màu ngoài kia không có hơi thở như hai con bò, không có máu và không có hai con mắt u uẩn tội nghiệp của mỗi con bò.

Súng nổ thật đều, thật gần, chú Sáu nhắm mắt vọng tưởng trong tuyệt vọng, cũng như máu chảy trên những đọt lúa non, như người ta tuyên dương trên những xác chết, uống rượu mừng giữa một quê hương cháy, chú tuyệt vọng và giấc mơ lại đầy trong bóng tối. Chú Sáu thấy con bò cái quẫn quại sinh con, con bò con khỏe mạnh, làn da óng mướt, hai mắt hướng về đám cỏ non kêu tiếng kêu đầu đời. Chú thấy hai mẹ con con bò cười với nhau, đi về hướng mặt trời ấm áp, mỗi sáng sáng chúng nó dừng trên bờ sông, con sông thênh thang đằm dằm giữa thung lũng. Chú thấy căn vườn chú cây trái xanh tươi, những ngôi mộ đã cất cánh bay ra ngoài nghĩa địa, những linh hồn đã thực sự về trời, không oan hồn nào còn đi lang bang quanh quẩn... một tiếng nổ ngay trên nóc hầm, chú sực tỉnh, ngọn đèn dầu vụt tắt, con chó mực sủa lên một tiếng nghẹn ngào rồi im bặt, như có ai đập lên đầu nó cái cán dao bất ngờ ; trong bóng tối chú Sáu sờ mình mẩy mình xem có ướn ướt máu không — đấy là cái thói quen rờ rẫm lên thân thể mình để tìm vết máu vết thương của đám dân quê từ mấy mươi năm này ; khi mới bị thương không ai hay biết mình bị thương — con Miệng hoảng hồn chồm dậy, nó ôm cha nó, cái ngực nóng hổi đầy thịt cứng ngắt áp vào lưng chú Sáu, mấy sợi tóc Miệng tỏa xuống vai chú, nó thều thào : chết rồi cha ơi, tôi bị thương rồi, máu đây. Con Miệng mò bàn tay cha nó đưa về vết thương của mình y như chúng ta hãnh diện chỉ cho người mù sờ một cái huy chương nơi ngực. Máu đây. Sau ót tôi đây. Chú Sáu sờ sau sống lưng con gái, bàn tay chú nhơm nhớp một thứ nước màu, nóng và thơm.

Buổi sáng trong khu vườn tẻ lạnh con bò cái chết nơi góc vườn, cái đầu nó bay qua phía bên kia hồ nước cạn, cái đầu với hai con mắt không bao giờ nhắm : hai con mắt xanh lè nhìn về phía chú Sáu. Hai con mắt này hoàn toàn khác hai con mắt đứng dưới luống cày trưa nắng nhìn chú đến mở tháo cái ách trên vai. Hai con mắt này là con mắt tự do, hai con mắt đã ra ngoài sự sống, đã thôi làm nô lệ cho người.

Con Miệng chết dưới hầm. Và con chó thì không ai chú ý đến nó nữa. Nó phải chết. Miệng bị một miểng nhỏ ghim vào sau ót nhưng nó chết liền. Cái chết như đùa chơi. Một đi lộn đường. Thay vì cái chết đi thẳng đến chú

Sáu nó lại quanh qua con Miệng.

Vết thương quá kín đáo. Miệng chết êm đềm như nằm đợi người tình trong giấc ngủ ngon. Chú Sáu cất tiếng khóc khô khan giản dị, tiếng khóc của một lão đàn ông tưởng vô duyên nhưng thực ra nó làm đau lòng người hơn bất cứ lời ai điếu nào.

Buổi trưa con bò được đưa đi khắp xóm, thịt nó được vào bụng người với la-de. Con Miệng được tẩm liệm sạch sẽ cho vào quan tài. Gái quê chết thật khiêm tốn. Ngoài áo quan thô sơ với mấy cây lạp lung linh không có vòng hoa tấu nhạc gì, không có người tình nào mê sảng bên quan tài. Chỉ có Ngọc. Ngọc nó thương Miệng lắm nhưng anh ta âm thầm vác cuốc ra đào cái lỗ chôn con chó và đào cái huyệt thật đẹp dành cho Miệng. Ngọc nói: tao chưa làm gì được con Miệng, tội nghiệp nó đã chết rồi...

II

Bốn tháng sau khi con gái chết chú Sáu thực sự thấy không thể sống trong cái xóm quê quá quắt kỳ ảo này. Trời mùa hè nắng cao. Mỗi ngày chú Sáu dắt con bò con ra đồng, ngồi bờ ruộng nhìn cánh đồng khô vàng, con bò nhỏ như con dê con một mình nó phải ăn cho hết cỏ trên cánh đồng này. Không còn đàn bò lũ trâu nào tranh giành với nó. Chiều chiều chú Sáu đến ngồi trên mộ con, dấu xích xe tăng chạy tròn quanh mộ như những vòng hoa lớn — hay như một thứ ranh giới đánh dấu giữa phía này điêu tàn và bên kia hư vô. Chú ngồi đấy với gió rào rạt, từng đám bụi hồng che kín mặt trời, xa xa là đồn lũy, là thị trấn lố nhố những bờ tường trắng hoang vu.

Gần đây Sáu Vu lại hay về làng. Người ta thường ngủ mơ thấy Sáu Vu gõ cửa, nghe Sáu Vu ra lệnh, Sáu Vu râu dài tóc rậm như Ô Mã Nhi thuở nào. Người ta thường thét lên, thức giấc giữa đêm khuya, ôm lấy linh hồn quằn quại đau đớn của mình khóc ngất. Ngay lúc đó thì từng tràng đạn từ thị trấn cũng dồ về đều đặn, như chùm trái chín rơi giữa đêm minh man.

Dân làng đã bỏ xóm đến ở nơi những gò cao, ngoài bãi đất trống để tránh Sáu Vu và tránh chùm trái chín rơi vu vơ trên nỗi chết. Cảnh vật khô khan tiêu điều. Chú Sáu dựng nhà trên bãi cỏ. Ban đêm vẫn ngủ dưới hầm. Chú van xin con bò con phải cùng ngủ với chú. Bây giờ con bò con đã biết điều, chịu khó ngủ chung với người.

Một ngày nọ, sau cuộc hành quân, chú dắt con bò con đi sau đoàn quân trở về thành phố. Hoàng hôn, đoàn xe thiết giáp chạy vội vã về căn cứ, chú Sáu và con bò đứng dưới ngã ba nhìn ánh đèn phố thị. Đ.M., ở thành phố có khác. Chú Sáu nghĩ như thế rồi chú buồn ngay. Vì ở đây không có hầm cho con bò con ngủ.

« Không có hầm cho bò, không có cỏ non ! ». Chú Sáu cột con bò dưới cây trụ điện. Chú đau lòng vì dưới ánh sáng này nhiều muỗi quá. Chú thức và đuổi muỗi cho con bò. Nửa đêm nghe có súng nổ thật gần. Chú Sáu giật mình, ủa, trong này cũng có Sáu Vu à.

Đám dân thành phố qua lại thấy cảnh gai mắt, chúng nó nói :

— Đ.M., coi thằng khùng. Một thằng khùng quên cả mệt nhọc quên cả thân thể đời sống nó. Nó chỉ lo cho bò.

— Con bò y như là Tổ Quốc hay lẽ sống của nó đấy.

Sáng hôm sau, chú Sáu được đưa vào trại định cư. Chú có nhà ở, được lãnh thực phẩm, áo quần. Nhưng hình như chú chưa cần những thứ đó. Việc đầu tiên chú tìm cỏ cho con bò, dắt nó ra kinh tắm rửa, kinh nước đục không bao giờ soi thấy bóng người dưới đó. Lần ông Quận trưởng đến thăm trại định cư, ông ta hỏi han chú Sáu. Chú đưa mắt về hướng con bò, cố ý cho ông Quận nhìn thấy con vật yêu thương. Nhưng ông Quận không hiểu điều đó. Chú Sáu buồn rầu, không cần ai hiểu chú nhưng người ta phải biết đến tình cảnh con bò, súc vật ở đây bị tận diệt rồi đó, mai này ai đi trước luống cày, mai này phải có chúng nó để phân biệt giữa một công dân và loài nô lệ. Nhưng ông Quận mang sữa bột, thuốc men, áo quần của Hoa Kỳ đến cho chú Sáu, không ai cho lại chú cái xóm thân yêu, mái nhà yên tĩnh, không ai mang trả lại chú cánh đồng tự do hiền hòa.

Con bò con mỗi ngày một gầy gò, nó thật vô duyên trơ trẽn giữa thành phố. Chú Sáu quanh quẩn với ngày tháng không công ăn việc làm. Mùa mưa tới, chú Sáu nằm trong đêm mơ màng, nhớ từng đám mạ non, từng chiếc gàu nụt lạc, nhớ từng sáng sáng năm xưa với lũ bò ra đồng khi sương còn trắng mờ trước mặt.

Nằm trong thành phố với người xa lạ, chú Sáu mới thấy cả cái cày, cái cuốc cũng có hơi thở, có linh hồn. Cày cuốc đã tắt hơi thở dưới căn nhà cháy và linh hồn chúng nó về rộn ràng đâu đây, làm chú thao thức nửa đêm, ngây ngất từ lúc trăng về sáng, lòng dạ như sắt se khi chợt nhìn một chòm sao sáng rỡ trên trời lúc nửa khuya. Chú nhớ vợ và con, những người nay đã quay cuồng với đất. Ôi, tất cả đã băng băng giã từ chú, tất cả đã một đường đi tới phía bên kia thời gian, chỉ còn mỗi chú, chú làm một loại cây không lá, một loại cây đầy gai nơi vùng bạch hóa.

Trong thành phố cũng có Sáu Vu à. Chú Sáu đêm mộng thấy Ô Mã Nhi vội vã chạy từ rừng ra đồng trống, vội vã ném những trái khô vào họng súng. Những trái khô bay về, nổ tan tác trong bệnh viện, nổ ngay giữa trường học, nổ trên đầu giấc ngủ, nổ biến giấc ngủ thành cái chết nghìn đời. Ô Mã Nhi, Ô Mã Nhi. Người đã mang ác mộng từ đồng quê vào thị trấn. Và chú Sáu đã khóc thét lên khi trái đạn nổ ngay trên đầu con bò con của chú. Nó chết khác cha mẹ nó. Nó chết thê thảm hơn. Chiến tranh càng lâu năm, vũ khí càng tiến bộ, cái chết càng ghê tởm tan tác hơn.

Con bò đực hùng vĩ ngày xưa chết yên lặng trong chuồng vì một miếng đạn gọn ghẽ. Con bò cái lam lũ khi chết cái đầu bay qua bên kia hồ cạn, nhưng phần còn lại người ta có thể ăn thịt được. Con bò con này không ai nhặt được thịt nó. Nó tan tành dưới sức tàn phá của một trái 122 ly. Nó lộn với thịt người. Lộn với óc người. Nó dính trên cỏ cây. Nó thành nước. Một thứ nước trộn lẫn giữa máu và thuốc súng.

Chú Sáu ngồi bên miệng cái hố bề sâu hơn thước bề ngang vài thước. Nơi này con bò con chiều hôm qua còn nhai cỏ, còn dẫm chân trên lãnh thổ yêu kiều. Chú Sáu ngó quanh quất, ngửi trong không gian cái hơi con bò con, máu xương đã thành ánh sáng, đã thành gió động cỡn đâu đây. Chú chưởi thề :

— Đ.M. thế thì tao còn gì.

Chú nhất định trở về cái xóm quê của chú. Nơi tuổi trẻ chú mặc trên mình cái áo rách vai, cuốc đất trồng khoai. Ngày nay trên mình chú cũng cái áo rách vai. Nhưng áo này là cái áo viện trợ chú lãnh được trên quận.

Những cái chú có người ta đã giết đi. Những cái chú có người ta đã cướp.

Ngày chú lên đường trở về xóm quê một người trong trại định cư hỏi chú :

— Anh định đi Sài-gòn làm ăn đấy à ?

Chú Sáu ngơ ngác. Chú quên mất trên quê hương chú còn có Sài-gòn, chú trả lời :

— Không... tôi về quê.

Người ta kinh ngạc :

— Anh điên à, vùng của anh là một vùng tử địa, vùng oanh kích tự do. Cái đầu anh cứng lắm à.

— Oanh kích tự do là thế nào ?

Mọi người nhìn nhau cười. Họ thấy cần phải giải nghĩa cho tên Mohican :

— Là ai muốn ném vào đó, muốn bắn vào đó cái giống gì cũng được. Coi như chỗ không người.

Chú Sáu thấy tức tối vô cùng. Mộ vợ con chú ở đó. Ông bà tổ tiên chú nằm dưới đó. Mồ mả không phải là người. Nhưng người không được xúc phạm quá đỗi đến thế.

Rồi chú ra về.

Ra ngoài đồng trống chú đi nghêu ngao. Nhớ thuở trước chú dắt con bò chạy lon ton theo sau đoàn xe thiết giáp. Cả cuộc đời lao xao trên nỗi lo lắng. Bây giờ tất cả là tay không. Chú đưa tay sờ lên vai áo rách của mình. Chú tiến qua một gò mả, khu rừng hoang lạnh phía trước, quê nhà chú cách đó không xa, chú men theo những hố bom nằm cách khoảng nhau đều đặn... bỗng chú thấy Ô Mã Nhi.

Trời đã ngả chiều, nắng quái đọng ngùi ngùi trong cánh rừng khô, vài áng mây đen bay vùn vụt, thay hình đổi dạng khôn lường. Ô Mã Nhi chận chú lại. Hỏi :

— A, Lão Sáu, tên tề điệp, mày hãy dừng lại nhận bản án tử hình.

Hai người đi theo Ô Mã Nhi đã lanh lẹ rút hai con dao đứng cạnh chú Sáu. Ô Mã Nhi rút lẹ trong túi ra một mẩu giấy, đọc ngay :

«Nguyễn văn Liên từ một năm nay đã tự ý vào thành làm gián điệp tay sai cho Mỹ ngụy. Nguyễn văn Liên, tên tề điệp bẩn thỉu đã phản bội dân tộc. Nhân dân và đảng đã lên án tử hình tên Nguyễn văn Liên. Ngoài ra tên Nguyễn văn Liên còn là cha đẻ của tên Nguyễn văn Đích. Nguyễn văn Đích nay cũng bị lên án tử hình ».

Hai con mắt chú Sáu trợn xanh lè như hai con mắt con bò cái với cái đầu hoang vu trên bờ ao. Hai con mắt đó nhìn về Ô Mã Nhi không kịp nói lời nào. Chú chết tức tốc, quằn quại vì một bản án quái gở bất thành văn tự đó.

Khi ném xác chú xuống đường mương đã khô nước, một du kích quân quay sang nói với Sáu Vu :

— Đồng chí giỏi quá, làm sao đồng chí có ngay được bản cáo trạng ?

Ô Mã Nhi trả lời :

— Đây này, tôi lấy tờ giấy thu lúa để đọc trước mặt hắn. Với tụi nó đứa nào cũng đáng chết. Anh có thể nhặt một mẩu giấy bẩn, đọc trước mặt nó rồi chém nó ngay đi cũng được, cần gì phải có bản cáo trạng.

Ô Mã Nhi nhét vội mảnh giấy vào túi áo rồi cùng hai đồ đệ tiến vào khu rừng khô trước mặt. Họ tan biến trong hoàng hôn đã dầy bóng tối.

III

— Đ.M. tao đi lính hai ba năm mới được đổi về đây.

Tao chưa đi phép đã đi hành quân rồi. Đích vừa lau cây súng vừa nói chuyện với một người bạn. Người bạn hỏi :

— Quê mày ở đâu ?

— Cách đây hơn mười cây số, trong quê.

— Biết đâu ngày mai lại vào đó, mày tha hồ thăm.

Người bạn của Đích bỗng ngậm ngùi :

— Mà ở đó còn gì để thăm.

— Anh biết quê tôi à.

— Biết chứ. Quanh đây từ mười cây số trở lên đều là vùng oanh kích tự do, trừ mấy xóm nhà trên đường về Sài-gòn.

Như một cái màn vừa kéo ra, Đích chợt thấy phần hậu trường thăm thẳm bên trong :

— Đ.M. hèn chi tao gửi thơ năm sáu tháng trời không thấy ai trả lời. Không chừng...

Người bạn buông xuôi :

— Không chừng con mẹ gì. Nhà tao chết ráo hết rồi.

— Ở ngoài quê à ?

— Không, trong thành phố này. 122 ly.

Buổi sáng hôm sau đoàn quân tiến về quê của Đích. Bước chân xuống điểm xuất phát, Đích ngó mông về phía làng : một vùng trơ trụi, cây khô, đá khô, và vạn vật vàng khô. Một vài tiếng súng nổ lẻ tẻ. Một vài nhà cháy nằm rải rác. Buổi trưa Đích cùng toán quân dừng trên một gò cao nấu cơm ăn. Anh dõi mắt về cái xóm phía trước ; nơi tuổi nhỏ anh chăn bầy bò ba con. Có lần Đích đã nằm trên mô đất đầy cỏ xanh, đắp cái nón lá trên mặt, anh ngủ vùi, bầy bò đi rong trên cánh đồng ăn cỏ suốt ngày. Có lần trên cánh đồng này Đích lắng nghe tiếng nước chảy róc rách, tiếng cá đớp lúa, tiếng rì rào xa vắng của ngàn bông lúa vừa đơm trên đồng. Đích nhớ ngày con bò mẹ sanh con, trời tối, cha Đích cầm cây đèn ánh sáng chập choạng, mẹ Đích ẵm con bò nghé đỏ hỏn như một đứa bé. Bà mẹ mừng, nói con bò đẻ ra tiền bạc cho tui đây. Bò con vừa được sinh buổi tối, sáng hôm sau ra đồng nó đã vượt mương và bơi ngay. Bò đã hơn người, nó không phải tập bơi lội. Đích nhớ những đêm trăng lên cao đầu ngõ, ánh sáng dịu dàng chảy trên đám đất vàng, cả gia đình anh ngồi quây quần ăn cơm ngoài sân tiếng gà lục đục phía sau, tiếng chim đêm ấm áp vô cùng trên những cành tối vu vơ. Mấy năm rồi Đích mới trở lại, súng trên tay, đạn lên nòng, anh đi về tuổi nhỏ, anh tiến vào vùng kỷ niệm, sẵn sàng bắn vào trí não mình...

Đích chặn hỏi một đứa bé vừa ở dưới hầm ngơ ngác chui lên :

— Mày biết lão Liên ở xóm này không ?

— Không.

— Mày biết còn ai trong xóm đó không ?

— Không.

— Cha mẹ mày ở đâu ?

— Chết hết rồi, dưới hầm.

— Nhà mày đâu ?

— Trong kia.

Đích nheo mắt nhìn theo ngón tay trỏ của đứa bé : nơi cái xóm trống hoang đó mấy mảnh tường lỗ đổ, mấy cây cau cháy và vài đám khói. Đích hỏi tiếp :

— Có tụi nó về đây không ?

— Không biết.

— Mày lấy gì để sinh sống ?

— Sống à, không có gì hết.

Đích ngậm ngùi, đi ra ngoài giàn bí hái một trái bí để luộc ăn với cơm buổi trưa. Đích móc trong túi năm chục bạc đưa cho đứa bé :

— Trả tiền trái bí cho em đây này.

— Không.

— Sao lại không, sao không lấy tiền.

— Lấy sợ các ông nói «tề điệp», các ông giết.

— Không, đây là lính Quốc gia. Lấy tiền đi.

— Không.

— Sao lại không hoài.

Thằng bé ngước lên :

— Các ông có giết tôi không ?

— Không.

Lúc bấy giờ một người lính khám phá ra một cái xác chết đã hôi sình. Người lính trở về nói với Đích :

— Cha mày bao nhiêu tuổi ?

— Cỡ sáu mươi.

— Có phải cha mày dưới mương nước không ?

— Tao làm sao biết được. Ăn mặc đồ gì ?

— Chiếc áo viện trợ.

— Việt Cộng đó mày.

— Việt Cộng gì mặc áo có mang nhãn hiệu Chicago.

— Mày thấy thực à.

— Tao dí cái mũi súng vào cổ, cổ bấy ra, tao thấy chữ in còn nguyên. Ghê quá, hôi thúi quá. Mày lại xem đi.

Đích cộc cằn :

— Mày cuốc đi, tao mệt quá rồi.

Buổi chiều khi đoàn quân trở về Đích còn thấy thằng bé đứng bên mái lá che tay lên mắt nhìn ngược hướng mặt trời. Đích nói với người bạn ngồi bên cạnh : mày có dầu nhị thiên đường cho tao một ít. Người bạn đưa ve dầu cho Đích, anh ta xoa xoa trên mũi nói Đ.M. cái thằng già chết dưới mương hôi thúi quá, chắc cũng bảy tám ngày rồi, chết mà nằm úp để lòi cái óc trắng hếu lên trời. Người bạn nói hắn mặc áo viện trợ người

Chicago, ai bên Chicago cho cái áo để mục rã trên xác người Việt Nam.

Đích hít một hơi dầu rồi nói như sực tỉnh :

— Ơ, hồi nãy có đứa nào chịu khó chôn lão già không bây.

1968

CUNG TÍCH BIỀN

CUNG TÍCH BIỀN

DOÃN QUỐC SỸ

TIỂU SỬ

Tên thật Doãn Quốc Sỹ *sinh ngày 3 tháng 2 năm 1923 tại Hà Nội. Ở trong ban biên tập tạp chí Sáng Tạo với các nhà văn Mai Thảo, Thanh Tâm Tuyền, Nguyễn Sỹ Tế,..., hiện chủ trương nhà xuất bản Sáng Tạo.*

Đã cộng tác với hầu hết các tạp chí xuất hiện tại Saigon trong thập niên gần đây. Các tác phẩm chính :

Truyện ngắn : Gánh Xiếc — Gìn Vàng Giữ Ngọc.

Truyện dài : Dòng Sông Định Mệnh — Sầu Mây — Khu Rừng Lau.

Biên khảo : Vào Thiền — Người Việt Đáng Yêu — Bộ Tuyển Tập Văn Chương Nhi Đồng...

Hiện là giáo sư trường Sư Phạm Saigon và đã từng du học tại Hoa Kỳ nhiều năm. Chuyến đi xa này đã ảnh hưởng nhiều tới đời sống viết văn của tác giả.

QUAN NIỆM VỀ TRUYỆN NGẮN

Trong truyện ngắn không có sự kiện chi tiết tràn bờ, dư thừa. Tất cả đều như những nhát búa đập chính xác lên đầu chiếc cọc để cọc đóng sâu và chắc xuống lòng đất. Đôi khi truyện ngắn có thể khá dài đấy — chừng bốn, năm chục trang — nhưng đó phải là câu chuyện kể một hơi, tâm trạng cô đọng, cốt truyện cô đọng. Những tình tiết thiết yếu, ngắn gọn liên tiếp tới với tác dụng soi sáng và đẩy nhanh, đẩy mạnh tới đoạn kết. Cái bé nhưng bé hạt tiêu ở truyện ngắn là người viết phải luôn luôn có được cái nhìn thật sắc bén xuyên thẳng tới lõi sự vật, đạt thấu tới bản thể của tâm tình. Ở truyện ngắn hễ xuất quân là phải tốc chiến tốc thắng. Hoặc thất bại. Như câu nói thường tình «Được ăn cả, ngã về không».

Về Truyện Ngắn «CHIẾC CHIẾU HOA CẠP ĐIỀU»

Tôi để nhà xuất bản SÓNG in truyện ngắn «Chiếc Chiếu Hoa Cạp Điều» *vì tôi thấy các bằng hữu cũng như độc giả xa gần thường thích truyện này.*

Chiếc Chiếu Hoa Cạp Điều

Quê tôi cách Hà-Nội chừng năm cây số. Khi cuộc kháng chiến toàn quốc bùng nổ thì gia đình tôi tản cư lên Nhã-Nam thuộc huyện Yên-Thế, Bắc-Giang. Đến năm 1948 khi cậu tôi từ Vĩnh-Yên lên thăm chúng tôi lần đầu thì toàn thể gia đình tôi ai nấy đã có màu da nửa vàng nửa xám xịt vì sốt rét rừng. — Anh chị phải cho các cháu tản cư về mạn dưới như chúng tôi — lời cậu tôi nói với thầy mẹ tôi — chứ cứ như thế này thì không chết cũng chẳng còn ra hồn người nữa.

Sau ngót hai năm tản cư, gia đình tôi khánh tận rồi ! Có lẽ vì nghĩ vậy nên mẹ tôi tìm cách nói thác :

— Ngày xưa vùng Yên-Thế này độc thật nhưng nay vì có nhiều người lên khai phá nên khí hậu cũng không đáng ngại lắm.

Cậu tôi không chịu :

— Anh chị về Vĩnh-Yên gần chúng tôi cho có anh có em, vừa tránh được nạn sốt rét rừng vừa có cơ buôn bán khá. (Dạo đó Vĩnh-Yên còn là cửa ngõ của việc thông thương giữa Liên khu III với Việt-Bắc). Rồi cậu tôi về Vĩnh-Yên. Hai tháng sau người lại lên nhất quyết đón gia đình tôi xuôi, nói là nơi ăn chốn ở đã thu xếp đâu vào đó cả.

Thế là gia đình tôi xuôi Vĩnh-Yên, còn một mình tôi ở lại Sở Thông tin Liên khu I. Công tác của tôi là đi tuyên truyền mười điều kháng chiến trong toàn huyện Yên-Thế. Vì lưu động như vậy nên tôi cũng quên đi nỗi buồn gia đình phân cách đôi nơi. Nỗi buồn đó chỉ đến thắc mắc lòng tôi mỗi khi trở về trụ sở kiểm điểm công tác. Trụ sở Thông tin ở một làng bên tả ngạn sông Thương, gần một bến đò đẹp vào bậc nhất Bắc-Giang, bến đò Lục-Liễu. Để tăng phần thơ mộng cho cái tên đó tội vẫn thường dịch nôm là « Bến đò liễu xanh ».

Thư của em tôi tới báo cho hay gia đình đã tới tản cư cùng làng với gia đình cậu mợ tôi. Làng đó ở ngay bến Rau, bên này là Vĩnh-Yên bên kia là Sơn-Tây, rất thuận tiện cho việc buôn bán.

Rủi thay, thầy mẹ tôi vừa đến Vĩnh-Yên thì quân Pháp mở chiến dịch càn quét khắp vùng Sơn-Tây rồi thiết lập thêm đồn quân dọc theo hữu ngạn sông Hồng từ Sơn-Tây ngược lên đến Việt-Trì. Các ngả đường giao thông với Liên khu III đều bị quân lê-dương phục kích ráo riết.

Cậu tôi đã rơi vào ổ phục kích của chúng, giấn vốn khánh tận may thoát được người. Mẹ tôi phải ngừng chuyện buôn bán.

Nghe nói làng N.H. bên hữu ngạn sông Đáy gần chân dãy núi Tam-Đảo là một làng trù mật, buôn bán dễ, gia đình tôi bèn thuyên chuyển đến đây theo sáng kiến của mẹ tôi. Khi tới nơi mẹ tôi mới thấy rằng mình đã nhầm. Trước đấy một năm thì địa điểm này buôn bán được vì hầu như dân chúng toàn hạt Vĩnh-Yên đổ xô về để tránh Pháp tấn công, nhưng nay tình hình tạm yên ai nấy trở về chốn cũ, địa điểm N.H. trở lại vẻ trầm mặc của chốn chuyển tiếp giữa vùng trung du bên dưới với vùng đèo heo hút gió bên trên.

Vừa lúc đó tôi xin thôi ở Sở Thông tin về.

Mẹ tôi mừng lắm vì người vẫn thường nói : «Thời loạn lạc gia đình nên gần nhau, nhỡ có thế nào...». Hình như trong óc người — có thể nói trong óc mỗi người trong gia đình tôi — đều luôn luôn lo sợ cảnh người nhà bị chết vì bom đạn rồi mất xác vì gia đình không kịp biết để nhìn nhận. Niềm vui đoàn tụ giúp chúng tôi bớt buồn nản khi thu xếp gồng gánh trở lại huyện Yên-Lạc. Lần này gia đình tôi không dám ở gần bến đò Rau nữa vì sợ phi cơ oanh tạc, mà ở một làng cách huyện Yên-Lạc chừng gần một cây số, làng Lũng-Thượng. Gia đình cậu tôi ở ngay làng bên. Lẽ cố nhiên cả hai gia đình chúng tôi cùng nghèo túng lắm, nghèo túng đến nỗi cậu mợ tôi, thầy mẹ tôi cùng không dám sang thăm nhà nhau, chỉ chiều chiều ra gặp nhau trên quãng đường đá nối huyện Yên-Lạc với bến đò Rau.

Tôi gặp lại người yêu cũ, nàng từ Phủ-Lý (Khu III) chạy lên. Chúng tôi thành vợ chồng, tuy có ký giấy tờ tại Ủy-ban Kháng-chiến Hành-chính Huyện — cậu mợ tôi là những người làm chứng — nhưng đám cưới hoàn toàn êm ả, y như đám cưới vụng trộm.

Em gái lớn tôi xoay đi buôn gạo, ngày ngày kĩu kịt đi về 20 cây số kiếm chút lãi. Ở Yên-Thế tuy bị sốt rét nhưng nhà ở giữa rừng ít lo bị địch tấn công bất ngờ, tuy cũng nghèo túng nhưng còn có đất rộng để tăng gia rau cỏ và nuôi được lợn gà.

Về đây những buổi ăn cháo ngô trừ bữa, mẹ tôi thường có ý khép cửa giữa lại.

Em gái tôi đã phải đi chợ thật xa để đong gạo rẻ mà rồi tính ra lời lãi cũng chẳng được là bao. Các cụ giải thích hiện tượng kinh tế này bằng câu : «Thóc gạo có tinh». Mẹ tôi làm tương gánh đi các chợ xa bán để kiếm thêm. Vợ tôi tạng người yếu nhưng khéo tay, không làm được việc nặng, nàng phụ trách những việc nhẹ như rang đỗ tương, ủ mốc, pha muối vào nước tương...

Dạo đó trường Luật mở ở gần chợ Me (Vĩnh-Yên), tôi có ghi tên theo học nốt năm thứ ba hy vọng ngày thành tài sẽ ra thẩm phán, đồng lương họa có cao để giúp gia đình. Vì hoàn cảnh kháng chiến, các giáo sư thường từ nơi xa lại trường sở dạy liền trong mấy ngày, sau đó sinh viên tìm tài liệu tự nghiên cứu thêm. Có khi thời gian nghiên cứu lấy dài hơn một tháng mới có giáo sư mới. Tôi triệt để lợi dụng khoảng cách này để bon về giúp đỡ gia đình những công việc nặng.

Mùa đông năm đó rét lạ lùng. Gió hun hút giật từng cơn buốt như dao cắt từng mảng thịt hở, thế mà hôm nào mẹ và em gái tôi cũng phải dậy từ bốn giờ rưỡi sáng để sửa soạn gồng gánh ra đi. Quần áo và chăn chiếu của gia đình tôi thiếu rất nhiều. Thằng em thứ ba của tôi có được cái chiếu rách mướp vừa nằm vừa đắp, chân thò ra ngoài thì nó lấy rơm phủ lên.

— «Ấy cứ thế mà ấm ra phết anh ạ». Nó vừa cười khoái trí vừa nói với tôi như vậy.

Các em trai em gái của tôi đã lớn cả, chúng tôi hầu như thường xuyên thi đua trong việc nhường nhịn nhau. Mẹ tôi chỉ còn thắc mắc về thằng em út của tôi. Nó mới lên bảy còn nhỏ tuổi quá chưa thể tìm nguồn vui ở tinh thần để quên đói rét nhất là rét. Tương đối với cả nhà nó được mặc lành nhất. Nó mặc cái áo đỏ chót có những vệt chữ nho đen và những đường kim tuyến. (Nguyên đó là chiếc câu đối người ta phúng bà tôi hồi chưa tác chiến). Câu đối đỏ thì may áo, còn nẹp sa-tanh vàng mẹ tôi cố gạn may thêm cho nó chiếc áo di-lê, chúng tôi gọi đùa nó là «anh cờ đỏ sao vàng». Đêm đến rét quá không đủ chăn ấm, nó thường khóc khậm khạch. Chỉ cần có thêm đôi chiếu nữa thì cả nhà đủ ấm.

— «Chiếu cói kỵ gió». Mẹ tôi bảo thế.

Nhưng đến ăn còn chẳng đủ làm sao chúng tôi mua được đôi chiếu bây giờ ?

Hôm đó suốt từ sáng đến trưa phi cơ bay từng

đoàn bắn phá và rội bom liên tiếp xuống các chợ lân cận: chợ Me, chợ Vàng, chợ An-Lạc. Mọi ngày chỉ khoảng bốn giờ chiều mẹ tôi đã có mặt ở nhà, ngày đó giời đã xế chiều mà người vẫn chưa về. Toàn thể gia đình tôi bắt đầu sốt ruột tuy không ai nói một câu.

Chiều ngả mầu xẫm. Gió bấc rít trong bụi tre già làm nền cho tiếng khàn khàn của lũ quạ lục đục trong tổ, gió bấc xoáy từng vòng cuồng loạn dứt từng vốc lá tre, lá bưởi vàng úa rồi lại nhào vút mất hút ra ngoài cánh đồng bát ngát và hiu quạnh. Mẹ tôi vẫn chưa về.

Trong óc tôi thoáng hiện những cảnh chợ bị phi cơ tàn phá, những hình người không kịp xuống hầm bị đạn chết gục bên cột lều tay còn quờ ôm những đồ hàng của mình, những hình người bị bom napalm thiêu rụi như những thân chuối cháy đen . . . Và tôi vùng ra cổng.

Thầy tôi biết ý hẹn với :

— Con cứ thẳng đường ra bến Rau, mẹ con thường về đường ấy.

Ra tới cổng làng, tôi đi như bay theo đường đã định, cổ họng nghẹn ngào, dạ cồn lên như lửa đốt. Con đường như rộng thênh thang, cánh đồng ngập trong bóng chiều xẫm và trong gió bấc, càng trở thành mênh mông. Tôi vút nhẩy qua các hố phá hoại mà đi như một bóng ma cô độc dương muốn biến theo luồng gió.

Từ xa như có bóng người đi lại. Chắc người đó ở chợ Rau về. Để tôi phải hỏi tin tức về việc phi cơ địch oanh tạc hôm nay.

Hình như trên đòn gánh người đó có vắt ngang một cái gì.

Tôi lướt vội lên. Trời ơi, mẹ tôi !

Hai mẹ con mừng mừng tủi tủi như gặp nhau ở cửa âm ti.

Tôi nói : «Sao mẹ về muộn quá thế, cả nhà lo tưởng phát điên lên». Mẹ tôi cho biết hàng hôm nay bán ở chợ không hết, người phải đi sâu vào một vài làng lân cận để bán nốt. Rồi khi xuống khỏi đê, qua cái lạch lớn thấy có chiếc chiếu trôi, vội tìm cách vớt lên và giặt luôn bên lạch. Đó là chiếc chiếu còn khá tốt tuy chiều rộng bị xén đi mất một phần ba.

Mẹ tôi chỉ vào chiếc chiếu phơi trên đòn gánh nói :

— Về đến nhà thì chiếu vừa khô con ạ. Tối hôm nay thằng Tư — tên thằng em út tôi — có chiếu đắp ấm.

— Mẹ ơi, giàu con út, khó con út, mẹ chẳng để ý gì đến chúng con, chỉ chăm chút cho chú Tư thôi.

Mẹ tôi đi trước, gió ngược chiều nên tiếng tôi mất hút về phía sau. Tuy nghe tiếng được tiếng không nhưng mẹ tôi vẫn hiểu câu nói đùa, người vừa giữ cái chiếu vừa quay nhìn tôi mỉm cười.

Tối hôm đó khi đi ngủ thằng chú Tư được mẹ tôi đắp cho chiếc chiếu vớt ở lạch. Chân nó thò ra một tí khiến tôi nhận thấy chiếc bít tất cũ vàng xỉn của tôi, chỗ đầu rách được buộc túm lại để các ngón chân xinh của nó khỏi «thoát ly» ra ngoài.

Dạo đó chỉ còn một tháng nữa là Tết. Tôi lại có dịp tạm rời trường Luật, đợi đến qua giêng mới có giáo sư. Tôi về vừa đúng lúc gia đình đương cần nhân công xay thóc giã gạo. Giấn vốn của gia đình tôi còn được năm nồi thóc. Dùng số tiền đó làm tiền đặt, mẹ tôi có thể đong về được tám nồi. Theo như mẹ tôi phác tính mỗi nồi thóc làm, được lãi ít ra là hai ca gạo, vị chi với tám nồi thóc, chúng tôi sẽ lãi ít nhất là một nồi rưỡi gạo. Cứ như vậy mà đủ việc liền trong một tháng, nghĩa là vừa đến Tết, thì chúng tôi có thừa tiền đong gạo nếp gói bánh chưng và mua thịt cá để đón một mùa xuân kháng chiến tương đối huy hoàng.

Chúng tôi ngoại giao ổn thỏa với các nhà có cối xay cối giã rồi bắt đầu vào việc. Thầy tôi trông nom mấy đứa nhỏ, sửa soạn cơm nước. Tôi và thằng em giai xay thóc trong khi mẹ tôi điều khiển vợ tôi và cô em gái sàng gạo. Xay hết thóc chúng tôi đã có gạo đem đi giã, giã đến đâu mẹ và em tôi sàng tấm sẩy cám đến đấy. Trong khi xay thóc, tôi nhẩm ôn các đạo luật, các án lệ để sửa soạn kỳ thi cuối niên khóa. Khi giã gạo với vợ, tôi cùng nàng thủ thỉ xây mộng tương lai. Ngày kháng chiến thành công hẳn chúng tôi đã có những đứa con kháu khỉnh, đã trở về quê hương dựng lại căn nhà xinh, sống tự do bình dị trong tổ ấm gia đình.

Ngày đầu chúng tôi làm được tám nồi thóc với số gạo dư là hai nồi. Một cụ già ở đấy gật gù nói : «Vạn sự xuất ư nho, đúng thật. Học trò thì cái gì cũng làm được. Cứ bảo người Hà-Nội không chịu được lam lũ !».

Ngày hôm sau có tin quân Pháp đánh lên Vĩnh-Yên, những người có thóc giữ lại, mẹ tôi phải vất vả lắm mới mua được bằng giá khá cao sáu nồi thóc để chúng tôi có việc làm.

Quân Pháp chiếm Vĩnh-Yên. Tiền Hồ-Chí-Minh sụt giá vùn vụt. Vẫn số tiền cũ, giờ đây chưa chắc mẹ tôi mua nổi bốn nồi thóc.

Quân Pháp theo sông đào tiến lên chiếm chợ Me. Dân chúng xao xác chuẩn bị chạy, số tiền trong tay mẹ tôi hầu trở thành giấy lộn. Chúng tôi ăn một bữa quà bánh đúc, lúc giả tiền thấy vợi hẳn túi. Viễn ảnh những ngày đầu xuân có gạo nếp, có thịt gà, thịt lợn bị rập vùi trong khói súng và biến thành một điểm kỷ niệm mong manh chết đuối giữa cảnh tàn phá rùng rợn của bom đạn tơi bời, cha lạc con, vợ lạc chồng, anh em tán loạn mỗi người một phương.

Dạo đó tuy đã có phong trào «rèn cán chỉnh cơ» nhưng chưa có cố vấn Tàu, chưa có chính sách «ba cùng» học tập đấu tố, nên mặc dầu kinh tế nguy ngập ai nấy vẫn tin tưởng ở ngày mai huy hoàng của dân tộc, tin tưởng ở thắng lợi cuối cùng dưới sự lãnh đạo sáng suốt của già Hồ (như lời loa tuyên truyền phát thanh chiều chiều).

Sang hạ tuần tháng chạp, suốt ngày mưa phùn gió bấc lạnh như cắt ruột. Không hiểu là vì rét nhiều hơn hay vì chúng tôi đã bắt đầu giảm khẩu phần ! Chiếc chiếu mẹ tôi vớt ở lạch đắp cho thằng em út đã rách sơ sác. Trong khi gia đình tôi giật gấu vá vai tìm cách nhường nhau miếng cơm manh chiếu thì xảy cuộc hỗn chiến giữa quân đội Pháp và quân đội Kháng chiến ở chân núi Tam-Đảo. Để giữ vững ưu thế quân sự về mình tại mặt trận Vĩnh-Yên, tướng Pháp De L. quyết định hy sinh đoàn quân hắn, và hạ lệnh cho thả bom tận diệt đôi bên.

(Trong cái điên ba của một cuộc thế lọc lừa phản trắc, người ta dày xéo lên tình người, điềm nhiên hy sinh xương máu đồng bào đồng loại nơi này cho quyền lợi thực dân, nơi kia cho học thuyết giai cấp. Tôi không ghê lởm những bộ mặt lãnh tụ như chúng sao được ?).

Từ chân núi Tam-Đảo quân Pháp đánh tỏa ra ba mặt, đồng thời từ hữu ngạn sông Hồng, một toán Lê-dương vượt sang càn quét bến Rau ở tả ngạn. Dân chúng từ bốn mặt chạy về huyện Yên-Lạc, dồ xô vào các làng. Mẹ tôi bèn thổi cơm hàng, gánh đến bán cho họ.

Trong số rất đông các người ở làng Rau mang đồ đạc chạy đến làng Lũng-Thượng, có gia đình ông Lý Cựu vốn là bà con với ông chủ nhà nơi tôi tản cư. Ông Lý nói chuyện với thầy tôi rất tương đắc nhất là khi ông biết tôi đương học trường Luật sắp thi ra thầm phán.

Ông nói :

— Tôi có thằng cháu năm nay lên sáu, giời để cho làm người, sau này kháng chiến thành công, tôi nhất định sẽ gửi cháu lên Hà-Nội phiền ông bà và cậu cả trông nom giúp cho thành thân người.

Quân Pháp, sau khi từ chợ Me vượt qua sông Đáy, tiến sâu vào huyện Lập-Thạch đốt phá một ngày rồi rút lui về tỉnh. Cánh quân tiến sang tả ngạn sông Hồng đốt phá bến đò Rau cũng rút về vị trí cũ bên hữu ngạn. Dân chúng chạy loạn lục tục đâu trở về đấy ngay để còn kịp sửa soạn Tết.

Làng Lũng-Thượng trở lại yên tĩnh.

Trưa hôm đó mẹ tôi ra phía bụi tre đầu nhà thấy cong queo dưới hầm trú ẩn một chiếc chiếu hoa cạp điều. Đúng là chiếc chiếu của một gia đình chạy loạn nào khi về mừng quá bỏ quên.

Mẹ tôi nói : «Thôi thế cũng là giời thương mà cho nhà mình !».

Đã lâu lắm, đêm đó tôi mới được thấy thằng em út tôi có chiếc chiếu đắp kín chân không trông thấy đôi bít tất buộc túm chỗ rách. Sáng ra, mẹ tôi cần thận gấp chiếu rồi vắt lên chiếc dây thừng căng cao ngang mái nhà. Thế là từ đây đêm đêm nghe tiếng gió rít và những hạt mưa táp vào đầu hồi, tôi cũng yên chí cho các em đã tạm đủ chiếu nằm, chiếu đắp. Hai ngày sau, tới buổi sớm ba mươi Tết, khi sực tỉnh, tôi thấy không khí trong làng có vẻ tưng bừng hơn vì những tiếng bàn tán xôn xao xen với tiếng cười ròn rã ngoài đường xóm. Tôi vùng dậy ra thẳng ngõ. Trời tuy lạnh ngọt nhưng quang đãng và êm ả vô cùng. Tôi gặp mọi người, mắt ai nấy sáng ngời tin tưởng.

Thì ra ở khắp các tường làng đều đã kẻ khẩu hiệu :

«Chuẩn bị tổng phản công»

Đồng bào thủ đô bàn nhau ngày về nhận nhà nhận cửa, đồng bào địa phương hơi có vẻ ngậm ngùi tưởng như giờ phút chia tay đã điểm.

Buổi trưa hôm đó ông Lý Cựu từ làng Rau tới, mang theo vài thứ xa xỉ phẩm làm quà biếu ông chủ nhà vào dịp Tết. Ông Lý Cựu có xuống căn nhà dưới thăm thầy tôi. Câu chuyện vừa xong phần xã giao thường lệ thì ông ngửng nhìn thấy chiếc chiếu hoa cạp điều vắt ở dây thừng, ông đứng nhổm dậy, chạy lại kéo tuột xuống nói gọn :

— Chiếc chiếu này của tôi !

Mẹ tôi chợt có một cử chỉ phản ứng, y như sự phản ứng của một người mẹ gìn giữ con trong cơn nguy biến.

Người nói :

— «Ấy chiếc chiếu đó của nhà tôi...».

Mẹ tôi vốn là một phật tử trung thành. Người chỉ nói được đến đấy thì lương tâm phật tử trở lại và người lúng túng quay nhìn ra ngõ.

Ông Lý Cựu thản nhiên gấp chiếu lại, cắp gọn dưới nách rồi thản nhiên nói :

— Không, chiếc chiếu của tôi. Tôi mua đôi chiếu cạp điều này từ năm mới tác chiến, một chiếc còn trên kia.

Thì ra đôi chiếu đó, ông Lý mang đến gửi ông chủ nhà trong dịp vừa qua, rồi những người đến chạy loạn tự động mượn đem ra giải ở bụi tre nghỉ tạm, lúc về vì chiếu rơi xuống hầm trú ẩn nên họ quên không trả lại chỗ cũ.

Tuy chỉ một thoáng qua nhận biết hết sự thể là vậy nhưng tôi vẫn chưa chịu và tiếp lời mẹ tôi :

— Chiếc chiếu này mẹ tôi mua của một người ở chợ Lầm.

(Ý muốn nói người đó lấy chiếu ở đây mang ra chợ Lầm bán).

Ông Lý vẫn thản nhiên, thản nhiên một cách cương quyết :

— Không, chiếc chiếu này của tôi !

Rồi ông cắp chiếu đi thẳng lên nhà. Lúc đó tôi cũng vừa trở lại với tôi để nhớ ra rằng cuối năm nay tôi đã thi xong, có thể ra thẩm phán. Tôi thoáng nghe phía sau tiếng vợ tôi thở dài rồi quay vào buồng. Tối hôm đó khi thấy tôi lấy chiếc chiếu rách cũ vớt ở lạch đắp cho thằng em út, mẹ tôi chép miệng nói khẽ :

— Thôi, sang giêng trời bắt đầu ấm, vả lại cũng sắp tổng phản công rồi !

« Vả lại cũng sắp tổng phản công rồi ! » — mẹ tôi nghĩ thật chí lý. Tổng phản công để bờ cõi được vinh quang độc lập, để mọi người được trở về dựng lại quê hương yên vui.

Tôi hiểu khi đó hầu hết các gia đình khác, cũng như chúng tôi, chịu đựng bao nhục nhằn với những phút sa ngã nhỏ như chuyện chiếc chiếu hoa cạp điều. Tất cả những hy sinh đó — kể cả khi hy sinh một chút ít danh dự do sự yếu đuối thường tình của con người — tuy dằn vặt, ray rứt mà không tàn phá nổi niềm vui trong sáng, thanh thản của tâm hồn, vì ai nấy vẫn sống ngợp hy vọng một ngày mai vinh quang.

Sớm mùng một năm đó mẹ tôi ra chùa lễ. Người quỳ rất lâu trước bàn thờ Phật. Giọng người thành kính thiết tha yêu cầu đức Phật phù hộ cho chóng trở lại yên bình, gia đình được qua thì đói khỏi thì loạn. Tiếng người khấn đôi khi nức nở. Tôi nghe, nước mắt như muốn trào ra.

Cộng sản dìm nhân loại trong thiếu thốn để chứng minh nguyên lý *« Vật chất quyết định hết thảy »*. Chúng lầm ! Con người càng từng trải cảnh thiếu thốn vật chất, niềm tin và đạo đức càng được hun đúc và tình cảm thêm dạt dào.

Sau này khi về vùng quốc gia, rồi di cư vào Nam tôi còn trải qua nhiều gian lao nghèo túng và nhiều lần bị khinh rẻ, nhưng dù nghèo túng đến đâu, dù bị khinh rẻ đến đâu, điều đau nhục nhất với tôi vẫn là chuyện chiếc chiếu hoa cạp điều, tuy thực tình câu chuyện chỉ giản dị có vậy.

Cách đây ít lâu khi mua được đôi chiếu hoa Phát-Diệm ở đường 20 về giải lên phản cho con nằm, tôi thấy vợ tôi chợt úp mặt vào hai bàn tay trước bàn gương. Có lẽ nàng nghĩ đến câu chuyện chiếc chiếu hoa cạp điều khi xưa. Chuyện đó như biến thành chiếc phao xẫm màu, bất chấp mọi giông tố vẫn nổi lềnh bềnh trên biển, biển thời gian của đời, biển kỷ niệm của hồn. Cũng kể từ sau ngày xảy ra chuyện đó, thái độ tôi đối với người đời khác xưa nhiều. Tôi thận trọng tránh mọi thái độ hẹp hòi, kiêu ngạo ích kỷ, sắc cạnh. Lòng dễ xúc động, tôi thương người như thương chính thân mình vậy. Tôi thương những em nhỏ sớm phải lăn lưng vào cuộc đời để tự nuôi sống, tôi thương những người đói khát ham ăn ham uống, tôi thương những hình ảnh lam lũ một sương hai nắng, những hình ảnh nghèo túng giặt gấu vá vai, tôi thương những kẻ thù dân tộc hôm qua, ngày nay thất thế ngơ ngác đi giữa kinh thành.

Ở thế giới thực dân tư bản người ta tung vật chất ra để giam lỏng linh hồn ; ở thế giới thực dân cộng sản, người ta phong tỏa vật chất để mua rẻ linh hồn. Cả hai cùng thất bại ! Linh hồn nhân loại chỉ có thể mua được bằng tình thương yêu rộng rãi và chân thành.

Thấy tôi hằng kiềm chế được nóng giận và nhất là vẫn mỉm cười khi ứa nước mắt, các bè bạn thân thường khen tôi có thái độ hồn nhiên của Trang-Chu.

Các bạn yêu quý của tôi !

Các bạn có ngờ chăng thái độ hồn nhiên đó là kết quả của biết bao cảnh cơ hàn mà tôi và những người thân của tôi đã trải qua, trong đó có chuyện CHIẾC CHIẾU HOA CẠP ĐIỀU !

DOÃN QUỐC SỸ

DOÃN QUỐC SỸ

DU TỬ LÊ

TIỂU SỬ

Tên thực Lê Cự Phách, *sinh năm 1942 tại Hà Nam (Bắc Phần). Thuở nhỏ học trường Hàng Vôi Hà Nội. Lớn học trường Chu Văn An, sau Đại Học Văn Khoa Saigon. Hiện trong quân đội. Làm thơ và viết văn từ những năm trung học. Đã cộng tác với các tạp chí : Vấn Đề, Đất Nước, Trình Bày, Văn, Nghệ Thuật...*

Đã xuất bản 4 tập thơ, 2 tập truyện, 9 truyện dài, 4 truyện dành riêng cho tuổi thơ. Hiện đang thực hiện cuốn thơ thứ năm, nhan đề : Giữ Đời Cho Nhau. *Cuốn thơ này do nhà Hiện Đại xuất bản và phát hành.*

QUAN NIỆM VỀ TRUYỆN NGẮN

Với tôi, *sự nhất trí của không - khí - truyện là quan trọng nhất. Thứ nữa, nếu có thể ví truyện dài là toàn thể một khuôn mặt thì truyện ngắn phải là cái phần tiêu biểu đặc sắc nhất của khuôn mặt đó. Thí dụ đôi mắt đẹp hay cái miệng xinh.*

D U   T Ử   L Ê

V ề   T r u y ệ n   N g ắ n   « Đ Ờ I   T A »

Truyện ngắn «Đời Ta» kèm theo đây đã được đăng tải trên tạp chí Văn số ra ngày 15.3.1973 cùng với bài tôi trả lời cuộc phỏng vấn của tạp chí này về vấn đề « Văn chương trong thời bình ». *Không kể thời gian thai nghén, truyện được viết thẳng bằng máy trong một buổi tối — khoảng từ 8 giờ tới 12 giờ khuya. Viết xong không có tựa, cậu em, nhà thơ trẻ, Nguyễn Tất Nhiên đề nghị lấy một câu thơ của cậu làm tựa. Nhan đầu tiên của truyện là* «Nhưng Đời Ta Thảm Quá». *Vì là bản duy nhất, sửa chữa lem nhem, tòa soạn Văn nhờ người đánh máy lại và anh thư ký tòa soạn cắt bỏ đầu đuôi, cuối cùng cái tựa còn vỏn vẹn «Đời Ta». Tôi không ưng ý với cái tựa này. Theo tôi, nhan truyện không bao giờ nên là một cái gì tự nó đã nói hết hay nghĩa rộng quá. Tuy nhiên, tôi không muốn đổi vì dù sao nó cũng đã được một số độc giả biết tới.*

Nhân vật nữ trong truyện là một nhân vật có thật, ở ngoài đời, hiện đang học tại Văn Khoa Saigon. Tôi mượn hình dạng và thác lời người đó. Chi tiết có phần tưởng tượng. Nhưng giữa xác thực và không xác thực, đâu là biên giới để biện biệt ? Vấn đề là cảm nhận. Vậy, xin mời bạn bước vào đời tôi hay — đời ta (?).

Đời Ta

Chắc chị Giao sẽ thất vọng không ít với chuyến trở về lần này của tôi. Những việc chị dặn dò tôi không làm được tới một phần ba. Tổng kết thiện chí tối đa trong bấy nhiêu ngày trở về phố cũ, ngoài hai xấp hàng và đôi giầy đặt theo mẫu chân đo sẵn, tôi không làm thêm được một việc nào khác cho chị, đúng hơn những việc còn lại, chất cao như núi kia, cũng có lóe lên đôi lần trong trí nhớ mù mờ của tôi. Tôi không muốn đổ lỗi cho chàng. Bởi với tôi, thời gian được gần gũi bên chàng, như thế vẫn là chưa đủ, dù sự thực nó đã quá mức, nó đã quá đáng trong mắt nhìn thấy rõ của mẹ tôi, những buổi tối ngồi chờ tôi trở về, những khuya khoắt khi ba tôi rời chiếc xe lăn của ông để nằm vào chỗ nằm bao năm khô cứng và lạnh lẽo như ba mặt ván khô của một chiếc quan tài không nắp. Một lần nào đó, khi tôi chưa lìa khỏi chiếc bàn ăn âm thầm với người mẹ lặng lẽ chịu chắt từng bữa, với người anh lạnh lùng cùng những nếp nhăn như những sợi dây thung chùng giãn, dán sâu trên vầng trán tối, và người chị dâu nín giữ nụ cười mình, để quên đi tuổi thanh xuân vừa chớm, ba tôi bảo, khi tôi leo hết những bậc thang gác chênh vênh, lên chỗ người ngồi, bên một cửa sổ nhỏ để đỡ người vào giường nằm : *Con để ba ở đây thêm chút nữa. Ba sợ lắm, chỗ nằm của ba.* (Ông nói và nhìn vào chiếc giường nệm võng xuống, in dấu một hình thù nào đó, không phải là hình người). *Con có thấy trời đêm nay nhiều sao ? Ba chỉ nhìn được có một vì sao mà thôi. Sao hôm đó con. Bao giờ cũng thế, sao hôm. Sao hôm.* (Ông lập lại hai chữ này với cái giọng khác thường. Cái giọng nghe thoáng như một hơi thở yếu, hắt ra từ một lồng ngực lép). Tôi rùng mình lùi lại, dựa lưng nơi vách ván, dìm sâu mặt mình trong khoảng tối sệt đặc sau lưng ông. Hình như cùng lúc, ở trong tôi, dấy lên những cảm giác và ý nghĩ mâu thuẫn. Tôi chợt thấy thương ông như thể sau câu nói thều thào kia, chắc chẳng bao giờ ông còn nói nữa. Ông đã tắt thở và tôi là người cuối cùng, được nghe cái giọng nói (không phải) của ông — giọng nói của một kẻ xa lạ. Chính cái cảm giác này, đã đưa tới những gai ốc trên hai cánh tay và dọc theo sống lưng. Tôi đưa tay bưng lấy ngực mình. Hình như tôi tin tưởng cử chỉ này sẽ giữ tôi đứng vững hơn và sẽ giúp tôi nhìn thấy tấm lưng của kẻ lạ mặt chính là ba tôi. Chính là người đã nuôi tôi từ những ngày còn trong bào thai. Chính là người mỗi buổi sáng đã ôm cặp bước ra khỏi nhà, để nuôi cả gia đình, và tôi là người đang tiếp tục công việc còm cõi ấy. Tôi không muốn đổ lỗi cho chàng, mặc dù chàng là cái cớ hay nhất và đáng nêu nhất, như những người con gái khác thường viện dẫn, để đánh lừa, để gìn giữ một cách không thực, một cách mong manh, giả dối với chính lòng mình. Không. Tôi nhìn nhận, tôi dã đi chơi với chàng. Tôi dã trở lại những con đường của bao năm trước đây. Tôi đã hít thở cái lượng không khí của những năm tháng cũ. Những năm tháng chưa có hình bóng chàng trong đời tôi. Những năm tháng tâm hồn tôi còn như một dải khói, trí óc tôi còn chỗ cho những mơ mộng như cỏ xanh vươn lên sau một trận mưa tơi tả. Bây giờ tôi trở lại trên những con đường đó, dưới những tàng cây và hít thở cái lượng không khí đó. Tâm hồn tôi đã không còn là một dải khói. Trí óc tôi đã không còn là nơi ươm giữ những mơ mộng của một thời trẻ dại, mà tâm hồn tôi đã trở thành nơi cất giấu những nồng nàn, những đam mê, những run rẩy, sáng lên từ đôi mắt chàng đăm đăm, từ cánh tay chàng buồn bã (và thô bạo). Tôi không muốn đổ lỗi cho chàng bởi quả thực, chính tôi, mới là người hưởng được từ chàng những gì mà tự tôi, không thể có. Vậy thì có lý gì, tôi lại đổ lỗi cho chàng khi chính tay tôi đã nâng những ngón tay chàng thơm khét mùi thuốc lá lên môi hôn. Có lý gì, khi chính tôi, đã ngả đầu vào ngực chàng và thở mùi thịt da chàng ngái ngái. Có lý gì khi được chàng ghì siết, tôi đã tan đi (để trở thành một tôi), thênh thang bát ngát, một tôi như trăm nghìn con sóng lớn, một tôi như bát ngát chân mây. Có lý gì, khi chàng cúi hôn, đôi mắt tôi nhắm lại, hơi thở chàng nồng nồng, và những tế bào như nở ra, như lớn phồng lên để chứa đựng cho căng hết thể tích có được ? Cái rung động ngây ngất, cái cảm xúc như dao nhọn, cắt vạch từng đường máu chảy, trên cùng khắp thân thể. Có lý gì, như tôi đang ngồi với chàng trong ngôi quán này. Buổi chiều bị những lưới sắt nặng cắt thành từng miếng vuông, với những sợi nắng còn đọng lại ở bên kia đường và trong những sợi tóc tôi đang bị những ngón tay chàng lấy đi khỏi đôi môi. Cũng những ngón tay đó, chàng vuốt lần từ vai xuống tới những đầu ngón tay. Toàn thân tôi run rẩy.

Chàng nói :

— Nhỏ, đang nghĩ tới ngày đi ?

— Em không thích anh nhắc tới chuyện đó.

Chàng cười, đốt điếu thuốc mới :

— Không thích bởi đó là điều trước sau gì cũng phải tới.

— Hay nó không bao giờ tới.

Tôi trả lời chàng và nhớ tới đêm nói chuyện với anh Long. Anh không muốn tôi xa gia đình thêm. Anh muốn tôi bỏ tất cả công việc để trở về. Anh nói mẹ đã già, ba sống chết ngày nào không biết. Em nên về, và tiếp tục học lại.

Tôi còn nhỏ để đi học lại, nhưng đời sống đã cho tôi những cái nhìn không còn thích hợp với giảng đường, với giáo sư, với bằng hữu. Tôi hỏi chàng phải chăng như vậy. Chàng bảo « *Nhỏ không còn thích hợp với bất cứ một việc làm nào, ngoại trừ việc yêu anh* ».

Chàng cười nhìn sâu vào mắt tôi :

— Dù sao thì em cũng nên thu xếp những công việc còn đang dở dang. Em ở lại thành phố này hay ra đi để sống lại những ngày tháng đã qua, với anh, ở đâu cũng được. Ở đâu, em cũng vẫn là em. Là nhỏ. Nhỏ của anh. Láu lỉnh thơ ngây và tuyệt diệu.

Tôi nép vào người chàng và giữ lấy bàn tay chàng trong đôi tay mình chan chứa. Tôi không biết phải nói gì, để chàng hiểu tôi đang sung sướng. Tôi đang xúc động. Mỗi khi sung sướng, mỗi khi những xúc động chợt vần lên như vậy, thường tôi không nói được. Hình như ở trong tôi lúc đó tất cả đều nhẹ đi, đều loãng ra, để chỉ thấy một điều, quả thực tôi còn nhỏ. Tôi còn nhỏ lắm. Tôi chưa qua tuổi trưởng thành để phải bước vào đời sống. Tôi cũng chưa qua cái tuổi đủ, để có thể tự mình, đứng như cây. Tự mình, đứng như núi. Tôi vẫn còn cần một mái nhà để trở về. Tôi vẫn còn cần một bàn tay chăm sóc và hơn thế, tôi mới khám phá thấy (gần đây thôi, kể từ ngày gặp chàng) tôi cần, một ánh mắt, một ánh mắt như ánh sáng của sao hôm (trong đời sống những ngày tuổi già bệnh hoạn của ba tôi) để nương vào đó, tôi bước đi, những ngày gió lớn. Để nương vào đó, tôi bước đi, những đêm dông lên. Tôi cần, phải tôi cần, một cái gì khác hơn cơm áo. Tôi cần một cái gì khác hơn những thứ mà mẹ tôi có thể cho, anh chị tôi có thể chia sẻ.

Nhưng bản chất tôi, vốn là bản chất của phiến đá, nếu có thể ví von như vậy. Tôi là một cái gì đã thành khối, đã kết tụ, và tự đó, bao nhiêu va chạm, bao nhiêu xô đẩy trên tôi chỉ là những giọt nước xối trên một mặt gương dốc. Cho tới khi tôi gặp được chàng. Có người sẽ cho là tôi lãng mạn, hay bị nhiễm độc bởi tiểu thuyết, nếu tôi ví sự gặp gỡ chàng, ở tôi, như giọt lệ của nàng Mỵ Nương nhỏ xuống chén trà trên chính tay nàng, và hình ảnh não nùng khổ lụy của anh Trương Chi lúc đó mới tan đi. Nhưng có một điểm khác biệt, tôi nghĩ, cũng nên nói ngay rằng ở một mặt nào đó, âm thầm, của mặc cảm và tiềm thức, tôi đã tự ví mình như một thứ Trương Chi. Cái vết chàm trên trán, ở một góc khuất, ở một chỗ tôi có thể kéo cho những sợi tóc che đi, chính là cái nguyên nhân đã nung nấu trong tôi cái ý nghĩ chua chát ấy.

Tôi muốn trả lời chàng tôi bắt đầu cảm thấy ghê tởm thành phố đó. Cái thành phố của ác ý, những độc địa tin đồn. Cái thành phố, không dĩ vãng. Cái thành phố của những gì tạm bợ nhất và tráng tráo nhất. Nhưng rồi tôi lại chỉ có thể nói được một câu ngắn ngủi :

— Em sợ. Trở lại.

— Ai cũng sợ những trở lại, và ai cũng mơ ước trở lại.

— Đó không phải là chỗ của em. Chỗ của mơ ước.

— Sự thực, chẳng bao giờ chúng ta có chỗ. Chúng ta chỉ có một nơi chốn, hiểu theo nghĩa nào đấy mà mình tự lựa chọn lấy.

— Là trái tim của tình yêu ?

Chàng gật đầu buồn bã :

— Và những kỷ niệm.

... *Hình như anh hay nói với em về những kỷ niệm,*

những ngày thơ ấu bần hàn trong một quá khứ rách rưới. Hình như anh ưa nhìn sâu, thật sâu nơi mắt em. Ôi đôi mắt chim. Đôi mắt mà ai đó, viết : đó là nơi người ta có thể tìm thấy những bóng chim mỏi cánh giang hồ đậu lại. Và ngủ yên. Rất ngoan. Hình như anh đã yêu em, anh đã yêu em từ phút giây đầu tiên của gặp gỡ thứ nhất. Hình như, anh cũng đã nói với em, ở đâu đó, trong một góc xó tối tăm nào, dưới một tàng cây, ở một hè đường, trên một bệ đá, anh yêu em. Anh yêu em. Hỡi nhỏ. Em không thể hiểu được tình yêu của anh, nếu em chưa hiểu cái nghĩa của núi thì nghìn năm cô đơn, và ngựa thì một đời bương bả. Em không thể hiểu được tình yêu của anh, nếu em chưa hiểu điều đáng nói không phải là tình yêu thứ nhất, mà chính là cuối cùng. Một kiếp, tình yêu có còn đấy ? Hình như, phải hình như, anh đã ôm em và hôn em lần đầu, khi chúng ta chọn góc tối của một quán vắng, và giữa bóng đêm, giữa tiếng nhạc bập bùng của một ngày cuối năm, của một ngày vừa bước qua đời em, một tuổi khác. Và em, những giọt lệ vu vơ đã ứa chảy. Và anh, bàn tay nám khô đã xòe ra cho chính mắt nhìn mình, ngó xuống. Hình như anh đã muốn quỳ xuống dưới chân em, như một con chiên trước một thiên thần thánh thiện. Và em, đã mắt mở lớn nhìn buồn, đã tóc mềm trên môi, níu giữ anh, như níu giữ một sợi khói mong manh, nhẹ hẫng. Hình như anh đã nói với em, nhiều lần về một tương lai tơi tả đang đợi chờ em ở cuối đường đắm đuối, và em đã trả lời : Em biết. Và em đã gật đầu, lặng lẽ quay đi. Hình như anh đã hôn em lâu nhất, một lần, khi chúng ta ngả lưng ở giữa chừng con đường dẫn lên đỉnh trời, mà biển xanh thì dưới thấp. Khi anh buông em, em lặng chết như một tàu lá non vừa lìa cành, thiếp đi khi bão tạnh. Hình như dĩ vãng em đã mở ra trong anh, cùng những nhọc nhằn, những u uẩn tưởng sẽ theo em âm thầm về thế giới bên kia của sự nín thinh bặt. Và đêm đó, phải không, em đã khóc. Em khóc thật ngon, trong tay anh, và trái tim em thì lại đập quá nhịp. Hơi thở em nghẹn lại và ngực em nóng ran những hơi thở không thoát được. Em hiểu gì, hỡi nhỏ ? Hỡi nhỏ dấu yêu kia. Em hiểu gì khi toàn thân anh run lên và hàm răng nghiến lại. Đó là lúc anh muốn cắm sâu trên da thịt em thơm mùi trinh nữ, những vết hằn của những chiếc răng chứa đầy dục vọng. Em hiểu gì khi anh đưa em về, chị Giao đứng chờ em sau tấm màn lay động. Anh nâng cằm em lên và nụ hôn được gửi tới. Nụ hôn được gửi tới vết chàm trong một góc nhỏ của vuông trán em, bập bùng sầu tủi. Em xuống xe và những bước chân run chạy đau, nhầu trên một nền sương đất đỏ. Em biến nhanh. Biến đi thật nhanh trong bóng tối, như một nàng tiên không có thật. Như người con gái anh chỉ gặp trong giấc mơ lẻ loi giữa gối chăn anh về sáng. Em dấu yêu. Em dấu yêu ngàn đời, hỡi nhỏ. Hỡi nhỏ của lòng anh điên rồ và tham lam, ích kỷ.

Lạy Chúa chúng tôi yêu nhau và không cần có ngài chứng giám.

Chuyến xe đem chúng tôi vào khu vực của những người xa lạ từ tiếng nói tới nếp sống. Phải nói là tôi biết trước nơi đến nhưng tôi im lặng và chỉ giữ trong tay mình, những ngón tay chàng yên lặng. Sự trở lại, thêm một lần, không đủ cho tôi cái cảm giác quen thuộc và bớt hoảng hốt. Tuy nhiên, vì yêu chàng, vì đã tự nguyện hiến đời mình cho chàng, đúng như những ý niệm dứt khoát của tôi về tình yêu, về người-một-đời, nên tôi cố tạo cho mình một bề ngoài cứng cỏi, lạnh lùng, sau khi nói với chàng một câu ngắn, một câu mà tôi biết trước chàng sẽ chỉ đáp lại bằng cái nhìn đăm đăm, xoáy buốt :

— Anh ...

Một chữ, tôi không hiểu, đã đủ chưa ? Đủ không ? Diễn tả tâm trạng cũng như tình yêu và lòng tin cậy phó thác nơi chàng. Lần này, chàng đáp lại, cũng chỉ bằng một tiếng thốt kêu sẽ sẽ, tiếng chiêu dụ mơ hồ của loài chim cánh lớn :

— Nhỏ.

Căn phòng mở ra, tôi lao chao trước khi ngã xuống. Chàng vẫn thô bạo và tham lam với một trận mưa hôn trên khắp thân thể tôi. Hình như, tôi đã thành một con sâu kèn. Một con sâu kèn. Tôi cuốn gọn mình lại, trong chiếc kén chàng, nóng hổi và nháp cứng. Thời gian đã không còn là một ý niệm, vì nó đã ngưng đọng. Nó đọng lại ở một góc của căn phòng, ở nơi ngọn đèn tím trên vách tường vôi sần, ở tấm màn nhung thả xuôi óng ả màu huyết dụ, cách ngăn với bầu trời phía ngoài và những tiếng động ồn ào ở dưới thấp. Thời gian chảy trũng xuống hố thẳm của cảm xúc thênh thang lửa ngọn. Lát sau, chàng buông tôi ra, để loay hoay tìm đôi mắt. Tôi giấu mặt mình vào ngực chàng. Tôi bẽn lẽn và xấu hổ trong tình yêu, trong những ve vuốt xúc động. Tôi xấu hổ với những bốc cháy rực rỡ tự nhiên, bừng bừng trên từng tấc thịt da đẫm đẫm mùi thuốc lá và mùi hơi của chàng. Tôi xấu hổ nhưng tôi nhìn nhận nó.

Tôi nói :

— Đừng nhìn em.

Chàng hỏi :

— Tại sao ?

— Không biết. Nhưng anh đừng nhìn. Em không cho anh nhìn đâu.

Tôi nói qua lớp vải mang mùi mồ hôi chàng. Hình như chàng cười, và ngửa mặt lên trần thả những hơi thuốc đã bắt đầu dễ chịu với tôi.

 Du Tử Lê

Chàng bảo :

— Em biết tại sao anh yêu em?

Tôi dụi dụi mặt mình vào cạnh sườn chàng, thay cho cái lắc đầu.

— Tại em trẻ con. Em trẻ con, em thơ ngây và khờ dại. Đôi khi anh nghi ngờ ngay cả em, có thực ? Ngay cả tình yêu chúng ta, có thực ? Có thực không, chúng ta đang nằm với nhau ở đây ?

Tôi hỏi tại sao chàng lại có thể nghi ngờ cái mà lẽ ra chàng phải thấy không thể thực hơn. Phải, không thể thực hơn, khi tay anh lần mò trên mặt em, khi môi anh lướt lần trên người em. Khi những ngón tay anh kẹp lại, kéo dài cái mũi nhọn của em. Cái mũi mà anh vẫn gọi đùa là mũi của ông De Gaulle. Cái mũi của Cléopâtre, nếu có đẹp chắc cũng chỉ đến thế là cùng.

Chàng đáp :

— Tại vì em tuyệt vời quá. Em gày gò, em ốm yếu. Em mong manh khiến anh luôn lo sợ, như lo sợ một cái gì đã rạn nứt...

Tôi giảm bớt trang nghiêm và nén xuống phần nào ngọn sóng cảm xúc vừa dềnh lên sau câu nói của chàng :

— Hóa ra em tuyệt vời chỉ vì em là đại diện của hãng tăm tre... ? Và đẩy lý luận tiếp thêm một bước nữa, thì những người đại diện cho hãng tăm tre là những người tuyệt vời nhất nước ?

Chàng cười thành tiếng, tát liên tiếp mấy cái trên má tôi :

— Nhỏ. Lém vừa chứ.

Tôi cãi :

— Bộ không đúng như lời anh nói sao ? Ơ...

Những trái xanh hạnh phúc rớt xuống cuộc tình

chúng tôi như những hạt mưa liên tiếp. Những hạt mưa thật lớn của những cơn mưa rào, không dứt. Vậy mà không hiểu sao tôi lại sợ hãi hơn cả : những giây phút một đời đó !

Tôi bắt đầu kể cho chàng nghe những gì đến với tôi, từ khi gặp chàng. Những gì trong lớp học, những gì trong gia đình và những người quen biết với cả hai đứa. Tôi không có ý để chàng thấy cái mặt thật ẩn sau những chiếc mặt nạ tốt đẹp là tình thân, là tình bằng hữu (đáng quý theo chàng) nơi những người bạn của chàng. Những người mà có lẽ tôi gần họ, tôi va chạm với họ hàng ngày, nhiều hơn chàng. Tôi đã cố tránh và giấu giữ được nhiều lần, những chuyện đó. Vậy mà, giờ đây, tôi đã kể. Tuy nhiên, tôi lại thấy mình đáng được giảm khinh phần nào vì tôi vẫn còn giữ lại được một điều, một điều đau lòng, một điều khó nói... Chẳng bao giờ nên nói, phải không anh cái điều ấy. Và nhỏ nghĩ, chính anh, anh cũng không muốn nghe lại dù là sự thực. Một sự thực như máu đang rào rạt cuốn trôi tình yêu anh nồng nàn ngược xuôi trong tim em. Một sự thực nếu được lập lại, cái chua xót sẽ khủng khiếp cả trăm lần hơn, ở em. Đó là đời sống của anh với những bủa vây, những vòng dây trói siết. Những điều đó, không phải em không biết. Không. Em biết từ những ngày chúng ta chưa yêu nhau. Em biết từ những ngày em còn một mình tóc ngậm ngang môi, hiu hắt giữa những hàng ghế của giảng đường. Khi mà tâm hồn em còn thơm mùi sách vở, còn mát buồn guốc gỗ đôi chân. Nhưng người ta, phải người ta, cái đám đông có mặt mũi, có đầu óc, chứa đựng những mũi tên tẩm độc đã không ngớt bắn vào tâm hồn em, những lượng thuốc giết người, những mũi dao nhỏ nhen, hèn hạ. Nhưng cái đám đông kia, những con mắt đó, những hình thù thú vật nọ, đâu có biết, chính những bất toàn, chính những đe dọa chập chờn, những hứa hẹn tương lai thảm thiết, những đường gươm định mệnh chờn vờn trên đầu cuộc tình chúng ta, trên chính ý nghĩa tận cùng và duy nhất của đời sống em, đã làm em, thấy thiết tha hơn, đời sống mình. Thấy cao cả hơn, tình yêu của em, thấy hùng vĩ hơn đời sống và tâm hồn em nguy nga. Dù cái hùng vĩ đó có là một hùng vĩ hắt lại từ một mặt khác của điêu tàn. Dù cái nguy nga đó, có là một nguy nga hắt lại từ một mặt khác của tối tăm, tơi tả. Nhưng em chấp nhận, như em đã chấp nhận đời sống này. Chấp nhận đám đông, chấp nhận định mệnh (dù thế nào) khi em bước những bước chân đầu tiên rời xa khỏi vòng tay che chở rào đón của mẹ. Họ, cái đám đông hèn hạ. cái đám đông có hình thù, biết đâu rằng, em quan niệm, thà sống được một phút với ước mơ mình đã tưởng, thà hưởng được một giây đời sống mình đã ước, còn hơn sống một đời, sống cả kiếp nhạt tẻ, còn hơn ôm trong tay, cả đời một hình thù mà mình không chút cảm kính, yêu thương và đắm ngất. Tình yêu hiểu theo một nghĩa nào, phải là dông bão bất ngờ từ trời cao trút xuống. Tình yêu, cơn địa chấn giật sập, bóp vụn thành từng mảnh nhỏ những kiên cố nghìn năm. Tình yêu không là một van xin, một nài nỉ. Tôi nghĩ thế. Và tôi yêu chàng, và tôi, trong tình yêu chàng như một chiếc lá bị xoáy vào giữa tâm bão. Tôi không đắn đo, không so kè, chẳng tính toán. Tôi yêu chính tình yêu (đau xót ?) của tôi. Có lẽ thế. Có lẽ đó là cái lý do giải thích được tại sao tôi chọn chàng để yêu trong một nhìn trước, bi đát. Trong một nhìn trước, tang thương. Đám đông kia hỡi, đã hiểu gì ? Mai kia, có thể chàng sẽ bỏ tôi, và một kẻ trong đám đông có thể vẫn còn mơ ước được có tôi làm vợ. Ôi thảm hại thay kẻ nào đấy ! Tôi kể cho chàng nghe những buổi sáng sau cuộc chia tay, một mình lủi thủi tới trường. Những buổi trưa trở về trên những con đường dấu xe còn nguyên vẹn. Những buổi tối nằm giấu mặt vào chiếc gối lạnh và tưởng tới mùi hơi chàng thoang thoảng. Tôi nói với chàng miên man, đủ chuyện. Tôi đem cả chuyện chị gì đó, anh gì đó, những người mà chàng không hề biết mặt, kể với chàng như thể chàng cũng đã từng tham dự ít nhiều vào đời sống họ. Tôi nói nhiều, tôi cố gắng và tìm mọi cách nói không dứt, như để khỏa lấp xúc động đang ứ nghẹn ngực thở. Chàng lắng nghe với một tai và óc thì nghĩ tới những gì, đâu đâu. Một chốn nào ? Một cõi mù tăm nào ? Mà tôi, không có đó. Tôi nhận thấy chàng thường có những lúc xa vắng cách biệt hoàn toàn như vậy. Dĩ vãng và kỷ niệm của chàng như rừng. Trong khi tôi chỉ là một con sóc nhỏ. Những cố gắng của tôi chỉ-đủ để khám phá, từng nhánh cây, từng khu vực nhỏ trong cánh rừng đời sống chàng thênh thang. Tôi không một chút ghen tỵ với phần chiếm giữ khiêm nhường có được trong mênh mông đời chàng, tít tắp. Tôi bằng lòng với hiện tại, chàng ở bên tôi và tôi ở trong chàng. Tôi bằng lòng với những phút giây chàng nhìn ngắm tôi như một báu vật. Một báu vật linh thiêng và kỳ diệu. Phải chăng chàng đã làm tôi lớn lên và nhỏ lại, cùng lúc, trong những tia nhìn, những vòng tay, những nụ hôn tàn bạo, và... quá lắm.

Tất nhiên dù tôi có miên man với những chuyện kể của mình tới đâu, cuối cùng rồi cũng phải ngừng lại. Cuối cùng, tôi phải im lặng để lắng nghe trở lại (cái mà mình muốn trốn chạy) những xúc động lần đầu, những thắp sáng có một, chưa hai, nơi con người, nơi những miền bí mật trong tôi. Lẫn với cảm xúc quặn thắt là những đau đớn xé nát thịt da, thấu tới xương, đụng tới tủy. Tôi kêu lên những tiếng kêu xa lạ chưa hề. Tôi cố cắn răng, nhưng những giọt nước mắt đau đớn vẫn ào ạt tuôn. Chàng ghì lấy tôi, trong cơn mê và trong xót xa yêu dấu. Chàng giấu mặt trên ngực tôi. Chàng giấu mặt vào những lọn tóc tôi lòa xòa đẫm mồ hôi cùng nước mắt. Có lẽ chàng không đành lòng nhìn tôi đau đớn quằn quại trong cơn mưa đầm đìa của cảm xúc và lòng tin yêu tuyệt đối. Có lẽ chàng không chịu đựng nổi những giọt nước mắt lăn đi từ đôi mắt tôi mở lớn kinh hoàng. Có lẽ chàng chỉ có. thể trả lời những tiếng gọi (như tiếng dội lại của những hạt mưa trên thềm nhà) anh... anh... anh... bằng những đáp ứng cũng mơ hồ xa ngái : Nhỏ... anh đây... Nhỏ... anh đây...

Những đau đớn trào bật, như những phún xuất thạch tràn từ một miệng núi lửa hung dữ nhưng mau nguội. Tôi giữ ghì lấy chàng và ngưng bặt tiếng khóc. Mắt tôi mở trong cạnh sườn chàng tối và ẩm mùi hơi bịn rịn. Chàng ve vuốt phần lưng trần tôi bỏ ngoài ánh sáng. Bàn tay chàng như kéo theo một tình nghĩa nào, mới mẻ, mới hơn cả tình yêu, đi khắp thân thể tôi. Hình như cả hai đứa cùng mưng mưng trong một thứ buồn phiền thân mật và tin cậy. Tôi thiếp đi trên cánh tay chàng.

Lúc tỉnh dậy, trời đã sẩm tối, tôi thấy chàng đăm đăm nhìn tôi với một bàn tay cời cời những sợi tóc trên trán. Tôi lại giấu mặt mình vào ngực chàng. Tôi muốn nói : Em sung sướng, em hạnh phúc, dù anh làm em đau đớn và sợ hãi.

Không biết anh có nên nói với em dù thế nào thì chúng ta cũng chẳng thể xa nhau. Dù thế nào thì cuộc đời cũng đã gắn liền ta với nhau, như một khối, thuần nhất và thuần chất. Không biết anh có nên nói với em, cái lo sợ kia, cái hoảng hốt nọ, khi em nghĩ anh chẳng thể suốt đời ở bên em, chỉ là cái lo sợ viển vông, cái mặt váng bên trên của một dòng nước siết. Có bao giờ anh nghĩ anh sẽ xa em ! Có bao giờ anh nghĩ, em không còn là của anh, và một ngày kia, chúng ta sẽ nhìn nhau như một người lạ mặt. Chẳng bao giờ. Chẳng bao giờ có thế. Hỡi nhỏ, hỡi nhỏ dấu yêu của lòng anh đắm đuối. Anh có thể đánh lừa những khôn ngoan lanh lợi của kẻ khác. Anh có thể thích thú trong trò chơi đấu trí với tất cả ý nghĩa đầu tiên của cuộc chơi là mưu mô, là thủ đoạn. Nhưng với em, ôi nhỏ của lòng anh già cỗi, anh không thể đánh lừa em, đánh lừa kẻ đã phó thác đời mình cho anh, ngay từ tia nhìn thứ nhất. Anh không thể gian dối với em, bởi vì em không thể tuyệt vời, thơ ngây và tin cậy nơi anh, hơn bất cứ một người yêu nào có thể tin nơi một người khác. Anh cần và anh cảm động. Anh nâng niu và anh thấy ngay từ phút giây đầu, cái thiêng liêng lẫm liệt của một tin cậy phó thác ấy. Suốt đời anh chỉ ước mơ, một lần, được có thế. Và có lẽ cả một đời người đàn ông, cũng chỉ mong một lần có được thế. Em hiểu không hỡi nhỏ, một lần được có trong tay, một bé nhỏ, như một báu vật, như một tượng trưng cụ thể của lòng tin tưởng tuyệt đối và một phó mặc tiêu biểu cho một đam mê đắm ngất nhất. Em đã cho anh những giây phút nhớ lại, những hãnh diện với chính bản năng giống đực của mình : Anh cao cả và uy nghi. Anh hạnh phúc tột cùng và tan đi tận kiếp.

Em yêu dấu, không biết anh có cần phải nhắc lại ở đây với em, một lần nữa, chẳng bao giờ anh nghĩ đời anh với những phút giây đứng bóng trưa này, lại được gặp em, lại được nâng niu và cất giữ em trong tay, cho riêng mình, như cất giữ em và dấu yêu chính đời mình bao năm tìm kiếm. Giữa những ảnh ảo của một đời anh tối tăm, anh không dám quả quyết tình yêu kia, em dấu yêu đó, có thực.

Hay cuối cùng cũng chỉ là hư tưởng ! Có lẽ tại đời anh thê thảm quá. Đời anh những ngày mới lớn, những ngày niên thiếu bơ vơ, chạy suốt một đường dài không tìm lấy được cho mình lấy một bóng mát. Anh khô nẻ, anh cỗi cằn, như củi. Và khi yêu em, phải thế chăng, anh yếu đuối và hờn ghen như trẻ nhỏ. Đã giữ em trong tay, đã giấu em trong lòng, đã giam nhốt em một đời trong chiếm đoạt tận cùng, mà vẫn còn âu lo một ngày bão bùng chim kia vỗ cánh. Anh làm sao yên lòng, khi xa em. Anh làm sao không thảng thốt, sau những giấc mơ hung dữ. Em ở đâu, hỡi nhỏ. Nhỏ dấu yêu, nhỏ tuyệt vời và luôn luôn thấy ghét. Hãy nhìn anh, hãy nhìn nữa đi, sâu thấu vào đôi mắt anh. Đôi mắt anh buồn quá, phải không em. Hãy trả lời anh, hãy trả lời câu hỏi thừa thãi, câu hỏi không cần thiết giữa chúng ta : Em yêu anh ? Em yêu anh ? Anh hỏi em cả trăm lần và cả trăm lần em chỉ nhìn anh, bằng đôi mắt chim sáng long lanh một trời ngọc thạch. Và em im lặng. Và em nhắm mắt đem đôi môi mình vói lên tới khuôn mặt anh cũng dần dần khép lại.

Lạy Chúa, chúng tôi yêu nhau trong bão bùng của một tương lai khổ lụy chập trùng. Nhưng ở đây vẫn là một lời nguyện cầu, không cần ngài chứng giám.

Dòng sông đêm thăm thẳm như tâm hồn chàng. Và những đợt sóng lăn tăn, là những giao động thường xuyên của tâm hồn tôi trên mặt nổi của tình yêu u kín đó. Hầu như chàng không ăn mà chỉ nhìn tôi qua làn khói. Tôi biết chàng chăm chú nhìn, nhưng vẫn líu lo nói, và ríu rít ăn, để chàng mãn nguyện với ý thích được ngồi nhìn tôi ăn. Món ăn không đem tới vị giác tôi một cảm giác nào, bởi tất cả đã trở thành chàng. Tất cả đã trở thành tình yêu của hai đứa, và tôi ăn, tôi nhai chính tình yêu của chúng tôi, chính cái âu yếm và nồng nàn chàng đã phà thở vào đó.

Chàng kể tôi nghe chàng thường tới chỗ ngồi này, những ngày xưa với một người đàn bà. Tôi nhớ rõ tên người đàn bà đó. Nhưng có lẽ tôi cũng chẳng nên kể tên người đó ra làm chi. Tôi chỉ muốn nói khi nghe chuyện này, tôi đã nghe với tất cả thích thú và sung sướng. Cái sung sướng của cảm tưởng đã là vợ chàng và chàng không còn gì để phải giấu giếm, để phải che đậy hay chối quanh. Tôi bằng lòng với sự thành thực chan chứa tình nghĩa vợ chồng đó. Tôi mỉm cười với những mẩu chuyện nho nhỏ chàng thuật lại giữa hai người. Hình như giây phút ấy, tôi không còn là trẻ con nữa (mặc dù chàng vẫn không quên gọi tôi bằng nhỏ) tôi đã là một người khác. Một người lớn ít ra là trong tình yêu của chàng. Có thể vì thế mà tôi không một chút hờn ghen, khó chịu. Tôi thích thú và hài lòng một cách rất thiệt thà. Tôi còn muốn nghe chàng nói nhiều hơn thế. Về người đàn bà đó. Tôi còn muốn nghe chàng nói nhiều hơn nữa về những người khác. Và tôi nghĩ, tôi còn là một người bạn, một người bạn nhỏ, tri kỷ (phải không anh) của chàng. Tôi hỏi :

— Sao anh không tới với em những ngày em còn trên ghế nhà trường ?

Chàng đáp :

— Làm sao tới được với em khi anh đã lớn và em thì còn mặc quần... xẻ đũng.

Tôi không thể nín tiếng cười lớn và nhanh tay ngắt chàng. Chẳng biết cái ngắt của tôi có đau không, nhưng chàng cũng làm vẻ xuýt xoa.

— Anh chỉ được cái chọc em là không ai bằng.

Chàng gật đầu, và cốc nhẹ nhẹ lên đầu tôi :

— Ai bảo nhỏ không là người lớn.

— Để ăn hiếp được anh?

— Không phải. Để anh bớt cú đầu em thì đúng hơn.

— Chứ không phải để anh sẽ sớm hết yêu em?

Tôi nói nhanh và nhìn vào mặt chàng. Chàng nhìn lại tôi. (Đôi mắt lại đăm đăm) lắc đầu:

— Chẳng bao giờ. Nhỏ.

Tôi cúi xuống:

— Dạ.

— Anh yêu em.

Tôi đưa bàn tay mình sang phía chàng. Chàng nắm lấy, siết lại. Những ngón tay tôi vẹo đi trong cái siết này. Tôi đau đớn nhăn mặt nhưng cố để khỏi kêu thành tiếng.

Ở phía xa một chiếc tàu tuần pha đèn chạy, tạo thành những con sóng lớn xô táp mạn bờ. Tiếng dội ì ào, khơi lên cái cảm giác buồn ngủ.

Tôi nói với chàng tôi cũng yêu sông. Những ngày còn đi học, tôi cũng đã có những buổi chiều lang thang một mình ra bờ sông. Nhìn dòng nước chảy. Và nhìn lại lòng mình, trống không.

— May quá.

Tôi hỏi lại tại sao. Chàng bảo:

— Nếu lòng em những ngày đó, đã được làm đầy thì anh đâu còn có ngày nay. Buổi tối này, ngồi đây.

Tôi muốn mắng yêu chàng: lúc nào cũng chỉ kiếm chuyện để ghen với em. Trong khi, anh thấy, em có nói gì đâu, về quá khứ của anh.

Tôi ngã người theo cánh tay choàng qua và kéo về của chàng. Tôi đáp nhỏ:

— Em hoàn toàn của anh. Của anh mà thôi. Anh

thấy đó.

Chàng tỳ cằm lên đầu tôi, im lặng. Tôi biết chàng yêu tôi nồng nàn và có pha lẫn chút gì của một người lớn, kẻ cả. Tôi cũng im lặng. Mặt sông đêm trở lại bình thường với những con sóng lăn tăn (là những giao động của tâm hồn tôi trên mặt phẳng của tình yêu hai đứa). Tiếng súng ở đâu đó vọng lại. Tôi hỏi chàng cho có chuyện :

— Ngưng bắn rồi mà anh ?

— Đã đành. Nhưng vẫn còn đánh lẻ tẻ. Nhỏ không đọc báo sao ?

Tôi lắc đầu :

— Tình yêu đã choán hết tất cả thì giờ của em.

Chàng chải chải tóc tôi bằng mấy ngón tay :

— Em ngoan lắm.

Tôi nghiêng mặt vào trong và lại nghe rõ mùi hơi chàng.

Hình như chúng tôi, nếu có lúc cả hai đứa cùng tranh nhau nói, thì cũng có lúc cả hai đột nhiên, cùng im lặng. Có lẽ đó là lúc mà cả hai đứa cùng chìm rơi, hụt hẫng vào khoảng không nào đó. Một khoảng chân không. Phải, những khoảng chân không của tình yêu. Và khi ấy, không bảo, chúng tôi cùng cảm thấy, có nói mấy cũng bằng thừa. Có nói gì, cũng chẳng thể bằng được một góc nhỏ của cái im lặng đang giăn ra, đang trải rộng và đang từ từ, cuộn tròn hai đứa vào nhau. Những lúc đó, thường tôi nghe rõ nhịp đập điều hòa của trái tim chàng và hơi thở nhẹ nhẹ bay ngang qua đỉnh đầu tôi. Cũng trong những phút giây im lặng của hạnh phúc ngọt lới không thực kia, tôi thấy trước sau, tôi vẫn chỉ là một đứa bé, quá bé nhỏ, tựa nương trong cái bóng lớn lầm lì và khuôn mặt chàng khắc khổ.

Mấy người bồi qua lại, liếc nhìn chúng tôi một cách kín đáo. Chắc họ ngạc nhiên nghĩ chúng tôi đến đây, như không phải để ăn mà để lắng nghe một cái gì, rất vu vơ, rất mơ hồ ở chung quanh, trong bóng đêm và trên mặt sông nháng tối.

Tôi gỡ tay chàng và ngồi ngay người lại. Chàng im lặng trong cử chỉ của tôi, thế rồi khi tôi vừa vuốt lại hai lọn tóc ở hai bên má, thì đột ngột chàng nâng cằm tôi lên và kéo giật tôi lại. Chàng hôn tôi. Nụ hôn chớp nhoáng khiến tôi chỉ có cảm giác sau khi chàng đã ngay người lại và dang xa, và lạnh lẽo.

Tôi nói :

— Anh đừng hôn em như thế. Người ta nhìn cho.

Chàng cười và hút một hơi thuốc dài.

— Mình về nha ?

Tôi gật đầu.

Những con đường đêm mang một vẻ gì cũ kỹ và dễ thương. Chàng chở tôi trên chiếc xe của tôi ọp ẹp. Gió từ phía sau lưng đuổi theo. Tóc tôi bay và đập vào vai chàng. Chàng hát : *Người đi qua đời tôi, không nhớ gì sao người...*

Tiếng hát được gió đem đi về phía trước. Tôi chỉ còn nghe được hơi thở của chàng, gần gũi. Thật gần gũi.

Lạy Chúa, chúng tôi yêu nhau, trong bất trắc và rất nhiều khổ lụy. Nếu ngài thấy được tình yêu chúng tôi, xin ngài hãy nhỏ xuống, với chúng tôi, một giọt lệ. Và xin là giọt lệ của một người, yêu kính tình yêu, như yêu kính Chúa. Bởi vì mai đây, có thể tôi lại bỏ thành phố này. Tôi ra đi, trong khi chàng ở lại. Chúa có thấy xót xa và muốn chia sẻ cùng tôi chăng ? Xin Chúa hãy đem ngày trở lại, về với tôi thật sớm. Và riêng tôi, tôi sẽ tự tìm lấy, nơi chốn ước mơ của đời mình. Chúa ở xa, ôi sao Chúa ở quá xa. Mịt mờ và tít tắp.

DU TỬ LÊ
2.1973

Du Tử Lê

DUY LAM

TIỂU SỬ

Tên thật Nguyễn Kim Tuấn, *sinh năm 1933 tại Hà Nội, mẹ là em ruột Nhất Linh, Hoàng Đạo và chị của Thạch Lam. Xuất thân trường trung học Chu Văn An Hà Nội ; sau khi gia nhập quân lực, học thêm tại Đại học Georgia (Hoa Kỳ).*

Đã hợp tác với các tạp chí Văn Hóa Ngày Nay, Tân Phong...

Các tác phẩm chính :

Truyện dài : Gia Đình Tôi — Cái Lưới — Lột Xác...

Truyện ngắn và đoản văn : Chồng Con Tôi — Ngày Nào Còn Đàn Bà — Nỗi Chết Không Rời *(viết chung với em là Thế Uyên).*

Hiện là sĩ quan trong quân lực VNCH với cấp bậc Trung tá.

QUAN NIỆM VỀ TRUYỆN NGẮN

Viết như là một sự chết đi sống lại nhiều lần.

DUY LAM

Về Truyện Ngắn «ĐÔI MẮT NGỌC TRAI ĐEN»

Đó là một truyện không có truyện — Một mảnh đời, một tâm trạng, một khúc cắt ra nóng hổi của cuộc sống.

Đôi Mắt Ngọc Trai Đen

Người trai trẻ — tên là Thừa, có đôi mắt ngọc trai đen thì thầm bên tai Loan :

— Cô ăn mặc khéo quá !

Loan hơi mỉm cười. Đôi chân nhỏ nhắn trong đôi giầy mầu sữa điểm những chấm xanh hợp với những đóa hoa lớn trên chiếc xiêm kiểu mới ngắn ngang đầu gối của nàng, nhẹ hơn, lướt trên sàn theo điệu nhạc chìm và trầm. Loan tò mò đợi Thừa nói tiếp thêm để nàng biết rõ hơn về chàng. Dáng điệu Thừa, ngay khi nghiêng mình mời nàng cũng vẫn ngượng ngập thế nào — sự ngượng ngập ngây thơ và táo bạo.

Thừa chạm khẽ vào má nàng, Loan để yên.

— Chà ! Da cô thực mịn... tuy chẳng cần phấn sáp nhiều.

Loan tự hỏi tại sao Thừa lại cố gắng tỏ ra mình rất thành thạo với đàn bà. Nhìn đôi mắt to, lãng mạn của chàng, ai mà chẳng đoán được ngay Thừa chỉ là một tâm hồn trẻ con và say mê trong một thân hình cao, nẩy nở và khuôn mặt xương xương, rám đen.

Loan vẫn yên lặng để mặc Thừa huyên thuyên khen ngợi sắc đẹp của nàng : những lời nói càng ngày càng sống sượng, tuy vẫn lịch sự — một điểm đặc biệt nàng lưu ý ngay ở Thừa. Loan đoán Thừa không thể giận dữ, ghen tuông hay cuồng nhiệt một cách tầm thường như phần lớn các người đàn ông đã tán nàng.

Trên đầu hai người những chiếc đèn giấy Nhật lắc lư nhè nhẹ hơi hư ảo và cười cợt, những khoảng sáng treo lơ lửng cách biệt với những cặp trai gái ồn ào và cử động hỗn độn — vẫn chán nản và gắng gượng — ở phía dưới.

Thừa không nắm chặt tay nàng, những ngón tay rắn chắc và dài mơn man trên những ngón tay nàng, dò dẫm và đòi hỏi. Thừa tự nhiên nói :

— Ta ra vườn đi ! Ở đây nóng quá !

Loan cười nhỏ. Lạ thay nàng vừa chợt nghĩ là Thừa sẽ hỏi nàng câu đó.

— Tại sao « chúng ta » lại phải ra vườn ? Ở đây không được à ?

Thừa không ngượng ngập ; buông nàng ra đáp ngay :

— Tại vì có nhiều chuyện.

Thừa muốn gì ? Nàng có cảm tưởng những lời Thừa nói không thực ý. Chàng chỉ cố đóng một vai kịch — không lấy gì làm khéo lắm. Nhưng những tình cảm nồng nàn và ham muốn của chàng ẩn nấp đâu đây : trong khóe mắt, cử chỉ, và cả trong nụ cười hơi cứng mở hé đôi môi dầy của chàng, chạy dọc những vết trũng nhỏ quyến rũ và ấm tựa một con ong vẫy cánh nóng nẩy — làm nàng xúc động.

Thừa nói nhiều hơn, liên tiếp, những câu nói thiếu mạch lạc nhưng là lạ và ngộ nghĩnh. Chẳng hạn :

«Mặc đầm quyến rũ hơn vì để lộ chân. Nhưng tại sao cô lại để tóc xõa trên vai ? Trông không... *élégante* hoàn toàn. Địa chỉ Loan ở đâu ? Hôm nào tôi đến thăm có phiền không ? Các cụ nhà có dữ không ? Có xảy ra chuyện gì nguy hiểm cho tôi không ? Gặp mặt ông nào chẳng hạn... Thế có nghĩa là tôi định hỏi Loan có hôn phu chưa ? Chưa à ! Tuyệt quá nhỉ...»

Loan có cảm tưởng nàng sẽ có thể yêu Thừa.

Trên một bực cuối cùng của chiếc cầu thang tối,

đầy rác và mảnh giấy vụn, bẩn đến độ quen thuộc, Loan dựa vào tường nhìn chiếc hành lang dài dẫn đến căn gác nàng sống với gia đình. Không hiểu sao Loan yêu hành lang này đến thế. Mỗi khi đi chơi tối về, dù vui vẻ kích thích hay chán nản, nàng bao giờ cũng dừng lại vài phút, trước khi dấn mình vào cái khoảng tối sâu hút, cắt dọc những vệt sáng của vài khung cửa mở để hắt ánh sáng trên sàn đá hoa — không bóng một người, không im lặng lắm vì những âm thanh văng vẳng của *radio*, âm nhạc tây phương và vài tiếng cười nói mơ hồ.

Loan đi rất chậm — những bước nhỏ ngắn của một cô bé học vũ một mình — đầu hơi cúi, vai trần trắng nhạt.

Một cặp trai gái nhô ra từ một căn gác. Người thiếu nữ cười lả lơi, khi thấy nàng im bặt, ánh mắt soi mói đầy ác cảm : hai lưỡi dao sắc hình như muốn cắt xẻ không thương tiếc khuôn mặt đẹp đẽ, bộ ngực cao, cặp đùi dài thuôn của nàng. Hai người khoác tay nhau đi qua mặt nàng. Người con gái sát mình một cách cố ý và khiêu khích vào thân hình người đàn ông, nói nhỏ vào tai hắn một câu ngắn. Hắn hỗn xược nhìn Loan chăm chắm và huýt sáo thán phục. Chắc khi gặp hắn một mình, nàng sẽ rất kinh tởm và ghét hắn thậm tệ.

Loan chùng chình không muốn mở cửa phòng vội. Nàng không muốn gặp Ban vào giây phút này. Chắc Ban đang chơi cá ngựa với ba nàng và dì Minh, chờ nàng. Ban bao giờ cũng chờ nàng, chàng là hạng người sinh ra chỉ để chờ đợi mong ngóng.

Loan tự hỏi sao nàng còn để Ban đến thăm nàng. Trên chiếc *divan* ở phòng khách, Ban hay ngồi ghé ở một đầu, còn Loan lơ đãng dựa mình trên chiếc gối lớn riêng của nàng, bọc vải dầy mầu đỏ sậm chạy ngang dọc những hình vẽ trắng hỗn độn. Loan thường nghĩ đâu đâu và đãng trí. Ban ít nói một cách kinh khủng. Những lời nói của chàng bướng bỉnh như những con hà bám chặt lấy đá, cậy ra thật khó khăn đến róm máu ở đầu ngón tay. Cũng có khi Loan bực mình, nhất là khi nàng nhìn xuống bộ ngực bình thản — vì không có gì để xúc động, Loan có cảm tưởng nàng và Ban mắc một cái tội không thể tha thứ được là đã phí phạm nhiều thứ : những lời nói êm dịu đùa cợt và thân mật đáng nhẽ phải trao đổi, những chiếc hôn ấm áp — tại sao lại không ? Nàng đâu có phải bằng đá. Loan biết Ban yêu nàng, nhưng tại sao chàng cứ ngồi im như bụt mọc, thỉnh thoảng cung kính liếc nàng một cái, đỏ mặt lên và đôi mắt nâu sẫm — đẹp và hiền từ một cách quá đáng — vẫn phẳng lặng tựa mặt nước váng bụi của một chén nước nóng đặt trên một chiếc miếu nhỏ ẩn khuất.

Có một lần nàng đã tự ý đặt nhẹ tay mình lên bàn tay chàng khi hai người nói những chuyện không đâu. Nàng chờ đợi phản ứng của Ban. Nhưng Ban mặt tái lại, nhịn thở, người co rúm trong một dáng điệu đáng thương. Loan đã rút tay về và đuổi Ban :

— Anh đi về đi ! Về ngay đi !

Nàng nhìn theo Ban lầm lũi ra khỏi phòng và đột nhiên ghét tất cả ở chàng : những lời nói nhỏ nhẻ, lối phục sức quá ngay ngắn, lịch sự, mái tóc bóng quăn quăn và cả đến những chiếc *cravate* mầu nhã nhặn, Ban bao giờ cũng thắt rất khéo khi đến thăm nàng. Nàng đã xấu hổ, không phải vì đã cư xử bạo tợn và sống sượng, thất vọng thì đúng hơn ; giống hồi nhỏ mất hàng giờ cậy trộm một cái hộp khóa kỹ của mẹ nàng, lúc mở được thấy hộp rỗng không : một sự rỗng không trêu tức nàng nghẹn ngào đến trào nước mắt.

 Duy Lam

Ông Khải ngửng đầu lên nói nhẹ nhàng :

— Kia Loan đã về !...

Ông ngừng một giây, đôi mắt sâu sau chiếc kính lão gọng vàng sáng lên một ánh tòng phạm khi ngắm cô con gái xinh đẹp đang bước vào phòng, dáng uể oải mệt nhọc và hơi nũng nịu, ông hỏi tiếp :

— *Bal* có vui không con ?

— Cũng không tệ lắm ba ạ !... Trời con mỏi chân quá !

— Con vào thay quần áo rồi ra đây đánh cá ngựa.

Tuyệt nhiên ông không nhắc gì đến Ban, cũng không đá động đến việc Ban chờ nàng suốt buổi tối. Ông bảo dì Minh :

— Minh hộ Loan thay quần áo rồi sửa soạn uống trà và cà-phê. Nhớ lấy hộ tôi mấy tập thơ để trên bàn trong phòng ngủ.

Loan nhìn chiếc đầu dài, tóc tiêu muối của ba nàng, lòng thanh thản hẳn lại. Từ bao năm nay ông Khải vẫn dùng một giọng riêng biệt để nói chuyện với nàng, chưa bao giờ ông căn vặn hay trách mắng nàng. Loan yêu ông, thích ngồi cạnh ông hàng giờ nghe ông ngâm những bài thơ Đường, tò mò theo rõi mọi biến chuyển trên khuôn mặt nét khắc khổ và phong trần của ông, có khi nàng bỡ ngỡ, có khi sờ sợ không đâu, ông có nhiều bộ mặt và con người khác nhau, Loan biết vậy từ khi nàng bắt đầu lớn.

Nhiều tối đã khuya, ông còn ngồi ở bàn làm văn thơ. Loan chỉ việc thò chân đẩy cánh cửa phòng nàng hé mở một chút là đã trông thấy ông, đầu hơi cúi trên những tập sách chữ nho dầy, giấy cũ vàng, khuôn mặt mờ ảo dưới ánh đèn nến — ông có thói quen thắp hai cây nến cắm trên chiếc giá bằng gỗ đen bóng. Nàng ngắm ông rất lâu, tay nàng để trên ngực da ấm và phập phồng, hai đùi cặp chặt lấy nhau — thoải mái, thú vị, không sợ bóng tối và quên hết mọi phiền muộn. Nàng thật sung sướng và yên tâm vì biết ông yêu tha thiết một cái gì — thơ, hoa lan, uống nước trà ; một điều hiếm thấy ở các thanh niên bạn của nàng.

Tuy nàng đã lớn, ông vẫn thường hay vuốt tóc nàng, rất nhẹ, rất thận trọng, khi nàng nằm dài trên *divan* cạnh bàn ông làm việc, mơ màng ôm gối vào ngực, tóc dài xõa gần chấm đất. Hai cha con ít khi nói chuyện vào những lúc đó. Thỉnh thoảng ông ngâm khe khẽ một câu thơ đắc ý, hí hoáy sửa trên giấy. Khi ông ngừng, nàng giục :

— Ba ngâm nữa chứ ba !

Thực ra nàng không hiểu cái hay của thơ, nàng chỉ thích giọng ngâm của ông.

Dì Minh đứng dậy che miệng, ngáp, vuôn vai và vặn mình mấy cái. Sau khi ly dị với mẹ Loan, ông Khải đã lăng nhăng với nhiều người đàn bà đủ mọi hạng trước khi quyết định chính thức kết hôn với dì Minh. Ở dì Minh cái gì cũng tròn trĩnh xinh xẻo hay hay : chiếc miệng chúm chím hình hạt đào, đôi mắt tròn ngộ nghĩnh, đôi vai tròn lẳn và chắc chắn, chiếc ngực nẩy nở hơi quá đáng làm căng chiếc áo *kimono* sặc sỡ, tóc uốn ngắn có những móng cong cong áp trên trán.

Ban ngồi trước mặt dì Minh ngượng nghịu nhìn xuống bàn cá ngựa. Thật lạ ! Nàng vừa nghĩ có lẽ Ban sợ hãi và xấu hổ khi phải chứng kiến thân hình nóng ấm của một người đàn bà cử động bên cạnh chàng.

Loan vui vẻ nói với Ban, một sự vui vẻ làm chính nàng ngạc nhiên trước nhất.

— Anh Ban chờ Loan một chút nhé ! Loan sẽ ra ngay ! Tại anh thường nói không thích *bal* nên Loan không rủ anh đi cùng, vui lắm.

Ban cười, sung sướng lộ hẳn ra nét mặt. Ngay cả đến chiếc *cravate* là cứng thẳng của chàng cũng hình như vui vẻ hơn, không còn chỉ là một vật trang điểm trịnh trọng dưới khuôn mặt trắng trẻo và ngăn nắp của chàng — những vẻ mặt ngăn nắp và những xúc cảm ngăn nắp, đó là đặc tính cố hữu của Ban.

Loan chợt vừa liên tưởng đến nụ cười của Thừa khi mở cửa, cầm tay nàng — vẫn hơi quá chặt — tiễn nàng lên xe hơi một người bạn của bà chủ nhà để ra về. Thừa đã nói rất nhanh và khẽ :

— Tối nay tôi sẽ đến Loan. Tôi không nói dối đâu.

Nụ cười của Thừa và Ban thật khác hẳn nhau : Thừa cười như một người tin chắc mình sẽ chiếm được một đồ vật đẹp chàng mong ước.

Loan đã nhìn qua cửa kính xe, ngắm Thừa ngồi trên chiếc xe gắn máy mầu đỏ chói, hai tay khoanh trước ngực, bộ quần áo may theo kiểu Ý, ngắn cũn cỡn. Trông chàng trẻ trung và đầy sức mạnh. Đến mai, Thừa sẽ đến thăm nàng vào buổi sáng. Không hiểu ba nàng có ưa Thừa hay không.

Tiếng cười rúc rích của dì Minh vẳng đến tai nàng, đoạn tiếng ba nàng xuỵt và hỏi khẽ :

— Im nào !... Loan đã ngủ chưa ?

— Ngủ rồi mình ạ !

Loan mỉm cười. Khi nào ba nàng được dì Minh gọi bằng mình chắc ông vui lắm. Nhiều khi Loan thèm lối sống của dì.

Vừa rồi sau khi Ban đã về, dì Minh vào phòng, ngồi trên giường nàng bóp vai và đùi Loan. Những ngón tay ngắn mát dịu của dì thật khéo bóp nhè nhẹ vai trần của Loan. Dì Minh nói lèm bèm đó là một tật xấu của dì, nhưng nàng vẫn thích tối đến, đèn phòng nàng đã tắt, nằm dài trên giường nghe những câu chuyện ngồ ngộ của dì.

Dì Minh lùa tay vào trong áo nàng vuốt dọc theo sống lưng giọng ngạc nhiên :

— Lưng dài như thế này, da mịn thế này, tại sao Loan không chịu yêu ai hở ?... Phí quá !...

Loan cựa quậy nằm nghiêng sang một bên vì đêm quá nóng. Dì Minh ngạc nhiên là phải. Tại sao đẹp như nàng, Loan lại không lưu ý đến đàn ông và yêu đương, trái hẳn với dì Minh lúc nào cũng phải sống trong bóng một người đàn ông, yêu và thờ phụng đàn ông. Nhiều lần dì làm nàng xấu hổ đỏ mặt vì dì có những cử chỉ, ve vuốt quá nồng nàn nếu không thể nói là suồng sã với ba nàng trước mặt nàng. Những cánh tay trần của dì — dì luôn luôn mặc áo hở cánh tay, giống như những cành quằn quại của một giống cây leo kỳ lạ quấn lấy thân cây cổ thụ khăng khít, ham sống một cách tự nhiên. Nàng không thể tưởng tượng sống không đàn ông dì sẽ ra sao ! Dì sẽ già rất chóng, chết khô và mất hết mọi vẻ quyến rũ.

Điều khiến Loan ngạc nhiên không phải là tại sao ba nàng lại có thể yêu và sống với một người đàn bà tâm hồn nông cạn và hơi tầm thường như dì Minh, mà vì thái độ của một kẻ phạm tội của ông đối với nàng. Ông luôn luôn có mặc cảm là đã bỏ rơi mẹ nàng, ích kỷ nên đã không làm tròn bổn phận một người cha. Ông hối hận vì Loan không được hưởng những tình cảm yêu thương và che chở của một người mẹ.

Mỗi lần bị nàng bắt gặp đang hôn dì Minh, ông không bối rối, nhưng trong đôi mắt long lanh dưới cặp kính gọng vàng và ẩn trong nụ cười nhẹ máy móc của ông, Loan nhận thấy một sự xin lỗi và cần tha thứ, một sự hạ mình trước con gái hơi khôi hài trong trường hợp ông nhưng cũng thật đáng yêu. Đối với ba nàng, Loan cảm thấy mình đầy sức mạnh, nhưng nàng biết không bao giờ nàng lợi dụng ưu thế đó để bắt buộc ba nàng chiều nàng. Thực ra chưa người cha nào chiều con gái như ba nàng, chiều hết chỗ nói.

Ngực Loan nóng lên và phập phồng thở mạnh. Nàng vừa nẩy ra một ý định táo bạo : ngày mai Thừa đến thăm, nàng sẽ mời Thừa vào ngồi trên chiếc ghế bành mầu xanh xám kê trong phòng nàng — hiện giờ vất ngổn ngang chiếc xiêm nàng mặc hồi tối, chiếc áo lót và những đồ vật thân mật với da thịt của nàng : một người đàn bà. Nàng đoán chẳng cần mời Thừa sẽ cũng đòi biết khung cảnh riêng rẽ nơi nàng sống, ngủ, mơ mộng cho bằng được. Trước đến nay chưa một người đàn ông nào được vào đây — trừ ba nàng. Tại sao nàng lại canh giữ cửa vào căn phòng nàng tựa một con rồng xinh đẹp nhưng rất dữ canh một kho vàng ? Nàng có lẽ không giống ba nàng : yêu và quấn quít được nhiều người đàn bà. Ba nàng chẳng đã có lần trêu nàng :

«Loan dữ như một con mèo rừng hoang dại...»

Loan thở dài. Tối nay ba nàng và dì Minh đi ngủ sớm, thiếu giọng ngâm thơ và bộ mặt ba nàng mờ ảo dưới ánh nến, Loan tự nhiên cảm thấy cô độc ; một tình cảm là lạ nhẹ như một chiếc lông tơ óng chuốt lặng lẽ rơi xuống và nằm bất động ngoan ngoãn trong khoảng sâu kín nhất của tâm hồn nàng.

Nàng thiếp ngủ dễ dàng, không một giấc mơ đến quấy rối.

Loan chân tay dang rộng, thoải mái, chiếm hết chiếc giường nhỏ kê cạnh cửa sổ trong phòng riêng. Nàng ngắm những khoảng nắng chạy nhẩy trên tường và nghĩ đến Thừa. Thừa giống nắng, nóng ấm mà không biết từ đàu toát ra. Từ dạo yêu Thừa, da thịt nàng, ngực nàng, đôi môi, cặp đùi nàng tự nhiên quí giá hẳn lên và đối với nàng thân mật hơn. Trước kia ngắm bóng mình trong gương, Loan cảm thấy tự phụ — một sự tự phụ vô ích và thừa thãi. Bây giờ mọi sự khác. Thân hình nàng mang những dấu tích nồng nàn thường khiến nàng nóng mặt khi nghĩ tới những sự ve vuốt của Thừa, những câu nói trêu cợt, mang những ẩn ý ỡm ờ còn quyến rũ hơn cả những tiếp xúc thân mật giữa hai người. Loan biết nàng yêu chính mình hơn xưa : có những bông hoa vàng thắm nở trong da thịt nàng.

Trong những năm vừa qua, đã bao lần Loan mơ tưởng một ngày kia nàng sẽ tìm thấy giữa nàng và một người đàn ông sự ràng buộc mật thiết tựa như sự ràng buộc giữa nàng và những đồ vật trong căn phòng nhỏ bé này, hay những quần áo lót sát lấy da thịt nàng, hay bầu không khí hơi mờ ảo, ấm dịu và đùng đục của những buổi tối nàng nằm dài cạnh bàn làm việc của ba nàng, nghe ba nàng ngâm thơ dưới ánh nến. Một ước vọng nàng tưởng rất khó thực hiện, đến nỗi phải thì thầm với bóng nàng, khi nàng uể oải trang điểm trước gương : « Mày là một đứa con gái bỏ đi ! Mày sẽ không thể yêu ai như yêu những đồ vật vô tri giác ». Cho nên nàng rất ngạc nhiên không ngờ rằng Thừa và tất cả những đặc tính, thói quen nho nhỏ của chàng, lại có thể trong một khoảng thời gian ngắn chen vào giữa những kỷ niệm thân mật và thầm kín nhất của nàng, để rồi ở đấy, dai dẳng và bướng bỉnh.

Như nàng đã tự hứa vào buổi tối nằm một mình nghĩ ngợi, sau khi gặp Thừa ở *bal* nhà người bạn : nàng đã mời Thừa vào phòng nàng và ngồi đúng ở trên chiếc ghế bành xanh kia. Căn phòng này có mặt Thừa, đã hết là tháp ngà đóng kín của nàng. Một vài buổi trưa nàng chợt mở mắt đã bắt gặp đôi mắt ngọc trai đen ghé sát khuôn mặt nàng, và làn môi dầy — con ong vẫy cánh — bây giờ đầy quen thuộc đậu nhẹ trên môi nàng trước khi nàng kịp cười thú vị.

Thừa thuộc loại người lúc nào cũng chiếm một khoảng không gian nhất định, và rồi để lại những vết tích đậm đà. Dù chàng đã về, hễ nhìn chiếc ghế xanh, Loan vẫn hình dung ngay được trước mắt thân hình dài của Thừa, hai chân vắt ngang trên thành ghế, đu đưa trong một dáng trẻ con và vô tội. Trái ngược hẳn với Ban. Ban có thể ngồi nửa ngày ở phòng khách, tuy nhiên sau khi chàng đã rời bỏ chỗ ngồi quen thuộc của chàng ra về, Loan tưởng chừng như trước đây chưa bao giờ có ai ngồi ở *divan*.

Loan tủm tỉm cười. Nàng vừa liên tưởng tới ánh mắt nghịch ngợm của dì Minh. Dì vẫn vào phòng nàng, tối đến, nắn bóp chân tay nàng nếu nàng kêu mệt mỏi sau một buổi đi chơi xa với Thừa, giọng nàng nũng nịu và đầy hài lòng. Dì không còn kêu ca sắc đẹp nàng phí phạm. Dì có những tia mắt là lạ khi vuốt lưng hay xoa ngực nàng ; những cử chỉ của dì cũng thận trọng và dè dặt hơn. Hình như dì muốn tìm tòi dấu tích sự ve vuốt của người đàn ông để lại đâu đây trên thân hình nàng. Dì cười một mình, tòng phạm với nàng : một sự tòng phạm khiến Loan hổ ngươi hơn cả những lời trách móc hay thái độ giận dữ.

Ba nàng hình như không ưa Thừa, không hợp với chàng thì đúng hơn. Chưa lần nào Loan bắt gặp hai người nói chuyện với nhau lâu lâu một chút. Nàng nhớ có lần Thừa đến chơi ngồi chờ nàng ở phòng ngoài ; sau khi chào ông Khải, Thừa ngồi ở ghế hút thuốc lá, đọc báo, ba nàng tiếp tục làm thơ. Nàng ra, trước khuôn mặt hai người đàn ông, đều thân yêu đối với nàng, một lạnh lùng phong trần, một kiêu ngạo và đầy sức mạnh, Loan thấy nhói trong tim : hai người đối diện nhau giống như hai con thú dữ đầy nguy hiểm ; nhưng không hiểu sao tâm hồn nàng tràn đầy một nguồn tình cảm kiêu hãnh, vì là con của ba nàng và là người yêu của Thừa. Lạ thay, nàng sung sướng và hài lòng trước sự ác cảm thầm kín nhưng thật đàn ông và dữ tợn giữa ông Khải và Thừa. Dù sao ba nàng không thể khinh thường Thừa như ông khinh sự có mặt nhạt nhẽo của Ban.

Ban tuy biết Thừa và nàng yêu nhau nhưng trái ngược hơn, lại càng năng đến thăm nàng. Bàn cá ngựa chỉ còn có ba người. Loan không ưa trò chơi tẩn mẩn đó nữa. Một lần Thừa tới, ba nàng, dì Minh và Ban đều có mặt ở phòng khách, Loan ra đón và nắm tay Thừa, cử chỉ hấp tấp và âu yếm của nàng Ban trông thấy. Ba nàng và dì Minh không ngửng đầu lên. Khi cánh tay Thừa vòng lưng Loan kéo nàng lại gần, đôi mắt đẹp của Ban sáng lên một ánh luyến tiếc và ham muốn, Loan có cảm tưởng lần đầu tiên trong đời Ban «trông thấy» và ham muốn thân hình nàng. Ban chắc khổ sở nhưng đồng thời không qua óc tưởng tượng của chàng và hành động của chàng và hành động của Thừa những thú vị và khoái cảm của sự chiếm đoạt. Phản ứng của Ban khiến nàng nôn nao kinh tởm. Rất nhiều thanh niên giống Ban, chỉ dám đóng vai một khán giả, yêu ghét qua người khác, những người sống cuộc đời của những ký sinh vật, những con cá nhỏ bám lấy bụng, lưng các loài cá lớn mạnh mẽ.

Trong các bạn trai đến thăm nàng tận nhà, kể cả Ban, dì Minh có vẻ có cảm tình với Thừa nhiều nhất và dì nói chuyện với Thừa dễ dàng, tự nhiên. Thừa hay khen dì những lời khen hơi sống sượng nhưng vẫn trong giới hạn lễ độ, khiến dì đỏ mặt, cười tít lên. Loan bắt gặp mấy lần Thừa nhìn theo dì đi lại trong phòng khách, tia mắt chàng thú vị và thán phục, đoạn chàng thản nhiên hỏi nàng :

— Loan à ! Dì Minh ngày xưa chắc gớm lắm phải không ? Hừ đôi mắt đó ! Đi đứng như thế, hồi trẻ phải biết...

Trước sự thẳng thắn của Thừa, Loan chỉ biết cười. Thừa hình như rất thích và hăng hái một cách hơi quá đáng trong việc nói đến những ý tưởng trong hồn chàng, dù nhiều khi không phải là lúc đáng nói.

Loan nhiều khi tự hỏi không hiểu quá đáng có phải là một tật xấu của Thừa hay không và có phải vì thế mà nàng thấy Thừa khác mọi người và đáng yêu ? Khó trả lời. Nàng chỉ biết một điều : Thừa hình như vẫn nhất định tiếp tục đóng một vai kịch đòi hỏi ở chàng luôn luôn và mãi mãi những hành động quá sức chàng.

Nàng nhớ hôm Thừa tỏ tình với nàng. Trong ánh mắt lời nói của chàng, Loan nhận thấy một sự quả quyết bướng bỉnh rất đáng ngại. Nàng linh cảm hình như mọi sự đáng nhẽ không nên xẩy ra như vậy. Sự ước mong của nàng không được hoàn toàn thỏa mãn. Ngay khi Thừa bước chân vào phòng, Loan đã biết chàng sẽ nói chàng yêu nàng. Thừa cố ý ngồi sát gần nàng hơn thường lệ, cố ý tăng thêm sự nồng nàn trong đôi mắt nóng rẫy và nhìn soi mói vào môi nàng, ngực nàng, thân hình nàng. Có lẽ dù lúc đó ba nàng có đây hay dù chàng và nàng ngồi ở giữa đám đông, Thừa nhất định sẽ nói « Anh yêu Loan ! » vào đúng giây phút nào đó mà chàng đã định trước. Chàng lao đầu vào tình yêu dưới ảnh hưởng của một sức thúc đẩy Loan chưa hiểu rõ căn nguyên. Tất cả những việc chàng làm, nói ra đều mang một sắc thái mâu thuẫn :

lẫn lộn giả tạo với say mê. Nhưng chàng thật trẻ và đầy sức mạnh.

Thừa đã nắm tay nàng và hôn lên môi nàng. Chiếc hôn đầu tiên giữa hai người để lại trong tâm hồn nàng một hương vị mới mẻ pha lẫn bất mãn và thoáng chua chát. Tại sao chàng không thể dịu dàng và bớt cả quyết : sự cả quyết của một đứa trẻ bản chất đa cảm lãng mạn nhưng đầy tham vọng và cố thực hiện cho bằng được một công việc khó khăn.

Đối với Ban, Thừa luôn luôn thích trêu Ban và làm Ban lúng túng. Hôm Thừa, nàng, dì Minh và Ban ra *Cap* tắm bể theo lời mời của Ban, nàng đã định từ chối vì dù sao nàng cũng không muốn làm khổ Ban, bắt Ban phải chứng kiến những cảnh âu yếm giữa nàng và Thừa, nhưng Thừa nhận lời ngay và còn lộ vẻ thú vị là khác. Ông Khải bận việc không thể đi được. Lên xe, Thừa xếp dì ngồi trước với Ban cầm lái và khi dạo chơi ở bãi bể, Thừa cũng có ý kìm nàng lại để dì Minh và Ban đi trước. Dì Minh tự nhiên cười nói, rất vô tư. Dì mặc một bộ quần áo tắm sặc sỡ, hơi chật, khiến dáng đi của dì ngộ nghĩnh hơn : dì trẻ hẳn lại.

Nàng đã hỏi Thừa :

— Tại sao anh thích trêu Ban thế ? Tội hắn chết !

— Anh không ưa những người giả dối và rút rát như hắn, hắn có sợ gần đàn bà đến như thế hay không ?

Nàng im lặng. Lần đầu tiên nàng ngại ngùng và khó chịu trước lối sống tàn nhẫn và thói quen (mà có lẽ Thừa không tự biết) thích hành hạ những kẻ yếu hơn mình của Thừa.

Cánh tay trần của Thừa đè nặng trên người nàng. Khuôn mặt chàng sát nàng, đôi mắt nhắm, hàng mi cong nhẹ — một vệt say mê khiến nàng xấu hổ, xấu hổ hộ chàng hay chính Loan xấu hổ, nàng cũng không rõ. Loan nhấc cánh tay Thừa lên đặt xuôi theo người chàng. Nàng thở dài nhẹ. Thừa hỏi khẽ :

— Em nghĩ gì thế ?

Loan không trả lời. Làm sao giảng để Thừa hiểu, tiếng nói của chàng như ở một thế giới khác vẳng tới, và cánh tay, thân hình chàng áp vào da thịt nàng, đè nặng như một nỗi cô độc.

Loan vùng ngồi dậy. Thừa với tay nắm lấy cánh tay nàng, những ngón tay Loan run rẩy ấn mạnh vào nệm. Nàng tự nhiên thấy thất vọng không đâu ; cả sự níu kéo cuồng nhiệt và trách móc đó cũng không nghĩa lý gì, cả cái thân hình trẻ bỏ mặc : một khoảng nâu sẫm dưới ánh đèn đầu giường, cũng vô nghĩa. Tuy trong người nàng, những rung cảm cũ kỹ và quen thuộc vẫn còn nấp kín và nhắc nhở Loan những giây phút trước đấy, vừa đây, giữa hai người, Loan không thể ở cạnh Thừa lâu hơn, trong căn phòng mà tất cả những chỗ nằm ngồi, từ khi Thừa và nàng yêu nhau, đã trở nên gần gũi với nàng : Loan nhận được những hình thể của chàng như khi tiếp xúc với những con vật nàng yêu lâu ngày.

Loan im lặng. Thừa từ từ buông nàng ra. Sau đây nàng sẽ buồn một mình, giận chính sự thay đổi rất đàn bà và không duyên cớ của nàng.

— Em về nhé !... Thừa !... đừng giận em...

— Em ngu lắm !... em không hiểu anh...

Rồi chàng quay mặt vào tường hút thuốc lá. Loan thu nhỏ người lại và như chìm mất trong chiếc áo trắng mỏng. Nàng giơ tay định quay người Thừa lại phía nàng : chua xót một chút, hối hận một chút trước hai cạnh môi trễ xuống, đôi mắt chế riễu và vững chắc của Thừa, nhưng rồi cử động đó của nàng dở dang.

Nàng rụt tay lại ra ghế ngồi trong bóng tối, xa cách Thừa, khoảng sáng hồng phủ trên người chàng và cả bầu không khí thân mật — dở dang và giả tạo một cách bực mình — còn đượm da thịt của hai người.

Loan nhìn Thừa. Chàng đã chếnh choáng say, cười nói luôn miệng. Những câu nói táo bạo sống sượng của chàng đối với Loan tự nhiên mất hết vẻ khôi hài và kích thích lạ thường khi chỉ còn lại những lời tàn nhẫn và khô rắn. Thừa say không hoàn toàn vì rượu, vì chàng kiêu hãnh về đủ mọi điều : sở hữu một cô tình nhân đẹp như Loan, ngồi tại chiếc bàn nhiều người đẹp nhất trong buổi tiệc trà khiêu vũ : Loan, Thúy (em gái chàng) và Hằng. Ý thức và tin chắc vào sức mạnh tuổi trẻ và khả năng say mê không cạn của tâm hồn chàng. Thái độ của Thừa chứa đựng một thách thức rõ rệt. Chàng hình như muốn kêu lên trước mặt mọi người «Tôi không sợ ai hết. Tôi là người giàu có đầy đủ nhất. Tôi tận hưởng cuộc đời».

Thừa một tay quàng sau lưng nàng vuốt nhè nhẹ, mắt chăm chắm nhìn vào mặt nàng. Chàng hỏi Thúy mắt vẫn không chịu rời đôi môi bôi một thứ son mầu hồng mới mẻ và tối tân, hơi mím của Loan...

— Thúy à ! Tại sao Thúy không bôi thứ son như của Loan ? Trông thật khêu gợi và ngon lành phải không ?

Rồi chàng cười vô cớ quay sang phía Hằng :

— Hằng đừng tưởng Loan hiền từ !... Đừng trông mặt mà bắt hình dong... Nguy to ! Vì khi cần, Loan cũng nồng nàn không kém ai.

Thúy, Hằng rộng lượng mỉm cười trước sự ồn ào của Thừa. Sống sượng thế, chứ hơn nữa gấp bội họ cũng quen rồi, và có những hành động cố ý kỳ quái và lộ liễu của Thừa cũng đều được tha thứ trước khi Thừa thực hiện chúng. Loan thèm được như họ, tối nay vào giây phút này, nàng cần phải tha thứ Thừa để gần chàng hơn.

Thừa lôi nàng đứng dậy nhảy một bản luân vũ chậm và quay tròn. Loan áp má vào má chàng, bàn tay đặt trên gáy Thừa. Tất cả đều y nguyên, hệt hôm nàng gặp Thừa lần đầu trong *bal*. Thừa vẫn trẻ và đầy sức mạnh, những ngọn đèn giấy trên đầu hai người vẫn hư ảo cười cợt, nàng vẫn tự biết nàng rất đẹp; thân hình gọn gàng trong chiếc áo dài màu hoàng yến, tóc bới cao để lộ gáy, bộ ngực hồi hộp một cách vừa phải, đẹp một vẻ đẹp của một thiếu nữ đã yêu và được yêu. Nhưng có một cái gì thiếu thốn ở đây khiến nàng sợ hãi. Thừa thật gần nàng, chàng vẫn vững chắc đầy sức sống, đang cử động trước mắt nàng. Nàng không chối cãi điều đó: Thừa hiện hữu rõ rệt hơn bao giờ hết. Tuy vậy Loan không thấy chính nàng đâu cả. Yêu Thừa quá say mê, hành động theo ý chàng, sống lại những kỷ niệm trong đó Thừa bao giờ cũng giữ vai chính lấn át cả hình bóng nhỏ bé của nàng, dần dần Loan mờ đi và nếu nàng không tìm được một lối thoát có lẽ nàng nhỏ mãi để rồi biến mất.

Thừa hỏi nàng :

— Em chóng mặt à ?... Càng hay, quay nữa đi cho đến khi nào ngã lăn ra thì thôi. Anh đỡ cho...

Loan một lần nữa chịu thua trước sức hấp dẫn nồng nhiệt của cá tính Thừa. Nàng gục đầu vào vai chàng và quên hết. Nàng không khóc, cố giữ những giọt nước mắt mấp mé trên mi. Chưa bao giờ nàng yếu ớt một cách tuyệt vọng và lẻ loi như trong giây phút này.

Nàng ngửng đầu lên nhìn vào mắt Thừa. Thừa mỉm cười, khuôn mặt rám đen hớn hở và tự mãn của chàng cắt những nét rõ và sắc trên một cái nền lung linh đầy những hình thể linh động, quay tròn đủ mầu của những cặp trai gái. Một tư tưởng thường ám ảnh nàng từ ít lâu nay vụt trở lại : Thừa không hiểu nàng, dù một sự cảm thông nhỏ như một hạt gạo trắng muốt.

Loan tựa người vào cửa nhìn theo Thừa đi xa dần trong hành lang tối và quen thuộc. Tự nhiên tối nay nàng cảm thấy tâm hồn xúc động và nghẹn ngào : hình như đây là lần cuối Thừa và nàng gặp nhau, hay tuy không phải là lần cuối, có thể hai người sẽ gặp nhau ngay ngày mai, nhưng mọi sự sẽ không thể xẩy ra như trước. Một cái gì giống một con vật nhỏ vừa chết trong tim nàng. Thực ra không phải là nàng không yêu Thừa nữa, tình yêu đó vẫn mạnh mẽ nhưng sự liên lạc giữa hai người đã đến một ngõ bí. Nàng không còn gì để hy vọng thêm ở Thừa. Hai người dù tiếp tục gần nhau khắng khít, đi chơi với nhau, trao đổi những chiếc hôn, những vuốt ve êm dịu, nhưng Thừa sẽ không bao giờ hiểu nàng, chàng vẫn tiếp tục là một kẻ thích chinh phục, tự mãn, rất nhiều thói xấu, vẫn lôi cuốn và đầy sức mạnh và nàng... Nước mắt Loan bắt đầu chẩy dài trên má, người nàng hơi run rẩy. Nàng cảm thấy lạnh và lẻ loi. Cuộc đời thật phức tạp và quá kỳ lạ đối với nàng. Nàng gặp Thừa bất ngờ. Tình yêu đã lôi cuốn nàng trong một cơn gió lốc. Thỉnh thoảng cũng có cưỡng lại nhưng mọi cố gắng của nàng bé nhỏ và mong manh một cách buồn cười và nàng để buông xuôi hai tay bỏ mặc. Thật đáng xấu hổ !

Một bàn tay nhẹ nhàng đặt lên vai nàng. Dì Minh đã đến cạnh nàng từ bao giờ. Dì hỏi nàng, đôi môi hình hạt đào cử động ngộ nghĩnh và đôi mắt tròn mở to và hỏi :

— Sao Loan lại đứng khóc ở đây ?... Cãi nhau với Thừa phải không ? Thôi, vào nhà đi. Ba đang đợi Loan đấy !

 Duy Lam

Qua cánh cửa hé mở, Loan nhìn thấy ba nàng đang ngồi cạnh một ấm trà, gật gù đọc một tập thơ. Khung cảnh quen thuộc của gia đình nàng cũng tự nhiên khiến nàng kinh hãi. Tất cả những cái gì đối với nàng mọi khi vững chắc, vào giây phút này đều trở nên giả tạo và vô lý. Nàng gay gắt với dì Minh :

— Dì cứ vào trước đi !... Tôi đâu còn bé mà phải đưa với dẫn...

Trước vẻ mặt ngơ ngác của dì Minh, Loan không ngăn nổi mỉm cười, trong khi nước mắt vẫn chảy trên má nàng. Có lẽ nàng nói đúng ! Nàng không còn là một cô bé nữa. Ngày mai nàng sẽ gặp Thừa và đôi mắt ngọc trai đen của chàng.

Loan bước hẳn vào phòng.

DUY LAM

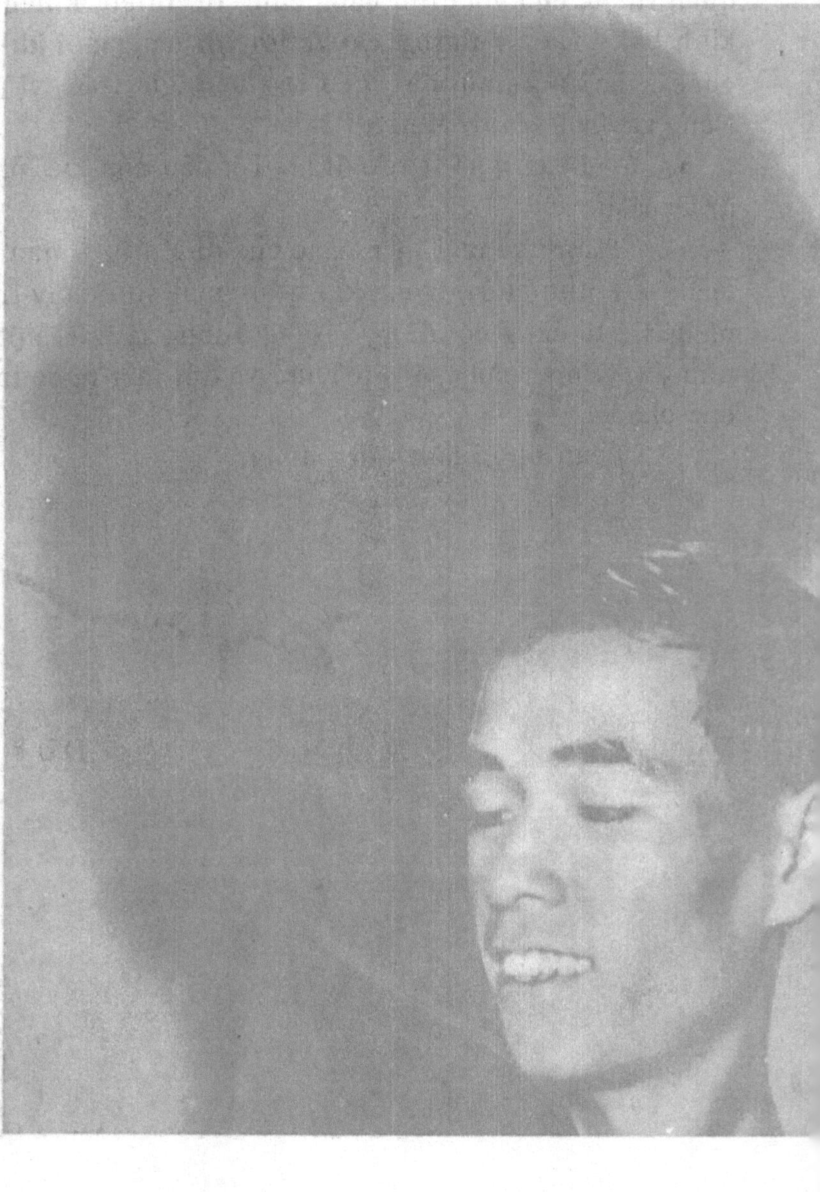

DUY LAM

DUYÊN ANH

TIỂU SỬ

Duyên Anh tên thật là Vũ-Mộng-Long, *sinh ngày 16 tháng 8 năm 1935 tại thị xã Thái Bình (Bắc Việt), một tỉnh lỵ nhỏ bé bên bờ sông Trà Lý. Học trường tỉnh rồi các trường huyện. Lên trung học đệ nhị cấp, học ở Hà Nội. Cuối năm 1954, vào Saigon một mình. Tự lập thân. Viết truyện ngắn từ năm 1960. Đã làm biên tập viên cho nhiều nhật báo lớn và chủ bút, chủ nhiệm nhiều tuần báo trào phúng, thanh niên, nhi đồng. Đã xuất bản ngót 50 cuốn tiểu thuyết, trong số đó có 4 cuốn đã đưa lên màn bạc. Đang trông coi tuần báo và nhà xuất bản* Tuổi Ngọc. *Giã từ nghề viết nhật báo năm 1971 vì biết mình không thể trở thành ký giả lý tưởng. Lập gia đình năm 1962. Hiện sống bình thường với một vợ ba con tại Saigon.*

QUAN NIỆM VỀ TRUYỆN NGẮN

Có một vài người chỉ biết viết truyện mà không biết phát biểu quan niệm của mình về truyện. Tôi ở trong số một vài người đó.

DUYÊN ANH

Về Truyện Ngắn «CON SÁO CỦA EM TÔI»

Tôi thấy không có gì để nói, dù tôi rất thèm «nói thêm ít lời».

Con Sáo Của Em Tôi

Sau khi cha tôi mất, gia đình càng ngày càng túng bấn, một mình mẹ tôi không đủ sức nuôi nấng hai đứa con mồ côi nơi thành thị nên mẹ đưa hai anh em tôi trở về làng cũ. Bên nội xóa bỏ tên cha tôi trong gia phả vì cha tôi xé tờ khai sinh mà ông tôi cố tình điền tên tuổi người vợ cả vào chỗ tên tuổi mẹ tôi. Ông tôi muốn gạt mẹ khỏi cuộc đời cha tôi bấy giờ và cuộc đời tôi mai hậu. Việc ấy rất giản dị như ông đã xóa bỏ tên chú Nghị vì chú mê cô đào cải lương gia nhập ban hát, lang thang rày đây mai đó. Bên ngoại từ bỏ mẹ tôi ngay từ dạo mẹ có mang ba tháng vì mẹ trốn nhà, vượt luật lệ cổ truyền, theo cha tôi làm vợ lẽ. Thành thử lớn lên anh em tôi mù mịt cả ý niệm gia tộc. Mẹ tôi thường kể rằng trước khi lấy mẹ tôi, cha tôi đã có vợ. Người vợ ấy cha tôi không yêu thương, nên bốn năm liền bà tôi cứ hoài công mong bế cháu. Ông tôi buồn phiền, thở dài thườn thượt, ông nghĩ đến nghiệp chướng xa xôi nào, lúc này sự quả báo hiện hình khiến cha tôi ăn ở với vợ lâu thế mà vẫn không có mụn con, dù con gái. Thật vô phúc. Cha tôi đi vắng luôn luôn, cha năng ở nhà ông phó Nhị hầu hạ ông để hòng ông truyền hết ngón đàn thập lục.

Cha tôi phải giặt quần áo, đấm bóp chân tay hay kiếm rượu, đồ nhắm cho ông Phó, phục dịch ông đủ điều. Rốt cuộc ông Phó vẫn giữ lại đôi ngón sở trường, ông sợ dạy hết, mai mốt cha tôi giỏi hơn ông. Bởi vậy, tài nghệ của cha tôi chưa nổi bật, và chưa đủ thời giờ nghiên cứu âm nhạc quê hương thì cha tôi đã gặp mẹ tôi. Cuộc tình duyên này làm đảo lộn đời cha và ảnh hưởng rất nhiều đến anh em tôi sau này.

Ông nội tôi biết chuyện tức sôi ruột, chửi bới cả gia đình nhà mẹ tôi. Tiếng dữ đồn tới xóm làng bên kia sông. Ông ngoại tôi đuổi mẹ tôi khỏi cửa. Bấy giờ mẹ tôi có mang tôi được ba tháng. Cha tôi lén lút gởi mẹ tôi nương náu nhờ người bà con xóm cuối thôn. Bà nội tôi thương con cả, lại nghe tin mẹ tôi có chửa nên bớt giận. Bà nội xin ông nội nhận mẹ tôi làm vợ lẽ cha tôi. Cuộc hôn nhân không giá thú. Việc tưởng vậy êm thấm. Ai ngờ ông ngoại tôi lồng lộn tìm bắt mẹ tôi, đánh dập mẹ tôi một trận tàn nhẫn. Tệ hơn nữa, ông ngoại tôi lại gọt hết tóc, bôi vôi trắng xóa đầu mẹ tôi rồi mới đoạn tình phụ tử. Mẹ tôi phải trùm khăn vuông kín mít ngót hai năm trời.

Mẹ về sống dưới gian nhà mái dột, vách bùn trát nham nhở bên cạnh chuồng trâu của đại gia đình họ Nguyễn nhà tôi. Suốt thời gian đèo bòng cái hình hài tôi, cái bọc đau khổ, mẹ tôi chịu đựng bao nhiêu điều tủi nhục. Hết người vợ cả hẹp hòi, ích kỷ của cha tôi hằn học ghen tuông, lại đến các cô tôi kiếm cớ sinh sự. Vợ cả cha tôi bảo mẹ tôi độn vải đầy bụng để đánh lừa ông tôi. Ông tôi nhiều bận chỉ mặt mẹ tôi dọa nạt rằng nếu đúng tháng mà không sinh nở thì sẽ tống cổ mẹ tôi đi. Chú Nghiêm thỉnh thoảng về thăm nhà cũng hạch sách mẹ tôi. Ông tôi quý chú Nghiêm lắm. Trong khi cha tôi mải đàn sáo, chú Nghị giang hồ phiêu bạt, chú khéo léo chiều ông tôi. Bởi thế chú Nghiêm được xuống tỉnh học, đỗ đạt giỏi giang. Chú khinh bỉ mẹ tôi, sự khinh bỉ chú học mót của đám dân trưởng giả thành phố. Mẹ tôi đau khổ trăm chiều, ngày làm quần quật như con vật, tối ôm bụng khóc một mình. Tội nghiệp mẹ tôi, tôi chả biết ví mẹ giống ai. Đầy tớ nhà ông tôi còn sung sướng còn nói đùa nghịch, chứ mẹ tôi thì câm nín suốt ngày đêm. Cha tôi hy vọng mẹ tôi sinh con trai và đứa đầu lòng sẽ là nhịp cầu bắc qua những tâm hồn người bên nội với tâm hồn mẹ tôi. Chắc chắn mẹ tôi hết tủi cực.

Đến ngày mẹ tôi trở dạ, ông tôi cất vội vàng túp lều nhỏ ở xó vườn, cạnh khóm chuối tiêu. Tôi cất tiếng khóc ban đầu nơi ấy, ở túp lều xó vườn, cạnh khóm chuối tiêu, cạnh những con người hà tiện tình thương mến. Vì đêm tôi mở mắt chào đời, cha tôi đi vắng nên có sự xảy ra như tôi đã nói đoạn đầu. Tuần lễ sau cha tôi về, cha nghiến răng xé nát tờ khai sinh rồi đưa mẹ con tôi xuống tỉnh ly. Tôi vĩnh biệt họ hàng bên nội bằng mấy tiếng «oe oe». Tôi lớn dần, lớn dần đề thu vào tầm mắt non nớt hình ảnh cuộc đời cha tôi : hình ảnh gã nhạc công hậu trường sân khấu cải lương, hình ảnh ông lái thuốc bắc, hình ảnh ông thư ký sở tư, hình ảnh ông thợ chữa xe đạp và sau rốt là hình ảnh ông lang chế thuốc cao đơn hoàn tán. Mãi tới ngày cha tôi mất, tôi mới thù hằn những hình ảnh méo mó đọa đầy linh hồn cha tôi. Sao đời cha tôi nhiều hình ảnh thế ? Và đời tôi nữa, hình ảnh thẫm nét nhất là một đêm mù mịt bên khóm chuối tiêu. Thế mà anh em tôi lại phải về quê ngoại. Tôi không hiểu tại sao mẹ tôi chịu nhục nhã, nương náu dưới túp nhà lá bỏ hoang vườn sau, trước đây ông bà ngoại dành riêng cho bọn thợ gặt mỗi vụ mùa. Mẹ tôi chỉ nghĩ đến anh em tôi. Trời ơi, tôi muốn khóc quá.

Ở đây, chúng tôi sống lủi thủi cô độc. Mẹ tôi dọn quán bán nước chè tươi, xôi chè, canh bún ngoài bến đò Đồng-đức, bòn nhặt từng hào chỉ. Thường mẹ dậy sớm sửa soạn đồ hàng, cơm nước buổi sáng đề anh em tôi ăn. Mẹ nắm thêm hai nắm nhỏ phòng trưa đói còn lót dạ tạm. Chập tối mẹ lần mò về nhóm bếp thổi cơm. Bữa nào hàng ế ẩm, mẹ con tôi ăn canh bún, ăn xôi chè thay cơm. Mẹ tôi luôn luôn vui vẻ dù thỉnh thoảng cậu mợ, dì bác tôi mỉa mai đủ điều. Họ nói những lời mà bây giờ tôi hãy còn nhớ. Tôi không thể tưởng tượng nỗi tê tái nghiến nát cõi lòng mẹ khi bà ngoại gọi mẹ là *«đồ đĩ»*, bác tôi bảo mẹ là *«con lăng loàn»* và mợ tôi nói bâng quơ *«cóc chết ba năm quay đầu về núi»*. Tôi thấy mẹ tôi cúi đầu lẳng lặng, nước mắt nhỏ giọt trên mái tóc em tôi, thì tôi đoán rằng mẹ buồn. Hồi ấy, tuy tôi bé bỏng nhưng tôi đã biết xét đoán những con mắt soi mói, những lời tiếng bấc chì, những bộ mặt ích kỷ của mọi người họ hàng bên ngoại. Tôi thương mẹ. Tôi thương em gái tôi hơn, chưa được hưởng sung sướng thì cha vội lìa đời. Tôi hằng mơ ước một mai khôn lớn, tôi sẽ kiếm tiền nuôi mẹ, sẽ tậu nhà ở tỉnh, mẹ tôi thôi bán hàng, em tôi cắp sách đi học. Nghĩ vậy tôi thèm đọc sách lắm. Khốn nỗi mẹ tôi nghèo cực, lấy tiền đâu mà mua. Tôi đành học ôn mớ sách cũ nát và dạy em tôi từng trang, từng đoạn dè sẻn, sợ hết chữ.

Đám con cái cậu mợ tôi vào hùa cha mẹ chúng, bắt nạt anh em tôi. Hễ em tôi hở ra món đồ chơi nào là chúng nó tìm cách ăn cắp. Tôi đòi, chúng xúm nhau đánh đập tôi sưng tím cả mặt mày. Em tôi khóc, mẹ tôi thở dài đau đớn. Dần dần cuộc sống quen nếp. Anh em tôi biết thân phận, bắt chước mẹ tôi, tập nhịn nhục, tập nghiến răng mà hy vọng. Anh em tôi đùa nghịch với nhau, chẳng dám lai vãng đến thềm nhà ông bà ngoại.

Tôi hay bắt dế, bắt chuồn chuồn, bắt công cống cho em tôi chơi. Bạn bè của chúng tôi cơ chừng chỉ có con chim chích choè sáng nào cũng đậu trên cành soan ca hát líu lo rồi tung cánh bay xa tìm mồi. Em tôi thích chim. Tôi vụng về, không trèo cao được. Tôi hẹn sẽ bắt tặng em tôi một con sáo khi mùa xuân sang.

Mùa xuân, hoa soan vườn nhà nở nhiều, mầu tím dịu mắt. Mẹ tôi nói hoa soan nở chỉ tổ đuổi muỗi mệt xác. Cùng lượt hoa soan khoe sắc, sáo trên rừng đổ xô xuống đồng bằng hàng đám, cơ man. Em tôi nhìn những con sáo đen, lông muôn muốt, viền mắt vàng vàng, ra chiều thèm ước. Tôi theo bọn trẻ con bến đò, lấy rổ rách, vất cạp rồi buộc lại tựa hình cái đó đơm tép. Xong, tôi bó manh chiếu bên ngoài bịt chặt một đầu, còn đầu kia để ngỏ cho sáo ra vào. Tôi buộc tổ sáo trên cành sung thấp nhất. Hai hôm sau vợ chồng nhà sáo bắt đầu tha rác về tổ của anh em tôi. Chúng tôi hoan hỉ đợi chờ. Em tôi chưa chi đã vội lo cái lồng nhốt con sáo. Tôi bảo em tôi phải mong ba tháng. Em tôi sốt ruột. Ngày nào cũng hỏi thăm sáo. Mẹ mắng em, em dỗi bỏ cơm. Tôi dỗ dành em mới chịu ăn.

Ít lâu sau tôi trèo lên thăm tổ. Tôi thò tay tận phía trong và biết sáo đẻ bốn trứng. Tôi lôi ra xem. Trứng sáo to bằng ngón tay cái của tôi, mầu xanh xanh vân vân đẹp quá. Tôi kể chuyện em nghe. Em nhẩy reo ầm ỹ. Mẹ tôi dọa rằng :

— Rắn ưa tìm tổ chim ăn trứng. Con liệu hồn, nó cắn thì chết.

Tôi phát run, thề sẽ chừa thói liều lĩnh nguy hiểm. Nhưng em tôi muốn coi trứng sáo, em cứ nằn nì đem xuống một trứng. Tôi đành mạo hiểm lần nữa. Lúc tôi đang lúi húi trước cửa sổ thì vợ chồng đôi sáo bay về. Chúng nó lượn trên đầu tôi, kêu inh ỏi. Tôi bỏ trứng vào túi áo, tụt xuống, sướt cả tay, máu chảy đầm đìa. Em tôi thỏa mãn sự tò mò, em trông tôi, thương hại. Tôi an ủi em và trả lại trứng cho sáo.

Tối hôm ấy mẹ tôi đánh tôi hai roi tội không vâng lời. Mẹ nói :

— Còn trèo nữa, sáo sẽ bỏ tổ.

Anh em tôi lo ngại ngủ chẳng ngon giấc. Ngày tháng mùa xuân trôi vùn vụt. Một buổi sáng anh em tôi nghe rõ tiếng sáo con kêu trong tổ, em tôi hỏi :

— Anh ơi ! Sáo con có bú mẹ không ?

Tôi vuốt tóc em dịu dàng trả lời :

— Em bú mẹ chứ sáo nào bú mẹ.

Em ngây thơ :

— Thế làm sao nó lớn được ?

— À sáo mẹ mớm mồi.

— Sáo bố làm gì hở anh ?

— Sáo bố đứng canh. Em nhìn thì biết. Kia kìa, trên cành cây gần tổ. Khi sáo mẹ mớm mồi cho các con, cũng như khi ấp trứng, sáo bố bao giờ cũng lởn vởn ngoài tổ em ạ !

Tôi giảng nghĩa thế vì tôi nghe lỏm bọn trẻ con ngoài bến đò. Em tôi ngạc nhiên, ngây người đứng ngắm. Lát lâu em mỉm cười nũng nịu :

— Sáo con ngủ, sáo mẹ có ru không anh ?

— Chắc có.

— Anh biết à ?

— Thì anh đoán, chim cũng như người vậy em ạ !

— Mẹ ru em bằng bài *«Con cò mà đi ăn đêm»*, sáo ru con bằng bài gì hở anh ?

— Anh chịu, chả biết được.

— Giá sáo là người để em hỏi nó chắc thích lắm anh nhỉ ?

— Ừ.

Đám con cái ngỗ nghịch của cậu mợ tôi đã thấy chỗ tôi buộc tổ sáo. Tôi tức sôi ruột, tức muốn đốt nhà chúng nó. Chúng nó rình mò làm tôi không thể ra bến đò trông hàng giùm mẹ tôi những lúc đông khách. Anh em tôi thay phiên nhau canh gác. Mẹ tôi khuyên tôi nên chia sáo cho chúng nó. Tôi miễn cưỡng phải rỡ tổ đáng lẽ chờ vài hôm nữa sáo con già dặn hơn. Hôm tôi bắt sáo con, vợ chồng sáo bay lượn kêu thảm não. Sáo mẹ sà xuống sát đầu tôi như thể nó sắp mổ mắt tôi. Chẳng trách cha tôi xé tờ khai sinh, mẹ tôi chịu vất vả, khổ sở. Mẹ tôi mua giỏ bắt cua để tôi nhốt sáo. Cậu mợ tôi chọn lựa ba con đẹp, lớn ; phần tôi là con sáo đẹt, bé nhỏ, xấu xí nhất đàn. Tôi buồn, khóc mấy đêm ròng. Làm sao tôi nhớ hết mọi chi tiết vụn vặt cái hôm ông cậu bà mợ tôi chia sáo ? Cậu tôi bóp con sáo xấu số của tôi khiến cho nó há mỏ ra. Em tôi run rẩy chỉ sợ nó chết ? Mợ tôi bảo :

— Bọn mày nuôi sáo làm quái gì, cơm còn không đủ ăn lại có cơm thừa nuôi sáo.

Tôi cáu tiết cãi lại :

— Sáo ăn cào cào chứ cần gì cơm gạo.

Cậu tôi chẳng nể nang gì mẹ tôi cả, cậu chúi đầu tôi một cái thật mạnh. Tôi lao đao xuýt ngã. Cậu mắng mỏ :

— Đồ chết cha, đồ con hoang có khác. Anh em mày lớn lên thì thành đồ ăn cắp !

Tôi nín lặng, em tôi chạy vào ôm lấy mẹ. Và cả tôi cũng lủi thủi cầm con sáo vừa đi vừa khóc. Tiếng khóc của mẹ tôi, em tôi rõ ràng hơn. Mẹ tôi thương anh em tôi, mẹ bỏ bán hàng nửa buổi đan cái làn mắt thưa. Mẹ bảo nhốt sáo vào đấy rồi treo lên cây, sáo mẹ luyến con sẽ mớm mồi, như vậy sáo chóng lớn.

Tôi nghe mẹ. Quả con sáo của anh em tôi được sáo mẹ chăm lo chu đáo. Đám con cái của cậu mợ tôi ghen ghét. Chúng nó chăm chăm đòi bắn đôi sáo già. Tôi chỉ ngại nhỡ chúng bắn sáo của tôi. Bọn ranh con mất dạy, ích kỷ bắn súng cao su không trúng, chúng nó nhờ người thổi ống xì đồng. Buổi sáng hôm cái gã mắt chột rình rập ngoài vườn, anh em tôi lo cuống quýt. Em tôi nhìn sâu chim đủ loại : chào mào, chích chòe, liếu tiếu lủng lẳng trên vai hắn, em nói nhỏ :

— Khéo nó bắn chết sáo mất anh ạ !

Tôi run run trả lời em :

— Đừng sợ em ơi ! Mắt nó chột bắn chả tin đâu.

Nhưng đôi sáo già đi kiếm mồi đã về. Tim anh em tôi đập mạnh. Tôi rõi mắt lên cành sung chờ đợi. Sáo bố đậu cách cái làn khá xa, sáo mẹ mon men lại gần mớm mồi. Trong lúc đó, viên đạn đất oan nghiệt từ ống xì đồng thổi phụt ra. Sáo bố trúng đạn rơi xuống ao. Em tôi giật nẩy mình kêu lớn :

— Chết em rồi !

Tôi cảm thấy như viên đạn trúng đầu tôi. Con sáo bố đã chết. Sáo mẹ bay lượn, rỉa rói ai oán hàng giờ. Em tôi ứa nước mắt :

— Sáo của anh em mình mất bố rồi nó sẽ khổ lắm anh nhỉ ?

Câu nói khiến lòng tôi se lại. Tôi nhớ cha tôi. Phải chi cha tôi còn sống thì anh em tôi đâu khổ sở thế này. Sáo mẹ thỉnh thoảng bay tới, nó chỉ dám sà vội qua cái làn, có khi sáo con chưa kịp há mỏ, mồi đã rơi mất. Sáo mẹ sợ sệt tất cả. Tôi chạnh nghĩ đến mẹ tôi mà buồn vời vợi.

Em tôi lo cho sáo con, đòi mang xuống. Từ dấy sáo mẹ không trở lại nữa. Có lẽ nó đã chết vì cô độc hay đã về rừng. Chúng tôi nuôi sáo bằng chuối. Dần dần sáo lớn, tôi ra đồng dập cào cào lấy mồi nuôi sáo. Tội nghiệp sáo con còi cút, đêm ngày âm thầm chui rúc trong cái giỏ cua. Em tôi đang phân vân không hiểu mai kia sáo lớn nhốt vào đâu. Ước gì có cái lồng tre, chúng tôi mơ ước song mẹ tôi không thừa tiền chiều chuộng con.

 Duyên Anh

Giữa lúc đó thì chú Nghị đến thăm mẹ tôi. Họ hàng bên nội nhà tôi chỉ chú Nghị là kẻ có lòng. Bao nhiêu năm tháng qua rồi, từ ngày tôi sinh ra đời tới bây giờ, chú luôn luôn an ủi, giúp đỡ mẹ tôi. Tuy chú nghèo, tôi thường nghĩ giang hồ phiêu bạt như chú, giàu sao được. Chú Nghị tốt lắm, chú bênh vực mẹ tôi thuở mẹ tôi bị cả gia đình chồng xúm vào cấu xé, đay nghiến chỉ vì mẹ tôi thương yêu cha tôi quá đến nỗi mẹ bằng lòng lấy cha tôi không cần giá thú. Hôm đưa xác cha tôi tới nghĩa địa, tôi thấy chú khóc nức nở khi những tảng đất phủ kín dần chiếc quan tài bằng gỗ mộc. Tôi còn đủ trí nhớ để hình dung ra bộ mặt khắc khổ phong sương của chú Nghị. Và hình dung ra thì tôi lại ghét cay đắng ông bà nội, các cô các chú tôi, nhất là người vợ cả ích kỷ của cha tôi.

Dạo cha tôi ở Hà-nội, ban tuồng chú Nghị sau nhiều chuyến lang thang dọc đường gió bụi, trở về trình diễn tại thành phố này. Chú dành ghế cho cha mẹ tôi xem tuồng liên miên. Mỗi buổi tan hát, chú dẫn đi ăn mì. Khi rảnh rang, chú dắt tôi tới vườn Bách-thú xem xiếc hoặc dạo mát loanh quanh trong công viên rồi ra ngồi ăn bánh tôm trên đường Cổ-ngư bên hồ Trúc-bạch. Mỗi phố tôi qua, chú dạy tôi cách trông chừng hai đường xe cộ lưu thông. Vì chú cháu tôi hay thơ thẩn buổi sáng, chú bảo tôi thở hít mạnh, chú giữ lưng tôi ngay thẳng tựa người lính tập đứng nghiêm. Tôi yếu đuối, chắc chắn sự yếu đuối ảnh hưởng phần nào những ngày mẹ tôi mang thai tôi, tâm hồn mẹ bị dằn vặt, thôi thúc thời gian đó. Chú Nghị hay kể tôi nghe về những con người như Nguyễn-Huệ, Lê-Lợi, Lý-Thường-Kiệt, câu kết luận của chú bao giờ cũng hàm đầy ý khuyến khích :

— Cháu gắng lên, mai mốt cháu sẽ giỏi, cháu sẽ hãnh diện làm con của cha mẹ cháu.

Tôi không nghe chú nói tới quãng đời luân lạc chìm nổi của một kép hát. Sau này vợ chú bỏ chú lấy người khác, chú nghiện rượu và thù hằn tất cả. Tôi không biết tại sao chú hay giấu diếm sự uẩn ức mà đáng lẽ nói được thì chú bớt giận dữ kẻ khác trên đời. Nhưng, ngay trong những cơn điên tàn bạo, chú tôi rất hiền hòa với mẹ con tôi. Tôi nhớ dạo gia đình tôi sống ở ngoại ô Khâm-thiên, nhà tôi phải đi qua cái ngõ hẹp bẩn thỉu. Một buổi tối, tôi đang cắm cổ bước, vì tôi sợ ma, thình linh chú Nghị nấp sau đám giậu kêu *«ú a ú ớ»* cơ hồ tiếng ma quỷ giận hờn rồi xô ra chắn lối. Chú muốn dọa tôi nên chú chơi thế. Song lúc ấy tôi không thèm hiểu. Trong khoảnh khắc, đầu óc tôi tràn ngập sợ hãi, khích động. Tôi cáu tiết đá chú một cái thật mạnh. Tôi mới lên mười nhưng tôi mang giầy, trong cơn tức giận tôi đá mạnh kinh khủng và cái đá làm sước ống chân chú Nghị. Máu chảy ròng ròng, chú đau đớn, rên nhè nhẹ rồi ngẩng lên mỉm cười. Chú ôm tôi xin lỗi. Tôi khóc thương chú khiến chú rớt nước mắt. Chú Nghị mang vết sẹo trên da tháng năm nối tiếp. Thỉnh thoảng vui vẻ, chú kéo ống quần khoe vết sẹo. Anh em tôi lại sà vào lòng chú nũng nịu.

Ngày mẹ tôi dìu anh em tôi về quê ngoại, chú phiêu bạt mãi tận Sài-gòn. Thành thử chúng tôi trống rỗng buồn tẻ. Không ai bênh vực an ủi anh em tôi. Nay tự nhiên chú Nghị đến, hỏi chi anh em tôi không vui mừng sung sướng. Bên ngoại vẫn thù bên nội vì ngày mẹ tôi trốn nhà theo cha, ông nội cứ gọi tên ông ngoại chửi bới, trách móc. Lúc này chú Nghị có mặt ở đây, tôi thấy chú nhét bông đầy tai và đeo kính râm suốt ngày. Chú mua cho tôi vô số sách đẹp. Chú dạy anh em tôi học. Tôi thích chú Nghị nói chuyện lịch sử. Em tôi thì bận tâm về con sáo nhỏ. Em khóc khi chú dạy tôi toán pháp. Chú hỏi em tại sao, em bảo ước gì có cái lồng như bọn anh chị em con cậu con bác tôi. Chú Nghị vuốt tóc em, chú tháo cặp kính, mắt chú đỏ ngầu, chú thẫn thờ giây lát rồi ghé tai em tôi thầm thì. Em tôi nhảy lên reo múa. Mấy hôm sau, chú bỏ việc dạy học, ngồi cặm cụi vót tre đan lồng. Ba bốn ngày liền chú mới đan xong. Cái lồng sáo của em tôi đẹp chả thua gì lồng bán ngoài bến đò. Chú làm chiếc thang ngang lấy chỗ cho sáo đậu, chú buộc cóng dựng nước và cóng đựng gạo. Sáo của em tôi còn non chưa biết mồ nên cóng chưa có gạo, nước. Con sáo được nuôi trong lồng ra chiều ưng ý lắm. Đan lồng sáo tặng em tôi, chú Nghị lại bỏ đi. Mẹ tôi giữ thế nào cũng chẳng nổi. Tôi hết hy vọng học chú. Hôm chú mới đến, chú hứa chú ở lâu, chú nói dối anh em tôi. Chú Nghị ra đi, ít tháng sau được tin chú chết, mẹ con tôi buồn não nuột. Từ đó, sớm chiều anh em tôi dành tâm sự với con sáo.

Tôi ra đồng đập cào cào, châu chấu làm mồi cho sáo ăn. Em tôi thích đút chuối cho sáo. Em cắn miếng chuối nhỏ, xâu vào đầu cây tăm. Em thổi sáo miệng, chú sáo đói kêu *«khách khách»* trả lời rồi há mỏ ra đợi em tôi mớm ăn. Em còn cho sáo ăn thịt nữa. Những buổi trời ấm áp, em tôi tắm sáo, rửa lồng. Nhìn sáo phơi mình dưới ánh nắng, mắt em tôi bừng lên những tia sung sướng, hy vọng. Em hay thả sáo tự do nhởn nhơ khỏi lồng. Em đi trước, sáo theo sau tựa hồ đôi bạn côi cút thương yêu nhau. Con sáo của em khôn lắm, nó thường *«làm nũng»* em lúc em cho nó ăn. Nó nhẩy lên cánh tay em rồi bậy trắng loè áo. Em thích ôm sáo trong lòng đôi bàn tay hoặc để nó đậu trên vai rất âu yếm. Bữa nào sáo ăn ít, em sợ sáo ốm, sáo chết, em buồn có khi em khóc. Nhiều đêm trời mưa bão, em ngủ không yên, thức giấc là hỏi chuyện sáo.

Ngày tháng trôi qua, con sáo của em tôi thay hình

đổi dạng. Bộ lông đen mượt, nó nhẩy nhót luôn chân. Nó đã biết mổ gạo. Như thế anh em tôi khỏi cần lo cào cào, châu chấu, chuối, thịt nữa. Mẹ tôi bảo bóc lưỡi sáo vài lần thì nó mới nói được. Em tôi sợ sáo đau nên ngần ngừ. Nghe ai mách rằng cho sáo uống nước cua kẻo nó *«sốt rét»*, em tôi định làm, song mẹ tôi mắng :

— Sáo đẻ ở đồng bằng thì ngã nước cái gì, chỉ vẽ chuyện.

Thế rồi anh em tôi cũng phải nhờ mẹ tôi bóc lưỡi sáo. Con sáo xấu xí út ít không ngờ đẹp quá. Bọn trẻ gạ gẫm mua, anh em tôi từ chối. Chúng nó tức giận bèn mang con mèo già hung ác tới dọa nạt. Anh em tôi thay phiên gác sáo.

Bây giờ con sáo tập hót. Mắt nó còn viền vàng xinh đáo để. Thỉnh thoảng vắng người nó líu lo đôi tiếng. Hễ có người thì nó câm tiếng. Em tôi cho rằng nó xấu hổ. Một buổi trưa anh em tôi đang thiu thiu ngủ bỗng nghe con sáo kêu hoảng hốt. Em tôi vùng dậy, thấy ở thềm nhà gã mèo hung ác đứng gầm gừ nhìn lên. Em vác guốc ném trúng mèo, nó co đuôi chạy mất. Chúng tôi lo sợ. Mẹ tôi bắt mang lồng sáo ra ngoài hàng, tối mang về.

Khách hàng ghé quán mẹ tôi, họ dạy anh em tôi cách tập sáo nói. Họ bóc hộ lưỡi rồi họ che kín mít lồng. Quả nhiên sáo không nhìn rõ ai, hót líu lo. Giọng nó trong vắt mà buồn làm sao. Trưa hè ở bến đò vắng vẻ, tiếng nó gợi cho anh em tôi bao nỗi nhớ nhung thương tiếc. Tôi lại nhớ chú Nghị, nhớ cha tôi. Dần dần em tôi dạy nó nói. Bài học vỡ lòng để sáo nói tiếng người là :

— «Sáo dạ, sáo dạ, nhà có khách».

Em tôi kiên nhẫn dạy sáo, mãi rồi con sáo côi cút của em tôi nói được. Em ngây thơ lắm, em dạy cả sáo hát, dạy nói những lời hết sức tha thiết :

— «Sáo nhớ mẹ, sáo khóc».

Con sáo dường như hiểu nỗi lòng của em tôi nên cố gắng. Khi em hát, sáo hót và nói *«Sáo nhớ mẹ...»* Càng ngày sáo hót càng hay. Thấy là lạ, ông ngoại tôi xuống chơi nhà tôi nghe sáo nói. Việc này quá sự tưởng tượng của mẹ tôi. Từ ngày gia đình tôi về nương náu ở đây có khi nào ông ngoại tôi thèm thăm hỏi. Ông thích con sáo, ông đòi mượn. Em tôi lăn ra khóc từ chối. Sau hôm ấy, ông ngoại ghét anh em tôi hơn.

Ở bến đò, vô khối người muốn mua, họ trả một trăm đồng nhưng em không bán. Mẹ tôi khuyên em nên bán vì trăm bạc sẽ may được cho hai anh em tôi mỗi đứa hai bộ quần áo diện tết. Em tôi không cần quần áo, nếu mẹ bán sáo thì em tôi sẽ nhịn đói đến chết. Cuối cùng mẹ chiều em. Anh em tôi có con sáo nên bớt cô độc. Trẻ con hàng xóm năng lui tới nhà tôi trừ bọn anh em họ độc ác của tôi. Trong quãng đời thơ ấu buồn tủi, anh em tôi thèm thuồng đủ thứ. May mắn mẹ đưa anh em tôi về quê chứ ở lại Hà-nội thì anh em tôi còn khổ sở dường nào. Điều chắc chắn là em tôi không có con sáo để trút nỗi niềm. Em tôi ưa ngồi một mình nói chuyện với sáo. Em tôi kể nỗi hiu quạnh của em làm như sáo hiểu nổi. Em hỏi sáo :

— Mất bố mẹ sáo có khổ không ?.

Rồi em nói tiếp :

— Khổ ư ? tội nghiệp nhỉ, bé bỏng thì chỉ bị bắt nạt thôi sáo ạ ! Sáo đừng khóc nhé ! À sáo ăn no chóng lớn, chớ bỏ bữa, gầy còm rồi chết thì tôi buồn đấy sáo ạ ! Chả ai chơi thân với người nghèo như mình đâu.

Con sáo đôi khi vô tình buột miệng :

— «Sáo nhớ mẹ sáo khóc»

Em tôi dỗ dành :

— Ừ, sáo nhớ mẹ, tôi cũng nhớ cha. Sáo khóc à, thì khóc đi...

Tôi nằm nghe, nước mắt trào ra cay đắng. Dạo ấy tôi mới chỉ mười ba tuổi, em tôi tám tuổi. Nhưng tôi sớm tiếp nhận nỗi u sầu vào tâm hồn. Và bao nỗi niềm tủi nhục thay phiên hất hủi mẹ con tôi nên tôi đã khôn ngoan, đã biết khinh bỉ họ hàng bên nội bên ngoại trừ chú Nghị.

Cuộc đời đọa đầy tôi ngay ở cái tuổi đáng được hưởng hạnh phúc, sung sướng. Thành ra nếu có ai nghi ngờ, tôi vẫn nói rằng suốt thời thơ ấu của tôi, tôi không biết trông trăng trông sao, không biết bẻ hoa bắt bướm mà chỉ biết be bờ ruộng đơm đó kiếm tép để ăn, ăn thừa thì mẹ tôi đem ra bến đò bán. Cùng tuổi tôi, đám con cái của cậu mợ tôi còn vòi vĩnh cha mẹ, ngu ngơ chả hiểu gì. Thế mà tôi hiểu cách rang cám cho thơm, cắt màn cũ khâu thành vó, vót tre thành giọng, cất vó tôm. Tôi hiểu cách cưa ống nứa, đan hom đào giun xào với lá bòng thả ống lươn. Tôi hiểu cách đan rọ cá rô, ngâm thóc vào nước gạo cho thối nhử đàn cá. Tôi hiểu nhiều lắm, hiểu cả những lời bóng gió, mỉa mai của thiên hạ để sau này bước xuống cuộc đời đem tâm sự của một con chim hụt mũi tên.

Mẹ tôi ví tôi như trái chín rấm. Tôi tưởng tôi là trái chín hoang. Vì trừ trái chín cây không thèm kể đến, trái chín rấm còn được người ta xếp vào lò hay bỏ vào vựa, vào chum, người ta nhét vào đầy lá soan cho mau chín chứ đời tôi, đời anh em tôi nhất định là hai trái chín hoang. Ngày nào đó, người ta thấy hai trái xanh quá, xấu xí quá, người ta ném vô bụi giậu. Mưa, nắng, gió bão tới tấp, chịu đựng nổi thì trái chín. Tôi biết tôi chịu đựng nổi bởi vì ngoài họ hàng bên nội bên ngoại còn mẹ tôi, còn chú Nghị. Ngoài đám con cái cậu mợ tôi hay bắt nạt, hiếp đáp anh em tôi còn bọn trẻ con ở bến đò Đồng-đức dạy tôi buộc tổ sáo... Và mai mốt tôi sẽ chín, chín chẳng để trả thù ai đâu, nhưng chín để kể lại chuỗi ngày tháng anh em tôi nuôi con sáo.

Con sáo là niềm an ủi duy nhất, là niềm kiêu hãnh duy nhất của anh em tôi. Trong khi chung quanh tôi, trẻ con nhà giàu nuôi sáo bằng lồng son, cóng sứ, thức ăn thì gạo trộn lòng đỏ trứng gà, nước uống thì pha sâm nhị hồng, sáo của chúng nó vẫn chết. Anh em tôi nuôi sáo chỉ có gạo trắng, nước lã, lồng tre mà sáo hót lại hót hay, sáo nói lại nói giỏi. Tưởng con sáo cũng nên kiêu hãnh. Với tình thương mến của anh em tôi, với cái lồng do chú Nghị đan, nó đã thành con sáo quý khác cả những sáo quý nhất trên đời.

Tính ra anh em tôi nuôi sáo đã lâu. Năm ngoái mẹ tôi buôn bán phát tài, tết nhất cũng đủ bánh trái, thịt ăn mấy ngày. Anh em tôi mỗi đứa có bộ quần áo mới, có tiền xu, tiền hào chơi đáo, chơi cò quay, có tranh con lợn treo tường, có long đình, tượng bụt chơi làm đình làm chùa. Giá nghe mẹ bán con sáo thì tiếc chừng nào. Năm nay hàng quán ế ẩm. Suốt mùa đông mưa lê thê, bến đò vắng khách. Mẹ tôi lại đau yếu luôn luôn, phải nghỉ ở nhà. Con sáo cũng chung nỗi buồn, biếng ca hót lười bay nhảy, nó quên cả lải nhải mấy câu nói em tôi dạy thuộc lòng.

Trời cuối tháng chạp mưa phùn rả rích. Gió bấc thổi vù vù. Rét thấu xương. Anh em tôi co ro trong ổ rơm, lồng sáo đặt bên cạnh. Mẹ tôi lại sốt từ hôm ông Táo lên chầu trời. Ba hôm nữa tết rồi mà mẹ vẫn nằm rên rỉ. Tôi lo ngại quá, tâm hồn thờ thẫn.

Em tôi sốt ruột vì trời mưa. Nhà chỉ còn gạo, mẹ tôi chưa sắm sửa đồ cúng. Gà vịt cũng chưa mua. Cho đến tối ba mươi, mẹ tôi lên cơn sốt nặng. Mẹ tôi rên hừ hừ.

Đắp hai cái chăn, hai cái chiếu, mẹ vẫn còn rét. Anh em tôi ôm nhau khóc thút thít. Em hỏi những câu quái gở khiến tôi rùng mình.

— Anh ơi ! liệu mẹ có chết không ?

— Không, mẹ phải sống nuôi anh em mình thành người chứ.

— Sao mãi mẹ chả khỏi gì cả ?

— Tại trời mưa lạnh, tạnh nắng là mẹ khỏi, em đừng lo.

Tôi nói dối em tôi tại mưa lạnh, thực ra mẹ tôi chẳng uống thuốc men gì cả. Con nhà nghèo, ốm no bò dậy. Tôi thường bị sổ mũi, ho mà có cần mời thầy lang đâu. Nằm vài bữa, trở dậy lại khỏe như cũ. Tôi tin thế nên đỡ lo.

— Dạo cha còn sống mẹ có ốm nặng không anh ?

— Anh chả nhớ rõ.

Trưa nay, em ngủ nằm mơ thấy cha, em nhớ cha quá, ước gì cha sống lại...

Em tôi khóc to hơn. Tôi ôm em vào lòng, thương mến. Bên ngoài trời còn mưa lai rai. Đêm cuối năm mù mịt. Anh em tôi lo lắng không dám ngủ. Lúc mẹ tung chăn chiếu, anh em tôi nhảy bổ vào ôm mẹ. Hơi nóng và mồ hôi sau cơn sốt thoát ra sưởi ấm anh em tôi giữa đêm trừ tịch. Mẹ tôi vuốt tóc em.

— Mai, ngủ thôi chứ con, mai dậy sớm mẹ mừng tuổi tiền mua pháo tép.

Em tôi nũng nịu :

— Con mua pháo ống lệnh cơ !

— Ừ thì mua pháo ống lệnh.

— Mới lại cái gương cho con sáo nó soi.

— Gớm cô ả vòi vĩnh mãi.

Mẹ tôi chiều con, mẹ nói hơi nhiều, giọng mẹ mệt

nhọc. Tôi định hỏi mẹ cái gì, nhưng thương mẹ lại nghĩ không ra. Anh em tôi tắt đèn đi ngủ.

Sáng mồng một tôi dậy sớm. Em tôi ngủ mê mệt, tôi đắp thêm chiếu cho em ấm áp ngủ lâu. Mẹ tôi hình như đã đỡ. Mẹ nhìn em tôi, lắc đầu ái ngại. Dưới ngọn đèn lù mù, tôi thấy nước mắt mẹ tôi lăn tăn trên gò má xanh xao, khắc khổ. Mẹ tôi nói nhỏ :

— Hữu này, mẹ dặn con nghe nhé ! Hôm nay đừng lởn vởn ngoài ngõ, đừng lấy tiền của ai cho.

Mẹ tôi dặn tôi bằng thừa. Cậu mợ tôi dạy tôi nhiều bài học độc ác, giả đạo đức quá rồi, tôi thèm thuồng gì mà ngửa tay ra để người ta nhổ bọt vào. Nhưng tôi phải đáp :

— Vâng ạ !

Giọng mẹ tôi đứt từng câu ngắn :

— Tại mẹ ốm... thành thử... tết này nhà mình... thiếu cỗ. Con nhớ... thắp hương... bàn thờ cha con nhé ! Con lớn rồi, chả cần, chứ em con, ngày tết... không được miếng thịt...

Mẹ tôi bỏ lửng câu nói, ôm mặt khóc tấm tức. Tôi bỏ ra ngoài sân. Trời tạnh hẳn. Phía nhà trên, gia đình ông ngoại đang giết gà, vo gạo, thổi xôi... Chiều qua nhà ông mổ lợn. Tôi muốn lên chầu chực để may ra ông thương hại thí cho một miếng về ăn tết. Song tôi nhớ tới chú Nghị, tới những bài học làm người chú dạy tôi nên tôi lại thôi. Dường như hồi chú ghé đây để đan cái lồng sáo, chú nhìn tôi rồi gật gù, bao giờ chú cũng gật gù sau buổi dạy học :

— Cháu thông minh lắm, cháu giỏi lắm.

— Nhưng mẹ cháu nghèo.

— Hề gì, đói rách đâu phải là tội lỗi, cháu đừng buồn. Rồi ngày kia cháu sẽ lẻ loi, cháu sẽ thấy trong sự đau khổ người ta mới xét đoán mọi việc đứng đắn.

— Rồi cháu có sung sướng không chú ?

— Chú không dám nói cháu sung sướng nhưng chú quả quyết cháu có tài, có nhiều tài...

— Thật hả chú ?

— Thật chứ, song cháu chả nên quỵ lụy ai, quỵ lụy nó hèn con người đi thì rồi cái tài cũng đến xếp xó.

Chú ưa kể chuyện cha tôi và ngón sở trường âm nhạc : đàn thập lục. Chú bảo ngày ông nội đuổi cha tôi khỏi nhà, cha tôi không có đồng xu nào dính túi. Thế mà cha tôi gây dựng nổi đời cha. Tại cha tôi chết sớm chứ không thể nào cũng có ngày cha về làng mua đất dựng nhà. Tôi kém cha tôi nhiều quá, tôi chỉ biết khóc.

Lúc này đứng nhìn thiên hạ đón xuân, tôi nghĩ đến em gái tôi, nghĩ đến miếng thịt gà, thịt lợn hay thịt chim khi em tôi tỉnh dậy. Anh em tôi chỉ có mỗi con sáo. Con sáo nuôi bao nhiêu ngày mới biết nói. Chẳng lẽ tôi giết nó ? Chẳng lẽ em tôi ăn cơm với muối ngày đầu năm ? Năm nay em tôi mười tuổi, mười mùa xuân bay vụt qua, mười mùa xuân tẻ nhạt, buồn thảm chắp nối thành thời thơ ấu của em tôi. Mùa xuân trôi theo kỷ niệm, có khi nào níu lại được ? Tôi không muốn em tôi lớn lên phải nghẹn ngào nhắc tới một trang chua chát, xiên lệch trong cuộc đời. Vậy thì tôi sẽ giết con sáo. Tôi nghĩ tôi biết buộc tổ, biết nuôi sáo, nuôi bằng cái lồng của chú Nghị thì sáo nào chẳng biết nói, biết hót. Dẫu con sáo này chết, tháng sau tôi buộc tổ sáo khác. Mùa xuân tàn rất nhanh, tôi có đàn sáo mới, tôi nuôi một đôi để chúng quyến luyến nhau cơ hồ anh em tôi, chắc em tôi sung sướng lắm. Ý tưởng ấy khiến tôi bớt se sắt, bớt tủi nhục. Tôi len lén trở vào xách cái lồng sáo xuống bếp. Trời còn tối, sáo không nhận ra tôi. Nếu nó chết thì nó oán hờn sự nghèo khổ và bàn tay tàn ác nào đó. Vong hồn cha tôi sẽ phù hộ tôi. Giết nó, tôi đau đớn vô ngần nhưng tôi phải thương em tôi hơn. Em tôi phải được ăn thịt sáo nấu su hào ngày mồng một tháng giêng năm mới. Chỉ vì em, tôi quên tất cả.

Tôi mở cửa lồng thò tay tìm con sáo. Nó nhẩy trốn, móng chân nó cào vào tay tôi đau buốt. Cuối cùng tôi tóm nó. Nó kêu ai oán, từ xưa nó chưa từng kêu như thế. Nó giẫy giụa. Tôi vặn cổ nó chết tươi. Làm xong công việc tàn nhẫn đó, tôi nhóm lửa nấu nước làm lông. Tôi run run chặt dao trúng ngón tay. Máu tôi hòa cùng máu con sáo.

Tôi xào thịt với hành mỡ thơm lừng rồi đổ nước đun thật lâu. Trong khi chờ đợi, tôi gọt su hào.

Lúc ở bếp bước ra, trời hừng sáng. Tôi đem lông sáo và cái lồng giấu phía sau nhà. Tôi ngồi bệt xuống đất, ôm mặt khóc. Pháo nổ vang trời đất, chuông trống khua inh ỏi. Lòng tôi sôi bùng bùng, tan nát. Tôi nhớ chú Nghị, tôi nhớ cha tôi. Những người thân yêu có thể che chở cuộc đời mẹ con tôi đều bỏ đi cả. Bây giờ mùa xuân về, mẹ con tôi cô độc, nghèo nàn. Tôi đau đớn trút nỗi buồn vào hai bàn tay non nớt, bóp bẹp cái lồng sáo. Niềm vui thơ ấu của anh em phần bị chết chóc, phần bị dúm dó, gẫy vụn. Tôi cứ ngồi tưởng tiếc. Mãi khi nghe tiếng mẹ gọi, tôi mới trở vào.

Mẹ tôi hỏi :

— Tại sao con khóc ?

Tôi đưa vạt áo thấm nước mắt, trả lời :

— Thưa mẹ khói làm con cay mắt đấy ạ !

Rồi tôi mỉm cười, nhưng nụ cười gượng gạo ấy giấu sao nổi một tâm tư đang cuồn cuộn muôn vàn ý nghĩ. Tôi nghe tiếng mẹ thở dài. Tôi đánh thức em tôi dậy. Mẹ tôi mừng tuổi cho mỗi đứa hai đồng. Tôi tặng cả em. Em tôi sung sướng nhận ngay không hỏi lôi thôi như những ngày thường. Gió xuân vừa tạt qua đôi má thơ ngây của em. Tôi nói :

— Mai, đi rửa mặt rồi vào ăn cỗ em !

Em reo to :

— Có cỗ hở anh ?

— Ừ, cỗ to lắm.

— Anh cúng cha chưa ?

— Đã.

Tôi nói dối em chứ ai lại cúng cha bằng thịt sáo. Em tôi chưa biết gì cả. Khi ngồi ăn, em mơ màng chuyện đâu đâu. Em khen thịt ngon. Bất chợt em hỏi tôi :

— Thịt gì đấy anh ?

— Thịt chim.

— Anh mua à ?

— Không.

— Thế ai cho, ông ngoại hở ?

Tôi im lặng nghĩ câu trả lời. Em tôi tự nhiên buông đũa, đứng dậy, cuống quít :

— Con sáo của anh em mình anh ạ ! Ta mừng tuổi nó chứ ?

Thấy tôi rầu rầu không nói, đứa em gái sầu thảm của tôi ngây người đứng ngó. Và em chạy vụt ra sân ngơ ngác tìm kiếm xong lại chạy vô gậm giường ? Chẳng thấy lồng sáo đâu, em hỏi :

— Nó ở đâu hở anh ?

— Chắc trộm bắt mất rồi em ạ !

Em tôi thẫn thờ bước khỏi ngưỡng cửa. Lòng tôi rối bời. Nước mắt trào dâng lên, nhỏ giọt xuống bát canh su hào thịt sáo. Tôi cứ ngồi, nước mắt cứ rơi, lặng thinh như phiến gỗ. Tôi đợi em vào để xin lỗi. Tôi hối hận, tôi muốn chạy ngay ra ngõ gào khóc bi thương ngộ may có Phật hiện hình thì xin ước cho con sáo sống lại. Nhưng cõi đời tăm tối của anh em tôi, Phật là chú Nghị, chú chết rồi, tôi ước nguyện gì đây ? Mãi chả thấy em trở vào, tôi hoảng hốt chạy về phía nhà sau. Ở đấy có bộ lông sáo sũng nước và cái lồng tre chú Nghị đã đan cho em tôi. Em tôi ôm cái lồng vào tay thương tiếc. Tôi đi nhẹ tới gần em. Bước chân tôi run rẩy trên nền đất quê ngoại. Tôi khẽ gọi :

— Mai, em Mai...

Em không ngoảnh lại. Tôi biết em ghét tôi lắm. Em đứng dậy, vẫn ôm cái lồng, lững thững đi ra bờ ao. Tôi phải nói thế nào để em tôi hiểu tại sao tôi giết con sáo ? Tôi toan giãi bày, nhưng khốn nạn, sự nghẹn ngào rình mò đúng lúc vít chặt lấy cổ họng tôi. Tôi chỉ còn biết ấp úng :

— Em ơi ! Anh xin...

Tôi buông chưa dứt lời, em quay lại nhìn tôi, đôi mắt chớp mau. Bốn con mắt anh em tôi lúc ấy mờ đi dưới cái màng sám hối, đau thương. Bộ mặt đau khổ của tôi nói với em nhiều rằng tôi quý con sáo nhưng tôi yêu em. Em tôi chừng hiểu chuyện, em buông đôi tay. Cái lồng và bộ lông con sáo rơi xuống đất. Em chạy xô tới ôm lấy tôi, khóc nức nở.

DUYÊN ANH
1960

DUYÊN ANH

DƯƠNG NGHIỄM MẬU

TIỂU SỬ

Dương Nghiễm Mậu tên thật là Phí-Ích-Nghiễm, *sinh ngày 19 tháng 11 năm 1936 tại làng Mậu Hòa, tổng Dương Liễu, huyện Đan Phượng, tỉnh Hà Đông (Bắc-Việt). Di cư vào Nam năm 1954. Nhập ngũ năm 1966. Lập gia đình năm 1971. Hiện là phóng viên trong quân đội.* Cũng Đành, *tác phẩm đầu tay xuất bản năm 1963. Đã in 20 tác phẩm. Tác phẩm của năm 1973 :* Khuất Bóng Một Thời, *bị cấm in.*

QUAN NIỆM VỀ TRUYỆN NGẮN

Các tác giả thường trải qua một giai đoạn viết truyện ngắn trước khi viết truyện dài. Truyện ngắn gần với thơ, kề cận thân thiết với đời sống ấu thơ và những kỷ niệm của tác giả, nó như những bước đi đầu vừa ngỡ ngàng vừa hăm hở, ở đó có những xúc động nhẹ nhàng, hoặc bất ngờ hung hãn như một nhát chém. Truyện ngắn thường là một chi tiết đủ nghĩa của một đề tài thu hẹp. Với khuôn khổ khó khăn của kỹ thuật nhưng tự nó không là một thể văn gò bó. Một truyện ngắn không bao giờ là một trích đoạn của một truyện dài thành công...

DƯƠNG NGHIỄM MẬU

Về Truyện Ngắn «CŨNG ĐÀNH»

Nói thêm it lời về truyện ngắn Cũng Đành *? Tôi nghĩ tự chú thích tác phẩm của mình là một điều không cần thiết. Người đọc ý thức luôn luôn đòi hỏi tự do. Cũng như người viết đòi tự do. Sáng tác và thưởng ngoạn luôn luôn là một lên đường mới. Tôi có thể nói thêm điều này : truyện* Cũng Đành *là một trong số những truyện ngắn tôi thích, điều đó cũng có nghĩa, người đọc có thể không thích nó.*

Cũng Đành

Tôi trốn đơn vị chạy về nằm ở Cố-thổ vào cuối mùa thu cùng với những cơn sốt rét cách nhật. Bà cô tôi thương xót mỗi ngày vào rừng nhặt những lá, rễ cây về nấu cho tôi uống nhưng vô hiệu nên nghĩ đến chuyện trở về Hà-nội. Ngày tôi rời Cố-thổ về Sơn-tây cô tôi gói cho một gói cơm trộn tám phần sắn khô như củi, nhạt nhẽo. Cô tôi dặn về tìm một người quen ở đó giúp đỡ. Về tới nơi họ cũng không giúp đỡ được gì ngoài những bữa cơm sắn ăn với rau tàu bay luộc chấm muối. Những cơn sốt lại hành hạ. Người ta không thể xin được giấy cho tôi. Nghe lời mách của người hàng xóm muốn cho khỏi sốt rét nên nuốt những con giun đất. Họ bảo có thể trị sốt rét được. Không còn cách gì hơn, tôi kiếm một con dao cùn và chiếc gáo dừa vỡ đi đào giun, những con giun dài xanh đỏ ưa nằm chỗ ẩm, tôi cứ việc lật những viên gạch vỡ ở bên vại nước, và đào ở các bờ rãnh hàng bát giun mang rửa và nuốt. Những con giun còn sống nguyên, bò ngoi đầu lúc nhúc tôi cầm từng vốc bỏ vào miệng cho chúng trườn vào cổ họng. Những ngày đầu ghê tởm, nôn mửa qua đi. Những ngày tiếp theo tôi nuốt thản nhiên. Những con giun sống ấy vào trong bụng tôi đã nhiều nhưng những cơn sốt cách nhật vẫn hành hạ và dữ dội thêm là khác, sức tôi yếu dần thêm nữa. Tôi nghĩ chỉ còn cách nào vào thành may ra kiếm được ký-ninh uống.

Không ai dám bảo đảm xin giấy thông hành cho tôi. Tôi vẫn liều ngày ngày ra bến xe trèo lên để vào, nhưng dù ngồi yên chỗ rồi khi hỏi đến giấy không có, chuyến xe lại bỏ tôi lại. Rất nhiều lần như thế, đến khi có xe cho đi thì tôi lại không có một đồng. Hà-nội — Sơn-tây 43 cây số, với những cơn sốt tôi không còn đủ sức để lè về. Mãi sau vì nài nỉ quá có chiếc xe chở củ nâu, với người phụ xe thương hại cho tôi đi bằng cách ấn tôi vào giữa những bao củ nâu. Hắn bảo tôi trước là nếu vô phúc bị khám mà lộ ra thì chịu khó mà ở tù đừng oán thán gì. Tôi hơi mỉm cười bảo :

— Thì sao mà cưỡng được...

Khi xếp những bao tải củ nâu lên xe hắn chừa lại một chỗ trống ở giữa cho tôi ngồi vào đấy rồi hắn lấy thêm những bao khác lấp lên trên. Tôi ngồi co rúm không thể cựa quậy, nhúc nhích. Mùi củ nâu, mùi bao tải hôi sì, mùi xăng nhớt như muốn chết ngạt. Giữa trưa xe từ giã tỉnh Sơn vào con đường trở về. Xe chạy nhanh sóc trên những quãng đường gồ ghề, những bao củ nâu bị lắc mạnh cứ dẹp mãi xuống, chung quanh tôi kín bưng chả thấy gì, tôi nghĩ như mình bị bỏ vào quan tài đã đậy ván thiên lại chỉ có điều là tôi còn thở. Cơn sốt lại đến với tôi giữa những quãng đường ấy, chân tay run rẩy, hai hàm răng đánh vào nhau và tôi lả người đi vì mệt mỏi.

Khi tỉnh dậy thì xe đang dừng. Tôi lắng tai nghe tiếng giầy đinh lộp cộp, những bao củ nâu bị lay động và có tiếng chọc của một chiếc gậy sắt. Tôi biết là xe đang bị khám, nên hai lần bị gậy sắt thọc vào lưng tôi không dám nhúc nhích và thở mạnh, tôi nghiến răng, nhắm mắt lại... Những chặng gác thoát dần sự khám xét khiến cho xe về đến bến thì trời đã tối mịt. Bến xe Kim-mã hoang vắng, người phụ xe dở bao tải cho tôi chui ra, tôi nghe tiếng chuông xe điện đổ dồn, tôi bước xuống mặt đường chân tay run lẩy bẩy vì đói và lạnh. Tiếng đầu tiên tôi được nghe là của người phụ xe :

— Tới rồi đấy, có thể đi về nhà được không? Không có giấy thì coi chừng tụi ba-tui nó nhặt bỏ nhà Tiền đấy.

Tôi cứng cả lưỡi không nói được. Tôi không biết về đâu cho qua đêm để sáng mai có thể đi tìm kiếm, dù tôi chưa biết là sẽ tìm kiếm cái gì. Về nhà. Người phụ xe nhìn tôi ái ngại. Hắn có khuôn mặt đen khắc khổ, đôi gò má cao làm cho hai mắt đen sâu bóng tối. Tôi nói với hắn tình cảnh của tôi, tôi muốn hắn cho tôi nằm ở trên xe đến sáng hôm sau. Nhưng hắn từ chối. Hắn nói với tôi một ít điều phân trần không sao có thể giúp tôi được. Tôi cám ơn hắn. Hắn xếp lại mấy bao củ nâu, đóng thùng xe rồi hắn quay lại nhìn tôi. Nghĩ thế nào hắn móc túi dúi cho tôi mấy đồng bạc. Không nói thêm nửa lời hắn trèo lên phía trước xe. Chuyến xe chạy vào con đường có đèn thắp sáng.

Tôi đứng lại khoảng đất trống hiu quạnh ở mãi phía ven mấy ruộng muống có vài túp lều nhỏ tối đen. Sương xuống lạnh giá, tôi đứng tựa vào một cột đèn ngó lên cho đến khi mắt hoa và những con đom đóm xanh đỏ bay lượn trước mắt như sao sa mới nhìn xuống bóng mình ngả dài gầy guộc.

Tôi không thể đứng lâu hơn được nên ngã quỵ xuống. Quá mệt tôi phải cố sức bò dần vào một túp lều bỏ không rồi lăn mình xuống đấy. Tôi nằm im một lúc cho hơi tỉnh rồi cố dậy sờ soạng trong bóng tối xem có cái gì có thể ôm vào người được cho đỡ cô đơn, nhưng sờ soạng mãi tôi mới nhận ra có một cái bàn nhỏ và có một cái ghế dài nhỏ. Đó là đồ dùng của một quán nước, hoặc quà bánh gì đó. Tôi không có gì để ôm vào người. Tôi sờ mặt đất nhớp nháp, vơ những rác rưởi ẩm nước hôi hám, những bã mía, lá bánh, giấy vụn. Tôi cố vơ thành một đống rồi rúc mình vào cho đỡ lạnh và êm hơn mặt đất. Muỗi kêu vo ve, những con chuột kêu thành tiếng chui vào đống rác kiếm ăn. Chúng cắn chân mà tôi không muốn cựa, chúng cắn chán lại rúc, lại kêu. Tôi vớ những nắm lá chuối ướt nhẹp bỏ vào mồm nhai cho đỡ buồn miệng. Tôi nghĩ chắc thịt tôi đã hết máu nên lũ chuột chả thèm ăn, và chắc chúng nó nhiều máu hơn tôi là khác, nghĩ thế tôi há lớn miệng tự nhủ : để chú nào vô phúc rúc vào mình sẽ ngậm miệng lại mà nhai một miếng cho khoái bao tử. Bởi vì nếu có con nào đến gần tôi cũng khó chộp được, chúng khỏe và nhanh lạ. Lũ chuột rúc mãi chắc cũng chả kiếm được gì nên bỏ đi dần cho tôi nằm một mình nghe tiếng muỗi kêu vo ve.

Mãi tôi cảm thấy như có một con vật nào đó rất kỳ dị, to lớn tiến đến ôm choàng lấy tôi, tôi bị nghẹt thở không kêu được, thân thể cứng đờ rồi thiếp dần đi...

Tôi thức dậy khi trời đã sáng rõ, bụng đói cồn cào, chân tay rời rã, nhưng đầu óc tỉnh táo kỳ lạ. Tôi nằm im cho mãi đến khi có một người đàn bà bước vào lều. Khi bà ta đưa mắt nhìn đến đống rác thì kêu thét lên. Tôi ngọ ngoạy rồi chui đầu ra. Chắc hẳn người đàn bà tưởng tôi là một con vật, như con chó ốm ghẻ lở nào đấy. Khi thấy cả thân hình tôi ngồi dậy được thì trên khuôn mặt bà ta hiện ra nhiều nét ngạc nhiên đầy kinh dị :

— Trời ơi tao tưởng mày là xác chết rồi chứ... thế mà đêm lính nó không nhặt đi...

Tôi trở ra ngoài vươn vai, thở mạnh, phủi những rác rưởi bám trên quần áo, mắt tôi kèm nhèm. Tôi nhổ một chút nước bọt ra bàn tay rồi chét vào mắt mà dụi cho tỉnh táo. Những chuyến xe không bắt đầu vào bến nằm. Mặt đường nhựa rét cứng. Mùa đông vào thành phố vẻ buồn thảm càng nhiều. Người đàn bà dọn quán. Bà ta bán bún riêu, bánh đúc. Sau khi bày bát đĩa, tôi ngồi vào tấm ghế dài, kẹp tay vào giữa hai bắp đùi rồi nói với bà ta :

— Cho một bát bánh đúc.

Người đàn bà mãi mới nhìn lên dò xét, tôi biết bà ta đang nghĩ gì :

— Này người ta chưa bán mở hàng đâu đấy. Có tiền không mà ăn ?

Tôi moi mấy đồng bạc của người phụ xe cho và để lên bàn, tôi lên giọng chững chạc :

— Cho hai đồng thôi...

Hai bát bánh đúc chan canh riêu nóng hổi vừa ăn vừa thổi làm tôi tỉnh táo. Tôi ngốn rau chuối như lợn cốt đầy dạ dày. Tôi ăn thật nhiều ớt cho tê cả miệng và ràn rụa nước mắt.

Nghĩ đến chuyện bị hỏi giấy, tôi đi vào phố xá lén lút như một kẻ ăn cắp, như một chú cừu đang lạc vào bầy sói; tôi đang lần thân bên những xác ma chập chờn lẫn quất. Trông người nào tôi cũng thấy họ hung ác ngay cả những đứa trẻ con cũng vậy và lúc nào tôi cũng tưởng họ sắp thộp lấy gáy mình hỏi lăng nhăng rồi bỏ vào nhà tù cho đông đảo thêm.

Việc đầu tiên tôi nghĩ đến là trở về nơi bãi Phúc-xá xem nhà cũ thế nào. Thành phố xa lạ một cách không ngờ. Những dấu vết chiến tranh đang được cố gắng lấp đầy để quên lãng. Tôi đứng ở đầu nhà máy đèn, nhìn xuống bãi Phúc-xá vắng tanh chơ vơ vài bức tường đứng cô đơn. Cầu Long-biên xám đứng đằng xa. Tôi không dám lần xuống bãi. Tôi cố nghĩ xem, quen ai, tìm ai, ở đâu, ăn gì, uống gì. Tôi ngồi ở vỉa hè nhìn nền trời xám.

Tôi đi men theo nhà *Ideo* lên phía Yên-phụ. Những rặng cây trút lá chạy dài. Những tên lính Tây la thét cười cợt hát hỏng ở phía trong bức tường cao. Tôi thấy chúng vứt những ống bơ ra theo lối cửa sổ. Tôi đến những đống rác ấy bới móc nhặt những chút vỏ bánh mì đen thui ấn vào mồm mà nhai mà nuốt. Tôi bới hết đống này đến đống khác. Tôi vét vào mồm từng chút cặn thịt hộp đã thiu thối, từng chút đầu hay đuôi cá tanh lợm còn sót lại trong những chiếc ống bơ. Tôi nhặt cả từng miếng bánh mặn nhỏ ấn vào hai túi áo. Đi bới hết những đống rác tôi ngồi nhai những mẩu bánh, khi cổ khô vì khát tôi tìm một cái máy nước áp mặt vào nốc.

Tôi đi lang thang lần lút từ phố này sang phố khác. Chen vào đám đông nhìn vào từng khuôn mặt xem có ai quen không. Nhưng suốt buổi tôi không tìm kiếm được gì.

Đến buổi trưa tôi theo đường tàu điện ra tận Giám, ngồi trong Văn-miếu bên những bia đá, nhà đổ, gạch ngói và cỏ hoang buồn buồn tôi lộn hai túi áo ra nhặt nốt những vụn bánh còn sót lại bỏ vào mồm. Ngồi chán leo lên bức tường đổ ra chợ Con Bò. Đang thơ thẩn bỗng nghe tiếng người hỏi giật :

— Kìa cậu Kha, cậu mới hồi cư à ? Ông bà ở đâu ?... Cháu vẫn để ý tìm mà không gặp — Mạy quá... nhà cháu ấy...

Tôi ngạc nhiên phủi áo rồi nhìn vào mặt người đàn ông một lúc. Tôi không nhận ra ai. Thấy tôi im lặng người đàn ông lại nói tiếp :

— Cháu đây mà — Cả Mạnh hồi xưa trông cửa hàng cho ông bà nhà...

Bây giờ thì tôi đã có người quen rồi cho dù tôi không nhận ra ai.

— Tôi nhớ, chết thật lâu ngày... tôi cũng đang đi kiếm...

— Thế ông bà nhà ?

— Có mình tôi thôi... thầy đẻ tôi... Tôi đang đi tìm

một chỗ ở.

— Thế ra có mình cậu.

— Vâng...

— Thật rõ...

— Tôi muốn có một chỗ ở tạm — nhà bác ?

Người đàn ông lưỡng lự. Bác ta vào độ 40 tuổi, mặt già nua đen sạm, những vết nhăn chằng chịt trên trán. Một con mắt bị tật để lộn ra một mí đỏ lòm và ít râu thưa mọc lởm chởm trên mép.

— Cho tôi ở tạm thôi...

— Nhà cháu cũng không có chỗ tử tế. Sợ cậu ở không được.

— Vẽ ra, đến có ổ chuột mà rúc cũng hay rồi đấy, loạn mà bác !

Sau cùng — bác Mạnh — bây giờ tôi có thể nhớ được tên bác — đưa tôi về ngõ Thộng Phong ở tận mãi chỗ Ô Chợ Dừa nơi con đường Hàng Bột. Vừa vào đầu ngõ đã phải đi qua một xưởng thuộc da hôi thối và những ruộng muối tanh lợm mùi bùn. Bác Mạnh làm nghề thổi thông phong cho một xưởng nhỏ ở luôn tại đó làm người gác nữa. Bác có một chỗ ở bằng ba chiếc chiếu ngánh bằng mấy tấm tôn vào cái lò nấu thủy tinh. Trong nhà chỉ có một cái giường tre độc nhất là chỗ ăn, chỗ ngồi chơi hút thuốc lào và chỗ ngủ cho hai vợ chồng và một đứa con gái hai tuổi gầy teo. Tiếng nó khóc như tiếng mèo kêu nhưng cũng nhờ tiếng khóc đó tôi biết nó còn sống.

Tôi nói tình cảnh tôi cho bác Mạnh nghe. Bác tỏ vẻ ái ngại về chuyện vật đổi sao dời làm tôi khó chịu. Tôi nhờ bác xin cho một việc làm ngay ở xưởng. Ở đây người ta mua những mảnh vụn chai, kính vỡ về nấu rồi thổi thông phong, những ve chai nhỏ để đóng thuốc cho mấy tiệm thuốc bắc. Tôi không biết thổi nên nhận một chân đốt lò, khuân thủy tinh, quét dọn. Buổi tối tôi giải chiếu ngay nơi cửa lò — chỗ làm việc của bọn thợ ban ngày mà ngủ cho ấm.

Bây giờ thì tôi đỡ lo là chưa chết ngay. Mùa đông kéo dài những ngày rét mướt. Tôi vay tiền mua hai cái bao tải tối đến chui vào đó. Với những ngày làm việc mệt nhọc những cơn sốt vẫn trở lại với tôi. Tôi lãnh tiền công chỉ trả tiền cơm cho bác Mạnh và mua thuốc *ký-ninh* vàng về uống hoài. Uống mãi những cơn sốt lui dần thì tôi hóa ra nghễnh ngãng, ù tai nghe không rõ. Người ta sai bảo tôi chẳng nghe được, người chủ đuổi tôi không cho làm vì không thể mượn một người điếc. Tôi buồn sao không điếc hẳn mà lại còn đủ sức để nghe tiếng quát tháo.

Theo lời khuyên của bác Mạnh, tôi đeo lên vai một cái giỏ rách, với một cái móc sắt đi theo những người móc rác đi nhặt mảnh chai, kính vỡ, vụn sắt về bán.

Tôi tìm ra bãi đổ rác, bới những đống hôi thối, nhặt chai, kính... từng chút sắt vụn, vỏ cam, rẻ rách. Khi chiều về lọc ra từng thứ bán cho bà Cả Ơi. Bà ta chuyên mua lại của những người đi nhặt rồi bán cân cho xưởng thổi thông phong, cho lò đúc, rẻ rách bán cho dân Bưởi làm giấy, cho xưởng *ô-lô* làm rẻ lau. Vỏ cam vỏ quít cho tiệm bào chế và cả lông vịt lông gà...

Tôi kiếm đủ ăn, tối về ngủ ở chỗ bác Mạnh như một con chó vô chủ.

Tôi bới chán ở đống rác lại đi tìm bới ở những căn nhà đổ nát chưa có chủ về. Tôi nghĩ đến nhà tôi, và những thứ còn lại ở đấy chắc chưa ai nhặt nên muốn mò về. Một bữa tôi lên đê Yên-phụ nhìn sang bãi Phúc-xá với ý nghĩ ấy nhưng rồi không dám qua. Tôi đi dọc bờ sông lên chỗ xưởng dép *cao-su* con hổ chen vào một đám đông đảo tụ lại ở chân đê.

Tôi thấy người ta đang đào một cái hố lớn, họ đào sâu và vứt lên vô kể những mảnh chai sắt vụn mà không ai nhặt thì mừng quá. Tôi nhặt lại từng đống rồi thuê xe *ba-gác* chở về..Tôi vớ được một món bất ngờ. Tôi không hiểu họ đào gì mà chốc có người lại cúi xuống nhặt lên một mẩu xương, khi to khi nhỏ rồi xem xét, truyền tay nhau. Khi thì xương bò, khi xương lợn, khi xương gà, xương chó... Khi biết thế họ lại vứt đi và đào nữa — Sau tôi mới biết họ tìm xương người. Toán người ở đó được một nhà giàu ở đây thuê đào tìm xương của ông bố chết hồi chạy loạn mà người đó nghi là chết ở *tăng-xê* nơi chỗ này. Bởi thế nên mỗi khi gặp một chút xương họ phải xem có phải là xương người không, nhưng mỗi lần họ đều thất vọng, đào mãi cũng không thấy gì. Ngày thứ hai họ có ý thôi, tôi nghĩ đến sắt vụn mảnh chai nên bảo :

— *Tăng-xê* này sâu lắm, ở dưới nữa kia. Đào chưa tới đâu.

Thấy nói vậy họ tưởng tôi biết nên xúm lại hỏi, yên trí tôi biết. Tôi bảo chính hồi Nhật thả bom tôi đã chui vào đây và có lẽ mẹ tôi cũng bị chôn ở đây nữa. Họ tiếp tục đào cho tôi kiếm ăn. Nhưng lẽ dĩ nhiên họ không tìm ra một chút xương người nào. Khi họ yên trí bảo chắc ông cụ không chết ở đây, tôi vỗ tay vào trán như mới nhớ ra :

— À, nhưng ở chỗ này có những hai cái *tăng-xê* cơ — hay ông cụ chui ở cái đằng này...

Tôi chỉ cho họ chỗ cách đó độ năm thước, tôi quả quyết còn một cái nữa — và họ tiếp tục đào cho tôi nhặt mảnh chai, sắt vụn. Tôi nghĩ giá hồi xưa biết vậy tôi chết quách ở chỗ này cho bây giờ họ nhặt lấy xương mà làm ma, làm chay và cho là bố họ có hơn không. Rồi đào mãi họ cũng bỏ. Tôi nghiêm nét mặt rồi nói lớn :

— Sao không đào cái đống thịt thối này của tao mà lấy đầu lâu và xương cốt...

Lũ người bảo tôi là thằng điên họ tức bực muốn dần cho chết. Có một đứa bông lơn cho cả lũ cười.

— Đến vứt cái xác mày cho chó nó cũng chẳng gặm nữa là xương cốt...

Tôi cất tiếng cười lớn theo đám đông xúm quanh làm họ thôi cười.

Số tiền kiếm được làm tôi phè phỡn. Một bữa tối tôi qua phố Hàng Buồm mua hai con gà luộc sẵn về cho vợ chồng bác Mạnh một con, còn một con tôi ngồi xé ra ngoạm.

Tôi đang ăn thì có đứa con gái đứng ở cửa nhìn vào. Tự nhiên tôi nói lớn :

— Có ăn thì vào cho miếng chứ nhìn gì ?

Nó vào ngồi ở bên cạnh rất thản nhiên. Tôi nghĩ chắc nó cũng sống như tôi — thật tội nghiệp. Tôi nhìn vào mặt nó. Nó cũng chỉ độ tuổi tôi. Tóc uốn quăn môi son và mặt chát phấn. Nó mặc quần áo trắng. Nó ăn hết rồi ngồi mút mười đầu ngón tay còn vẻ thèm nhạt. Tôi hỏi :

— Ở đâu ?

— Trong ngõ.

— Có nhà à ?

— Có.

— Hạnh phúc, hạnh phúc.

— Còn anh ?

Nó nói tiếng anh ngọt sớt. Tôi vứt bỏ mẩu xương cuối cùng rồi co vạt áo lên chùi mồm.

— Không có gì cả... không có gì cả mà...

— Về ở với em...

Nó lại xưng em. Tối hôm đó tôi theo về nhà nó

— một gian nhà lá mãi trong cuối ngõ. Nó chỉ cho tôi nằm ở một cái chõng con và vứt cho tôi một cái chăn đơn. Nó ngủ ở một cái giường có màn buông và hai cái gối. Lần đầu tiên tôi được một chút êm ấm. Đêm nó thắp đèn kể chuyện tâm sự cho tôi nghe. Nó chả có cha có mẹ gì và nó làm nghề kiếm khách. Tôi về ở đó ngày ngày đi móc rác, đêm về ngủ. Nó thì ban ngày ngủ, đêm đến mặc quần áo, đánh phấn chải đầu rồi đi kiếm mối đem về nhà. Chúng nó cởi truồng ra đùa rỡn với nhau chán rồi ôm nhau lên giường ngủ như không có tôi. Những ngày mùa đông rét mướt kéo dài mãi nền trời xám và mưa đêm. Những ngày không có khách nó có tôi sang ngủ chung cho ấm. Có đêm cơn sốt rét lên nó thấy tôi run như sắp chết thì hoảng sợ.

— Ê chết sao mà rãy dữ vậy ?

— Không.

— Đừng rỡn, chết làm sao ta chôn.

— Thì cứ vứt ra đường là xong.

— Vứt sao được...

— Đùa chứ chết gì, ôm cho chặt vào thì không chết đâu, khỉ.

Nó cởi hết quần áo tôi ra mà đùa rỡn coi tôi như một khúc gỗ. Đêm nào nó cũng cần ôm lấy một thân thể mới ngủ được. Tôi là một cái thân thể để cho nó đắp vào những đêm không có khách. Có đêm tôi lên cơn rét, thân thể hoàn toàn bất lực, nó cố vác bỏ tôi sang chõng rồi ngồi chờ thằng tầm quất đi qua. Thằng tầm quất tới nó gọi vào rồi đóng cửa lại, nó bảo đấm bóp chán rồi ôm lấy. Thằng tầm quất không cưỡng lại được, sáng hôm sau như lả đi. Nó bảo tôi giúp sức kéo bỏ ra ngoài đường. Đến một hôm có một gã đàn ông khỏe mạnh đến rồi ở luôn lại. Tôi nằm một mình buồn tủi. Rồi đứa con gái bảo tôi :

— Em sắp lấy chồng.

— Gã đó ?

— Chứ sao !

Tôi buồn rầu bảo :

— Lấy anh đi... tương lai mà...

Nó bĩu môi rồi tát vào mặt tôi một cái mà bảo :

— Ứ ừ... để rồi tao đi móc rác với mày à — Rồi con cái — rồi tuổi già ?...

— Đồ khỉ — Lại còn con cái ? Lại còn tuổi già ? Rồi sống được đến già à ?

Tôi ôm lấy nó như chưa ôm bao giờ.

— Đừng lấy gã đó. Ở với anh...

Mấy ngày sau chúng nó tống tôi đi với mấy chục bạc. Tôi ngày ngày đi móc rác, chiều đến mò vào Văn miếu nằm. Đêm đêm sờ soạng những bia đá, những gạch ngói nằm im mà thấy tủi thân. Ôm vào lòng cũng chỉ thấy cứng ngắc. Buổi sáng thức dậy soi mặt xuống làn nước hồ nghe tiếng quạ kêu trên những ngọn cây khô già cỗi.

Đến một khuya kia tôi thức dậy vì ánh sáng đèn bin soi vào mặt. Tôi mở mắt nhìn tụi lính chĩa súng vào người. Chúng hỏi giấy tờ tôi không có gì nên bị điệu về bót. Chúng giam tôi đến sáng hôm sau mới dẫn lên hỏi :

— Tên gì ?

— Con tên Kha.

— Thẻ căn cước ?

— Con mới vào nên chưa có.

— Ở đâu ?

— Con ở ngõ Thông phong.

— Số nhà ?

— Con quên.

— Với ai ?

— Với vợ con.

Chúng bắt tôi dẫn về ngõ Thông Phong, tôi đưa

vào nhà đứa con gái. Tôi chỉ vào nó mà bảo với tụi lính :

— Vợ con đây.

Tụi lính cất tiếng hỏi :

— Có phải bà là vợ nó không ?

— Không, tôi có chồng.

— Bà biết nó không ?

— Không — tôi không biết nó là ai cả.

— Nó là vợ tôi mà...

— Này thằng kia — mày trông cho rõ xem tao ngủ với mày bao giờ...

Tôi thấy yêu đứa con gái vô cùng. Tụi lính đánh tôi túi bụi.

— Khai láo, khai láo... quân lưu manh... đánh cho chết đi...

Đêm chúng đem tôi về nhận vào bể nước rồi đánh nữa. Khi tôi ngất đi chúng lại phun nước cho tỉnh dậy và tiếp tục đánh như nhồi một trái banh — rồi chúng lại bắt tôi cung khai. Tôi không còn biết mình nói gì :

— Mày mới ở ngoài vào phải không ?

— Vâng... dạ...

— Định phá hoại phải không ?

— Dạ vâng...

— Với ai, tổ chức nào ?

— Vâng...

— Ai ?

— Dạ...

— Ai ?

— Nguyễn-Mạnh-Kha...

— Ở đâu ?

— Số bảy, tám, chín Hàng Khay.

— Đúng không ?

— Nó cho ở...

Tụi lính lại dẫn tôi đi, tới nơi tôi vừa tỉnh để bảo:

— Không, tôi nhầm. Tôi là Nguyễn-Mạnh-Kha.

Tôi khai lung tung, bạ gì nói nấy. Chúng đánh chán tay rồi giam tôi vào buồng tối như một con chó cho muỗi nó đốt. Chúng tra khảo tôi mãi cũng chán nên giam tôi lại cùng với những người khác, mỗi ngày ném cho một nắm cơm. Có một ngày lũ người bị giam được tập trung vào một khoảng sân ngó thấy nền trời. Tay bị xích lại. Hôm đó có một viên cố đạo bảo là đến làm phép lành cho lũ tù. Hắn nói những điều tôi chưa hề nghe bao giờ như: yêu mến Chúa, thiên đường, địa ngục, cứu rỗi, tội lỗi, xám hối, quỉ quái, thánh thần, yêu thương, huynh đệ... Lũ lính vác súng bắt lũ tù ngồi yên nghe.

Viên cố đạo làm dấu nhìn chúng tôi bị đánh đập. Nhưng tôi còn đủ sức chửi bới và văng tục. Tụi lính lại tra khảo tôi mà không chịu buông tha:

— Mày tên gì ?

— Con khỉ.

— Ở đâu ?

— Con khỉ... cởi truồng...

— Cha mẹ mày tên gì ?

— Ai ?

-- Cha mẹ mày ?

Khi nghe rõ đến hai tiếng cha mẹ thì tôi khóc rống lên, chúng tiếp tục đánh đập tôi nữa:

— Mày tên gì ?

— ...thịt thối...

— Ở đâu ?

— Viên cố đạo.

— Cha mẹ mày tên gì ?

— A ha !.. A ha !...

Đến một đêm tối lũ lính dồn tôi lên một chiếc xe

bọc kín mang tới một cánh đồng cùng mấy đứa nữa. Chúng bắt đào hố. Tôi biết là sắp được tự chôn mình. Tôi nghe tiếng lên đạn lách cách, xong, chúng bắt quay mặt vào hố. Tôi nhớ đến câu hỏi, và tự nhắc :

— Cha mẹ mày tên gì ?

DƯƠNG NGHIỄM MẬU
1958

DƯƠNG

NGHIÊM

MẬU

ĐỊNH NGUYÊN

TIỂU SỬ

Tên thật Nguyễn-Đình-Định, *sinh ngày 12 tháng 4 năm 1942 tại Hải-Dương Bắc-Việt. Cựu học sinh Chu-Văn-An. Đã cộng tác với các tạp chí Bách-Khoa, Văn...*

Hiện phục vụ trong quân đội Việt-Nam Cộng-Hòa với-cấp bậc Đại-úy.

QUAN NIỆM VỀ TRUYỆN NGẮN

Theo tôi, truyện ngắn là một góc cạnh sáng chói nhất trong toàn diện văn chương của người viết. Hầu như nhà văn nào cũng bắt đầu bằng truyện ngắn — một sáng tạo, một dấu hiệu — rồi tiếp tục, dưới hình thức này hay hình thức khác, triển khai sáng tạo đó để hình thành một khí hậu, một lối viết, những nhân vật của riêng mình.

Về Truyện Ngắn «KHÍ HẬU»

Lời nói thêm của tôi về truyện ngắn in trong tập truyện này chính là cái tên truyện.

ĐỊNH NGUYÊN

Khí Hậu

Trời rạng sáng : Tiếng gà gáy vọng dưới thung lũng còn mù sương đục. Ánh sáng nhợt nhạt lan từ hướng Đông tới. Ông Thức đã dậy từ lúc nào, ngồi im lặng trên chiếc ghế trước cửa sổ : Cửa kính được mở ra một nửa. Gió lạnh buổi sớm tẩm đẫm hơi sương. Góc đường một gốc thông cũ cháy dở (Người ta đang sửa chữa và mở rộng con đường trước nhà. Nhiều cây cối đã bị đốn xuống). Mùi nhựa thông cháy thơm hắc mỗi lúc một nồng hơn trong không khí.

Người đàn ông vẫn ngồi yên lặng. Hai tay đặt trên thành ghế. Bàn tay phải cầm gọn cái *pipe*. Thuốc trong lòng điếu chắc đã tắt. Người đàn ông như thể đang ngủ, cũng như thể đang nhìn ra ngoài.

Tiếng gà gáy mỗi lúc một râm ran dưới lũng thấp trầm mình trong bóng tối và sương mù. Hôm nay không biết có nắng tốt không. May ra ! May ra ! Hình như ấm lại nhiều. Người đàn ông vươn vai và ngáp dài, như vừa tỉnh thức từ một giấc ngủ (một giấc mộng). Ông với tay lấy chiếc bật lửa châm một mồi thuốc. Ngọn lửa *gaz* cong xuống chui vào lòng điếu. Ánh sáng hắt ngược soi vầng trán đã có những nếp nhăn và mái tóc lòa xòa điểm những sợi bạc.

Ông rời khỏi ghế đi về phía góc phòng, bật đèn, gấp cuốn sách để trên mặt bàn ngủ lại, nhìn bức ảnh một người đàn bà treo trên tường. Đôi mắt bà có vẻ hờ hững nhìn đâu đâu. Khuôn mặt người đàn bà thật đẹp nhưng buồn thảm, giống như buổi chiều mùa thu chiếu ra thứ ánh sáng hiu quạnh. Người đàn ông đứng lặng trước bức ảnh, hai vai hơi so lại. Một cơn gió rét lùa vào phòng. Chụp đèn treo chao qua chao lại. Ông rùng mình, đưa hai tay vuốt mặt. Da mặt lạnh và ẩm. Ông lắc đầu lẩm bẩm :

«Mau thật !»

Mười năm : Người đàn bà đã chết. Tuổi già buồn thảm. Tuổi già một mình lại càng buồn thảm hơn. Đời sống ta cũng như một mặt nước tù hãm, đóng váng không còn in soi được một mảnh trời nắng, một bóng cây xanh. Cái lớp váng ấy chính là cái chết của em mà cũng là cái tuổi già của ta. Nó đóng kín đời ta lại nhưng cũng chính vì thế mà ta giữ được âm vang hạnh phúc của quá khứ ta. Tuổi già bây giờ như vậy đó : loa lầu rỉ sét ở lại một ga bỏ không miền núi, cao nguyên đất đỏ nơi em đã hấp hối chết lần chết mòn những ngày cuối cùng mà ta vắng mặt. Ôi tuổi trẻ cuồng nộ và lãng mạn. *Cuối cùng, bây giờ, ta vẫn chỉ là một lão giáo già. Sự có mặt của người đàn bà làm cho đời sống khó khăn hơn nhưng cũng cần thiết hơn* (Sau khi em chết và ta bắt đầu cái tuổi già của mình mới hiểu ra như thế) ; *người ta như thể bị trói nghiến vào với nhau mà cái cách duy nhất là cố gượng đứng lên và bước tới nếu không thì sẽ chẳng cục cựa gì được. Sự ràng buộc ấy cũng như thời tiết với mùa màng. Như ngày với đêm. Bây giờ không thời tiết. Không mùa màng. Không ngày. Không đêm. Ta đã già. Em đã chết...*

Ông Thức đưa tay định mang tấm ảnh xuống nhưng lại thôi. Ông thở dài, lững thững đi về phía cửa sổ khép cánh lại. Phương Đông đã ửng dáng đỏ, hắt lên những cụm mây đặc sệt lam nham. Sương mù ẩm dục tụ kín trong vòm cây như tất cả lá cây đang thở ra hơi nước lạnh lẽo. Người đàn ông rất sợ mùa lạnh nhưng may là mùa lạnh hình như sắp qua (?). Hình như thế thì phải. Sáng nay không lạnh dữ như những sáng khác. Người đàn ông lẩm bẩm, với chiếc áo choàng trên mắc, mở cửa.

Cửa phòng của An mở hé. Ánh đèn hắt ra trải một vệt sáng trên hành lang tối âm. Ông Thức ngạc nhiên. Chẳng hiểu nó dậy làm gì sớm thế. Ông đẩy rộng cánh cửa nhìn vào phòng. Không có ai hết. Chăn nệm bừa bãi trên giường. Đèn bàn viết bật sáng, soi tỏ bức tượng Chúa trên thập tự. Cạnh bức tượng là tấm hình một người lính trong cái khung mạ vàng kiểu cọ. Một cuốn tập dầy bìa da nâu mở ra đến ba phần tư. Ánh sáng soi qua chụp đèn mầu hồng không đủ tỏ bức tranh, ấn bản họa phẩm *La Mousmé* của *Van Gogh* treo trên tường. Những sọc đỏ trên áo cô gái trong tranh thẫm mầu hơn, trông giống như những vệt máu rỉ xuống, khô queo. Tất cả các cánh cửa sổ đều đóng kín. Ông Thức bước hẳn vào phòng con gái. Bây giờ chợt ông đứng lặng đó, trong cái khung cảnh và hơi hướng đặc biệt : *đàn bà* ; một thế giới bé nhỏ riêng rẽ, khác lạ, làm ông choáng váng ngây ngất. Căn phòng toát ra sự dịu dàng thấm dần vào ông.

Ông Thức cầm cuốn tập bìa da soi sát vào ngọn đèn chụp. Đó là cuốn nhật ký của An. Những dòng chữ lệch lạc rõ ra được viết trong lúc mệt nhọc, bất an :

...Nhức đầu quá không tài nào ngủ được. Khổ chưa ! không còn viên thuốc nào hết. Muốn dập đầu vào tường. Sợ ba thức. Khuya quá rồi. Mai là ngày giỗ mẹ. Sao mẹ lại đặt tên con là Bình An. Ta không bao giờ được may mắn ấy. Mọi người sống như chỉ để lần lượt chết đi. Ba : một cái bóng. Như thế không còn là ba nữa. Ba đã chết. Ba đã chết ! Buồn cười thật. Sao cười hoài vậy H. ? Không thấy em đang đau đầu sao ? Tại sao vậy ? Không bao giờ H. tắt được nụ cười đó. Nụ cười của H. — Như thế — Cũng đã chết. Chết ! Ngon lành vậy sao H. của em ? Anh nói... Có hai điều đáng gọi là bằng nhau (Tại sao lại có chữ đáng

khỉ như vậy ?) : yêu em và chết. Bây giờ em mới thấy em ngu khờ vì cái điều thứ hai anh đâu có quyền chọn lựa. Anh nói dối em nhưng lời dối trá ấy thật tình, nên em đã phải khóc hoài. Ta không khóc. Đau đầu quá ! mà không phải chỉ đầu không thôi. Ta phải làm một cái gì đó ? Mà làm cái gì đây ? Mệt nhọc. Rời rã. Đời sống ta giống như sau một cơn sốt. H. = Cái chết = Cơn sốt ghê gớm ấy..

Ông Thức ngồi hẳn xuống ghế trước bàn viết. Ông gấp cuốn nhật ký của con lại, nhè nhẹ lắc đầu. Chiếc đồng hồ quả lắc kiểu cổ ở dưới nhà ngân nga điểm sáu tiếng. Âm vang lạnh lẽo, giống như những lớp sóng tản tròn lớn mãi dần ra trên một mặt nước tiêu điều, dập lên tất cả những ô cửa kính của ngôi biệt thự, rung trong thăm thẳm. Mất tăm. Người đàn ông tắt ngọn đèn trên bàn. Căn phòng chìm vào bóng tối. Ánh sáng nhợt nhạt hiện dần lên trên mặt các ô kính cửa sổ. Người đàn ông vẫn ngồi yên lặng trên ghế, trong ánh sáng lam nham, như một bức tượng.

Bên ngoài : Những con chim bồ câu bay xuống sân. Phương Đông sáng rõ dần. Chẳng bao lâu mặt trời sẽ lên ở phía bên kia đồi. Mặt hồ phủ sương mù, trôi lập lờ giống như một chất dẻo, trắng xóa, nhẹ tênh. Đám khói từ gốc thông cháy bay lẫn trong sương. Người phu quét đường vừa bắt đầu làm việc. Tiếng chổi quét trên mặt lộ sàn sạt. Một ngày bắt đầu bằng mọi thứ tiếng động.

An ngồi trong phòng khách. Nàng ngả đầu trên thành ghế. Hai mắt khép hờ. Tay giữ cuốn sách đặt trên đùi. Điếu thuốc đang cháy trên cái gạt tàn. Sợi khói đứng thẳng tắp. Ngọn đèn chụp tỏa ra ánh sáng yếu không đủ soi tỏ những cuốn sách đứng lệch lạc trên giá giống như một hàm răng khấp khểnh không đều. Lò sưởi đã tắt từ lâu còn lại những tàn than và vài mẩu củi nhỏ. Khuôn mặt cô gái chỉ được soi tỏ một phần. Ánh sáng dịu dàng của ngày đọng lại trên mi mắt nàng. An lắng nghe những tiếng động của buổi sáng : Con chim bồ câu kêu gù gù, tiếng gà gáy vọng bên ngoài các ô kính nghe xa lắc, tiếng râm ri trong căn phòng như thể tất cả các chất gỗ đều cựa mình thức dậy đón buổi sáng ấm. Khi nhắm mắt lại nàng có cảm tưởng những âm thanh mơ hồ đó được khuếch đại hẳn lên. An cũng nghe tiếng chân cha trên lầu. Một lát sau thì im bặt. Nàng tự hỏi : Có cái gì lạ lùng của một ngày như hôm nay ? Người cha thức dậy quá sớm ? Có điều gì lạ lùng trong những âm động thầm thì của buổi bình minh ? Tất cả như vừa đổi mới và bất thường ? Nhưng chắc chắn là thời tiết đã bắt đầu đổi khác.

Ông Thức hiện ở đầu cầu thang tối :

— An !

Nàng mở bừng mắt nhìn cha :

— Ba dậy sớm quá ba ! Ba có sao không ?

— Con hút thuốc hay đọc sách vậy ?

— Không ! Con buồn ngủ. Con pha cà-phê cho ba nghe !

— Con đừng hút thuốc nhiều. Con yếu lắm đấy !

— Con quên chưa đun nước nữa. Ba chờ con một chút nghe ba !

— Ờ ! Ba còn rửa mặt.

— Ba ăn trứng không ?

— Sao cũng được.

— Ba !

— Con cứ ngồi nghỉ đi, còn sớm mà !

Ông Thức đi thẳng vào *toilette*, khép cửa lại.

An xoay người ra phía sau tắt ngọn đèn chụp. Ánh sáng bên ngoài mới vừa chỉ đủ soi tỏ trên các ô kính cửa sổ. Nàng lại bật đèn lên.

« Bây giờ mình làm cái gì đây ? »

Nàng đứng dậy vươn vai. Những tấm nệm vuông đỏ còn đặt trước lò sưởi. Đêm qua An đã nằm ngủ ở đó. Vài ba cuốn sách báo rải rác trên sàn làm cho phòng khách có vẻ bừa bãi hơn thường lệ. Bình hoa hồng trên bàn ăn đã héo. Những cánh hoa rụng xuống nền vải trắng, đã thẫm mầu tím lại. Mặt trời đỏ hực nhô lên bên kia đồi rọi chiếu ra những sợi nắng đầu tiên xuyên qua sương mù lấp lửng trong các đám lá, rồi nhấp nhánh trên ô kính cửa sổ.

« Sáng rồi ! »

An đi vào nhà sau và đứng trước cửa bếp. Nắng dâng lên thật mau, giống như lớp bọt nước vàng óng, sủi cao dần, tràn qua các ô kính cửa vào trong căn bếp nhỏ gọn ghẽ : mặt gạch men trắng óng ánh như mầu thỏi bạc cắt, rồi mầu vàng rực rỡ trên các mặt gỗ vẹc-ni.

An ngồi ở bàn ăn, để cái thìa và bình đường, đặt tách cà-phê vào đúng chỗ, lau lại chiếc nĩa, những việc nhỏ nhặt này nàng làm rất thứ tự và chậm rãi trong khi chờ người cha thay quần áo trên lầu. Sau đó nàng đứng dậy đi loanh quanh trong phòng, ngừng lại trước bàn viết, không nhấc ống nói lên, quay số điện thoại vu vơ để nghe tiếng lách cách đều đặn dễ thương của vòng số quay trả trở về.

— Con gọi điện thoại à ?

Ông Thức vừa xuống thang gác. Ông mặc *complet* bằng hàng nhẹ mầu xám nhạt, *chemise* trắng và *cravate* sọc đỏ. An quay lại cười :

— Hôm nay trông ba trẻ ra quá !

Ông Thức lúng túng nắn nắn lại chiếc *cravate* sọc đỏ:

— Con gọi điện thoại sớm vậy ?

— Không ! Con không gọi điện thoại.

Ông ngồi xuống bàn ăn :

— Lại uống cà phê với ba chứ ?

Trong phòng đầy ánh nắng rực rỡ của buổi sáng ấm. Hai cha con ngồi đối diện ở bàn ăn. Ông Thức ngồi thẳng lưng, nâng tách cà phê một cách trịnh trọng nhưng tự nhiên bằng thói quen cố hữu. An ngồi nhô người tới trước, tì hai khuỷu tay lên mép bàn. Nàng nhìn xuống tách cà phê của mình trong khi ông Thức nhìn con. Hai cha con đều yên lặng. Thỉnh thoảng An nhìn cha rồi lại yên lặng uống tách cà phê của mình. Một lát sau An nói : con đi nướng bánh và đứng lên. Ông Thức rót thêm cà phê vào tách, vừa uống vừa gật gù không nói gì. Một lát sau An trở lại với những lát bánh vuông được nướng vàng và một đĩa bơ lạt.

— Ba ăn trứng thêm không ba ?

— Thôi con ! Hôm nay ba không thấy đói lắm.

Nàng ngồi xuống lấy dao ăn miết bơ lên miếng bánh rồi để vào đĩa trước mặt cha. Tự nhiên nàng hỏi :

— Sao sáng nay ba dậy sớm quá vậy ? Đêm qua ba không ngủ được à ?

— Ba đi ngủ sớm lắm chứ ! Có lẽ tại khí hậu thay đổi thì phải ?

— Hình như trời ấm lại nhiều. Phải không ba ?

— Ừ, có lẽ vậy.

— Sáng nay ấm như mùa hè ấy ba !

— Ừ chắc vậy.

— Nên ba mới dậy sớm hơn mọi ngày phải không ba ?

— Ba cũng không biết.

— Đúng không ba ?

— Ờ ! Ờ có lẽ như thế. Nhưng con ăn hết miếng bánh đi chứ ! — Người cha mỉm cười — Sáng nay ba uống ba tách cà phê rồi.

— Ba uống chút rượu nghe ba!

— Vào hơn bẩy giờ sáng à? Hơn nữa hôm nay có buổi họp ở trường, ba không muốn người ta cho ý kiến của ba là do rượu nói chứ không phải ba nói.

— Ba có gì lo nghĩ không ba?

— Không! Không! Mà sao?

— Sao ba thức sớm quá vậy?

— Có lẽ tại trời đột ngột ấm lại nên ba dậy sớm.

— Đúng thế không ba?

— Có gì quan trọng đâu con.

— Mùa hè còn lâu mới đến mà ba.

— Thời tiết cũng không nhất định gì lắm.

— Con sợ không phải là như thế.

— Sao vậy?

— Ba lớn tuổi rồi.

— Ừ! Ba già rồi nhưng ba còn khoẻ mà.

— Đúng không ba?

— Ba không mất ngủ theo ý con nghĩ đâu.

— Ba không thương con.

— Đừng khóc vào buổi sáng như thế này!

— Con không khóc.

— Ba không cấm con khóc được nhưng đừng khóc nữa.

— Con không khóc đâu.

— Ba biết! Trưa nay con muốn ba về ăn cơm nhà hay con xuống trường đón ba rồi hai cha con đi ăn tiệm?

— Ba!

— Ba biết! Ba biết! Không phải vì thời tiết mà ba dậy sớm — Có phải con muốn nói như vậy? Ba biết, ba nhớ hôm nay là ngày giỗ mẹ con. Ba đã cố...

— Con xin lỗi ba.

— Con đừng khóc !

— Con xin lỗi ba.

— Con ăn đi chứ ! Con không có gì để phải xin lỗi ba.

Ông Thức bẻ một miếng bánh miết bơ và đặt lên đĩa cho con. An cúi đầu nhìn xuống.

— Con đã không săn sóc ba chu đáo.

Ông Thức đặt tay lên mép bàn :

— An ! Đó không phải điều làm con khóc mãi.

— Con xin lỗi ba.

Ông Thức đứng lên đi vòng lại sau lưng con gái, đặt tay lên vai nàng nói :

— Trưa ba về ăn cơm rồi chiều ba chở con ra khỏi thành phố cho khoẻ người, lâu lâu mới có ngày ấm như thế này.

— Giá là nghỉ hè ba nhỉ ? Con muốn đi thăm mộ mẹ.

— Ừ ! Còn lâu mới mùa hè.

Ông Thức vuốt tóc con rồi về ghế ngồi xuống :

— Hay con thích ba ở nhà hôm nay, ba có thể bỏ buổi họp ở trường cũng chẳng hề gì.

— Thôi ba đi làm đi !

— Ờ ! Trưa ba về.

— Để con xuống trường đón ba rồi đi ăn tiệm như ba nói. Lâu lắm con chưa xuống phố.

Người cha rót thêm một ít cà phê vào tách, nhìn con mỉm cười :

— Hôm nay ba uống quá nhiều cà phê.

Ông chỉ vào miếng bánh còn trên đĩa của An :

— Con ăn hết miếng bánh đi chứ !

Bên ngoài sân cỏ : nắng vàng rực rỡ rung động trên những đóa hoa còn ẩm sương đêm. Bầy chim bồ câu rủ nhau bay vòng một vòng lớn trên nền trời xanh ngắt qua đồi thông và mặt hồ đã tan sương.

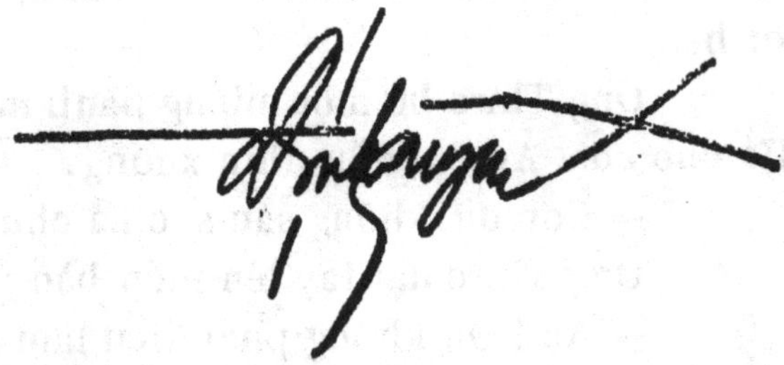

ĐỊNH NGUYÊN
1972

HỒ HỮU TƯỜNG

—

TIỂU SỬ

Sinh năm 1910 tại làng Thường-thạnh tỉnh Cần-thơ, Nam-Việt. Tương tự Nhất-Linh, Hoàng-Đạo, tác giả vừa viết văn viết báo, vừa hoạt động chính trị, cách mạng. Bị bắt giam trước sau nhiều lần, lần thứ ba bị kết án tử hình nhưng rồi được tha. Đã từng là dân biểu Quốc hội.

Các tác phẩm chính : Thu Hương — Chị Tập — Phi Lạc Sang Tàu — Hoa Dinh Cầm Trận — Tương Lai Văn Hóa Việt-Nam.

Hiện ở Saigon và có chân trong hội Văn-bút Việt-nam.

QUAN NIỆM VỀ TRUYỆN NGẮN

Không có câu trả lời (ghi chú của Nhà Xuất Bản).

Về Truyện Ngắn «CON THẰN LẰN CHỌN NGHIỆP»

Không có câu trả lời (ghi chú của Nhà Xuất Bản).

HỒ HỮU TƯỜNG

Con Thằn Lằn Chọn Nghiệp

Giữa một con đường truông thăm thẳm, vắng vẻ âm u, không một xóm nhà, ít người qua lại, có một cái am nhỏ. Am ấy mới cất, độ non ba năm thôi. Trong am chỉ có một sư cụ già, thui thủi một mình quanh năm chẳng được ai thăm viếng. Trước am, nơi giữa sân, chất sẵn một đống củi, vừa lớn, vừa cao ngất ; củi xếp rất vuông vắn, thẳng thắn, dường như được săn sóc chẳng khác một vườn kiểng do một vị lão trưởng giả chăm nom.

Một hôm trời đã tối rồi, nhà sư vừa lên đèn được một chặp, thì có hai người khách đến trước ngưỡng cửa, vái mà thưa rằng :

— Bạch sư cụ, nhờ ngọn đèn dắt dẫn, chúng tôi mới dõi đến đây. Mong nhờ sư cụ cho tá túc một đêm, sáng mai chúng tôi sẽ lên đường.

Nhà sư ung dung, chắp tay đáp :

— Mô Phật. Cửa thiền bao giờ cũng mở rộng cho người lỡ bước.

Rồi dừng một phút, dường như để trấn tĩnh nỗi vui đương sôi nổi trong lòng, nhà sư tiếp :

— Ngót ba năm nay, tôi mở am nơi nầy, không được một ai đến viếng. Ngày nay là ngày ước nguyện, may được hai ngài quá bước, ghé nghỉ chân. Âu cũng là duyên trước...

Nói xong, nhà sư dọn cơm chay cho khách dùng, và câu chuyện không đề, vô tình dẫn khách đến câu hỏi :

— Bạch sư cụ, chẳng hay sư cụ thích tụng kinh nào ?

Vui sướng, vì như gặp bạn tri âm, nhà sư đáp :

— Tôi quy y Phật pháp từ thuở bé, rừng thiền có thể nói rằng đã viếng khắp nơi. Cách ba năm nay, lòng huệ được mở ra... Và từ ấy tôi chỉ tụng kinh Di Lặc.

Một người khách hỏi :

— Sư cụ có thể cho tôi biết duyên cớ vì sao chăng ?

— Mô Phật. Chỉ có lời nói, mà độ được người, tôi sao dám tiếc lời ! Vậy tôi xin vui lòng mà nói cho hai ngài rõ. Bởi tôi đọc qua các kinh sách, thấy rằng Phật Thích Ca khi đắc đạo, có dạy : hai nghìn năm trăm năm về sau, Phật pháp sẽ đến chỗ chi li : ấy là hồi mạt pháp. Di Lặc sẽ xuống trần, cứu độ chúng sanh và chỉnh đạo lại. Nay kể cũng gần đến kỳ hạn. Chắc là Phật Di Lặc đã xuống trần mà độ kẻ thành tâm tu hành. Bởi lẽ ấy cho nên tôi có nguyện tụng đủ một nghìn lần kinh Di Lặc. Nếu lời nguyện được y, ấy là tôi sẽ đắc đạo.

Người khách thứ hai hỏi :

— Sư cụ đã tụng được bao nhiêu lần rồi ?

— Đã được chín trăm chín mươi chín lần rồi. Bây giờ, chỉ còn lần thứ một nghìn, lần tụng của đêm nay. Chắc hai ngài trước có duyên lành, đêm nay đến mà chứng kiến tôi tụng lần thứ một nghìn ấy.

Đến đây, bữa cơm chay đã mãn, khách mệt mỏi, xin ngả lưng. Nhà sư dọn dẹp trong am cho thanh khiết, rồi bước lại trước bàn Phật, khêu bấc đèn dầu, mở kinh ra mà khởi sự tụng. Tiếng tụng kinh chậm rãi, như nện vào không gian. Thỉnh thoảng một tiếng chuông ngân lên đánh dấu chuỗi tiếng mõ dài dằng dằng...

Trước khi nhắm mắt ngủ, hai người khách còn trao đổi vài câu :

— Tội nghiệp thay cho sư cụ già, quá mê tín, mất sáng suốt, mà không giác ngộ. Phật pháp lập ra đã hai nghìn năm trăm năm về trước, tránh sao cho chẳng có chỗ lỗi thời. Nhận thấy chỗ lỗi thời, các môn đệ ắt phải lo tài bồi, phát xiển mối đạo. Thế là có tư tưởng này, học thuyết nọ ; rồi sinh ra môn, ra phái, ấy là nguồn gốc của sự chi li. Nay rừng thiền có hơn tám mươi bốn nghìn cội khác nhau, ấy là lẽ dĩ nhiên vậy.

— Tôi cũng đồng ý với anh về chỗ đó, và nghĩ thêm rằng : nếu bây giờ có một vị Di Lặc xuống trần, thì vị ấy có trọng trách cất nhắc Phật pháp cho cao kịp với sự tiến hóa của mọi sự việc từ hơn hai nghìn năm nay. Và trách nhiệm của mỗi tín đồ của Phật là dọn mình cho sẵn, để đón rước cái pháp mới sắp ra đời. Chớ mê mải trong việc gõ mõ tụng kinh, há chẳng phải là phụ lòng mong mỏi của Thích Ca chăng ?

Lời nói của hai người khách, giữa một cái am vắng vẻ, không dè có kẻ trộm nghe. Kẻ nghe trộm nầy là một con thằn lằn, đến ở am, khi am vừa mới dựng lên, và đã từng nghe chín trăm chín mươi chín lần kinh, nên có linh giác, nghe được tiếng người, biết suy nghĩ và phán đoán. Câu phê bình của hai người khách đã giúp cho con thằn lằn giác ngộ. Nó vốn biết nguyện vọng của nhà sư : là hễ tụng xong lần thứ một nghìn, thì nhà sư sẽ lên dàn hỏa mà tự thiêu... Rồi nó nghĩ : nhà sư lòng còn mê tín, chưa được giác, phỏng có thiêu thân thì làm sao nhập được Niết Bàn. Hay là ta tìm thế ngăn người, đừng để cho người thiêu thân, đợi chừng nào người giác, rồi sẽ hay.

Rồi con thằn lằn quyết định : phải ngăn ngừa, đừng để cho nhà sư tụng xong lần thứ một nghìn. Nó nghĩ được một kế : ấy là bò lên bàn Phật, đến dĩa đèn dầu, ráng sức mà uống cạn dĩa dầu. Bấc sẽ lụn, đèn tắt, nhà sư không thấy chữ mà tụng nữa.

Một sức mầu nhiệm đã giúp con thằn lằn đạt được

ý nguyện : chỉ trong một hơi mà đĩa dầu đã cạn ; bộ kinh chỉ mới tụng quá nửa mà thôi. Đèn tắt, nhà sư ngạc nhiên nhưng nghĩ : hay là hai người khách là kẻ phàm tục, không được duyên lành chứng giám việc đắc đạo của mình ? Âu là xếp kinh, nghỉ, chờ ngày mai khách lên đường, sẽ tụng lần thứ một nghìn ấy.

Nhưng, sau đó, đêm nào cũng vậy, buổi kinh đọc chưa xong mà đèn lại tắt đi. Nhà sư có lúc tính tụng kinh lần nầy vào khoảng ban ngày, nhưng nhớ lại rằng khi xưa đã có lời nguyện tụng kinh vào khuya, tĩnh mịch, nên không dám đổi.

Và một đêm kia, dằn lòng không được, tuy tụng kinh mà mắt chốc chốc nhìn đĩa dầu để xem sự thể do đâu, nhà sư bắt gặp con thằn lằn kê mỏ mà uống dầu. Nổi giận xung lên, nhà sư dừng gõ mõ, mà mắng rằng :

— Loài nghiệt súc ! Té ra mi ngăn ngừa không cho ta được đắc đạo !

Rồi tay cầm dùi mõ, nhà sư nhắm ngay đầu con thằn lằn mà đập mạnh. Con thằn lằn bị đánh vỡ đầu, chết ngay. Hôm ấy, nhà sư tụng xong lần kinh, bước lên dàn hỏa, tự châm lửa mà thiêu mình.

Và cũng đêm ấy, hai cái linh hồn được đưa đến trước tòa sen của Phật. Uy nghiêm, ngài gọi nhà sư mà dạy :

— Nhà ngươi theo cửa thiền từ thuở bé, mà chẳng hiểu bài học vỡ lòng của Pháp ta là thế nào ! Pháp ta đã dạy phải trừ hết dục vọng thì mới đắc đạo, mà ngươi dục vọng lại quá nhiều : bởi việc muốn đắc đạo, để được thành Phật kia cũng là một cái dục vọng. Có dục vọng ấy là THAM ; bởi tham nên giận mắng con thằn lằn ấy là SÂN ; bởi sân nên tưởng rằng trừ được con thằn lằn thì tha hồ tụng kinh, rồi đắc đạo, ấy là SI. Có đủ

THAM, SẦN, SI, tất phải phạm tội sát sanh, thì dầu ăn chay trường trọn đời cũng chưa bù được.

«Tội của ngươi lớn lắm, phải tu luyện rất nhiều mới mong chuộc được. Vậy ta truyền cho Kim Cang, La Hán hốt hết đống tro do xác ngươi thiêu mà hóa ra, rồi đem tro ấy tung khắp bốn phương trời. Mỗi hột tro đó sẽ hóa sanh làm một người. Chừng nào mọi người ấy dắc đạo, đám chúng sanh ấy sẽ được qui nguyên, trở lại hiệp thành một, thì nhà ngươi sẽ đến đây mà thành chánh quả».

Rồi Phật cho gọi hồn con thần lằn mà dạy :

— Nhà sư chưa được giác mà làm tội, tội ấy đáng giá là một mà thôi. Còn nhà ngươi, được nghe lời hai người khách, được giác một phần rồi, mà làm tội, tội ấy đáng kể là mười. Hồn con thằn lằn lạy mà thưa rằng :

— Bạch Phật Tổ, lòng của đệ tử vốn là muốn độ nhà sư, dầu nát thân cũng không tiếc. Chẳng hay đệ tử có tội chi ?

Phật phán :

— Muốn độ người, kề thiếu chi cách, sao ngươi ngăn đón việc tụng kinh của người ? Đã đành rằng tụng kinh như nhà sư là một việc mè tín, song vẫn là một tín ngưỡng. Cõi Phật vốn là cõi tự tại, nếu phạm đến tự do tín ngưỡng, gọi để dắt người vào, thì làm sao cho được ? Bởi ngươi không dùng phương pháp tự do, người là kẻ mất tự do, thì cả hai làm sao được vào cõi tự tại ?

Một lần nữa, con thằn lằn được giác, qui lạy mà xin tội :

— Xin Phật Tổ mở lòng từ bi, cho đệ tử hóa sanh một kiếp nữa, để dùng phương pháp tự do mà độ vô số chúng sanh do những hột tro, mà các vị Kim Cang, La Hán vừa tung ra đó.

Phật đáp :

— Ta cho ngươi được toại nguyện.

Hồn con thằn lằn vừa muốn lạy Phật mà đi đầu thai, thì sực nhớ lại, nên bạch rằng :

— Xin Phật Tổ dạy đệ tử phải hóa sanh làm kiếp chi ?

Phật đáp :

— Nhà ngươi đã gần bến giác, phải tự mình chọn hình thể mà hóa sanh. Tự do chọn lựa mới có thể luyện mình để bước vào cõi tự tại.

Hồn con thằn lằn từ ấy trôi theo mây gió, không biết trụ vào đâu, để có thể vừa dùng phương pháp tự do mà độ người, vừa có thể độ được đông người, số người đông như số hột tro do một cái xác thiêu ra. Thật chưa hề lúc nào có một linh hồn bị trừng phạt phải đau khổ đến thế.

Một hôm, trong hồi xiêu bạt, nó trông thấy bóng của hai ông khách khi xưa đã đến ngủ ở am. Vội vã, nó bay theo, vái chào và kể nỗi niềm đau đớn :

— Hai ngài đã giúp cho tôi giác ngộ được một ít, có hay đâu tôi phải mang cái nghiệp vô định này. Đã trót làm ơn, xin độ cho tôi đến bờ bến.

Hai ông khách đáp :

— Chúng tôi đâu dám lên mặt thầy đời mà dạy người, huống chi lại dám đèo bồng mang lại một giải pháp cho một vấn đề nan giải. Nhưng đã lỡ gieo trong trí ngươi một ý nghĩ làm cho ngươi phải khổ như bây giờ, thì phải góp ý kiến để cho ngươi suy xét mà gỡ rối. Ấy gọi là chuộc lỗi.

Hồn con thằn lằn gật đầu, cảm ơn trước. Một người khách nói :

— Chúng tôi đây là bọn chơi văn giỡn chữ, quanh

năm chỉ lấy việc đem ý hay lời đẹp mà làm cho vui lòng kẻ đọc mình, rồi lấy sự vui của người làm sự sung sướng của mình, cho đó là sự «đắc đạo» của mình. Nếu phải mong muốn điều gì, thì cố gắng trình bày cho bóng bẩy, văn hoa : được thì tốt ; bằng không thì thôi, chớ chẳng hề khi nào phạm đến tự do của người...

Nghe đến đó, thì một điểm linh quang bắt đầu hiện trong trí con thằn lằn. Người khách thứ hai nói tiếp :

— Xưa nay, trong bọn chúng tôi cũng được một vài tay lỗi lạc, kể một chuyện lý thú, hát một bài thơ hay, chuyện ấy thơ nầy được truyền ở hàng triệu miệng. Vậy, nếu ngươi có lòng muốn độ hằng hà sa số chúng sanh, thì cố gắng trau dồi *văn tài* cho tương xứng, văn ngươi tung ra là có thể cảm hóa triệu triệu người... Rồi, cũng phải luyện *văn tâm*, để cho văn ngươi có thể nhen nhúm được trong lòng mỗi người một điểm lửa thiêng. Lửa bắt cháy, văn của ngươi như dầu rót thêm vào, làm cho ngọn lửa sáng lên...

Hồn con thằn lằn gật đầu ba cái để tạ ơn và nói rằng :

— Con đường ấy khó đi cho đến hết được, song chắc chắn là đi cùng đường, ắt có thể đến trước tòa sen mà chầu Phật Tổ. Vậy tôi xin cố gắng.

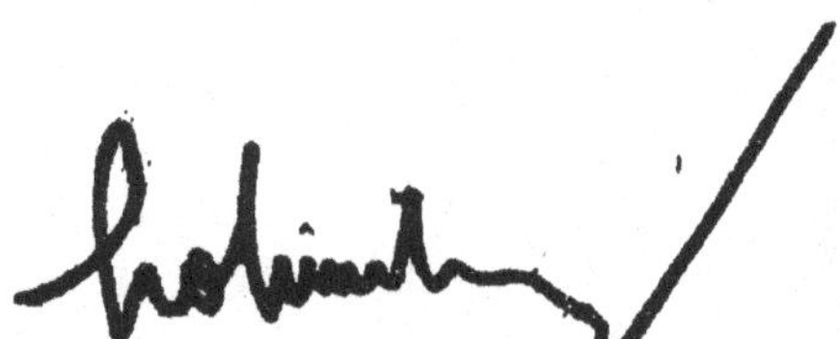

HỒ HỮU TƯỜNG

HUỲNH PHAN ANH

TIỂU SỬ

Tên thật Huỳnh Thanh Tâm, *sinh ngày 3.3.1940 tại Dầu Tiếng, Thủ Dầu Một. Năm tuổi, theo gia đình tản cư xuống Saigon. Cựu học sinh Lê Bá Cang. Tốt nghiệp ĐHSP Triết tại Đà-Lạt, 1964. Lần lượt dạy học tại Sadec, Kiến Hòa, Mỹ Tho, Bình Dương... hiện là giáo sư Trung học Nguyễn Trãi Saigon. Xuất hiện đều đặn từ năm 1966 trên các tạp chí Nghệ Thuật, Văn Học, Văn... Tác phẩm đầu tay :* Văn Chương Và Kinh Nghiệm Hư Vô, *tập tiểu luận, xuất bản năm 1968. Lần lượt sau đó, truyện :* Người Đồng Hành, Những Ngày Mưa, Ngọn Lửa Đìu Hiu..., *phê bình :* Đi Tìm Tác Phẩm Văn Chương...

QUAN NIỆM VỀ TRUYỆN NGẮN

Truyện ngắn có lẽ là một thử thách toàn diện và cao độ nhất mà người ta có thể thực hiện trong văn chương và chỉ có truyện ngắn mới nói lên đầy đủ và dứt khoát quan niệm của một tác giả về chữ nghĩa. Cho nên theo tôi, vấn đề quan trọng trong truyện ngắn vẫn là vấn đề kỹ thuật.

Kỹ thuật truyện ngắn luôn thúc đẩy

người viết đặt chính truyện ngắn, tức là đặt vấn đề xử dụng chữ nghĩa thành vấn đề. Truyện ngắn thể hiện một sự tìm kiếm, mãi mãi như thế.

Về Truyện Ngắn «PHÍA NGOÀI»

Về truyện ngắn dành cho nhà xuất bản, theo tôi, có thể tạm gọi là điển hình cho lối viết của tôi, nếu tôi được phép nói như thế.

HUỲNH PHAN ANH

Phía Ngoài

Quán quay mặt ra bờ sông, thuộc một dãy phố thấp, cũ kỹ, với những cửa tiệm bán đồ *bazar*, gạo, than, cùng những sản phẩm đặc biệt của địa phương, tất cả nghèo nàn, mặc dầu vẻ phát đạt bề ngoài của chúng ; đó là nơi tôi vẫn ngồi vào những buổi chiều không phải vào lớp, những ngày không phải về Sài-gòn hay đến một tỉnh lỵ nào khác, những giây phút trống rỗng, bao giờ cũng vậy, để dễ bắt gặp cảm giác của lần đầu tiên bước vào, một cuộc khám phá tình cờ, đúng vào buổi chiều đầu tiên đặt chân tới đây tìm mua những món vật dụng hàng ngày (bàn chải, xà bòng, ly uống nước...), tôi đã uống ly cà phê nhạt nhẽo, gớm ghiếc, nhìn ra quang cảnh tẻ lạnh, lam lũ, xa lạ, chán ngắt bên ngoài, hương vị cà-phê vẫn không hề thay đổi, cũng như bầu không khí chung quanh, trước mặt, nhưng không hiểu tại sao tôi vẫn tiếp tục trở lại đó, tìm lại chỗ ngồi đã bắt đầu quen thuộc, một cảm giác phải nói là khó chịu, một cảm giác mà tôi chấp nhận một cách dễ dàng. Chỗ ngồi kê sát bên cửa ra vào : một chỗ dễ nhìn ngắm, nghe ngóng, có lúc tôi tự nhủ thầm như vậy. Tôi đã nhìn qua bờ sông bên kia, lũ trẻ con nô đùa ngụp lặn dưới nước, tôi nhớ ra, để không bao giờ quên nữa, những âm thanh mơ hồ của nước, của những tiếng reo hò, có thể nào tôi đã nghe vang dội vào tai mình, qua một khoảng cách quá xa như vậy, có thể tất cả bắt đầu từ một hình ảnh tươi sáng xuất hiện bất ngờ, đúng vào lúc đó, dưới cái nhìn lơ đãng của tôi.

Tôi sẽ bước vào ngồi chỗ của mình, tâm hồn bình thản, rỗng không. Bờ sông bên kia, đúng vào chỗ có những cây dừa lả ngọn, những cành lá chết, buông xuôi, khô cóng : tôi chờ đợi lũ trẻ xuất hiện ở đó, tôi tiếp tục mường tượng những hình ảnh, những âm thanh hãy còn mơ hồ, vướng vít đâu đó. Và tôi ngồi như đang nghe ngóng, bằng trọn thân thể của mình, những động tĩnh chung quanh. Buổi chiều (ôi, những buổi chiều của cuộc sống ngái ngủ, giả mơ giả chết) được ghi nhận bằng những sinh hoạt chậm lại, loãng dần, yếu ớt. Tôi sẽ chờ đợi sự thầm lặng đang trở về, hay vẫn có mặt từ bao giờ, sự thầm lặng kéo tôi ngồi nán lại, trói buộc mọi ước muốn viển vông trong tôi. Lúc bấy giờ, mặt sông trở nên bằng phẳng, sáng rất khẽ, lấp lánh dưới những tia nắng sau cùng rất nhạt, rất dịu, ánh lên rất khẽ, gây ảo tưởng về một thứ âm thanh nồng nàn. Bên kia sông (tôi tiếp tục nhìn qua, tìm kiếm) : cây lá dày kịt ven bờ, những mái nhà lưa thưa nằm lẫn khuất sau những bóng dừa sầm uất, mây xám và trong, thấp xuống. Nhìn ra xa, về phía trái, chiếc cầu sắt vắt ngang sông, thẳng băng, ở đó vào giờ tan học buổi chiều, những chiếc áo trắng kết thành hàng, thành một chuỗi dài tưởng chừng bất tận. Cảnh sắc đâu đây vẫn vậy, quen thuộc và nhàm chán. Tôi nhìn ra cõi mênh mông, không đối tượng. Tôi sợ từng sự vật bất ngờ nào có thể gây chú ý, từng sự chuyển biến đột ngột quanh tôi. Thật ra không còn gì nữa ngoài sự trống vắng, mơ hồ, một cái gì đang âm thầm chuyển bước hoặc âm thầm đứng lại, hoặc tan đi, không còn nữa, một cái gì đã là một sự vắng mặt. Còn tôi, tôi cũng mong manh, chới với. Tôi đã ở một nơi nào. Một nơi nào ở tận cùng cái nhìn kia. Ở đâu không biết.

Thỉnh thoảng, một khuôn mặt trong đám người qua lại dưới hiên quán, lơ đãng nhìn vào, bất chợt nhận ra một hình ảnh quen thuộc mỗi ngày, sẽ trở nên lúng túng, mất tự nhiên, sẽ vội nghiêng đầu bỡ ngỡ, một phản ứng gượng gạo, không thể cưỡng chống lại được. Tôi sẽ nghiêng đầu đáp lại hay tôi vẫn ngồi yên trong vị trí chết đờ khép chặt. Hay thật ra tôi chỉ mới chuẩn bị một tác động chào hỏi, lỡ dở và muộn màng: những cử chỉ, những mưu toan của tôi trong đời có bao giờ đúng lúc, nhịp nhàng, ăn khớp. Sau đó, liệu tôi còn tiếp tục dáng ngồi buông thả như trước hay sự bình yên đã mất, còn lại tôi loay hoay tìm kiếm một thế ngồi khác. Tôi sẽ rút một điếu thuốc (một cử chỉ, bất luận một cử chỉ nào, tôi nghĩ). Ở đây không ai buồn chú ý tới tôi. Điều này khiến tôi dễ chịu. Có thể đối với mọi người, sự có mặt của tôi không hề mang một ý nghĩa nào đáng kể. Lão chủ quán người Tàu, tóc bạc, vẻ mặt gân guốc, giọng nói sang sảng, ngồi sau quầy, mắt láu liên, thỉnh thoảng vẫn nhìn về phía cửa, trông chừng từng người khách bước vào, cái nhìn lão lướt qua tôi, không hề dừng lại ở tôi. Có lẽ vì lão đã quen thuộc quá rồi — tôi, đối với lão. Cả tên hầu bàn, thằng bé luôn luôn toét miệng cười, đã tỏ ra thân thuộc với tôi ngay từ những phút đầu, nó không còn lạ gì nữa thức uống của tôi, giờ khắc tôi ngồi trong quán, giờ khắc tôi đứng dậy bước ra ngoài. Nó tỏ ra tôn trọng sự im lặng của tôi, mặc dù đôi lúc, tôi vẫn bắt gặp một khoé nhìn xét nét kín đáo của nó. Lúc đó, không hẹn, chúng tôi sẽ gặp nhau trong một nụ cười gượng gạo pha lẫn chút cảm tình.

Tôi tìm kiếm, trông đợi gì? Trước mặt tôi chỉ còn là một sân khấu trống trải, trần truồng, chết. Buổi chiều lịm dần ngoài kia, trên mặt nước, ở tận cùng những ngọn cây bên kia sông. Tôi nghe ngây ngất như trong một cơn say ngà ngà đang đẩy nhẹ, đưa nhẹ, một cơn choáng váng mơ hồ. Tất cả bắt đầu từ một khoảng trống, một lỗ hổng trước mặt đang thu hút tôi, chiếm đoạt tôi (nếu tôi có thể nói như vậy).

Đó là những phút sau cùng bất chợt trở nên hối hả khi tôi sắp sửa đứng dậy đồng thời nghe ra những tiếng thì thầm trong cổ họng, vô nghĩa, chưa thành lời. Tờ giấy bạc dằn dưới đáy ly, tôi sẽ đứng dậy, khẽ quay nhìn vào trong (một dấu hiệu mơ hồ, một cử chỉ phác họa thừa thãi), cho gói thuốc, hộp quẹt vào túi quần, nhìn một lượt trên mặt bàn đen đúa (một cuộc kiểm điểm lấy có, vô hại), bước ra khỏi quán. Tôi sẽ đi trên những bước chậm, đều, thân thể nhẹ nhàng, tâm hồn lêu bêu. Lúc bấy giờ trời đã chạng vạng. Cảnh vật bên kia sông chỉ còn là một dãy đen kịt chạy dài, lập lòe những ánh lửa cách khoảng, lẻ loi. Trời xám thẫm, nặng trĩu. Đâu đây có tiếng sóng tấp vào bờ, tiếng mái chèo khua nước nghe như vẳng lại từ xa (những chuyến đò ngang muộn màng của một ngày). Tôi đi giữa những khuôn mặt câm nín, những dáng đi vội vàng như trốn tránh : tất cả chỉ còn là những bóng dáng mờ loãng. Đèn đường bật sáng. Đêm tỉnh lỵ, không hẹn hò, chợt trở tới, trơ trẽn (lớp phấn trên đôi má quê mùa). Tôi đi về phía trung tâm tỉnh lỵ (bữa cơm tối một mình trong một quán ăn, cạnh rạp hát). Những dĩa vọng cổ khàn giọng giờ đây đã bắt đầu. Tôi sẽ dừng lại ở một sạp báo. Ừ, một tờ báo trong khi chờ cơm dọn lên.

Vài hàng về tỉnh lỵ đã nói, ít ra một lần ở đâu đó. Nói chung : một tỉnh lỵ khá nên thơ (cỏ, cây, lúa thóc, sông rạch, mây trời...). Qua khỏi cầu bắc, con đường nhựa thẳng tắp đưa vào trung tâm tỉnh lỵ, chạy giữa những đồng ruộng xanh mướt, những vườn dừa sầm uất, lạnh vắng, những đồn canh lặng lẽ, bí ẩn, những cột đèn ngã quị, những sợi dây thép đứt phăng, những tấm bảng tuyên truyền, lời lẽ đanh thép v.v... người ta nói chiến tranh, tàn phá, giết chóc, chỗ nãy mìn mới giựt, chỗ này nữa trận phục kích hôm nào. Qua một ngã rẽ, bắt đầu từ góc đường có tấm bảng viết hàng chữ in *«Kính Chào Qui Khách»*, nhà cửa hai bên đường trở nên san sát, loáng thoáng sau những hàng cây thưa. Công trường với đài chiến sĩ đứng sững giữa lộ (bên trái : ty thanh niên, sân vận động, bến xe đò... bên phải : bến xe lôi, đồn lính...) : cửa ngõ chính thức đưa vào tỉnh ly, bắt đầu từ đây, con đường nới rộng hơn với khu công viên hai bên, với những hàng cây dương cao ngất che rợp bầu trời, những chiếc băng đá, những thảm cỏ... tất cả tạo nên một cảm tưởng tốt đẹp, có lẽ, trong cái nhìn đầu tiên của người mới đặt chân tới. Tôi hy vọng — tôi đã nói với một ai khác hay với chính mình ? — sẽ thích được nơi nầy, sẽ ở đây luôn. nếu cần, tại sao không, một ước mong nào khác, một đời sống nào khác, một nơi nào khác, tất cả, tôi tự hỏi để làm gì, đối với tôi, có thể mọi sự chưa đến đỗi muộn màng lắm đâu nhưng đôi khi chính tôi không biết phải làm gì trước cả những mưu toan kịp thời, đúng lúc chỉ còn chờ thực hiện, tôi thấy sự gãy đổ từ đầu, thật ra sự gãy đổ bắt đầu từ đâu, Hạnh nói, tôi có cảm tưởng anh sống lêu bêu, chân không chấm đất, nghĩa là anh vẫn như vậy, bao nhiêu năm rồi anh không thay đổi gì, tôi làm sao biết được, tôi nghĩ chính anh tự ý bớt đi hay thêm vào, anh định sống hết đời như thế sao. Tôi nhớ đã hỏi gặng lại nàng, một cái gì khi đã bắt đầu liệu còn biết tiếp tục cách nào khác ? Tôi nhớ đã cười đắc thắng sau câu nói đùa của mình. Tôi cười thì phải giống đứa con nít, như Hạnh đã một lần nói như vậy.

Gian phòng nơi tôi trở về rất muộn, ban đêm, khi gió từ dưới sông ùa lên lạnh buốt, gian phòng, nơi những câu chuyện thường kéo dài tới khuya, khi bốn bề lặng ngắt, khu vườn ngoài cửa sổ đã im ngủ, chỉ thỉnh thoảng đưa lại những tiếng rì rào, ớn lạnh. Hãy tưởng tượng tới những gian phòng, những câu chuyện trao đổi trong bầu không khí bịt bùng, thân mật đó, những câu chuyện tưởng chừng vô tận, những câu chuyện chỉ cần được khơi lên. Có phải mỗi con người là một câu chuyện (hay nhiều hơn) đang chờ được kể ra (kể : điều cần nhất, điều ghê gớm nhất). Tôi nói : «Đầu óc tôi nặng trĩu trí nhớ». Tôi nói : «Tôi biết nói những điều nào khác những gì tôi đã sống qua». Tôi nói : «Ta phải sống, có lẽ vì ta đã sống». Tôi nói như kẻ đối diện tôi (thí dụ : Hạnh) chỉ còn là sự vắng mặt, và tệ hại hơn nữa, như thể chính tôi không còn tự chủ nữa, lời nói tôi tự kiếm cho nó một cách phát biểu. Chúng tôi ngồi đối diện nhau, có khi mỗi người quay mặt về một phía khác, một cách để tránh nhìn nhau trong khi đang nói (hoặc đang lắng nghe), như vậy có lẽ mỗi người sẽ được tự nhiên hơn, thong thả hơn (không ai giục giã ai, mỗi người được tự do hoàn toàn, làm chủ lời nói, cả sự im lặng của mình). Hạnh thường xuất hiện trong phòng tôi, dưới lớp áo ngắn, rộng, tay dài, một cách che giấu bớt thân thể mảnh dẻ của nàng, loại áo nàng vẫn mặc ở nhà, không hiểu sao dễ gây ở tôi cảm giác dễ chịu hơn. Tôi sẽ thấy mình gần gũi với nàng hơn, đúng ra, với thân hình yếu đuối, với chính sự yếu đuối của nàng. Tôi không bao giờ nói cho Hạnh biết là tôi vốn thích mẫu đàn bà mảnh dẻ, ốm yếu : một cách giải thích cho những cảm giác thân mật một cách tự nhiên của tôi lúc gần nàng. Cho tới khi, lần đầu tiên, đứng sát vào người Hạnh (hai người bỗng nhận ra mình đứng sát vào nhau, nhận ra sự gãy đổ những khoảng cách đã có từ trước), tôi không có một ý nghĩ nào đáng kể, điều nầy có nghĩa là tôi vẫn mặc nhiên chấp nhận Hạnh trong mối liên hệ thường tình như tự thuở nào : một người bạn, nếu cần một người chị ; thế ngồi im lìm bất động của Hạnh lúc đó đáp ứng phần nào những động tác của tôi : không một phản ứng bất thường nào hứa hẹn bộc lộ (thí dụ, một cái nhìn kinh ngạc, một câu nói vất vả : tại sao anh làm vậy, tại sao chúng ta làm vậy), không ai nói một lời nào nữa dù để chối từ, dù để mời mọc, tất cả những gì xảy ra sau đó tưởng chừng vượt ngoài, thoát khỏi ý muốn mỗi người, tất cả không hứa hẹn xảy ra, nhưng đã xảy ra (những cử chỉ đầu tiên của một nhân loại nào đó, có thể như vậy).

Tại sao câu chuyện đó, câu chuyện xảy ra đêm trước (một đêm trước) hầu đã lùi xa, thoát khỏi đời sống mỗi người : câu chuyện của một thời nào mất biệt, của một ai, những ai hoàn toàn xa lạ. Tôi nhận ra vẻ thản nhiên của nàng, ngay cả những tiếng «tại sao» lạc loài trong những câu nói, những lời chuyện vãn bình thường khi tình cờ nhắc lại «câu chuyện», khi ««câu chuyện» tự dưng hiện đến, trở về. Tôi tránh khỏi cảnh lúng túng, khó ăn, khó nói. Tôi có thể lướt qua những phút khó khăn một cách không mệt nhọc, «Không tại sao cả !». Đó là câu giải thích của tôi. Tôi không giải thích được gì, và dầu vậy, nàng vẫn không hề tỏ vẻ thắc mắc, điều khiến tôi hài lòng, dễ chịu. Không tại sao cả. Đúng vậy. Tôi đã đến gần nàng. Chúng tôi đã đứng sát bên nhau, thân thể gục vào nhau trên những bước chân dìu nhau tìm kiếm (một chỗ để ngồi, một chỗ để nằm), điều tôi còn nhớ lại, đó là đôi mắt của Hạnh, cái nhìn của nàng : một sự bình thản lạ kỳ. Chúng nhìn tôi từ phía dưới, cái nhìn khô, rỗng, tẻ nhạt : nó ở ngoài thân thể và cử chỉ của nàng lúc bấy giờ, nó ở ngoài những câu chuyện chúng tôi đang nói (những lời, những chữ...). Nó biến tất cả thành một sự trống vắng, rỗng không. Hoặc chính nó đang khởi sự xóa nhòa... Dù sao, nó làm tôi cảm động. Tôi đã hôn lên đôi mắt đó (tôi muốn bày tỏ một tình cảm dịu dàng hay tạo một cơ hội cho sự việc đó) để tức thì bắt gặp một nỗi ngượng ngùng, đủ cho tôi nghe nóng ran hai bên thái dương. Tôi xấu hổ vì một cử chỉ tầm thường, vô nghĩa của mình. Tại sao tôi thấy cần phải làm một cử chỉ nào khả dĩ mang một ý nghĩa, một nội dung. Ai, cái gì cho phép tôi bộc lộ một cách trắng trợn như vậy, dù một tình cảm trìu mến, dù một nỗi thương hại — một cách chân thật hay dối trá — cử chỉ thừa thãi, vượt ngoài sự chờ đợi của mỗi người, cử chỉ đó thay vì một im lặng biểu đồng tình, một thỏa ước mặc nhiên (tốt hơn tôi không nên làm gì, nói gì trong sự chuẩn bị, cần nhứt phải đánh tan mọi ẩn ý đang ẩn nấp, rình rập sau mỗi lời nói, mỗi cử chỉ), như vậy có lẽ hay hơn, hoặc ít ra, người ta không có gì để phàn nàn : một cuộc gặp gỡ tốt đẹp, có thể nói như vậy.

Gian phòng nơi tôi trở về rất muộn ban đêm khi gió từ dưới sông ùa lên, lạnh buốt, một ý nghĩ quen thuộc bấy giờ, «nơi yên nghỉ của tôi sau một ngày», thật ra tôi biết rằng tôi không muốn nói như vậy, điều tôi muốn nói, nghĩ đến, hẳn là một điều gì hãy còn mơ hồ, nhưng chắc chắn đó là một nỗi sợ sệt, một sự lo lắng, một điều mong ước bắt đầu từ công việc hình dung trong đầu tôi ý nghĩ về nó. Tại sao ? Hẳn là nó vẫn ở đó, ở cuối khu vườn, im lìm trong bóng tối. Có sự gì khiến tôi luôn tìm cách trì hoãn việc trở về. (trở về ? thật ra đó chỉ là những bước chân : tôi chỉ đi theo những bước chân của mình, điều này thật buồn cười, nhưng có những lúc tôi chợt thấy như vậy, nhận ra rằng trên những bước chân đó, tôi đang trở về gian phòng của mình), nó như một niềm xấu hổ trong vô thức mà tôi tìm cách lẩn tránh, nó như một thói quen đã bắt đầu mòn rỉ, tôi phải cố gắng rất nhiều để có thể chịu đựng được, nó như . . . Tôi chỉ cần một ý nghĩ tầm thường, đơn giản nầy — khi ngồi trong quán nước, nhìn ra bờ sông, lúc bấy giờ, sau bữa cơm, trời sụp tối, tôi đã trở lại chỗ ngồi ban chiều, một chỗ yên tĩnh hơn, một cách để tránh nghe những tiếng ồn ào của khu rạp hát, lại là một cách để... — «gian phòng nơi tôi trở về, nhưng rồi sau đó ? », bấy nhiêu đã đủ cho tôi thấy rõ sự buồn nản xâm chiếm tâm hồn, tưởng chừng đó cũng là cơ hội tốt đẹp giúp tôi nhìn, một lượt, trọn vẹn dời sống mình (hẳn là sự việc không đơn giản như vậy, *phải không* ?) cái nhìn rươm rướm nước mắt, thứ nước mắt tủi thân (hẳn là sự việc không quá bi thảm như vậy, *phải không* ?). Trước mặt tôi, bấy giờ, là một sân khấu bát ngát, hút sâu với những ánh lửa lập loè đơn chiếc trong bóng tối và hơi lạnh, tôi mường tượng một mái nhà bên kia sông, một con thuyền câu trên mặt nước, trí tưởng tôi dừng lại ở đó, hẳn là nó đang ở bước đường cùng, hẳn là nó đã uể oải : nó không còn đủ sức bén nhạy để hoạt động. Tôi chỉ còn lại những hình ảnh vụn vặt, đứt đoạn, tản mạn trong đầu. Cuộc sống tôi bây giờ bị chặt ra thành nhiều mảnh. Như một khoảng trời sao lấp lánh. Nó không ra làm sao cả. Không một liên lạc nội tại nào. Không một trật tự. Lỗi ở đâu. Ở đời sống tôi. Ở trí nhớ tôi. Ở những khoảnh khắc nhạt phèo, rời rã, đang gậm mòn tôi một cách dửng dưng, tàn bạo. Tôi muốn biết. Tôi không cần biết, để làm gì. « Cần nhứt bây giờ là một sự yên ổn trước khi đứng dậy, dời khỏi quán...» Đứng dậy. Dời khỏi quán. Trở về. Tôi mường tượng con đường, trên đó, dù muốn dù không, tôi sẽ lần bước trở về, cánh cửa phòng đứng sững trước mặt tôi, ở tận cùng lối đi vòng trong bóng tối, và chiếc giường. Tôi bắt đầu thấy sợ hãi trong ý nghĩ *sẽ bước lên chiếc giường đó*, một ý nghĩ kinh khiếp, chết chóc : ý nghĩ đó hầu như đặt tôi ở cuối đường mọi sự, ở tận cùng đời sống, nó ném tôi về phía trước, nơi xa tít mù, nó bóp nát mọi ước vọng tôi đang có, nó là sự hủy diệt. Đó là khoảnh khắc chờ đợi. Đó là giây phút sau cùng. Tôi sẽ ngã lưng xuống, tôi không còn lại gì, chỉ còn lại ở trên kia, chập chùng, bóng tối của một đêm, một đời. Cái gì bảo đảm cho tôi rằng sáng hôm sau, mọi sự vẫn không thay đổi : tôi vẫn ngồi bên cửa sổ nhìn mặt trời đang lên từ phương Đông đó chứ ! Tôi nói với Hạnh : «Thuở nhỏ, tôi chỉ lo phút tận thế đến khi mình đang ngủ». Hạnh nói về một tình cảm thất trận nào đó trong tôi. Nàng lại nói không phải, nàng không muốn nói vậy, nàng chỉ muốn nói rằng... Tôi không biết nàng định nói gì. Tôi tiếp lời : «Thật ra không có gì... không có gì thật cả».

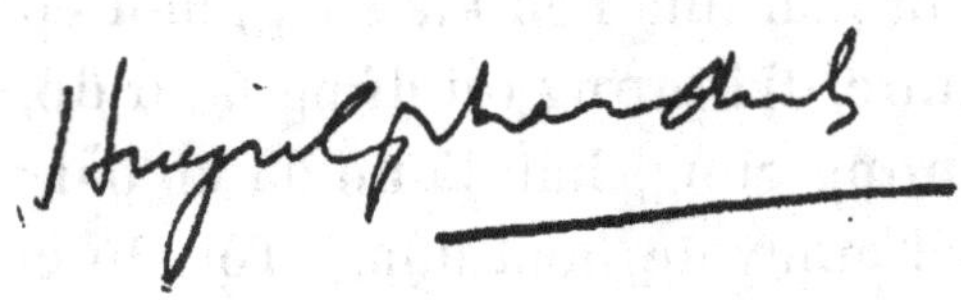

HUỲNH PHAN ANH

LÊ TẤT ĐIỀU

TIỂU SỬ

Tên thật là Lê Tất Điều. *Sinh ngày 2.8. 1942 tại Hà Đông.*

Tác phẩm đã xuất bản : Khởi Hành — Kẻ Tình Nguyện — Quay Trong Gió Lốc — Đêm Dài Một Đời — Phá Núi — Những Giọt Mực.

Hiện là biên tập viên một vài nhật báo.

QUAN NIỆM VỀ TRUYỆN NGẮN

Câu hỏi được đặt ra đúng vào thời gian tôi không viết thêm được truyện ngắn nào. Cũng trong lúc này tôi ít được học, đọc thêm và suy nghĩ về truyện ngắn... vì thế, sợ rằng không có nổi câu trả lời mạch lạc và có ý nghĩa.

Xin đi lạc ra ngoài câu hỏi, trình bày một điều dễ diễn tả hơn : cách hoàn thành một truyện ngắn của tôi, trước đây.

Bắt gặp một ý tưởng, một mẩu đời sống tự nói lên đầy đủ đoạn trước đoạn sau của nó, một sự kiện đáng kể không đòi hỏi sự mô tả chính xác, thứ tự như một ký sự... tôi viết thành truyện ngắn.

LÊ TẤT ĐIỀU

Về Truyện Ngắn «CỎ HOANG»

Không có câu trả lời (ghi chú của Nhà Xuất Bản).

Cỏ Hoang

Như một con sâu nhỏ bé có thể tự bảo vệ bằng bề ngoài kinh khiếp của nó, như một cô gái, thiếu sắc đẹp, hấp dẫn kẻ khác phái bằng một thứ duyên thầm, bằng chính sự không may của mình, ngôi trường của tôi càng ngày càng trở nên dễ thương đối với những người đã từng chán ghét nó trong buổi gặp gỡ đầu tiên. Tất cả những điều đáng ghét, đáng sợ của ngôi trường này dần dần trở thành những sự khôi hài. Rồi sau này, khi những sự kỳ quái của ngôi trường đã hoàn toàn biến mất thì chúng tôi vẫn muốn nhắc nhở lại chuyện cũ như nói đến những kỷ niệm êm đềm, khó quên.

Hồi mới được xây lên, trường chỉ có hai lớp nhỏ bé, thấp và sơ sài như những căn nhà nghèo. Mái tôn thấp và nung nóng đến nỗi tôi có cảm tưởng thà vứt bỏ mái đi ngồi ngay dưới ánh nắng mặt trời còn thoải mái, dễ chịu hơn. Trong những ngày nắng to, nhìn lũ trẻ vừa vuốt mồ hôi vừa cặm cụi làm toán, thỉnh thoảng lại ngừng bút cầm vở quạt phành phạch, tôi nghĩ rằng nếu nhà trường không cho chúng được một số vốn kiến thức thì ít nhất cũng đã dạy chúng một bài học kiên nhẫn và chịu đựng. Ngày mưa thì còn tệ hơn, nước dội ào ào xuống mái tôn, tôi có gân cổ gào to đến mấy chúng cũng chẳng nghe thấy gì, tốt hơn hết là cho chúng ngồi xúm vào một chỗ không bị dột, để chờ mưa ngớt. Và như thế tôi lại còn có thì giờ để lo bảo vệ sổ sách khỏi bị ướt sũng.

Ngày đầu được gửi đến làm việc ở đây tôi đã đi hàng giờ để kiếm cái bảng tên trường mà mãi ba năm sau mới có. Rồi tôi mất nửa giờ nữa để đứng lặng nhìn ngôi trường, tồi tàn quá sức tưởng tượng, cứ phân vân chẳng hiểu kẻ chỉ đường có chủ tâm chơi xỏ hay đánh lừa mình không.

Một cái hàng rào để định ranh giới của ngôi trường cũng không có. Trường nằm chung trên một phần đất rộng với một trạm y tế độc nhất của vùng ngoại ô, và một cái chợ nhỏ. Sân trường đầy cỏ hoang và những cây gai um tùm, đó là nơi tụ họp của các loài ngan, ngỗng vịt, gà, chó, heo. Người lao công trông coi ở đây già yếu đến nỗi không ai nỡ nặng lời với ông ta. Ông ta chỉ cầm nổi cái chổi khi đã tỉnh rượu, và thường thường, ông ta chỉ tỉnh rượu khi đã lên giường ngủ được một vài giờ, thời gian độc nhất có thể khiến ông ta tạm xa chai rượu.

Những ngày làm việc sau đó tôi phải đối phó với đủ thứ chuyện bất ngờ. Có nhiều lúc tôi ngẩn ra không biết phải phản ứng như thế nào cho hợp. Trong tất cả những sách vở viết về khoa sư phạm mà tôi đã được đọc, tôi chưa thấy một tác giả nào nêu ra trường hợp một ông thầy đang hăng hái giảng bài phải giật mình vì thấy một con heo đùng đùng chạy vào lớp mình. Con heo to lớn, dẫn theo một bầy con lít nhít, kêu eng éc, chẳng coi ai ra gì. Lớp tôi có hai cửa nên đã trở thành con đường giao thông ngắn nhất từ sân trường về chuồng của lũ heo, ở trong một căn nhà hàng xóm của nhà trường. Thấy tôi, vô tình đứng cản đường đi của mẹ con nó, con heo dừng lại kêu to phản đối, mấy con heo con nhân dịp đó, bỏ hàng ngũ chạy đại vào những khoảng trống giữa hai dãy ghế học trò ngồi. Ấy thế là cái trật tự của lớp mà tôi đã mất bao công lao mới tạo được đột nhiên bị phá vỡ. Lũ trẻ nhao nhao nhẩy ra khỏi chỗ để chống lại sự xâm lăng của bầy heo, dĩ nhiên, tôi cũng phải ngừng giảng bài để hợp tác với lũ học trò. Lớp học tràn đầy một không khí kỳ quái với tiếng trẻ la hét, dậm dọa, xen lẫn tiếng heo kêu. Mấy con chó cũng thi nhau chạy vùn vụt qua lớp luôn luôn. Về sau tôi không dám mở to cửa lớp ra nữa và lúc nào cũng phải để ý canh chừng để xua đuổi kịp thời những sự bất ngờ này.

Cái chợ ở ven trường thì lúc nào cũng ồn ào và có nhiều vụ cãi nhau hơn cả các chợ khác. Khi có vài bà bán tôm bán cá đùng đùng nổi giận mà chia làm hai phe đấu khẩu, chửi rủa nhau thì khó mà ngăn những câu nói của họ khỏi bay vào lớp học, dù tôi có đóng hết các cửa lại. Tôi bắt lũ học trò ngồi thật nghiêm trang, và cố gắng giảng cho chúng nghe những điều thật đặc biệt, nhưng vô ích, một vài câu chửi gợi lên những hình ảnh quá tục tĩu vẫn làm cho vài đứa bật ra khúc khích cười.

Phải mất hàng hai ba tháng trời tôi mới triệt được cái bệnh văng tục, bệnh ở bẩn của lũ học trò. Nhưng đó chỉ là những điều vụn vặt, khiến tôi bực mình, không gây nên sự chán nản.

Cái việc gây nhiều khó khăn, cản trở cho công việc của tôi, chính là đời sống của người dân ở đây. Ngoài một số rất hiếm người khá giả, thì người dân ở đây đều nghèo khổ. Họ không có một cơ sở hay việc làm vững chắc như người thành phố hay có một việc làm hiền lành như người miền quê. Họ như từ bốn phương tụ lại, đại diện cho khắp nơi và sống bằng đủ các thứ nghề lương thiện cũng có mà không lương thiện cũng có. Như những cây cối mọc chen chúc trong một khu vườn hoang họ vươn lên, tìm sống bằng các phương tiện hợp với khả năng họ, trong tầm tay họ. Và họ đã tạo nên được cái vẻ muôn mặt, hỗn độn, bí mật của một vùng ngoại ô cằn cỗi.

Vì thế, tôi không thể giảng một bài đức dục nào

mà lại hoàn toàn không động chạm đến nghề nghiệp, tật xấu, hay quá khứ của một ông chủ gia đình. Khi tôi nêu ra một điều tệ hại cần tránh và thấy lũ học trò quay cả về phía một đứa đang cúi đầu ngượng nghịu thì tôi biết ngay rằng ba thằng bé này làm nghề gì. Có lần, sau một hồi hăng hái giảng về sự tai hại của tính mê tín dị đoan và sự láo khoét của mấy ông thầy pháp, tôi phải ngần người vì một thằng học trò bỗng đứng bật dậy, chỉ vào một đứa khác tố cáo :

— Thưa thầy, tía anh này cũng là thầy pháp, tối nào tía anh ấy cũng đi cúng.

Đứa học trò, có người cha bị tố cáo ngượng ngùng lấm lét nhìn tôi, miệng cười gượng, tay cấu mãi vào một góc vở, đôi mắt nó nhìn tôi để lộ những tia sợ hãi, tuyệt vọng, khổ sở. Thì ra ba nó chính là cái ông thầy pháp đã từng làm tôi mất ngủ, khó chịu. Đêm đêm, khi cúng bái cho một nhà nào ông ta thường mặc bộ quần áo màu sặc sỡ, khua chiêng đánh mõ om xòm và thỉnh thoảng lại thổi một tiếng kèn ngắn ngủi, quái đản, nghe thật ghê rợn. Tôi vội vàng mắng át đứa kia đi và quả thực, sau đó, phải chật vật lắm tôi mới có thể làm cho lũ học trò, vừa biết rõ sự bịp bợm của mấy ông thầy pháp, lại vừa tin rằng ba của đứa học trò kia, dù thế nào cũng vẫn phải được kính, yêu. Chúng chưa đủ trí khôn để tìm thấy sự mâu thuẫn trong cách giải thích của tôi. Nhưng thế nào mà chả có đứa phân vân. Thành ra tôi đã mở mắt cho chúng để chúng nhìn thấy những sai lầm trên các người sinh thành ra chúng.

Lũ trẻ thường bị rơi vào giữa gọng kìm của một cuộc đời thực tế và một cuộc đời tốt đẹp trong sách vở. Chúng trở nên hiền lành, sợ hãi một cách thật đáng thương.

Nhưng càng mến yêu lũ học trò thì tôi càng tỏ ra nghiêm khắc với chúng. Tôi đã làm ngược lại những điều mà lớp người trước căn dặn tôi : phải tạo một không khí thân mật giữa thầy và trò, phải cho học trò thấy rõ là mình rất thương mến chúng. Nếu tôi cố gắng tạo cho lớp học một không khí quá vui tươi, cởi mở thì sẽ có nhiều đứa học trò của tôi nhìn thấy gia đình chúng là một nơi thật đáng ghét, đáng sợ, đôi khi mang dấu vết xấu xa, tối tăm của địa ngục. Có đứa coi những giờ đến trường là những giờ được nghỉ ngơi sung sướng nhất, bởi vì khi trở về nhà nó phải làm việc quần quật suốt ngày. Khi được giao công việc nhẹ nhàng nhất là việc bế em thì lập tức chúng lại tìm đến sân trường, chơi đùa với lũ học trò ở đây, sung sướng như đang sống trong một thiên đường nhỏ. Tôi cố giả vờ tạo một bộ mặt nghiêm khắc đến thế nào thì cũng không thể làm chúng sợ hãi bằng nét mặt cau có của một người cha say rượu khi ông ta cầm trong tay một thanh củi lớn và hung hăng đập lên người chúng như đập lên một kẻ tử thù. Phải thấy cha, mẹ mình lầm lỗi và bị hàng xóm khinh ghét một đứa học trò cảm thấy đau đớn, tủi hổ gấp trăm, ngàn lần những khi nó bị phạt ở nhà trường. Có những đứa trẻ quen chịu đựng sự cực khổ đến nỗi lúc nào nó cũng giữ được vẻ thản nhiên, ấy thế mà khi bị ốm nằm nhà, thấy thầy và bạn đến thăm nó lại đâm sững sờ rồi bật khóc nức nở. Tình thương, sự săn sóc đến bất ngờ quá khiến nó ngẩn ngơ, kinh ngạc.

Đối với những đứa trẻ không được đi học tới năm năm trời thì sự sung sướng của thế giới học trò thường làm chúng khổ sở khi phải rời bỏ học đường. Trường hợp của trò Dũng đã khiến tôi thấy rõ điều này. Đã có nhiều đứa đang học thình lình phải bỏ ngang để đi học nghề. Nhưng chỉ có cái buồn rầu của trò Dũng trong lần cuối cùng nó rời khỏi lớp học là được ghi đậm trong ký ức tôi.

Cho đến bây giờ, ngôi trường đã được kiến thiết đẹp đẽ, sân trường không còn một sợi cỏ, thế mà mỗi lần nhìn thấy những luồng gió lốc tung cát, chạy quanh trong sân trường, tôi tưởng như vẫn thấy bóng trò Dũng ngập ngừng bước bên đám cỏ hoang, đôi bàn chân đen đủi của nó còn ghi vết trên con đường nhỏ.

Trong buổi học của ngày đầu niên học tôi đã chú ý ngay đến nó. Ngồi ở dãy bàn cuối lớp. Dũng cao hơn các bạn nó hẳn một đầu. Nét mặt nó lúc nào cũng tươi tỉnh, làn da đen xạm khiến nó càng có vẻ láu lỉnh, khôn ngoan. Nó quay sang bên phải nhe răng cười rồi lại quay sang bên trái nháy mắt như có điều gì thú vị lắm. Đầu tiên tôi tưởng nó thuộc loại những đứa trẻ lớn đầu và ngỗ nghịch. Nhưng khi tôi gọi đến nó thì nó lại tỏ ra là một đứa trẻ hết sức lễ phép và ngoan ngoãn. Tôi chưa thấy đứa trẻ nào tha thiết, sốt sắng với công việc của lớp học như trò Dũng. Tính sốt sắng ấy nhiều khi trở nên quá đáng. Tôi vừa hỏi có trò nào viết trên bảng được không thì lập tức Dũng nhỏm ngay dậy. Ngoài cánh tay giơ cao nhất lớp nó còn át các bạn của nó bằng cách nói lia láu :

— Con viết được, con viết được, thầy cho con viết.

Và tôi vừa gật đầu là nó đã hấp tấp chạy lên bảng để rồi viết ra những hàng chữ ngả nghiêng, leo dốc xuống đèo làm cho cả lớp kêu ầm ĩ vì không đọc nổi.

Trong những ngày sau đó Dũng trở thành nguồn vui của lớp học. Trước câu hỏi của tôi, dù khó khăn đến đâu nó cũng giơ tay xin trả lời, và trả lời mười lần sai hết chín. Dũng viết những chữ rất xấu, nhưng nó có tài giữ gìn sách vở. Nó thường chỉ nổi giận khi có một đứa bạn làm dây mực ra sách vở của nó. Thỉnh thoảng nó lại đem tặng lớp học một món quà nhỏ. Và lớp học dần dần có vẻ tươi mát với những cây leo trồng trong một cái bóng đèn điện chứa đầy nước, hay trong một con ốc nhiều màu.

Thỉnh thoảng Dũng lại đem đến lớp một cái búa và mấy cái đinh để sửa lại những bàn ghế quá ọp ẹp, mà bọn học trò nhỏ của tôi thường vin vào đó để lấy cớ cãi nhau.

Dần dần bọn học trò tôi cũng khám phá ra cái tính sốt sắng của Dũng và bắt đầu lợi dụng nó. Chúng giao cho thằng Dũng đủ các việc lặt vặt, nhất là những việc có liên can đến mục vệ sinh của lớp. Dũng nhận làm hết. Đứa nào có đồ chơi hay một vật dụng gì hư hỏng đều có thể nhờ đến bàn tay sửa sang của thằng Dũng. Có lần nó sửa được cả bộ máy của một chiếc xe hơi nhỏ chạy dây cót, khá rắc rối mà nó mới được mở xem lần đầu. Chủ nhân của chiếc xe khoái quá thưởng công Dũng bằng cách cho nó mượn về chơi hẳn một ngày.

Nhờ cái tài khéo tay này mà Dũng vẫn đứng đầu về môn thủ công. Trong kỳ chấm bài lũ trẻ thường hồi hộp chờ xem tác phẩm của nó. Để cho những món nó làm ra thêm phần giá trị, Dũng thường có một lối dấu diếm và pha trò rất khôn khéo. Một lần nó nặn được một quả chuối, tô màu giống hệt như quả chuối thật, nó gói kỹ trong một tờ giấy, và mặc cho mấy đứa trẻ khác chạy theo gạ gẫm, năn nỉ, nó không cho đứa nào xem cả. Gần tới giờ thủ công Dũng mới dở quả chuối ra dơ lên rồi, miệng há tròn, nó giả vờ như sắp đớp quả chuối làm những đứa khác cùng ồ lên, phục lăn.

Vì học hành thất thường nên Dũng chỉ đứng hạng trung bình trong lớp, nhưng nó khá thông minh và chăm nên không mấy khi tôi phải trách nó về tội lười. Vẻ tha thiết với việc học của nó hiện rõ nhất khi nó làm một bài làm chậm hơn các bạn, nó cuống quít lên và dù hay dù dở nó cũng cố gắng xin tôi cho điểm. Nếu chỉ vì chậm chân mà nó không được phê điểm thì nó tỏ ra khổ sở, bực bội lắm. Vào những ngày trả bài luận, Dũng có vẻ hồi hộp, lo lắng của một con bạc trước khi biết kết quả tiếng bạc của mình. Cầm cuốn vở luận trong tay, Dũng ngửa mặt lên, đôi mắt nhắm nghiền, miệng lầm bầm như khấn khứa, rồi thình lình nó mở bung quyển vở ra để xem điểm. Nếu thấy được điểm khá nụ cười liền cũng bật tung ra, tràn lan trên khuôn mặt đen xạm của nó, làm cho đôi mắt long lanh sáng. Nhấp nhổm trên chỗ ngồi, hai tay nó hích phải hích trái, nó có vẻ muốn cười phá lên, vỗ tay mà rồi không dám. Nó cười với đứa bên phải, khẽ *«hì hì»* vào tận tai đứa bên trái, và kéo cả cổ áo của đứa ngồi trước mặt để cho thằng kia rõ sự thành công của nó. Có lần tôi phải mắng nó về cái tội đã dám đóng khung, tô màu và vẽ hoa lá xung quanh con số 10 điểm mà nó kiếm được nhờ một bài chính tả không có lỗi.

Điều đáng tiếc nhất là Dũng làm luận rất dở, bao giờ nó cũng ba hoa đến độ thành lạc đề và chẳng mấy khi được điểm cao. Trong suốt năm học nó chỉ có mỗi một bài thật khá mà lại không được điểm, đó là bài tả một đám cãi nhau. Nó viết kín ba trang giấy, nhắc lại rất trung thành lời nói của hai địch thủ tặng cho nhau. Tuy nó cũng biết loại bỏ những câu quá đáng, nhưng bài ấy vẫn bị tôi kiểm duyệt, giống như những bài văn tả chân thường gặp bước không may.

Quả thực, chưa bao giờ tôi thấy trò Dũng nói chuyện trong lúc tôi giảng bài. Mỗi lần tôi lên tiếng là nó khoanh tay, chăm chú ngước nhìn, chờ đợi. Những lần có một con heo hay con chó nhào vào phá đám giữa lúc tôi đang nói thì Dũng thường nổi giận, nó kêu với vẻ vừa thất vọng vừa tức tối.

— Trời đất ơi ! ...

Và nó tự động nhảy ra khỏi chỗ, vừa hò hét vừa đuổi theo con vật cho đến cuối sân trường.

Vì là một đứa lớn tuổi nhất lớp nên nó cũng thường tỏ ra khôn ngoan, dễ biết ý tôi hơn các trẻ khác. Khi ở các nhà bên cạnh trường có những vụ cãi vã, những vụ đánh nhau, trong lúc những đứa khác đứng dậy, nhìn qua cửa sổ thì thằng Dũng cau có xin phép tôi cho đóng các cửa sổ lại. Nó đã biết những lời thô tục làm vẩn đục cả không khí của học đường. Nó mến thầy, mến bạn, mến lớp học và lúc nào cũng chỉ muốn bảo vệ, che chở cho cái lớp học của nó.

Nhưng học đều đặn được chừng ba tháng thì thằng Dũng bắt đầu đến lớp thất thường, bỏ bê việc học hành. Tôi đã quen với những vụ nghỉ học trường kỳ của lũ học trò. Vào những ngày cuối năm, khi một người Tầu già đội chiếc mũ cói rộng vành bắt đầu bón nhiều phân lên một vườn rau cải nhỏ của ông ta ở gần trường, thì lớp học của tôi bắt đầu thưa thớt. Chẳng phải lũ trẻ không chịu đựng nổi mùi phân bón bốc lên nồng nặc, làm chúng phải vừa bịt mũi vừa học, mà chính vì trong thời gian này, chúng phải đem cái sức nhỏ bé ra để giúp đỡ cha mẹ chúng. Có đứa vừa phải coi nhà vừa giữ em cho cha chúng đem hoa đi bán. Có đứa phải phụ với cha mẹ trong công việc gánh hàng ra chợ. Có đứa phải gạt hết sách vở để suốt ngày cưa sừng làm lược, hay cặm cụi đánh từng con suốt chỉ cho bà mẹ dệt vải. Buổi tối, trong lúc ngồi hóng gió trước nhà, tôi thường thấy hai đứa học trò ngoan nhất của tôi đi bán bánh trên con đường dài, không có ánh đèn, dẫn vào các xóm nhà nghèo. Chúng là con một người đàn bà gốc Trung-Hoa sống bằng nghề bán hoa quả lặt vặt. Đồ đạc của hai đứa trẻ này là một cái thúng có đựng những miếng bánh bò màu trắng, hoặc vàng úa đã cắt sẵn, để thành từng lớp có thứ tự. Mỗi đứa khiêng một đầu đòn gánh, lồng qua quang gánh mang cái thúng. Thằng em đi trước cầm chiếc đèn bão soi đường thỉnh thoảng lại cất tiếng rao. Thằng anh đi sau giữ tiền. Hai đứa giống nhau từ mái tóc, nét mặt đến bộ quần áo. Khi có người gọi lại, chúng vội vàng đặt gánh xuống. Thằng em nhấc ngay cái lồng bàn che bánh lên, thằng anh ngồi thụp xuống, dùng một cái xiên sắt lấy bánh ra, gói vào giấy, trao hàng và nhận tiền. Chúng đã chia nhau từng cử chỉ lặt vặt ấy. Ánh đèn bão mập mờ soi hai nét mặt trẻ lúc nào cũng bình thản, không còn dấu vết tinh quái, nghịch ngợm của những đứa trẻ bình thường.

Có khi lên giường nằm rồi tôi còn nghe tiếng rao hàng của chúng vang lên đột ngột, cô đơn như một tiếng động vừa rơi lơ lửng vào giữa bầu trời mênh mông của miền ngoại ô. Ánh đèn của chúng hắt qua khe cửa nhà tôi tạo thành những vệt sáng dài, vừa run rẩy vừa di chuyển chậm chạp trên tường. Nếu trong buổi học ngày hôm sau đó chúng có không thuộc bài tôi cũng gắng cho chúng điểm trung bình.

Nhưng bọn trẻ này nghỉ học bận việc có định kỳ, một năm chúng chỉ nghỉ một lần thật lâu rồi lại đi học đều đặn. Trái lại, trò Dũng nghỉ vài ngày rồi lại đi, rồi lại nghỉ vài ngày. Mỗi lần đến trường nó vẫn tỏ ra sung sướng, vui vẻ say mê với việc học. Cuối buổi học, trong giờ hoạt động thanh niên nó vẫn hăng hái cộng tác với các bạn để làm vui cho cả lớp. Hoặc nó ca vài câu, kể một câu chuyện, hoặc nó xắn quần ống cao ống thấp, bôi phấn vào mặt, vẽ râu để làm anh hề trong một kịch vui, làm cho cả lớp cười bò. Từ sau bảng bước ra, nó mới nheo mắt, nhe răng, đi khệnh khạng, chưa kịp nói câu gì, là lũ bạn nhỏ của nó đã không nín được cười. Thành ra, những hôm vắng thằng Dũng tự nhiên lũ trẻ mất vui, cảm thấy nhớ. Có đứa tức quá đứng lên tố cáo :

— Thưa thầy, anh Dũng bỏ học đi chơi đấy ạ.

Vấi đứa khác lại nhao lên bênh vực :

— Thưa thầy anh ấy ở nhà bế em cho má anh ấy đi chợ.

— Anh ấy phải trông nhà.

Dũng cũng nêu những lý do đó để xin nghỉ học. Tôi đành phải tin nó vì cha mẹ nó chẳng bao giờ chịu đến trường xin phép nghỉ cho con. Một lần gặp thằng Dũng đang loay hoay phụ giúp với một người đàn ông sửa một chiếc xe trong một căn nhà nhỏ, mái tranh, lập chênh vênh ven bờ ruộng, trên con đường vào thành phố, tôi mới biết người đàn ông đó chính là cha Dũng. Ông ta làm nghề sửa xe đạp, xe gắn máy chứ không phải «buôn bán» như ông ta đã ghi trong lý lịch của con. Hai cha con đều mặc những bộ quần áo ka ki đen đặc dầu mỡ, chắc trước kia màu vàng. Thấy tôi, thằng Dũng vội vàng vứt cả kìm, búa đứng dậy khoanh tay chào, nét mặt hân hoan. Cha Dũng cũng gật đầu chào tôi, mấy sợi tóc uốn quăn xõa xuống cái trán cao có một vết sẹo ngang của ông ta làm cho khuôn mặt ông ta vừa có vẻ dày dạn lại vừa có vẻ phong lưu của một công tử giầu tiền. Ông ta trẻ hơn tôi tưởng. Ông nói với tôi :

— Nhà tôi độ này bận quá, thành ra phải xin thầy cho cháu Dũng nghỉ ít bữa.

Tôi chỉ gặp ông ta một lần ấy thôi. Từ đấy về sau mỗi lần đi qua đây tôi chỉ thấy một mình thằng Dũng đang loay hoay làm việc. Thằng bé khéo léo này đã có thể thay thế cha nó trong công việc sửa xe, vá những lỗ thủng trên ruột xe. Hỏi thăm về cha nó thì nó cho tôi biết là ông ta đi vắng.

Càng ngày nó càng đến trường ít hơn, và mỗi lần đến là một lần nó cuống quít đi mượn vở chép bài. Sách vở của nó bắt đầu mất cả sự sạch sẽ, quần áo của nó cũng không còn gọn gàng như trước. Nhưng nó vẫn vui vẻ, sốt sắng, vẫn ca hát và làm hề cho cả lớp cười, vẫn nhảy nhót khi được điểm cao. Ngoài giờ học, nó lại mặc bộ quần áo đầy dầu mỡ, làm bạn với kìm, búa, với những chiếc xe hỏng.

Buổi trưa, thỉnh thoảng có dịp đi qua căn lều nhỏ của gia đình Dũng, tôi thường thấy nó ngồi trên chiếc chiếu nhỏ, dựa lưng vào một chân cột, dáng điệu nửa thức, nửa ngủ. Đồ đạc, dụng cụ sửa xe xếp ngổn ngang quanh nó. Nó không nhìn thấy tôi vì ngồi quay lưng về phía con đường nhựa mềm ánh nắng buổi trưa, có lẽ nó đang thả tầm mắt mơ hồ qua cánh đồng không, tới những ống khói cao ngất trong thành phố. Những luồng gió nóng như hơi nước trong một nồi nước sôi thổi phần phật vào mái lá, hoặc xoay tròn, bốc cát bụi mù trên con đường đất đỏ chạy ngang cánh đồng. Tôi tưởng như thằng bé ngồi bất động, cô đơn kia không thể nào là thằng Dũng, một đứa trẻ láu táu, vui tính nhất lớp tôi. Bầu không khí, phong cảnh cằn cỗi ở vùng ngoại ô này có thể nung khô tất cả những tâm hồn dịu dàng, vui tươi, và đốt cháy những nguồn hy vọng nhỏ bé. Quả thực tôi không như những người dạy học khác, mong mỏi nhìn thấy sự thành công trong tương lai của đám học trò mình, tôi chỉ muốn lũ trẻ được ngồi học yên ổn và đều đặn trong lớp tôi cho đến cuối năm.

Tôi không đoán nổi trong lúc ngồi cô đơn như thế bé Dũng đã nghĩ gì, mơ đến những điều gì. Nhưng một trong những sự mơ ước của nó, đột nhiên hiện ra trước mắt tôi vào một buổi học, khi nó bị tôi phạt về tội nói chuyện trong lớp. Và ngay sau đó tôi nhìn thấy tất cả nỗi tuyệt vọng của nó. Sự vùng vẫy, phấn đấu, để thoát ra khỏi ngõ bí của nó đầy tính cách mong manh, khờ dại khiến ta xúc động, xao xuyến như khi nhìn thấy một con chim non lạc tổ sắp chết vì một trận mưa.

Dũng để một vật gì dưới ngăn bàn, hai đứa bên cạnh nó cũng chụm đầu lại để nhìn. Vừa nói, Dũng vừa cười có vẻ thích thú và hai đứa bên cạnh nó cũng cười theo. Bị gọi tên thình lình, Dũng giật mình đứng dậy, luống cuống khoanh tay. Nó chưa kịp trả lời câu hỏi của tôi thì một trong hai đứa bên cạnh nó đã nói :

— Thưa thầy, anh Dũng khoe cái xổ số anh ấy mới mua.

Rồi nó cố nín cười để giữ giọng tự nhiên :

— Anh ấy nói nếu trúng độc đắc anh ấy sẽ mua cái xe hơi chở cả thầy và hết cả lớp đi chơi và đi coi hát bóng.

Cả lớp cười, vài đứa xì xào :

— Xe hơi nào mà chở được cả lớp...

Dũng có vẻ ngượng, nó mỉm cười và cúi đầu. Nhìn vẻ tiều tụy của nó tôi không nỡ mắng, bao giờ cũng thế, khi biết sắp bị mắng nó thường buồn rầu và lo sợ. Tôi bảo :

— Thôi cất xổ số đi... bao giờ trúng hãy đem khoe.

Dũng tươi tỉnh hẳn lại, đôi mắt nó long lanh tin tưởng, nó đã trở lại vẻ nhanh nhẩu bình thường :

— Thưa thầy, mấy người nghèo hết tiền mua giấy số hay trúng lắm thầy.

— Vậy hả. Ờ, thầy cũng hi vọng sẽ được đi xe hơi của trò Dũng. Bao giờ mở số đấy ?

— Chiều nay ạ.

Nó ngồi xuống, trịnh trọng nhét tấm xổ số vào cặp. Tôi vội giảng bài tiếp để chặn đứng cuộc bàn luận về xổ số đang lan tràn trong lớp. Hình như có tấm vé xổ số trong cặp, Dũng vững tin ở cuộc đời hơn. Suốt giờ học tôi không nhận thấy vẻ buồn rầu thoáng qua mặt nó như mấy buổi học trước. Nó chịu đặt cả hai tay lên bàn nhưng không ngồi yên, thỉnh thoảng lại quay nhìn phải, nhìn trái, môi lúc nào cũng hé như sẵn sàng cười thật to. Cuối giờ, trước khi về học nó còn đi quanh lớp để ngắt lá úa trên những dây vạn niên thanh và xiết lại những đầu dây thép gắn vài con ốc vào đầu đinh trên tường. Niềm vui, sự hân hoan của trẻ con thường tràn ra thành các cử chỉ như thế.

Buổi chiều, khi nghe máy thu thanh, tôi nhớ đến tấm xổ số của trò Dũng và ý nghĩ của tôi, tôi mỉm cười như những lần tôi nhớ đến một kỷ niệm ngộ nghĩnh về đám học trò.

Sáng hôm sau, bầu không khí có vẻ oi bức khiến tôi cảm thấy khó chịu. Những đám mây đen mờ che khuất mặt trời báo hiệu một ngày không có nắng. Vùng ngoại ô quá rộng để ta có thể cảm thấy tất cả sự khó chịu của một bầu trời nặng nề. Sức nóng không tỏa từ ánh nắng một cách tự nhiên mà như xuất hiện bất cứ chỗ nào. Sự bình thản, vui vẻ trong tâm hồn tôi hình như bị sự oi bức làm rạn nứt và đã trở thành một cái gì mong manh dễ vỡ.

Buổi học lại bắt đầu bằng vài chuyện lộn xộn. Hai đứa nhỏ, ở cạnh nhau, đến lớp còn cãi vã om xòm vì một chuyện đã xảy ra giữa hai gia đình trong ngày hôm trước. Đứa này bảo bố đứa kia là đồ ăn cắp gỗ và đứa kia tố cáo việc anh đứa này bị người ta đánh vì dám cướp tiền một đám bạc. Một thằng học trò khác thì đem lên bàn tôi một quyển vở chỉ còn độ bốn năm tờ giấy trắng, nó kêu rằng nó không hề xé vở mà chính ba nó đã lấy giấy gói hàng. Tôi không thể nén sự bực mình, tôi đã gửi một bức thư cho ông ta về việc này và ông ta chưa trả lời. Tôi thở dài nhìn đứa trẻ, nó chớp mắt sợ hãi, cả nó và tôi đều lọt vào cái thế đáng chán. Tôi vừa lấy giấy ra định biên thêm cho ba đứa bé mấy dòng thì cuối lớp, một đứa đứng dậy báo cáo :

— Thưa thầy, hôm nay anh Dũng lại nghỉ.

— Lại nghỉ. Nó học hành thế thì còn ra làm sao...

Đứa bé cọ bàn tay phải vào cạnh bàn rồi nói rất nhanh, có vẻ kiêu hãnh vì những điều nó biết :

— Con thấy mấy người lối xóm nói : ba trò Dũng bị tù rồi. Hồi trước ổng mua vỏ ruột xe hơi của mấy người ăn cắp, bị tù mười lăm ngày mới được tha ra. Giờ không biết sao lại bị bắt nữa...

Một đứa khác đứng phắt dậy, vừa xếch lại quần vừa nói như sợ đứa khác nói tranh mất :

— Ba trò Dũng ăn cắp xe gắn máy, thầy. Cả những người khác cũng bị bắt hết, mấy bữa nay rồi thầy.

Sự bất ngờ làm tôi bất động, chỉ biết chăm nhìn vào mắt những đứa trẻ vừa đứng lên nói, những lời nói vừa mở tung bức màn che giấu một thảm kịch. Lớp học hình như không bị xao động một chút nào. Vài đứa định đứng lên nói thêm nhưng tôi ra hiệu bắt chúng ngồi xuống. Chúng yên lặng, khoanh tay, mở mắt chăm chú nhìn tôi, hình như chờ đợi tôi nói một điều gì về việc ba trò Dũng. Tôi nói gì được ? Cái sự làm tôi khó chịu, bực bội nhất là nét thản nhiên trên mặt lũ học trò. Chúng đã quen với những sự này đến thế cơ ư ?

Đưa tờ giấy viết thư lên ngang tầm mắt, tôi nhìn chăm chú vào đó để tránh những đôi mắt ngây thơ, khờ dại và bình thản. Tờ giấy, chưa có một chữ nào, đang mở dần thành một khoảng trời trắng, rỗng và xa vời. Tôi lấy lại sự thản nhiên bằng một ý nghĩ tàn nhẫn.

Giữa buổi học thì trò Dũng đến. Nó lững thững đi qua cồng trường, hai vai co lên một chút như bị lạnh. Nó không đá chân vào đám cỏ hoang cho những con châu chấu bay vụt lên như mọi lần, trong bộ quần áo đẹp nhất của nó, Dũng có vẻ trịnh trọng.

Nó bước vào lớp và nói với tôi :

— Thưa thầy, con xin thôi học.

Dũng đưa ra một cái đơn, chữ viết nghiêng ngả.

— Con phải về tỉnh ở với bà nội.

— Ở đó có trường công không mà về ?

— Dạ, thưa thầy, khỏi cần. Con không đi học nữa. Bà nội con ở làng, trồng khoai với bắp.

Tôi cúi xuống đọc lại tờ đơn, phân vân. Dũng nhìn tôi thật lâu rồi chợt quay xuống với các bạn nó, nó đi qua các dãy bàn để thanh toán mọi việc. Trả đứa này món nợ một đồng, cho đứa kia mấy viên bi, trảo lại đứa khác chiếc xe hơi hỏng nhờ nó chữa. Công việc đó diễn ra không gây một tiếng ồn nhỏ nào. Lũ trẻ đã giữ được một sự yên lặng lạ lùng.

Dũng trở lại bàn cúi đầu thật thấp chào tôi rồi đi ra, lên phòng hiệu trưởng. Suýt nữa thì tôi mở miệng khuyên nó nên cố gắng chăm học.

Mười phút sau nó trở lại đứng ở cửa lớp học, hai tay nắm vào một bên khung cửa, tần ngần nhìn lũ bạn đang ngồi học, những ngón tay nhỏ của nó cong lại, vuốt nhẹ lên mặt gỗ.

Tôi hỏi :

-- Lấy hồ sơ rồi chưa ?

— Thưa thầy, lấy rồi, con chờ thầy trả bài thi.

— Bài thi ?...à, bài thi toán ấy hả.

Tôi ra hiệu cho nó vào lớp và giở tập bài thi ra. Dũng hớn hở đứng cạnh tôi, chăm chú chờ đợi.

— Thưa thầy, hôm đó con làm đúng hết...

Và chợt nó reo khẽ :

— Đây rồi... trời ! mười tám điểm !

Bài thi nó làm hoàn toàn, chỉ hơi bẩn một chút.

Dũng nắm tờ giấy trong hai tay, nhìn chăm chú vào con số mười tám màu đỏ. Miệng nó, đôi má nó, đôi mắt nó đều chan hòa một nụ cười. Nó giương đôi mắt long lanh nhìn tôi rồi lại nhìn vào bài thi của mình. Rồi chợt nó nghiêng tờ giấy và nháy mắt với mấy đứa bạn ngồi ở bàn cuối cùng, kiêu hãnh mỉm cười với chúng. Nó cứ đứng lặng như thế để tỏ lộ tất cả sự hân hoan của mình. Tôi buột miệng nói :

— Bài này trò làm khá lắm.

Có lẽ chính câu khen của tôi đã làm cho trò Dũng phập phồng muốn khóc khi nó chậm chạp để bài thi xuống bàn. Tôi không đủ can đảm để nói một lời thân mến với nó.

Khi chào tôi lần cuối, Dũng cúi đầu thật thấp như muốn giấu tất cả sự thê thảm trên mặt nó vào đôi tay khoanh lại. Nó trở ra rất nhanh, đá bung mấy viên gạch trên sân trường, nhìn mấy cây nhỏ, mới được trồng ở đầu sân để cho lũ trẻ có bóng mát sau này. Rồi nó cúi đầu, ra khỏi cổng trường.

Dũng là đứa học trò độc nhất mà tôi mong cho nó chóng quên thầy, quên bạn...

LÊ TẤT ĐIỀU

LÊ TẤT ĐIỀU

MAI THẢO

TIỂU SỬ

Tên thực Nguyễn Đăng Quý, *sinh ngày mùng 8 tháng 6 năm 1927 tại Quần Phương Hạ, Hải Hậu, Nam Định. Viết báo, làm báo ở Hà Nội từ 1946.*

Vào Nam với gia đình ngay sau hiệp định Genève 1954, tác phẩm đầu tay là tập truyện ngắn Đêm Giã Từ Hà Nội, *in năm 1956. Chủ nhiệm tạp chí Sáng Tạo (1956). Chủ nhiệm tuần báo Nghệ Thuật (1963).*

Trong số bốn mươi tác phẩm đã được in ra, từ sau Đêm Giã Từ Hà Nội, *có bảy tập truyện ngắn :* Tháng Giêng Cỏ Non, Bầy Thỏ Ngày Sinh Nhật, Người Thầy Học Cũ, Chuyến Tầu Trên Sông Hồng, Bản Chúc Thư Trên Ngọn Đỉnh Trời, Giòng Sông Rực Rỡ, Một Địa Chỉ Hoa, Đêm Lạc Đường ; *hai tập tùy bút* Căn Nhà Vùng Nước Mặn, Tùy Bút Một. *Phần còn lại là truyện dài, mà những cuốn được đọc nhiều nhất là* Sống Chỉ Một Lần, Để Tưởng Nhớ Mùi Hương, *cùng của nhà xuất bản Nguyễn Đình Vượng.*

QUAN NIỆM VỀ TRUYỆN NGẮN

Truyện ngắn là một thể văn phải thể hiện

trong nó rất nhiều cái riêng tây. Càng có nhiều được những cái riêng tây chừng nào, truyện ngắn càng hay chừng nấy. Những kiệt tác quốc tế về truyện ngắn cho tôi nhìn thấy những cái riêng tây này. Không khí, nhân vật, cách viết, đều là cái chỉ có một. Một nhà văn viết một trăm truyện ngắn hay, 100 truyện đó phải hoàn toàn khác biệt nhau. Mỗi truyện ngắn, như một đời người, phải tạo được cho nó một định mệnh riêng. Với riêng tôi, truyện ngắn là những bước chân thứ nhất đi vào văn chương. Bởi đó, truyện ngắn là tình yêu đầu, là tuổi trẻ và kỷ niệm.

Về Truyện Ngắn «CỬA SAU»

Trong số hơn 100 truyện đã viết, Cửa Sau *là truyện ngắn duy nhất tách thoát khỏi tôi, hoàn toàn. Mỗi lần đọc lại, tôi không hiểu tại sao tôi lại viết như thế,* Cửa Sau *lại như thế. Cảm giác này vừa làm tôi buồn rầu, vừa làm tôi sung sướng.*

Cửa Sau

12 giờ đêm

Chàng yêu nhất là cái hình bóng lay động thấp thoáng của những chùm lá, dấu vết duy nhất còn lại của đời sống trên một vùng bao la mênh mông nín thinh, khi con đường khuất nẻo sau chợ Phú-nhuận đó, lúc chàng trở về, chỉ còn là một mặt nhựa khép kín nằm với đêm, giữa hai dẫy nhà thấp đã tắt ngấm đèn lửa và đóng chặt mọi cánh cửa. Đêm. Đêm trong vắt, đêm lững lờ, đêm như một con mắt đăm đăm sát gần và phóng lớn đến vô tận, đêm của một thứ đêm riêng, đêm của riêng chàng, vừa bắt đầu, lúc này, lúc này chàng đã trở về. Chiếc *taxi* đậu lại cách nhà chàng một quãng xa, đèn pha lóe lên, vệt ánh sáng xoay tròn về một hướng đối nghịch chàng đứng lặng nhìn chiếc xe trở đầu và mất hút. Trí nhớ, tan loãng, nhận chìm theo nó mớ ghi nhận chập chờn đeo bám hững hờ vào thần trí lãng đãng suốt dọc đường trở về, ngồi thu mình trong một góc xe và ném một cái nhìn gần như e sợ bàng hoàng ra cảnh vật chung quanh. Đêm chỉ còn chàng với nó, thành phố buông màn không còn gì đáng thấy, chàng bàng hoàng e sợ là vì thế, suốt một ngày chàng nhòa vào đám đông, lẫn vào tiếng động, chàng không có, nhưng đêm tới, và bóng hình chàng hiện lên và đêm là một tấm gương, nó dồn đuổi chàng suốt một ngày chạy trốn ở những vùng ngoài nó tới trước nó, và như thế, không bao giờ lẩn tránh được. Trí nhớ nhòe. Người tài xế nào ? Mỗi đêm một người tài xế khác. Trí nhớ trùng. Chiếc xe nào ? Mỗi đêm một số xe một đời xe khác. Cái gáy y sần sùi, những ngón tay y đặt trên vành bánh, một khuôn mặt mơ hồ và trông nghiêng, lũ cây cối lũ lượt lùi ngược, lối vào một nghĩa trang im lìm với những hàng thập tự mờ sương sau cánh cổng sắt, rồi con đường nhỏ lại, sự thu hẹp bất chợt của hai bờ án ngữ tầm mắt đánh thức chàng khỏi sự mơ màng bất động, chàng đã về gần đến nhà, và một đêm mới, một đêm riêng đã bắt đầu, và chàng chỉ còn nhớ được có thế, trước sự nhớ ra mới, nhớ ra chàng đã lại đứng trước hình bóng lay động của những chùm lá nơi đầu con ngõ tối đen. Đứng sững. Rồi đôi chân khởi sự bước. Qua một đống rác, dưới những chùm lá. Khoảng khắc, chàng không thấy mình đâu nữa. Cái ngõ tối thẳm hút lấy chàng như một cửa hầm. Nghe thấy tiếng giầy dội lên trong một âm thanh kỳ lạ. Ngửi thoáng thấy trong không khí, hương của một loài hoa đêm. Tôi đã đi hết con ngõ như một vô định mù lòa. Đến cuối ngõ là vùng ánh sáng cuối cùng và đôi chân tôi dừng bước lại. Tôi đã trở về. Với căn nhà của tôi, cái thế giới ấy của bắt đầu một đêm riêng tôi đối diện hoàn toàn với nó.

Tiếng khóa. Tách. Cánh cửa hé mở. Chàng đã lọt vào bên trong, và đêm trong nhà cũng sáng lên bằng một thứ ánh sáng riêng. Ngọn đèn treo lưng chừng và chính giữa căn phòng khách. Chàng ném mình xuống chiếc ghế bành ôm lấy thân xác mỏi mệt, hai chân duỗi dài, đầu ngả vào thành ghế, và trong căn nhà này, trên cái ghế bành này, dưới làn ánh sáng lạnh lẽo, chàng dần dần tìm lại được chàng. Trí nhớ sắp xếp lại từ một tia hồng của mặt trời rụng xuống bên kia đường sau một gờ mái cao. Như thường lệ, chàng ra khỏi nhà đã muộn. Gió đã mát từ ngoài đầu ngõ, nhưng chàng đã bỏ lại căn nhà nóng bỏng như một lò lửa. Dừng lại trước một sạp báo đầu phố, chàng ném tiền mua mấy tờ nhật báo cuộn tròn lại, và bước lên một chiếc *cyclo*. Người phu xe quen, y biết chàng ngày nào cũng ra đi vào giờ này, chàng đến đâu y cũng biết trước. Thành phố nhạt nắng. Bánh xe trườn lăn nhẹ nhàng đưa chàng qua những con đường nhộn nhịp, những ngã tư xe cộ nghẹn ứ, chàng ngồi ngả người để mặc cho chiếc xe hàng ngày đón đưa quen thuộc chở chàng đến nơi chiều nào chàng cũng tới đó.

Đó là một tiệm ăn. Một tiệm ăn nằm dưới chân một cây cầu xi-măng vắt qua dòng sông ở khúc sông ôm vòng lấy thành phố như một cánh tay âu yếm. Từ ngày hai người gặp nhau, chàng đã chọn nơi chốn nhất định này để chờ đợi nàng. Bàn chàng ngồi kê gần một khung cửa sổ có những chùm hoa đỏ chói rủ xuống, những chùm hoa thật mùa hè, nổi bật lên nền xanh thẳm bao la của trời chiều, mỗi cánh hoa, có một vẻ đẹp bất thường không yên tâm do nơi buông rủ rớt đọng lưng chừng của hoa, và qua những cánh đỏ như từng điểm tựa cho tầm mắt, chàng thu được vào cái nhìn toàn vẹn cái hiện tượng phơi phới rực rỡ là dòng sông trước mặt chảy qua. Những buổi chiều yên tĩnh hơn những buổi chiều khác, gió từ bãi thấp vượt qua những chân cầu và con đường thoai thoải đổ dốc phả đến tai chàng nhịp điệu luân lưu rì rào của nước suôi dòng, âm thanh vấn vương ôm ấp triền miên không dứt của nước gờn gợn sóng sánh vào bờ cỏ chàng không nhìn thấy được từ chỗ ngồi. Thời gian đợi chờ, như nước của dòng sông trước mặt, trôi chảy êm đềm, hòa hợp với sự đợi chờ của chàng thư thái và bình yên. Nàng có thể đến chậm. Dăm, mười phút. Nhưng chưa lần nào nàng không tới. Nàng bảo chàng tình yêu là không lỗi hẹn bao giờ, lời này, nàng nói, bằng một giọng thật nghiêm trọng, chàng nghe, mỉm cười và nín thinh. Cuộn tròn mấy tờ báo trong tay, chàng lững thững đi vào tiệm ăn vắng người, và phải mất công một chút trong sắp đặt thế ngồi làm sao cho nàng có thể nhìn thấy chàng từ xa, khi nàng từ phía bên kia bờ sông đi qua. Tà áo bay múa trong gió chiều, nàng đến. Cái bóng dáng thanh thoát trên cây cầu cao cắt vạch lên nền trời, nàng tới. Những chùm hoa đỏ mầu đỏ chói chang của mùa hè, chỗ ngồi gần cửa sổ, trước cái khăn trải bàn trắng phau tinh khiết không một vết bẩn, bãi cỏ xanh nõn thoại thoải đổ xuống một dòng sông với những sóng nắng trùng trùng gợn gợn, nụ cười sung sướng của nàng khi hai người nhìn thấy nhau, tiếng chân nàng bước êm ở sau lưng khi một cánh cửa vừa mở ra và đóng lại ; cảm giác ấm áp tỏa ra khắp cùng thân thể, khi từ phía sau, bàn tay nàng đặt nhẹ lên vai, đó là buổi chiều của chàng, hạnh phúc duy nhất của chàng, với riêng nó, chàng được sống và không suy nghĩ. Chàng thường theo dõi từng bước một, khi nàng từ bên kia cây cầu hiện ra và đi sang. Lúc nàng kéo ghế ngồi xuống trước mặt chàng, chàng cũng ít nói như lúc nàng chưa tới, như lúc nàng lớn dần, rõ dần, đẹp dần và thực dần trước tầm mắt trên cây cầu chàng nhìn từ dưới thấp nhìn lên. Cảnh trí tiểu thuyết. Không khí hoang đường, thơm tho, ngọt ngào và im lặng lớn. Phải thế là tình yêu ? Cái đang có và đang mất, đang tới và đang qua, một buổi trưa dịu dịu trong ca dao, niềm rưng rưng của một giọt nắng vàng, nỗi hắt hiu của một màn mưa thoáng ? Suốt một đời người, như mọi người, chàng đi tìm kiếm tình yêu, như đi tìm mầu đen thăm thẳm kỳ lạ của một đài hoa khép kín, lối đi nhỏ chưa khám phá ẩn chìm dưới cỏ hoang ngút ngàn một cánh rừng vĩ đại, điểm lân tinh sáng muôn đời nơi rốn biển mịt mùng, sự rung động không phải chỉ nơi của trái tim, mà phía bên trong kia của cánh cửa đóng kín, căn phòng thơm hương của một thạch động ngoài đời và bí mật. Riêng tây, không phân giải được, nhịp vờn đầy dịu dàng, sự lãng quên thần thánh, một búp ngà muốt trên làn mi rủ xuống, ngồi với nhau không nói, gần gũi đây nhưng một đời xa vắng, đó là tình yêu, trạng thái trong vắt và khoan thai của sự chết trong huy hoàng rực rỡ tỏa lan bao trùm và chiếm ngự dần dần. Chàng yêu như thế, sự rớt đọng lưng chừng đầy hoài nghi của chùm hoa đỏ treo hẫng trước khung cửa có dòng sông vàng nắng chảy qua, một chiều nào và câu trả lời là buổi chiều nay, một nơi chốn nào và câu trả lời là chỗ này, khăn bàn trắng muốt, không khí động hờ chạm nhẹ vào làn khói thuốc như một tơ chỉ thẳng vút, chùm hoa đỏ này và khung cửa sổ này, nơi chàng vượt hết một phần thành phố tới đây, ngồi đợi chờ nàng hiển hiện trên cây cầu và từ từ đi tới. Chỗ này. Chỗ này. Và không thể ở một nơi chốn nào khác. Chiều nào, chàng cũng muốn giữ nàng ở lại đây với chàng thật lâu, mãi mãi, cùng nhìn buổi chiều xuống trên bãi cỏ thẫm mầu đầy dòng sông xa và sâu hơn, cho tới khi những vì sao thứ nhất mọc lên, cho tới khi những hình thù gần gũi cũng nhạt nhòa cùng bóng tối, cho tới khi chung quanh đã trở nên hoàn toàn xa lạ, khi đó chàng tận hưởng một im lặng kỳ diệu khác thường, và giọt sương hoa kia cũng đọng dần, đọng dần thành một giọt lệ hân hoan.

Nhưng mà cuối cùng rồi hai người vẫn phải đứng lên. Và nàng đã tới nhà chàng nhiều lần, nàng đã ăn ở với chàng bao nhiêu lâu, chàng đã là một đường quen một nẻo thuộc với nàng, nàng với chàng cũng vậy, và nàng không muốn, kéo dài mãi những buổi chiều mơ mộng và lãng quên như thế. Chúng ta phải trở về. Tình yêu phải khác đi. Nó phải là một đưa tới. Anh ngồi với em đây, nhưng tình yêu theo nàng còn phải là đêm nay và buổi sáng ngày mai.

một giờ sáng

Đã một tiếng đồng hồ trôi qua. Rời khỏi cái ghế bành, nơi đêm nào vào tới trong nhà, chàng cũng đến ngồi ở đó một lát, nghe đêm yên tĩnh chung quanh và để cho trí nhớ nhạt nhòe sáng rõ trở lại, chàng đứng lên, đi từ buồng khách vào phần trong của căn nhà. Ngăn chia bởi một bức tường mỏng, phần trong này so với căn phòng khách bỏ lại ở ngoài là một thế giới khác, bé nhỏ, tầm thường và thân mật hơn. Chàng cởi quần áo, vắt trên một thành ghế, chống tay đứng nhìn quanh quất. Đêm mênh mông và đêm đang đi qua. Chàng châm một điếu thuốc hút một hơi thật dài, dụi tàn thuốc nơi cái gạt tàn đặt trên cái bàn gỗ cũ, đã long một chân, nơi mỗi buổi sáng nàng vẫn đứng chải đầu khi chàng còn ngủ thiếp, nàng dậy thật sớm, nàng mở cửa sau và nàng bỏ về lúc nào chàng thường không hay, khi chàng trở dậy, cánh cửa sau mở ngỏ và căn nhà trống không buồn bã. Lúc này, chỉ có mình chàng với căn nhà, và chàng đứng đó, tần ngần, ngó nhìn quanh quất. Thảy đều cũ kỹ. Chàng yêu lắm, sự cũ kỹ đó. Cái bàn cũ, tỳ tay xuống, thân rung lên. Mấy cái mắc áo treo trên một hàng dây thép, dưới cái ống máng kẽm chạy dài mà những ngày mưa lớn, nước sối qua những kẽ thủng ào ào khiến cho nền nhà cũng lênh láng ướt sùng như khoảng sân nhỏ là cái diện tích lộ thiên duy nhất và tận cùng ở phía sau. Nàng vẫn đứng chải đầu ở đây, ngó ngó nghiêng nghiêng trước tấm gương hình chữ nhật, bàn tay nàng lùa đầy trong mái tóc óng ả, cử chỉ đó thật đẹp, thật đàn bà, thật là của riêng nàng, và chàng quay lại, cũng nhìn chàng, khuôn mặt chàng phản chiếu trong gương. Soi gương, lúc một hai giờ sáng, sau một cơn say và một buổi tối choáng váng trở về, cái nhìn thấy về mình lạ lắm, chàng mở lớn đôi mắt và tự nhủ thầm. Sống mũi, đôi mắt, vầng trán, của ai đây? Ta. Nhìn thêm: sự khẳng định đã trở thành một hoài nghi chớm nhú. Không phải, chàng lại nhủ thầm, nét mặt chàng lạnh lùng rửng rưng không một thoáng gợn lặn chìm của cảm giác, chàng đưa bàn tay lên bịt kín lấy khuôn mặt đàn ông nào đó trong gương, và cúi đầu đi qua một khung cửa thấp, ra khoảng sân sau. Nước lạnh làm chàng tỉnh táo. Chàng nhận chìm thật lâu khuôn mặt trong làn nước mát, nhắm nghiền mắt lại mà nghe thầm cái âm thanh luân lưu dạt dào, nhịp vỗ đầy mơ hồ không dứt đó của một dòng sông. Khi ngửng đầu lên vòi nước chảy lướt thướt trên người, tự bao giờ, những vì sao đêm đang trầm ngâm ngó xuống. Người đàn ông đứng bất động thật lâu, hai cánh tay duỗi thẳng theo thân, và đêm, đêm mênh mông, đêm lặng lẽ nhìn người. Tôi yêu những cái lủi thủi, những cái hắt hiu, những cái nhỏ mọn, những cái chẳng ra sao, những cái chẳng thành hình. Đêm. Đêm. Chàng thở dài thật nhẹ và trở vào nhà tắt đèn đi ngủ.

ba giờ sáng

Nàng đến. Nàng đến và kim đồng hồ trên tay nàng chỉ đúng ba giờ sáng. Như thế này là nàng đã đến muộn hơn mọi đêm về trước, những đêm trước nàng tới sớm hơn, đôi khi nàng phải ngồi ngoài phòng khách đọc sách, hoặc để đèn sáng trong buồng ngủ, đợi chàng trở về. Đến muộn thế này cũng phải, đêm cuối cùng mà, nàng tự nhủ thầm khi chiếc xe thả nàng xuống sát ngay đầu ngõ. Nàng rảo bước thật nhanh qua con ngõ tối đen, nhưng khác với chàng, đi hết con ngõ, nàng không đứng lại trước cửa vào phía trước, mà men theo hông tường tay mặt, đi vòng về lối cửa sau. Nàng là người duy nhất vào nhà chàng bằng lối cửa sau này. Cửa khóa ở ngoài. Chàng giao chìa khóa cho nàng giữ. Như thế tiện hơn, nàng có thể đến lặng lẽ và tự nhiên, lúc nào cũng được, ngay cả những lúc chàng đi vắng, ban đêm nàng lại không làm phiền bận chàng nếu như chàng phải mở cửa cho nàng vào từ phía trước, vào bằng cửa sau như thế này hàng xóm chung quanh không hay biết, và sự đi về thầm lén như tạo được một cái gì nồng nàn và đằm thắm hơn nữa cho tình yêu. Nàng vẫn mặc cái áo dài buổi chiều khi nàng đi qua cầu đến gặp chàng ở tiệm ăn bên bờ sông. Nàng vẫn còn buồn bã và tức giận vì những lời nói gay gắt quyết liệt hồi chiều vẫn còn vang vang trong đầu óc, và bởi vậy mà nàng đã trở lại, lúc này thì kim đồng hồ trên tay nàng đã chỉ đúng ba giờ sáng. Đèn ngoài phòng khách buồng ngủ đã tắt, nhưng cánh cửa mở ra sân sau vẫn mở và đèn vẫn sáng trong căn nhà bếp. Cái áo, cái quần của chàng vắt trên thành ghế kia. Chàng về từ lúc nào. Nàng xô ghế đứng lên, trong giây phút mất hẳn bình tĩnh, nàng đã lỡ tay hất đổ ly nước vỡ tan trên nền đá hoa, chàng ngồi lại, nín thinh trên ghế nhưng sau phút nàng bỏ đi rồi, chàng đi đâu, làm gì cho hết buổi tối, chàng về nhà với ai hay chàng về nhà một mình ? Phải tìm được ngay, tức khắc, trả lời cho câu hỏi này. Theo một thói quen rất đàn bà, trong bất cứ một trường hợp nào cũng không bỏ được, nàng bước mấy bước và đứng lại nhìn nàng trong tấm gương. Khuôn mặt này của tôi là một khuôn mặt đau đớn, tròng mắt trong gương kia là một vùng yêu mê chân thành, và cái ý nghĩ đang hiện hình kia là ý nghĩ về một tan vỡ chừng như thế nào rồi cũng phải xẩy đến và nó đã xẩy đến đêm nay. Thật không ngờ. Sự tan vỡ dễ dàng và mau chóng thế ư? Nàng chỉ đòi hỏi chàng điều mà người đàn bà nào cũng đòi hỏi ở người yêu sau một cuộc tình đằm thắm đã kéo dài và không thể ở yên trong tình trạng cũ. Chàng muốn gì? Nàng phải hỏi, phải bắt chàng trả lời. Ít nhất cũng một lần. Rời chỗ đứng của nàng trước tấm gương, nàng mạnh bạo đi lại phía buồng ngủ, mở mạnh cánh cửa và bật đèn.

Nàng định nói thật lớn. Nhưng nàng không nói được nữa và nàng nhìn. Chàng đang ngủ. Thật say. Nàng đến và chàng không hay biết gì hết. Trên mặt đệm phẳng phiu chàng nằm nghiêng, quay mặt vào tường, một cánh tay hơi co lên bàn tay hững hờ trong không khí, chàng ngủ, bằn bặt, đoán thấy nét mặt phẳng lặng khép kín, nhịp thở liên tục đều hòa. Lần đầu tiên, nàng ngó thấy chàng ngủ, như thế này, một mình dưới ánh đèn, trong khi nàng đứng đó, cái bóng in nghiêng lên một vì tường và cũng là lần đầu tiên, nàng bàng hoàng vì thấy chàng xa lạ, chàng xa lạ quá chừng, chàng hoàn toàn xa lạ, như nàng mới thấy chàng lần đầu và không hay biết gì về chàng hết. Không, chàng không thuộc về nàng. Chẳng bao giờ như thế hết. Hơi thở đều hòa kia, những sợi tóc bò lan trên gáy, cánh tay và thân thể và da thịt kia không bao giờ thuộc về nàng. Hiện hữu chói chang và bất động với ánh đèn ấy dọi đập vào nhận thức thẳng thốt của nàng sự cách biệt và riêng tây một đời của nó. Một đời. Đời nàng và đời chàng nàng hằng nghĩ tới bằng nước mắt, bằng tiếng cười, bằng ái ân hoan lạc nồng nàn, bằng những xâu chuỗi mơ mộng triền miên đắm đuối như một hòa nhập lý tưởng và tận cùng không chống cưỡng được của định mệnh, hòa nhập đó chỉ là hư ngụy và ảo tưởng, nàng và chàng chỉ là hai bờ lưng tiếp giáp, gần gụi đó nhưng sự kế liền đã mang hình ảnh và ý nghĩa của muôn trùng và nghìn dặm cách chia nhau ? Thế còn kỷ niệm, kỷ niệm của những đêm nàng tới đây, tâm hồn thơm hương, của những buổi chiều qua cầu gió bay tà áo, chàng ngồi đó đợi chờ nàng dưới chùm hoa đỏ như những trái tim bé nhỏ thắm thiết của mùa hè, dòng sông rực rỡ nắng, bãi cỏ vàng dáng chiều, tâm hồn nàng dào dạt hân hoan, và chàng cũng vậy chứ, bao nhiêu kỷ niệm, làm sao cho hết, bao nhiêu sợi dây hồng quấn quýt, cái bước hoa hương đó của kỷ niệm ràng buộc lớp lớp từng từng đã đứt tung từng mắt hay sao ? Nàng gặp chàng lần thứ nhất trên một chuyến xe đò từ miền Tây về Sài-gòn. Buổi chiều vàng bụi. Phấn nắng lung linh, lúa đồng dào dạt. Chàng nhìn sang nàng và chàng mỉm cười. Hạnh phúc hé cánh từ một hoài nghi kỳ thú. Tình yêu nổi lên như một dòng sông xanh trên từng bờ kỷ niệm có dần, và nàng với chàng cùng nổi chìm giữa một dòng lướt thướt. Kỷ niệm. Những đêm nàng tới đây, hương của loài hoa đêm đón bước chân nàng nơi mở vào con ngõ tối đen, chiếc chìa khóa chàng giao cho nàng như một bằng chứng của ưng thuận tận cùng, ưng thuận cho nàng được làm chủ, được chia sẻ, được có mặt, nàng mở cánh cửa sau nhà, nàng bước vào trong nhà, ra sân sau rửa mặt dưới vòm trời sao, trở vào thay quần áo. Và một lát sau, nàng đã vén nhẹ cái mùng, mặt đệm đón đỡ lấy thân thể nàng nóng dẫy ngã xuống. Chàng cựa mình tỉnh thức, chàng hơi còn buồn ngủ một chút, em đấy ư, bàn tay chàng tìm kiếm và bắt gặp nàng mau chóng trong bóng tối dầy đặc hoa mắt. Nàng trả lời bằng lăn áp vào chàng, tiếng cười của hai người trong thân mật kế liền trộn lẫn rồi là giấc ngủ mệt mỏi thần tiên lúc tảng sáng. Đôi khi nàng thiếp đi trong thoáng nghe thấy như một xôn xao mơ một tiếng thùng quẩy nước tiếng chân người lạt sạt trong tinh sương khô khan ngoài hẻm nhỏ sát hông tường nhà là nơi nàng đến với chàng trong đêm. Đã tỏ đường đi. Đã thuộc lối về. Đã vào đời nhau. Đã những chiều tình nhân, đã những đêm vợ chồng. Nàng còn nhớ được mãi cái cảm giác thư thái ấy của những buổi sáng nàng thức giấc và ra khỏi giường trước, nàng di động thoải mái trong căn nhà còn đắm chìm trong yên tĩnh, từ buồng trong ra buồng ngoài, từ buồng ngoài ra sân sau. Buổi sáng trải rộng. Nàng dư thừa thì giờ. Nàng đứng chải đầu thật lâu trước tấm gương, nhìn ngắm và yêu mến, hơi thẹn thùng một chút, nhưng sung sướng biết chừng nào, những dấu nếp mỏi mệt còn lắng đọng nơi khóe mắt là dấu tích của trận tình dữ dội đêm qua. Cảm giác sung sướng kéo dài thênh thang khi nàng mặc áo, mở cửa buồng ngó vào để thấy chàng vẫn bần bặt ngủ say, sau đó, nàng khép cánh cửa sau lại, đi ra với những lòng đường bên ngoài đã chan hòa ánh nắng. Những buổi sáng ở nhà chàng về, nàng muốn hót như chim, muốn xanh như trời, trong nàng con suối nhỏ của tình yêu róc rách thủy tinh, nàng vừa đàn bà biết bao nhiêu và cũng biết bao nhiêu ở nàng là sự trẻ truug dậy thì thiếu nữ. Trên hè phố, nàng tiến những bước hồng. Dưới bóng cây, nàng đi từng điệu biếc. Nàng nhìn đám người đi đường, nàng muốn nói lớn với họ là tình yêu của nàng và của chàng tràn đầy hơn hết thảy mọi cuộc sống của mọi người cộng lại, và chiều nay tình yêu lại gặp nhau, và đêm nay, nàng lại đến.

Tại sao nàng đòi chàng thay đổi ? Tại sao nàng đòi chàng đi hơn một bước nữa, tại sao nàng muốn thực hiện một chiếm hữu hoàn toàn ? Chàng trả lời một câu gì đó, mơ hồ không đúng với mộng ước của nàng. Thế là nàng đã tức giận, đã đi ra. Bây giờ, nàng trở lại đây lặng người trong ngắm nhìn trân trân chàng nằm đó, dưới ánh đèn, và bao nhiêu chi tiết chứa giấu của một sự thực chứa giấu nhất loạt và thình lình ngoi bồng lên bề mặt. Không, bây giờ, chỉ bây giờ, chỉ giây phút này, trong đêm khuya, trong ánh sáng, trong chàng đang ngủ và trước nàng đứng đó, nàng mới nhận thức được, bàng hoàng và thấu triệt là chàng chưa từng một phút thuộc về nàng. Lúc chàng ngồi chung một ghế với nàng trên chuyến xe đò từ miền Tây về Sài-gòn của lần gặp gỡ thứ nhất, buổi đi chơi với nhau ở vùng ngoại ô bên kia bờ sông của lần hò hẹn đầu tiên, những buổi chiều ngồi đối diện nhau trước cánh cửa sổ tiệm ăn chân cầu có những chùm hoa đỏ chói, trên mặt đêm, trong tay nhau, không một lúc nào, ở đâu, cảnh trí và trường hợp nào, chàng hoàn toàn thuộc về nàng. Mọi ý tưởng trái ngược lại chỉ là nhầm lẫn. Không ai thuộc về ai bao giờ. Không một cuộc đời nào là vĩnh viễn của một cuộc đời nào. Không. Không. Bây giờ nàng mới thấy, và sự mới thấy này, tuy mới chỉ là một thoáng sơ, một linh cảm, chưa phá đổ tan tành một thế giới. Nước mắt nàng chảy ra, ướt đẫm hai gò má. Nàng khóc không tiếng, nức nở. Rồi cuối cùng chỉ còn là một mớ kỷ niệm tàn héo. Và chỉ còn kỷ niệm là không còn gì nữa. Nàng muốn nói, vừa nói vừa khóc : đáng ân hận cho anh, cho em biết chừng nào. Ân hận. Phải, nàng đã, nàng đang ân hận rồi đó. Nàng biết hết thảy mọi cố gắng tuyệt vọng chỉ là vô ích. Con mắt chàng đội khi nàng bắt gặp bất thần nhìn về một hướng khác, những khoảng khắc im lặng bất thường khiến cho nàng lo âu và xao xuyến không đâu, mỗi lần nàng ra về trong đêm khuya hay trong buổi sáng, chàng không một lần nào đưa tiễn nàng ra đầu ngõ, những lần gặp nhau ở tiệm ăn, khi nàng đứng lên, sự đứng lên của nàng đã là một chia tay, phút này nàng mới nhớ lại được hết thảy những chi tiết bé nhỏ đó, nàng quay đảo điên cũng trong cơn lốc choáng váng của tình yêu, nàng mù lòa không nhìn thấy, đến phút này mới đồng loạt hiện hình. Điều làm nàng đau đớn nhất không phải là nàng sẽ không bao giờ trở lại nơi này nữa, mà là sau tan vỡ là vĩnh biệt, cũng sẽ không có một chuyện gì ghê gớm và khốc liệt xẩy ra đâu. Nàng sẽ trở về đời sống trước đó của nàng, hay nàng sẽ thay đổi. Chàng cũng vậy, nhưng không ai chết. Những người tình nhân sẽ gặp nhau ít lâu sau, trên thành phố này hay ngoài thành phố này hay một thành phố khác, trên một chuyến xe đò hay trong một tiệm ăn, sẽ cùng bất ngờ một chút, nhưng sẽ lấy lại được bình tĩnh và nụ cười, hỏi thăm nhau một vài câu, chào, rồi đi sang hè phố bên kia. Và chuyện cũ chỉ còn là nhánh hoa mùa hè đỏ chói ấy buông rủ bất động trên một thành cửa sổ nào. Nàng vẫn nhớ chứ. Mỗi lần nhớ có thể vẫn là một lần nhỏ lệ. Chàng cũng vậy. Dấu vết vẫn còn như kỷ niệm không bao giờ vẹn toàn và vĩnh viễn thuộc về nhau.

Nàng nhìn chàng ngủ say một lần nữa, rồi tắt đèn. Căn nhà tối thẳm. Bóng nàng đi ra lẫn vào đêm tối.

năm giờ sáng

Thân thể chàng thoạt đầu chỉ cảm thấy mong manh và chập chờn như một bức tường khói mỏng, tiếng động ngu ngơ thứ nhất đầu ngày chạm tới và đi suốt qua, không ngăn giữ lại. Tiếng động đó phảng phất như tiếng thở dài tàn phai của một vì sao nào vừa rụng xuống ở một cuối trời nào. Rồi chàng tỉnh thức dần dần, và nghe thấy rõ hơn nhiều tiếng động khác kế tiếp nổi lên, bên ngoài cánh cửa sau, trên con đường mòn theo hông nhà đoán thấy còn nhờ nhờ bóng tối. Bà lão già người Nam vẫn sáng sáng quẩy nước cho chàng đã từ ngoài máy trở về. Tiếng chân người trong ban mai chìm chìm, cùng với tiếng nước sóng sánh trong đôi thùng va chạm lanh canh. Đôi thùng và bước chân ngừng lại bên ngoài, ngay chính giữa cánh cửa sau mở rộng. Trong im lặng bất chợt, tiếng bà lão già, giọng đầy ngạc nhiên, nói với người chồng đã thức từ bao giờ trong căn nhà nhỏ sát đó :

— Ủa ! Cửa sau nhà thầy Hai mở kia.

— Thật hả ? Giọng người chồng, khàn khàn.

— Mở mà !

— Vậy chắc là cô ấy đến hồi đêm quên không đóng lại.

Bà lão hỏi :

— Cô ta đến hồi đêm sao ?

— Đến hồi đêm. Đến thường mà, bà không biết sao ?

Chàng trở dậy, đi ra cùng một lúc với bà lão già quẩy đôi thùng bước vào. Chàng bật đèn. Chàng đứng trước tấm gương, và trong khi tiếng nước đổ ào ào vào chum ở sân sau, chàng nhìn thấy trên cái kệ thủy tinh gắn trước tấm gương, cái lược, ở đó còn vướng lại một sợi tóc dài, sợi tóc dài của nàng đã đến và bỏ lại. Đổ nước xong, bà lão quẩy thùng đi trở ra. Liếc nhìn vào buồng ngủ của chàng, bà lão đứng ngẩn người. Một lát rồi bà lão hỏi nhỏ :

— Chứ cô đâu thầy ?

Chàng đáp, không quay đầu lại :

— Về rồi. Bà đóng cửa lại cho tôi.

Chàng tắt đèn trở vào giường. Trời sáng dần. Chàng rũ chăn đắp lên ngang ngực, nằm quay mặt vào tường. Và ngủ tiếp. Trong giấc ngủ lại này, những chùm hoa đỏ đã tàn và một mùa hè đã đi qua.

MAI THẢO

MAI THẢO

MẶC ĐỖ

TIỂU SỬ

Tên thật là Đỗ Quang Bình, sinh năm 1920 tại Hànội, gia đình tiểu tư sản, chịu rất nhiều ảnh hưởng của mẹ nặng căn bản và kiến thức Nho học. Có vợ, con.

Học xong chuyên khoa nhưng không hành nghề, vì nhận thấy cứ thế đời sống lề nếp quá. Viết là một cách làm khác đi, đáng lẽ vẽ.

Bài viết đầu tiên trên Ngọ Báo ở Hànội (1936 ?). Làm báo ở Sàigòn (1945), Hànội (1952,1953), rồi Sàigòn từ (1954). Sáng tác rất ít và không thấy thành công mấy. Dịch sách nước ngoài những khi sợ để lâu ngòi bút han rỉ. Chưa thấy chán viết.

QUAN NIỆM VỀ TRUYỆN NGẮN

Tôi nghĩ mỗi truyện ngắn là một truyện dài đúc lại chung quanh một tình tiết, một động tác chính. Truyện ngắn gần kịch.

Tôi chủ trương «không bao giờ làm văn», *tuy hiểu rằng viết hay là đức tính tối yếu của người muốn viết. Tránh làm văn vì thấy gương Truyện Kiều to lớn trước mắt, văn Kiều tuyệt vời đối với người Việt nhưng dịch ra ngoại ngữ chẳng còn gì mấy, lý do người*

Việt chỉ viết cho người Việt không vững. Đành rằng muốn thật sự thưởng thức phải đọc trong nguyên tác, nhưng phải đọc được trong nguyên tác mới thấy hay cũng là một lẽ yếu. Văn chương ở khắp nơi trên thế giới đều dịch ra mọi ngoại ngữ được, lại sao văn chương Việt Nam lại không ? Có phải những «kiểu mẫu» tùy bút của Nguyễn Tuân, văn xuôi của Xuân Diệu, đã mê hoặc quá nhiều những bạn của tôi bây giờ ?

Về Truyện Ngắn «TÌNH THƯƠNG TRONG NGOẶC KÉP»

Tôi chọn «Tình Thương Trong Ngoặc Kép» *vì đó là sáng tác trong đó tôi thấy tôi ít làm văn nhất. Không làm văn mà cố gắng nói ra được thật nhiều, đó là dụng công thuở nay của tôi mỗi khi viết. Nhưng tôi thấy sách của tôi bán rất tồi, tức là cố gắng của tôi không thành tựu. Tại tôi cứ khư khư với chủ trương không làm văn ? Hay tại độc giả Việt Nam vẫn thích ngâm Kiều hơn mọi thứ khác ?*

Tình Thương Trong Ngoặc Kép

Khi nhân viên cảnh sát hay tin bằng điện thoại ập tới thấy người con gái nằm sóng soài, úp sấp, chết nơi sân sau ngôi biệt thự, máu chảy một dòng từ miệng, một dòng khác từ lỗ tai bên trái có những sợi tóc lòa xòa che khuất. Người con gái tóc dài tới lưng, bận quần đen và áo cánh trắng. Theo gương mặt, tuổi người chết độ ngoài hai mươi, chưa tới hai mươi lăm. Gương mặt hiền, dông bão phảng phất trên nước da tái xanh của người con gái không quen mà đã chịu sóng gió bên ngoài gia đình. Sự chết chưa biến đổi bao nhiêu cái thân xác còn tươi. Những người trong nhà cho biết cô gái từ sân thượng lao xuống không hiểu vì nguyên do nào ; vào giờ đó cô gái có những công việc phải làm, không lý gì bỏ lên chơi trên sân thượng đến nỗi hụt cẳng té chết. Cô gái là người làm công trong nhà.

Trước đó không đầy nửa giờ, chiều tối, cô con gái bà chủ ngồi tiếp chuyện cậu bạn trai ngoài phòng khách. Chị bếp nghe chuông reng chạy ra mở cổng : ông chủ làm việc tại một thành phố miền Trung về chơi. Lát sau có tiếng chuông reng nữa, chị bếp lại chạy ra : cậu Hai tình cờ cũng được nghỉ phép về. Bà chủ đang đánh bài tại một nhà gần đó hay tin chồng con cùng về chơi một lượt, bỏ cả bài, tất tả, mừng rỡ chạy về. Cả nhà tíu tít vui vẻ ngoài phòng khách. Cô gái, vì là người mới chưa hiểu công việc trong nhà, cứ yên lặng ủi nốt đống quần áo hằng ngày. Chị bếp ở nhà trên đi xuống bảo cô gái hãy dẹp chuyện ủi đồ lại, chạy lên nhà lo lấy nước hơi, ly, đá, có mấy chai rượu trong tủ cứ đưa ra tuốt, ông chủ, cậu Hai đòi uống rượu vui, bà chủ và cô Ba không uống rượu, lấy nước ngọt vài thứ đưa ra sẵn. Cô gái theo lời chị bếp rút dây điện, thu xếp bàn ủi và các thứ trên mặt bàn cho gọn rồi chạy lên nhà trên. Tò mò cô gái hé cánh cửa ngó ra phòng khách... Ba lần cô gái khựng lại, thò đầu ra rồi khựng lại, gương mặt hốt hoảng, kinh dị. Trong khi tiếng nói cười vui vẻ từ phòng khách vọng vào cô gái tính chạy xuống sân lại thôi. Một giây sau cô gái chạy vút lên cầu thang. Tiếng ồn ào vui vẻ ngoài phòng khách chen lẫn với một vài tiếng thổn thức nấc lên do cô gái hối hả chạy trên những bực thang.

Chị bếp đang lúi húi lo bữa ăn đông người bất thường bỗng nghe thấy một tiếng rớt nặng, mềm ướt giữa sân sau, chị bếp ngoái cổ ngó ra sân, chưa nhìn thấy rõ, bước đúng hai bước về phía cửa chị bếp đã thấy rõ và bật một tiếng la bải hải. Nhà trên bặt tiếng chuyện trò vui vẻ, mọi người theo nhau chạy xuống. Ông chủ nhanh chân tới trước nhất, vội chạy lại, ghé ngồi xuống, nâng đầu cô gái nằm sóng soài dưới nền xi-măng. Ông chủ chăm chú ngó tới hai lần gương mặt cô gái mới thốt lên : « Ủa ! con nhỏ đó ! » Như một sức hút kéo lại, cậu trai bạn của cô con gái bà chủ cũng lao tới quỳ một chân ghé xuống bên gương mặt được ông chủ nâng bằng một bàn tay và cũng la lên : «Trời ơi ! Chị Vân ! » Cậu Hai chậm chân đi tới sau lưng bà mẹ, nghe tên Vân cũng vội chạy đến, chỉ một thoáng giây ngó qua gương mặt cô gái chết người con trai bổ nhoài xuống đất ôm lấy cái xác, nức nở khóc không ra tiếng.

Ông đại úy cảnh sát, trưởng phòng Hình cảnh, cùng với một toán nhân viên khác tới sau toán cấp cứu chừng mười phút, khi nhận được điện thoại cấp báo. Nghe lời khai của chị bếp và của những người khác trong nhà ông đại úy đưa con mắt suy nghĩ ngó quanh một vòng rồi nói : «Tôi rất tiếc phải mời tất cả quý vị về Quận. Giờ này tôi còn đủ nhân viên làm việc, chúng tôi sẽ chia nhau lấy lời khai của quý vị một lượt. Có phải chịu đói tới khuya xin quý vị cảm phiền, tôi phải làm nhiệm vụ của tôi.»

Đây là lời khai riêng của từng người trong nhà ngay buổi tối hôm đó tại quận cảnh sát.

Tôi tên là Y.Y.Y., 50 tuổi, nghề nghiệp làm bếp. Tôi ở làm cho ông bà chủ tôi đã hơn mười năm, cùng với một con nhỏ tên Lài, Nguyễn Thị Lài, nó vô làm sau tôi nhưng cũng được hơn sáu năm, tháng trước nó xin thôi việc để về lấy chồng. Còn lại một mình tôi phải làm cực quá, tuy ở nhà chỉ có bà chủ với cô Ba. Bà chủ cũng lo kiếm người phụ cho tôi nhưng kiếm không ra. Hồi này kiếm người làm không dễ như hồi trước. Cách đây đúng năm bữa tôi đi chợ Sàigòn tình cờ gặp con nhỏ Vân. Nó không tính đi kiếm việc làm, trông nó hiền, dễ thương, xinh xẻo, coi bộ có thể hạp ý cô Ba, cô Ba khó tánh lắm, người làm xấu xí không sạch sẽ cô Ba không chịu, tôi hỏi nó có muốn đi làm không. Con nhỏ như vừa bị một chuyện gì khổ sở lắm cho nên hãi sợ hết mọi thứ, nó không tin tôi, cứ hỏi mãi có thật tôi rủ nó đi làm công ở trong nhà người ta hay làm công chuyện gì khác. Tôi bảo nó nếu cần kiếm việc, muốn làm thì theo tôi về nhà bà chủ, nếu bà chủ với cô Ba có ưng mới được chứ chưa chắc đã được làm, cứ vô nhà, coi nhà thì thấy là chỗ tử tế, không ưng bụng thì thôi tôi đâu có ép.

Nó theo tôi về nhà, bà chủ với cô Ba cũng chấp thuận nó, lương năm ngàn một tháng, bà chủ cho ăn ở, công việc phụ giúp tôi, nhưng đặc biệt lo sạch sẽ nhà cửa đồ đạc, giặt ủi, thế thôi, thỉnh thoảng cô Ba sai vặt chạy đi mua cóc mua ổi. Con nhỏ có giấy tờ đàng hoàng, cha chết, còn mẹ, có một em trai đi học, quê ở Trảng Bàng, bà mẹ vẫn ở đó.

Vì nó là người mới, lại do tôi đưa vô, tôi có trách nhiệm, đêm tôi giữ nó ngủ chung với tôi, tuy con nhỏ Lài trước nó có chỗ ngủ riêng, tôi tính nếu xem chừng tin cậy được mới để nó ngủ riêng, vì nhà vắng chỉ có mấy người đàn bà, hồi này lôi thôi lắm, ban đêm nó mở cửa cho trộm cướp vô thì sao. Nằm chung với nó tôi có hỏi chuyện nhưng nó chỉ nói sơ qua. Mãi đêm hôm qua thấy tôi thương nó thật tình như con nó mới cho biết nhà mẹ sa sút vì phải lo cho thằng em ăn học mà thằng nhỏ ở Sàigòn tiêu xài quá, đua chúng bạn, lợi tức của nhà không đủ. Cách đây hai tháng thấy cảnh nhà quá thiếu mà đứa em lại hư, có người quen mướn ra Qui Nhơn coi sóc hai đứa nhỏ học tiểu học, được nuôi ăn ở, mỗi tháng mười lăm ngàn lương riêng. Con nhỏ nói với tôi có đi học tới đệ tam. Nhưng ra đó có xảy ra chuyện chi không vui nên phải bỏ về. Tôi có gạn hỏi nhưng nó không nói, bảo rằng chuyện buồn chả nên nói. Tôi có hỏi tại sao không về Trảng Bàng với mẹ, nó nói vì mắc cở với mẹ, mẹ nó cứ ngăn không cho đi Qui Nhơn, nó không nghe, bây giờ lỡ việc trở về nó mắc cở quá, thà đi làm ở Sàigòn ít lâu có tiền gửi về cho mẹ còn hơn. Nó vẫn giấu chưa cho mẹ biết vụ thất bại ở Qui Nhơn.

Tội nghiệp không hiểu tại sao khi không nó té chết như vậy. Tôi không nghĩ là nó tự tử, vì suốt năm ngày nay có buồn, có vẻ hoảng hốt đôi lúc, nhất là ban đêm nằm cạnh tôi, nhưng nó không có vẻ gì muốn chết. Chính nó có nói phải ráng ăn uống cho khoẻ đặng làm việc được, có tiền gửi về cho mẹ. Ban chiều ông chủ với cậu Hai về, tôi ra mở cửa. Mắc lo bữa ăn thêm người, sợ không kịp, tôi mới bảo nó lên nhà trên lo rượu với nước uống. Nó vừa bỏ đồ ủi chạy lên không tới mười phút thì tôi nghe nó rớt cái bịch từ sân thượng xuống. Nó không có công chuyện chi phải lên tới sân thượng, lau cầu thang lau sàn nhà ở phòng trên lầu hai thì có nhưng không phải lên tới sân thượng, phơi đồ cũng phơi ngay trên nóc nhà xe, giờ đó đâu có việc gì ở tận sân thượng. Từ năm bữa nay tôi dám chắc nó chưa hề bước ra chỗ sân thượng nữa.

Tên tôi là X.X.X., 49 tuổi, nội trợ. Nhà tôi đi làm việc ở tỉnh lâu lâu mới về, mọi việc ở nhà đều do tôi quyết định. Bao lâu tôi vẫn có hai người làm, một chị bếp và một nhỏ con gái lo công việc vặt. Chị bếp làm với tôi từ lâu. Tháng trước tôi cho con nhỏ kia thôi việc để về xứ vì lý do riêng trong gia đình của nó. Thiếu người làm tôi có kiếm người thế mà kiếm chưa được. Bữa thứ hai trước chị bếp đi chợ Sàigòn có đưa về con nhỏ này, tôi thấy nó có giấy tờ đàng hoàng cấp tại Trảng Bàng, coi bộ dễ thương, tôi cho ở lại làm thử, lương tháng năm ngàn. Hồi này kiếm người làm là một chuyện rất mệt tuy không thiếu người xin làm. Ra chợ Sàigòn kêu về cả chục người cũng có nhưng hiếm có người làm tốt, cho nên khi thấy chị bếp nói gặp con nhỏ ở chợ tôi đã ngại không muốn. Để cho nó làm thử ít bữa thì thấy cũng được, vì vậy tôi mới giữ nó cho tới hôm nay.

Con nhỏ ngoan ngoãn, siêng việc, nhưng nét mặt hay buồn. Tôi nhận thấy có những lúc nó bình thường và có những lúc như nó muốn sịu xuống vì buồn. Tôi có nói với chị bếp và con gái tôi rằng con nhỏ có tâm sự gì buồn lắm, e rằng nó không làm được lâu. Hôm qua chị bếp có nói cho tôi hay con nhỏ buồn là vì muốn đi làm xa giúp đỡ má nó nhưng việc không xong phải trở về, nghe nói nó có được đi học tới hết đệ tam rồi vì nhà nghèo phải bỏ dở học. Gia đình chúng tôi rất quý những người có học, vợ chồng tôi có hai đứa con, mong mỏi chúng chăm chỉ học, đỗ đạt hơn ba chúng, không dè thằng Hai học hành dở dang tới tuổi động viên phải đi lính, con Ba có thừa khả năng, thừa phương tiện học hành, cũng ham chúng bạn ăn diện, giong chơi nhiều hơn là học. Tôi đang buồn vì con, nghe nói con nhỏ ham học mà nghèo không học tiếp được tôi thấy thương lắm, định bụng chờ cho nó làm ít lâu xem có thật là ngoan ngoãn ham học tôi sẽ giúp đỡ cho nó học lại, thấy nó có ăn học mà bắt làm việc cơ cực tôi không nỡ. Tôi có dặn chị bếp thử dọ hỏi xem tâm sự của nó ra sao, tôi sẵn lòng giúp đỡ nếu nó cần.

Ngay từ trước khi hay biết con nhỏ như vậy tôi vẫn xử đối với nó như mọi người làm khác, hơn nữa tôi còn bảo chị bếp vì nó là người mới đừng bắt lo những công việc nó chưa quen. Trong năm ngày ở trong nhà tôi công việc gì đối với nó tôi cũng coi như đang lúc tập làm, tôi không hề rầy la một tiếng. Như tôi đã nói, công việc làm của con nhỏ khá chu đáo. Tôi có thể nói chắc ở nhà trên đối với tôi và con gái tôi cũng như dưới bếp đối với chị bếp, trong năm ngày nay không có một chuyện gì xảy ra đến nỗi con nhỏ buồn mà phải tự tử như vậy. Vâng, tôi tin rằng nó tự tử, vì không lẽ gì vào giờ đó đang bận công việc mà nó lên chơi trên sân thượng để lỡ té chết. Tôi nghĩ rằng nó có ý định tự tử từ trước, gặp bữa đó chồng tôi, con tôi ở xa về cả nhà đang mắc tíu tít nói chuyện, chị bếp mắc lo nấu ăn dưới bếp, nó nhân cơ hội cắt lẻn lên lầu, lèn sân thượng mà lao mình xuống đất. Đó là ý nghĩ của tôi, nhưng tôi không thể giải thích tại sao con nhỏ lại chọn cách đó, muốn chết đâu có thiếu gì cách. Báo hại tôi, nó chết trong nhà tôi, ngay giữa sân, tôi sẽ phải lo cúng kiếng cách nào giải oan cho linh hồn nó. Tôi không biết mẹ con tôi có dám ở trong ngôi nhà đó nữa hay không, ngôi nhà vợ chồng tôi mua được đã hơn mười năm nay, đang sống yên ổn.

Tôi tên là V.V.V., 20 tuổi. Bữa chị bếp đưa chị ở mới về tôi có ở nhà, lúc đó khoảng hơn chín giờ, tôi mới ngủ dậy, đang ăn sáng ở bàn, tôi có nghe má tôi hỏi chuyện chị ta. Công việc ở trong nhà hoàn toàn do nơi má tôi định đoạt hết, tôi không bao giờ biết tới. Tôi chỉ đòi nơi má tôi một điều kiện là trong một gia đình đàng hoàng không thể có những người làm xấu xí quê kệch, chưng diện một chút càng tốt nhưng vẫn phải giữ đúng vai trò người làm. Tại tôi đòi hỏi như vậy cho nên cho chị ở trước nghỉ cả tháng nay không kiếm được người thay thế. Tôi coi chị ở mới này đã có thiện cảm ngay từ đầu, trông chị ta xinh xắn, nét mặt dễ thương, tiếng nói cũng dễ thương, tôi chịu không được mấy người có máu đàng Thổ, tiếng nói khó nghe lắm. Má tôi trước khi nhận cho chị ta vô làm có đưa mắt hỏi ý tôi, tôi gật đầu chịu. Vì chị ta coi được, thế thôi.

Tôi đi vắng nhà hoài, công việc ở trong nhà chẳng mấy khi tôi biết tới. Tôi có nghe má tôi hai ba lần khen chị ở mới với tôi, má tôi bảo chị ấy ngoan, siêng năng, biết giặt đồ rất sạch, ủi đồ thẳng nếp, chỉ có một tội là tại sao thỉnh thoảng nét mặt chị ấy buồn rười rượi, đôi khi có vẻ hốt hoảng sợ hãi nữa. Má tôi cho rằng chị ấy có tâm sự gì u ẩn. Còn lâu tôi mới quan tâm tới tâm sự của người khác, cho nên nghe má tôi nói tôi cũng biết vậy, không có ý kiến. Nuôi người làm trả lương cao cho người ta sốt sắng làm, mình là chủ chỉ cần công việc của người ta lo đầy đủ cho mình, còn tâm sự của người ta hơi đâu mình quan tâm. Với lại tâm sự của mình có ai biết tới đâu mà lo tâm sự của người khác.

Chiều hôm nay, anh bạn thân của tôi tới chơi từ lúc bốn giờ, má tôi mắc đánh bài bên nhà lối xóm, tôi ở phòng khách, cho chạy băng nhạc cùng ngồi nghe với bạn. Rồi ba tôi ở Qui Nhơn về, hai phút sau tới anh Hai tôi ở Huế cũng được nghỉ phép về tới. Tôi bảo chị bếp chạy qua mời má tôi về, cả nhà xum họp vui vẻ chưa được mười phút thì nghe tiếng chị bếp la dưới sân : «Chết ! Người chết !» Chúng tôi hoảng kinh ào xuống sân sau thì thấy chị ở mới nằm chết đó. Tôi chẳng hiểu chi hết. Tại sao có thể chết dễ dàng như vậy được ? Cuộc đời đáng sống lắm chứ, chuyện buồn nào mà chẳng qua đi, tại sao lại đi tìm cái chết, chết thê thảm như vậy mới lại kỳ nữa.

Khi nãy tôi hoang mang chẳng suy nghĩ chi hết, chỉ tự hỏi tại sao chị ta lại chết như vậy. Tới đây ngồi suy nghĩ thêm tôi có thể cho rằng chị ta lén lên lầu, lên sân thượng chơi, rồi lỡ té chăng. Đứng trên cao quá có thể thấy choáng váng té được lắm chứ. Trên sân thượng có một lần tôi mở bum, chăng đèn kết hoa nhưng không *succès* bao nhiêu, với lại lối xóm thấy làm ồn có phàn nàn với má tôi, sau này lại cấm nhảy, thành ra tôi không tổ chức lần nào khác trên sân thượng. Hằng ngày chẳng ai lên đó, cả tháng chẳng ai đặt chân lên đó, trừ ra những khi ba tôi về, ông thấy không khí Sàigòn ngộp quá, buổi tối hay lên đó bắc ghế ngồi nói chuyện với má tôi.

Tôi tên là U.U.U., 26 tuổi, trung úy trừ bị trong quân đội VNCH. Cách đây chừng hai tháng, khi đó tôi làm việc tại một chi khu gần thành phố Qui Nhơn, nơi ba tôi là y sĩ trưởng một bịnh viện công. Thỉnh thoảng tôi về Qui Nhơn thăm ba tôi. Cách đây chừng hai tháng, tôi nhớ là một chiều chủ nhật, ba tôi mắc đánh bài mã tước với mấy ông bạn, không muốn ở nhà một mình, tôi thả bộ dạo chơi trong thành phố. Lát sau tôi ghé một quán nhỏ mang cái tên ngồ ngộ «Trăng Thu». Trong một vùng ánh sáng nửa tối nửa sáng, có nhiều bàn nhỏ, ghế thấp, những người trẻ tuổi tụ họp từng bàn uốngt rà, cà-phê, bia chai hay bia hộp, hoặc những thứ giải khát khác, và nghe nhạc, những bản nhạc thời trang, do những ca sĩ nổi tiếng hát và được thâu băng.

Không gặp ai quen, tôi ngồi một mình uống cà-phê trong góc quán, đối diện với chiếc quày nhỏ nơi thâu tiền. Một mình tôi hút hết điếu thuốc này tới điếu thuốc khác, thả nông nỗi chán phè của một chiều chủ nhật cô đơn qua khói thuốc, chờ sáng mai trở về đơn vị. Tôi không nhớ tại sao và từ một giây phút nào tôi chợt chú ý tới cô gái ngồi thâu tiền ở trước mặt. Tôi chú ý tới một nét buồn kỳ lạ trên gương mặt cô gái. Không buồn cô gái đã có một vẻ hiền, ngoan, dịu dàng hiếm có, thêm nét buồn cô gái trở nên một thỏi nam châm thu hút những người con trai như tôi ngồi một mình đếm những giây phút qua đi, chẳng có việc gì làm, chẳng có ý nghĩ nào vương vấn lâu trong đầu. Bảo rằng đó là một thỏi nam châm rất đúng, vì lúc đó như có hẳn một từ trường giữa cô gái ngồi kia yên lặng và tôi cũng yên lặng ngồi đây. Mấy phút sau, biết rằng cô gái cũng để ý tới con mắt không rời của tôi, tôi đứng lên đi lại gần quày thâu tiền xin phép được nói chuyện với cô gái. Cô gái vui lòng. Câu chuyện lúc tối đó rất tầm thường, nhưng từ sau khi quán đóng cửa tôi đưa cô gái về chỗ trọ và chia tay về nhà tôi tin rằng đã có một chút gì ràng buộc giữa hai chúng tôi.

Trên khúc đường vắng cô gái cho biết đã bị lừa ra đây không phải để săn sóc hai đứa nhỏ mà để thâu tiền ở quán nước như tôi đã thấy. Bị lừa nhưng cô gái đành chấp nhận vì đã lỡ khăng khăng với mẹ đòi đi, với lại cô gái cũng cần mỗi tháng có một món tiền gởi về cho mẹ ở Trảng Bàng.

Sáng hôm sau tôi trở về chi khu nhưng chiều hôm đó tôi đã kiếm được cách xin phép quay lại Qui Nhơn. Chúng tôi lại gặp nhau. Bắt đầu yêu nhau, cô gái mà từ đó tôi thấy có quyền được gọi bằng tên riêng, Vân đã lần lần kể hết cảnh nhà cho tôi nghe. Vân mồ côi cha từ năm mười tuổi. Bà mẹ thừa khả năng nuôi dạy hai người con, Vân và Đức em trai Vân, vì ông chồng khi chết đi có để lại cho vợ con một vườn trái cây nhiều huê lợi tại Bình Dương. Trảng Bàng là quê bà mẹ, ông cha người gốc Bình Dương. Vì thuận tiện riêng, bà mẹ đưa hai con về quê ngoại ở Trảng Bàng, nơi đó bà mẹ được thừa hưởng một di sản ruộng đất cũng khá. Vườn trái cây ở Bình Dương là nguồn lợi tức chính cho ba mẹ con sinh sống thừa thãi. Lên trung học hai chị em Vân được mẹ gửi đi Sàigòn ở nhà bà dì để đi học. Vân học hành rất ngoan. Đức mê theo thằng con trai bà dì, hai đứa chơi nhiều hơn học và tập được đủ thứ tật xấu, trong số có tật đánh bạc. Trong vòng có năm sáu năm trời, nguồn lợi về vườn trái cây không đủ cho bà mẹ chi dụng và lần lần phải cắt từng khu vườn bán đi. Tai hại nhất là những năm về sau Đức lớn lên càng ăn chơi hơn, tốn kém hơn, và đến tuổi động viên phải lo lót trốn lính. Trọn vẹn di sản của người cha để lại đã từ cái túi của cậu con trai bay đi hết.

Tới năm nay thì cả một mảnh vườn còn lại ở Trảng Bàng cũng qua tay người khác vì những vụ lo lót trốn lính của Đức. Vân phải nhận lời ra Qui Nhơn vì biết mẹ đã tới đường cùng không có cách nào có tiền sinh sống hằng ngày chứ đừng nói tới cung ứng cho cậu con trai phá của. Theo lời Vân, dường như hồi sau này Đức có cặp bồ được với con gái một nhà giàu ở Sàigòn cho nên có thể tiếp tục ăn chơi không đòi hỏi quá nơi bà mẹ nữa.

Càng thấu hiểu hoàn cảnh của Vân tôi càng thấy yêu Vân hơn. Vân đã thuận một ngày nào đó sẽ để tôi đưa về nhà giới thiệu với ba má tôi và sau đó sẽ xin ba má tôi cho cưới Vân làm vợ. Sở dĩ tôi còn chần chờ là vì tôi biết rõ thành kiến trong gia đình tôi, nếu đưa Vân về nhà ngay lúc đó thì không giấu được ba tôi rằng Vân chỉ là một cô gái ngồi thâu tiền tại một quán nước, nhất định ba má tôi không khi nào ưng một đứa con dâu với địa vị như Vân. Vân trở về Trảng Bàng rồi mới tính tới chuyện giới thiệu Vân với ba má tôi. Có một lần đề cập tới vụ Vân trở về Trảng Bàng, Vân có nói với tôi để Vân tính, nhưng coi bộ không tin rằng có thể chiều ý tôi được ngay. Tôi ngu dại không lượng định được sự cần tiền nơi Vân như thế nào. Với lại nếu tôi có ngỏ lời muốn giúp, Vân chưa chắc đã chịu, tôi biết Vân nhiều tự ái lắm.

Nhân một dịp lên về Qui Nhơn gặp Vân trong chốc lát tôi đụng đầu với một ông anh họ cũng ở trong quân đội như tôi nhưng có thế lực lắm tại bộ tư lệnh quân đoàn. Gặp nhau cả hai chúng tôi cùng ngạc nhiên không ngờ cùng ở một vùng mà không biết. Ông anh có hỏi chi tiết nhiệm vụ hiện thời của tôi. Tai hại cho tôi, một tuần sau tôi nhận được lệnh đổi về Huế, do sự can thiệp của ông anh họ, tưởng làm vậy là vui lòng tôi. Nhận được lệnh tôi đâm bổ về Qui Nhơn kiếm Vân. Bà chủ quán cho biết Vân đã thôi không làm tại đó nữa, đi đâu bà không biết.

Về nhà để báo tin cho ba tôi hay vụ thuyên chuyển, tôi thấy ở góc bàn giấy của ba tôi một phong thư đề tên tôi. Thư của Vân. Trong bao thư còn một bao thư khác mang con dấu ty bưu điện Trảng Bàng. Vân viết vắn tắt trong thư nói rằng đã đứt ruột phải quyết định nhận đi làm việc tại một nơi xa để có thể vay trước một món tiền lớn. Đi xa như vậy tức là không bao giờ còn gặp lại tôi nữa, nhưng Vân không có cách nào khác, tôi cứ đọc lá thư của má mới gửi ra thì biết. Bà mẹ viết trong thư cho Vân biết Đức mới về nhà cho hay lỡ đánh bạc thua cầm thế mất chiếc xe *honda* của một người quen, bây giờ cần có một trăm năm chục ngàn chuộc xe, nếu chậm người kia thưa gởi, lòi ra vụ trốn lính thì nguy. Bà mẹ tính bán nốt căn nhà đang ở lấy tiền trả nợ cho Đức, số còn lại sẽ dựng một căn nhà nhỏ trên đất của một người bà con vui lòng cho cư ngụ.

Ý hẳn Vân đã không muốn mẹ phải hy sinh phần gia sản cuối cùng cho nên đã quyết định như vậy. Tôi bỏ cả một ngày hỏi thăm khắp nơi mà không sao biết được Vân đã dời Qui Nhơn để đi đâu. Phải đi Huế gấp theo lệnh, ra tới Huế công việc mới buộc tôi không thể nhất đán xin nghỉ phép mà về Sàigòn để đi Trảng Bàng gặp bà mẹ Vân, thư của bà mẹ lại không ghi địa chỉ để tôi có thể theo đó mà viết thư. Mãi cho tới hôm qua, nhờ sự giúp đỡ của ông anh họ tôi mới xin được phép một tuần về đây với mục đích duy nhất là sáng mai đi Trảng Bàng. Không dè vừa về tới nhà đã gặp Vân, gặp trong trường hợp thê thảm như vậy.

Tôi tên là T.T.T., 23 tuổi, sinh quán tại Bình Dương, trú quán tại Trảng Bàng, hiện đi học tại Sàigòn. Chiều hôm nay tôi có mặt tại ngôi nhà xảy ra vụ tai nạn vì tôi quen với cô V.V.V. Trước kia có thể nói là hằng ngày tôi có mặt tại đó vì chúng tôi chơi thân với nhau. Trong khoảng hơn một tuần nay tôi không lại đó chơi vì có công chuyện riêng phải đi Trảng Bàng. Mới từ Trảng Bàng về lúc trưa, bốn giờ chiều tôi đã lại kiếm cô V., chúng tôi đang ngồi nghe nhạc tại phòng khách ba của V. về tới, sau lại tới anh Hai của V. cũng từ Huế vô. Chúng tôi đang nói chuyện nghe tiếng la dưới sân sau. Chúng tôi chạy xuống thì chuyện đã xảy ra. Tôi quen thân với gia đình của V. nhưng không bao giờ chú ý tới những chuyện trong nhà, tôi không có ý kiến nào về trường hợp đã xảy ra.

Tôi nhìn nhận nạn nhân đúng là chị ruột tôi, tên Vân. Tôi bận đi học tại Sài gòn rất ít khi về thăm nhà. Mới đây tôi hay tin chị tôi đi Qui Nhơn nhận săn sóc việc học cho hai đứa nhỏ tại một gia đình quen. Tôi không hiểu vì lý do nào mà chị tôi lại bỏ công việc ở Qui Nhơn về đây và đi làm công. Gia đình tôi không đến nỗi quá nghèo để chị tôi phải đi làm công như vậy. Tôi không có ý kiến về cái chết của chị tôi, có thể là tai nạn, có thể là tự sát. Buổi chiều khi tới chơi tôi không biết có chị tôi làm công tại đó, khi tôi tới chị bếp ra mở cửa cho tôi.

Tôi tên là S.S.S., y khoa bác sĩ, y sĩ trưởng bịnh viện Qui Nhơn, gia đình tôi để lại Sàigòn vì có sẵn ngôi nhà và con gái tôi đang theo học tại Sàigòn. Chiều nay tôi về thăm nhà, vừa về tới được chừng không đến nửa giờ thì xảy ra vụ này.

Khi tôi chạy xuống tới sân sau nạn nhân đã tắt thở, từ trên cao hơn mười thước lại dộng đầu mạnh xuống nền xi-măng có thể chết tức khắc. Nâng đầu nạn nhân lên tôi đã kinh ngạc nhận ra đó là một bịnh nhân tôi mới chữa trị cách đây có mấy tuần lễ ngoài Qui Nhơn.

Một buổi sáng nhân viên ty Cảnh sát dẫn giải tới bịnh viện một người con gái bị buộc tội hành nghề mãi dâm đang mắc bịnh hoa liễu nặng. Ty Cảnh sát gởi bịnh viện chữa trị cho người con gái với tư cách một can nhân, chờ khỏi bịnh sẽ được đưa qua bên tòa án. Khi đó tôi hoàn toàn không lưu ý tới một khía cạnh nào khác nơi người con gái ngoài nhiệm vụ chẩn bệnh rồi chữa bệnh. Chẩn bệnh tôi thấy người con gái mới bị mất trinh không lâu, đang mắc bịnh lậu mủ rất nặng, tình trạng sức khỏe tồi tệ vì xúc động thần kinh quá mạnh đồng thời trải qua một thời gian thân xác bị hành hạ quá sức chịu đựng của thể chất. Vì là một trường hợp bịnh trạng đặc biệt, có thể nói y sĩ tranh đấu từng giờ với tử thần, cho nên tôi đã bỏ rất nhiều công săn sóc cho người con gái đó. Sau mười ngày vừa lo chống vi trùng hoa liễu vừa lo gây lại sức khỏe cho bệnh nhân, hai công việc rất khó dung hòa, vì dùng một lượng trụ sinh rất mạnh cần thiết cho trường hợp bịnh thì hại tới tình trạng sức khỏe đã quá suy yếu, tôi đã cứu được người con gái. Từ ngày thứ mười trở đi, người con gái đã tỉnh táo hơn, tội mới chú ý tới nét mặt, nhất là hai con mắt rất hiền từ, những lời nói lễ độ tự nhiên, những cử chỉ rõ ràng khép nép kín đáo, tôi lấy làm lạ tại sao một người con gái như vậy có thể là một con điếm sắp bị đưa ra tòa, tức là một thứ bị bắt nhiều lần không còn biện pháp ngăn cản nào khác.

Chú ý như vậy nhưng tôi là một y sĩ, y sĩ không có quyền tò mò nếu bịnh nhân không nói và thấy không cần thiết cho việc chữa trị. Người con gái nằm bịnh viện đúng hai chục ngày, bịnh lậu mủ đã trị có thể nói là tuyệt nọc, chỉ còn tình trạng sức khỏe mới khả quan, nhưng khả năng của một bịnh viện công ở tỉnh không cho phép giữ bịnh nhân ở lại thêm. Đúng như lời yêu cầu khi đưa bịnh nhân tới, tôi đã trả người con gái lành bịnh cho ty Cảnh sát. Khi xuất viện, người con gái chỉ tới ngỏ lời cám ơn tôi và cũng không yêu cầu tôi giúp đỡ một điều gì khác. Tôi yên ổn lương tâm một y sĩ, và vội quên ngay trường hợp đó.

Tới tối ngày hôm sau, ông biện lý vốn là bạn chơi mã tước tới gặp tôi tại nhà và hỏi thăm tôi về hồ sơ bịnh trạng của người con gái đó. Khi đó tôi mới tò mò hỏi thăm lại về trường hợp người con gái trên bình diện tòa án. Ông biện lý cho biết cứ như lời khai của người con gái mà ông biện lý lấy tâm tín của một thẩm phán cho rằng đúng sự thật thì y thị là nạn nhân của một vụ mua bán và bội tín, mua bán và bội tín trên thân xác khổ sở của người con gái đó.

Từ Trảng Bàng người con gái bị lừa ra Qui Nhơn để trông nom việc học cho hai đứa nhỏ với số lương mười lăm ngàn đồng một tháng, được ăn ở không mất tiền, tiền chuyên chở từ Trảng Bàng ra Qui Nhơn và trở về do người mướn chịu. Tới Qui Nhơn không có học trò mà chỉ có công việc thâu tiền tại một quán nước. Người con gái cần tiền giúp mẹ cho nên cũng vui lòng nhận. Công việc tạm êm xuôi trong vòng một tháng. Ông biện lý dùng chữ « tạm » là vì chẳng bao lâu sau khi tới Qui Nhơn người con gái đã được mụ chủ quán dụ dỗ bán trinh cho người nhà giàu sẽ được một món tiền lớn, sau đó tiếp tục hành nghề mãi dâm sẽ có thêm nhiều tiền nữa. Cô gái cương quyết không chịu, mụ chủ cũng để yên, thỉnh thoảng lại tấn công nhưng vô hiệu.

Một tuần trước khi người con gái được đưa tới trị bịnh, y thị nhận được thư của mẹ từ Trảng Bàng cho biết phải bán nhà để lo trang trải công nợ. Vì thiết tha với ngôi nhà mẹ con sống từ lâu đầy kỷ niệm, người con gái đã trả lời bằng lòng đề nghị của mụ chủ quán. Mụ chủ quán đặt điều kiện cô gái chịu để cho một người có tiền phá trinh và sau đó phải sống với người đó liên tiếp trong hai tuần lễ sẽ được tròn món tiền một trăm năm chục ngàn. Số tiền kiếm được đủ để giúp mẹ khỏi bán nhà, cô gái ưng thuận. Ngay hôm sau cô gái được đưa tới một tỉnh ở Cao Nguyên và trao trong tay một người đàn ông có thế lực tại đó.

Ông biện lý cho biết người con gái đã tỉ mỉ kể lại chi tiết cuộc đầy đọa thân xác với một người đàn ông to lớn và vũ phu như một con trâu. Trên nguyên tắc, về phương diện sinh lý khi một người nam và một người nữ đã thuận tình ráp lại sống với nhau sớm muộn người nữ sẽ tìm thấy khoái cảm, cho dù lúc ban đầu có sợ hãi sự chung đụng. Đằng này sau một đêm và một ngày trong tay người đàn ông đó cô gái chỉ thấy hoảng sợ đến độ kinh hãi la thét mỗi khi người đàn ông tới gần. Kết cuộc, người đàn ông có thế lực nổi giận đuổi cô gái ra khỏi nhà. Thảm thương cho người con gái là thoát khỏi vòng ông chủ lại rơi vào tay lũ gia nô, chúng thay phiên nhau hành hạ người con gái. Địa ngục kéo dài trong vòng năm ngày thì nội vụ đến tai một người cũng ở trong vòng thế lực của người đàn ông kia nhưng có tình thương và tư cách nghĩa hiệp. Người này đứng ra can thiệp để giải phóng cho cô gái.

Đã sa vào địa ngục lại chẳng được một đồng bạc nắm trong tay cho đỡ tủi, cô gái cũng đành, cố cứu lấy mạng sống. Nhưng người đàn ông nhiều thế lực không biết nghe lời lũ gia nô ra sao đã cho người đuổi theo tới Qui Nhơn và cô gái đã biến thành một gái điếm đáng đưa ra tòa lên án. Vì tình trạng sức khỏe thảm hại của cô gái cho nên mới có vụ đưa tới bịnh viện.

Ông biện lý có bàn với tôi nên giải quyết vụ người con gái đó cách nào. Chúng tôi ngồi nói chuyện với nhau rất lâu. Tất cả vấn đề thu gọn vào một điểm : người con gái có đứng ra tố cáo nội vụ hay không. Ông biện lý cho biết đã chỉ vẽ cho cô gái biết nên làm và phải làm như thế nào và ông biện lý hứa tận tình giúp đỡ, nhưng cô gái đã từ chối, chỉ xin ông biện lý giúp đỡ cách nào để có thể trở về Trảng Bàng với mẹ. Cả hai chúng tôi thật tình đều muốn vụ mua bán đen tối đó phải được làm cho ra lẽ, nhưng suy nghĩ chán chúng tôi đi tới kết luận cứ nên chiều theo ý mong của cô gái là hơn hết, lương tâm chúng tôi có không yên nhưng cô gái sẽ yên tâm, đó cũng là điều cô gái mong ước, lương tâm chúng tôi it nhất cũng được cái cớ đó che đậy. Hai chúng tôi đã dễ dàng giúp cho cô gái có được mấy cái quần, mấy cái áo thay đổi (khi trở về Qui Nhơn cô gái mất hết những gì đã có trừ bộ quần áo trên người), chút tiền dận túi và một giấy máy bay Qui Nhơn — Sàigòn.

Tôi xác nhận người con gái làm công trong nhà tôi mới chết và người con gái tôi đã gặp ở Qui Nhơn đích thị là một. Nhưng tôi không thể hiểu tại sao đã về tới Sàigòn người con gái đó không về Trảng Bàng với mẹ lại đi làm công và tại sao chiều hôm nay đã tình cờ té lầu mà chết hay nhảy lầu tự sát ngay trong nhà tôi.

Đọc hết tờ biên bản và những lời khai, ông đại úy trưởng phòng Hình cảnh gấp tập hồ sơ lại, nói với cô thư ký ngồi ở bàn kế bên, cô thư ký ngơ ngác không hiểu, ông đại úy như nói một mình :

«Tất cả những người có liên quan tới cô gái trong

vụ này đều có biểu tỏ tình thương với cô gái. Nhưng bấy nhiêu tình thương đã không kéo được cô gái ra khỏi hoàn cảnh khốn khổ. Đặt bên thân phận cô gái, tình thương giống như một món trang sức đáng bày giữa hai ngoặc kép. Xét hồ sơ này nhiều phần chắc là ông biện lý sẽ truyền xếp, điều tra bổ túc sẽ đụng phải những vách núi thế lực. Nếu ông biện lý là một người làm văn học nghệ thuật, với hồ sơ này ông ấy có thể soạn được một vở kịch, dựng lên một tuồng hát, hay quay thành một cuốn phim, cùng lắm cũng viết được một truyện ngắn, truyện của xã hội bây giờ. »

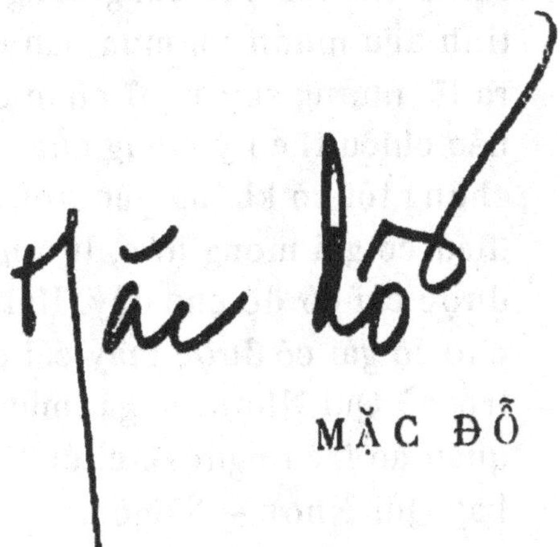

MẶC ĐỖ

MẶC ĐỖ

NGUYỄN ĐÌNH TOÀN

TIỂU SỬ

Tên thật là Nguyễn Đình Toàn, *sinh ngày mùng 6 tháng 9 năm 1936 tại Hà-nội. Cựu học sinh Chu Văn An. Bắt đầu nổi tiếng với tác phẩm* Chị Em Hải, *sau đó là* Con Đường, Ngày Tháng, Giờ Ra Chơi... *Đã cộng tác với hầu hết các tạp chí xuất bản ở Sài-gòn. Tác phẩm được in ra chừng 20 cuốn, trong đó có 3 tập truyện ngắn, còn tất cả là truyện dài. Đã cộng tác chặt chẽ với đài phát thanh Sài-gòn một thời gian có thể nói là khá dài, khoảng trên 10 năm. Mới được giải ngũ và hiện sống bằng nghề viết văn và viết báo.*

QUAN NIỆM VỀ TRUYỆN NGẮN

Quan niệm về truyện ngắn của một nhà văn, theo tôi, thiết tưởng, không còn cách bầy tỏ nào đầy đủ hơn là chính những truyện ngắn của người ấy.

Về Truyện Ngắn «ĐÊM LÃNG QUÊN»

Thời gian — Thời tiết, đôi khi đó là

NGUYỄN ĐÌNH TOÀN

những mối ám ảnh lớn lao của con người, cùng với cái chết.

Đèm Lảng Quèn

I

Không khí bỗng trở nên nặng nề khó thở. Mùa hè bao giờ cũng bắt đầu như thế. Bắt đầu bằng những đêm thức khuya hơn của những nhà kế cận, bắt đầu bằng những tiếng nước chảy xối xả của những người tắm khuya, bắt đầu bằng những đám bụi phủ dày trên các khung cửa sổ dù đã được phủi hai ba bận mỗi ngày. Sự oi bức đã làm cho lũ trẻ biếng chơi và hay khóc. Người ta mong đợi những trận mưa. Nhưng đối với một lão già như ta, cái nóng bức dù sao, cũng còn dễ chịu hơn là những ngày giá băng, (giá băng như cái thành phố xa tít nào ta đã sống những năm khỏe mạnh nhất của đời mình, đánh bạc thâu đêm suốt sáng, nhưng vẫn có thể gần gũi đàn bà ngay sau đó, và lại cũng ngay sau đó, có thể tiếp tục ngồi vào bàn bạc), cái rét cắt thịt da, mùa đông chỉ cần vô ý vấp chân vào một hòn đá ở ngoài đường, cái đau tưởng không bao giờ dứt. Mùa đông. Cái mùa đông lướt thướt sương mù, buổi sáng trở dậy thở khói ra mũi, những đám sương muối dày đặc đến đôi khi người ta đứng giáp mặt nhau mà không nhìn thấy, cái lạnh thấu xương làm run lật bật cả chân tay, cái lạnh và đàn bà, đó có lẽ là nguyên nhân gây ra căn bệnh tê thấp khốn nạn của ta giờ đây. Sáu mươi tuổi, cái tuổi đã quá già đối với một người Việt Nam, ta đâu có ngờ ta đã mang theo cả cái thành phố đó (mang theo cả Hà-nội) trong xương tủy bằng một chứng bệnh. Cái bệnh này thật là bại hoại quá sức. Nó làm cho ta mất bao đêm không thể chợp mắt. Mỗi cơn tưởng như nó rút gập cả xương sống lại, cơn đau âm ỉ kéo dài trong suốt mùa mưa, không khí ẩm thấp của những ngày mưa đã ảnh hưởng dữ tợn đến căn bệnh, các bắp thịt bắt đầu mềm nhũn dưới lớp da nhăn nheo cứ bóp thắt lại từng cơn làm cho rời rã. Ta đã nghe thấy tất cả cái hắt hiu tàn lạnh của một đời người, của những đêm mải mê trong các cuộc truy hoan, đỏ đen, tích lại trong máu huyết, bây giờ đang muốn tắt đi cái dư vị cuối cùng, tắt đi cái chút lửa còn sót mỗi khi cơn bệnh bớt hành hạ, cho ta cái cảm tưởng, ta vẫn còn chân tay, vẫn còn đời sống, vẫn còn một vài phút rạo rực những ước muốn, như một vài tia nắng sớm mai chiếu qua những dám mây đen trước khi rạng sáng, chỉ mình ta thấy lại sự ấm áp, cái buổi sáng rực rỡ và một ngày dài oi ả chói chang sau đó, là của những người khác, này là của những kẻ khác, ta chỉ còn những đêm đen, những buổi xế chiều, những sớm âm u, những giờ phút đời sống đã tự giấu mặt, đã lẩn khuất, đã lẫn lộn, tuổi già như một cơn nước lụt đã dâng lên tới ngang ngực, hơi thở đã khó khăn, những thú vui đã bị dìm cả xuống vực thẳm phiền muộn, những nỗi phiền muộn không tên, như những cơn giông muộn màng, cuốn rít quanh căn phòng đóng kín, bít bùng, căn phòng chỉ còn những đồ vật cũ kỹ, những tranh ảnh khỏa thân của đàn bà, những người đàn bà Âu Mỹ xa lạ, đối với ta thật sự cũng chỉ còn như một tờ giấy treo lủng lẳng trên tường, đôi lúc trong đêm khuya thao thức ta đã bật đèn ngắm nhìn, trong lúc chạng vạng của những ngày mưa dai dẳng mù trời, hơi nước đã làm cho cả căn phòng lạnh lẽo, ta đã nhìn gió thổi trên những tấm bìa đó, lật đi lật lại, như những rung động của cõi ngoài đời sống. Ta đã thu mình trong căn phòng tồi tàn, thở hít cái bóng đêm ẩm ướt của thứ dục vọng khô khan, làm một lão già cùn mằn, ta đã biến thành bất cứ đồ vật nào đó trong căn phòng bẩn thỉu hôi hám này, như chưa hề bao giờ có ta như một người trong đời sống, chưa hề có một tuổi trẻ ta đã trải qua, như thể trên cánh tay này, ta chưa hề biết đến da thịt, mùi vị của một người đàn bà nào. Ôi những người đàn bà đã cùng ta sống những phút giây kỳ diệu nhất của khoái lạc, họ đã trở thành cái gì, trở thành những kẻ xa lạ nào, những đồ vật thảm thương nào, trong cái mùa hè oi ả này, trong cơn mưa thác đổ này, trong cái đêm vắng lặng mà chắc rằng tuổi trẻ ham hố đang đắm chìm trong các thú vui như một chiến thắng, có bao giờ nghĩ tới, sẽ có ngày, họ sẽ như ta, ngồi ngó nhìn bóng tối, gậm nhấm nỗi chua cay của mình. Tuổi trẻ, đó thực là một điều mỉa mai. Nhưng ta sẽ không hé răng về điều này, nếu không, sẽ không tránh được bọn trẻ nghĩ rằng ta ghen tuông với tuổi trẻ của họ. Tuổi trẻ, đó chỉ là một cái vươn vai sau một đêm vui thú. Các con cứ việc vui chơi. Tình ái là một lầm lẫn buồn thảm nhất, nhưng cũng không còn một lầm lẫn nào đáng phạm hơn.

Mùa hè. Chỉ tội nghiệp cho mấy đứa trẻ. Mụn nhọt đầy người. Ta đã thức nhiều đêm, thêm những đêm không ngủ được vì nóng nực cũng chẳng sao. Mùi ẩm mốc nhờ cái mùa khô nó sẽ bớt đi. Ta có thể thở dễ dàng hơn, mặc dù sự mệt nhọc đã làm thêm lười biếng. Cái mụ già quét dọn phòng, không ngớt lời riếc móc ta «bẩn như con chó». Nhưng đó chỉ là những lời nói lén. Ở trong cái cư xá này, làm cái nghề quét dọn những căn phòng, giặt ủi quần áo cho những kẻ độc thân, đó không phải là cái nghề đáng để chửi những người khác. Đã có lúc trong bóng tối của căn phòng, ta đã muốn làm cho mụ biết tay, nhưng ta đã không làm nổi việc ấy vì ta ghê tởm mụ, mụ đâu có phải thứ đàn bà của ta, dù là lúc ta đang sống trong cái ổ chuột này.

Mùa hè. Đêm xám như đồ chì. Đêm đục lờ cái

thứ ánh sáng bệnh hoạn, nhợt nhạt như những thây người, thỉnh thoảng vào lúc trở sáng, một làn sương mù rớt trên các ngọn cây làm cho bầu trời thiếp đi, cũng giúp ta ngủ ngồi một chặp trên ghế, và thức dậy trong sự khoan khoái của một ngày còn nguyên vẹn, đó là lúc ta có thể đứng dậy, đến bên cửa sổ, nhìn xuống con phố vắng lặng, tưởng nhớ đến những mảnh đời đã tan nát của ta, tưởng nhớ tới những khuôn mặt thân yêu ta đã ôm ấp, đã trao gửi yêu thương, không phải chỉ bằng dục vọng gay gắt của tuổi trẻ, mà bằng những hơi thở dịu dàng nhất, bằng làn da tươi mát sau buổi tắm sớm, ta đã đánh thức nàng dậy nằm nghe tiếng chim kêu dưới những cành cây vừa thay lá, nghe những tiếng sẻ non líp chíp dưới mái hiên. Nàng là ai trong những buổi sáng hiếm hoi và tuyệt vời đó của đời ta (một kẻ phóng đãng)? Rất may là trong những ngày về già này của ta, ta không còn vướng bận về một người đàn bà nào, không có một người đàn bà nào thuộc về ta, ta có thể sống một mình, dù trong những đêm lẻ loi, cô độc, không phải ta không có những phút giây thèm muốn đến cay đắng được vùi mình trong hơi thở của một người đàn bà, như một người đàn bà và như một người bạn của những ngày bóng xế. Nhưng trong sự khó khăn của đời sống, cái thú vui đó, không đủ bù lại những cái ngao ngán sẽ phải chịu đựng, già đã buồn, tình già tự nó đã là một cái gì tiều tụy, thêm vào đó những thiếu thốn sẽ còn làm cho nó trở nên lố bịch và khó coi hơn nữa. Ta đã cố tránh cho ta phải làm kẻ chứng kiến thảm kịch của mình mỗi ngày. Người đàn bà của đời ta đã chết. Nàng quá thông minh, (khi còn sống nàng đã bao lần chứng tỏ điều ấy) đã bỏ cuộc trước khi đi vào đoạn kết quá khó khăn này. Ta đã khóc và đã quên nàng trong những thú vui tìm thấy của kẻ độc thân lần thứ hai. Những thú vui cuồng bạo, gấp gáp, của một kẻ tự thấy mình được tự do trở lại, (đã bao giờ nàng làm cho ta thấy ta đã mất tự do vì nàng?) tự do trong một lúc tuổi già đã gần kề, vài ba sợi tóc sâu mỗi lần nàng nhổ cho ta tố cáo tuổi già sắp sửa, có phải? Đó là hai lý do thúc giục ta sống vội vàng, ta chẳng kịp yêu ai ngoài ta, ta chẳng kịp nhận ra cái thành phố đã nuông chiều ta bằng những thời tiết và mùa màng của nó, cũng như nàng, chỉ mãi tới lúc mọi sự đã cằn cỗi hết, ta mới nhận ra nàng đã tốt với ta, cái thành phố tuyệt diệu đó, đã chiều chuộng ta biết chừng nào. Ta đã bạc bẽo và bây giờ là cái giá phải trả, dù ta có ương ngạnh không muốn nghĩ như thế.

Mùa hè thúc giục trong những đêm khuya trở dậy mò mẫm trong căn phòng, nhìn thấy đôi vợ chồng trẻ ở căn phòng đối diện, cách một khoảng sân, cặm cụi với công việc đó, sau khung cửa mở rộng. Đêm quá nóng nực, và họ không thể tưởng ta là con ma xó có thể thức vào lúc đó để rình mò và nhìn thấy họ. Dưới ánh sáng xanh nhợt nhạt của những vì sao, sau khung cửa mở (mở ra cái thế giới đã đóng lại với ta) những gì ta nhìn thấy, trong bóng tối và trong thứ ánh sáng không đủ thành ánh sáng đó, không ngờ còn xúc động ta tới tận cùng cơ thể. Không, không phải chỉ là cái ham muốn thông thường của dục vọng, nhưng hình như nó đã làm rung rinh cả nỗi bi thương bưng kín trong lòng ta cùng với cái chết. Mãi tới lúc họ đã làm xong cái công việc đó từ lâu, đã trở dậy mặc lại áo quần, người đàn bà với bộ quần áo đen tay ngắn và người đàn ông với bộ quần áo màu vải lẫn với bóng đêm không thể phân biệt, có lẽ là màu xám hay màu xanh nhạt, ta mới nhận ra cái thân thể bạc nhược của ta mỏi cứng, đó cũng là lúc ta có thể ngó mặt ra khỏi tấm màn che thấp nơi cửa sổ, đón những trận gió ẩm sương thổi từ phía bên kia mái ngói tới, làm mát bộ râu lởm chởm của ta, một cơn khoái cảm thực sự, chạy suốt thân hình ma dại của ta, làm ta muốn khuỵu xuống.

Đời sống đối với ta bây giờ, như mùa hè, như tất cả những mùa khác, chỉ còn một điều đáng chú ý, đó là thời tiết. Một ngày trời lạnh. Một ngày trời nóng. Một đêm trở gió, cái xao xác của sự đổi thay thời tiết (mùa màng) rỉ rắc trong đêm khuya mang theo cái rời rạc, tan rã của đời ta, trút nó ở một nơi xa thẳm nào, ta cảm thấy rõ ràng đời sống rút đi khỏi ta như một mực nước (con nước có lúc đã tràn lấn vào ta như một cơn lụt, bây giờ rút đi) ta ngó nhìn những cánh tay ốm tong teo, ta ngó nhìn ta như một con vật ốm yếu, sáu mươi tuổi, đó là lúc mọi tiếng động của đời sống đều mang ý nghĩa báo hiệu, không phải mùa hè, mà chính là mùa xuân, cái mùa khó sống nhất của những kẻ già, đời sống treo lủng lẳng trước mặt ta cùng với những tiếng nói không thể thốt, nói với ai, nói cái gì, đời sống câm lặng dần trong miệng, đời sống chỉ còn là những tiếng nói, những tên gọi lúng búng trong cổ họng, và mất dần như chạy giật lùi về phía sau, khi tuổi già phi nước đại tới phía trước, những tiếng nói không thể dùng đến nữa, quay tít như những chiếc chong chóng trong trí tưởng mệt nhoài, căng thẳng của ta, làm lộ ra những ý nghĩa nhạt nhẽo, buồn tẻ, đau lòng nhất, đúng hơn những tiếng nói đã nhả hết ý nghĩa, chỉ còn lại như những cái xác chết, những cái xác già nua, những tiếng nói ta thì thầm nhắc lại, ngượng ngùng không thành tiếng, như học lại lần thứ hai, chẳng còn một tác dụng nào đích thực, chỉ có thời tiết, nóng nảy khô khan, hay lạnh lùng ẩm ướt, cho ta nhận ra đời sống bên ngoài và đời sống trong ta còn có thật, những bực thềm ấm áp, những bãi cát bỏng rãy chân tay, những rạng đông nồng nàn cây cỏ, những tiếng chim kêu thảng thốt ngoài hiên, những hồi chuông rộn rã đưa các linh cữu, những buổi chiều ngụp lặn trong các cuộc vui cố tát cạn hắt hiu giữa ánh lửa của sức lực gần tàn, tất cả những thú vui, kỷ niệm tưởng tượng và biến chuyển của đời sống đó, trộn lộn trong ta như một giấc mộng kinh hoàng những sự thật đang biến dễ dàng thành cái giả, và cả cái thật lẫn cái giả đó kéo lê trong những đêm khô héo của ta, nhưng chưa chịu thổi tắt những cây nến cắm trên quan tài ta nằm đây đã nghe thắp dậy trên đầu... Những cây nến người ta đã thắp trên đầu áo quan cho nàng, ta đã thổi tắt như một lời vĩnh biệt ta đã nói với nàng đêm ta ngồi canh xác. Những cây nến đã dập đi, khi bước ra khỏi nhà, khi dời khỏi Hà-nội, như một lời giã từ im lặng tàn nhẫn.

Mùa hè bắt đầu bằng những tiếng chuông đồng hồ lanh lảnh trong đêm khuya, bằng tiếng dế rúc từng chập lúc sẩm tối, bằng tiếng ve rộ từng hồi trên những cành cây cao, và thật là thảm thương cho lão già như ta đổ những giọt mồ hôi vô ích. Vô ích như một đời lang thang. Vô ích như tấm thân ma dại vẫn chưa thỏa những ao ước kỳ cục, những ao ước không thành nổi những ao ước, những giọt mồ hôi rớt trên mi mắt xót, làm giấc ngủ đã khó khăn càng không đến nổi. Những cơn mưa không thể mưa xuống làm cho không khí càng trở nên oi nồng, biến thành những hơi nước nóng bám trên da thịt làm cho muốn phát điên.

Mùa hè bắt đầu bằng những tiếng đàn của mấy đứa trẻ mới lớn tập ca vọng cổ những đêm khuya, rời rã, buồn tẻ. Mùa hè cũng bắt đầu, thực sự bắt đầu, một buổi tối cả khu xóm bị cúp điện, đứa con gái làm cái nghề kỳ cục trong xóm, đến gõ cửa phòng ta, xin một que diêm để thắp cây đèn dầu đang cầm trên tay.

II

Khi con nhỏ gõ cửa ta không thể nào đoán ra nó, mà tưởng là mụ gác-dan đến quấy rầy, mụ lại sắp la lên về cái mùi hôi hám mụ ngửi thấy, làm như ta là một lão già không còn mũi nữa (bao giờ mụ chả thế), lại còn phải gõ cửa nữa, cứ vào đi thôi chứ.

Nhưng khi nghe tiếng vặn cửa có vẻ rụt rè, ta đã biết không phải cái bộ mặt đáng ghét của mụ sẽ ló vô, mà đó là một người khác.

Trong cái bóng đêm đen kịt của một cơn giông nín nghẹn, trận mưa đã không thể nào đổ xuống, đứa con gái hiện lên giữa khung cửa như một khối đen đặc, một mùi vị khác lạ, cái mùi vị chỉ những kẻ sống bao năm một mình như ta, mới có thể nhận biết ngay.

Con nhỏ đứng sững lại giữa khung cửa, có lẽ mắt chưa quen với bóng tối, nó la, sao tối thui vậy ông nội. Vậy ta phải thắp đèn lên để đón mày sao.

Đứa nào đó ? Tôi đây mà. Tôi có cây đèn đây. Ông nội có lửa cho con xin một chút.

Nó đứng thẳng giữa cửa một tay giơ cây đèn lên cao. Từ trong nhìn ra, bóng của đứa con gái cắt lên cái nền đen đục của khung cửa như một bức tượng nặng, tóc xõa trên tấm áo trắng ngắn, màu quần đen lẫn với bóng tối. Cái bóng nặng chặn ngang những cơn gió nồng nực thổi tới làm cho hơi thở của ta trở thành khó khăn hơn, có một chút gì đó đã tẩm lẫn vào không khí, cái không khí lạnh nhạt ta thở hít mỗi ngày, làm cho nó trở nên cay se, mùi phấn, mùi nước hoa rẻ tiền. Một thứ mùi vị đã xa cách hẳn ta, như một tấm áo cũ lâu ngày mới được giở ra, hương vị đã phai nhạt đó lại trở nên gay gắt. Nó không gợi nổi lên một hình thù nào rõ rệt, nhưng cũng không xóa hết được những gì nó vừa chợt khơi lên đó (một kỷ niệm, một quá khứ, sự khổ đau, hạnh phúc) tất cả đều đã mờ nhạt như chút hương còn sót lại ủ trong tấm áo, mùi mốc meo làm se thắt ruột gan, một nắm tro tàn bị gió thổi làm xao động tưởng như vẫn còn một chút lửa nóng bên dưới, nhưng thật đã nguội lạnh từ lâu. Cái mùi ta ngửi thấy đó cũng gần giống như cái hơi lửa giả dưới đám tro tàn, lửa đã đốt thành tro, nhưng lửa cũng đã lìa khỏi tro, lửa đang cháy ở một chỗ khác, tuổi già như một nắm tro tàn, tuổi trẻ... Sao ? Ông có quẹt cho cháu xin một que đi. Con, tôi, cháu, ông nội, con nhỏ lộn xộn quá. Thì hãy để cho ta tìm xem đâu đã chứ. Nó là con nhỏ ở căn buồng phía bên phải, cuối hành lang.

Nó làm cái nghề ta nghe nhiều người, (những mụ đàn bà rỗi hơi) bàn tán. Nhưng đó là việc của nó. Nó cũng phải tìm cách để sống chứ, tiền ăn, tiền thuê phòng, tiền quần áo. Tiếng nói của con bé nghe bẹt và chậm khác hẳn với dáng dấp tròn trịa và nhanh nhẹn của nó.

Khi không nó bỗng cười rú lên, trời đất, làm gì mà lò mò như con ma đói vậy ông ngoại. Hừ, từ ông nội bây giờ bay lại muốn ta thành ông ngoại mày nữa. Tiếng cười ré lên, rún rẩy trong cổ họng, có lẽ cả người con nhỏ đang rung cả lên.

Cùng với tiếng cười ấy ta lại ngửi thấy rõ ràng quá sức cái mùi thơm cay kỳ dị làm ta cay đắng. Nỗi cay đắng, hình như đến cái tuổi sáu mươi của ta chỉ còn có nỗi cay đắng là có thể tiết ra một cách dễ dàng, trong khi mọi thứ khác đều đã trở nên tri trệ, khô héo, khắc khổ.

Cái cơn giông bị hơi nóng đè nén, thỉnh thoảng vẫn lọt tới những lọn gió mát hơi nước của trận mưa đang chờ đổ xuống, thổi lọt vào trong phòng, không lối thoát tẩm lẫn cái mùi thơm luồn hẳn vào trong người ta, làm lơi dãn chân tay, trong một phút ta bỗng cảm thấy già sọm hẳn (một kẻ nào đó đã nói : Già là một chứng bệnh không chữa được) không còn một hy vọng nào đáng kể, cái mùi thơm đánh thẳng vào khứu giác ta như một chất độc làm thương tổn, một nỗi tuyệt vọng thanh bình, bởi ta không thể còn một phản ứng nào chống trả, chỉ còn một bộ tịch oai nghi, lạnh lẽo, một bộ tịch cho tất cả mọi trường hợp.

Tiếng lóc xóc của bao diêm ta cầm, con nhỏ nghe thấy, nó nói, cụ đưa cháu quẹt cho. Ta bật que diêm, lửa bật lên nhưng lại tắt. Tay bố run lật bật thế sức mấy quẹt được. Vậy mày cầm lấy mà quẹt.

Cây đèn được châm lên. Thứ ánh sáng chập chờn của ngọn lửa soi sáng lần lần căn phòng, căn phòng như một chiếc quan tài đóng kín, thứ ánh sáng hiu hắt này đã lâu ta mới lại nhìn thấy, thật là kỳ quặc, đứa con gái đặt cái hộp quẹt xuống bàn, giơ chiếc đèn lên cao ngó nhìn quanh quất căn phòng, từng góc một, mọi thứ nó trông thấy hình như đều làm nó ngạc nhiên. Có gì đáng ngạc nhiên. Một chiếc tủ, một cái bàn, một cái giường, hai chiếc ghế để mỗi chiếc một góc nhà, những quần áo cũ bẩn, giày dép vứt mỗi chiếc một nơi, đã đành ta không có thì giờ xếp chúng gọn gàng, có thế con mụ gác-dan nó mới có dịp rủa lén ta chứ, cái nhìn của nó cuối cùng dừng lại trước ta, có cái gì mà con cười, con nhỏ đẹp hơn ta tưởng, nghĩa là ta muốn nói nó đẹp hơn những lần nó ăn mặc đàng hoàng để đi đâu đó qua cửa.

x

Nguyễn Đình Toàn

Có lẽ nó vừa tắm xong, tóc gội còn ướt, những giọt nước chảy thấm xuống áo chưa khô kết thành những chấm tròn, hai mắt tối đen trên gò má cao, giả là lúc người ta cảm thấy mọi người đàn bà đều đẹp thật, bố ở có một mình thôi hả bố, không trả lời, ngọn đèn bóng ngắn đó, có lẽ là ngọn đèn ta vẫn thường thấy để trên mặt những chiếc bàn con ngoài tấm màn che giường, của những đứa con gái làm nghề tương tự, cái thứ ánh sáng âm u bệnh hoạn đó, đôi khi, làm cho kẻ tồi bại đến như ta (ít nhất là trong những phút nằm cạnh ngọn đèn đó) phải rùng mình khiếp sợ, đó là lúc đời sống không còn phải che đậy gì nữa, đời sống được đẩy lên cao nhất, đó hình như cũng là lúc nó sa xuống thấp nhất, khoái lạc đôi khi làm tủi nhục thân xác, cái thứ tủi nhục, im lặng, âm u, như hai thân xác xa lạ sáp lại với nhau trong yên lặng, mỗi đứa theo đuổi mục đích riêng, trong bóng tối lung linh của ánh lửa chiếu qua chiếc màn che, mọi thứ nhìn thấy không còn ra hình dạng gì nữa, đời sống như một tấm lưới mịt mùng chụp xuống tha hồ cho các con giãy giụa, vẫn ngọn đèn đó soi tỏ ta trong vẻ già nua lúc này (ngọn đèn khác), ta giơ tay lên xoa bộ râu đốm bạc nháp cứng, đứa nhỏ cười thành tiếng, sao ông để giường nệm của ông bừa bộn thế ông, thì ta làm gì có thì giờ dọn, cháu thấy ông ngủ cả ngày mà, ông có làm gì đâu, ta không làm gì thật nhưng ta không có thì giờ, ông lười thế không trách cái bà già ấy kêu ông hoài, hừ, mụ lại đi nói với em sao, thì có ai mà bà ấy không nói.

Đứa con gái tự ý cầm cây đèn đi lại phía trước cái tủ thấp đựng quần áo đặt lại chiếc lọ hoa (vật đẹp đẽ duy nhất của căn phòng) bị gió thổi lật từ bao giờ, chút xíu nữa thì nó rớt bể của ông còn gì.

Nó dừng lại trước tấm hình (khỏa thân) ta đã lấy

đâu đó trong một cuốn lịch, một tờ báo, treo trên tường, ta phải chờ xem nó nói gì về tấm hình này, nhưng con nhỏ không nói gì hết, nó đã quá quen với những tấm hình như thế hay không để ý đến tuổi già của ta ?

Ông không có con sao mà ông ở một mình? Không, ta không còn đứa con nào. Đáng lẽ ta sẽ không trả lời con đâu, nhưng không sao nói với con cũng như nói một mình vậy thôi. Không còn ? Vậy là ông có con nhưng họ đã bỏ ông hả ? Ừ, ta có hai đứa con trai. Nhưng chúng đều đã đi trận và chết cả. Trời đất. Ông để con xếp lại cái giường này cho ông. Ông bừa bộn thế này ông còn khổ hơn nữa. Ai nói với mày là ta khổ ? Thì cứ trông cái giường mà ngốt lên thế này ông có mệt, ông cũng không muốn nằm xuống nữa. Thế mà không khổ à? Con nhỏ lí lắt đi lại lăng xăng xếp lại tấm chăn, kéo lại tấm vải trải giường cho phẳng phiu, đập đập trên mặt giường, rũ mấy cái gối, xếp ngay ngắn đâu đó, đầu giường, cuối giường, cây đèn, cây đèn nó đã để lại lúc nào trên mặt bàn cháy thẳng ngọn lửa, màu vàng khè của ánh lửa rọi cái bóng to lớn của đứa con gái choán kín một góc tường. Ông thấy không, trông cái giường gọn ghẽ thế này có phải ông còn muốn ngả cái lưng xuống không?

Cái mùi lạ lùng ta ngửi thấy lúc nó đứng ngoài cửa, bây giờ nó vào hẳn trong này, lại biến mất. Ta thử hít hít mũi vẫn không thấy. Con bé, ta đâu muốn con làm đứa con ngoan của ta. Đừng đóng cái vai trò kỳ cục đó.

Cháu cũng như ông, ở một mình mãi cũng chán. Nhà cửa của cháu lắm lúc cháu có thiết dọn dẹp gì đâu. Nhưng thấy ai ở không gọn gàng cháu lại thấy ngứa mắt. Ông trả tiền bà già hàng tháng ông phải bắt bà ấy lo sắp xếp nhà cửa cho ông chứ.

Nó rúc lên cười, hay ông mê bà rồi không dám

sai bả nữa ?

Con ăn nói như thế con làm đĩ là đáng kiếp. Nhưng ta cũng chẳng muốn làm đau lòng con làm gì, ta sẽ chẳng bao giờ nói với con cái ý nghĩ đó của ta đâu.

Mùa hè năm nay sao nóng quá hả ông ? Đêm ngủ như nằm trong cái lò vậy. Nó đi lại nói liến thoắng luôn miệng, lấy chân gom lại những chiếc dép, xếp cho có hàng dưới chân giường, kê lại mấy chiếc ghế cho ngay ngắn, tự ý kéo mấy chiếc ngăn tủ, tìm một ngăn kéo trống nhét đống quần áo bẩn quơ trên giường vào. Ông coi, thế có phải cái phòng của ông nó thoáng hơn không. Phải tới lúc đó ta mới chợt nhớ ra, đời sống của ta dường như đã dừng lại trong chốc lát.

Đã từ lâu, ta đã ngồi ngắm đời sống, và đời sống diễn ra dưới mắt ta trong sự ngó nhìn yên lặng đó, diễn ra lặng lờ như ở bên kia một tấm kính trong, không còn một hoạt động nào bên trong nữa, ta muốn nói phía bên này tấm kính. Đứa con gái đã lạc vào cái chỗ kín bưng của ta bên này và khua động lên, làm ta không còn kịp nhận ra phương hướng của mình nữa.

Sự đổi thay đột ngột này làm ta ngỡ ngàng thật sự, (già là một cách tập sống lại). Những đứa con bất hạnh của ta giá đừng chết đi, có lẽ nó đã giúp ta khỏi thất thế trong cái vùng khô cứng này. Hình như từ lúc đứa con gái xuất hiện ở trước cửa phòng, ta đã muốn nói với nó một điều gì đó, nhưng nó đã di chuyển, cử động nhanh hơn trí tưởng của ta làm ta phải dồn cả sự chú ý theo dõi nó, đến nỗi quên mất điều ấy. Bây giờ ta muốn nói lại thì mọi việc đã sai lạc quá xa rồi, quá xa sự thuận tiện để ta có thể mở miệng nói với nó điều đó.

Ta phải lần lại sợi giây từ đầu. Ta muốn nói ta có tiền, con cần tiền, ta... Một cơn gió thổi bung hẳn cánh cửa sổ bên ngoài đập vào tường một tiếng chát chúa. Đứa con gái ngồi lọt vào chiếc ghế nó vừa kê lại, đưa mắt nhìn ngó căn phòng, vẻ đắc ý. Ngoài khung cửa, phía bên kia những nóc nhà, bầu trời chi chít những sao, trông như ngả thành màu xanh, những vì sao lấp lánh sau làn mây mỏng như được phủ đều bằng một lớp khói, bầu trời xanh đục, không thể phân biệt được chiều hướng của các tia sáng, ở những quãng tối hơn, mảnh trời trong tím sẫm, nhưng ánh sáng vẫn chiếu lọt chung quanh khe viền của những đọn mây nhỏ.

Ta phải nói với nó như thế nào đây. Một lão già như ta, nếu ta có thể bắt đầu được, bằng không sẽ là một điều khó coi, tuổi già, trước hết, đối với ta là một ngăn cấm, các con ta đã chết, ta có cần làm gương cho ai, ta có cần phải sống như mọi lão già khác, nghĩa là sống như một cái xác còn cử động được ?

Mùa hè, cái mùa nóng nực này càng lúc càng khó thở, chỉ còn một cách, con nhỏ đáng lẽ phải đọc được ý muốn của ta, mọi sự sẽ diễn ra một cách dễ dàng, nhưng vẻ già nua là một cách lừa dối, cái miệng thoa son của con bé hé ra hơi quá... những chiếc răng trắng nhỏ phản ánh ngọn lửa bắt đầu lay động, làm cho cái cười của nó càng thêm ma quỷ, không, ma quỷ đã đột nhập vào cái thân thể tàn rụi của ta, sự ham muốn không hơn ngọn đèn leo lét, nhưng cháy bỏng đến làm ta muốn tự bóp cho tắt hẳn đi, cho đêm tối thật sự mù lòa.

Tấm áo mỏng lượn vòng trên hai cái vai mềm và đầy của nó, bó sát cái eo nhỏ, từ đó chảy láng mướt màu vải óng ánh của chiếc quần lụa đen, màu vàng của ánh lửa bám trên những chỗ mặt vải bị uốn cong, những nếp vải xếp lại dọc theo hai bên cạnh sườn, và hai vạt áo tẽ ra bên bụng bắt đầu từ chỗ cái khung cuối cùng. Trong một phút con nhỏ bỗng im phắc như một pho tượng. Có lẽ nó đã linh cảm thấy một việc gì. Có lẽ nó ngạc nhiên vì chợt nhìn thấy cách sống của một lão già như ta.

Không, có lẽ con không hiểu được, không bao giờ có thể hiểu được nỗi cay đắng trong lòng ta, không phải chỉ là sự nặng nề trong một cái thân đã tàn tạ nhưng chưa thỏa, mà vì ta còn muốn hút lấy cái đời sống còn đầy nơi con, cái đời sống ta đã kiệt quệ, cái đời sống chỉ có thể lấy từ một người khác, cái đời sống không còn thể truyền tiếp nữa, như con ong hút lấy mật của một bông hoa, điều đó chắc con không biết được, đời sống ta bây giờ như ngọn đèn cháy trong không...

NGUYỄN ĐÌNH TOÀN

NGUYỄN ĐÌNH TOÀN

NGUYỄN ĐÔNG NGẠC

TIỂU SỬ

Tên thật Nguyễn Đông Ngạc *sinh ngày 10.9.1939 tại Phúc Yên (Bắc Việt), cựu học sinh Chu Văn An. Có đăng thơ và truyện trên Thái Độ, Văn Học, Đất Nước, Hành Trình, Nghệ Thuật, Khởi Hành, Tìm Hiểu. Đa số các bài viết đều lấy chất liệu từ đời sống thực tế nhất là cuộc chiến tranh hiện tại có từ đời cha ông còn kéo dài cho tới bây giờ. Các bài đăng thường bị cắt xén. Chưa có tác phẩm nào được xuất bản.*

Hiện là giáo sư trường Trung học Cộng đồng Quận 6 Saigon, và chủ trương Nhà Xuất Bản Sóng.

QUAN NIỆM VỀ TRUYỆN NGẮN

Về nội dung : *bất cứ đề tài nào của thơ, của truyện dài cũng có thể là đề tài của truyện ngắn. Nhưng vì là truyện ngắn nên tình tiết, ý tưởng phải thật chọn lọc và có tính cách quyết định hơn. Truyện ngắn gần giống như thơ Đường ở nội dung.*

Về hình thức : *phần này theo tôi là phần quyết định sự thành công hay thất bại của truyện ngắn (nhất là loại truyện ngắn không có cốt truyện) và là phần xác định sắc thái của mỗi tác giả, phần khám phá và làm mới truyện của mỗi ngòi viết. Còn Nghĩ và Viết như thế nào là sự lựa chọn của mỗi người và dĩ nhiên truyện ngắn hay phải là truyện làm cho người đọc thích và chịu được sự thử thách của thời gian. Hiện nay, tôi quan niệm : quá khứ, hiện tại, tương lai là một giây chuỗi không thể tách rời và tôi đã chọn cách diễn tả không phân biệt rõ ràng từng thời gian. Người đọc sẽ thấy cả ba thời gian lẫn lộn kể cả không gian nữa. Một người trong cùng một lúc có thể sống — nhờ ý nghĩ, nhờ trí tưởng tượng, nhờ kinh nghiệm — ở mọi nơi và mọi thời gian.*

Phần lớn truyện của tôi đều có bút pháp của truyện Đỉnh Cao Sương Mù.

Về Truyện Ngắn «ĐỈNH CAO SƯƠNG MÙ»

Đỉnh Cao Sương Mù *là một truyện viết với mối ám ảnh của chính tôi về chiến tranh và là truyện duy nhất tôi nghĩ có thể qua được kiểm duyệt.*

Đỉnh Cao Sương Mù

Nguyễn muốn ném cả cốc cà-phê vào mặt hai thằng mập như heo bàn góc trái đang nham nhở với một con điếm ngồi đợi khách bàn bên, hay ít ra cũng một trong năm thằng đang uốn trẹo cái mồm nói tiếng Mỹ giọng bồi ngồi ở giữa quán. Nhưng Nguyễn chợt nghĩ để làm gì và một nỗi buồn chán dâng lên. Nguyễn thở dài ngả lưng vào thành ghế, chân duỗi dài ra, thu ngắn cái nhìn trong một khoảng cánh cung vừa đủ. Cặp giò đứa con gái xoay đi xoay lại, Nguyễn ngó chăm chú, tối om chẳng thấy gì. *Của em có gì lạ không anh ? Có chứ, anh thích nằm hút thuốc lá ngắm nhìn em như thế, khói thuốc len lỏi mơn man, thật gợi cảm và xúc tích. Anh kỳ quá. Chúng mình yêu nhau mà và em làm sao cảm được như anh mùa thu sương mù trên mắt trên môi trên ngực em, trên đùi em. Anh này, người ta bảo con gái Bình Định, Qui Nhơn lạ lắm phải không ? Ừ. Tại sao hả anh ?* Nguyễn phì cười. Thằng bé đánh giầy mời : đánh giầy thầy. Nguyễn xua tay. Thêm một người Mỹ dắt tay một con nhân tình người Việt đã về già má trát đầy phấn, mắt vẽ đen như con sâu róm vào ngồi cạnh Nguyễn. Anh chàng Mỹ còn trẻ khom lưng kéo ghế, con đĩ ngồi xuống gọi : bồi, bồi. Thằng đàn ông Việt hấp tấp chạy lại. Tim Nguyễn đau nhói. Ý nghĩ phải ném cả ly cà-phê vào mặt một đứa ngồi trong quán lại đến ám ảnh.

Nguyễn vẫy gọi thằng bé bán báo cho nó năm đồng nhờ mua thêm thuốc lá. Nguyễn nói với người yêu *Anh chán bộ binh lắm rồi. Lính đi bộ vài tháng đánh vài trận, ở rừng ở xó người nổ cùn đi.* Nghe Nguyễn nói Hằng chỉ khóc. Nguyễn hôn lên mắt người yêu, tóc Hằng buồn buồn ở cổ, nước mắt ấm da thịt. Nguyễn chợt thấy thương Hằng nhiều, ôm chặt người Hằng và để nàng khóc. Nguyễn cảm thấy mệt mỏi. Đầu Hằng rung trên ngực Nguyễn cùng với tiếng nấc. Hai người lính bỏ về đá đổ mấy chai bia gây tiếng động, mọi người quay lại nhìn, đầy một bàn vỏ chai. Nguyễn nhìn theo, người bỗng lạnh toát, một người dáng đi giống hệt thằng bạn mới chết trận của nó. *Hắn đi giống hệt thằng bạn nối khố của anh Hằng ơi. Hai đứa chở nhau bằng xe đạp từ nhà ra tận Nghi Tàm lắm rồi trèo lên cây hái trộm ổi, ngày nào cũng chiều tối mới về nhà, lắm hôm anh bị ông bác đánh đòn đít sưng vù. Nhưng hôm sau hắn đến anh vẫn không thể chống lại được sự cám dỗ của nó. Ngày anh yêu em hắn khóc hoài, hắn ghen với em và anh cũng khổ sở lắm. Mẹ chết chính hắn với anh đã lo việc chôn cất. Hai đứa như hình với bóng, đi chơi, học, ăn, ngủ.*

Nguyễn rít mạnh điếu thuốc ngó mông lung vào khoảng không, trước mắt Nguyễn không gian là một khối đặc mù không một chướng ngại, hình ảnh thằng bạn chập chờn, đằng sau cái hình ảnh ấy mẹ Nguyễn mắt buồn thăm thẳm, rồi cha em Nguyễn cùng hiện ra. Một người khách đi qua, Nguyễn co chân lại, cặp giò đứa con gái mở rộng vô tình hướng về phía Nguyễn, Nguyễn chớp mắt đùi con bé trắng và đẹp. Nguyễn ngửng đầu lên, lúc đó Nguyễn mới nhận ra nó là đứa con gái mới vào, khá xinh và gay cấn, đứa con gái trước dã về từ lúc nào. Bóng người lính mất vào đám đông. Nguyễn ngẩn ngơ. Nó chết thật phi lý, đang hành quân bị một viên đạn xuyên qua đầu. Của một tên lính Việt Cộng già hay trẻ ? Ông già nó khóc vai rung chuyển như lên kinh. Thằng con trai lớn độc nhất. Tội nghiệp. Còn Nguyễn đi trận liên miên, phép lạ nào đã cứu nó, chung quanh đạn như mưa rào, Nguyễn vẫn trơ trơ. Nhưng có thể như thế mãi được không ? Một ngày nào đó Định mệnh sẽ đến, hắn sẽ nằm xuống như bao người lính khác. Thật giản dị. Nguyễn rùng mình. Có thể như thế được không. Nguyễn là người chót. Nguyễn phải sống. Nếu Nguyễn chết mọi chuyện sẽ rơi vào quên lãng.

Những hình ảnh đã quá mờ, những hình ảnh còn chập chờn, con đường làng, cái ao hình chữ nhật, cây đa đầu làng Nguyễn vẫn trèo lên nằm ngủ, bờ đê, cánh đồng nơi Nguyễn và em Nguyễn vẫn đùa nghịch với trẻ con, họ mạc, Ông Nội, Ông Ngoại, binh nhì Hai đã hy sinh cho Nguyễn sống, những người lính Nguyễn nhớ lẫn tên, lẫn mặt chết dưới chân. Nhất là gia đình Nguyễn, Nguyễn còn nhớ rõ từng chi tiết, một thảm kịch như thảm kịch quê hương, cha mẹ, em Nguyễn, cái tiểu gia đình đã trôi nổi từ làng này đến làng kia ra tỉnh, vào Nam. Mỗi lần di chuyển là mỗi lần Nguyễn mất một người thân. Cha Nguyễn theo kháng chiến bị mất tích không biết đã chết hay bị Tây bắt cầm tù ở đâu, em Nguyễn ở lại Bắc với họ hàng cũng chẳng nhận được tin tức gì. Mẹ chết. Nguyễn coi như người sống sót cuối cùng. Chính cái thảm kịch gia đình này đã làm cho Nguyễn trên con đường tiến dần tới cõi chết bỏ rơi dần những quen thuộc của thời thơ ấu hay chỉ còn nhớ mù mờ về những thứ đó, quê hương, họ mạc, đồng đội như chỉ còn lẫn khuất trong một vùng sương mù len lỏi giữa những khuôn mặt cha mẹ, em nó. Những khuôn mặt ấy như tự chiếu tỏa ánh sáng, thứ ánh sáng vừa đủ, nổi bật trong vùng sương mù của ký ức. Hai người Nguyễn được nói chuyện, một người Nguyễn chỉ được nghe kể lại đã tạo nên những màu sắc, khoảng cách khác nhau của ký ức, người cha như một quá khứ đã xa trườn ẩn sau cái quá khứ gần là người mẹ và đứa em. Họ, những người đã chết không còn được ai nhắc đến ngoại trừ Nguyễn, họ đã sống trong tâm tưởng Nguyễn và Nguyễn từng giây, từng phút sống với họ, chiến đấu với thời gian, giết chết từng sự quên lãng để cho họ sống. Nhưng nếu Nguyễn chết, mọi hình ảnh, kỷ niệm sẽ chết theo. Không thể như thế được, Nguyễn cần phải sống. Nguyễn nghe rất rõ âm vang những lời nhắc nhở của mẹ về người cha làm cách mạng đã làm khổ bà suốt đời.

Đời cha Nguyễn, Nguyễn chỉ biết qua lời kể của mẹ. Người cha đó bây giờ sống tùy thuộc trí tưởng tượng của Nguyễn. Bức ảnh độc nhất ông để lại nhỏ bằng nửa bàn tay, nhìn không rõ nét, chụp ông cưỡi ngựa đeo súng. Mộng của Nguyễn là học luật sư theo đuổi con đường cha nó đã đi. Nhưng lịch sử đã bẻ cong đời Nguyễn. Nguyễn phải bỏ ngang việc học. Những ngày trước khi nhập ngũ Nguyễn đã có ý nghĩ họ sẽ sót tên. Nguyễn sẽ không nhập ngũ và nói cho họ hiểu lý do Nguyễn phải sống. Nguyễn sẽ đứng trước tòa cãi... Bây giờ thì mọi chuyện đã xong. Nguyễn đã nhập ngũ, vào cuộc với một thái độ chia xẻ những bi thảm của chiến tranh, quê hương phải gánh chịu như tất cả những người trẻ tuổi khác, chỉ cần một viên đạn là đủ kết liễu đời Nguyễn, kết liễu luôn cái thảm kịch đang quay cuồng trong óc Nguyễn, xóa mờ tất cả. Nguyễn chua chát tự hỏi, nếu em Nguyễn vào Nam, nếu mẹ Nguyễn bỏ Nguyễn lại. Sự lựa chọn đã xong. Bên này giòng sông là bạn, bên kia giòng sông là thù. Từ đó khởi đầu cuộc chém giết càng ngày càng không thể cứu vãn được. Nguyễn nghĩ nhiều tới gia đình và tương lai. Nếu Nguyễn chết. Nếu tên Nguyễn văn Nguyễn chết ? Có gì thay đổi không ?

Em, anh luôn bị cuốn hút vào những bí mật của thiên nhiên. Ngày xưa anh còn nhớ nửa thực nửa không thực đã nhiều lần vú bế anh từ nhà quê ra tỉnh đi bằng xe hỏa ban ngày qua những ruộng lúa, mồ mả, ban đêm đi trên con đường đầy cây, đèn điện lập lòe, chim kêu, vú dọa anh ma cà rồng. Tiếng xe lửa, âm thanh của rừng. Anh ngủ gật rồi xe ngừng lúc nào anh không biết. Tỉnh dậy anh đã nằm trong một căn nhà sóng biển đánh chung quanh. Anh nhìn qua cửa sổ, biển đen ngòm kỳ bí. Anh sợ hãi hoang mang. Đến bây giờ những lo sợ hoang mang từ thuở nhỏ vẫn mơ hồ xuất hiện. Anh cố quên nhưng không được, cố giải thích nhưng vô hiệu. Nó vẫn tới. Tự đó lớn lên anh sống có vẻ vu vơ làm sao, chưa hẳn chỉ là mơ mộng. Em, em có nghe anh đang nói gì không. Em hãy nhìn lên đỉnh cao sương mù kia. Nơi ấy là một hốc đá ngày xưa anh thường ngồi trên đó nhìn xuống thung lũng, cỏ xanh thấp thoáng, ẩn hiện trong sương mù. Anh nằm nhìn trời, nhìn mây, nhìn đất như thế gần hai năm trường. Anh yêu, em đã hiểu vì sao nhiều lúc trông anh ngơ ngác như người mất hồn, anh trở nên bí mật và em thấy anh đẹp một cách hoang đường. Những lúc đó em đã thấy gì trong mắt anh, em có thấy sương mù trên mặt anh không. Em, anh thèm hơi lạnh của đỉnh cao, hay chúng ta trèo lên trên kia đi em. Em lười di chuyển lắm anh. Để em mở cửa sổ cho gió lạnh thổi vào nhé, nằm quay đầu lại trên chiếc giường kia anh có thể nhìn được đỉnh cao. Em thấy sương mù đang tan dần, trời hơi có nắng. Tuyệt đẹp anh ơi. Thiên nhiên đang chuyển động, sương mù bay, di chuyển em sợ chúng mình sẽ không còn yên tĩnh để thưởng thức cảnh này. Em yêu, anh muốn chúng mình cùng lên ngồi trên đó nhìn xuống thung lũng, thành phố và hôn nhau. Lần này cảm giác chắc lạ lắm. Anh thấy trong anh như có gì đang thay đổi sau những ngày chiến đấu nguy hiểm trở về nằm yên nghỉ bên cạnh người yêu. Anh mới từ thế giới của những người chết trở về. Anh còn như ngửi thấy mùi khét lẹt tanh hôi quanh đây, anh vẫn còn sống phải không em. Em nghe anh, anh ơi, em sẽ ở thật lâu trên đó với anh, ôm chắc trong tay thân thể nóng của anh để biết chắc rằng anh còn sống và không còn phải lo sợ vẩn vơ. Nhưng anh phải kể chuyện cho em nghe, phải hôn em đến khi nào em chết lịm vì ngộp thở và môi em nóng lên làm tan giá lạnh của trời thu Đà Lạt. Và tuyệt đối không được kể chuyện chiến tranh đó anh. Em không muốn nghe và nghĩ anh có thể chết. Ít ra là lúc nằm bên cạnh anh. Em thích nghe những dự định tương lai của anh, những chuyện anh nói về một thế giới nào đó khác ngoài cái thế giới đang có này, nói về ngày xưa hay nói về hư vô chẳng hạn. Lúc đó anh vẫn ở gần em mà như xa em. Em sợ hãi tưởng như mất anh, nhưng anh vẫn trong tay em cùng hơi ấm. Em càng yêu anh nhiều hơn. Anh lạ lắm. Anh nhớ mang theo gói thuốc. Em thích mùi thuốc lá trong hơi thở anh. Hôn em và dìu em đi hỡi người yêu điên dại của em. Vũ trụ đang tan quanh chúng ta. Anh hãy ôm chặt em hơn nữa anh. Em đang nhìn thấy sương mù trên mặt anh mỗi lúc một dầy hơn. Em chết trên tay anh chẳng còn thấy gì.

Một sự tình cờ nào chiếc máy bay Nguyễn đi đã trở về mang theo lá thư và cuốn nhật ký chàng gửi cho Hằng:

«Hằng yêu của anh, đây là tất cả những bí ẩn của cuộc đời anh. Cuốn sách này sẽ làm em hiểu rõ tâm hồn anh hơn, nỗi câm nín chịu đựng và tính lạnh lùng của anh. Bấy lâu đời anh là một thảm kịch chỉ tại anh không đủ can đảm và tàn nhẫn giết họ thêm một lần. Anh ích kỷ và thành thật xin em tha tội, hiểu cho anh về sự đối xử tàn nhẫn của anh với em khi từ khước lời đề nghị hôn nhân của em. Lấy em, nếu anh không quên được họ anh sẽ chỉ làm khổ em thôi, mà như em đã biết anh sống không phải đời sống của riêng anh mà là đời sống của nhiều người đã chết. Anh hiểu em đã kiên nhẫn hy sinh nhiều trong lúc yêu anh với hy vọng sẽ thay đổi được anh. Nhưng sự thật không thể như vậy được, anh càng ngày càng sống gần họ hơn. Những sự xích mích xảy ra giữa chúng mình chỉ do một nguyên nhân giản dị, những người chết không chấp nhận sự có mặt của em trong đời sống anh và họ đã thắng. Anh bất lực như thế nên dù rất yêu em anh cũng chẳng biết phải giải quyết ra sao. Anh không thể xa họ và cũng không muốn làm phiền em.

Họ và em chống đối nhau. Em không chịu nhượng bộ và hiểu rằng yêu anh là em phải chấp nhận sự có mặt của họ. Anh đã cắt nghĩa cho em nhiều lần là hơn thua với họ sẽ chỉ làm cho anh khổ sở thêm, anh là nạn nhân và tình trạng cũng chẳng hơn gì, chúng mình vẫn không thể xóa được sự có mặt của họ trong đời sống. Riêng anh những lúc không nghĩ tới họ, anh thấy yêu em điên cuồng, không thể sống thiếu em và anh chẳng muốn đòi hỏi gì ở em ngoài tình yêu. Anh tự thấy vô lý tại sao cứ phải nghĩ tới họ. Anh đã tự làm khổ anh và khổ lây cả em. Tại sao anh đã không duy trì đời sống của họ bằng cách viết lại xong rồi không thắc mắc nghĩ ngợi gì về họ nữa. Biết như thế nhưng anh vẫn không thể thoát được sức chi phối của họ. Anh chỉ có thể quên được họ nếu anh tiêu diệt được ý thức của anh nghĩa là anh có thể làm cho sự suy nghĩ ngừng lại hay là có thể chắt lọc nó mà như em biết anh đã bất lực nên anh vẫn phải tiếp tục sống trong thảm kịch và làm cho em buồn khổ. Chắc em đã nhận ra tâm tính anh thay đổi bất thường vì sao và anh đã yêu em nhiều như thế nào. Anh cầu khẩn mong em tha thứ những lầm lỗi của anh với em. Anh cũng thành khẩn mong sẽ có ngày em chịu chấp nhận và chịu làm vợ anh.

Hiện tại tương lai anh đang bế tắc, anh cũng không hiểu anh có thể thoát qua được trận chiến này hay không. Anh phải làm sao bây giờ dù đã tìm đủ mọi cách để giải quyết vẫn chẳng hơn gì. Anh lại không thể tìm sự yên thân bằng cách đào ngũ. Anh chỉ còn biết cố gắng đương đầu với Định mệnh.

Cuộc chiến đấu của anh hoàn toàn lần mò vì anh cũng chẳng biết Định mệnh muốn bắt tương lai anh phải như thế nào, định lựa chọn gì ở anh. Đó cũng là lý do khiến anh trở nên tuyệt vọng, càng đau khổ hơn cho anh là sự tuyệt vọng này lại rất sáng suốt. Anh đang sống cái thảm kịch gia đình anh vì thế anh là hai lần thảm kịch khi cố gắng làm cho những cuộc đời ấy hồi sinh. Anh có quyền thù ghét cái chiến cuộc này không em. Nếu anh chết em biết rồi sẽ ra sao. Tất cả sẽ chết theo. Đấy là lý do anh đã viết nhật ký và đấy cũng là lý do anh muốn cuốn nhật ký này đến tay em. Em hãy đọc thật kỹ em sẽ dễ dàng nhận diện ra từng khuôn mặt trong gia đình anh. Người cha, người mẹ, đứa em qua những giòng đối thoại của anh với họ. Quyển sách sẽ được in ra, sẽ được viết thành tiểu thuyết, hay thành kịch do chính em, người thân, đồng loại, con em hay sẽ bị bỏ quên nhất nhất đều liên quan đến sự sống còn của toàn gia đình anh. Anh tự hỏi thảm kịch này sẽ còn kéo dài đến bao giờ, hết đời anh, đời em thôi hay còn mãi. Tùy chiến tranh, tùy sự sống chết của anh và tùy em. Trước khi dừng lời viết cho em anh phải thú thật em là người đàn bà duy nhất anh yêu và thành thật muốn cưới làm vợ. Thật buồn phải không em vì anh không tin anh sẽ qua khỏi được cuộc chiến tàn khốc này để cưới em.

Con đường bỗng tối lại hỡi anh. Em đang đi giữa những hàng cây và vẫn không thể nào ra thoát được sự bủa vây tình cảm. Nơi đâu cũng có hình ảnh anh. Từ trên cao em thấy sương mù bay dưới chân. Em đi trên sương mù. Ước gì em có thể bay đến với anh bằng con đường sương khói này. Nắng đã bắt đầu yếu ớt, cảnh vật dần chìm trong sương lạnh. Dày đặc. Em đang ở giữa những tiếng reo thầm thì của rừng thông và âm thanh tình ái. Lời buồn của anh. Những hôm trời có nắng anh thường trèo lên đỉnh cao. Từ đó anh có thể nhìn thấy con suối nước chảy êm đềm, sườn đồi cỏ xanh, đàn bò gặm cỏ nhởn nhơ. Nhiều hôm quên cả giờ về ăn cơm. Mẹ anh đi kiếm. Hai mẹ con ngồi nhìn giòng nước. Mẹ kể cho anh nghe về đời cha anh, chống Pháp rồi mất tích. Cuối cùng cả hai cùng khóc. Mẹ ôm anh vào lòng. Lời anh như ru bên tai em ngọt ngào. Em im lặng nghe anh kể. Nhìn vào mắt anh vời vợi sâu hút em bỗng sợ hãi lo lắng vì liên tưởng tới những nguy hiểm chết chóc. Em không muốn khóc nhưng tự nhiên nước mắt vẫn ứa ra. Gió vẫn thổi vi vu. Dưới mắt em nhà cửa thấp thoáng, xe cộ trôi trên những con đường. Em thầm ao ước có anh bên cạnh lúc này. Em sẽ nằm dài trên cỏ nghe anh nói những lời yêu đương. Hiện tại quanh em chỉ có trống vắng và tiếng rền rĩ thầm lặng của đồi núi ngập chìm trong sương lạnh trắng xóa mầu sữa.

Hằng lịm dần trong vùng trí nhớ của chính nàng. Tình yêu đã làm cho nàng đê mê. Trong khi đó Nguyễn người yêu của nàng, đã thực sự bay trên những ngọn cỏ lá cây. Chàng đã chết thật nhẹ nhàng. Một viên đạn đồng vô tình. Ngày qua đi, cỏ bắt đầu mọc và sẽ xanh mồ, gió sẽ thổi về hát cho chàng nghe như chính chàng hằng mơ ước. Nhưng suốt đời chàng sẽ không còn được nhìn lại người yêu, quê hương, sương mù... Một ngày nào đó Hằng sẽ biết là chàng đã chết. Cuốn nhật ký, những gì còn lại cuối cùng của đời chàng. Chiến tranh vẫn tiếp diễn đều đặn như nhịp sống. Trên hốc đá gió vẫn thổi làm bật lên những âm thanh buồn. Sương mù cũng vẫn lơ lửng bay đẹp như ngày nào của tình yêu. Và Hằng vẫn thầm thì trong óc những lời yêu đương. *Anh là kẻ duy nhất nhận lời trăn trối của mẹ. Tìm cho ra tông tích cha và phải bằng mọi cách chôn bà cạnh ông nơi quê hương anh. Đến bao giờ đất nước mới thanh bình để anh làm vừa lòng mẹ anh, anh cũng chẳng biết dù anh đang tham dự chiến tranh. Vì thế em hãy tin anh không thể nào chết được. Anh phải sống bằng mọi giá. Anh đã thử thách với Định mệnh, lao mình trong những nguy hiểm và em thấy không anh vẫn sống nhăn răng...*

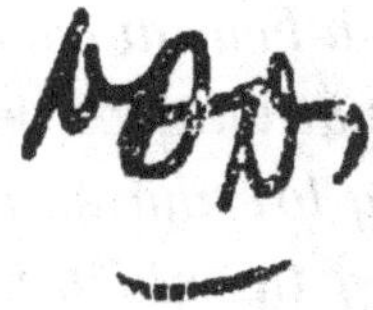

NGUYỄN ĐÔNG NGẠC

NGUYỄN ĐÔNG NGẠC

NGUYỄN ĐỨC SƠN

TIỂU SỬ

Tên thật là Nguyễn-Đức-Sơn, *sinh ngày 18 tháng 11 năm 1937 tại làng Dư Khánh (Thanh Hải), tỉnh Ninh Thuận (Phan Rang), chánh quán tỉnh Thừa Thiên, ăn chay trường không phải vì đạo... gì hết mà chính là do chút lòng công bình tự nhiên đối với trời đất. Nhưng đúng như lời Bửu Ý viết trong tự truyện đăng ở giai phẩm VĂN mang số kiểm duyệt ngày 16.3.1973, thì* «thuộc loại người du côn», *là* «hình ảnh của con tê giác, từ tính tình đến cách ăn nói, dáng đi. Húc bừa về phía trước, không kể thiệt hơn, không tính hậu quả. Thêm thù và bớt bạn. Đơn độc quắt queo. Dã man nghiệt ngã. Chỉ thong dong ở chốn không người : rừng và biển (. . .) đã từng cộng tác với mấy tạp chí có giá trị và uy tín ở Sài Gòn, nhưng đến nay, vì thái độ và giọng điệu kiêu kỳ, gây hấn, dần dà tạp chí nào cũng tự động gạt bỏ tên.» *Có sống nhiều năm ở Sài Gòn nhưng không hề thấy chút chi cái đẹp của thành phố và tự hỏi không hiểu vì sao hàng tỉ người có thể sống trong những đô thị lớn trên thế giới. Sẽ tự cứa cổ tự tử ngay nếu một ngày nào đó đầu thai lên thấy đất của các đô thị, nhà cửa và khu kỹ nghệ tràn lấn quá một nửa diện tích của núi, rừng, sông, biển, thác, suối, ao, đầm, hồ... Tự nhận là tha thiết với xã hội Vô Chính Phủ khó có thể có trên thế giới này. Từ đó, từ đó thôi, cũng dễ tắt thở rồi. Vậy chớ cái gì làm cho nó có thể còn sống được cho tới ngày nay? Ông Phật, ông Khổng và nhất là ông Lão, đành rồi. Nhưng còn một ông bao trùm hết và hốt ba ông kia bốc cao lên : ông Nghệ Thuật*

Đã xuất bản ba tập truyện ngắn và tám tập thơ mà tập sau cùng, Du Sỹ Ca *vì gặp rắc rối nên vẫn chưa hoàn thành dù ruột đã in xong từ đầu tháng 6 năm 1973.*

QUAN NIỆM VỀ TRUYỆN NGẮN

Quan niệm của tôi về truyện ngắn? Không có. Tóm tắt cái quan niệm ấy? Làm sao được. Tuy nhiên tôi có chút ý kiến này : trong tất cả các ngành nghệ thuật dùng chữ viết, chỉ có thơ ca là có trong trời đất. Còn tất cả truyện ngắn, truyện dài, kịch... may ra mới đạt tới cái gì sâu thẳm và cao vời. Tôi chỉ lấy làm lạ rằng hình như trên thế giới chưa có một người cầm bút nào thật sự trở nên đại văn hào, thật sự có tầm ảnh hưởng lớn lao lúc còn sống hay sau khi chết mà chỉ nhờ duy có truyện ngắn của mình chớ không nhờ thêm vào truyện dài, kịch, thơ. Truyện ngắn tự nó không có đủ khả năng sao? Cha tôi thì muốn tin như vậy. Nhưng tôi thì không nghi ngờ. Tôi cũng mê truyện ngắn ghê gớm. Quả thật, nếu truyện dài là một chuỗi ngọc thì truyện ngắn ít ra cũng phải là một hạt minh châu. Học giả Thạch Trung Giả ưa nhắc ý đó.

Cách đây hơn mười năm, trong tạp chí Văn Nghệ số 21 đặc biệt về ý kiến về truyện ngắn, tôi cũng đã phát biểu nhiều điều dù rằng đăng sai và thiếu. Trong tập truyện ngắn Cát Bụi Mệt Mỏi *(An Tiêm, 1968), tôi cũng cho trích đăng lại nhưng vẫn thiếu và sai như nội dung chính tập truyện đầu tay in lần thứ nhất đó. Nay xin trích lại một chút : «Truyện ngắn thì ngắn, truyện dài thì dài. Nhưng nếu truyện dài là một cái gì hoàn tất thì truyện ngắn cũng phải là một cái gì hoàn tất dù nó có mở rộng nhiều chân trời xa xôi. Đó là điểm dễ hiểu nhưng ít người chịu hiểu. (. . .) Truyện ngắn cũng nhất thiết không phải là những truyện quá ngắn ngủi và nhất là vô duyên như kiểu « A very short story» của Hemingway. (. . .) Một truyện ngắn hay như một viên đá ném vào thạch động. Nó vang rền khắp nơi. Chúng ta tê điếng xa xăm, khác với cái tê điếng rất mạnh của nhục cảm. Như sau khi đọc xong một truyện dài có tư tưởng lớn. Đó là bí lực của truyện ngắn, một truyện dĩ nhiên ngắn hơn truyện dài.»*

NGUYỄN ĐỨC SƠN

Về Truyện Ngắn «Ý TƯỞNG CHIỀU TÀ»

«Ý Tưởng Chiều Tà» — *rút trong tập truyện ngắn* Xóm Chuồng Ngựa, *An Tiêm xuất bản năm 1971, viết trước đó trên mười năm, đã từng đăng trên tuần báo Khởi Hành — của tôi dành cho tuyển tập truyện ngắn dày nhất miền Nam từ trước tới nay mà phẩm chất tôi chưa được rõ. Những người cầm bút trẻ như Viên-Linh và già như Nguyễn-Hiến-Lê đều ngỏ ý thích truyện này. Tôi cũng yêu nhân vật «Tâm» trong truyện lắm (vì xin thưa nó là một phần của tôi cộng với một phần của một người có thật khác ở ngoài đời).*

Nhưng «Ý Tưởng Chiều Tà» *chưa hẳn là truyện ngắn tiêu biểu và nhất là sống chết của tôi như một số truyện khác ngay ở tập* Xóm Chuồng Ngựa *này, ở tập* Cái Chuồng Khỉ *(An Tiêm xuất bản năm 1969), ở tập* Ngồi Đợi Ngoài Hành Lang *chưa thể in được, và ở cả tập truyện đầu tay yêu dấu* Cát Bụi Mệt Mỏi *đang chờ tái bản từ bao năm qua.*

Ý Tưởng Chiều Tà

«Hãy cứ nén lại một chút, có gì bực đâu». Nghĩ vậy, Tâm đứng tỳ tay lên cửa sổ toa tàu hạng nhì nhìn bao quát cả khung cảnh bên phải nhà ga. Bên hông trái con tàu mang chàng đến, một đoàn tàu khác vừa khởi hành. Hồi còi của chiếc đầu máy chạy bằng *Diesel* tạo nên âm điệu buồn riêng. Trước kia Tâm tưởng chỉ có thứ còi trang bị trong những chiếc tàu cũ — thứ chạy bằng máy hơi nước — mới có thể gây nên tác động nào đó thấm vào tâm hồn anh. Mỗi khi nghe tiếng còi tàu huýt lên, nhất là vào buổi chiều, tự nhiên Tâm thấy thất vọng và buồn bã mênh mông. Thật vậy tiếng còi đó như là những tiếng nấc, nức nở và thê thiết. Cho nên khi mới nghe tiếng còi của đầu máy chạy *Diesel* lần đầu, Tâm chưng hửng, cụt hứng. Ừ, thì ra Tâm đã ghiền cái giọng buồn bã và thê thiết của tiếng còi những năm xưa. Nhưng không. Sau một thời gian bẩy tám năm, Tâm mới chợt thấy rõ tiếng còi mới đã tạo được âm hưởng riêng biệt. Tiếng còi bây giờ ngắn ngủn, nhỏ nhoi, hối hả và lạnh lùng hơn. Vô tình cái giọng của cơ giới đã trùng hợp trạng thái tâm hồn con người thời đại. Mà thật ra cơ giới đã ảnh hưởng đến tâm hồn hay tâm hồn đã chi phối cơ giới ? Khó trả lời. Chỉ biết hồi còi bây giờ ngắn ngủn, nhỏ nhoi, lạnh lùng, không muốn ai biết đến và thật ra cũng không ai để ý đến. Hồi còi vô danh và vô nghĩa như thân phận nổi trôi và mong manh của kiếp người được ý thức mãnh liệt ở cái thế kỷ đầy náo loạn và khủng khoảng nhất từ ngàn xưa này. Tâm cảm thấy sầu héo cả một chân trời quá khứ xa, rất xa. Anh chỉ thích nằm xuống, nằm yên, ngủ vùi cho hết những chiều tà còn lại trong đời anh như chiều nay. Anh chỉ muốn đắm chìm trong một khung cảnh êm ái vỗ về của một mái tóc, của một hồ nước, của một đêm trăng. Anh chợt như trông thấy bóng mình lung linh bất động bên hồ nước trong như gương. Lòng anh thiêm thiếp như lá rụng ven bờ. Nằm yên. Nằm yên. Hãy nằm yên thật yên, đồng hóa với cây cỏ và rong rêu. Hãy nằm yên nhé Tâm, hay gờn gợn một chút như mặt hồ trong như gương của quá khứ kia. Hãy lao xao nhẹ nhàng như lá rụng ven bờ kia. Rồi rã rời một cách êm ái. Rồi mục nát như rong rêu. Hãy nằm yên, mặc những đoàn tàu rúc nhanh hay rúc chậm, cụt ngủn hay lê thê. Nằm xuống, đó, hạnh phúc chân thật nhất của đời mày. Mày đã đứng lên nhiều phen, vô ích rồi. Bạn mày cũng đã đứng lên, tất cả đều đã và đang ngã xuống rồi. Thu đã bảo mày nằm xuống, Thanh đã bảo mày nằm xuống. Hà đã bảo mày nằm xuống. Và sau chót Nga cũng đã bảo mày nằm xuống. Nhưng những đứa con gái trước kia đã xa tầm tay Tâm. Bây giờ chỉ còn Nga. Tâm cảm thấy mình đã đầu hàng. Tâm cảm thấy mình muốn nhắm mắt, nằm xuống suốt những chiều tà còn lại trong đời. Chàng từ giã đột ngột các bạn, bỏ đứt một chân dạy ở một tư thục mà chàng phải mỏi mắt mới kiếm được để đáp chuyến tàu suốt Sài Gòn — Đà Lạt lên đây sau khi nhận được thư Nga. Tâm đã quyết định để cho thân thể, trí óc và tâm hồn anh nằm xuống vĩnh viễn. Anh đã cảm thấy rất mạnh sự vô nghĩa cùng cực của tất cả mọi hoạt động, phản kháng và ước ao. Anh đã tính đầu hàng. Sao bây giờ anh không xách hành lý đến nhà Nga ngay? Và nằm xuống. Và chết đi. Và mục rã. Như hồ nước yên lắng muôn năm đàng sau biệt thự của Nga. Sao bây giờ anh còn do dự? «Quái, cái tia nắng». Từ nãy giờ thỉnh thoảng Tâm vẫn để ý đến những đọt nắng nhỏ, yếu nhưng sáng vô cùng phía trên đường leo quanh cái đồi trước mắt. Nó cực kỳ quyến rũ anh, dù âm thầm cũng như cái âm thầm của rong rêu bên hồ nước. Vâng, rong rêu của hồ nước chỉ âm thầm kéo anh xuống để nằm luôn, ngủ luôn, suốt một trăm năm, một trăm năm êm đềm mục rã. «Không được», Tâm nói nhỏ vừa đủ nghe vừa lúc một ánh sáng loé lên đàng sau óc anh, trong tâm hồn anh. Tâm nhìn người hành khách cuối cùng đã khuất hẳn về phía nhà ga.

Bây giờ sương mù không biết từ dưới đất bay lên, trên trời cao toả xuống hay từ đồi núi tung ra. Cả bầu trời mù mịt. Từng đám lãng đãng bay tạt vào cửa sổ khiến Tâm cảm thấy lạnh. Có lúc Tâm run lên. «Nằm xuống có lý mày ạ». Tâm nghĩ đến, suýt nói ra thành lời cho mình nghe. Anh châm thuốc hút, mắt vẫn lơ đãng nhìn ra ngoài trời đầy sương khói. Trên con đường dốc phía trước mặt dẫn về trung tâm thành phố mang nhiều âm tính nhất Việt Nam này, chốc chốc một chiếc xe nhà chạy bắn qua rất nhanh, bỏ lại đàng sau, trong tâm hồn chàng, từng phiến cô đơn hàn lạnh vô danh. Có lúc Tâm tin mình nhìn thấy chiếc xe màu trắng xám của Nga. Chiếc xe hiệu gì anh không để ý gì hết — cũng như không bao giờ anh để ý đến tên một tài tử hay minh tinh quốc tế nào — nhưng Tâm biết chiếc xe thuộc loại đắt tiền và ở đây số người dùng có thể đếm được trên đầu ngón tay. Kiểu xe hoàn toàn thoát khỏi những cái gì lộng lẫy, kiêu sa, phí phạm như phần đông xe Hoa Kỳ. Tuy vậy nó cũng không thể nào rơi vào chỗ cũ kỹ, già nua, nghiêm nhặt và bảo thủ như loại Traction đen của Pháp mà ngày nay một số người đứng tuổi còn dùng. Nó trẻ trung nhưng cô độc. Tâm nghĩ có lẽ nó được chế tạo ra cho những thanh niên và thiếu nữ trí thức, độc thân, sống bằng nghề tự do. Nó chạy rất khoẻ và bền. Một linh mục người Ý đã từng cho Tâm biết ông đã dùng loại xe đó để đi qua con đường nhầy nhụa trong mùa mưa từ Ban Mê Thuột về Đà Lạt mà không gặp một khó khăn nào. Tâm không rõ nội vùng Cao Nguyên này có chừng bao nhiêu người sở hữu những xe đó. Chắc ít. Nhưng dù sao cũng đến năm bảy người. Thế nhưng không hiểu sao Tâm cứ tin chiếc xe màu xám vừa chạy qua trước mắt anh trên con đường dốc kia là chiếc xe của Nga. « Có thể nào Nga ra đón mình ? Mà mình đâu có cho Nga biết ngày mình lên. Hơn nữa theo thư gửi cho mình tháng trước, đây là thời gian Nga phải có mặt ở Di Linh. Nàng về đó để coi sóc tạm thời cái đồn điền cà phê của ông cha ». Nghĩ lan man một lúc, Tâm rút điếu thuốc thứ nhì rồi thứ ba.

Giữa hoàng hôn, sương mù chợt tan biến. Trên đồi cao trước mắt, ánh nắng thu hết tàn lực nhuốm lên một màu vàng rực rỡ. Thật kỳ lạ. « Nga ơi, anh chưa muốn nằm xuống. Anh chưa muốn mục rã. Anh còn đang chờ mặt trời những buổi sáng sẽ thiêu cháy rong rêu bên hồ nước. Đây chỉ là xứ của hoàng hôn, của nằm xuống, của ngưng đọng và, có thể, của phiêu diêu ». Tâm mới vừa nghĩ đến đó thì ánh nắng đã hóa ra đục mờ và tan nhanh trong khói đá và sương mù. Trong khắc giây trước đó Tâm đã bắt được gần trọn vẹn một khung cảnh nào xa lắm. Khung cảnh như ở ngoài không gian và thời gian. Êm đềm. Mục rã. Tâm nhìn đăm đăm. Anh muốn giữ lại trong đôi mắt màu trắng rực rỡ kỳ dị kia. Tự nhiên Tâm đau nhói trong tim và nước mắt ứa ra. Tâm biết chỉ trong phút giây cảnh sắc kia sẽ tan biến và không bao giờ hiện ra lần thứ ba trong đời anh. Tâm không dám nhìn lên khu đồi trước mắt nữa. Anh quăng tàn thuốc cuối cùng xuống đường sắt và ngồi thử xuống chiếc băng nệm bọc nhựa đỏ. Tuy đã thuộc lòng gần hết cái thư Nga gửi cho anh tháng trước ở Sài Gòn — cái thư bảo anh nằm xuống, ngủ yên, suốt những chiều tà còn lại trong đời anh —, anh vẫn lấy ra đọc lại. Một đoạn quyết định : «Ngôi biệt thự ở đường Hoa Hường sẽ thuộc hẳn về em. Sau khi ba em chữa bệnh về sẽ trở lại Di Linh rồi lên đây làm giấy cho em. Em đang dọn cái *certifical* cuối. Dĩ nhiên em phải về Sài Gòn thi. Em rất ít đi Sài Gòn nhưng em không thèm Sài Gòn như những con bạn. Sài Gòn nắng gắt quá. Em không ưa mặt trời. Sài Gòn không có nắng tà. Sài Gòn không có sương mù. Em không bao giờ tin rằng mình sẽ ngủ được một đêm sung sướng ở đó. Nhưng được cái là có anh, thiên đàng của Nga, cái thiên đàng sắp di chuyển vĩnh viễn lên xứ của sương mù. Sương mù của trời đất và sương mù của tâm hồn em. Anh thích cái hồ nước ở đàng sau nhà em lắm phải không ? Dạo đó anh thường mang cả tấm bảng đen lớn trong nhà mà ra đây dạy em. Anh biết không, em không nghĩ đến những con toán trên bảng mà em chỉ nhìn lén mặt hồ. Nước trong và phẳng như gương. Em mê mệt nhìn bóng hai đứa lung linh, lung linh. Em không vọng tưởng những chân trời nào mà xa như mấy con bạn. Em không thèm những Paris, những Rome, những New York. Em chỉ ao ước nhìn thấy bóng hai đứa bất động trên mặt hồ, cho đến một trăm năm. Một trăm năm bình an và thanh thản như cánh rừng thưa ở đây. Anh, anh, nghe Nga nói đi. Yên nghỉ là chân hạnh phúc của đời người. Có lẽ phần đông con gái đều mơ hồ cảm thấy điều đó. Mọi hoạt động, mọi chống đối — mà anh cho là bản thể của tri thức — rốt cục rồi cũng thu về một mục đích duy nhất : nằm xuống, em nghĩ. Vâng em sẽ thi ở Sài Gòn. Em tin đỗ dễ dàng. Xong em sẽ ngoại giao giữ một chân giáo sư ở Yersin hay Couvent. Ba em quen nhiều với ông F., giáo sư của hai *lycées* đó. Nhưng em sẽ dạy ít giờ thôi. Giờ còn lại trong ngày và trong đời, em nằm xuống, ngủ. Em sẽ đi Pháp, đi Mỹ, đi Đức, đi Nga, đi Trung Hoa, đi bất cứ nơi nào có thể đến chơi nhưng em sẽ mang theo hình ảnh thanh bình ngàn năm của hồ nước sau nhà và rồi em cũng sẽ về đó nằm xuống, như rong rêu mát rợi. Anh hãy bỏ học nếu không thích. Mà em mong anh bỏ học đi. Một hai chứng chỉ cho đủ, có nghĩa gì. Em không... nuôi được anh suốt đời sao. Mà anh sống nhiều nhất là một trăm năm nữa chứ mấy. Chúng mình cứ ngồi yên bất động suốt thời gian đó trên bờ hồ cũng thư thả như thường. Em đi dạy mục đích là để lấp kín khoảng thời gian trong ngày em không nằm xuống thôi. Anh hãy bỏ học nếu thấy rõ không cần thiết gì cả. Cần thiết là anh hãy bỏ những ý nghĩ điên cuồng — em xin lỗi trước — của anh, của anh Thái, anh Phát và một lô bạn anh, thân và không thân. Anh cũng đừng lui tới chỗ anh Huy và anh Ngạn. Hai anh ấy *tube* nặng lại không thèm trị. Thật quái gở, bạn anh đó. Anh tưởng Nga không biết sao. Không liên lạc với anh, em đã có những con bạn học dưới đó cho biết hết. Thật sự các anh ấy chỉ muốn làm khổ mình và người khác. Như mấy vụ bạo động với phong trào gì gì đó. Và anh nữa, anh cũng có nhúng tay và hăng lắm. Rồi lại còn ra báo văn học nghệ thuật gì đó để gặp bao nhiêu khó khăn và đe dọa bên trong, bên ngoài. À cái anh Huy, thật tệ vô cùng và tệ nhất xóm, anh ấy đã xong *Bac II* vừa rồi chưa? Thôi em chỉ nói tắt là anh đừng lui tới với họ. Anh hãy dò lại tâm hồn anh đi. Có phải dưới bề mặt cuồng nộ gió bão trong đại dương của tâm hồn, ở đáy sâu tận cùng, nước vẫn không hề lay động, cũng như anh chỉ thích một cuộc đời lặng lẽ với những ngày im bóng...» Đọc đến đó Tâm thấy lạnh cả người. Anh tưởng tượng đến ngôi biệt thự của Nga ở đường Hoa Hường, một con đường vòng, nhỏ, thanh lịch xếp vào hạng nhất ở Đà Lạt ở gần viện Pasteur và chỉ cách nhà ga năm phút tắc xi là nhiều lắm. Vâng, chỉ cần mười phút là anh sẽ nằm xuống đó, bên hồ nước trong veo, đắm mình trong cái êm ái lười biếng vạn niên của chiều tà. Rồi Nga sẽ từ Di Linh lên. Rồi anh sẽ nằm xuống trọn những buổi chiều tà còn lại của đời anh. Anh nghĩ đến cái sân cỏ hoang vu đầy đó thường mọc lên một nhánh lan tím dại rất đậm và êm như nhung. Anh nghĩ đến căn phòng mát rợi đầy tiện nghi của Nga ở trên cao nhìn bao quát xuống đó. Anh nghĩ chiều đến mặt hồ im bóng phía sau, bên mấy gốc thông cổ thụ và hàng cây *mimosa* thứ lá tròn và dài màu xanh xám rất đặc biệt. Anh nghĩ đến cái sân về phía bên phải ngôi nhà với hai cái ghế đá mát lạnh quanh năm, nơi anh đã có lần về đó đọc sách, nghiền ngẫm những tư tưởng của riêng anh trong cuộc đời sôi động, nổi trôi từ khi anh bỏ hẳn gia đình đi vì nhiều nguyên do. Rồi anh lang thang ở Sài Gòn. Rồi định mệnh đưa đẩy anh đến gia đình Nga qua lời rao vặt đăng báo cần một chỗ *précepteur* ăn ở luôn tại Đà Lạt. Anh nhớ đến căn phòng riêng của anh. Nó tình cờ nằm sát dưới phòng Nga. Hồi đó anh có ý nghĩ nghịch tặc. Anh sẽ bắc ghế xoi mỗi ngày chừng một ly mét thôi cái trần nhà phòng anh. Vậy là trong vòng một năm anh đã lọt lên phòng Nga, một đêm nào đó, và hai đứa sẽ không thể rời nhau trên cõi đời này nữa. Là hai đứa sẽ phụ thuộc hoàn toàn vào nhau và cần thiết phải có nhau. Là anh sẽ ở lại đó mãi mãi. Hồi đó, khi vừa bỏ gia đình đi, Tâm chỉ mới có *Bac I* và Nga chỉ học lớp 4e. Tuy đã đi dạy kèm một vài nơi để sống, Tâm không quyến luyến ai như Nga. Không phải vì Nga thông minh hơn những đứa con gái khác. Nga cũng tầm thường nữa. Có điều trong tâm hồn nàng, trong tâm hồn đứa con gái càng lớn lên đó, có một nguồn hạnh phúc cho kẻ nào biết nâng niu. Và nguồn hạnh phúc này thoát ngoài sự giàu sang phú quý và cũng thoát ngoài cái bấp bênh gian nguy của một cuộc đời vô định. Một thứ hạnh phúc không bao giờ chạm phải cái bóng hình của những đau khổ lớn lao trên trần gian dù chính cái đau khổ lớn lao kia vẫn bao trùm lấy nó. Tâm có thể không cần biết cái màn bao phủ kia. Nhưng chắc không khỏi bị ám ảnh. Đó là chỗ khác biệt nói chung giữa bản tính và tâm hồn con trai và con gái, đàn ông và đàn bà, và nhất là của riêng Tâm và Nga. Cho nên nếu ngày nào Tâm sống chung với Nga, từ trong cái hạnh phúc trong như gương, con mắt và trí óc Tâm nhất định phải nhìn xuyên qua cái màn sương mờ, cái vỏ nhung êm đềm của hạnh phúc bình yên kia để chạm đến cái đau khổ ngàn kiếp của đời người. Lúc đó chắc chắn anh sẽ đứng lên như anh và các bạn anh đã từng đứng lên ở Sài Gòn này, dù đứng lên rồi loay hoay, tuyệt vọng để có lần Tâm lại mò lên nhà Nga sau vài tháng hay vài năm từ giã. Đã ba lần như thế. Trong thời gian đó Nga đã lớn và không cần người phụ giáo. Nhưng Nga vọng tưởng mãnh liệt ở Tâm. Nàng tin mơ hồ bằng trực giác rằng những đầu óc sôi động nhất là những tâm hồn vốn thích nằm xuống nhất, thèm bóng mát nhất, thèm rong rêu nhất. Tâm nhớ mãi lời Nga một lần khi anh từ giã Nga về Sài Gòn : « Anh đi, được rồi, em không cản Em chỉ mong anh trở về khi anh thích. Căn phòng của anh vẫn vô chủ. Có hai chìa khóa, em giữ một, anh một. Thỉnh thoảng một mình em vào đọc sách. Đọc mấy kệ sách văn chương tư tưởng nổi loạn, tấn công và hư vô của anh. Thỉnh thoảng một đứa con gái đến đọc chừng một trang trong những tác phẩm đó cũng thú vị đó chứ ?

 Nguyễn Đức Sơn

Hơn nữa căn phòng này nhìn ra một cái *vue* khác phòng em. Đôi khi em thèm cái *vue* đó. Chứ không phải thèm... anh đâu nhé. Anh cứ về bất thần lúc nào. Khỏi chào ba em, mà ba em cũng ít khi ở đây. Dĩ nhiên là khỏi cần thưa trình với... Nga, chủ nhân một ngày rất gần đây của ngôi biệt thự này. Anh cứ về bất thần lúc nào. Một, hai giờ khuya cũng được. Cà phê trong phòng anh chưa mốc meo đâu dù anh vắng dùng đến hàng chục năm và trở về với râu tóc xồm xoàm. Anh cứ rung chuông cho chị Hai dậy và sửa soạn cơm cho anh dùng. Chị ấy ở khá lâu, trung thành và tốt. Chỉ ngại có con Lou Lou. Sợ nó quên anh chăng ? Đó, anh làm sao nói được với con chó hơi điên điên đó thì nói. Nhưng cũng đừng ngại vì ở đây rất gần viện Pasteur ! » Dạo đó Tâm đã tính nằm xuống và đầu hàng. « Nga, dù sao em cứ tin rằng anh chỉ muốn hôn tóc em suốt đời và ngủ trong đó suốt những chiều tà còn lại trong đời anh. Nhưng nắng lên. Mặt trời nhảy múa và mặt trời đau nhức. Anh cũng nhảy múa và anh đau nhức. Anh hân hoan tê điếng và anh tàn rụi bi thương. Làm sao anh nằm xuống an tâm trên trái đất xao động và lung lay ngàn đời này. Con gái làm sao trông thấy trái đất này đang quay và nhất là ý thức được sự tuần hoàn kỳ cục kia. Họ chỉ nhìn thấy chu kỳ những hoàng hôn êm ả. Phải. Em nghe kỹ. Con gái không thể nào trông thấy trái đất này đang quay đâu ». Anh đã trả lời với Nga như vậy. Anh đã trả lời giùm cho các bạn anh, những người bạn có thể chống đối nhau toàn diện trên bất cứ quan điểm chánh trị, xã hội, văn nghệ hay đến cả đời sống hằng ngày nói chung nhưng họ gặp nhau, thân nhau và nhận thức chân lý rằng bản chất muôn đời của trí thức là phản kháng, rằng cái trách nhiệm đầu tiên và vinh dự cuối cùng của trí thức chống đối, bằng phản ứng tự động mạnh nhất và hết mình. Rồi Tâm lại nửa đùa nửa thật viết cho Nga : «Nga vào phòng anh làm gì. Em có dỗ mười cái tiến sỹ hay thạc sỹ gì đó bản chất của em vẫn là xách giỏ đi chợ. Con gái mà, dù có đỗ mười cái tiến sỹ khoa học hay thiên văn học hay trời đất... học nếu có cũng không thể nào nhìn thấy trái đất này quay đâu. Nga có nhìn thấy trái đất này quay bao giờ không ? Nó quay, nó quay, nó quay. Nó quay, nó quay, nó quay khiến anh điên đầu. Em đừng vào phòng anh hay rõ hơn đừng giở những trang sách mà em cho là tấn công là phản đối là hư vô đó. Coi chừng... truyền nhiễm đó. Coi chừng em sẽ thấy trái đất này nó quay, nó quay, nó quay, rồi em không còn muốn xách giỏ đi chợ (một mình hay với chị Hai) nữa và anh sẽ đói. Em hãy hãnh diện như bản tính của em và của những đứa con gái từ cỡ đẹp trung bình lên thượng đỉnh. Hãy hãnh diện đi dù không biết hãnh diện cái gì và hãnh diện với ai. Anh tưởng tượng khi vừa mở mắt chào đời, đứa con gái nào cũng đã bắt đầu hãnh diện ngay. Nằm trong nôi quơ chân quơ tay tầm bậy tầm bạ như đuổi bắt trống không cũng cứ hãnh diện đi, hởi bé con lớn lên sẽ thành con gái, lớn một chút nữa sẽ thành đàn bà và yêu tinh cùng một lúc. Hỡi con gái, hãy hãnh diện đi. Từ nhà đến trường cũng cứ hãnh diện. Xách giỏ đi chợ cũng hãnh diện. Đi ra đi vô cũng hãnh diện. Dù không bao giờ thấy trái đất này nó quay, nó quay, nó quay. Hãy cứ hãnh diện, hãnh diện, hãnh diện, như mặt đất này nó quay, nó quay, nó quay ». Nghe xong Nga cười ồ lên, vô tư và âu yếm biết bao nhiêu. Tâm cũng không thể nín cười được. Nhiều lúc trong đời Tâm không hiểu anh nói đùa hay thật. Nhưng anh phải suy nghĩ về lời nói của Nga : «Anh khôn hơn em nhiều quá thành anh thua em». Nhiều năm trôi qua. Trong lúc Tâm phiêu bạt sống dần vặt từ vật chất đến tinh thần phải bỏ dở dang việc học — hay đúng hơn việc thi cử — thì Nga đã gần xong cái Cử Nhân Văn Chương Pháp. Tâm tự ý cắt đứt mọi liên lạc với Nga, những liên lạc cách khoảng nhưng gần gũi và cột chặt hơn. Có lần suýt đối diện với ông thân của Nga ở Sài Gòn, Tâm cũng lờ đi dù anh thừa biết ông cụ đích thật là một người ưu thời mẫn thế, rất mến chuộng anh, chấp nhận gần hết tính khí của anh mà ông cho là giống tuổi trẻ của ông mà con ông — đứa con gái độc nhất là Nga — không hấp thụ và hun đúc được chút nào. Tâm thì cạo ngạo nghĩ rằng tuổi trẻ ông không thể có được nồng độ tha thiết và chán mứa như Tâm. Song Tâm mến ông. Tâm thấy hình như ông cũng thoáng thấy, trong tuổi thanh xuân, rằng trái đất nó quay, nó quay, nó quay. Nhưng vì sợ hãi, ông nhắm mắt lại và nằm xuống cho lúc ông hoàn toàn quên rằng trái đất này còn quay. Bây giờ ông chỉ thoáng nhớ rằng ngày xưa có lần ông đã thấy trái đất nó quay. Nhiều thanh niên thấy trái đất nó quay, nó quay, nó quay. Nhưng họ bị chóng mặt và không muốn nhìn nữa. Họ nằm xuống và quên đi vĩnh viễn. Đó là thân phận nhân loại. Tâm tự thấy mình phải và nên xa cách Nga dù trong thâm tâm, nhất là trong những ngày chán ngán thấy mình đứng trước mọi ngõ cụt của bao nhiêu tư tưởng đã nghiền ngẫm, Tâm chỉ muốn nằm xuống như bao nhiêu thanh niên khác. Tâm chỉ muốn trở về ngôi biệt thự kia, được ngồi xuống ghế đá mát rượi, được thoa mát hai bàn tay lên đó, và để thấy lại một trong những buổi hoàng hôn êm ả nào xa lắm, những đợt nắng vàng rực rỡ chiếu sáng qua đám cỏ hoang vu có điểm một vài cánh hoa tím dại trước nhà.

Phải rồi. Bây giờ Tâm mới bắt được cái khung cảnh thời gian và không gian đặc biệt kia mà anh đã lầm với đợt nắng vàng lúc nãy trên khu đồi phía trước hàng thông lơ thơ. Có lẽ hoàng hôn ở đây không trôi đi, trôi đi. Có lẽ trên thế gian này, có một cái gì, một chút gì, đứng lại, bất động và vĩnh viễn. Héraclite có lẽ chưa nhìn thấy cái đó nên người đã nhỏ lệ xuống dòng nước đang chảy dưới cầu chăng ? Tâm bỏ thư Nga vội vào một ngăn da trong chiếc va ly. Anh đứng vụt dậy đến cửa toa xe nhìn lên trên đồi để tìm lại những đợt nắng vàng rực rỡ như thu hết cả thanh sắc trên trần gian này. Nhưng hết rồi. Sương mù đã bắt đầu trở lại vây kín bầu trời. Mất rồi. Tâm ngồi thừ xuống ghế, cảm thấy tất cả mối sầu vạn niên trên mặt đất này khi hoàng hôn đến. Anh biết chắc chắn rằng ngày mai, ngày kia, hay một ngày nào sẽ đến, dù anh có về đây, ở sân ga này, hay trở lại ngôi biệt thự kia, không bao giờ anh gặp lại khung cảnh thời gian và không gian kia, không bao giờ anh còn nhìn thấy nắng quái hoàng hôn kia nữa. Vậy thì Tâm ơi cái gì đứng lại giữa mọi thứ trôi đi, trôi mãi nếu không là ảo giác kết quả của một tin tưởng mãnh liệt ? Vậy thì Héraclite khóc có lý ? Tâm nhắm mắt lại để cố nhìn cho kỹ hình ảnh nắng vàng kia trong tâm thức. Anh đã bất lực. «Phải chăng hạnh phúc giữa mình và Nga cũng chỉ là ảo tượng và ảo tưởng ?» Bây giờ nếu Tâm đáp tắc xi đến ngôi biệt thự Nga, chắc gì Tâm tìm lại được một chút màu nắng kia dù phải đợi bao nhiêu hoàng hôn nhuốm vàng mặt đất này ? Chắc gì. Tâm bỗng lo sợ mông lung. Chưa nằm xuống. Chưa nằm trong cái hạnh phúc êm đềm của mái tóc, bàn tay và tâm hồn trung bình của Nga. Chưa. Mới sắp đến gần tấm nhung mềm mại. Nhưng chưa lọt vào trong. Chưa trùm kín người lại. Chưa bao phủ cái đầu giông bão với những tác phẩm nổi loạn, tấn công và hư vô của Tâm. Chưa gì cả. Chưa gì cả mà Tâm đã thấy một sợi giây vô hình bén nhọn chọc phủng cái màn hạnh phúc kia để chạm đến những khắc khoải vô biên tràn lan khắp nơi, trên cả đợt nắng vàng rực rỡ buổi chiều tà, trên cả sắc thái những đợt nắng vàng rực rỡ đã mất đi trong quá khứ và trong hiện tại vừa mới trôi qua. Tâm, chàng chỉ là một phiến nam châm bệnh hoạn. Phiến nam châm này đã thu hút những mối sầu không có trên trần gian này sao ? Mày điên rồi Tâm. Mày điên rồi. Trái đất này nó quay, nó quay, nó quay thì mặc kệ nó chứ. Nó quay một cách ý thức hay một cách vô tri thì mặc kệ nó chứ. Mà làm sao mày thấy nó quay ? Mày có té đâu mà sợ. Hàng tỷ nhà cửa và nhân loại trên mặt đất có té đâu. Ngôi biệt thự của Nga và Nga có té đâu. Nó quay thì cứ để mặc nó quay. Mà mày có làm phi hành gia không gian để vọt hẳn ngoài vỏ đất này không mà mong thấy nó quay ? Mày điên rồi. Mày điên rồi Tâm ạ. Tâm ngẫm nghĩ. Rồi anh đắm mình trong cái êm ả và tê nhức của buổi chiều tà vô danh này. «Không, ta chịu là ta điên nhưng không thể nằm xuống. Nga ơi, anh chưa thể nằm xuống với em đâu. Em làm sao hiểu được sự đau khổ kỳ dị của anh. Nga ơi, anh chưa thể nằm xuống. Anh sẽ mất Nga cũng như đã mất nhiều Nga như Thu như Thanh như Hà trong những năm anh từ giã Nga mà Nga không biết. Nga, anh vẫn nghĩ là Nga hơn tất cả những đứa con kia. Nhưng tất cả con gái đều không thể nào nhìn thấy trái đất này nó quay, nó quay, nó quay, không thể nào thấy đau nhức và phẫn nộ trong một chiều tà êm ả vạn niên với từng đợt nắng nhỏ vô cùng rực rỡ. Rất xin lỗi Nga khi gần đây anh đã gián tiếp và trực tiếp cho biết anh sẽ về, nằm xuống, nằm xuống». Tâm loay hoay. Cuối cùng anh gục đầu lên trên va ly đã khiêng từ cái kệ trên ngăn sát nóc toa xe xuống dưới băng. Một chút nắng vàng lại loé lên mang một chút sáng vào toa xe, Tâm đau nhức y như một bệnh nhân cùi hủi gặp mùa trăng.

— Ai đó?

Một nhân viên kiểm soát xách chiếc đèn măng sông soi sáng cả toa xe. Ông la lớn như vậy khi thấy bóng người đàn ông độc nhất lù lù trong toa. Tâm bực mình nhưng cũng buồn cười trông thấy nhân viên kia chệnh choạng muốn ngã vì đã qua một cơn sợ mất vía. Bây giờ Tâm mới nhận thấy bóng đêm đã buông xuống từ hồi nào. Anh nhìn ra cửa ngoài toa xe nói lửng một câu như không hay biết gì sự có mặt nhân viên nọ:

— Trời tối mau quá! Mới đó.

Nhân viên khó chịu vì thái độ dửng dưng của Tâm. Nhưng khi soi đèn và nhận ra dáng dấp một thanh niên trạc tuổi hăm bảy, hăm tám có vẻ đàng hoàng và không có gì đáng khả nghi, ông ôn tồn bảo Tâm:

— Ông làm ơn cho xem vé. Tàu đến hơn một giờ rồi.

Tâm không trả lời. Làm bổn phận xong, anh hỏi nhân viên:

— Thưa ông có chuyến tàu nào sắp trở lại Sài Gòn không?

Hai tiếng «trở lại» thay vì tiếng «đi» cho nhân viên ấy biết ngay trường hợp hành khách này không phải là thông thường. Nhưng đồng thời nhân viên ấy cũng hiểu lờ mờ đó chỉ là do một biến cố nội tâm thuộc đời tư và rất cá nhân của người hỏi, không liên lạc gì đến mọi nghi ngờ bổn phận của ông trong tình thế lộn xộn đòi hỏi phải biết đến.

— Tàu SàiGòn đi Đà Lạt và tàu Đà Lạt đi Sài Gòn chứ tại sao phải «trở lại»?

— Vâng, tôi dùng chữ sai. Tâm chịu lỗi ngay.

— Phải đợi đến sáng mai.

— Tôi có thể ngủ lại đây một đêm ?

— Thật không tiện cho ông. Hơn nữa ở đây không được phép.

— Tôi vẫn thường ngủ đỗ lại một nhà ga nào là thường kia mà.

— Vâng, nhưng phải ở lại trong ga, ngồi hay nằm ở những hàng ghế, thì được. Nhưng không có phép ở lại trong toa.

— Vậy tôi đi vào trong ga.

— Xin lỗi tôi chưa nói kịp. Trước đây thì được nhưng mấy ngày nay ở đây tình thế lộn xộn nên hành khách phải chịu thiệt. Nhà chức trách sở tại đã ra thông cáo dán trước sân ga. Ông có thể xem.

Như đoán được một thoáng nghi ngờ của nhân viên, Tâm rào trước :

— Tôi cảm nặng thình lình. Hơn nữa quên một việc rất quan trọng ở Sài Gòn.

Tâm đã đứng dậy hẳn. Anh xốc lại quần áo cẩn thận, khoác cái *pardessus* lên, nắn lại cái cà vạt. Trông đàng hoàng, Tâm bước ra khỏi toa sau khi chào cám ơn nhân viên lấy lệ. «Thôi rồi, mày phải nằm xuống» ; Tâm nghĩ như vậy và mường tượng trong trí khoảng đường đến biệt thự Nga. Nhưng vài phút sau đó, khi Tâm đi gần đến cửa nhà ga, tiếng nhân viên kêu giựt lại :

— Này ông, hết sức may cho ông. Có một chuyến tốc hành đặc biệt sắp chạy trong chốc lát. Không chở hành khách. Dĩ nhiên không bán vé và chỉ kéo theo một *goong* sau cái đầu máy *Diesel*. Ông có thể trình bày lý do và trường hợp đặc biệt với trưởng ga và trưởng xa rồi đi ngay. Kìa kìa nó sắp chạy !

Nhân viên chỉ về hướng phải nhà ga. Những hồi

còi *Diesel* vốn ngắn ngủi cộc lốc, lạnh lùng bây giờ lại càng ngắn ngủi, cộc lốc, lạnh lùng hơn. Vì không chở hành khách và đi với một nhiệm vụ khẩn thiết nào đó, nó không cần báo hiệu lôi thôi. Tâm tiến vội vã với nhân viên đến phía đầu máy để chỉ nhờ giới thiệu với trưởng xa không thôi cũng đủ. Không đợi nghe hết câu chuyện, trưởng xa thấy dáng đàng hoàng của Tâm ngoắc tay ra dấu cho chàng bước lên chiếc toa độc nhất không chở hàng hóa gì cả mà chỉ có một phu khuân vác ngồi trong một góc tối và một nhân viên công vụ đang đứng gần cửa toa.

Chiếc đầu máy *Diesel* rúc rúc một hồi ngắn ngủn nữa và lao mình vào đêm tối. « Thôi vậy là xong ! » Bây giờ Tâm nấc lên và muốn bật khóc. Anh cảm thấy hối tiếc như đã tính sai một bài toán quan trọng nhất đời mình. Anh hối tiếc tràn ngập tuy biết rằng nếu ở lại Đà Lạt nằm xuống lần này là anh sẽ nằm luôn, sẽ hối tiếc nhiều hơn trăm lần.

Khi tàu ra khỏi khu vực nhà ga, nhân viên thừa hành công vụ làm quen với Tâm :

— Ông thật may mắn vì đáng lẽ chuyến tàu này khởi hành từ mười lăm phút trước.

Tâm không biết trả lời sao. Vì anh chưa chắc đó là may hay rủi. Phải về Sài Gòn cắm đầu làm việc. Anh tự nhủ như thế. Còn may hay rủi thì chưa chắc. Tâm đáp lễ :

— Chưa chắc may hay rủi ông ạ !

— Ông nói sao ? Nhân viên ngạc nhiên nhìn Tâm.

— Tôi nói chưa chắc may hay rủi khi tôi được đi chuyến tàu đặc biệt này.

— Sao thế ?

Tâm lại bối rối. Thật ra may hay rủi ? « Nga ơi ». Tâm kêu vọng lên, nhỏ vừa đủ nghe. Hay đúng ra tiếng kêu chỉ ở trong hồn anh. Anh không rõ nữa. Anh thấy như đã thực sự phản bội và lừa dối Nga. « Nga ơi, có thể, rất có thể lắm Nga ạ, là ngày nào kia anh sẽ thống hối khi anh không bao giờ được về ngôi biệt thự của em nữa vì nhiều lý do. Xa mái tóc em, đôi mắt em, hồ nước trong như gương, những đám rong rêu ven hồ và nhất là những chiều tà êm ả vạn niên mà chỉ có khung cảnh nhà em mới tạo nên một cách kỳ ảo, anh sẽ tiếc suốt đời. Nhưng anh không muốn phản bội lý tưởng và con đường của anh, con đường chỉ thỉnh thoảng mới rợp bóng chiều tà, còn hầu hết nó sẽ chạy qua sa mạc rát bỏng nhảy dựng chân, qua đấu trường để chứng kiến giờ khắc uy nghi nhất đời mình, qua đại dương để đón nhận cuồng phong bão táp, qua những đêm trăng hàn lạnh và cô tịch trên một bờ biển hoang vu nào đó để nhận chân sự mong manh, vô nghĩa của kiếp người ».

— Sao thế, thưa ông ? Nhân viên lập lại, thái độ săn đón.

— Thưa ông thật sự tôi không biết trả lời sao.

Vâng, Tâm không chắc chuyến tàu này may hay rủi cho anh. Anh chỉ biết rằng suốt đời chắc không bao giờ Nga biết đến chuyến đi kỳ cục này. Cũng như Nga làm sao biết được rằng Tâm đã nhìn thấy rất rõ trái đất này nó quay, nó quay, nó quay.

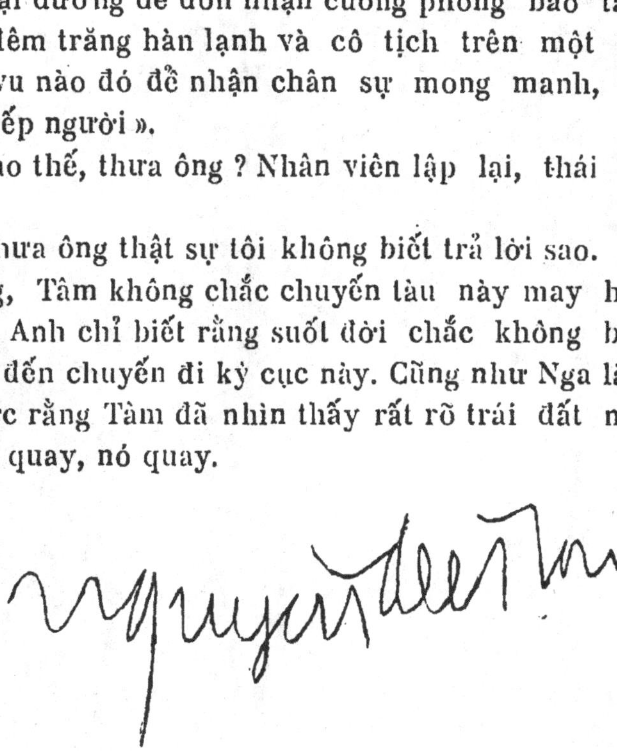

NGUYỄN ĐỨC SƠN

NGUYỄN ĐỨC SƠN

NGUYỄN MẠNH CÔN

TIỂU SỬ

Tên thật là Nguyễn Mạnh Côn, *sinh năm 1920. Thuở thơ ấu theo mẹ và cha, công chức, đi khắp nơi trên đất Bắc. Từ 13 tuổi học ở Hà Nội, trường Thăng Long. Năm 1940 xuất ngoại sang Hương Cảng, rồi về và tự ý vào đời kiếm sống. Trải nhiều gian nguy mà hầu hết do chính mình gây nên.*

Năm 1952 từ chiến khu Việt Bắc về Hà Nội, viết báo, dạy học. Năm 1953 dạy học ở Hải Phòng. Năm 1955 vào Nam, bắt đầu cuộc sống viết văn chuyên nghiệp. Năm 1965 viết và in cuốn Mối Tình Mầu Hoa Đào, *hoàn toàn do ngẫu nhiên đi vào lập thuyết.*

QUAN NIỆM VỀ TRUYỆN NGẮN

Đối với tôi, viết cũng như nói, là để trình bầy một cảm nghĩ. Cách thể viết truyện ngắn hợp với tình ý của tôi hơn, vì viết truyện dài mà viết cô đúc như tôi muốn, thì quá mệt cho tác giả, và người đọc cũng thấy quá khó, quá khó.

NGUYỄN MẠNH CÔN

Về Truyện Ngắn «LỜI NGUYỆN TRONG KHÔNG»

Đây là truyện ngắn sau cùng của tôi, đăng tại tập san Chính Văn số Tết năm Nhâm Tí (1972), trên dòng suy tư của tôi về Thượng Đế, Trời Đất, nghĩa là về sự đồng hóa giữa các danh vị chân không vật lý và chân không siêu hình và Thượng Đế (Yawch trong Do Thái giáo), Trời Đất trong tâm cảm triết học Á Đông và bầu trời, mặt đất trong thực tại.

Tin tưởng rằng chân không (vật lý) có khả năng làm ra những «phép lạ» không thể được giải thích trong khung cảnh duy lý của người ta, tôi viết truyện «Lời Nguyện Trong Không» *để trình bầy về niềm tin tưởng ấy.*

Trong truyện, người kể xưng tôi đã bầy trò lừa dối em gái cho bà ta yên lòng, nhưng sau đó chính hắn cũng bị đặt trước những bí ẩn mà hắn không chờ đợi. Còn người đàn bà, với lòng thương yêu người chồng quân nhân, đã đạt tới sự cảm thông với Trời Đất, và bằng một niềm tin không giới hạn, bà ta được chân không mầu nhiệm đưa trở vào giấc mơ để sửa đổi giấc mơ ấy và cứu chồng khỏi tai nạn.

Lời Nguyện Trong Không

I

Tôi có người em gái xinh đẹp yêu chồng, trung thành với chồng, không ngớt lo lắng và không ngừng săn sóc cho chồng. Chồng của em tôi là một lính Dù.

II

Anh em tôi rất ít khi gặp nhau, không những vì xa nhà, mà còn vì chồng của Duyên mắc nhiều công chuyện nặng nhọc, vì tôi luôn luôn bê bối với những cuốn sách đang in dở dang, hoặc những bài báo lòng thòng năm bẩy chục ngàn chữ. Còn về phần Duyên thì nó bận với chồng. Cho nên chúng tôi không thấy mặt nhau thường, nhưng hằng nhớ đến nhau luôn. Đó có lẽ là nguyên nhân khiến cho khi em tôi gặp chuyện khó khăn — khó khăn về tinh thần — thì nó chạy thẳng đến tìm tôi, thay vì tìm những người thân khác gần gụi với nó hơn tôi.

— Anh đừng cười em, em mới nói !

Duyên sợ bị tôi chế riễu nên đặt điều kiện trước. Tôi phải nói rõ thêm : Duyên có học khá, rất lịch lãm vì giao thiệp rất giỏi, rất rộng. Như tất cả mọi người có học theo người Pháp, em tôi sợ nhất trần đời là sợ mang tiếng lố bịch. Tôi biết tánh em tôi nên hiểu ngay rằng nó tìm tôi không vì tiền bạc. Cũng không vì công việc chỉ huy lính tráng của chồng nó. Không phải tiền, không phải việc làm ăn, nhưng vẫn là một cái gì quan trọng. Nhìn mắt em tôi đăm đăm, mất hết nét trong sáng và tinh anh mọi bữa, tôi biết nó có điều lo nghĩ nặng nề. Nhưng thoắt một cái nó trở lại vui vẻ, và trong sự cười đùa dường như nó có vẻ muốn nhạo báng chính mình.

Rồi đợi khi bạn hữu của tôi ra về thật hết, nó mới đòi tôi đừng cười nó. Tôi định nói «xong rồi», như chúng tôi thường nói mỗi khi vui truyện, để tỏ ý bằng lòng. Nhưng dáng điệu nghiêm chỉnh của Duyên làm cho tôi khựng lại.

— Được, tôi hứa sẽ không cười cô đâu.

Duyên nói khẽ cám ơn anh, cám ơn anh... một cách long trọng như đối với người ngoài. Xong nó mới nói tiếp, rành mạch từng tiếng một, mắt quay nhìn đi chỗ khác :

— Em nằm mơ thấy nhà em chết !

Có thế thôi, làm suýt nữa tôi bật thành tiếng cười thật lớn, mà may mắn là tôi đã hãm lại kịp. Bởi vì tôi bắt được quả tang em gái tôi, cô Duyên xinh xắn thông minh, cô Duyên kiến thức đầy mình, cô Duyên em gái tôi, đang quan trọng hóa một việc xẩy ra hàng ngày cho ngót một triệu người đàn bà, vợ sĩ quan, vợ binh sĩ. Ngót một triệu người vợ lính chắc hẳn không có người nào không nằm mơ thấy chồng mình chết trận, ít ra là một lần trong đời.

Tiếng cười nghẹn lại đầu cuống họng : bàn tay em tôi đặt trên tay tôi lạnh ngắt. Nó cúi đầu, như nặng trĩu hai vai dưới một gánh nặng quá sức chịu đựng. Tôi nhẹ nhàng vuốt mớ tóc xõa trên bờ vai có vẻ kém đầy dặn của nó.

— Anh linh cảm thấy có gì đặc biệt. Em nói đi, anh nghe đây.

Duyên ngước mắt lên nhìn tôi, cười thật buồn. Tôi ra hiệu : em khỏi phải cám ơn nữa, cứ vào truyện ngay đi. Duyên gật đầu, im lặng trong giây lát, rồi kể, giản dị :

— Em mơ thấy anh nhẩy đêm, lạc xuống rừng, bị cành cây đâm tuốt từ sau lưng ra trước ngực. Em sợ quá !

III

Tôi cần nói thêm em tôi là một người đàn bà can đảm. Can đảm và bình tĩnh. Hồi còn con gái, chính nó bắt được chồng nó nhẩy dù xuống chiến khu. Nó trói anh chàng trong hầm bí mật, ngày ngày đưa cơm xuống cho ăn, và đun nước nóng pha muối lau rửa vết thương nơi chân, chờ anh chàng đi được là nó giải lên ban tỉnh. Được hai mươi mấy ngày, tên tù binh hết đau rồi thì chính hắn đưa vợ về thị trấn. Như thế là nó nuôi trai trong nhà cả tháng mà thầy mẹ chúng tôi không biết. Đến lúc biết thì quá muộn. Nó khóc lóc nói nó thương thằng nhỏ đẹp trai mà hiền lành. Nó khóc mãi, kỳ được thầy mẹ chúng tôi nhận rể mới chịu nín. Xong đâu đấy nó phây phây đưa anh lính nhẩy dù vượt năm bẩy hàng rào canh gác đến tìm tôi. Tôi nghe nó trình bày cách thức trốn về xuôi mà hết cả hồn vía.

Giấy tờ ? — Của anh.

Quần áo ? — Của anh.

Võ khí ? — Của anh.

Tiền bạc ? — Anh cho.

Tôi chẳng còn biết làm gì, ngoài việc thu xếp cho hai đứa theo đường thủy về thủ đô. Mười bữa sau chúng nó về đến nơi. Nhưng trước khi về đến nơi, theo chồng nó sau này kể lại, hai đứa đi trên bè bị một toán du kích xã chèo thuyền ra đón bắt. Nó vui mừng tự giới thiệu là nữ bí thư của tôi — tôi ở đây là chồng nó — để cám ơn tụi du kích cứu chúng tôi kịp thời, vì thuyền lớn đi công tác bị tầu bay địch bắn đắm. Tụi du kích mới hơi nghi ngờ nó đã kể một đống truyện về đồng chí tư lệnh chiến khu, đồng chí chủ tịch tỉnh, đồng chí chủ tịch xã... đều là bạn thân của tôi. Tôi bị đau không nói gì nhiều, chỉ ừ hử và lắc đầu. Nhưng đã có nó... nó nói gì đều đúng, tỏ ra nó là dân địa phương thật sự. Dân địa phương thì tin nhau, nhất là tin nữ đồng chí bí thư xinh đẹp và khéo léo hứa hẹn với cả đồng chí xã đội trưởng, đồng chí xã đội phó, cả đồng chí bí thư xã. Kết quả là hai ngày một đêm ăn uống linh đình, rồi «mượn» một chiếc thuyền tam bản mới tinh tiếp tục đi công tác. Hai đồng chí hội viên du kích cũng được đưa về công tác luôn... trong nội thành. Tôi, nghĩa là chồng của em tôi, trốn thoát hơn một tháng rồi tôi — chính là tôi thật — mới bị bắt vì tội đồng lõa với em gái tư thông với gián điệp địch. Tôi bị tuyên án tử hình, có lẽ sắp đến ngày thi hành, thì lại chính một tiểu đoàn Dù nhẩy xuống thị trấn, giải thoát được hơn hai trăm tù binh. Và tôi.

Tôi thuật lại câu truyện trên đây để tỏ rằng em gái tôi không phải hạng người mới trông thấy khẩu súng đã run lên bần bật. Em gái tôi đã chạm trán với cái chết nhiều lần, và em rể tôi càng trạm trán nhiều lần hơn với cái chết. Cho nên một giấc mơ đâu có phải thứ làm cho em tôi phải sợ!

— Nhưng em sợ, vì em mơ thấy nhiều lần, lần nào cũng in hệt như thế. Mỗi lần một rõ rệt hơn. Em sợ... em sợ mà không dám nói với ai. Nói với bạn thì chúng nó khinh cho, làm vợ lính Dù mà nằm mơ thấy sợ thì sợ suốt đời. Em không dám nói với nhà em... Không, nhà em không bao giờ khinh em đâu. Có điều anh thường nói, con người ta lúc nghèo khổ rất dễ can đảm, đến lúc khá giả, nhất là có con còn nhỏ, là sinh ra nghĩ ngợi vẩn vơ — nghĩ đến nghèo lại sợ, nghĩ đến mất con lại càng sợ. Nhà em cho đó là bằng chứng về những tình cảm tốt đẹp của con người. Nhà em không cười em, nhưng nhất định thế nào cũng lôi mấy ông bác sĩ về nhà hoạch hỏi đủ điều để tìm căn bệnh của em.

— Đúng ! tôi kêu lên. Dượng ấy mời bác sĩ là đúng. Bây giờ, mấy nhà chuyên môn về thần kinh tiến bộ nhiều lắm.

Em tôi lắc đầu quầy quậy : về y học nó còn hiểu biết hơn tôi nhiều.

— Em biết ! Em biết có ông đoán mộng mà chữa được người điên ; có ông đoán mộng mà tìm thấy nguyên nhân, từ 30 năm trước, căn bệnh của một người đàn bà mắc chứng *lạm lãnh* (*). Nhưng họ sẽ không hiểu gì về những giấc mơ của em. Trước hết, vì khoa chữa tâm bệnh hiện nay mới chỉ do các y sĩ tây phương nghiên cứu, mà tâm hồn em, em biết khác với tâm hồn người đàn bà tây phương một trời một vực. Ví dụ người đàn bà Việt Nam lúc nào cũng sẵn sàng chịu thiệt với chồng, mà người đàn bà tây phương không bao giờ chấp nhận điều đó. Vì sao ? — Vì người đàn bà tây phương thèm khát hưởng thụ từ người chồng nên tự nhiên phải có mặc cảm tùy thuộc, thua kém đối với người chồng đó — và đã có mặc cảm thua kém thì luôn luôn có phản ứng đền bù, tức là đòi hỏi được bình quyền và tranh giành mọi ưu thế. Người đàn bà Việt tất nhiên cũng biết hưởng thụ, nhưng không coi sự hưởng thụ là một lạc thú không thể không có ở đời, cho nên bề ngoài thì người đàn bà Việt lệ thuộc nặng nề người chồng về sự sống vật chất hàng ngày, nhưng ngược lại, trong lòng lại không cần đến người đàn ông quá lắm... Em nghĩ thế mà cho rằng các bác sĩ thần kinh không thể căn cứ vào những nguyên tắc tâm lý Âu Mỹ mà tìm thấy căn bệnh cho em được.

— Nhưng em vẫn có thể thử một lần cho đích xác ? Tôi hỏi.

Em tôi có vẻ hơi hơi xấu hổ, trong thoáng chốc nó nhìn tôi mà cười, rồi quay đi, má đỏ hây hây. Nó thú thật :

— Em dấu nhà em, có đến hỏi bác sĩ F. ở Phan Thanh Giản. Ông ta già rồi, nếu không em đã tát cho mấy cái !

— Phải rồi ! tôi nói. Chắc hẳn lão ta cho rằng người đàn bà đang tuổi khoẻ mạnh và được thỏa mãn, nên ngấm ngầm trong vô thức có sự lo sợ mất chồng. Nằm mơ thấy chồng chết, bị đâm suốt và có máu chẩy, là sự cố gắng giải tỏa trạng thái nén tâm, bằng cách chuyển dịch hành động ái ân thỏa mãn thành một tai nạn ghê sợ.

— Đúng thế ! em tôi la lên. Đáng ghét nhất là cái nhìn và cái cười đầy vẻ đồng lõa, ra điều ta đây thông minh, ta đây tài giỏi, đã soi thấu cả ruột gan nhà ngươi rồi. Em cố nén giận giải thích cho lão ta hiểu rằng nghĩ về cái chết của một người chồng thân yêu, người đàn bà tây phương tiếc người đàn ông trước hết, và có than khóc là than khóc cho sự thiệt hại của mình. Trong khi đó, người đàn bà Việt trước hết là thương chồng nằm xuống cô đơn lạnh lẽo, rồi thương con bơ vơ, rồi mới thương mình không nơi nương tựa. Lão bác sĩ già kêu chịu không sao hiểu được. Lão ta nói cứ nghe bà thì người ta có cảm tưởng người đàn bà Việt Nam là thánh. Sau đó lão ta viết cho em một cái toa thuốc bổ, không lấy tiền. «Đáng lẽ tôi phải trả tiền bà về buổi nói truyện hôm nay»... lão ta bảo thế.

— Được lắm! tôi khen viên y sĩ già. Ít ra cũng phải thế : đã không giỏi thì phải có can đảm nhận mình không giỏi... Người giỏi là em tôi!

Duyên có vẻ sung sướng nhận lời khen. Nhưng nó vẫn buồn buồn thế nào.

— Em không cần giỏi, em cần anh giúp em.

— Thì em nói đi. Em bắt đầu mơ thấy thế từ bao giờ ?

— Từ mười bốn ngày...đêm nay là mười lăm đêm.

— Đêm nào cũng thế ?

— Vâng, đêm nào cũng thế. Em giật mình thức giấc vào khoảng từ 4 giờ đến 6 giờ.

— Cuối giờ Dần đầu giờ Mão, mơ vào giờ này thật lắm đấy!

— Thật thế sao anh ?

— Thì cũng nghe người ta nói. Có phần nào hữu lý: lúc bấy giờ trời đất êm ả, không khí trong lành... Nhưng đoán là đoán bậy mà thôi. Em kể tiếp đi. Giấc mơ bắt đầu thế nào ?

— Em thấy em lâng lâng như đang bay. Rồi em thấy mình đang trong tầu bay. Em từ phía trong nhìn ra cửa mở bên tay trái. Hơn mười lính Dù đứng thành hàng một, sát vào sườn tầu bay, tất cả mọi người đều nắm tay vào một sợi dây cáp không lớn lắm. Mọi người đều có vẻ lo ngại. Một người nói : «Gió lớn quá!...» Em nhìn ra là nhà em. Anh đứng ngay sau một người Mỹ. Anh không thấy em. Em muốn gọi nhưng không gọi được thành tiếng. Thế rồi có tiếng trong phòng hoa tiêu nói ra, về hướng đi, chiều gió, vận tốc của gió, độ cao... Thế rồi đèn đỏ phựt lên, người Mỹ bước sang bên kia cửa, nhà em khuỵu hai chân lộn ra ngoài. Em theo ra. Trời đầy mây, tối mù mịt. Nhưng em vẫn thấy những cánh dù như những bông hoa lẳng lặng trôi trên mặt nước. Mặt nước mênh mông, gió thật mạnh. Một cái dù đã mở tung ra tự nhiên lại cuốn lại. Em nghe rõ tiếng người thúc dục : « Mở ra mày ! Mở ra mày ! » . . . không phải tiếng nhà em. Nhà em xuống gần đến đất rồi, bỗng nhiên ảnh kêu lớn, kêu thật lớn : «Chết cha rồi ! Lầm rồi ! Coi chừng bay ơi ! Nhiều cây lắm ! » . . . Ảnh kêu để báo động cho anh em. Trong lúc đó anh đáp xuống vùn vụt. Em muốn la lên khi thấy dù của ảnh bị rách băng mất hai khổ vải. Có lẽ vì thế mà ảnh rớt mau quá. Hoặc giả vì chú ý nhìn để báo động cho đồng ngũ, ảnh co chân, khép gối, rụt cổ, sẵn sàng. Nhưng đúng vào lúc đó em nhận ra một cành cây khô chĩa thẳng lên trời. Ngay đằng sau ảnh, ảnh không nhìn thấy nó... Ngay đằng sau ảnh... ảnh không nhìn thấy nó... trời ơi !

Tiếng kêu thảng thốt của em tôi in hệt như tiếng kêu chết của một con chim gẫy cánh. Nó ngơ ngác nhìn chung quanh, hai má ướt nước mắt. Không phải một mình nó sợ mà cả tôi cũng sợ. Người ta nói giấc mơ nào hợp lý là giấc mơ báo trước sự thể xẩy ra. Sự thật xẩy ra. Em gái tôi có bao giờ đi trên tầu bay thả dù, có bao giờ nhẩy dù, mà biết điều này điều kia y như thật. Tôi cảm thấy ngay rằng tình yêu không thôi không đủ đem đến cho em tôi những giấc mơ — hay một giấc mơ ? — quái lạ như thế. Nhất là, như tôi đã nói, nó không thuộc loại đàn bà ở lì trong gia đình để suốt ngày nhớ đến chồng, nghĩ đến chồng, mà tưởng tượng ra truyện này truyện khác. Em tôi tính hồn nhiên vui vẻ nên có nhiều bạn đến thăm hỏi... Vả lại trong khi tôi hoang toàng phá tán hết phần gia tài của tôi thì em gái tôi buôn bán, mở mang. Có thể nói nó giầu lắm, giầu lắm.

Nhưng tất cả tiền bạc trên thế gian không mua

được sự yên ổn trở lại trong tâm hồn cho em tôi. Tôi cố nghĩ đến một điều nào đó...

— A ! Cũng lạ, tôi hỏi. Em nằm mơ đến hơn chục lần rồi mà không có gì xẩy ra, thì chắc đâu đã có gì đáng ngại ? Người ta nói...

— Vâng, nó cắt lời tôi. Sau khi thấy mình mơ đến bốn năm lần rồi mà vẫn không thấy gì, em đã hơi yên dạ. Nhưng rồi em mới nhận rõ... em mới nhận rõ cứ mỗi lần sau thấy cảnh nhà em bị nạn, em lại thấy rõ hơn đầy đủ chi tiết hơn lần trước. Ví dụ lúc đầu em chỉ nhận được có mình nhà em thôi, nhưng lần sau em nhận được thêm một người bạn của ảnh, lần sau nữa lại thêm một người bạn nữa của ảnh. Lần đầu nhà em nhẩy ra ngoài rồi, em chỉ thấy bóng đen kịt, nhưng mỗi lần sau lại rõ hơn... rõ hơn. Đêm hôm qua...

Duyên nấc một tiếng khẽ, hai hàm răng cắn chặt chiếc khăn tay. Rồi đột nhiên nó vùng dậy chạy ra cửa. Tôi đuổi theo giữ lại kịp.

— Em phải can đảm ! Dù sao cũng vẫn còn là giấc mơ... chẳng lẽ em nằm mơ chồng em bị nạn khi nhẩy mà dượng ấy cứ nằm lỳ ở nhà cũng chết được hay sao ! Anh có thể gọi giây nói cho ông lữ đoàn trưởng, yêu cầu ông ấy cho dượng Ba nghỉ nhẩy một tháng.

— Anh định nói thế nào ?

— Thì... thì nói như em kể...

— Không được đâu anh ơi ! Vợ nằm mơ mà đòi được cho chồng nghỉ, thì quân đội không còn người lính nào ra trận. Nhà em mà biết thế, ảnh cũng giận...

— Thì nói cho dượng ấy biết trước ?

— Không được đâu anh ơi ! Nhất là hôm nay, em trông thấy ảnh là em muốn khóc. Vì em mơ thấy ảnh em sợ quá rồi !

— Em thấy dượng Ba thế nào ?

— Em thấy rõ mồn một. Như có đèn chiếu riêng cho một mình em. Em thấy máu trào ra, chảy thành dòng xuống áo xuống quần, xuống đất. Lúc đầu ảnh la lớn : «Chết tao rồi, bây ơi !...», sau ảnh đau quá đưa hai tay níu đầu cành cây như muốn nhoài ra. Máu nhầy nhụa cả hai bàn tay. Sau cùng ảnh ngửa mặt lên, rồi gục xuống, đầu ngoẹo sang một bên vai, cánh tay thõng xuống. Ảnh gọi em : «Duyên ơi !»... ảnh muốn nói gì nữa nhưng không kịp. Em muốn gọi ảnh, muốn chạy đến ôm lấy ảnh... ảnh chết rồi... chết thật rồi... !

IV

Thật là một giấc mơ ghê gớm. Tôi bắt buộc phải tìm một cách thức nào đó để giúp em tôi : số mạng, nếu đã có và không lay chuyển được, thì cố gắng chống đối cũng hoàn toàn vô ích. Tôi muốn đến gặp em rể tôi, nhưng cũng chỉ vô ích thôi. Bởi nó cũng có học khá, và còn chịu khó đọc sách lắm. Đọc nhiều sách, thật nhiều, thì có thể chấp nhận một vài điều phi lý... Nhưng cho dù tôi thuyết phục được cho nó tin thì nó có thể làm được gì ? Không lẽ xin nghỉ nhẩy « vì vợ tôi mơ thấy tôi bị nạn » hay sao ? Đời nào một sĩ quan nổi tiếng can trường như nó, lại chịu lui bước vì một đe dọa viển vông như vậy ! Con người ta mất sự kính trọng của kẻ khác còn có thể sống được, chứ mất sự tự tin vào tư cách của mình thì chắc chắn không sống được.

Tôi không thể nói gì với em rể, nhưng nhất định

tôi phải làm gì giúp em gái. Nếu chồng nó chưa chết, mà em tôi cứ tiếp tục nằm mơ như thế một tuần lễ nữa thì chính nó sẽ chết, điên mà chết. Cho nên vấn đề không phải là cứu một sĩ quan Dù — vào lính Dù, ai nấy đều chờ đợi lượt mình đổ ngã, cũng như người con gái lấy lính Dù đã có phần nào nghĩ mình góa bụa — mà vấn đề là xua đuổi giấc mơ ác nghiệt kia đi. Tôi nghĩ chỉ còn một cách.

— Nghe nói vùng Trương Minh Giảng, Nguyễn Thông có nhà thờ... Đức mẹ Maria thiêng lắm, nhiều người đến nguyện xin điều này điều nọ đều được thỏa mãn... Nhiều người trả lễ bảo vật...

— Em đã đến rồi. Em xin cho nhà em bình yên, em nguyện trả lễ một chiếc cà-rá 7 ly.

— Em đến lâu chưa ?

— Từ tuần trước.

— Còn ngôi chùa ở Hàng Xanh ?

— Em đến rồi, cũng trong tuần vừa qua.

— Hay em đi xem bói ? Ông thầy Kim...

— Em đến rồi. Ông ta bảo nhà em có hạn nặng trong tháng này, nhưng bản mệnh thì vững.

— Thế mà em vẫn không hết !

Duyên chán ngán gật đầu. Bây giờ tôi mới nhận ra mắt nó sâu hoắm xuống, hai gò má nhô cao lên, bắp thịt ở đuôi con mắt trái giật giật. Tôi nắm chặt hai bàn tay run rẩy của em tôi và quyết định.

— Anh giúp em.

Hai mắt em tôi mở lớn, ngạc nhiên nhiều hơn hy vọng. Anh giúp em ? Anh giúp ra sao ?

— Anh có biết một ông thầy pháp người Tàu, mới trốn từ Trung Cộng sang Hồng Kông rồi sang Việt Nam. Ông ta già rồi, có phép thuật giỏi lắm. Anh nói truyện với ông ta nhiều lần...

— Nhưng anh có biết nói tiếng Tầu đâu!

— À... ông ta nói tiếng Pháp.

— Ông ta là con quý phái, họ Mã... con của tướng Mã Chiếm Sơn, người đầu tiên hạ lệnh kháng Nhật năm 1938 ở Lư Cầu Kiều. Ông ta còn trẻ có du học ở Ba lê, An Độ...

— À, có thế chứ! Chắc ông ta học phép ở Ấn Độ?

— Nhất định! Ông ta đã tu khổ hạnh bà-la-môn trong rừng... à rừng Tu-la-khê-đa mười năm, mỗi ngày chỉ uống bốn ly sữa...

— Bốn ly sữa?

— Bốn ly... phải rồi, bốn ly nhỏ bằng ly uống li-cơ.

— À, có thế chứ! Chắc ông ta có nhiều người nhờ. Em không thấy đăng báo?

— Ông ta ở trên gác cao, ai có duyên ông ta mới tiếp. Có khi mình còn đang đi ngoài đường ông ta đã sai người mở cửa đón sẵn. Mình không nói tên ông ta cũng biết.

— Giỏi quá nhỉ! Ông ta làm thế nào mà biết được?

— Ừ, thì thần giao cách cảm mà! Có thế mới đi vào trong mộng để giúp em được chứ.

— Đi vào trong mộng? Mộng của em?

— Chứ sao! Ông ta giác ngộ sắp thành Phật...

— Sao anh nói ông ta tu theo bà-la-môn? Bà-la-môn làm gì có Phật?

— Thì... sau đó ông ta bỏ bà-la-môn theo đức Thích Ca. Ông ta tịnh khẩu ba mươi năm.

— Ba mươi năm? Bây giờ ông ta còn tịnh khẩu?

— Nhất định! Ông ta nói bằng thần giao cách cảm không? Nói không thành tiếng!

— Sao bảo ông ta nói chuyện tiếng Pháp với anh?

— Thì thần giao cách cảm cũng phải có hình ảnh chứ! Có hình ảnh cũng phải có danh từ, động từ, để diễn tả hình ảnh chứ!

— Phải rồi! Có nhiều cuốn sách về tê-lê-pa-ti. Ông ta giỏi thật đó! Ông ta giúp người có lấy tiền không anh?

— Có! Ông ta lấy ba trăm ngàn, đưa trước hai trăm ngàn, một tấm ảnh mới chụp của cô, một tấm ảnh chụp chú mặc đồ trận.

Em tôi có vẻ tin tưởng hơn khi thấy số tiền lớn. Không có ông thầy nào mới lần thứ nhất đã đòi đến hai trăm ngàn. Hai trăm ngàn là giá một chiếc xe 4 ngựa còn mới. Nhưng em gái tôi giàu có. Hai trăm ngàn đủ nhiều nhưng chưa sót ruột.

— Nếu cô thấy nhiều quá, anh có thể nói ông ta bớt cho cô.

— Không, chỉ cần ông thiệt giỏi. Thiệt giỏi thì hai trăm cũng đáng.

— Giỏi thì bảo đảm mà.

— Để em gửi anh một cái chi phiếu. Rồi em về nhà lấy ảnh.

. . . .

Khi em tôi trở lại, tôi đã sẵn sàng. Sẵn sàng một vụ lừa đảo lấy hai trăm ngàn. Thật ra tôi không cần được số tiền, nhưng em tôi cần mất nó. Vì tất cả mọi người, khi thấy nguy hiểm đe dọa đến vợ chồng hay con cái họ, đều thấy cần được trông cậy vào một thế lực siêu nhiên. Người đàn bà ngày thường sáng suốt và cứng cỏi đến đâu mà sợ mất chồng, mất con, cũng tìm đến thầy bói, thầy ngải, thầy pháp — ở Việt Nam, Hoa Kỳ hay Liên Sô cũng thế. Em gái tôi cũng thế. Tôi tính số tiền vừa đúng cho nó chú ý, trong sự giàu sang của nó. Nói ít nó coi thường.

Công việc của tôi là làm sao cho em tôi tin tưởng

có một sự giúp đỡ vô hình bên cạnh nó. Tôi không có tài cán gì giải thích giấc mộng lạ lùng. Nhưng tôi cố gắng trả lại sự yên ổn cho tâm hồn nó. Một người như em tôi không thể vì cái chết mà bấn loạn đến thế : nguồn gốc sự khích động là tình trạng bất lực của nó trong giấc mộng.

Mục đích của tôi nhằm làm cho Duyên có cảm tưởng làm được một việc nào đó giúp chồng. Tôi phải giảng giải cho nó nhiều về những giấc mơ mà trong đó không phải chỉ năng lực của thân xác mới có khả năng tác động mà thôi. Nhu cầu sinh lý, cảm quan của trẻ thơ, nếu bị đè nén, có thể ảnh hưởng đến một giấc mơ nào đó. Nhưng không phải chỉ có thế mà thôi. Bởi người ta phải hiểu mình nằm mộng với ký ức của mình, nhưng cũng có khi với ký ức của người khác. Như em tôi thấy cảnh nhẩy dù mà chỉ chồng nó biết rõ. Và cũng có thể người ta nằm mộng thấy một hình ảnh không thật sự có trên đời, như có lần, tôi mới lên mười, mơ thấy bị nhiều con vật quái đản đuổi theo để giết : tôi trèo lên mái nhà, ngọn cây, đều bị chúng húc đổ tan tành. Tôi sợ quá mà tỉnh giấc, mồ hôi vã như tắm, tim đập liên hồi, đến mấy đêm sau còn sợ.

Ý tôi muốn nói rằng linh hồn người ta là cả một sự chắp nối phức tạp và lâu dài những xúc cảm và những hình ảnh. Chúng ta gọi đó là những ký ức. Có điều, thiên hạ nói đến ký ức thì chỉ nghĩ đến những xúc cảm và hình ảnh riêng biệt, mà chỉ có ý chí của người ta, lúc tỉnh mới tập hợp lại thành một chuỗi dài có ý nghĩa như một sự kiện, hoặc tiến xa hơn, so sánh nhiều sự kiện để rút ra một kết luận — công việc mà thiên hạ gọi là suy luận. Nói tóm lại, người ta nghĩ về linh hồn như một sự vận động của ký ức, chỉ hiển hiện khi người ta tỉnh táo : mắt mở, tai nghe, mũi ngửi v.v...

Tôi thì tôi nghĩ khác. Người ngủ, hay người chết,

có một phần giống nhau là mắt nhắm, miệng ngậm, thân thể ở yên... Nhưng ở người chết thì tim ngừng đập, máu ngừng chảy, khí ốc-xy không theo máu luân lưu trong cơ thể, nên mọi bộ phận đều ngừng hoạt động, các giác quan đều nghỉ làm việc và thân xác nguội dần vì năng lực liên lạc không còn cơ sở, tiết dần vào khoảng không. Ở người ngủ thì chỉ có hai con mắt được thật sự nghỉ ngơi, còn tai vẫn nghe, mũi vẫn ngửi, da thịt vẫn xúc cảm — một tiếng động lớn, một mùi thơm gắt, một luồng gió lạnh, có thể làm cho người ngủ tỉnh giấc ; tỉnh giấc sau tiếng động, mùi thơm hay luồng gió, mà vẫn có ký ức, dù mơ hồ, về các sự kiện đó — nên có thể nói là một phần linh hồn vẫn ở trong thân thể : đó là giác hồn. Còn một phần có khả năng rời cơ thể, làm một cuộc du hành dài hay ngắn trong không gian. Đó là phần ý thức, vì không có cơ sở giác quan nên không thấy được cảnh vật chung quanh như lúc tỉnh, nhưng ngược lại, anh hồn -- tôi gọi phần ý thức này là anh hồn — có thể giao tiếp với anh hồn của một hay nhiều người khác, và, với tư chất ký ức trong khoảng không, có thể giao tiếp với khoảng không, là sự tụ họp của anh hồn của tất cả các thế hệ người đã sống. Chính sự giao tiếp đó tạo nên những giấc mơ : mơ kỳ dị, quái đản, mơ không đầu đuôi, nhưng cũng có khi mơ thấy cảnh tượng mà trong tương lai, gần hay xa, người nằm mơ sẽ gặp.

Tôi tin có những giấc mơ như vậy, nhưng tôi không tin có một định mệnh an bài. Tôi có cảm tưởng rằng một người tỉnh có thể không có ý muốn này, ý muốn khác — như em tôi không thể có ý muốn thấy chồng gặp nạn chết — nhưng có thể là để đáp lại một phản ứng thầm kín nào trong đáy sâu tâm linh của người đó. Sự giao tiếp giữa anh hồn của hắn với khoảng không đã có một kết quả là một vùng năng lực rất lớn được vận dụng để tạo thành sự thật những gì mà người đó thấy trong giấc mơ... Em tôi ngồi yên nghe tôi nói, chỉ hơi cười trong ánh mắt. Tôi biết nó không hiểu, hoặc không tin : khoảng không đã là «không» thì còn năng lực nào để tạo thành cả một cảnh tượng có thật ngoài đời ? Vả lại, đã là một cảnh tượng của Định Mệnh thì không có cố gắng nào thay đổi được.

Sự chất vấn của em tôi có lý trong giới hạn hiểu biết thông thường hiện đại. Tôi không cãi mà chỉ kể cho nó nghe — cho nó nhớ lại thì đúng hơn — trường hợp bà vợ tướng De Gaulle nằm mơ bốn đêm liền thấy chồng mình bị bắn chết bởi 3 phát đạn trung liên, khi chiếc xe của ông ta vừa đi khỏi một cây cầu nhỏ và một quãng đường vòng cung. De Gaulle nói với vợ : «Bà hãy cầu nguyện cho tôi». Rồi quên đi. Hai ngày sau ông ta đi một chiếc xe DS.21 có mô-tô hộ tống, theo đường bộ về nhà riêng, cách Ba Lê khoảng 200 cây số. Đoàn xe đi chậm lại để qua cầu, rồi tiếp tục đi chậm trên con đường uốn cong về phía trái. «Uốn cong về phía trái» bà De Gaulle nói như thế, và nói tiếp : «Ông ngồi bên trái»... De Gaulle nhận ra mình ngồi bên trái thật, khác hẳn lệ thường ông ta bao giờ cũng ngồi bên phải. De Gaulle giật mình, một sức mạnh nào đẩy ông ta sang góc xe bên kia, vừa lúc súng nổ, ba viên đạn xuyên qua thành ghế nơi ông ta vừa tựa lưng — một viên khác xuyên thủng vỏ sau xe, nhưng bánh xe thuộc loại không bể (vì chia làm nhiều ngăn ?) nên chỉ mất một phần hơi mà không xẹp : người quân nhân lái xe nhấn mạnh ga thay vì ngừng lại... Kinh nghiệm của gia đình De Gaulle được nhiều báo thuật lại, sau khi ông ta chết. Người sùng đạo tin chắc là nhờ bà vợ thành tâm cầu nguyện mà ông chồng thoát nạn. Nhưng cũng còn nhiều trường hợp khác, mà người ta có thể kể suốt ngày không hết. Điều quan trọng là không tin tưởng một cách mù quáng, nhưng vẫn phải có sự chấp nhận, chấp nhận để không chống đối, kháng cự... kháng cự làm cho tâm hồn tê điếng, chính là nguồn gốc của trạng thái kinh hoàng bất lực của người trong cuộc. Tôi muốn nói, như con thuyền giữa cơn giông tố, chỉ có cách thuận theo chiều gió mới có hy vọng sử dụng đến bánh lái phần nào. Như người không biết bơi lỡ té xuống dòng sông chảy xiết, việc phải làm trước hết là tuyệt đối không vùng vẫy : cứ mặc cho làn nước đưa đi thì tất nhiên cả người sẽ nổi lên mặt sóng.

Tôi muốn bảo em tôi đừng sợ, đừng buồn... nhưng lời nói nào, trong lúc này cũng vô ích. Tôi không thể khuyên nó cầu nguyện, vì, cũng như tôi, nó có nhiều lẽ phải quá trong đầu óc. Bởi thế, tôi đành phải lừa dối nó.

V

Sau đây là bức thư mà Duyên gửi cho tôi từ Đà Lạt.

Anh thân yêu,

Em cứu được nhà em rồi, đáng lẽ đến báo tin mừng cho anh, nhưng nhà em về đến nhà đã gần sáng, mà 8 giờ có máy bay chờ sẵn đưa chúng em lên nghỉ trên này cho nhà em bình tĩnh trở lại, nên em không đến được. Vả lại, em tin chắc ông thầy đã biết hết, và đã kể hết với anh.

... Bây giờ em nghĩ lại, mới thấy thật may mà em đã nghe lời ông, làm hết mọi việc đúng như anh dặn. Em nói thế, anh đừng buồn, tội nghiệp em. Mong anh hiểu cho em... người có đôi chút học vấn, mà bảo em... À, mà thôi, để em thuật lại có đầu đuôi anh mới hiểu cho em nhiều hơn.

... Lúc em ở đằng nhà anh ra về thì đồng hồ đã chỉ 12 giờ. Em sửa soạn đón nhà em về ăn trưa, rồi chờ ảnh đi ngủ mới bắt đầu tìm kiếm trong mớ kỷ vật bề bộn từ khi thầy mẹ còn sống để lại, mãi gần 2 giờ mới thấy mấy đồng cắc bằng bạc và chiếc khăn tay của em thời con gái. Mãi hơn 3 giờ nhà em mới đi làm. Em lên lầu mở cửa sổ ngồi chờ. Trong khi chờ, em thấy em lố bịch quá. Em băn khoăn mấy lần định bỏ xuống dưới nhà, nhưng không hiểu sao vẫn ngồi yên. Đúng 4 giờ, ông già câm xin ăn đi qua. Ông ta ngước nhìn lên em, em làm dấu quyết đúng như anh dặn. Ông ta đứng lại chờ.

Em xuống, mở cửa ra đường, vừa đi vừa đếm nong, thoong, tham, thí, hả, hốc... *đến* thíp *thì em dừng bước, chân phải trước, chân trái sau. Ông già ăn xin, quần áo rách, nhưng khá sạch sẽ đưa cho em tờ giấy vẽ bùa và hai đồng cắc bằng chì. Em nhìn đúng năm 1960, và so đúng hình ông Diệm ngược đầu với bó lúa. Em đưa hai đồng cắc bạc, em nhớ năm 1927 và 1931, cho ông ta, với chiếc khăn tay.*

Em trở lên lầu, ngồi nhìn mãi lá bùa. Em tưởng như không thể nào làm theo lời anh được. Nhưng sau rồi em nghĩ đến nhà em, em nghĩ vợ chồng hy sinh cho nhau đến thế nào còn được... Em đốt lá bùa vừa thả dần vào ly nước, vừa đọc thần chú, xong em nhắm mắt uống cạn cả ly. Rồi đúng 6 giờ, em đi bộ ra đường, đi bộ đến bến sông, ném thật xa hai đồng cắc vào đêm tối. Em về đến nhà đã hơn 9 giờ. Nhà em chưa về, nhưng chỉ một lúc sau em được sĩ quan trực ở văn phòng gọi dây nói cho biết nhà em không về : khoảng quá nửa đêm có nhảy tập phản phục kích.

Từ bấy giờ trong lòng em như lửa đốt. Em không sao ngồi yên đứng yên được. Em lên lầu xuống lần cả mấy chục lần. Mãi hơn 12 giờ em mới đi nằm, nhưng cũng không sao ngủ được. Em vùng dậy mở cửa sổ nhìn ra ngoài trời. Trời trong vắt, có trăng, có sao. Em thấy hơi vững bụng. Nhưng chỉ được một lúc thôi, vì sau đó những đám mây lớn ở đâu kéo đến đầy khắp. Em bắt đầu sợ trở lại. Nhưng em sợ mà không thấy bối rối trong lòng như mấy bữa trước. Em tì tay vào khung cửa, liên miên những hình ảnh cũ : hồi chúng em mới gặp nhau, khi chúng em đi trốn trên sông Thao, hồi nghe tin anh bị bắt... Quá khứ, quá khứ . . . Từng trải bao nhiêu gian nguy, em được hưởng nhiều hạnh phúc mà em không biết. Em cảm động, em muốn cảm ơn, em thấy cần được cầu nguyện. Nhưng không lẽ em cầu nguyện những vị mà ngày thường em không nghĩ tới ? Em không làm như thế được... Trong lúc băn khoăn, em chợt ngẩng mặt lên trời cao có mây đen vần vũ. Một nửa tâm hồn em bỗng nhiên mở rộng : em cầu nguyện bâng quơ vào khoảng không. Xin đất trời phù hộ. Tiếng em nhỏ và đều, ru em vào giấc ngủ. Giấc mơ quen thuộc lại bắt đầu, nhưng lần này em nghe rõ tiếng em cầu nguyện. Thế là đủ. Em biết sự gì sẽ xảy ra. Em tiếp tục mơ thấy nhà em trên máy bay, lại thấy cái dù mất hai khổ vải... Em thấy rõ ảnh níu một bên dây, kéo hết sức để quân bình chỗ trống. Em theo ảnh rớt xuống đu đưa theo những cơn gió mạnh. Em thấy em yên ổn, bình tĩnh. Em nhận được cành cây sớm hơn mọi bận. Như chỉ chờ có thế thôi, em la hết sức lớn : « Anh ! Coi chừng ! Anh ơi...» Tiếng em la chưa dứt, em thấy nhà em ngẩng mặt lên thật nhanh, cúi xuống nhìn thật nhanh. Rồi em thấy cả người ảnh như co lại, như bồng lên và tạt sang bên cạnh. Mũi nhọn của cành cây vút qua xượt ngang vai ảnh...

Em thức giấc, nhận ra mình ngủ quên, gục đầu trên bậu cửa sổ. Em đóng cửa, vào giường ngủ một giấc thật say. Gần 6 giờ nhà em về. Em bình thản, nhưng nhà em tái xanh. Em mở cửa, ảnh ôm chầm lấy em, hôn lên đầu, lên cổ. Trong khi đó thì tay nhà em run run, đầu gối nhà em lập cập. Ảnh đi muốn không vững. Về đến nhà, gặp được vợ con rồi, ảnh mới thấy tai nạn vừa qua ghê gớm biết bao. «Thằng phi công nhận nhầm tín hiệu, thả dù cách xa địa điểm hơn 10 cây số, đúng vào khu rừng thưa, bên cạnh con sông nhỏ mà thật sâu. Cả tiểu đội chỉ huy chết 8, bị thương 2, trong đó có 6 đứa chết đuối vì đêm tối, dù quấn vào người, không thoát ra được.»

Trong số người chết có Trung úy H. bạn thân của nhà em. Trung úy H. mới lấy vợ được một năm có đứa con vừa vặn ngày sinh nhật đầy tuổi tôi : đang vui với bạn bè thì có xe đến gọi đi gấp. Khi nhảy, anh nhảy sau cùng, cách mặt đất còn bốn năm thước thì một cơn gió mạnh đánh tạt dù vào một cây sồi không cao lắm. Nhưng một cành sồi gẫy chỉ còn một đoạn dài hơn gang tay, lọt giữa vành mũ và cổ áo, xuyên ngập vào gáy anh, và như cái đinh treo anh lơ lửng, hai chân cách mặt đất hơn một đầu người. Hình như H. không thấy đau, vì anh kêu gọi dủ lên các anh em trong tiểu đội. Anh bảo nhà em đi gọi vợ con anh đến. Nhưng sau đó anh bị mê man. Dưới ánh sáng đèn chiếu của trực thăng cấp cứu, bác sĩ và mọi người không tìm cách nào đưa anh xuống được...

Trung úy H. chết trước khi trời sáng rõ, trước khi trực thăng lớn đưa dủ dụng cụ đến cưa cành cây. Nhà em đã chứng kiến nhiều cái chết nhưng chưa bao giờ ảnh gặp một cái chết phi lý, dữ dội như vậy. Nhất là chính nhà em xuýt nữa cũng phải chết một cách tương tự. «Anh không hiểu được. Không hiểu được. Không phải anh tưởng tượng, không phải anh nghĩ đến em—trong giây phút đó, bất cứ ai cũng chỉ nghĩ đến những việc phải làm—nhưng rõ ràng anh nghe tiếng em gọi anh «Anh coi chừng, anh ơi! . . . » Anh giật mình ngẩng nhìn, nhưng vội cúi xuống ngay, vừa vặn thoáng trông thấy mũi nhọn từ dưới đâm lên. Anh hết sức đu lên cánh tay phải, văng cả người theo. Anh thoát chết trong gang tấc, chỉ bị móc rách một bên vai áo... «Chỉ rách một bên vai áo!» Anh ơi, em cảm động và hối hận biết bao vì anh cứu vợ chồng em và em không tin, mà có lúc em định không làm như anh dặn. Trong lúc mừng rỡ, em chỉ biết ôm lấy nhà em mà khóc hoài, không sao nín được. Em cũng không sao kể ngay cho nhà em nghe em nằm mơ thế nào, và anh giúp em thay đổi giấc mơ thế nào. Ảnh sẽ không tin và em sẽ rất buồn.

Vì thế em nín lặng giữ chặt cái vui của em trong lòng. Cả đến khi nhà em cởi giây tháo giầy ra khỏi chân, có hai đồng bạc cắc rơi ra em cũng không nói, mặc cho ảnh cằn nhằn em tin nhảm : « Em dấu tiền vào giầy anh thế này, khi nhảy dụng mạnh xuống đất, rủi đồng cắc nằm nghiêng, nó có thể ngập vào chân anh ». Em rúc đầu vào nách ảnh để cười một mình. Rồi em khẽ nhặt hai đồng cắc bạc gửi biếu anh đây, để anh giữ làm kỷ niệm...

. . . .

Một lần sau cùng, vợ chồng em quyết không bao giờ quên được những ngày vừa qua. Nhà em sau khi nghe em kể truyện, đồng ý với em rằng hiển thì không hiểu được đến tận ngọn ngành, nhưng chồng em có thể tin — chúng em rất tin thì đúng hơn — có sự giao tiếp, vay mượn ký ức giữa anh hồn của một người đang ngủ và anh hồn của một hay nhiều người khác. Chồng em tin rằng cái cảnh tượng được tạo ra do ý muốn của một anh hồn có thể được thông báo cho chân không để chân không đào tạo nên cảnh tượng đó trong thực tế. Em không mường tượng nổi tại sao trong vô thức của em lại có thể có sự gặp nạn của nhà em, nhưng em thành thực tin tưởng rằng nhờ quyền phép của ông thầy và sự chỉ dẫn của anh, và nhờ tình thương yêu của em đối với chồng em, mà em xem nhập được vào giấc mơ, mà em cất được lời cầu nguyện trong khoảng không, mà giữ được tinh thần tỉnh táo và chủ động để can thiệp cứu nhà em đúng lúc... xưa nay chưa bao giờ có người cố gắng giải thích những giấc mộng báo trước tương lai ; người ta gạt phăng đi không tin, hoặc nếu tin thì cho đó là sự hiển hiện của Định Mệnh, mà đã nói đến Định Mệnh thì làm gì có sự thay đổi, sửa chữa được.

Anh là người đầu tiên giải thích những giấc mơ, ông thầy là người đầu tiên đưa người đang sống vào khu vực linh thiêng của chân không và anh hồn, còn em là người đầu tiên thay đổi được giấc mộng của chính mình. Sau một nửa tháng kinh hoàng, anh biết không, hôm nay em hãnh diện không ít !

Em chỉ tiếc có một điều là không tìm được cách nào để kể câu truyện của em cho mấy người bạn. Mấy lần em định kể, nhưng muốn kể thì phải giải thích, mà em giải thích không được, không lẽ cứ mỗi lần kể lại đòi có anh ngồi bên cạnh hay sao ?

Em gái thân yêu của anh.
THIẾU DUYÊN

Tái bút — *Em vừa tìm thấy trong túi bộ đồ trận của nhà em chiếc khăn tay, còn y nguyên nếp gấp. Kể cũng lạ : không biết ông thầy làm thế nào mà bỏ được nó vào túi nhà em... Cũng như hai đồng bạc cắc, em xem lại đồng niên hiệu 1927, 1931, làm sao vào được giầy nhà em mà nằm... Nhưng mà thôi, anh hiểu được cái gì anh hiểu, còn cái mà em thấy, mà em không hiểu nổi, thì em gọi nó là thiêng liêng huyền bí* — ở trong sự chuyên chở và bao bọc của Chân Không, *như anh thường nói !*

VI

Tôi đọc đi đọc lại bức thư của em tôi, cố tìm xem nó có ý định trêu cợt gì tôi không. Vì trong tay tôi lúc ấy có đến hai chiếc khăn tay và bốn đồng bạc cắc. Như các bạn đoán biết, sau khi ông bạn già của tôi — ông bạn già trong một chỗ chơi bời không lấy gì làm sang trọng lắm — đóng vai người ăn mày câm đổi hai đồng cắc và đưa cho em tôi lá bùa, lá bùa do tôi vẽ, ông ta đã trả lại cho tôi cả chiếc khăn tay lẫn hai đồng cắc bạc. Như vậy thì khăn tay nào, bạc cắc nào, mà ai bỏ trong túi, trong giầy người chiến sĩ Dù, em rể tôi ?

Ơ hay ! Có lẽ đâu những điều tôi tưởng bầy đặt ra, để trấn an em tôi, đều là thật cả !

NGUYỄN MẠNH CÔN
Ngày 9 tháng Chạp năm Tân Hợi

* Tâm lãnh *nghĩa là lạnh tim, nói về người đàn bà không xúc động (kể cả về thân xác) bên cạnh người đàn ông — người Pháp gọi là Frigide.*

NGUYỄN MẠNH CÔN

NGUYỄN NGHIỆP NHƯỢNG

TIỂU SỬ

Tên thật Mai Khúc Hải, *sinh năm 1941. Thực sự tham dự sinh hoạt nghệ thuật từ 1960. Cộng tác mật thiết với tạp chí Văn Nghệ. Viết rải rác ở các tờ khác. Cũng làm thơ. Hiện cùng thân hữu chủ trương Tập San Văn Chương. Tác phẩm đã xuất bản :* Dạ Khúc, *1970.*

QUAN NIỆM VỀ TRUYỆN NGẮN

Tôi tưởng chỉ nên phát biểu vài điều qua những gì đã viết ra : truyện ngắn giống như một sự rọi sáng tập trung (dĩ nhiên không thể là biểu tượng). Nhân vật hay sự vật trong truyện ngắn xuất hiện mà không cần một phụ tùng nào khác. Tôi gọi sự kiện này là sự xuất hiện định mệnh.

Đằng khác, chữ có sức mạnh riêng. Sức mạnh này xóa nhòa, vượt bỏ và làm hiển lộ nhiều thứ : cường độ của sự rọi sáng nhờ đó tăng thêm và đưa truyện ngắn đến cực đoan.

Sau cùng và trước hết, tôi cho rằng tiếng Truyện Ngắn đã nên được khai tử.

NGUYỄN NGHIỆP NHƯỢNG

Về Truyện Ngắn «NHÂN VẬT»

Đoản thiên Nhân vật *sau đây được viết năm 1969, in trên tuần báo Hiện Tượng số tháng 11.1970, có sửa chữa và lược bỏ đôi chỗ.*

Nhàn Vật

Chúng tôi không có gì để mà nói với nhau : khung cảnh như đã biến đổi, một tia ánh trăng xuyên qua cửa lớn, nơi có một dàn hoa lá đêm đen thẫm. Trăng đêm nay rất sáng, có lẽ phải rất tĩnh trời mới được như vậy. Một tay nâng mảnh dẻ đặt trên đùi, và tay khác, đúng như là một tay khác, thì trên mặt bàn với bàn tay thõng xuống mềm dịu. Một điểm óng ánh trên ngón tay của bàn tay đó. Điểm óng ánh cũng mềm dịu.

Hình như cả hai chúng tôi đều quên bẵng mọi chuyện khi bắt đầu tới ngồi nơi cái bàn này. Những chuyện mà tôi có thể nói với nàng đều quá nhàm dù tôi chỉ mới bước chân vào ngôi nhà này không lâu. Chúng tôi nói chuyện vơ vẩn, về thành phố, về những người ở quanh đây mà tôi chẳng hề biết mặt, những căn nhà, đêm trăng sáng, nhạc, và cả những thứ mà tôi mù tịt chẳng hạn nói về những hạt ngọc bích ở đâu đâu và kim cương trên tay nàng.

Chiếc nhẫn lúc này vẫn sáng lóng lánh và có lúc tôi nghĩ nàng hơi cầu kỳ một chút. Thật ra nàng không có món gì khác hơn và chiếc nhẫn thì có vẻ hợp với bàn tay và thân hình óng ả của nàng. Nhưng mặc dầu với cả ngôi nhà to lớn này bên cạnh nàng, tôi vẫn không ngăn được ý nghĩ về một người đàn ông nào đó, một người đàn ông đen sạm, trong một ngày mịt mù nào đó, đến tặng nàng chiếc nhẫn rồi đi biệt tích... và đại khái, một vài thứ khác trong nhà này cũng đôi lúc cho tôi cảm tưởng tương tự. Dĩ nhiên, đây chỉ là chuyện cảm tưởng.

Ánh trăng vẫn vằng vặc. Trong không khí mát

lạnh, có một vài tiếng động khẽ, xa vắng. Hình như có tiếng sóng vỗ. Điều này có lẽ bởi tôi đinh ninh thế, bởi cả cái không khí bằn bặt làm như lúc nào cũng bao phủ khuôn mặt và thân hình nàng. Biển, theo trí nhớ của tôi, phải ở cách đây khá xa, và tiếng sóng nếu có thì cũng gần như sự im lặng. Nhưng cũng có thể là ngọn gió nhẹ từ phía giang khẩu thổi vào đã đem tiếng sóng đi xa như vậy.

Đột nhiên, tôi nghe một tiếng động khác thường. Một thứ tiếng tôi chưa từng nghe từ khi bước vào nhà này, ở đâu đó vọng tới. Cũng chính sau tiếng động này, nàng đổi thế ngồi một cách nhẹ nhàng chậm rãi, và nàng nói :

« Trăng sáng »

Tiếng nói của nàng không lớn và cũng không có vẻ gì là nàng định tâm phá vỡ sự im lặng đang vây bọc chúng tôi để hướng tới một điều khác nào đó. Tôi im lặng một lát sau câu nói ngắn ngủi của nàng, rồi tôi nói, gần như là phải cố gắng để cho lớn hơn một chút :

« Trăng sáng »

Hình như một ngón tay nàng đặt trên mặt bàn có vẻ động đậy. Tôi nói tiếp :

« Em nói trăng sáng như lời than thở. Như em buồn việc gì »

« Em không buồn gì đâu anh. Trái lại nữa kia »

« Em im lặng »

« Anh cũng im lặng vậy. Mà anh không thích em ngồi im lặng sao anh ?»

« Sao không. Với lại, làm sao không được. Bao lâu nay ta đã im lặng »

Có lẽ nàng hơi mỉm cười và có lẽ nàng cũng nhìn thấy tôi hơi mỉm cười như nàng. Chúng tôi lại im lặng một lúc nữa rồi nàng lại nói trước với giọng nhẹ như hơi thở ban nãy:

« Em có thay đổi nhiều không ? »

« Tất nhiên em có thay đổi. Anh cũng thay đổi vậy. Làm sao ta không thay đổi được. Có một thời anh hay nghĩ anh thay đổi, nhưng thời đó qua rồi. Bây giờ anh không hay nghĩ như thế nữa. Việc đó đâu có quan trọng »

« Anh có buồn không ? »

Tôi không trả lời. Tôi nhìn sâu vào mắt nàng. Ở đôi mắt này, như hai viên đá tròn, bao quanh là nét viền của mí mắt, tôi không thấy một điều gì khác lạ như tôi vẫn thường tưởng. Nàng có đang nhìn thấy tôi không ? Chắc là có. Nhưng hình như tôi không tìm thấy bóng dáng của tôi trong mắt nàng. Tôi nói :

« Không. Anh không buồn »

« Em cũng không buồn. Em đã quen với nhiều thứ rồi. Ở trong cái nhà này, em thường ngồi một mình, nhìn ra các thứ... Nhưng em không nghĩ gì cả. Mình không có gì để nghĩ cả, anh nhỉ ? »

« Phải. Không có gì cả. Cũng như khi anh đến đây... Anh có định đến đây đâu »

Nàng nhìn tôi tỏ vẻ chờ đợi.

« Hình như anh nhìn thấy một tảng đá hay một cái gì đó quen quen, rồi anh bỏ dở đoạn đường. Anh băng ngang quốc lộ, băng ngang cánh đồng, vào thị trấn, đi lang thang... »

« Rồi anh gặp em ở đây. Anh có ngờ gặp em không ? »

« Không »

« Khi anh hiện ra trong khoảng đường tối, em không nhận ra là anh. Tảng đá nào mà anh trông quen quen thế ?»

«Em biết rồi đó. Chắc cũng chẳng có tăng đả nào cả đâu»

«Em cũng vậy», giọng nàng chợt có vẻ khẩn khoản, mắt nàng nhìn tôi làm như cả thân hình xô về phía trước, «ngôi nhà này anh đâu đã biết, tất cả những thứ ở đây anh đâu đã biết... Vậy mà em nhìn chúng hằng ngày, hằng đêm. Em đâu có nhớ tới anh. Nhưng mà. Anh biết rồi đó»

«Thì vậy», tôi đáp nhưng không hiểu nàng định nói gì.

«Tròng anh đen quá. Anh có vẻ cao hẳn. Tóc anh hình như biến thành mầu nâu. Tay chân anh dài khẳng khiu. Anh như già đi»

Thốt nàng cất tiếng cười trong trẻo. Tiếng cười của nàng vang dội trong ngôi nhà, trong khu vườn, trong ánh trăng lặng lẽ. Nàng ngưng cười và nói :

«Anh về đột ngột quá»

«Anh thì như ngủ mơ, em thấy không»

«Thôi cứ cho là ta có thay đổi đi, cũng chẳng sao. Phải không anh ? Anh thử nhìn xem. Những cái thuyền ngoài cửa sông kia...»

Một tay nàng cất lên như bằng gỗ. Đó là cánh tay mà ngón tay có đeo chiếc nhẫn lóng lánh. Trong ánh trăng sáng đang chiếu một đường xiên vào gian phòng, cái mặt nhẫn lóng lánh như một ngôi sao trong buổi sáng sớm có gió lạnh. Tôi nhìn theo ánh sáng ấy và phải mấy giây sau tôi mới bắt đầu trông thấy lờ mờ một vài hình ảnh lô xô, hiện ra trong khung cửa lớn đầy ánh trăng. Đó là những cột buồm cao thấp không đều nhau, với những cánh buồm đã cuốn lại mắc xéo vào những cột của chúng. Những cột buồm và cánh buồm đã cuốn lại này tất cả đều mang một mầu sắc mờ nhạt, vì ánh trăng lồng lộng dưới trời không mây như đã hòa bỏ tất cả những mầu sắc đặc biệt của chúng. Một đôi lúc, và tại một vài chỗ, những cột này hình như sáng lên một cách loãng nhạt, rồi từ từ biến đi như thể bị hút mất bởi một tờ giấy thấm. Đó là một cảnh sắc với âm bản hơn là được nhìn với mắt thường.

«Anh thấy những cái thuyền đậu trong bến»

Không có một ánh đèn nào, chắc thế. Và dẫu có, hẳn là chúng đã bị ánh trăng lấn át. Những cái thuyền như thể là đậu trong khoảng không, không di chuyển, không lắc lư, im lặng và thẳng cứng.

« Anh có nhìn được con sông không ? »

Sông ở đâu ? Tôi không hề thấy. Ánh trăng đã làm mất nhiều thứ. Tôi không hề trông thấy mặt nước đáng lẽ phải lấp loáng dưới trăng sáng. Nơi những cái thuyền đậu im lặng, tiếp giáp với cả hai phía trên dưới, là một khoảng sáng trong trẻo nhưng nhạt loãng, và hình như có những hạt sáng li ti đang thay đổi mỗi lúc với tốc độ đều đặn, giống như chỉ bay lên mà không rơi xuống, theo một hướng cong cong rồi tụ lại ở cùng một phía. Phía đó là phía nào ? Tôi không thể hình dung nổi. Tôi nói :

« Trước mặt ta, phía bên trái là gì em ? »

« Không có gì cả. Chứ anh thấy gì thế ? »

« Có phải hướng đó là chỗ những cái thuyền hay hạ buồm không ? »

« Chắc không phải. Chỗ đó là cửa sông »

« Anh nhìn thấy những chấm sáng bay về phía ấy. Chúng nhỏ li ti bay thẳng lên »

« Những chấm sáng », nàng cười, « tại mắt của anh đấy. Anh có nhìn thấy núi không ? »

Núi ? Có lẽ những ngọn núi thấp đang ở trước mặt tôi, phía sau những cột buồm lô nhô, sau giang khẩu, bên kia eo biển. Nhưng tôi không trông thấy. Đến chỗ đó, bầu trời hình như rộng rinh và nhòe sáng. Mọi vật đã chìm ngập tất cả dáng vẻ của chúng trong ánh sáng đó.

« Anh không nhìn được núi. Hình như ban ngày, dẫy núi này có những vệt trắng lớn, phải không em ? »

« Đó là những bãi cát, anh ạ »

« Nhưng bây giờ thì anh không thấy gì. Thuyền, cột buồm, những cái buồm cuốn lại, tất cả những cái ấy đều không rõ ràng. Ngay cả mặt sông, núi, hay những thứ khác cũng biến mất. Ngay cả em nữa. Hiện giờ em cũng khó nhìn thấy. Hình như tóc em đã dài lắm rồi, phải không ? »

« Dài, anh ạ. Em không hề cắt »

Vệt ánh trăng vẫn chiếu sáng lặng lẽ và xiên một đường trong gian phòng. Sau câu nói của nàng, hình như có một tiếng dội mỏng mảnh giống như tiếng rơi lăn tăn của những vật kim khí nhỏ trên mặt gương. Tôi ngồi im cho đến khi sự yên lặng trở lại như thể là chúng đã lẩn trốn. Trong khoảng im lặng cuối này, tiếng thở của nàng nhẹ và đều. Nàng hơi nhích động thân hình, rồi đưa cả hai tay đặt trên mặt bàn. Tôi nhìn hai cánh tay đó và không khỏi kêu lên :

«Em gầy ốm quá»

Nàng cười nhẹ nhàng :

«Em không gầy đâu anh. Em khỏe mạnh lắm»

«Anh khó tin được nhưng anh mong em khỏe mạnh. Tay em xanh mướt»

«Không xanh lắm đâu anh. Chắc tại em không hay đi ra ngoài. Chắc tại vậy»

«Nơi đây có vẻ mát mẻ nhưng hình như thiếu ánh mặt trời. Em phải năng ra ngoài cho khỏe người. Ở đây anh thấy lạnh quá»

«Em chịu nổi. Có lẽ tại anh không quen. Để em

mời anh một ly rượu cho ấm nhá»

Nàng đứng lên. Tôi cũng đứng lên theo.

«Anh chịu phiền chờ em một chút thôi»

Và nàng nhẹ nhàng bước ra cửa giữa vùng ánh trăng tràn ngập. Hình như nàng bước xuống một hai bậc gạch gì đó rồi đi trong một lối sỏi trắng. Đêm trăng vẫn thanh tĩnh.

Khu vườn có vẻ rộng mênh mông. Nàng như thể sẽ đi mất mà không trở lại. Khi tôi thu tầm mắt về để chú mục vào lối đi của nàng, thì nàng đã không còn đâu nữa. Có một bức tường ở gần chỗ nàng vừa đi đến, và tôi độ chừng nàng đã vòng theo lối đó, một nơi có những cây to, tàn rậm rạp, những chậu cảnh rải rác đây đó, cả những bụi cây trồng cạnh lối sỏi nữa. Nơi xa, gần với hàng rào, có một cái cổng nhỏ bằng gỗ, loại cánh cổng đóng nẹp sắt, mở ra một vùng rộng rãi âm u hơn, được cách biệt bởi hàng rào nhưng vẫn có vẻ là sở hữu của chủ nhân ngôi nhà này. Ánh trăng chiếu tỏa trên những mô đất đá cao thấp như người sống, một vài chỗ như phát ra ánh sáng.

Có một bức tường cao và dài thấp thoáng sau những lùm cây. Bức tường dài gần bằng một nửa chiều dài khu vườn, và nó làm cho ngôi nhà có một sinh hoạt biệt lập. Trong ngôi nhà to lớn này còn có ai ngoài nàng không ? Chắc hẳn phải có một vài người nào đó, như bà con thân thích, hay một vài kẻ giúp việc. Họ ở đâu ? Chắc là ở trong những căn nhà khác khuất sau phía hông mà tôi không thấy được. Vẻ im lặng mơ hồ của khu vườn làm tôi luôn luôn nghĩ đến cuộc sống biệt lập của nàng.

Gian phòng rộng quá sức so với số ít đồ đạc bầy biện và những vật trang hoàng mờ tỏ. Ánh trăng soi sáng một bức chân dung vẽ chì đen không biết là người già hay trẻ nhưng y phục trịnh trọng, có vẻ bệ vệ oai vỡ. Ánh trăng cũng soi sáng bộ bàn ghế mà tôi và nàng vừa ngồi nói chuyện, soi sáng những cái dĩa treo tường, những tua kim tuyến nơi quần áo một hình nhân đeo mặt nạ tay cầm kiếm dáng dữ tợn. Tuyệt nhiên tôi không trông thấy một cây đèn nào.

Có lẽ nàng không thích nói chuyện với tôi dưới ánh sáng của những cây đèn. Ánh trăng thay thế cho những cây đèn và mát mẻ lung linh hơn nhiều : giờ đây, vì đã quen với một số đồ vật và vị trí của chúng, tôi bắt đầu có thể nhận ra những mảng ánh sáng hơi xanh tô nhạt lên bề mặt nhiều thứ. Chẳng hạn, ánh trăng phớt nhẹ trên một nửa thân bức tượng đeo mặt nạ cầm kiếm, phớt nhẹ trên một mảng của cái tủ màu nâu nhạt, phớt nhẹ trên một vài miếng gạch bóng, trên một vài cái dĩa có hình cây cỏ hay người, trên một chiếc độc bình không cắm hoa... Trên tường, bức chân dung vẽ chì đen thì không có một mảng sáng nào, nhưng lờ mờ một thứ ánh sáng khác do độ đậm nhạt của nét chì tô bóng.

Hình như trong một lúc nào đó, có một làn gió thổi tới với âm thanh như tiếng mưa. Đó chắc không phải là một cơn mưa, và trời vẫn sáng đều đặn không một chút nào thay đổi. Tuy nhiên, một thoáng sau khi cơn gió thổi đến, tôi bắt đầu nghe những tiếng côn trùng lẻ loi kêu ngoài vườn tưởng chừng chính cơn gió đã đánh thức chúng. Hình như trăng sáng hơn đôi chút. Hình như những mô đất đá cũng sáng hơn. Và lối sỏi thì lóng lánh.

Chốc nữa đây, những vật này có thể lại tối sẫm đi đôi chút, có thể chúng sẽ có những hình thù khác ; nhưng giờ đây, ánh trăng vẫn vằng vặc, sáng đều đặn trong khắp khu vườn. Hẳn cũng có nhiều vật đang chậm rãi chuyển đổi, những góc cạnh đang thay đổi, lá và cành cây có vẻ chuyển chiều, những mặt phẳng khác đang từ từ hiện ra... nhưng đêm trăng thì vẫn thanh tĩnh, tất cả những điều có thể đó cũng thanh tĩnh. Không có một chuyển dịch đột ngột và rõ rệt nào. Tất cả đều yên tĩnh, thanh tĩnh, chậm chậm, từ từ và đều đều. Nàng hiện ra trong tất cả những điều đó.

Chúng tôi im lặng đối diện trước ngưỡng cửa. Nàng đưa cho tôi một trong hai cái ly và mở nút. Khi nàng nghiêng cái chai xuống, tôi nghe rõ tiếng thủy tinh chạm vào nhau rất khẽ và chỉ một lần nhưng tay tôi dần dần chịu thêm sức nặng như thể là nàng không cầm nổi. Nàng rót đầy ly cho tôi, và rót một chút trong ly của nàng.

Tôi không đưa cao ly mời, im lặng uống. Hình như nàng cũng nhấp một chút. Tôi đỡ chai rượu trên tay nàng và đi vào ngồi nơi cái ghế ban nãy. Nàng cũng ngồi xuống cái ghế của nàng.

«Cám ơn em đã thân đi lấy tới mời anh», tôi nói và chờ nàng trả lời để xem có phải nàng sống một mình không. Nhưng nàng chỉ yên lặng mỉm cười.

Tôi rót một ly khác, ngửa cổ uống một hơi và rót một ly khác nữa. Tôi nói :

«Em cũng uống với anh một chút đi»

Nàng lặng lẽ nhấp một chút rượu trong ly của nàng.

«Khi em đi trong vườn, quả thật tóc em đã dài»

Nàng vẫn ngồi thẳng, mắt hướng về phía tôi, nhưng đôi môi bặn bặt không một lời nào.

«Em sống trong một cái nhà quá lớn. Cả khu vườn này. Cũng quá lớn. Anh không bao giờ nghĩ em sống ở một nơi như chỗ này cả. Nếu không gặp em bất ngờ, có lẽ anh chỉ đi ngang đây như mọi cái nhà khác»

Nàng không nói gì.

«Cả hai đứa ta làm như đều không thích ồn ào. Anh bao giờ cũng vậy. Chắc em cũng vậy. Nhưng nghĩ cho cùng, ta đã im lặng quá»

Nàng nhẹ nhàng bắt chéo hai bàn tay đang đặt trên mặt bàn.

«Có những điều ta không nên nói lại nữa, anh hiểu vậy. Em có cảm thấy như thế không ?»

Nàng nhẹ nhàng mỉm cười.

«Anh đã buồn rầu một thời gian. Nhưng bây giờ thì hết rồi. Bây giờ thì hết thật rồi»

Nàng mỉm cười.

«Thời gian thật kỳ lạ. Ta đã trải qua nhiều chuyện tưởng không thể xẩy ra được. Thường khi anh tự nói : quên đi, quên hết đi. Nhưng chắc anh không làm được điều đó»

Nàng hít thở một hơi dài và nhấp một chút rượu.

«Quá khứ. Thật là khó khăn»

Nàng hơi nghiêng ly rượu của nàng và chăm chú nhìn ly rượu ấy.

«Còn hơn thế nữa, anh nghĩ vậy. Ta nương tựa vào quá khứ quá nhiều và quá lâu. Chính ra, anh tưởng ta phải sống khác hơn»

Nàng mỉm cười.

«Nhưng lâu lâu anh lại nghĩ một cách điên khùng là ta đã sống khác hơn rồi»

Nàng vẫn nhìn cái ly, hơi nghiêng đầu và mỉm cười.

«Anh chưa hề đụng tới ngón tay của em. Ta chưa hề hôn nhau một lần. Có phải không ?»

Nàng khoanh hai cánh tay của nàng mà không giữ cái ly nữa. Nàng nhìn xuống hai cánh tay ấy.

«Có phải ta đã yêu nhau không ? Chắc là phải. Ta yêu nhau cũng giống như một chuyện không có thực. Đúng như là một chuyện tưởng tượng»

Nàng im lặng.

«Cuối cùng, anh tự nói nên tin là ta đã kết thúc từng phần một, một cách đầy đủ trọn vẹn mà ta không hay. Chắc ta không hay biết gì cả»

Nàng im lặng.

Cũng như những cảnh trí bây giờ. Những thuyền câu, cột buồm, sông, biển, gió biển, tiếng sóng, núi, trời mây, trăng sáng, những thứ này rồi ra sẽ không còn nữa. Ngày mai chẳng hạn. Ngày mai chúng sẽ mất hết. Ngày mai ngay cả em nữa cũng thế. Anh cũng thế. Chẳng còn gì »

Nàng im lặng.

« Có một thời kỳ anh hay nhớ tới một hình ảnh. Một đêm trăng sáng ở gần đâu đây. Trăng sáng quắc sau một cây dừa thấp. Lá dừa lấp loáng. Trăng vàng rực. Trời trong vắt. Cây dừa đó ở ngã tư của hai con đường nhỏ, phía sau một bức tường thấp. Chắc em không nhớ nó »

« Nay nó đã cao lắm »

« Cây dừa đó. Một cây dừa sáng loáng, lóng lánh, sáng quắc... Phải không ? »

Nàng im lặng.

« Cây dừa đó không bao giờ rời khỏi tâm trí anh. Vậy mà anh cứ tưởng chỉ có anh nhớ tới »

Nàng im lặng.

« Thế nhưng bây giờ thì hết rồi. Bây giờ nó không thể sáng bằng ánh trăng đang chiếu xuống đây được »

« Vâng. Nhưng anh uống rượu đi »

« Anh không quen uống nhiều rượu. Nhưng rồi

anh sẽ uống »

« Em bị say một lần tưởng chết được »

Tiếng cười của nàng đột ngột ngân vang trong trẻo.

« Em mà say rượu. Anh thử tưởng tượng xem buồn cười đến đâu »

« Đáng lẽ em không nên uống mới phải »

« Em hiểu, anh ạ. Không ai có thể xua đuổi ý nghĩ trong trí bằng thứ này được cả. Rượu chắc chỉ để uống cho khỏi lạnh »

« Anh sợ có đôi lúc thì khác ». Nàng lặng lẽ ngước nhìn tôi, mục quang như thể biến thành hình dáng : co rút trong chỗ sâu thẳm không thể với tới.

« Anh có vẻ gầy quá. Anh có bị đau thường không?»

« Không. Anh thế này có bao giờ bị đau đâu »

« Em nghĩ anh hơi yếu. Chắc anh yếu. Nét mặt anh thì không thay đổi mấy. Dù có thay đổi, em vẫn nhận ra. Nhưng má anh ít thịt hơn. Anh có cực khổ không ?»

«Không. Chưa khi nào anh cực khổ. Tại sao khi không em lại nghĩ ra được điều đó vậy ? Mình thì đâu có cực khổ hay không cực khổ. Mình chỉ bị cảm nắng hay cảm lạnh. Mình không khi nào có chuyện cực, không cực. Lúc nào mình cũng vậy. Chẳng bao giờ khác»

«Em cứ đôi lúc nghĩ lẩn thẩn như vậy anh ạ»

«Em nghĩ vậy rồi em làm được gì ? Ví dù anh cực khổ, rồi em an ủi anh phải không ? Hay em chia gia tài cho anh ?»

«Nhưng ta sống làm gì đây ?»

«Ta có làm gì đâu ? Anh chẳng làm gì cả. Nói cho cùng thì đúng là anh chẳng làm gì cả»

Hình như nàng hơi hơi cười. Nàng có cười không ? Chắc là có. Ánh trăng vẫn vằng vặc sáng khắp khu vườn, tràn lan trên mọi vật. Hình như những cái thuyền ngoài cửa sông đang sáng hơn một chút, bầu trời cũng sáng hơn, cửa sông cũng sáng hơn... Tôi nhìn nàng và cầm chai rượu lên. Tôi uống không cần ly cho đến hết.

«Anh sẽ bị say lắm anh ạ»

«Chắc vậy. Anh bắt đầu choáng váng»

«Anh có thấy mệt không ?»

«Anh bắt đầu say say. Rượu kinh khủng quá. Nhưng chắc anh còn chịu nổi. Dù sao, lát nữa anh cũng đi khỏi đây»

«Anh đi giờ này sao ?»

«Không. Nhưng cũng gần thế. Sáng mai hay buổi trưa, có lẽ họ sẽ đón anh. Bây giờ anh từ biệt em luôn thể, nhé ?»

«Em mong gặp lại anh»

«Chắc anh sẽ ghé thăm em. Anh say rồi đây»

«Hay anh nghỉ một chốc cho khỏe đã ?»

«Không. Nếu anh nghỉ một chốc, anh ngủ quay ra đây mất. Mà em biết rõ là bao giờ anh cũng muốn được ôm em ngủ»

Nàng vẫn bất động. Tôi im lặng nhìn nàng. Hai mắt sâu đen, lãng đãng, trong ánh trăng không chớp động với viền mắt nhòa lẫn giữa bóng tối và ánh sáng. Mũi nàng. Mũi cao và thẳng, suôn sẻ, xinh xắn, với nét cong thoải mái. Miệng nàng. Môi nàng. Đôi gò má. Cái cằm. Tôi thầm cám ơn nàng đã dành đúng giây phút này để tôi được một mình ngắm nhìn nàng. Đây là hình ảnh của nàng chăng ? Tôi sẽ còn giữ được hình ảnh này trong bao lâu ? Thật không còn gì rõ ràng hơn, đó là điều : chúng tôi sẽ chẳng còn dịp nào gặp nhau nữa. Hẳn nàng cũng đã hiểu được như thế. Chúng tôi là hai hình vẽ trong một bức tranh và mãi mãi chẳng bao giờ rời vị trí của mình.

Tôi đứng dậy và gần như cùng một lúc, nàng ti tay vào mép bàn để đứng dậy. Tôi đi vòng cái bàn, phớt qua thân hình mảnh mai của nàng, xuống thềm, vào lối sỏi, bập bềnh bước mà không rõ đang đi về hướng nào.

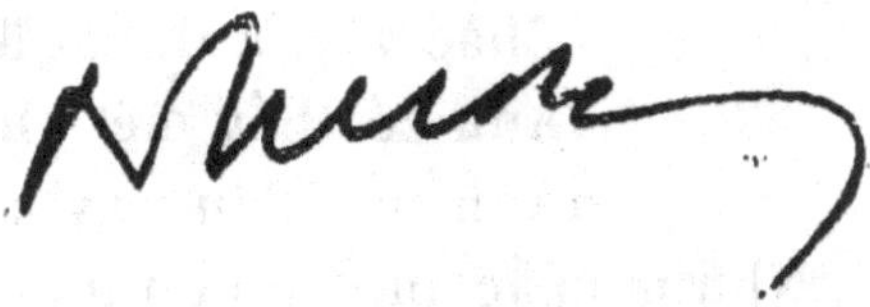

NGUYỄN NGHIỆP NHƯỢNG

NGUYỄN NGHIỆP NHƯỢNG

NGUYỄN QUỐC TRỤ

TIỂU SỬ

Tên thật là Nguyễn Quốc Trụ *(còn ký bút hiệu Sơ Dạ Hương, Tuấn Anh) sinh năm 1938 tại Bắc Việt, cựu học sinh Chu Văn An, học Đại Học Văn Khoa và bỏ dở, hiện làm công chức.*

Đã xuất bản : Những Ngày Ở Sài Gòn *(tập truyện). Ngoài ra, viết những bài phê bình khảo luận đăng rải rác trên Nghệ Thuật, Văn, Vấn Đề, Văn Học...*

Cùng một số bạn hữu chủ trương Tập San Văn Chương.

QUAN NIỆM VỀ TRUYỆN NGẮN

Đối với cá nhân yêu mến và theo đuổi nghiệp văn, truyện ngắn là giai đoạn chuẩn bị, sửa soạn trước khi sáng tác những truyện dài. Như thế, truyện ngắn là một bài toán nhỏ về bút pháp (exercice de style).

Muốn biết một nhà văn thành công hay không, cứ coi những truyện ngắn đầu tay của người đó. Tuy nhiên, cũng còn có những trường hợp ngoại lệ.

Truyện ngắn giống như những dấu hiệu thay đổi thời tiết trước khi sang mùa. Người đọc phải nhạy cảm một chút mới nhận ra truyện ngắn hay hoặc dở. — Giống như những viên ô mai, ăn ít thì còn ngon.

Về Truyện Ngắn «MỘ TUYẾT»

Không có câu trả lời (ghi chú của Nhà Xuất Bản).

Mộ Tuyết

Ba Xuyên, thời gian viếng thăm thành phố hồi bắt đầu đi làm, những năm tập sự đầu tiên của cuộc đời một gã chuyên viên kỹ thuật làm việc ngày hai buổi tại một Ty Trung ương cơ xưởng chuyên lo sửa chữa, tu bổ những máy móc và đồ dùng kỹ thuật bị hư hỏng từ các nơi gởi về, lâu lâu, tùy theo nhu cầu công vụ, được biệt phái đi các đài địa phương để giúp đỡ mấy người trưởng đài (thường chỉ là những hiệu thính viên, chỉ biết sử dụng nhưng không biết và cũng không có phận sự phải lo sửa chữa máy móc) về một vài trở ngại kỹ thuật cần phải điều chỉnh cấp tốc tại chỗ để tránh những chậm trễ có thể tạo nên những phiền nhiễu, những khiển trách, những trở ngại có tính cách chuyên môn đại loại như là máy nhận tin bỗng nhiên yếu, rè, nhiều nhiễu âm, khi nghe được khi không, hoặc là máy phát tin cháy, phát nổ, ngừng phát tín hiệu... Tất cả những rắc rối tương tự như vậy thường chỉ mất một hai ngày làm, do đó thời gian trù tính cho mỗi chuyến đi thường trong khoảng trên dưới mười ngày, nhiều lắm là tới nửa tháng, trừ những ngày vừa mới tới. bắt tay ngay vào công việc tìm kiếm sửa chữa, những ngày còn lại của chuyến đi được dùng vào công chuyện viếng thăm thành phố — một thành phố không có gì đáng nhớ (khi cố gắng muốn nhớ lại) có một người trưởng đài khổ người loắt choắt nhưng tánh tình thật niềm nở, lịch sự, đã lập gia đình, trong những lúc ăn cơm vừa xong hay những khi rảnh rang công chuyện, người chồng (người trưởng đài) ưa kể chuyện cho khách nghe về quãng đời đã qua của ông (những năm còn trẻ, những năm phiêu lưu giang hồ, những mơ ước, những tham vọng hồi đó, những năm phục vụ trong quân đội viễn chinh Pháp, lý do giải ngũ, trường hợp lấy vợ, những mơ ước còn sót lại...) hỏi khách tốt nghiệp đã lâu chưa, hồi còn ở ngoài Bắc quê hương ở vùng nào, khi đã gần hết câu chuyện để nói hay để hỏi, như sực nhớ tới hiện tại, ông khuyên khách đừng nên thuê phòng ngủ tốn tiền, đừng nên đi chơi quá xa vượt ra ngoài phạm vi châu thành, cười cười nói đùa khi thấy người vợ ít nói cùng lũ con lui vào trong nhà trong, ở đây chỉ có những cô Mai Liên, phải nghĩ một lúc lâu khách mới hiểu chủ nhà định nói tới những cô gái nước da ngăm đen ở vùng này.

Hết hai năm tập sự, được đổi sang làm tại một đài chuyên duy trì những đường dây liên lạc viễn ký, viễn ảnh và vô tuyến điện thoại giữa Sài-gòn và một số thủ đô các nước, không còn dịp ra khỏi thành phố, quên dần những chuyến đi xa, những cuộc phiêu lưu vặt có hạn kỳ, cuối cùng chỉ còn nhớ mơ hồ về những thành phố đã một hai lần ghé qua, một vài ngày ở lại đó, những nỗi nhớ mơ hồ về một lần đầu tiên trong đời, về một bài học đầu tiên (những tiếp xúc đụng chạm và sau cùng là sự khám phá chiếm đoạt thân thể một người khác phái, ở đâu, bao giờ, trong một trường hợp như thế nào, những tò mò thắc mắc, những tưởng tượng lần đầu tiên đã có một giải đáp thỏa đáng) hay những chi tiết vụn vặt không liên quan không ăn nhập vào đâu cả về một hình thể, địa thế vị trí của mỗi thành phố, (hình như) cách kiến trúc phảng phất giống nhau, khu trung tâm thành phố thường gồm có một tòa Hành chánh, một chợ nhỏ được vây bọc bởi một vài khách sạn chệt, một vài quán nước, tiệm cà-phê hủ tiếu, quán bi-da, banh bàn, những buổi sáng thứ hai tất cả mọi người đều phải đứng dậy để chào cờ theo lệnh của những chiếc loa phóng thanh được đặt ở những nơi công cộng (thành phố lúc đó có một bộ mặt trang nghiêm tức cười, những thực khách đang dùng điểm tâm vội vã đứng dậy miệng vẫn còn mẩu bánh mì chưa nuốt kịp, dáng lúng túng của mấy bà già nghểnh ngãng chưa kịp hiểu chuyện gì đang xảy ra) tiếng hát vọng cổ khoảng chập tối hay trong khi chập chờn ngủ được âm thanh của một cây đàn Tây-ban-cầm phụ họa, từ một đám đông tụ tập trong một quán cà-phê trước mặt khách sạn theo gió lọt vào căn phòng ngủ nghe như những thở than tình tự của một linh hồn tỉnh nhỏ, như một lời từ biệt chưa kịp nói của cô gái lúc nãy vội vàng dời khỏi căn phòng, chân đi đất không gây nên một tiếng động, nàng đã lén lút tới, im lặng chỉ cho biết hơi ấm nồng nàn của tỉnh ly rồi sau đó lén lút đi khỏi giống như con mèo đen không biết tới nằm trên thành cửa sổ từ lúc nào, mắt xanh biếc trong đêm tối, tiếng nước nhỏ từng giọt đều đặn ở phòng tắm kế bên hình như một người khách đã vô ý không vặn chặt vòi nước, tiếng còi của những chiếc xe hàng đánh thức giấc ngủ khoảng ban mai, đánh thức luôn cả mùi ẩm mốc hình như toát ra từ bốn căn tường loang lổ, từ chiếc nệm giường mục nát, vẻ tiều tụy của căn phòng thường gây nên một nỗi trắc ẩn vô duyên cớ, một cảm giác bực bội, buồn bã không đâu...

Trở lại Ba Xuyên khi được tin đứa em trai chết. Tử trận.

Gia đình gồm bốn anh chị em tất cả, một chị, ba anh em trai. Bố làm nghề dạy học. Ông là Hiệu trưởng trường tiểu học trong những năm Pháp thuộc và hồi đầu

1945. Nơi sinh của bốn anh em đều khác nhau bởi vì nghề nghiệp của bố không cố định ở một nơi nào. Đứa em trai tử trận sinh tại Gia Khánh, Ninh Bình. Nơi tử trận : một quãng sông nào đó thuộc địa phận xã Trường Khánh, tỉnh Ba Xuyên. Trong báo cáo một quân nhân (CLQ/BP) tử trận (chết) do Bộ chỉ huy tiểu đoàn... ngày 23 tháng 11 ghi rõ :

Họ và tên :
Cấp bậc : Chuẩn úy. (CLQ)
Số quân :
Chức vụ : Trung đội trưởng .
Ngày và nơi sanh : Gia Khánh (Ninh Bình) năm 1942.
Tên cha : (chết)
Tên mẹ :
Gia cảnh : Độc thân
Ngày chết : 23 tháng 11 năm 1967.
Trường hợp chết : Trong cuộc hành quân... chạm súng với địch tại xã Trường Khánh, quận Long Phú, tỉnh Ba Xuyên, bị trúng đạn, tử thương lúc 10 giờ.
Ngày và nơi mai táng : Được thân nhân xin thi hài về mai táng tại nghĩa trang Quân đội, Sài Gòn ngày 23.11.1967.
Địa chỉ cấp báo thân nhân :

KBC , ngày 23-11-1967
Đại úy...
Tiểu đoàn trưởng Tiểu đoàn...

(Gia Khánh, Trường Khánh, có thể có sự tình cờ giữa hai tên gọi, hai địa danh, một ở miền Bắc, một ở miền Nam, có thể có một mối liên lạc không thể nào giải thích nổi giữa hai địa danh, hai ký hiệu gần như vô nghĩa nhưng lại liên quan đến định mệnh của con người? Có thể như vậy không, hai tên gọi như hai dấu báo của một định mệnh ?...)

Bố mất tích đúng ngày ba mươi tết năm 1945, năm bắt đầu của tất cả những biến động. Khi đó ông đang làm Hiệu trưởng trường tiểu học Việt Trì, một quận lỵ ở bên kia ngã ba Hạc thuộc sông Hồng Hà, bên này sông là nơi ông sinh ra, lớn lên, học tiểu học trường làng rồi sang học trung học bên kia bờ sông, sau đó thi vô trường sư phạm tốt nghiệp được bổ làm giáo học, dạy học ở nhiều nơi. nơi sau cùng là Việt Trì. Những mẩu chuyện dính dáng đến sự mất tích của bố hồi đó thật nhiều. Thoạt đầu ông bị nhóm người chiếm giữ quận lỵ hồi đó bắt giam vì không chịu theo phe chúng. Người chỉ huy cuộc bắt bớ này lại là một học trò cũ của ông. Cuối cùng nhóm người chiếm giữ quận lỵ không chống cự nổi với lực lượng tiến đánh của Việt Minh và bỏ chạy. Bố mất tích từ ngày đó. Sau này người thì nói ông được giải thoát và theo bạn hữu qua Tầu theo kháng chiến chống Pháp, người thì nói bị chính người học trò cũ ông thủ tiêu bằng cách cột đá vào người rồi đem thả xuống sông. Bốn anh em và một người mẹ bắt đầu sống chuỗi ngày khổ cực kể từ ngày bố mất tích đó. Ba mươi tết năm 1945. Năm thứ nhất của cuộc cách mạng giải phóng dân tộc.

Một ngày nào tự nhiên anh nhớ hay có cảm tưởng sẽ nhớ lại hiểu được tất cả những chuyện đó và anh sẽ viết, sẽ phải bỏ vào đống gạch ngói vụn nát đầy rong rêu cỏ dại của những năm tháng già nua cũ kỹ đã gần trở nên vô ích mà chúng ta thường quen gọi là ký ức là kỷ niệm sự quyết tâm không để cho những thú vui vật chất có tính cách nhất thời, những thói hư, tật xấu chi phối, (những cờ bạc, rượu chè, chơi bời lêu lổng, túm năm tụm ba nơi quán nước, nhà hàng, những cơn buồn ngủ và sự lười biếng trốn tránh công việc, trốn tránh sự khổ hạnh cần thiết bằng cách tìm đọc những cuốn sách vớ vẩn, những cuốn truyện trinh thám, kiếm hiệp, gián điệp, vừa đọc vừa tự nhủ thầm, tự an ủi giây phút quan trọng đó chưa tới, cần phải chờ đợi nữa, còn phải sửa soạn trong khi chờ đợi, tương tự như đám người trẻ tuổi, trong khi chờ đợi hạnh phúc đã phải giết thời giờ bằng những đam mê vô ích) ; sự quyết tâm, sự cố gắng, sự nhẫn nhục chịu đựng, thời giờ và trí tưởng tượng — Bởi vì đối với hạng người như anh, những cá nhân quá coi trọng chữ viết cũng là lời nói, quá coi trọng bởi vì không thể hiểu được tại sao, nguyên nhân huyền bí hay tầm thường giản dị nào đã khiến cho chữ viết mang ý nghĩa này thay vì ý nghĩa khác, quá coi trọng đến nỗi đôi khi bàng hoàng sợ hãi khi phải nghĩ tới, phải đối diện với đám chữ viết (với cô đơn và sự yên lặng); đôi lúc có ý nghĩ kỳ cục biết đâu trong đám chữ viết nặng nề tưởng như vô tri vô giác đó lại chẳng ẩn náu những xôn xao, những ồn ào huyên náo, những âm thanh kỳ dị mà thính giác trong những điều kiện bình thường không thể nghe thấy và hiểu được, quá coi trọng bởi vì coi đó (chữ viết) như là một khí giới độc nhất để chống trả với sức mạnh khủng khiếp của thời gian, của lãng quên và của tuyệt vọng. Khi đó, khi anh định viết những gì anh đã sống, đã trải qua hay những gì tuy anh không thực sự chứng kiến nhưng đã được nghe kể lại (hoặc được nghe kể lại một lần nữa qua sự trung gian của một người thứ ba, hay đã đọc được) nhưng vì giọng nói nét mặt cùng là dáng điệu của những người kể chuyện, vì sự chân thành cảm động của chính anh khi được nghe kể, khi đọc được; những duyên có đó đã khiến cho anh có ý nghĩ chính anh đã sống, đã trải qua những giờ phút khổ sở, nhục nhã, cay đắng, (chiến tranh) đã may mắn sống sót, đã được hưởng một chút hạnh phúc (hay một cái gì từa tựa như vậy) đã hy vọng, đã thất vọng sau khi hy vọng, đã hy vọng vì còn có thể thất vọng, đã tin tưởng, đã mơ mộng (tuổi trẻ) y như vậy — Khi anh định viết, chắc là lúc đó anh đã đứng tuổi, đã lập gia đình, ngoài mẹ già mà nhiều lúc anh phải thầm cảm ơn Trời Phật đã cho anh được dịp phụng dưỡng trong những ngày gần đất xa trời, trong khi bốn người con của người, trong khi bốn anh chị em của anh, đứa chết (tử trận) đứa còn ở lại ngoài Bắc, không biết còn sống hay đã chết, ngoài mẹ già, ngoài người đàn bà già nua, tật bệnh và khốn khổ vì những bất hạnh, suốt đời chỉ được hưởng độ một vài năm sung sướng khi người chồng (khi người cha của anh) chưa mất tích vì tai họa đảng phái hồi đầu cách mạng (hồi bắt đầu những thảm họa), sau đó, sau những ngày tháng chạy ngược chạy xuôi, lặn lội lên vùng thượng du Bắc Việt, đến tận biên giới, hay xuống tận vùng biển, vùng mỏ vì vẫn còn nhen nhúm trong lòng một đôi chút hy vọng người chồng chỉ mất tích nhưng chưa chết, vẫn còn sống và sẽ trở về, những đốm lửa hy vọng chập chờn khi nghe người này người nọ nói (hoặc nói lại sau khi đã nghe một người khác nữa nói) đã gặp một người đúng như thế hoặc tương tự như thế ở đây, ở đó, ở trong hàng ngũ bè bạn hay trong tay những kẻ đã bắt giữ giam cầm rồi bắt buộc phải theo họ, sau khi đã hy vọng đã theo đuổi đã trèo đèo lặn suối vì những tin đồn lành, sau khi đã khổ sở, đã tuyệt vọng vì những tin đồn dữ về người chồng mất tích đúng vào ngày ba mươi tết Nguyên đán năm 1945, 1946 gì đó, những tin đồn dữ đại loại như là ông giáo hiệu trưởng trường Việt Trì chồng bà đó đã chết, (bị bắn vào một buổi sáng tinh sương, bọn người bắt ông đã bắn ông cùng một vài người khác ở bãi cỏ ngay sân trường tiểu học của quận ly, nơi ông dạy học và làm hiệu trưởng, người chỉ huy cuộc xử bắn đó là một học trò cũ của ông, trong những năm còn đi học ông đã kiếm tiền thêm để sắm sửa dụng cụ đồ đạc lặt vặt bằng cách kèm trẻ tư gia, chính một trong những đứa học trò cũ đó đã giết ông (đã sai người giết ông) bởi vì một đố kỵ, một ghen ghét nào đó ; bị trói chặt bỏ xuống sông kèm theo một khối đá sau khi đã bị lột hết quần áo tiền bạc, mẹ anh sau này kể lại cho anh nghe chính bà đã trông thấy một trong những người đã bắt cha anh mặc bộ đồ của ông) sau đó, sau khi đã hứng chịu một tai họa ghê gớm như vậy, sau khi cố gắng bớt nghĩ đến những ngày tháng thê thảm đó, tự nhủ bây giờ phải lo lắng cho mấy đứa nhỏ, thay vì chạy ngược chạy xuôi để tìm kiếm tung tích bóng dáng người chồng mất tích chắc đã chết trong những ngày đầu của tai họa, nhưng bây giờ phải chạy xuôi chạy ngược để tìm kế sinh nhai, để kiếm tiền nuôi sống chính mình và bốn đứa trẻ, một gái, ba trai, đứa lớn nhất độ mười một, mười hai tuổi, đứa nhỏ nhất độ sáu bảy, trong khi chính mình cũng chưa tới ba mươi, vừa nuôi nấng dậy dỗ, yêu thương con vừa tìm cơ hội để được con yêu thương, cố gắng chống trả không phải với sự già yếu, tật bệnh nhưng mà là sự trẻ trung, cố gắng chống trả lại không phải sự xấu mà là điều tốt (tuổi trẻ, đời sống, những thú vui) cố gắng chống trả sự cám dỗ của đời sống, của những sự đẹp ở ngoài bốn đứa con, ở ngoài bổn phận một góa phụ còn trẻ, còn nhan sắc, cố gắng đừng bước thêm một bước nữa, cố gắng nuôi lũ con trai ăn học thành tài, hy vọng trong những ngày, trong quãng đời về già, trong khoảng trời chiều, bóng xế sẽ có con, có dâu có cháu nội, cháu ngoại, nhưng định mệnh tàn khốc vẫn chưa chịu ngừng nghỉ, vẫn để ý theo dõi người đàn bà kiên nhẫn, yếu đuối nhưng dẻo dai chịu đựng, người đàn bà ngày còn trẻ đã không tiếc thương tuổi trẻ của mình (đã không tha thứ hay chiều chuộng tuổi trẻ, nhan sắc của mình) đã phải khóc người chồng mất tích khi chưa tới tuổi ba mươi, (khi chưa bước qua khỏi quãng đời khó khăn nhất của một người đàn bà) sau đó đã phải khóc người đã sinh thành ra mình, (bị đấu tố vì tội địa chủ, bị gán ghép cho những tội ác nhục nhã khác nữa đến nỗi ông già lẩn thẩn, lẫn lộn vì đã gần kề miệng lỗ đã trở nên sáng suốt, đã tìm ra được cách thức hữu hiệu nhất để phản kháng, để chống cự và để rửa sạch những tội ác mà ông suốt đời chưa hề biết tới, những tội ác chồng chất, nhiều đến nỗi dù cho ông sống thêm một đời nữa, ông cũng không có đủ thì giờ để phạm tội, ông già nhân lúc đám đông độc ác lơ đễnh đã bứt được dây trói và nhảy xuống sông tự tử), sau khi đã khóc vì phải bỏ lại miền Bắc hai trong bốn đứa con, đứa con gái lớn vừa có thể nhờ cậy được đã bị lôi cuốn vào cuộc cách mạng giải phóng dân tộc, đã không còn là con của một người nhưng là con của nhân dân, đã trở nên một dân công, một cán bộ, một nữ chiến sĩ (người chị của anh sau này lấy chồng, một cán bộ thuộc thành phần cốt cán, sinh hạ được hai hay ba đứa con theo như tin của một bà cô của anh hiện đang ở Pháp. Thỉnh thoảng bà cô của anh vẫn nhận thư từ ở phía bên kia bức màn tre, thường là thư xin tiền, xin vật dụng, quần áo xe đạp, nhất là xe đạp) đứa con trai út ở nhà quê với bà nội, bị nhóm người du kích trong xã đang đêm lội qua sông trở về bắt đứa nhỏ mang đi sau đó trao lại cho người bác của anh, viện cớ đứa nhỏ đã khá lớn, để ở trong làng có thể bị Tây bắt hoặc bị chúng dụ dỗ, lợi dụng, hay bị tra tấn bắt chỉ chỗ ẩn núp của anh em du kích (đứa em trai của anh lúc đó bị đau mắt hột khá nặng, mẹ anh sau này mỗi khi nhớ tới, vẫn lo lắng sợ hãi không hiểu ở ngoài đó thuốc thang ra sao) sau khi đã khóc vì không thể mang tất cả bốn đứa con cùng di cư vào Nam, sau khi đã vất vả, đã làm đủ các nghề kể từ nghề bán bánh cuốn, bán bún riêu, cháo gà, cháo vịt cho đến nghề đi làm chân giữ em cho một gia đình quen thuộc, để kiếm tiền nuôi hai đứa con còn lại, (anh và người em trai của anh) đến khi cả hai đã lớn, đã kiếm được tiền nuôi thân, nuôi mẹ, đến lúc đó người đàn bà khốn khổ tưởng đã hết khốn khổ lại phải khóc khi nghe tin đứa con trai ngoan nhất, hiếu thảo nhất, tử trận, (em của anh tử trận sau khi ra trường Thủ Đức được đúng bảy tháng, chưa kịp lãnh lương theo đúng cấp bậc chuẩn úy, chưa có vợ, có con) ngoài người mẹ già khốn khổ vì những bất hạnh chồng chất đó ; (khi anh định viết) chắc là anh đã lập gia đình (đã yêu thương một người đàn bà) đã có con (đã có hai con, một trai, một gái) và đúng như một nhận xét (một kinh nghiệm) của một nhà văn mà anh đã đọc một phần lớn tác phẩm của ông ta (đã học và đã kính phục, ngưỡng mộ, W.Faulkner) bởi vì anh cần tiền trang trải nợ nần, hay để mua cho vợ anh một chiếc áo mới, để mua giầy dép, quần áo cho con anh nhân dịp năm hết Tết đến, từ những nhu cầu tầm thường đó và anh sẽ viết. Tất cả những nhu cầu nhỏ mọn, chẳng cần thiết gì cho lắm đó đã xui khiến anh viết, đã cho anh thêm một chút can đảm để bỏ một cuộc vui, một cuộc họp mặt cùng với một hai người bạn thân của anh nơi nhà hàng, quán nước, (cái không khí túm năm tụm ba quen thuộc đó vẫn toát ra một vẻ quyến rũ) đã cho thêm anh một chút sức mạnh để chống cự lại những giấc ngủ lết bết, mệt nhọc, chống cự lại sự lười biếng làm tê liệt tất cả mọi dự định của anh : Anh sẽ viết về những gì thật nghiêm trang, đứng đắn (những cái gì tựa tựa như là chiến tranh, sự sống, cái chết) chỉ vì những nguyên nhân thật tầm thường giản dị và đem tập bản thảo đó đi gạ bán cho một nhà xuất bản.

NGUYỄN QUỐC TRỤ

NGUYỄN QUỐC TRỤ

NGUYỄN SỸ TẾ

TIỂU SỬ

Tên thật Nguyễn Sỹ Tế *sinh năm 1922 tại Nam Định. Ông nội đậu Tiến sĩ dưới đời Thành Thái. Ông tứ đại ngoại đậu Bảng nhãn thị Trạng nguyên dưới đời Tự Đức. Học chữ Hán từ nhỏ. Sau theo học chữ Pháp : trường Thành Chung Nam Định, trường Bảo hộ Hà Nội, trường Luật Hà Nội trước 1945 và sau 1950. Làm thơ chữ Hán hồi nhỏ. Làm thơ chữ Pháp hồi Trung học. Viết văn và dạy học từ 1945. Di cư vào Nam năm 1954. Ở Đại học Sư phạm Saigon trên mười năm nay.*

Đã xuất bản : Tập truyện Chờ Sáng.

QUAN NIỆM VỀ TRUYỆN NGẮN

Tạm chia hai loại : loại thuật sự thuần túy có lợi ích gián tiếp, loại có chủ đề triết học, văn chương, tâm lý, chính trị... Thích loại thứ hai hơn. Chọn chủ đề rồi thì đào sâu chủ đề đến cùng độ và tìm một kỹ thuật thích hợp để thực hiện chủ đề đó. Luôn luôn đổi thay chủ đề từ truyện này đến truyện kia. Và mỗi lần, đổi thay kỹ thuật : thuật sự, thư tín, đối thoại, độc thoại, phân tâm, phơi bày, ngụy trang, gợi ý, khẩn cầu...

NGUYỄN SỸ TẾ

Về Truyện Ngắn «DÒNG SÔNG XANH»

«Dòng Sông Xanh» *của tôi thuộc loại có chủ đề chính trị. Chủ đề này có thể gọi bằng nhiều tên khác nhau : giá của tự do và độc lập ; vỡ mộng thiên đường ; sự phản bội lý tưởng của chính những người mác-xít.*

Kỹ thuật xử dụng biến câu chuyện thành một khúc ca bi hùng bằng văn xuôi theo cấu tạo nhạc : một nhập đề (dạo nhạc), nhiều điệp khúc láy đi láy lại, và một kết thúc mau lẹ (finale). Đối thoại làm sáng tỏ câu chuyện ; khẩn cầu, gợi ý, ngụy trang, tả cảnh để khắc sâu thảm kịch nội tâm của các nhân vật.

Dòng Sông Xanh

Để ghi nhớ những Thanh niên và Sinh viên Budapest đã gục ngã cho tự do và độc lập của quê hương họ năm 1956.

Những tràng súng liên thanh tẻ tẻ. Một phát đại bác vang rền. Tiếng gạch rơi vụn. Đêm chập choạng ngã xuống Budapest. Những chiếc chiến xa với những cỗ súng dài lăn nát hè phố. Cây vắt ngang hè đại lộ bên những mảnh tường. Xác ai chết co ro đường rầy, súng bên ngực không người nhặt. Gió gào đưa băng giá từ xa về. Trong những hẻm tối, sau những bức tường chướng ngại vật mong manh, một vài bóng người lom khom di chuyển, nặng nề trong những chiếc áo choàng đồ sộ. Những căn nhà không cửa sổ, và những cửa sổ không ánh đèn. Xa xa một vài đợt sáng vàng vọt, lẻ loi nơi những khu nhà cao. Những đám cháy ban ngày vẫn còn bập bùng rỡn cùng bóng tối và gió rét.

I

Trên con đường bờ sông, một vài căn nhà hiếm hoi xây lưng ra nước vừa xụp đổ sau một tiếng nổ vang trời. Bụi cát tung lên qua ánh lửa.

Một chiếc xe tuần tiễu không mui từ bóng tối vụt hiện, hãm rít phanh, đậu sóng kề chiếc chiến xa còn nhả khói. Từ chiếc xe mới đến nhẩy xuống hai bóng người võ trang cùng mình. Họ từ từ tiến lại căn nhà đổ, súng và lưỡi lê chĩa ra phía trước. Những câu trao đổi cộc lốc :

— Lại một ổ loạn quân tan vỡ !

— Chúng ta có bao nhiêu ?

— Trên sáu ngàn.

-- Bọn chó săn đừng hòng thoát một mống !

Trời bao la một mầu tro xám. Sao như hoa tuyết lạnh ghê người. Những ảnh tượng hỗn loạn nhẩy múa. Đây quá khứ sầu bi qua những trang sử mỏng thơm mùa giấy mới. Đời chúng ta là kiếp ngựa trâu, bánh không có mà ăn, dạ không có mà mặc. Tiếng ai hò thê thảm dòng Volga, nhịp chèo rướm máu ? Cách mạng tháng 10. Cờ đỏ hơn máu. Người trẩy đông như hội. Cộng hòa xã hội muôn năm ! Thế giới đại chiến. Bom nổ long trời. Đạn xé không khí. Những trại quân. Hàng rào thép gai. Tuyết rơi đêm tối. Cánh đồng ngập xác chết. Những nhà ga ánh đèn le lói. Những chuyến tầu đầyních người, khởi hành mỗi 15 phút.

II

Khói lửa đã bắt đầu bốc lên từ căn nhà đổ. Nhưng ở một góc tường, nghe có tiếng người vừa cất lên yếu ớt. Tiếng khàn khàn :

— Nina, đồng chí ở đâu ?

Tiếng trong hơn :

— Imre, đồng chí có sao không ?

— Phía này.

— Không phía này.

— Ngực tôi tức thở.

— Chân tôi rướm máu.

Có tiếng chân người lê trên gạch cát :

— Đỡ tôi một tay. Cái túi rết và khẩu súng vướng xà nhà không gỡ ra được.

— Phía này.

— Không phía này.

— Lửa ở đàng nào ?

— Sau lưng.

— Imre.

— Nina.

Rồi im lặng. Lửa cháy kinh thành, lửa cháy trong lòng dân chúng. Những trang lịch sử chắp nối. Thân ta là kiếp ngựa trâu, bánh không có mà ăn, dạ không có mà mặc. Dòng sông Danube u buồn vắng tiếng gái giặt hát vang bờ nước. Thế giới đại chiến. Muôn tiếng gào rách phổi. Tổ quốc giải phóng khỏi đế quốc. Cộng hòa mở. Người ta lũ lượt đi bầu. Vương quốc tái lập. Đồ phản bội. Thế giới đại chiến. Những ngày vinh quang. Muôn người hùng dũng như một. Đồng bào đã lầm đường theo lũ chó săn phát-xít, người ta bảo thế. Có một điều vương quốc mở rộng biên cương ba mặt...

III

Hai người lính từ bờ sông cao nhìn xuống. Một người dương súng ngắm hai bóng đen vừa từ căn nhà cháy chui ra tìm đường xuống sát bờ nước. Anh bạn đồng đội trông thấy ngăn lại :

— Theo rõi thì hơn. Cố tìm sào huyệt.

— Có lẽ. Bằng cách nào ?

— Chúng đi ven bờ nước, ta phía này bờ cao.

— Hảo ý.

— Nhưng chúng đâu rồi.

— Thận trọng kẻo chúng nhận ra.

— Đi về phía cầu ?

— Quân ta canh giữ. Chúng chẳng dại gì.

— Tchérévik. Đồng chí đứng nguyên đây dán mắt vào mục tiêu. Tôi về báo cáo rồi trở lại ngay.

— Grégoriévitch ! Đồng ý.

— Nhưng mà này ! Bỏ súng dài và mũ sắt đi cho đỡ lộ.

Trời bao la một màu tro xám. Sao .như hoa tuyết lạnh ghê người. Tiếng ai chạy bì bạch trên cỏ ướt ? Đời học sinh kiêu vui trong những bộ đồng phục đổi thay theo mùa. Những chiếc trống đồng. Những cuộc tuần hành thị uy. Những cuộc mét tinh vĩ đại. Rừng cờ và biển ngữ. Cha mẹ chúng ta đâu ? Còn trong xưởng máy xây dựng ngày mai tươi sáng. Thế giới đại chiến. Quân phát-xít tiến sâu vào thành trì cách mạng. Dậy lên ! Hỡi những nô lệ trên hoàn cầu ! Dậy lên !

IV

Dưới bờ sông hai bóng người nặng nhọc dìu nhau khi cúi, khi bò trên cát.

— Nina !

— Imre !

— Tôi thấm mệt.

— Tôi đói đã hai ngày.

— Cố lên.

— Thì vẫn cố.

— Đi lối nào ?

— Ngược phía cầu.

— Đi đâu ?

— Cứ lần bờ sông.

— Biết đường chưa ?

— Chưa biết nhưng không hề gì.

— Làm sao bây giờ ?

— Học địa dư còn nhớ lờ mờ. Ngược dòng sông sang Áo.

Dòng nước lặng lờ câm nín. Sóng nhấp nhô xóa nhòa những ánh sao. Dòng sông xanh phát nguyên từ giải Rừng Đen nơi Tây Âu xa vời, chảy qua Bavière có những cô gái giặt đẹp khỏe mạnh tiếng ca vang dài như muôn con nước bất tuyệt của con sông ngàn cũ. Đại chiến thế giới. Bọn người phát-xít sát hại đồng bào ; đi ngược quyền lợi nhân dân nên thua trận lần lần, người ta bảo thế. Quân ngoại quốc đến giải phóng, hôn trẻ con vào mà. Dân chúng đứng đàng xa. Tuần hành thị uy. Mét-tinh vĩ đại. Rừng cờ và biển ngữ. Hoan hô nước bạn. Chúng tôi đem lại hòa bình ấm no, người ta bảo thế.

V

Dãy nhà thưa và thấp dần. Ngoại ô. Hai người lính dừng lại.

— Tchérévik !

— Grégoriévith !

— Chúng nó dừng lại.

— Xem chúng nó làm gì.

— Đây là đâu ?

— Sắp hết thành phố.

Một phút sau.

— Chúng nó ngồi xuống.

— Chắc là lấy hơi.

— Chúng muốn sang sông ?

— Có là điên !

— Hai thằng lính ?

— Không có lẽ. Hai thằng thường dân. Bộ điệu vụng dại lắm. Vả lại một đứa cao lớn một đứa còn thấp nhỏ.

Trời bao la một màu tro xám. Sao như hoa tuyết lạnh ghê người. Chim đêm giật mình bay từ bờ sông lên không trung. Tổng động viên, thêm nhiều bạn mới. Lên đường cứu nước, giải phóng nhân loại. Những dồn binh. Hàng rào thép gai. A ! ha ! quân chó mả phát xít dám đặt chân vào thành trì cách mạng. Chúng tiến sâu vào đất ta rồi. Không, không ; muôn lần không, không thể thế được. Toàn dân vùng dậy. Bầy chó săn bị chặn đứng Stalingrad ! Stalingrad ! dậy lên ! hỡi những...

VI

Một đồn binh vừa vượt qua. Vài đốm lửa hắt hiu. Những khoảng thiên nhiên rộng bằng, đã giao nhau bốn bề, gói lại trong lòng sâu kinh thành sô lệch.

— Imre !

— Nina !

— Thoát một chặng đường.

— Một chặng đường.

— Tôi thấm mệt lắm rồi.

— Cố lên vì cách mạng.

— Hay là tìm vào một đồn binh ta.

— Chí nguy.

— Vào xóm làng.

— Vô ích nếu chưa xa.

Một lúc lâu.

— Đây là đâu ?

— Xa kinh thành ngoài hai mươi cây số.

— Chân tôi rướm máu ; đau và buốt.

— Cố lên vì tự do !

— Đi đâu bây giờ ?

— Ngược dòng sông sang Áo.

Dòng sông lầm lì chảy. Sóng nhấp nhô xóa nhòe những ánh sao. Những cuộc luân hành thị uy thưa dần. Mét-tinh kém phần đông đảo. Hòa bình và ấm no vẫn chỉ là viễn ảnh như bao giờ vậy. Mẹ và chị chúng ta tối ngày trong xưởng máy để xây dựng ngày mai tươi sáng, người ta bảo thế. Cha và anh chúng ta nguyện đi công tác những miền băng giá xa xôi để xây dựng ngày mai tươi sáng, người ta bảo thế.

VII

Trên bờ sông hai người lính dừng lại.

— Grégoriévitch !

— Tchérévik !

— Chúng nó làm gì ?

— Vẫn dìu nhau đi.

— Thế là nghĩa làm sao ?

— Chúng nó đi trốn.

— Không có sào huyệt ?

— Có lẽ.

— Ta hạ sát quách ?

— Chưa nên. Đã mất công thì theo đến chốn.

— Tôi bực mình lắm rồi.

— Nhẫn nại vì cách mạng !

— Đây là đâu ?

— Ngoài ba mươi cây số cách kinh thành.

Trời bao la bất tận, sao như tuyết vẫn lạnh nghiêm. Đã qua rồi bão táp. Chiến thắng cuồng say. Mét-tinh vĩ đại. Đêm liên hoan ngào ngạt. Vẫn những ngày doanh trại. Đây là cuộc chiến đấu cuối cùng. Ôi huy hoàng : Bá Linh — Varsovie — Prague — Bắc Kinh — Bình Nhưỡng... Thế giới đang rơi vào tay ta. Cuộc tranh đấu cuối cùng !

VIII

Dưới bờ nước hai bóng người khi hợp, khi tan.

— Imre !
— Nina !
— Tôi kiệt sức lắm rồi.
— Cố lên vì cách mạng.
— Chân tôi gẫy rồi.
— Để tôi vác vậy.
— Đây là đâu ?
Gần đến biên thùy.
— Bao giờ mới thoát khỏi cực hình ?
— Chúng ta đi đã gần trọn đêm.
— Có chắc đường đi không.
— Chắc.
Một lúc sau.
— Đi đâu bây giờ ?
— Ngược dòng sông sang Áo.

Dòng nước lặng lờ. Sóng dập dìu xóa nhòe những ánh sao. Cha anh chúng ta ở miền băng giá xa xôi không về. Những ngày dài vô tận. Mười năm hổ nhục. Thân chúng ta là kiếp ngựa trâu, bánh không có mà ăn, dạ không có mà quấn. Bạn bè ngày một vắng dần. Ngục tù chật ních. Dậy lên hỡi con yêu tổ quốc. Ngày vinh quang đã tới. Bóng cờ tam tài theo bọn người hải cảng tiến vào Ba Lê trong tiếng hát. Dậy lên ! Chúng ta xây dựng ngày mai tươi sáng. Ngày mai chúng ta làm việc sáu giờ. Chúng ta có một căn nhà nhỏ đi về. Chúng ta dắt con cái đi chơi mỗi chiều thứ bảy...

IX

Trên bờ sông hai người lặng lẽ bước đều.
— Tchérévik !
— Grégoriévitch !
— Chúng nó làm gì ?

— Một đứa cũng một đứa.

— Thế là nghĩa làm sao ?

— Chúng nó đi trốn.

— Không có sào huyệt ?

— Tất nhiên rồi.

— Đây là đâu ?

— Biên thùy trước mặt.

Một lúc sau.

— Hay là ta hạ sát ?

— Mười lăm phút nữa cũng chưa muộn.

— Tôi bực lắm rồi.

— Nhẫn nại vì cách mạng !

Trời báo la nhạt mầu tro xám. Sao thưa và đục dần. Thế giới đang ngã vào tay ta. Trận chiến cuối cùng. Những ngày trại binh. Bá Linh, Bình Nhưỡng. Tin sét đánh. Người đã chết rồi, cha già dân tộc Dân chúng sôn sao. Cởi nới. Những ngày liên hoan. Nghị viện họp và họp. Tuần hành thị uy. Mét tinh vĩ đại thay đổi chủ trương : Hoan hô ! Thay đổi đường lối. Hoan hô ! Cách mạng nhất định thành công, người ta bảo thế. Đã hai ba lần tượng hình đổi thay. Vén màn bí mật. Chao ôi ! một kẻ bạo tàn. Không có lẽ !

X

Đêm đã hầu tàn. Cỏ cây xao động. Căn nhà đầu tiên tồi tàn, ven sông của một thị trấn nhỏ, xuất hiện. Hai bóng người dưới nước chỉ còn kịp nhào vào trong đó.

— Imre !

— Nina !

— Chúng ta sẽ làm việc sáu giờ một ngày...

— Sáu giờ một ngày...

— Chúng ta sẽ có một căn nhà nhỏ xinh xinh...

— Nhỏ xinh xinh...

— Có một bó hoa đặt bàn...

— Một bó hoa...

— Chúng ta sẽ dắt con cái đi chơi mỗi chiều thứ bẩy.

— Đi chơi...

Hai bóng người trên bờ sông cũng vừa ập tới. Một loạt súng nổ. Khói vừa tan thì Tchérévik và Grégoriévitch tiến lên góc nhà. Luồng sáng đầu tiên của ban mai non cũng vừa hắt qua cửa sổ. Hai xác người đẫm máu úp mặt vào nhau chết trên đống cỏ khô. Tchérévik đá tung vào xác chết, gỡ chúng ra :

— Một đứa con gái giả trai và một thằng ranh con giả ông lão.

Grégoriévitch hút điếu thuốc lá đầu tiên trong ngày, chậm rãi :

— Tuổi con chúng ta.

Tchérévik vẫn lúi húi lục soát :

— Sinh viên, con thợ thuyền, con nông dân.

Khói thuốc của Grégoriévitch ửng hồng vì tia nắng xiên ngang :

— Giai cấp chúng ta.

Tchérévik xoa tay :

— Liều lĩnh thật.

Grégoriévitch trầm ngâm :

— Thế là nghĩa thế nào... Cách mạng :

Tchérévik hút điếu thuốc do bạn vừa trao :

— Làm gì bây giờ ?

— Nhưng đây là đâu ?

— Thị trấn Esztergon, cách Budapest hơn 50 cây số trên biên thùy Hung — Tiệp.

Một tia sáng thoáng qua mắt Grégoriévitch lại

tắt ngay :

— Tiệp ?

— Tiệp !

Im lặng giây lâu, Grégoriévitch nói vu vơ không chủ từ :

— Ngược dòng sông sang Áo...

Rồi quay đi :

— Vứt xác xuống sông cho chúng trôi trở về Budapest !

NGUYỄN SỸ TẾ

Saigon, 1956.

NGUYỄN SĨ TẾ

NGUYỄN THỊ HOÀNG

TIỂU SỬ

Tên thật là Nguyễn Thị Hoàng *sinh ngày 11.12.1939 tại Huế. Hồi nhỏ, học Đồng Khánh Huế, từ 1960 theo Đại học Văn khoa và Luật, Saigon, mấy năm, bỏ dở. Đi làm, đi dạy, Việt và Anh văn, ở Saigon, rồi giáo sư Việt văn ở Đà-lạt. Từ 1966, bỏ làm việc, bỏ dạy học, chỉ viết tiểu thuyết, cho đến bây giờ.*

Khởi viết bằng thơ, đăng bài đầu từ 1960, ở Bách Khoa, Văn. Truyện dài đầu, Vòng Tay Học Trò, *xuất bản 1966. Từ 1966 đến nay, liên tiếp, hơn 30 tác phẩm đã xuất bản.*

QUAN NIỆM VỀ TRUYỆN NGẮN

Truyện ngắn là một thứ truyện không phải bị rút ngắn từ một truyện đáng lẽ dài, và ngược lại cũng không thể, muốn trở thành một truyện dài, cứ viết kéo dài hay triển khai thêm. Đối với tác giả, một truyện ngắn, nếu đúng cách, đúng nghĩa, còn khó thực hiện hơn một truyện dài vì tính cách hàm súc của nội dung, tượng trưng của ý nghĩa, cắt xén của câu chuyện từ đời hay uốn nắn và trích dẫn từ trí tưởng. Một truyện ngắn phải là một chuỗi liên tục của biểu tượng nào đó, nên phải được thoát ra, như một hơi thở không dứt. Vì vậy, khi viết, từ chữ đầu cho đến chữ cuối của một truyện ngắn, tôi thường không nghỉ viết một lần nào, mà chỉ một hơi liên miên cho tới khi xong. Độc giả, ít ra, phải quan niệm truyện ngắn là một đề tài để ngẫm nghĩ, hoặc về con người, hoặc về cuộc đời, chứ không phải chỉ để giải trí suông, như truyện dài.

Về Truyện Ngắn «TAN THEO SƯƠNG MÙ»

Năm 1970, nhân dự hội nghị Văn Bút quốc tế ở Đại Hàn và Đài loan, tôi ghé Nhật mấy hôm để xem Expo 70 ở Osaka. Dịp đó, một buổi sáng, còn mù sương, nhân đến Kyoto chơi, tôi có ghé vào Kinh Đô Cổ Tự của Nhật Bản. Cảnh lạnh lẽo, huyền bí, với một nét gì ma quái phảng phất đã gợi trong trí tưởng một câu chuyện có tính cách tượng trưng. Điều tôi muốn nói, trong truyện ngắn, là tính cách huyền diệu vượt thường của tình yêu và lòng chung thủy. Tình yêu và lòng chung thủy của con người, có thể làm sống mãi người đã chết, và ngược lại, sự phản bội, dù chỉ trong ý nghĩ, trong tâm tư, cũng có thể phá hủy cả một thiên đường, đốt cháy sắc tươi khác thường của hạnh phúc thành màu chết của tàn phai.

Tan Theo Sương Mù

Gần hai mươi năm nay, cùng với người vợ dấu yên luôn luôn bên cạnh, ông Mishio đi du lịch đã nhiều nơi, dự bao nhiêu hội nghị, có mặt trong những buổi tiếp tân tiếng tăm và lộng lẫy nhất, những bữa tiệc sang trọng và danh dự nhất, đã tiếp xúc với bao nhiêu khuôn mặt, tên tuổi lẫy lừng, danh vọng bậc nhất, xứ này và xứ khác, nhưng chưa bao giờ ông nhìn thấy một bóng dáng đàn bà nào như thế. Chưa bao giờ. Chỉ có những vóc dáng tây phương rỡ ràng và quyến rũ, những đường nét đa tình thanh lịch của đông phương như Trung Hoa hay Đại Hàn, hoặc cả những tài tử điện ảnh là những nhan sắc nổi bật nhất trong giới nữ lưu cao cách, nhưng chưa bao giờ ông tìm thấy đúng những đường nét uyển chuyển, mộng mị và tuyệt vời cho một cảm hứng bức tranh chưa bao giờ vẽ...

Người đàn bà ngồi đó, một tay nâng tách trà, một tay tì nhẹ lên thành trường kỷ cẩn xà cừ, hai chân khép nép xếp vào nhau, tà áo đen dài ẻo lả buông xuống tận mũi hài thêu hoàng hạc lượn, mái tóc nhung đen vén cao từng lọn nhỏ và thanh trên đỉnh đầu để hé một nét cổ trắng ngần chảy xuống khung ngực áo rộng hình vuông lấp lánh một cành huyết ngọc bên phía trái.

Trong khung mắt vương buồn, người đối diện vẫn tìm thấy một lấp lánh ánh sắc tươi vui, hân hoan, như một thứ ánh đèn lồng hò hẹn trong vườn cây tăm tối sao mờ, dấu hiệu của một giờ tình tự ngọt ngào đằm thắm. Nét mày cong thỉnh thoảng cau lại, như hỏi han ân cần, như hờn giận nũng nịu, như vòi vĩnh van lơn làm nõn nà đôi gò má cao phơn phớt một thoảng hồng man mác tỏa xuống đôi môi san hô non mấp máy giấu che hai hàng răng màu lựu non he hé từng lời nói tiếng cười. Giọng nàng nhỏ, thanh, nhưng rõ, như tiếng vang xa được lọc qua những tầng thanh khí trong vắt vẳng im, nghe xa vời như từ cõi nào vọng vạng, mà gần gũi như thủ thỉ gần kề bên gối.

Một chút vâng, một chút thưa, nàng dịu nhẹ, khoan thai, trân trọng trong câu chuyện, từng lời từng chữ nhỏ nhẻ, vừa ân cần từ tốn, vừa kiểu cách đoan trang, làm người nghe cảm tưởng mình luôn luôn được trọng vọng, kính nhường, yêu dấu vô chừng...

— Thưa ông, ông bà còn ở lại đây chừng bao lâu mới trở về Nhật. Nàng hỏi, với một thoáng nghiêng đầu dịu dàng và ánh mắt nghiêng hẳn về người đối diện chờ câu trả lời.

Ông Mishio bâng khuâng nghe chính tiếng nói mình lạ hẳn đi :

— Chúng tôi có lẽ phải về ngay sau buổi tiếp tân chiều nay.

— Cuộc vui còn dài, ông bà vắng mặt, chúng tôi, những người ở lại sẽ mến tiếc vô cùng.

Nàng nói và đối xử với những cử chỉ, cung cách và lời lẽ đặc biệt đông phương như thế.

— Chúng tôi cũng tiếc, có phải không mình nhỉ, ông quay sang phía bà vợ mặc áo *kimono* tím với những tấm hoa in màu trắng xám, ngồi ghế bên cạnh, nhưng mà không thể làm sao hơn, vì chúng tôi có việc cần chờ ở nhà.

Bà vợ ngồi bên cạnh, im lặng, thỉnh thoảng một nụ cười dịu dàng, hiểu biết nở trên đôi môi hình trái tim nhỏ xíu màu hồng non. Theo ông, bà không biết một ngoại ngữ nào cả, và ngay đến tiếng Nhật, nhiều khi những người khác nói bà cũng không nghe hiểu nữa. Người đàn bà nói :

— Như vậy, là vì bà chỉ biết có ông và muốn nghe mình ông thôi. Ông là vũ trụ của bà.

Người đàn ông chợp mắt, những vệt tóc trắng mềm mại rủ xuống vầng trán cao.

Ông tiếp tục giới thiệu vợ mình với người đàn bà vừa được gặp :

— Nhà tôi ít nói, gần như là không nói chuyện, nhưng hiểu biết tất cả mọi vấn đề, còn thông thái và sâu xa hơn cả sự hiểu biết của tôi. Nhất là về hội họa, chính khi tôi đang họa tranh, đang phân vân về màu sắc nào cho thích hợp với đường nét của bức tranh, nhà tôi đã chọn hộ màu đúng như tưởng tượng. Việc gì cũng thế, nhà tôi như lột hết những ý nghĩ thầm kín của tôi và làm giúp trước khi tôi thực hiện được.

Người dàn bà ngắm nghía bà Mishio với một vẻ thán phục và cảm mến chân thành :

— Bà thật đáng quí, hai ông bà như vậy, đã tạo ra một thế giới riêng tư, không cần gì đời sống chung quanh nữa rồi.

— Vâng, chúng tôi có thế giới riêng tư, và vì vậy, luôn luôn phải chống đối với bất cứ xâm nhập nào của người ngoài, đôi khi...

Bà vợ vỗ nhẹ bàn tay mũm mĩm lên cánh tay chồng nói một câu dài tiếng Nhật.

Ông ta quay lại phía người đàn bà áo đen, tiếp tục câu chuyện, nhưng vấn đề khác.

— Thưa bà, còn bà ở lại đây bao lâu.

Mặc dù cuộc vui vẫn còn tiếp tục, nhưng nếu ông bà ra về, có lẽ tôi cũng phải từ bỏ hết đi theo, bởi vì, xin thú thực trong đám quan khách kia, tôi không tìm thấy một ai có thể ý hợp tâm đầu để trò chuyện, dù chỉ là những chuyện vu vơ. Như thế, là tôi cũng sẽ sang Nhật khi ông bà đi rồi...

Người đàn bà ra ý hiểu điều người lạ nói, liếc nhanh dò xét nét mặt chồng. Nhưng trong khuôn mặt khả kính của người đàn ông yêu dấu, bà không tìm thấy một thoáng xúc động nào cả, nên lại cúi mặt xuống, ngắm những móng tay màu hồng nhạt của mình, khẽ mỉm cười âm thầm.

Bên kia, người ta đang tán tụng, chúc mừng nhau theo nghi lễ. Hình như Tổng thống và phu nhân đang lần lượt bắt tay quan khách để ra về. Những người hầu cận rào rào chạy lên xuống những bậc thang lầu trải thảm nhung đỏ. Tiếng áo xiêm sột soạt cạnh những hàng ghế bọc gấm. Rồi tiếng chân như xa dần dưới kia lầu.

Người đàn ông ngồi lại bên cạnh vợ, chỉ tiếp những bạn bè bằng hai con mắt đằm thắm nhìn theo, nói với người đàn bà bằng thứ giọng nhỏ và trầm của ông.

— Hình như họ ra về hết. Bà đã về chưa.

— Bao giờ ông bà đứng lên, tôi sẽ xin theo.

— Không, chúng tôi theo bà.

Nàng nói :

— Chúng ta ra ngoài kia xem cảnh yên ba của buổi chiều.

Nàng nói, và lùi lại, nhường cho người đàn ông đi trước, rồi dịu dàng, niềm nở, với một chút tôn quí nàng nâng cánh tay bà Mishio, dìu bà ta theo mình, sau lưng người đàn ông.

Bà vợ cười, im lặng, cánh tay nhẹ hẫng tay nàng, và bước đi nữa, cũng như lãng đãng vật vờ trong sương sao.

Người đàn bà ra tựa lan can, nhìn xuống mặt hồ khói mây mịt mờ dạo chơi lãng đãng trên những bờ cây sẫm sắc chiều hôm. Tiếng ông Mishio ung dung đều đều bên cạnh.

— Không bao giờ có nét bút họa nổi những cảnh nét quá tuyệt vời trong thiên nhiên và đời thực, đáng tiếc.

— Thế sao những bức tranh vẫn đẹp hơn cảnh ngoài thưa ông.

— Chỉ khi người vẽ tìm thấy đúng một ảo giác nào đó. Với tôi, họa tranh do xúc động hơn là ảo giác, nhưng chính sự xúc động thái quá làm xô lệch hết màu sắc và đường nét. Ví dụ như...

Giọng ông chìm rồi tắt.

Người đàn bà tưởng chừng như họ, cả hai vợ chồng, đã tan biến vào thinh không.

Nàng quay lại ông Mishio đang ngẩn ngơ nhìn phía sau mình. Người vợ đã đi đâu mất. Ông ta có vẻ buồn bã, băn khoăn.

— Nhà tôi đi xuống *dưới ấy* rồi.

— Dưới ấy là ở đâu ông.

— *Dưới ấy* mà...

Ông Mishio nói lửng lơ, rồi thở dài kín đáo và tì tay vào lan can, hai mắt đắm chìm vào bóng chiều tịch mịch vây phủ quanh lầu. Trong mắt ông bây giờ, những người khách cuối cùng qua lại đó, cũng ẩn hiện, lãng đãng như khuất chìm trong sương, những tiếng động cũng nhỏ và xa như tiếng ông trên môi mấp máy. Mọi sự đều mơ hồ xa tắp trong cảm nhận mịt mùng lênh láng của ông bây giờ. Người đàn bà trong mắt ông bỗng nhỏ lại, mất hết bề dài, chiều dày, chỉ còn lại một nét thuôn mơ mòng trong hai mắt ông hình dung bức tranh sẽ vẽ. Nhất định sẽ vẽ bức tranh chờ đợi. Nhập nhòa trên bức tranh phác họa với tưởng tượng và ký ức, ông thấy như có khoé mắt nhìn trách móc của bà Mishio. Ông nói thầm trong tim.

— Không phải như mình đang nghĩ và làm đâu mình yêu quí ạ, nhưng tôi chỉ muốn thực hiện bức tranh mong ước thôi. Cả một dời người, chỉ vẽ được một bức tranh như thế thôi, mình nỡ buồn lòng và hẹp lượng sao. Cho tôi vẽ, nghe mình, nghệ thuật là nghệ thuật, mình phải hiểu, như mình đã gần và đã hiểu tôi, hai mươi năm xưa, và hai mươi năm từ ấy đến bây giờ...

Mặc dù băn khoăn về việc bỏ đi đột ngột của bà vợ, ông Mishio vẫn trao cho người đàn bà lạ tấm thiếp, căn dặn đường đi và nơi chốn rõ ràng, mời nàng đi sang Nhật bớt chút thì giờ ngắn ngủi ghé thăm ông bà ở Kyoto, một ngôi nhà u tịch gần ngôi chùa cổ.

Khi người đàn bà tìm được nhà ông Mishio, trời chợt mưa lất phất. Cơn mưa nhẹ và mờ như bụi phủ trên vườn cây xanh tĩnh mịch quanh ngôi nhà cũ hoang vắng với mái nâu cũ kỹ loáng thoáng bóng rêu phong, với những đọt cây lô nhô từ sau hiện như bầy rắn nhỏ đang tìm đường chạy trốn khỏi những khối cây cối rậm rạp lạnh lẽo bốn bề. Trời nhuộm một màu sáng bạc như báo hiệu một cơn bão lớn về đêm, hay vừa qua một trận biến động đất trời, bây giờ, những người chết vì trận thiên tai như còn lảng vảng oan hồn đâu đó.

Nàng gọi, không thấy một bóng người nào lai vãng trong khoảng sân lát gạch loáng thoáng bóng những cây tùng lùn thấp già cỗi trồng trong những chậu sứ khổng lồ màu sắc vừa rực rỡ vừa kỳ dị như được lấy trộm từ một cung điện nào từ ngàn năm. Lối đi là những mặt gỗ cắt ngang của một thân cây lớn, khảm thành hàng không đều nhau trên mặt đất màu nâu đen cần những đường viền sỏi trắng và tím. Đây đó lởm chởm những cụm cỏ già, màu lục sẫm, thỉnh thoảng một bông hoa tím dại ngơ ngẩn mọc lên như một dấu hỏi lặng câm giữa màu xanh u tịch của vườn cây. Thoang thoảng mùi thơm của một loài lan quí nào nở kín bên hiên vắng.

Cánh cửa bằng giấy phía phòng khách mở hé cho thấy một tấm thảm màu đỏ gạch, thêu những vòng hoa xanh và tím sặc sỡ. Mấy đôi dép Nhật bản xếp ngay ngắn ở lối ra vào. Tiếng một con chim bay lạt qua mái hiên, cất tiếng hót ngại ngần trong thinh không hiu hắt. Người đàn bà đi chậm từng bước nhỏ, cái dù nghiêng trên vai, qua khoảng sân vắng, vào trọng hiên, đứng đợi một người nào ra chào đón. Nhưng không có ai cả, nhưng những dấu vết quanh nhà, chứng tỏ vẫn có người ra vào, qua lại luôn luôn. Sự hiện diện thường trực và bí mật của một bóng người làm cho không khí chừng như lạnh lẽo và trang nghiêm hẳn đi trong một cảm nhận bàng hoàng và sợ hãi về một cõi nào ở ngoài đời sống thực.

Tiếng mưa từng sợi chảy từ những tầng lá cao xuống cây hoa thấp là đà sát mặt đất, âm vang buồn bã xa lạ và lạnh lẽo, làm nàng chợt cảm thấy mình đang lạc lối trong một cõi nào cách trở và huyền hoặc, không bao giờ còn tìm đường trở về được những lối đời quen thuộc trước kia, nếu không có một dẫn dắt vô hình và thân thuộc nào đó.

Chiếc xe thả nàng xuống cổng nhà đã mất hút bóng từ lâu ngoài con đường vắng vẻ lạnh lẽo. Bỗng nhiên nàng lạnh người nghĩ nếu mình đang tới lầm nhà một người nào khác hoặc đã đến nơi nhưng ông bà Mishio đã đi vắng, còn lâu lắm mới trở về.

Người đàn bà nhìn vào trong, trên chiếc chiếu hoa màu ngà và tím, cái bàn vuông sạch sẽ đặt một bình hoa cúc tím nhạt. Mấy cái hoa còn rung rinh ướp kín những giọt mưa sương lóng lánh. Một dĩa bánh ngọt và hộp thuốc bằng đồi mồi bên cạnh những chiếc khăn lau bằng giấy cắt hình hoa cúc thật khéo léo. Như chủ nhà dọn sẵn và chờ đợi một người khách có hẹn từ trước. Nàng nghĩ :

— Hai ông bà ấy chắc chắn là có nhà vì sắp đón một người khách nào đó.

Nàng quả quyết và lấy hết can đảm, tháo giày, thong thả dè dặt từng bước một, bước hẳn vào trong nhà, mở ví, lấy hộp bánh và những gói trà ngon, làm quà tặng chủ nhà đặt lên bàn.

Có tiếng guốc gỗ lóc cóc thật nhẹ phía hành lang bên trái. Rồi tiếng cửa giấy động khẽ. Nàng chờ một tiếng nói, một bóng người, nhưng không có ai cả.

Chờ một lúc, một lúc lâu như hàng ngày ở đời sống quen thuộc ở quê nhà, nàng đành lên tiếng :

— Chào ông bà Mishio, có tôi đến thăm...

Một tiếng cười nhẹ, như gió cầm thoảng qua. Rồi tiếng dép sột soạt trên tấm chiếu hoa. Người đàn bà ngẩng lên nhìn. Bà Mishio tươi thắm với chiếc *kimono* màu hoa đào với những cành lá trắng, mái tóc láng lẫy như hôm đầu tiên gặp nhau, cài thêm một búp hoa hồng ngọc. Đôi môi không thoa son hồng tươi hé một nụ cười dịu dàng làm lắng dịu những băn khoăn trong lòng người đối diện, bà Mishio bỗng nói, không bằng tiếng Anh, không phải là tiếng Nhật, nhưng người đàn bà vẫn nghe và hiểu, như thường nghe và hiểu được ngôn ngữ của những người chuyện trò trong chiêm bao :

— Mời bà ngồi, tôi biết thế nào bà cũng sẽ đến, chắc chắn là bà sẽ đến, cho nên mấy hôm nay vẫn có ý mong chờ. Tiếc thay, ông nhà tôi lại đi vắng hôm nay. Có lẽ ông ấy cũng sắp về, thôi tôi xin phép được đón tiếp bà vậy và ước mong bà sẽ hài lòng những giờ dừng lại trong gia đình chúng tôi.

Người đàn bà nhìn quanh, tỏ vẻ thán phục cách trang hoàng của chủ nhân. Bà Mishio tươi cười :

— Bà sắp khen, phải không, nhưng lối trang hoàng này đã cũ quá, như thế này đã gần hai mươi năm, không thay đổi.

Người đàn bà lạ kinh ngạc :

— Tại sao gần hai mươi năm, bà có thể giữ nguyên mọi vật trong nhà không thay đổi.

— Có gì khó đâu thưa bà, chỉ do người ta muốn giữ gìn hay thay đổi đó thôi. Giữ gìn thì hai mươi năm hay hai trăm năm còn nguyên vẹn đó. Nhưng nếu muốn thay đổi thì chỉ cần một ngày, một giờ, một chớp mắt ta thôi.

— Thưa bà nói về cái gì.

— Tất cả mọi thứ đều như thế cả, phải không bà, những vật bên ngoài cũng như những ẩn tình trong lòng người.

Người đàn bà lại nhìn quanh, không thấy dấu vết một đồ chơi, quần áo gì của trẻ con hay một kẻ thứ ba nào ngoài hai ông bà chủ nhân.

— Thưa bà Mishio, các em hẳn đi học ở xa.

Bà Mishio ngồi xếp chân trên chiếc gối thêu, vén tay áo *kimono* rón rén pha trà trong bình ra tách ngọc.

— Mời bà dùng trà, trà ướp hoa cúc của tôi tự làm cho nhà tôi dùng đó, nhà tôi chỉ uống được trà do tôi làm thôi cho nên, những lúc đi đâu, nhà tôi chỉ nâng tách trà mà không uống, bà có thấy không.

— À, bà lại nhắc, bà nhớ từng chi tiết ấy sao.

— Thường thì tôi không nhớ gì những lần đi theo nhà tôi, vì không có gì quan trọng đáng nhớ cả, nhưng mà từ hôm đó đến nay thì tôi cố nhớ lại từng chi tiết từ đầu và tôi nhận ra...

— Cái gì vậy thưa bà.

Bà Mishio nhìn ra ngoài vườn hoa lặng lẽ, bỗng

thở dài, với một giọng nói nửa u buồn, nửa hoảng hốt.

— Có lẽ sẽ có một cơn bão nhỏ đâu đây, và nhà tôi về nửa đường sẽ gặp cơn bão nhỏ.

Người đàn bà lạ cũng nhìn trời u ám bên trên những mái cong rêu phủ.

— Bà có cần đi đón và mang dù hay áo ra cho ông hay không.

— Nhà tôi có mang dù theo, không sao. Nhưng với cơn bão thì trăm ngàn cái dù cũng vô ích thôi.

Giọng của bà Mishio có một vẻ trách móc, tiếc than lạ lùng làm cho bà khách bối rối và ái ngại.

— Xin lỗi bà, có lẽ tôi xin về thì hơn, hôm khác trời tốt, nếu còn nấn ná ở lại Nhật, tôi sẽ lại thăm ông bà.

Tiếng cười bà Mishio có vẻ giễu cợt và chua chát.

— Xin bà nán lại cho qua buổi trưa nhà tôi sẽ về, dù là về trong cơn bão nhỏ, nếu biết có bà lại trong lúc đi vắng, nhà tôi hẳn buồn tiếc vô cùng và sẽ trách tôi vô ý không giữ chân bà lại.

— Bà thật khéo nói, vậy tôi xin ở lại chờ ông về để thăm ông. Biết đâu không có dịp trở lại và gặp nhau lần khác nữa.

— Thật rủi ro, bà đến thăm vào hôm trời không đẹp nên không thể đưa đi ngoạn cảnh được cũng không xem hoa trong vườn.

Người đàn bà lại nhìn quanh và băn khoăn vì câu hỏi về con cái của mình chưa được trả lời. Hình như bà Mishio không muốn nói đến con cái.

— Chắc là các em cũng sắp về.

Bà Mishio lạnh hẳn mặt đi.

— Chúng tôi không có con.

— Dạ...

Người đàn bà nghĩ thầm, chắc là hai ông bà

Mishio có một bí mật nào đó về mối tình của họ. Họ chênh lệch tuổi tác, trông rõ hẳn. Ông gần gấp đôi tuổi bà và vì thế, hẳn ông đã có một đời vợ trước, có nhiều con đã lớn lên, và đến khi lấy bà vợ trẻ sau này thì... vì một nguyên do nào đó, không muốn có con nữa. Vì thế cho nên nhắc đến con cái, bà đã buồn bã và không muốn trả lời.

Nhưng như đoán biết những ý nghĩ thầm kín trong trí khách, bà Mishio nói :

— Tôi chỉ mang thai có một lần, vào lúc gần ba mươi tuổi, nhưng bị tiêu sản và tôi cũng... rồi thì gần hai mươi năm nay...

Khách kinh ngạc :

— Nếu vậy, bây giờ bà đã... bốn mươi sao, xin lỗi tôi phải hỏi như thế, bởi vì trông bà chỉ chừng hơn hai mươi tuổi.

— Phải, tôi chỉ hơn hai mươi tuổi. Nhưng mà đã gần năm mươi... bà thấy là lạ lắm, phải không, đời tôi như vậy... đã hai mươi năm nay... hình như trời hằng nắng ngoài kia, nắng giữa hai cơn mưa, mời bà nhấp tách trà rồi ra xem cảnh.

Khách đi theo người chủ nhà ra ngoài. Những vết nắng lóng lánh trên hàng mưa còn đậu trong vắt trên những đọt tùng láng lẫy. Những bông hoa đủ màu đủ vẻ lộng lẫy rung động trong cơn gió mát lạnh.

Càng đi về phía trái ngôi nhà, vườn hoa càng rộng và hoa càng trồng nhiều cho đến khi tiếp giáp với hồ sen rộng mênh mông. Những bông sen Nhật Bản trắng nõn nà, cánh xếp chồng chất như từng mảnh lụa cắt khéo, với những tấm lá lớn đựng đầy nước mưa lóng lánh trên hồ như thủy ngân. Những đám bèo Nhật Bản li ti như từng tai nấm tí hon xếp từng vầng trôi giạt quanh quần giữa vùng nước xanh rêu in bóng những đọt cây già nghiêng mình soi năm tháng. Tiếng một con cóc kêu nhỏ trong một bụi cây nào ẩm ướt cuối vườn.

Bàn tay lạnh ngắt và trơn láng như bụng một con thằn lằn của bà Mishio bỗng nắm lấy bàn tay bà khách. Giọng bà Mishio như chỉ còn là hơi gió thoảng trong lá cây.

— Những bông hoa này, hồ thả sen này, tôi chăm nom đã hơn hai mươi năm nay...

— Hai mươi năm, không thay đổi.

— Bây giờ thì thay đổi.

— Sao bà cho là thay đổi.

— Nhà tôi thay đổi, thì mọi thứ cũng phải thay đổi theo chứ, bà xem rồi tôi nữa, tôi là thứ bị thay đổi trước nhất, bà sẽ thấy như thế.

— Thưa bà, ông thay đổi, làm sao bà biết như thế.

Bà khách quay nhìn lại. Mặt bà Mishio trắng như phiến giấy với hai con mắt bỗng hừng lên một màu hồng vàng kỳ lạ như mắt cá thia đỏ. Trong con mắt chợt đổi màu long lanh ấy, con người như sáng lên với một tia lửa hắt hiu ảm đạm, như ngọn đèn nhỏ được treo từ một đáy sâu nào xa hút âm u.

— Từ *lúc ấy*, nghĩa là gần hai mươi năm nay, nhà tôi chỉ trau chuốt lại những bức tranh dở dang, nhưng không bao giờ vẽ một bức tranh mới nào. Nhà tôi bảo là những cảm xúc đã chết hết, đã chết theo...

— Chết theo...

— Phải, chết theo... như bây giờ thì nhà tôi muốn vẽ tranh lại, nhà tôi đang đến họa một cảnh gần chùa, cách đây không xa lắm. Nhà tôi vẽ, là mọi sự thay đổi cả.

— Như thế... bà nên mừng đón sự thay đổi của ông chứ.

Sắc mặt bà Mishio trở lại tươi thắm và bình

thường như cũ.

— Vâng, thưa bà, đó là điều đáng mừng, bao nhiêu năm nay, tôi chờ đợi sự thay đổi đó, khuyên nhủ nhà tôi cần phải thay đổi đi như thế kia mà, nhà tôi đã khăng khăng giữ lấy đời sống cũ, những bức tranh cũ, những xúc động cũ. Nhưng bây giờ thì nhà *tôi đã tìm thấy* điều tôi mong muốn, dù rằng như vậy thì tôi sẽ... thôi thưa bà, xin bà đừng nói đến những điều đó nữa... Kia, hình như nhà tôi đã về. Đúng là nhà tôi về. Lạy trời, cơn bão đã không tới. Không chừng là sẽ tới, nhưng muộn hơn, khi nhà tôi đã ở trong nhà, và bà nữa, bà cũng đã đến nơi...

Người đàn bà nhìn ra ngoài cổng. Qua những tàng thông tùng xanh ngắt cách khoảng nhau thành những ô hình thoi và hình chữ nhật trong mắt nhìn bỡ ngỡ, người đàn ông tay xách hộp thuốc vẽ, và giá, tay cầm dù thong thả đi vào. Nhận ra dấu vết của khách tới thăm, ông ta dừng bước, nhìn vườn hoa, cất tiếng chào hỏi. Nét mặt ửng lên một thoáng hồng tươi đầm ấm và giọng nói hơi run, tỏ ra ông vừa mừng rỡ vừa xúc động lạ thường.

— Đúng là bà, không ngờ bà lại giữ lời hứa đến thăm chúng tôi từ xa xôi. Mời bà vào trong nhà... nhà tôi hẳn đã pha trà cúc hoa rồi chứ. Này mình ơi, chọn cho. bà đây một cái *kimono* đi mình, bà sẽ ở lại với chúng ta...

Người đàn bà nhìn lại, định cầm tay bà Mishio tỏ dấu hoan hỉ và cám ơn sự đón tiếp nồng hậu của hai ông bà, nhưng một thoáng nhìn quanh quất, nàng không thấy bà chủ nhà đâu nữa. Chỉ còn tiếng gió quạt nhẹ nhàng trên những tàng lá cây xanh loáng loáng những giọt nước mưa đong đưa óng ánh nắng vàng yếu ớt như một nụ cười gượng gạo cuối cùng. Chỉ còn, vẫn tiếng một con cóc, buồn bã kêu lên trong cụm hoa nào cuối vườn, và tiếng một cánh hoa nào rụng xuống mặt hồ sen, âm vang mơ hồ, xa xôi, như tiếng một giọt nước mắt âm thầm rơi từ khuôn mặt mùa thu ảo não.

Bà Mishio nói, đã lâu không được đón tiếp một người khách nào nên bây giờ cơn vui làm no lòng và bà không thấy thích ăn cơm bằng được ngồi tiếp khách bên cạnh, mặc dù từ chối bữa cơm khi có khách như vậy là một việc khiếm nhã. Bà thành khẩn xin lỗi và luôn tay tiếp thức ăn cho chồng và bà khách quí. Bữa cơm thanh đạm, nhưng ngon lành, gồm một chén canh cải nấu với cá, một đĩa tôm lột vỏ chiên bột ăn kèm với khoai chiên, một đĩa nhỏ dưa gang ướp mật rượu và đường màu mã não, những khoanh trứng gà luộc trên một đĩa xà-lách thật tươi ghim từng trái táo đen, hạnh nhân và hạnh đào màu đỏ. Tất cả được trình bày khéo léo trong bát đĩa bằng một thứ gỗ đen và nhẹ, cẩn hoa và chim hạc, bướm và những cành tùng già. Những hột cơm trắng, dẻo vít lên đầu mút đũa nhẹ tênh màu đỏ thắm. Người đàn bà đã được bà Mishio mời đi tắm nước nóng, thay một chiếc *kimono* đẹp nhất của chính bà cất giữ từ nhiều năm, màu đỏ và những bông hoa đen trắng lớn, một đôi dép nhẹ cùng màu, mớ tóc vấn cao để lộ chiếc gáy trắng mỏng lưa thưa những dải hoa vải mong manh. Ba người qui gối quanh chiếc bàn vuông thấp, mỗi người một mâm cơm riêng trước mặt. Bà Mishio ngồi tiếp thức ăn một lúc rồi lấy cớ đang bận những việc gì đó ở nhà sau, cáo từ và rút lui.

Bà Mishio chỉ trở ra một lần để dọn dẹp bàn ăn thay thế một tấm khăn trải bàn thêu tay khéo, dọn trà bánh và chưng một bình hoa mới rồi biến mất sau nhà bếp.

 Nguyễn Thị Hoàng

Ông Mishio xin lỗi khách về sự vắng mặt bắt buộc của vợ và tỏ vẻ hân hoan nếu được khách chiếu cố đến những bức tranh đã vẽ từ hai mươi năm xưa của ông.

Phòng tranh chỉ cách phòng khách một bức tường giấy mỏng. Những cửa nhỏ sát hàng hiên sau được kéo lên. Ánh nắng vàng tươi nhảy múa chao lượn trong những góc phòng quen bóng tối. Gần một trăm bức tranh treo san sát nhau quanh bốn bức tường thấp của gian phòng rộng thênh thang. Một số, không đủ chỗ, đã phải chồng chất lên nhau xếp vào các góc. Màu sắc trong tranh u trầm, mờ nhạt, như những vết khói mờ tan loãng dần trong hư vô.

Trên giá vẽ của kệ trong góc phòng, một bức tranh lớn được phủ một tấm lụa vàng đã bạc màu. Người đàn bà tò mò tiến lại gần giá vẽ. Ông Mishio có vẻ bối rối, nửa muốn ngăn cản, nửa ngại ngần. Cuối cùng ông nói :

— Đó là bức tranh dở dang cuối cùng của tôi. Từ ấy đến nay, tôi gác bút luôn, không thêm được nét nào nữa.

— Bà nói, ông vừa vẽ trở lại, và hôm nay ông vừa đi họa thắng cảnh nào gần đây.

Ông Mishio cười buồn rầu :

— Tôi tưởng là có thể vẽ lại được, nhưng tay đã cứng mất rồi. Trái tim già cỗi và những ngón tay cứng khô.

Người đàn bà bàn khoăn.

— Bức tranh kia chưa xong, sao ông không họa tiếp tục. Ông họa gì trong đó.

— Vợ tôi, tôi vẽ bà ấy mang thai ba tháng hồi đó, tôi say mê vẽ đến bất kể một thứ gì khác, nhất là bức tranh ấy... đến nỗi... mỗi ngày dù mệt nhọc đến đâu, nhà tôi cũng bị bắt buộc ngồi làm mẫu cho tôi vẽ chừng ba bốn tiếng đồng hồ sau công việc mệt nhọc. Hồi đó, chúng tôi nghèo cực kia, tranh tôi không bán được, vợ tôi cũng chưa có tiếng tăm gì để làm ra được chút tiền, nhà tôi phải âm thầm tần tảo lo liệu lấy mọi việc để giúp tôi yên ồn thì giờ tâm trí họa tranh. Thời ấy, tôi không nghĩ ra mọi điều tai hại của sự say mê của mình, cũng như không hề lưu tâm tới những khổ sở mà nhà tôi vì tôi phải chịu đựng. Thế rồi kết quả, sau hơn một tuần kiên nhẫn chịu đựng những mệt mỏi, đau đớn quá mức để ngồi cho tôi vẽ nhà tôi bị hư thai, và phải mổ... rồi thì...

Người đàn bà bỗng lắng nghe. Hình như một tiếng khóc nức nở mơ hồ từ bên kia bức tường giấy vọng sang. Người đàn ông như không nghe tiếp tục những ý nghĩ đắm chìm.

— Tiếc thay, tôi đã dành lại cặp mắt cho nét vẽ cuối cùng. Cho nên không kịp nữa. Và bức tranh đã dở dang.

Người đàn bà thắc mắc :

— Về sau, sao bà không ngồi tiếp cho ông vẽ xong đôi mắt.

— Đôi mắt ư, trong bức tranh bây giờ là hai vũng tối trống không. Và trong đời sống thì... chỉ còn là cái nhìn xa vắng, Bà không thấy điều đó sao...

— Đôi mắt bà... tôi thấy, nếu ông tiếp tục bức tranh bà thì đôi mắt bây giờ không chừng đẹp hơn xưa.

— Tôi không thể hình dung lại, tưởng tượng nhà tôi để vẽ lại. Cái gì xóa nhòa, mờ mịt, một khoảng cách vô bờ giữa chúng tôi ngăn chia tầm mắt và biến đổi cái nhìn.

Người đàn bà lạ lùng :

— Sao bà không ngồi đây, và ông vẽ bà.

— Tôi không thể vẽ cái bóng.

Người đàn bà cảm thấy có nỗi gì bí ẩn, muốn hỏi

nhưng người đàn ông đã khép cánh cửa sổ lại, ánh sáng đã lần về trời, căn phòng mờ tối lạnh lẽo và hai người trở ra phòng khách, tiếp tục những chén trà nóng thơm ngát mùi hoa cúc.

Người đàn bà tỏ ý muốn mời bà Mishio lên ngồi nói chuyện, vì nàng không thể ở lại lâu, còn phải trở về Osaka để cùng đi mua sắm với mấy bà bạn.

Ông Mishio thở dài :

— Ở Kyoto này thì không có gì vui cả, nhưng nếu bà ở lại với chúng tôi, ngày mai chúng tôi sẽ đưa bà đi xem ngôi chùa cổ. Còn nhà tôi thì... bây giờ là buổi trưa, buổi trưa nào nhà tôi cũng phải vắng mặt để ra *ngoài ấy*.

— Dạ, ông bà còn có một nhà nào khác.

— Không, chỗ của nhà tôi.

Người đàn bà bỗng nhớ tới bức tranh dở dang trong phòng tranh cũ. Có cái gì làm nàng nghĩ tưởng lan man không dứt đến bức tranh kia, và những câu nói nửa vời của ông Mishio. Nàng hỏi không ngăn được lòng trí tò mò.

— Xin ông... cho tôi được xem bức tranh của bà trong ấy, tại sao ông lại phải che tấm lụa như vậy, phòng không có bụi mà. Những bức tranh khác để trần cũng có hư hao gì đâu.

— Nhà tôi muốn che lại như thế, và tôi phải che lại từ *ngày ấy*. Bà muốn xem thật ư, chắc là nhà tôi không bằng lòng đâu, nhưng mà... từ xa xôi đến, chẳng lẽ bà chỉ muốn ngắm một bức tranh lại không thể được. Mời bà cứ trở lại phòng tranh, và xin tùy tiện.

Người đàn bà đứng lên, trong lúc ông Mishio ngồi lại một mình ở phòng ngoài.

Nắng bỗng tắt khi nàng nâng khung cửa sổ lên chờ chút ánh sáng hắt vào phòng. Căn phòng mờ tối lạnh lẽo phảng phất mùi ẩm mốc, mùi thơm lạnh và nồng của một thứ gỗ trầm xưa cũ.

Người đàn bà rón rén, lại gần bức tranh trên giá và dở tấm lụa vàng lên. Nàng lùi lại một bước và cảm thấy một luồng nước lạnh luồn khắp châu thân làm hai chân cơ hồ dán in xuống đất và hai tay run cứng lại treo nửa vời. Nàng nhìn đăm đăm bức tranh kỳ diệu lồ lộ khuôn mặt kiều mị của người đàn bà đã nhìn thấy. Vẫn đôi môi đỏ, cặp má hồng đầy, cái vẻ tươi thắm và thanh tú sống động của khuôn mặt vương vất những sợi tóc đen nhánh lung linh. Bức tranh như diễn tả đầy đủ một khuôn mặt sống thực đang linh động trong mắt người nhìn ngắm. Nhưng... không như ông Mishio nói chưa vẽ xong cặp mắt ngày ấy, người đàn bà nhận ra đúng là màu mắt và dáng nét, cái nhìn vừa dịu dàng vừa u uẩn của người đàn bà, và vẻ dị thường của ánh mắt nàng đã nhìn thấy tình cờ trong vườn hoa buổi sáng. Nàng nhớ rõ là ông Mishio đã nói chưa vẽ cặp mắt, trong tranh, mắt chỉ mới là hai khoảng trống. Không lẽ nhiều năm, và ông đã quên, hay một lúc nào ông đã vẽ tiếp đôi mắt bà, nhưng ông chẳng nhớ. Thắc mắc, và sợ hãi trong một cảm giác rờn rợn kỳ lạ, nàng lùi lại từng bước vội vã, đi nhanh ra phòng khách. Nàng nói cho ông Mishio biết điều vừa trông thấy, và nàng cũng nhờ ông vào che lại bức tranh như cũ mà trong lúc vội vàng nàng đã quên.

Ông Mishio đứng phắt dậy, im lìm như trời trồng một lúc lâu khi nghe nàng nói. Mái tóc trắng rung rung, vầng trán xếp lại từng nét nhăn xót xa, hai tay run run lần về phía trước, ông như chết điếng đi một lúc lâu rồi lẳng lặng bước vào phòng tranh. Người đàn bà rón rén theo sau, đứng ở khung cửa nhìn vào.

Hai tay bưng mắt, người đàn ông đứng lặng trước

bức tranh, rồi ông tháo bức tranh ra khỏi giá, áp vào ngực nước mắt giàn giụa chảy dài xuống má. Người đàn bà nghe tiếng ông hỏi vọng ra...

— Bà để... tấm khăn lụa đâu rồi.

— Bên cạnh giá vẽ, trên mặt bàn ấy.

Im lặng một lúc, rồi bỗng người đàn ông kêu lên.

— Tôi tìm khắp không thấy tấm khăn lụa vàng đâu cả, xin bà nhớ lại cho, bà có mang khăn ra khỏi phòng không.

Người đàn bà rợn người.

— Tôi... có cầm khăn ấy đi đâu. Ông tìm lại xem.

— Cái khăn không còn trong phòng nữa. Chắc là nhà tôi đã lấy đi rồi.

Người đàn bà lạc giọng đi :

— Bà... đã về.

— Có lẽ và lại đi rồi, lần này thì... không chừng nhà tôi chẳng trở về nữa...

Không ngừng được, người đàn bà níu lại cánh tay ông Mishio.

— Ông nói cái gì, có chuyện gì vậy... xin ông nói ra.

Ông Mishio thận trọng đặt bức tranh trở lại chỗ cũ, yên lặng kéo cánh cửa lại và lặng lẽ đi ra khỏi phòng. Ông ngồi xuống chiếu, hai tay chắp trước ngực mắt khép lại, tâm thần phiêu diêu trong một cõi xa vời mộng mị nào. Rồi trên môi thoang thoảng một nụ cười nhợt nhạt, ông Mishio lầm bầm một mình như không có ai trước mặt.

— Mình hiểu lầm tôi, mình đã hiểu lầm tôi rồi, không phải như mình nghĩ đâu.

Ông Mishio nghe như trong xa vắng có tiếng nói rất khẽ đáp lại lời mình thì thào.

— Ông đừng chối, tôi thấy rõ ông hơn cả chính ông nhìn thấy ông mà. Mặc dù chưa đến đâu, chưa xảy ra chuyện gì cả, nhưng mà câu chuyện đã khởi đầu, nếu cứ tiếp tục, một lúc nào đó điều tôi đang nghĩ về mình sẽ đúng.

Ông giang tay trong không mong níu kéo một chéo áo *kimono* mơ màng đâu đó.

— Không, không phải thế, chẳng có chuyện gì xẩy ra, dù chỉ là trong ý nghĩ tôi thôi. Tôi chỉ yêu quí mình, suốt đời tôi chỉ biết có mình mình mà thôi.

Ông lắng nghe. Không còn lời nào đáp lại, dù là trong xa vắng. Ông tưởng như lời mình không còn ai nghe nữa và một giây ông cảm nhận tất cả nỗi quạnh hiu của tuổi già, và cô đơn đã kéo dài từ bao nhiêu năm và từ đây nối tiếp, mãi mãi vô tận của đời người, không biết tới bao giờ.

Người đàn bà chậm rãi từng bước nhỏ qua khung cửa vắng. Mù sương buổi sáng giăng mắc một vùng cảnh vật đắm chìm trong giấc ngủ. Ngôi chùa cổ cao rộng mênh mông đen thẫm cắt thành một khối khổng lồ im lìm và bí mật trong vùng mù sương trắng bạc. Những hàng cây bốn phía lù mù đen sẫm như những tượng người quái dị cao lêu nghêu vươn tay lên trời mở lời cầu nguyện nín câm. Các tháp chuông cao lớn đứng lù lù ở một góc u tịch như khối đen chứa đựng những bí mật chết chóc truyền kiếp nào từ bao nhiêu thế kỷ.

Đến trước hiên chùa, nàng dừng lại nhìn quanh tìm kiếm. Ông Mishio đã hẹn gặp ở chỗ này, đúng chín giờ. Bây giờ hình như đã quá chín giờ, và ngoài kia bức tường, lũ học trò đã sắp hàng vào lớp của ngôi trường nhỏ bên kia chùa đã từ lâu. Nắng chưa lên, nhưng một vài bóng người đã len lén vào chùa, thấp thoáng sau những tàn lá thưa, dâng hương lễ bái. Một cái gì u ám, bí mật phủ trùm, ám ảnh quanh trí nàng, như một lớp mù sương. Và hình như đêm qua, sau một buổi chiều dài ngồi chờ không thấy bà Mishio về, trở lại nhà trọ ngủ cho qua đêm trước khi tới chỗ hẹn với ông bà Mishio, nàng đã chiêm bao, thấy một điều gì lạ lùng, liên quan tới bà Mishio và bức tranh. Hình như nàng mơ thấy bà ấy về, nói chuyện về bức tranh, về việc tiểu sản ngày trước của bà, về liên hệ tình cảm giữa ông và bà, về sự có mặt của nàng trong đời sống đang yên lặng. Và những gì gì nữa, hình như rất quan trọng, nhưng nàng không thể nhớ, và chính vì vậy nàng băn khoăn, hoang mang không cùng.

Bỗng nàng nghe một tiếng kêu nhỏ, trầm ấm, như một tiếng reo vui, nhưng cũng là một hơi thở dài kín đáo.

— Kia, bà đã đúng hẹn.

Người đàn bà cũng mừng rỡ.

— Ông mới đến, bà đâu, thưa ông.

Ông Mishio đan những ngón tay vào nhau, đầu cúi xuống, những vệt tóc trắng bay phơ phất vầng trán căng hằn mấy vết nhăn vừa đánh dấu một đêm phiền muộn không ngủ.

— Bà có thể lại kia, chúng ta ngồi lại cho qua câu chuyện, câu chuyện cuối cùng.

Hai người thong thả đi bộ về phía hiên chùa ngồi xuống những bậc thềm lạnh lẽo không nắng chiếu.

Người đàn bà hỏi lại vì sao bà Mishio chưa tới, ông thở dài, tránh không nhìn hai con mắt đằm thắm của người đàn bà.

— Nhà tôi không đến. Và vì thế, lẽ ra tôi cũng không đến, nhưng mà lỡ hẹn với bà, vả lại, đây là lần cuối cùng chúng ta gặp nhau, đúng ra là tôi được gặp bà, vả lại hôm nay là ngày... ngày gì bà có biết không, ngày Giáng Sinh... và ngày nhà tôi... không còn nữa, tôi đến đây để cầu cho nhà tôi...

Người đàn bà sững sờ :

— Ông nói gì, bà đã...

— Vâng, nhà tôi đã chết.

— Chiều hôm qua ?

— Không, cách đây gần hai mươi năm rồi, ngày đó, ngày tôi vẽ bức tranh.

Người đàn bà ớn lạnh khắp châu thân nhớ đến đôi mắt như mắt màu cá thia vàng kỳ dị đã nhìn thấy trên khuôn mặt trắng nhợt của bà Mishio trong vườn hoa hôm qua.

— Vậy thì bà hôm qua...

— Vâng, hôm qua nhà tôi, nhưng mà...

Một bà già thủng thỉnh, yên lặng từng bước trên đôi guốc gỗ cao, chống gậy trúc, một tay cầm thẻ nhang đi gần lại phía chùa, nhìn lên, trông thấy hai người, quay lưng đi lảng ra chỗ khác. Bước chân bà làm bầy bồ câu đang mổ thóc trong sân bay vụt lên, tiếng cánh rào rào như mưa rơi trên sông lụa.

Ông Mishio đột ngột quay lại nhìn đăm đắm trong hai mắt mơ màng của người đàn bà, giọng ông nhỏ xuống như lời thú tội bàng hoàng :

— Nếu tôi cắt nghĩa về những sự việc xẩy ra giữa chúng tôi, và để bà hiểu được vì sao nhà tôi đã có mặt, rồi vắng mặt, và bây giờ... không đến, không bao giờ đến nữa, tôi phải thú thực với bà những gì ám ảnh trong lòng tôi bấy lâu nay, từ hồi gặp bà ở hội nghị, từ hôm... trong lòng tôi băn khoăn mỗi một điều, làm thế nào có thể họa được bức chân dung của bà dù chỉ là vài ba nét loáng thoáng. Như xưa kia, hồi mới gặp nhau, tôi ao ước làm thế nào họa được lên lụa những đường nét diễm kiều và thanh cao của nhà tôi. Tôi... tôi phải nói hết ra mọi điều, để khi ra về rồi, phương trời nào đó, bà có thể nghĩ, vì mình một đời sống nào ở xa xôi, đã biến đổi, đã sống lại một người, đã chết đi một người, đã vì mình mà một đời sống kỳ diệu, một phối hợp phi thường giữa âm và dương, gần hai mươi năm ròng rã đã phút giây trở thành mây khói xa vời. Sẽ nghĩ...

Giọng ông bỗng đổi thay, chìm xuống như một dây tơ chùng :

— Đêm qua... đêm qua, những đêm trước... tôi chiêm bao thấy bà, từ khi... từ khi gặp bà, tôi vẫn chiêm bao thấy bà. Và cũng từ hôm ấy, tôi muốn vẽ tranh lại. Sau hai mươi năm thề rằng không bao giờ vẽ nữa sau bức tranh không mắt của nhà tôi. Tôi mang giá vẽ ra khỏi nhà, đi xa, tìm cảnh khuất vắng, pha màu, mong vẽ một cảnh nào đó, nhưng tôi cầm bút lên, bất cứ nét nào cũng là nét dáng của bà mà thôi. Tôi phải dập xóa bức tranh và mang khung tranh lụa trắng trở về. Nhưng vô ích, nhà tôi biết hết, thấy hết, nhà tôi biết tôi nghĩ gì về bà, tôi chiêm bao thấy bà, tôi sẽ họa hình bà lên khung lụa mỗi lần ra khỏi nhà một mình... Và nữa, nhà tôi cũng biết tôi đã soi bóng mình xuống hồ sen...

Người đàn bà cười mơ mộng.

— Ông soi ngắm mình dưới hồ sen sao.

— Xin bà đừng cười, tôi phải nói ra điều không thể nói. Chính với hình bà, từ hôm gặp nhau, tôi sống lại đời sống thực, tôi muốn thấy lại mình sự thật ra sao. Bao nhiêu năm nay, với hình bóng trẻ trung không thay đổi của nhà tôi bên cạnh, đời sống bình yên kia tôi cứ tưởng mình vẫn còn như hai mươi năm xưa, nhưng mà tôi đã già rồi, tôi đã chôn sống tôi hai mươi năm với một cái bóng, với một người đã chết. Điều đó cũng không làm cho người chết sống lại, mà làm chết luôn đời sống của tôi.

Hai mươi năm, tôi không tình cảm, không họa tranh, không giao du với ai, không biết đến gì trong đời sống bên ngoài, chỉ có nhà tôi, nhà tôi... tôi nhận ra những điều đó khi nhìn thấy mái tóc trắng của mình cúi xuống trong hồ nước, và tôi ân hận vô cùng, tôi tiếc đời sống vô cùng. Từ phút đó, bao nhiêu ân tình và lòng chung thủy đối với nhà tôi gần hai mươi năm, dù cũng còn đó, nhưng chừng như tiêu tan thành mây khói hết. Giữa chúng tôi sợi dây nối kết giữa âm dương cũng dứt lìa, và nhà tôi... nhà tôi...

Người đàn bà ngắt lời ông Mishio.

— Như vậy là... bà mất đúng khi bị tiểu sản.

— Vâng nhà tôi mất lúc ấy, nhưng mà vì... vì mối tình u uẩn khăng khít của chúng tôi, vì... nỗi chết quá bất ngờ, ai oán, nhà tôi đã phải trở về quanh quẩn với tôi. Nhà tôi chỉ cần một điều kiện, là bao giờ lòng tôi thoáng đa mang, dù cách nào, một hình bóng nào khác thì mối tình kia không còn lý do tồn tại, và nhà tôi cũng sẽ biến tan theo mối tình nồng nàn. Bây giờ thì...

— Bà không có vẻ gì khác lạ cả. Bà vẫn đi đứng nói cười, như mọi người, tôi hay bất cứ một người nào cũng không tin đó chỉ là cái bóng.

— Nhà tôi về từ cõi kia, trở về với tôi với lời hứa, là khi nào tôi đổi thay, vẻ tươi trẻ nhà tôi giữ gìn cho tôi suốt hai mươi năm nay sẽ không còn, nhà tôi sẽ già bằng tuổi. Từ chiều hôm qua, nhà tôi đi không *trở về*, và nếu có trở về, như nhà tôi nói trong chiêm bao đêm qua, sẽ không còn tươi trẻ nguyên vẹn như bao lâu nay nữa, vì rằng, như tôi đã thú thực với bà từ đầu câu chuyện.

Người đàn bà bứt rứt mân mê tà áo.

— Vì tôi, vì tôi thật ư, tôi không tin như vậy. Bà cũng có thể hiểu lầm, sự quen biết và thăm viếng giữa chúng ta, tôi tìm đến, là chỉ vì quí mến hai ông bà giữa bao người xa lạ khác. Còn ông đối với tôi, chẳng qua cũng chỉ là chút cảm tình, như bao nhiêu người khác đã gặp đều có cảm tình với tôi. Chỉ khác là giữa chúng ta có một thông cảm im lặng và sâu xa nào đó thôi. Sự thông cảm ấy, bà cho là...

— Cám ơn bà đã nói như vậy, nhưng điều ấy không giải tỏa được những thắc mắc trong lòng tôi, những u uẩn trong hồn người. Bây giờ thì muộn rồi, nhà tôi đã xa hẳn tôi. Tôi mất nhà tôi, sau suốt hai mươi năm còn gắng gượng lần quất quanh tôi, kéo dài chút tình đằm thắm. Nhưng tôi được gì, tôi có gì, tôi còn gì không. Đối với bà, tôi chỉ có chút lòng cảm mến, đúng ra là tôi đã tìm lại nguồn rung cảm thuần túy nghệ thuật mà gần hai mươi năm trời nay đã khô cạn, héo khô. Mà dù có thế nào rồi ngày mai ngày kia, bà lại đi, bà có phương trời của bà. Còn tôi, tôi với cái bóng già cỗi của mình trong hồ sen, với hình ảnh nhà tôi chỉ còn trong trí nhớ, với những vết tích thân yêu trong ngôi nhà vắng lặng kia, một mình... một mình với những chiếc dép màu quanh thềm nhắc nhở bước chân ra vào lững thững, những chiếc *kimono* còn vương vất mùi hương hơi trong tủ, những chiếc gối thêu hoa, những chăn nệm đượm nồng, những tách trà cúc hoa...

Những giọt nước mắt bồi hồi nhỏ xuống má môi người đàn bà :

— Nhưng ông sẽ còn bức tranh, bức tranh bây giờ đã có hai con mắt của bà... bức tranh sẽ là bà...

— Bà lầm rồi, như tôi nói, bao giờ nhà tôi mất đi hẳn, những nét trong tranh cũng sẽ nhạt mờ theo. Còn hai con mắt mà bà thấy đó, không phải là con mắt đâu, mà cái nhìn muốn nói với tôi tất cả những điều tôi vừa nói với bà đó. Nhà tôi đã lấy tấm lụa vàng đi, vì rằng... bức tranh bây giờ chỉ còn là cái tấm vải trống trơn không còn dấu vết màu sắc hình nét nữa. Bà không tin lời tôi, nếu bà có thể trở lại phòng tranh, bà sẽ thấy lời tôi nói. Nhưng ở đây cuối cùng rồi bà cũng sẽ thấy *một cái gì đó* làm cho bà tin những điều tôi nói là có thật.

— Ông nói cái gì là cái gì...

Ông Mishio đứng dậy. Người đàn bà đứng dậy theo. Sương đã tan hết trong sân chùa cổ. Mùi hương thoang thoảng từ một bệ thờ nào đó. Bỗng ông hỏi ngập ngừng.

— Bao giờ bà đi.

— Trưa nay, tôi đã ghi lại vé máy bay.

— Vậy thì... phút này, xin từ biệt bà, và xin gặp lại ở đời sau, cả ba chúng ta, nếu còn có đời sau cho mỗi người.

Trong cơn xúc động bàng hoàng, người đàn bà trao bàn tay nhỏ nhắn của mình cho ông Mishio. Hai bàn tay ông dịu dàng, thân ái và kính cẩn, nâng bàn tay người đàn bà lên mặt mình, im hơi lắng nghe những nhịp luân chuyển của sự sống trong mạch máu, lòng dịu lắng trong một nỗi xúc động buồn thảm và mông lung, ông nghĩ, từ phút này, ta chỉ còn lại niềm quạnh hiu cuối cùng cho đời người, và ông giữ im bàn tay người đàn bà trong hai bàn tay mình một lúc lâu, thành khẩn, như người đi lễ bái giữ những nén hương đã đốt trong tay mình lúc cầu khẩn.

Rồi họ cùng bước xuống thềm, cùng đi ra sân bây giờ nhòa nhạt bóng cây thêu bóng nắng. Tiếng một hồi chuông nhỏ văng vẳng từ cõi tịch liêu xa vời nào đó.

Bỗng từ đằng kia, đi lại, thoắt chậm thoắt nhanh một bóng người áo trắng. Cái bóng tới gần mãi trong hai mắt sửng sốt nhìn không chớp của người đàn bà. Nàng đưa hai tay về phía trước, kêu lên :

— Bà... bà Mishio.

Ông Mishio cũng vừa nhận ra vóc dáng mảnh mai

và nét mặt xinh tươi rạng rỡ của bà. Bà mặc cái *kimono* trắng, mỏng và thưa, với từng tầng vải mong manh như kết tụ bằng tơ trời, hai tay rộng thùng thình buông xõa chập chờn như những mảnh mây chiều, với một cái nón tre che hờ nửa mặt. Bà Mishio chập chờn tiến lại trước mặt hai người, dừng lại, nhìn ông bằng đôi mắt trong suốt, nửa trách hờn, nửa mãn nguyện, rồi im lặng, bà đi lướt qua mặt ông, ngược chiều với hai người, bước nhanh như bay biến về phía sau chùa.

Người đàn bà băng mình chạy theo. Nàng lạc vào một vùng sân lô nhô đầy đó những bức tượng đồng đen kỳ dị. Bà Mishio đi lầm lũi, vẫn khi chậm khi nhanh, len lỏi vào giữa những bức tượng đồng đen. Người đàn bà hoa mắt cố theo dõi đuổi theo kịp bà Mishio, với ý nghĩ, níu được bà lại với ông, dù chỉ một lần cuối cùng, để giải thích mọi điều bà đã lầm lẫn, và buồn lòng bỏ đi mãi mãi.

Quanh co một lúc, đến cuối sân chùa, một vùng bóng cây đen che khuất nắng sáng trên cao, chỉ còn lại những lớp sương mù trắng che kín mặt đất âm u, làm cho những gốc cây, những pho tượng đồng đen như nổi lềnh bềnh trong không trung mờ mịt, bà Mishio bỗng chậm bước, rồi dừng lại. Người đàn bà mừng rỡ cất tiếng gọi. Bà Mishio xoay mình, từ từ quay mặt lại. Người đàn bà kêu thét lên. Vẫn là vóc dáng và xiêm y của bà Mishio vừa nhìn thấy, vẫn cái nón tre che hờ nửa mặt, nhưng trong một thoáng nhìn lên, khuôn mặt người đàn bà Nhật đã hoàn toàn biến đổi. Khuôn mặt nhăn nheo tối tăm, những sợi tóc phơ phất bạc trắng, đôi môi trũng xuống héo hon, khắp cả là những nét già nua, dấu vết của thời gian hai mươi năm tàn phá. Chỉ còn trên khuôn mặt tàn héo cằn cỗi lạ thường kia, là hai con mắt, đúng là hai con mắt cá thia vàng của bà Mishio mà người đàn bà đã nhìn thấy trong vườn hoa, nhưng bây giờ, con ngươi đã nhòa đi một màu trắng đục như sương pha, và tròng mắt trong sáng long lanh hôm qua chỉ còn là một màu vàng đục mờ ủ ê, buồn bã. Nàng nhìn xuống. Bà Mishio đứng như chôn hờ trong vũng khói sương trắng xóa, hai chân lao đao muốn ngã, những cánh tay áo phơ phất run rẩy theo hai bàn tay buông duỗi khẳng khiu. Hai vai như còng xuống, khoảng lưng cúi khom, bà Mishio, với tất cả vẻ già nua dị thường ma quái, lừng lững đi về phía cuối sân chùa, và người đàn bà thấy, như trong giấc mơ xa, bà Mishio *đi vào* một pho tượng đồng đen vừa mọc ra giữa vùng sương trắng.

NGUYỄN THỊ HOÀNG
Osaka 1970

NGUYỄN THỊ HOÀNG

NGUYỄN THỊ THỤY VŨ

TIỂU SỬ

Tên thật là Nguyễn Băng Lĩnh, *sinh năm 1939 tại Vĩnh Long. Vào nghề gõ đầu trẻ năm 1957. Bỏ lên Sài Gòn năm 1961. Vào nghề viết văn năm 1963. Cho xuất bản tác phẩm đầu tay* Mèo Đêm *năm 1966. Hiện viết tiểu thuyết hàng ngày cho nhiều nhật báo.*

Các tác phẩm đã xuất bản: Truyện ngắn : Mèo Đêm — Lao Vào Lửa — Chiều Mênh Mông. *Truyện dài :* Thú Hoang — Ngọn Pháo Bông — Khung Rêu — Như Thiên Đường Lạnh — Nhang Tàn Thắp Khuya — Chiều Xuống Êm Đềm — Cho Trận Gió Kinh Thiên.

Đã cộng tác với các tạp chí Bách Khoa, Văn, Nghệ Thuật. Được giải thưởng văn chương toàn quốc năm 1970 với truyện dài Khung Rêu.

QUAN NIỆM VỀ TRUYỆN NGẮN

Tôi bước vào văn đàn bằng những truyện ngắn, nhưng hình như tôi vẫn chưa có kinh nghiệm về truyện ngắn bao nhiêu. Truyện ngắn khó viết hơn truyện dài vì tư tưởng lẫn cảm hứng chỉ được diễn tả trong một khuôn khổ ngắn. Người viết phải cô đọng tư tưởng. Tôi thích truyện ngắn không có cốt truyện, mà đầy nhiều chi tiết soi sáng thái độ lẫn quan niệm của tác giả đối với văn chương và cuộc đời. Trong ba tập truyện : Mèo Đêm, Lao Vào Lửa, Chiều Mênh Mông, *hầu hết các truyện ngắn đều có cốt truyện hẳn hoi, nên tôi không được vừa ý lắm. Bởi vậy, đã từ lâu, tôi không viết truyện ngắn nào nữa, mà chỉ cắt xén vài đoạn trong truyện dài để làm truyện ngắn đăng báo mà thôi.*

Một vài bạn bè của tôi thường nói : trong một vở tuồng hay trong một cuốn phim, người đóng vai chánh cũng như người viết truyện dài, người đóng vai phụ cũng như người viết truyện ngắn, không thể cho rằng vai chánh nầy kém vai phụ kia về phương diện nghệ thuật nếu người thủ vai phụ diễn xuất tài hơn người diễn vai chánh. Riêng về phương diện viết văn, theo tôi, truyện ngắn đòi hỏi người viết nhiều sự tính toán về phần kỹ thuật sắp xếp tình tiết hơn là một truyện dài. Một truyện ngắn làm độc giả say mê khó khăn hơn một truyện dài. Một truyện ngắn không dành cho người viết nhiều chỗ, nhiều cơ hội, để phô diễn tài năng của mình bằng truyện dài.

Về Truyện Ngắn «LÒNG TRẦN»

Truyện ngắn Lòng Trần *là một truyện*

có tám mươi phần trăm sự thật. Cô Năm Thàng, một nữ nghệ sĩ bộ môn hát bội là một người bà con xa của bà nội tôi. Cô được một ông phú hộ bỏ ra phân nửa số ruộng đất của tài sản mình để chuộc cô ra khỏi gánh hát, đem về làm vợ. Sau khi chồng chết, cô Năm Thàng ở vậy thủ tiết nuôi một lũ con. Mỗi khi đến ngày giỗ chồng, Cô Năm Thàng mặc trang phục hát bội, giắt lông trĩ trên đầu, và cầm gươm múa trước bàn thờ của chồng biểu diễn những vai đào võ mà trước kia ông phú hộ đã say mê qua tài diễn xuất của cô. Ni cô Diệu Tâm là một người bà con xa của bà nội tôi, chay lạt nâu sòng từ hồi còn nhỏ, nhưng đến khi chết lại đòi uống một muỗng nước mắm.

Cô Năm Thàng và ni cô Diệu Tâm vẫn là hai người khác nhau. Nhưng trong truyện nầy tôi cho cô Năm Thàng và ni cô Diệu Tâm là một nhân vật. Cô năm Thàng là mẫu người quá khứ của ni cô Diệu Tâm, để cho độc giả thấy rõ là ni cô Diệu Tâm luôn luôn mến tiếc thời vàng son của mình. Khi truyện nầy được đăng trên tập san Văn thì các văn hữu gởi lời khuyến khích. Thật ra, trước khi sáng tác, tôi không nghĩ rằng mình viết một truyện hàm chứa một vài tư tưởng của Phật giáo trong quyển kinh Lăng Nghiêm, mà tôi chỉ thấy rằng cốt truyện có nhiều chi tiết ngộ nghĩnh, thế thôi.

NGUYỄN THỊ THỤY VŨ

Lòng Trần

Con đê dài rộng, hai bên trồng dừa Tân Quan cao hơn đầu người thẳng hàng, đều khoảng. Những quày dừa màu hỏa hoàng sai oằn trái. Bóng dừa chìm dưới đáy nước của hai đầm sen — bên trái đầm sen trắng, còn bên phải đầm sen hồng. Từ con đê đi vào khoảng ba trăm thước, một ngôi chùa nằm im lìm giữa hai hàng dương.

Chùa này vì ít thiện nam tín nữ lui tới nên càng thêm vẻ đìu hiu, lạnh ngắt. Từ đường cái nhìn vào, ít khi người ta nhìn thấy bóng dáng những nhà tu. Chỉ nhìn thấy chiếc tháp cao trơ vơ với rêu bám nham nhở và vài viên gạch mục rớt ra lở lói. Mái chùa thấp ẩm ướt và bóng tối đặc quánh. Tiếng kêu vo ve của đám muỗi đói lẫn tiếng chí choé của đàn chuột dưới những bàn thờ và tiếng vỗ cánh của đàn dơi hoang. Cao hứng chúng bài tiết bừa bãi không vị nể các ông Phật đang ngồi trang nghiêm nhìn ánh đèn chong leo lét. Bình hoa huệ sắp tàn, chỉ còn vài búp gắng gượng trên chót nhánh. Những cánh trắng héo hắt rớt tả tơi trên bàn thờ không mấy ai buồn dọn quét chăm sóc.

Lâu lắm, người ta mới thấy bóng một sư nữ gầy gò xanh xao ngoài năm mươi tuổi ngồi bên hông chùa, uể oải cầm chiếc dao cùn chặt những nhánh dương khô rớt trên nền đất và bó thành từng bó nhỏ. Ni cô ngồi dưới bóng nắng lỗ đỗ, khoác chiếc áo cà sa màu cà. Hình như bà cố ý tìm vài mảnh nắng rớt nhiều nhất trên nền đất để hóng nắng. Giữa màu lá xanh bao quanh da mặt, bà càng thêm nhợt nhạt. Đôi mắt trũng sâu nhiều, tròng trắng nhìn bâng quơ khi cánh tay gầy guộc khô khan của bà đưa chiếc dao chành lên xuống vài lượt, và giọng ho húng hắng được đè nén làm bà run rẩy.

Bà đã đến tu nơi ngôi chùa này hồi hai gò má còn hồng và nụ cười tươi sáng ẩn một chút ngổ ngáo. Nay hàm răng trắng xa xưa đã rụng mất vài ba cái và đóng bợn vàng ối.

Ông yết ma vốn người bán nam bán nữ, cao to mập trắng hếu và có đôi mắt xếch lém lỉnh. Hình như ông yết ma này gọi ni cô bằng dì họ. Ông này cùng theo bà đến chùa hồi mười tuổi và bây giờ ông đã quá ba mươi. Ông có tật lãng tai, mỗi khi ni cô nói với ông điều gì, bà phải lấy tàn hơi gào thét. Ông cứ vểnh tai ra, nét mặt ngơ ngác như người đi lạc vào một thế giới xa lạ thiếu âm thanh. Ni cô mỗi lần muốn đàm đạo với ông cháu quí phải nặng hơi mỏi cổ nên bà lười biếng ít muốn nói với ông ta lâu. Ngoài hai người, còn một chú tiểu đầu để chỏm với thẻo tóc dài vắt qua vành tai. Chú tiểu này vừa giúp đỡ ni cô như một tiểu đồng, vừa làm thông ngôn khi ni cô muốn nói chuyện dài với ông yết ma. Chú tiểu có vẻ nhẫn nhục và cam chịu. Chú sống thui thủi giữa hai người lớn, mỗi người có một thế giới bưng bít. Họ chỉ hợp nhau vào những buổi tụng niệm, còn ngoài những giờ lo cho Đấng Từ Bi, họ mỗi người mỗi việc tưởng chừng như sự hiện diện của nhau thật là mờ nhạt thừa thãi. Chú tiểu lo phần cơm nước. Những bữa cơm dọn với rau muối mè, tương hột đơn sơ, chú tiểu có thể quán xuyến chu tất. Mỗi buổi sáng, chú ra sau chùa bứt những đọt mồng tơi, hái những bông mướp vàng ối còn thơm mật, nhổ vài nắm rau má hoặc rau đắng mọc dọc mé đê đem vào luộc. Ông yết ma ngoài mấy buổi tụng kinh, gõ mõ, còn có bổn phận vun quét vườn rau, cưng dưỡng mấy dây bầu và giàn mướp sai trái. Cái quá khứ không tì vết của ông yết ma — ông sống xa người trần tục không tiếp nhận cuộc sống đầy rẫy bon chen — khiến ông chỉ hiểu cuộc đời lờ mờ ngoài mái chùa. Cơm rau mỗi ngày hai bữa, ông làm việc hùng hục ngoài vườn rau và ngủ li bì vào những giờ rảnh rỗi. Những giấc ngủ êm đềm khoan khoái nuôi dưỡng thân xác ông mỗi ngày một to béo đẫy đà. Vẻ mặt ông cười cợt dễ dãi và phẳng phiu như tâm hồn ông. Đi tu từ lúc còn bé, ông sống kham khổ cũng đã quen. Ông cảm thấy yên phận để dọn mình mai sau về với Phật Tổ, dẫu làm con chuột uống dầu tại chùa Tây Phương cũng cam. Đầu óc ông tiêm nhiễm giáo lý một cách lờ mờ, cuộc sống trong kinh kệ chưa in rõ vào đầu óc ông. Ông còn mơ ước gì hơn ; vả lại, ông không có thì giờ để nghỉ ngơi suy ngẫm gì ngoài những thủ tục đọc kinh trồng rau. Công việc nhà chùa chiếm hết ngày tháng. Ông dạy chú tiểu học kinh và cách tụng kinh. Chú ấy cũng là người để cho ông ta tâm sự về sự tiến triển của mấy dây bầu, của nụ hoa mướp có mòi thành quả. Chỉ có vậy thôi, thế mà ông ta sống lây lất hơn hai mươi năm qua đến không ngờ. Ngày đó, ông theo ni cô Diệu Tâm đến ngôi chùa này giữ vai trò một tiểu đồng. Lúc đó còn sư cụ và ni cô thì mới ngoài ba mươi tuổi, dung nhan còn mặn mòi sắc lẽm. Đến khi sư cụ qua đời và được mai táng trong cái tháp trước sân chùa, ni cô Diệu Tâm mới lo quán xuyến ngôi chùa này.

Những ngày rằm hoặc những ngày lễ Phật, chỉ vài ba thiện nam tín nữ đến dâng hương vội vã. Hình như họ nghĩ rằng chùa nào đông đúc tấp nập, Phật Trời mới có mặt thường xuyên. Chớ chỗ buồn bã đìu hiu như vầy, chắc Trời Phật cũng lười lui tới. Ông yết ma cảm thấy phoi phới trong cuộc sống trống vắng quạnh hiu. Những lúc đám khách thập phương này chiếu cố chùa, ông có cảm tưởng như họ đến quấy rầy sự yên tĩnh của ông. Nhưng ông phải giữ đúng quy luật nhà chùa là cửa thiền lúc nào cũng mở rộng. Ông biết lán mán về quá khứ của ni cô ngày xưa lúc bà mới hai mươi tuổi, bà là vợ kế của nhà phú hộ trong làng Đạo Ngạn thuộc tỉnh Mỹ Tho. Ruộng vườn của bà cò bay thẳng cánh. Thuở đó, tất cả phụ nữ miền Nam chưa hề trang điểm, thế mà bà đã biết dùng phấn nụ do các công chúa của triều đình Huế sai tì nữ đem bán. Trước khi đánh phấn, bà dùng chỉ đánh cho săn lại rồi lăn trên da, nhổ sạch những sợi lông măng để cho da mặt tiếp nhận phấn dễ dàng. Đoạn bà dùng phấn nụ bôi lên mặt, lấy giấy hồng đơn thấm nước đắp lên mặt má. Bà nhai trầu cho đôi môi nhuộm đỏ.

Thật ra bà vốn là đào hát bộ, tên Năm Thàng. Ông phú hộ có tính phong lưu tao nhã. Đời ông chỉ có việc lấy hát xướng làm tiêu khiển. Bất kỳ gánh hát nào có bà, ông cũng ngồi ghe bầu theo coi cho bằng được. Ngồi ghế thượng hạng để cầm chầu, ông say sưa chiêm ngưỡng tấm nhan sắc chim sa cá lặn của bà trong vai Phàn Lê Huê, Hồ Nguyệt Cô, hoặc Lưu Kim Đính. Người bạn theo hầu kiêm luôn anh đầu bếp giỏi, và tối đến, được theo chủ xem hát. Người phu trạo đã bắt đầu ghiền cuộc sống trôi nổi theo đoàn hát bộ Cẩm Đường Ban sống rày đây mai đó. Cũng bao nhiêu tuồng hát đó mà nhà phú hộ nọ vẫn coi hoài không chán mắt. Đối với ông, cô Năm Thàng từ cánh gà tuôn ra làm đổi mới cả sân khấu.

Hai năm xuôi ngược mỏi mê, ông cố gắng điều đình với ông bầu gánh chuộc cô Năm Thàng bằng mười mẫu đất, đem về làm vợ kế. Muốn thoát khỏi cảnh đời rày đây mai đó, cô Năm bằng lòng với ngôi thứ vợ hai do sự đồng ý cưới hỏi rở ràng của bà phú hộ. Cuộc sống huyên náo bỗng dừng lại làm cô Năm ngỡ ngàng xa lạ. Sự giàu sang và chiều đãi, nâng như nâng trứng hứng như hứng hoa của chồng không bao lâu làm cô thèm nhớ lại cuộc sống cũ. Cô nhớ sân khấu, nhớ đời sống lang thang trên những chiếc ghe chài xê dịch từ làng này sang tỉnh khác. Cuộc sống tập thể tuy quấy nhiễu cô thường xuyên, nhưng đem lại cho tâm hồn cô những đổi mới. Cô say những vai trò nữ tướng, công chúa, bà hoàng... để bôi xóa tạm bợ trong vài tiếng đồng hồ đời sống nghèo đói cơ cực của mình. Một cô đào hát tên tuổi chưa được mấy mà đã làm bà phú hộ, có kẻ hầu người hạ. Thế mà cảnh giàu có vẫn không quyến rũ được cô lâu, không đủ quyền lực làm cô quên hẳn quá khứ.

Ni cô Diệu Tâm trở mình thức giấc. Bà lần mò ra chánh điện để kịp gác công phu. Trong im vắng hoàn toàn, ni cô nghe rõ tiếng chuột bọ chạy rột rẹt và tiếng thằn lằn trên kèo nhà chắc lưỡi. Bên ngoài, ếch nhái dưới ao con trổi giọng uênh oang át cả tiếng dế trong bụi ô rô nhọn oắt. Ni cô bước ngang phòng ông yết ma. Tiếng ngáy từ trong buồng vọng ào ạt, đều đặn. Bỗng giọng mớ ú ớ vang lên :

— Ê ! mấy thằng chăn trâu, bày bẻ trộm bầu của người ta hả ? Bớ Phật Kim Cang, Phật La Hán vặn họng nó cho rồi. Bớ Hộ Pháp.

Ni cô mỉm cười, bỏ xuống nhà sau rửa mặt. Nước mưa chứa trong hàng mái đầm sau hậu liêu mát lạnh lôi bà ra khỏi cơn ngầy ngật buồn ngủ. Bà trở lên chánh điện vặn to ngọn đèn và thành kính cầm dùi dộng vào cái đỉnh đồng chung. Tiếng chuông ngân dài như réo gọi ông yết ma ngủ muộn và nhắc cho chú tiểu đến lúc tụng kinh công phu. Sau đó, từ lò cạo heo, tiếng heo bị thọc huyết eng éc bên kia sông, cách chùa hơn năm trăm thước.

Tiếng kêu cứu thê thảm của mấy con heo vắn số nối đuôi tiếng chuông công phu. Phía sau chùa là lò rèn. Tiếng nổ lách tách của đám than vừa rực cháy nghe rất vui tai. Hai ống bễ khò khè như tiếng ngáy ngủ của loài trâu nước.

Chú tiểu dụi mắt đi ra đỡ lấy dùi chuông thay cho ni cô. Bà ngồi âm thầm giữa chánh điện hai bàn tay gầy lần tràng chuỗi hạt hổ phách, ni cô tụng hết tuần kinh lui vào trai phòng bên tách trà nhạt còn bốc khói. Bà ôn lại ngày bà còn là một cô đào chánh đã làm say mê biết bao nhiêu vương tôn công tử. Ông phú hộ Thọ đã chia gần nửa số gia sản của ông để đổi cô. Rồi cô bỏ sân khấu về sống trong một ngôi nhà nền đúc cao tới ngực có hàng chục người hầu hạ. Mỗi lần cô giam mình sốt mẩy, thầy lang được rước về tận nhà và ở lại đó cho đến khi cô khỏi hẳn. Cô mê món ếch bắc thảo chưng đường phèn. Người tớ gái đem cục mỡ gần thận ếch để vào một cái thố vẽ bát tiên và cho đường phèn vào, chưng cách thủy. Cục mỡ ếch nở to bằng cái chén trong như pha lê, thơm ngọt ngào rồi đặt chiếc thố sứ vào cái mâm bằng gỗ quí. Trong lúc cô dùng ếch bắc thảo, hai đứa con gái đứng hầu quạt hai bên. Cuộc sống lắm kẻ nuông người chiều đó níu kéo cô được vài ba tháng. Một hôm đoàn hát Cầm Đường Ban có dịp trở lại làng Đạo Ngạn, cô Năm Thàng cảm thấy có cái gì xót xa ray rứt không yên thúc giục cô, nhứt là khi tiếng chiêng trống và tiếng phèn la nổi lên inh ỏi ở đầu đình. Cô Năm bồn chồn không thể tả, thế rồi đêm hôm sau đó, lúc ông phú hộ yên giấc cô lần mò bỏ trốn theo đoàn hát và tiếp tục nghiệp dĩ. Phải chăng cô muốn thay đổi cái không khí nhờn nhợt âm thầm trôi nổi bên cạnh ông chồng chỉ có lòng sủng ái, nhưng tình yêu cô cho ông còn lờ mờ chưa thắng nổi tiếng trống chầu.

Khi ông phú hộ biết cô đã trốn về đoàn hát, lập

tức ông xuống ghe bầu cùng với người phu trạo đi theo. Cuộc săn đuổi gian nan không làm ông thất vọng. Ông tin tưởng sự đi theo vừa giúp ông tiêu dao ngày tháng, vừa có dịp săn sóc cô và mong rằng ngày nào đó, cô Năm sẽ hồi tâm quay trở về. Mãi cho tới ba năm sau, ông vẫn vừa đi theo cô Năm Thàng vừa tập soạn tuồng hát. Ông đã gởi gấm tâm sự, tình ý vào bản Hát Nam, Hát Khách và Hát Văn. Ông để hết tâm trí vào các tác phẩm thai nghén suốt mấy năm liền và sau đó được đưa lên sân khấu để cho cô Năm chủ diễn. Kỳ lạ sau khi diễn xong tuồng hát của chồng, cô Năm Thàng ôm ông phú hộ Thọ khóc hu hu rồi cởi mũ giáp trả lại sân khấu và hai vợ chồng đưa nhau về chốn cũ sống lại cuộc đời cố định. Cô Năm mới tìm thấy tình yêu muộn màng nhưng có một sức mạnh lôi cô ra khỏi ánh đèn sân khấu vĩnh viễn, bỏ hẳn cuộc sống nay miếu này mốt đình nọ. Chỉ một năm sau, cô sanh được một đứa con trai kháu khỉnh. Đứa con trai đó nối dõi tông đường của ông phú hộ trong khi bấy lâu nay ông cứ ngỡ là mình tuyệt tự. Ông mừng đến sa nước mắt khi đứa con trai độc nhứt của ông càng lớn càng giống những nét thanh tú trên gương mặt của ông và cô Năm.

Ông phú hộ toan tính biết bao nhiêu về dự định tương lai cho đứa bé. Nhưng ông đột nhiên chết bất thần vì một tiếng sét long trời xẹt vào nhà làm đổ cả tủ kiếng và giết ông nhanh chóng. Cái chết tức tửi đó làm cho dân làng xầm xì bàn tán là ông ăn ở thiếu phúc đức nên trời sai Thiên Lôi xuống giết gấp rút như vậy.

Từ đó, cô Năm đoạn tuyệt cuộc đời cũ ngay trong ý nghĩ và tận tụy chăm sóc đứa con để đền ơn đáp nghĩa với người vừa là tri kỷ vừa là bạn chung tình đã cho cô một niềm tin yêu bao la. Nhất định cô chẳng đời nào cho con cô nối nghiệp cô. Cuộc đời hát xướng bị người đời cho là vô loại. Cô cũng chẳng mơ con cô giàu có như cha nó, chỉ ước ao sau này, nó sẽ có nhiều bằng cấp học hành đỗ đạt. Cô ẩn nhẫn sống nuôi con, mặc dầu lúc ông phú hộ vừa mới chết, còn biết bao nhiêu người gấm ghé được lấy cô, nhưng cô quyết không buồn ngó đến họ.

Đến ngày giỗ chồng, đợi vào lúc nửa đêm, cô Năm Thàng hóa trang, mặc áo giáp đóng vai Đoàn Hồng Ngọc oai phong lẫm liệt cầm dao múa trước bàn thờ làm như ông phú hộ đang ngồi trên ấy thưởng thức tài nghệ siêu phàm của cô. Đường đao bay vun vút quấn lấy người cô. Trong im vắng, cô cất tiếng hát nho nhỏ những bài hát trong những vai tuồng mà ngày xưa ông phú hộ đã dày công biên soạn. Sau những đường đao bay như rồng lộn, cô Năm đứng thẳng người nhìn đăm đăm lên bức ảnh ông phú hộ và hai hàng nước mắt chảy dài trên đôi má.

Đứa con của cô được một năm thì bị một cơn sốt dữ mà tất cả danh y đều bó tay đầu hàng. Cô Năm tê điếng trong niềm tuyệt vọng. Đã bao lần ý nghĩ tự sát chập chờn qua tâm não cô. Ba lần tự tử bằng ba cách : cắt gân máu, uống dầu nóng, treo cổ được phát giác ngay.

Cô lần tính lại đã quá hai mươi năm, nỗi đau khổ và bất hạnh xa cũ đã bắt đầu mờ nhạt. Những việc nhà chùa làm cô bận rộn suốt năm bôi xóa dần những nỗi buồn thảm, tưởng chừng vẫn rỉ rả hành tội cô trong khoảng đời còn lại.

Nắng đã lên từ chân vườn, sau chùa, vài ba đứa mục đồng đang nghêu ngao mấy bản Kim Tiền. Nắng tuôn ánh sáng hình rẻ quạt trên mặt đất. Ni cô Diệu Tâm lục đục ở trú phòng. Những cây tre non được vót từng cọng nhỏ bằng cây tăm nhang bày dày trong cái nia. Ni cô khệ nệ bưng nồi nước cơm từ bên bếp đem lên để kê bên nia tăm tre cắt dài khoảng ba tấc. Ni cô dùng những loài lá có mùi thơm như lá quao, lá ngũ trảo, lá bưởi phơi khô rồi giã nhỏ xây lấy bột đựng trong mấy chiếc thau đầy ắp Chú tiểu ngồi bên cạnh rây lại lần nữa phần bột mịn, thơm ngát, cho vào cái chậu tráng men sứ trắng vẽ hoa hồng đỏ. Ni cô bỏ những cây tre chẻ nhỏ vào một ống tre cao độ hai tấc đựng nước cơm gạo mới đặc quánh như hồ nhúng ướt rồi mang ra lăn những cây tre đó vào chậu bột lá mịn. Hồ trên thân tre chẻ nhuyễn quyến lấy bụi lá thơm và những cây nhang này được đem đi phơi nắng.

Tất cả những thức ăn lẫn hương hoa cúng kiếng đều do một tay ni cô làm ra. Xài không hết, bà mang ra chợ bán lấy tiền bỏ vào quỹ nhà chùa. Đặc biệt bà có tài làm tương ta. Bà lựa nếp đem xôi rồi bỏ vào nia ủ bằng lá tranh hay lá ngấy độ ba ngày cho nếp lên men rồi thắng đường cho chút muối, đổ vào nếp làm tương ta. Những món hàng do nhà chùa sản xuất sẽ nhờ chú tiểu đem ra ngồi chợ bán lẻ. Công việc bề bộn đó chiếm cả ngày, ni cô Diệu Tâm say sưa, có khi quên cả việc ăn uống. Mãi đến chập choạng tối, lúc bao tử đòi hỏi gấp rút, bà vào nhà bếp xới tô cơm nguội ăn với chút tương ta. Ăn uống thiếu thốn lâu ngày làm thân thể bà gầy gò và những cơn ho húng hắng xảy ra thường xuyên. Nhưng bà không để tâm đến và cơn bịnh cũng lây lất trôi qua khi ông yết ma chưng cho bà chín lá chanh với chút đường phèn bưng lên cho bà uống. Món thuốc ho không tốn kém này cũng làm bớt cơn đau ngực và bà tiếp tục lây lất với cơn bịnh.

Diệu Tâm cảm thấy bứt rứt nơi ngực. Hình như có một bàn tay níu lấy trái tim, bà ngột ngạt tưởng chừng trai phòng này thiếu không khí. Bà gượng ngồi dậy tựa lưng vào thành giường một lúc rồi cố gắng đứng dậy đẩy nhẹ cánh cửa sổ. Ánh nắng túa vào khe cửa ảm đạm rớt trên một lõm giường và lác đác vài mảnh vuông trên nền gạch tàu. Diệu Tâm lần dò ra ngoài để tìm chút thoáng khí Ni cô lầm lũi bước ra ngồi tựa lưng bên tháp sư cụ và ngước mặt nhìn trời. Cơn lạnh tiết ra từ trong lá, từ ao sen làm bà rờn rợn. Cơn ho tiếp tục và ni cô cảm thấy hình như chiếc tháp muốn xiêu đổ và mặt trời túa ra nhiều vành sáng nhảy múa trước mắt. Diệu Tâm bám chặt lấy thềm cửa tháp và cơn buồn nôn hối hả dâng lên, ni cô chỉ còn thấy cảnh vật đảo lộn, ánh sáng và bóng tối xoay tít, và nơi ngực như có cả khối tháp ngã đè lên đó. Tiếng chim vụt tắt ngỏm đâu đây và cơn gió rào trên ngọn dương ngừng lại.

Ni cô bừng mắt nghe tiếng nói lào xào văng vẳng đâu đây. Ni cô cố nhướng đôi mắt còn chút ít thần sắc nhìn quanh trai phòng. Chú tiểu túc trực bên giường mừng rỡ hỏi dồn :

— Dạ thưa ni cô cảm thấy đỡ chưa ?

Bà lặng lẽ gật đầu và muốn ngồi dậy. Chú tiểu hiểu ý đến đỡ bà lên tựa lưng vào thành giường. Bỗng cửa trai phòng vụt mở. Diệu Tâm nhếch mép cười tiếp nhận sự có mặt của đứa cháu dâu và cô em họ đến đúng lúc bà thấy cơn bịnh này không hy vọng lành. Đứa cháu dâu gọi bà bằng cô này chuyên sống với nghề cờ gian bạc lận và nghề cho vay đoạt nợ. Nghề nghiệp nàng đến mức tuyệt xảo. Riêng cô em họ cùng đi theo cô cháu dâu đến thăm bà là một tay từng nhổ râu ông huyện này, cạo đầu ông phủ kia. Cô em họ có tấm nhan sắc cũng ưa nhìn thôi, nhưng cô có biệt tài hễ cặp sách với ông nào thì nạn nhân tình ái của cô phải tán gia bại sản một cách nhanh chóng và êm thấm. Hai người đàn bà thân thích này thường lui tới cửa thiền hầu sám hối để chuộc tội. Họ thích thân thiện với bà có lẽ nghĩ rằng khi Diệu Tâm đắc đạo để về chầu Đấng Từ Bi sẽ với tay níu họ theo lên cõi Niết Bàn. Vì mặc cảm tội lỗi nên họ càng thích đi chùa dâng hương đem lễ lộc hòng hối lộ Trời Phật cho giải bớt những oan khiên mà ở trần gian họ đã làm, đang làm và tiếp tục làm nữa... Càng thấy họ đi chùa là phải hiểu rằng họ vừa làm được một cái áp phe. Khi có nhiều tiền, họ lại vào chùa thành khẩn hối lỗi, nhưng khi bước ra khỏi chánh điện thì họ lại quên tuốt.

Ni cô mệt nhọc gắng gượng trả lời họ vài ba câu hỏi thăm sức khỏe. Rồi không còn ngồi được nữa, bà nằm rũ xuống. Cô em họ đề nghị ông yết ma nên tụng kinh cho Diệu Tâm để nếu như bà có phải về nơi cực lạc cũng sớm được nhẹ nhàng hồn phách.

Ni cô nghe trong người rã rời từng khớp xương. Bà cố mở mắt nhìn ánh đèn vàng vọt đặt trên chiếc bàn cạnh bàn nước. Cổ họng bà khô đắng và lạt lẽo. Ni cô hé mắt nhìn cô em họ đang ngồi bên cạnh và cô cháu dâu đang lây quây rót nước từ trong vỏ bình vào tách định bưng lại. Ni cô khoác tay tỏ ý không cần uống nước. Bà đã ăn chay ròng rã hơn hai mươi năm quá đạm bạc nên thân thể bà thiếu cả chất đạm.

Bà làm việc quần quật, suốt ngày. Không biết bà tìm cách quên ẩn tình hay để tăng ngân quỹ nhà chùa. Người ta thấy ni cô Diệu Tâm không sống cho mình nữa, kể từ khi bà bước vào chùa này. Bà sống kham khổ, nhẫn nhục và chịu đựng. Tiền công quỹ nhà chùa được đem ra bố thí cho những người tàn tật nghèo khổ. Bà ăn uống bất thường và coi việc ẩm thực là điều phụ thuộc. Chỉ cần một chén cơm và một nhúm rau chấm tương cũng rồi một bữa. Từ một tháng nay, bà không ăn uống được như thường nhật, mỗi khi ăn xong, bà đều mửa thốc mửa tháo ra, đến cả thuốc men cũng không giữ được trong bao tử. Họ hàng hay được tin bà thọ trọng bịnh cho mời biết bao danh y đến cứu chữa. Phần linh hồn thì do ông yết ma và một số sư sãi các chùa lân cận đến tụng niệm siêu độ.

Thân xác bà mỏi mòn trong giấc hôn mê chập chờn, bà nghe tiếng tụng niệm ngoài chánh điện. Trong bóng tối mù mờ, loáng thoáng có tiếng muỗi vo ve, đột nhiên Ni cô Diệu Tâm cảm thấy miệng mình lạt quá, lạt kinh khủng. Phải chi có một chút nước tương để bà nếm thử. Trí óc của bà dán chặt vào ý nghĩ lưỡi bà khô đi, đồng thời nước dãi tuôn ra đầy miệng. Thế rồi ý nghĩ của bà trôi xa hơn, nước tàu vị iểu, rồi nước mắm. Cơ thể bà vụt bùng lên. Nước mắm ! Nước mắm ! ni cô Diệu Tâm nuốt ực nước miếng. Một nỗi xót xa làm nước mắt bà ướt đẫm. Có cái gì chống đối trong từng thớ thịt, khớp xương của bà.

Bà vụt nghĩ, nếu có một muỗng nước mắm chui vào bao tử bà thì có lẽ những chấn động, phản đối trong cái cơ thể mỏi mòn sinh lực của bà sẽ dịu xuống, và muỗng nước mắm sẽ đem lại cho bà sự khỏe khoắn để bà ngủ một giấc thật ngon và ngày mai bà sẽ tiếp tục sinh hoạt lại như cũ dưới mái chùa này.

— Nước mắm ! Muỗng nước mắm !

Ni cô hoàn toàn quên mất cái đời sống hiện tại ở trong chùa, quên cả mấy mươi năm tu hành khổ hạnh. Bà rơi trong một ý thức mù mờ chỉ có hình bóng muỗng nước mắm bằng sứ trắng chứa một thứ nước vàng và trong suốt như nước trà. Kê miệng mà nếm thử thì biết. Ni cô Diệu Tâm co rúm lại, thở hồn hển. Ba tiếng muỗng nước mắm như ba nhát búa đập vào đầu óc bà làm bà lảo đảo.

Ngoài hậu liêu, hình như trời đã chiều. Mùi thuốc

bắc sắc trong siêu ngai ngái bay lên làm bà có cảm tưởng mình sắp nghẹt thở.

Bà phải uống một muỗng nước mắm. Ngày mai dầu có phải đọc kinh sám hối, bà cũng không màng. Bà tin chắc rằng dầu đọc kinh cứu khổ cứu nạn với Bạch Y Quan Thế Âm Bồ Tát cũng chưa chắc mầu nhiệm bằng một muỗng nước mắm. Nước mắm sẽ là một món thuốc tiên làm cho cây khô trổ bông, làm cho bao nhiêu sinh lực của bà bừng sống lại. Cố gắng hết tàn hơi, bà thều thào gọi chú tiểu kiếm cho bà một muỗng nước mắm. Tất cả những người có mặt bên giường đều ngạc nhiên lẫn hốt hoảng.

Diệu Tâm lập đi lập lại mấy lần :

— Mô Phật ! Cho tôi muỗng nước mắm, tôi uống vào sẽ hết bịnh liền :

Tiếng kêu gọi như lời van vỉ, thê thảm. Hai tay Diệu Tâm chìa ra tuyệt vọng. Chú tiểu bưng đến gần tách trà ướp sen kề gần miệng. Ni cô khép chặt môi, lắc đầu phản đối.

— Tôi chỉ cần uống một chút nước mắm cho mặn môi.

Nói xong, ni cô dìm hồn vào trong cơn đồng thiếp hai cánh tay gầy guộc còn xòe ra quờ quạng van xin.

Cô em họ bước ra trai phòng thì thầm :

— Rõ là ma đưa lối, quỉ dẫn đường. Hồi nào tới giờ chỉ ăn chay lạt, đến lúc sắp chết lại đòi uống nước mắm. Tui nhất định chống lại lời ma quỉ xúi biểu, xui khiến chỉ phạm trai giới. Thà để cho chỉ chết mà không mang tội với Trời Phật và không uổng công tu khổ hạnh hai mươi mấy năm nay.

Nói đoạn bà xuống trú phòng ngồi nói chuyện áp phe với cô cháu dâu, hoặc những thành quả bà đã thu đoạt được kể từ ngày bà bước chân vào đời. Giọng bà oang oang uốn éo và những tràng cười nói xôn xao vọng lên đến chánh điện. Ông yết ma với đôi mắt nhắm lại và nét mặt phẳng phiu dễ dãi thường nhật nhuốm một chút lo âu. Không khí nặng nề trùm xuống, nghẹt thở. Tiếng hét từ trong trai phòng vang lên. Ông lẹ chân tông cửa vào vừa lúc chú tiểu định bước ra, vẻ mặt còn hốt hoảng. Tất cả đứng im lặng quanh giường chờ đợi phút nghiêm trọng của ni cô trong khi ni cô đang vật vã từng đợt với tử thần. Tiếng nói bà vụt sang sảng như lúc còn ở trên sân khấu. Giọng nói trong trẻo tỉnh táo, nhưng đôi mắt bà vẫn nhắm nghiền :

— Tôi mới biết thương mình mấy năm mình khổ công theo đuổi tôi, mình đặt tuồng hát cho tôi hát.

— Con rán học cho đỗ đạt làm quan nghe con cưng của má.

— Tôi chỉ thích sắm vai Đoàn Hồng Ngọc hơn làm Phàn Lê Huê. Mình thích tôi diễn vai nào nhất ?

— Bớ này Tiết Giao ! Ò này bạc tình lang ! Mặt chàng đẹp trai mà làm chi ? Lời chàng ngọt ngào mà làm chi ? Cổ thiếp ngày nay mất ngọc, thân thiếp bơ vơ.

Cả một quá khứ trôi nhanh lên ký ức bà rõ rệt và nhanh như một đoạn phim quay hết tốc lực của nó. Bà độc thoại từ quãng đời sân khấu đến quãng đời làm vợ ông phú hộ Thọ. Giọng bà đang sang sảng vụt dừng lại và dưới ánh đèn hiu hắt, ni cô mở trừng trừng đôi mắt trắng nhợt như cố thu nhận hình ảnh sau cùng của đời sống và ni cô quờ quạng hai bàn tay trơ xương với lời van vỉ đứt nối :

— Hãy cứu tôi, cho tôi uống một muỗng nước mắm thôi.

Cô cháu dâu nhìn bà em họ :

— Mợ ơi ! mợ nhờ sư sãi đọc kinh trừ tà nghen. Cần nhứt là canh giữ đừng cho ai đem nước mắm lại.

Bà em họ tức mình :

— Để tôi đi đọc kinh cứu khổ. Hồi xưa Phật Thích Ca gần đắc đạo thì ma vương tới phá. Còn cái chị này sắp về Tây Phương tới nơi mà cũng chưa yên thân.

NGUYỄN THỊ THỤY VŨ

NGUYỄN THỊ VINH

TIỂU SỬ

Tên thật là Nguyễn Thị Vinh, *sinh ngày 15 tháng 7 năm 1924 tại làng Vân Hoàng tỉnh Hà Đông (Bắc Việt). Xúc động khi đọc Đoàn Thị Điểm, Nguyễn Gia Thiều, Nguyễn Du, Nguyễn Tuân, Thạch Lam, Ca dao Việt Nam v.v... và với sự khuyến khích của nhóm Tự Lực Văn Đoàn do Nhất Linh chủ xướng nên đã tham gia văn nghệ. Đã cộng tác với các tạp chí Việt Thanh, Tân Sanh, Mới, Văn Hóa Ngày Nay, Văn, Văn Học, làm chủ bút bán nguyệt san Tân Phong và chủ nhiệm tạp chí Đông Phương. Tác phẩm đầu tay :* Hai Chị Em *(1953). những tác phẩm kế tiếp :* Thương Yêu *(1954)*, Xóm Nghèo *(1958)*, Men Chiều *(1960)*, Cô Mai *(1972)*, Thơ Nguyễn Thị Vinh *(1972)* Nỗi Sóng *(1973)*, Vết Chàm *(1973)*.

QUAN NIỆM VỀ TRUYỆN NGẮN

Tôi thích viết truyện ngắn. Vì phần nhiều truyện ngắn đã giúp tôi diễn đạt và kết thúc nhanh, gọn, được cảm xúc mạnh, bất chợt đến với tôi.

Mỗi khi viết xong một truyện ngắn, tâm hồn tôi nhẹ nhàng, thoải mái như người mới khỏi bệnh.

NGUYỄN THỊ VINH

Về Truyện Ngắn «BỮA CƠM TRƯA»

Không chỉ những biến cố trọng đại mới làm con người đau khổ. Trong đời sống, hàng ngày con người còn bị bao vây bởi những chuyện nhỏ nhặt không đâu. Chính những hạt sạn bé nhỏ đó, luôn luôn làm chúng ta mất hạnh phúc.

NGUYỄN THỊ VINH

Bữa Cơm Trưa

Cánh cửa hé mở lộ ra khung trời bên ngoài. Vào mùa này mặt trời lên muộn. Đã gần sáu giờ sáng rồi mà mây vẫn xẫm không khí mới mờ mờ, trắng đục mầu sữa loãng. Hơi sương quện theo trong gió lùa qua cửa sổ, phả vào người bà Mùi, làm ớn lạnh hai bả vai, chạy dài suốt sống lưng.

Bà rùng minh, kéo vội chiếc chăn len đắp kín người. Suốt cả đêm, bà trằn trọc, ngủ không đầy giấc. Có mệt lắm chỉ chợp đi được một lát, rồi lại thức chong mắt ra. Tới bây giờ trời đã bắt đầu vào ngày thì suốt người bải hoải, đau nhức từng khớp xương, cứ như kẻ bị đánh đòn thù ấy.

Bà thầm nghĩ « Thì ra tinh thần và thể chất liên hệ mật thiết thật » câu chuyện xẩy ra từ bữa cơm trưa hôm qua, nó còn « hành » bà tới giờ. Bà nghĩ đến con gái lớn của bà, cô Bích đang còn ngủ với chồng con ở căn gác ngoài.

« Không biết đêm qua nó có ngủ được không, có còn «đau đớn» vi thấy mẹ bị chồng «khinh miệt» không ?» Lúc xẩy ra câu chuyện vào bữa cơm trưa, ăn xong, bà buông đũa lên ngay đây nằm khóc thầm. Hình như con gái bà nói gì với chồng nó ở phòng ngoài. Cô Bích cố sức nói nhỏ giọng như sợ bà nghe.

Nhưng thằng chồng nó chốc chốc lại lớn tiếng «Tôi xử đến vậy thôi chứ, bộ muốn tôi phải lậy nữa hả...» Yên lặng một lát, nhưng bà biết trong phút giây yên lặng đó cô Bích vẫn cằn nhằn chồng, vì tiếng thằng Sàm con rể bà lại cất lên « Bảo bà ấy ở đây một minh đi, nếu có phải «cung phụng» thì tôi cũng chỉ «cung phụng» bà ấy thôi, chứ bắt tôi phải nuôi «lũ kia» thì không khi nào ».

Nghĩ tới đây bà lại ứa nước mắt ! Lũ kia là con người chồng sau của bà. Thằng Ái và con Ly. Chúng là em khác cha với cô Bích. Hồi Bích mới ba tuổi đã mồ côi bố, bà tái giá và sinh thêm hai đứa này đây.

Chúng nó đang nằm kia, trên mảnh chiếu trải lên sàn gỗ của căn gác nhỏ, cất thêm trên mé nhà bếp. Từ một năm nay, cha chúng nó mất, bà buôn bán thua lỗ, nên phải về ở với con gái lớn và con rể.

Mấy tháng đầu còn «dễ thở» ! Lần lần mỗi ngày một chuyện nay thì không khí trong nhà đặc quánh lại rồi ! Mỗi ngày một chút, những chuyện gì ở đâu, cứ bất ngờ xảy ra thật ngột ngạt hết sức. Bà đã cố gắng nhẫn nhục, trong khi con rể bà cố tình gây. Thằng Ái và con Ly luôn luôn là «đề tài» của mọi chuyện. Bà có mình Ái là con trai nên rất thương yêu. Thấy Ái và Ly bị hất hủi bà lại càng xót đem hết tình thương để bao bọc cho hai đứa. Ái mới có mười lăm tuổi, nhưng người cao tồng ngồng. Chân tay dài quá khổ. Đã nhiều lần bà xót xa khi bắt chợt Sâm «lườm lườm» nhìn Ái, lầm bầm nói : «Bất thành nhân dạng, thứ này chỉ sớm thành du đãng chứ gì». Bà không hiểu sao rể bà lại ghét thằng Ái đến thế. Hình như cái vóc người cao «lêu nghêu» của nó mỗi khi ra vào làm vướng cả gian nhà này. Chắc Ái cũng cảm thấy thế, nên nó ít dám xuống nhà, cả ngày cứ ngồi thu mình trên căn gác «xép», hoặc lỉnh ra phố, có hôm nó về vào lúc cả nhà đang ăn cơm, bà đã thoáng thấy nó, nhưng nó không dám vào ngay. Đợi lúc ăn xong, anh chị nó đi ngủ trưa, mới len lẻn về, xúc chén cơm chan nước mắm lên gác ngồi ăn. Bà trông mà ứa nước mắt nhưng chả biết làm sao !

Bà cũng biết cô Bích vì bênh vực bà mà hàng ngày vẫn ngấm ngầm gây gổ với chồng. Từ ngày bà về đây, gia đình này cũng mất cả nếp sống bình thường, mọi thứ, mọi chuyện, đều thay đổi. Trước kia cô Bích vẫn mua gạo «nàng hương» cho chồng con ăn. Giờ phải đổi ăn thứ gạo Mỹ hạt tròn cho đỡ tốn. Cả thức ăn nữa chứ, mọi thứ mọi giảm. Phần tại lúc này quá đắt đỏ, phần nhà đông miệng ăn, cô Bích cố sức tằn tiện. Tô canh nho nhỏ ngọt chất thịt, trước kia cô vẫn nấu cho chồng con ăn, nay thành tô canh rau lớn, những dĩa sào thơm ngút, không còn được «trình diễn» thường xuyên trên bàn ăn nữa, mà chỉ còn là đĩa đồ kho cho mặn miệng. Cốt sao cả nhà ăn cho no bụng, qua bữa là được. Bà Mùi cũng không mong gì hơn thế. Nhưng khổ nỗi không khí trong nhà các bữa ăn cứ nặng chịch. Như vừa mới trưa hôm qua, cả nhà đã ngồi quanh bàn ăn, cơm đã sới ra bát rồi, mà rể bà cứ cố tình đi ra đi vào, rót chén nước, rửa cái tay. Cô Bích có vẻ tức cất tiếng giục thì chồng cô nói «Ai muốn ăn trước thì ăn đi, việc gì phải đợi». Thế nhưng lúc con Ly mới cầm đũa gắp miếng đậu rán, bà Mùi chưa kịp đưa mắt cản thì nó đã bỏ vào mồm. Vừa đúng lúc Sâm ra tới, Sâm nói trống không :

«Cứ như đồ mất dậy». Con Ly biết Sâm nói nó, đã mười hai tuổi rồi nên cũng biết tủi thân, nó cúi gằm mặt xuống chén cơm, mắt rưng rưng, miệng nó ngậm miếng đậu, nhai chệu chạo. Bà Mùi thắt cả ruột lại, ngây dại như kẻ mất hồn. Cô Bích cất tiếng cố gắng làm ra vẻ bình thường để xóa không khí căng thẳng :

— «Cụ» ăn cơm đi chứ, hôm nay chị Ba «trổ tài» nấu món cà bung, cụ thử coi có ngon không ?

Bà Mùi gượng cười :

— Ừ... thì... cứ ăn đi, hôm nay ta chóng mặt quá,

nó làm như muốn cảm.

Chị Ba «người làm» biết bà Mùi buồn, cầm bát cơm đặt hẳn vào tay bà Mùi :

— Bà ăn đi mà, con mới học bà Kim nấu cà bung lối Bắc đấy.

Cô Bích lại tiếp giọng có vẻ van lơn.

— Mẹ ăn đi, hay nếu mẹ mệt để con bảo nấu cháo mẹ húp cho khoẻ.

Bà Mùi bắt chợt ánh mắt của cô Bích nhìn bà, nửa thương xót, nửa an ủi, làm bà suýt bật khóc. Bà cầm vội bát cơm cười cười :

— Nào thì ăn, nấu cháo... làm gì...

Giọng bà nghẹn lại, bà cầm đũa đưa mấy hạt cơm lên miệng cố nuốt cho trôi tủi cực.

Trong khi đó Sâm ngồi ăn như không cần biết có sự hiện diện của mẹ vợ, không cất được một tiếng mời, thản nhiên nói với bé Ánh :

— Con chan canh không ? đưa bố chan ăn cho mau nào.

Không khí trong bữa cơm dù nặng nề đến đâu rồi cũng phải qua. Sau đấy bà lên nằm vùi trên này, lấy cớ là «ốm» bỏ bữa cơm chiều không xuống. Thằng Ái và con Ly cũng ở luôn với bà. Chiều tối Cô Bích đem lên cho mẹ và các em mấy miếng bánh mì chả. Cô bùi ngùi bảo mẹ :

— Hay... mẹ tìm chỗ cho các em... ở đỡ đâu ít ngày. Để con «tính» với Sâm... cho ngã ngũ ra. Con thật hết chịu được rồi... Muốn ra sao thì ra chứ.

Bà cố khuyên con gái :

— Thôi con, một đời người rồi cũng qua đi mau lắm. Con cố gắng chịu đựng cho con con nó hưởng. Con đừng trách chồng con, cũng tại mẹ tới đây làm sáo trộn... cho các con.

Cô Bích chậm nước mắt :

— Gì thì chứ, con có một mẹ mà anh ấy xử như vậy, đâu con có chịu. Mẹ còn nhớ hôm tuần trước cái vụ con chó con đấy không ? Mỗi ngày mỗi gây, mình có muốn nhịn cũng không được mà...

Bà Mùi ậm ừ... Bà quên sao được cái chuyện ấy chứ. Hình như Sâm cố tình gây không cho mẹ con bà ở thêm ngày nào nữa.

Một hôm Sâm đi xin đâu được con chó con mới sinh. Suốt đêm suốt ngày con chó kêu ăng ẳng «làm xấu» vung vít đầy nhà. Mẹ con cô Bích cố nhịn, được hai ngày, hết chịu nổi cô Bích bảo chồng :

— Anh đem con chó về nuôi làm gì, nhà đã chật, lại có mình chị Ba dọn dẹp sao cho hết việc...

Sâm quắc mắt, ngắt lời vợ :

— Á... à, nhà chật hả, nuôi một con chó không có chỗ hả...

Sâm tiếp cười khan :

— Thế mà tôi tưởng nuôi đến ba bốn con cũng còn được cơ đấy...

Biết chồng ám chỉ mẹ và em mình, cô Bích nổi giận. Bất chợt, cầm tách nước đang uống dở ném vào Sâm, không kể phải trái, cô hét lên :

— Đồ khốn, ăn nói đều cáng thế mà nghe được à ! Tôi nói cho mà biết dù tôi có nuôi mẹ tôi đi nữa, cũng không ai có quyền nói tôi. Đã «ai» nuôi tôi ngày nào đâu. Hay lại chính tôi phải làm nuôi «báo cô» bao nhiêu năm rồi. Giờ có phải anh «ghen» ăn với mẹ tôi không, thì anh nói trắng ra đi !

Bốp... Bốp... Hai cái tát như trời giáng vào mặt. Cô Bích sợ mẹ chạy xuống trông thấy lại khổ cho mẹ. Cô cắn răng nhịn, một vệt máu rỉ ra bên khóe môi cô.

Sâm buông vợ vào túm lấy con chó thẳng tay đập, con chó trước còn kêu ăng ẳng, sau lịm dần. Con Ánh còn nhỏ quá mới sáu tuổi đầu, phải chứng kiến chuyện này nó đứng chết run ở kẹt cửa, không khóc nổi..., mắt mở lớn nhìn bố đánh con chó. Trên căn gác xép, thằng Ái và con Ly đang quýnh lên lay bà Mùi. «Mẹ ơi... Mẹ... Mẹ ơi...» Bà Mùi từ từ mở mắt nhìn hai con ứa nước mắt. «Mẹ không sao đâu đừng sợ».

Nghĩ đến đây bà Mùi thở dài nói nho nhỏ :

— Người thương người phải xa nhau cũng khổ. Mà người ghét người, phải ở với nhau lại càng khổ hơn.

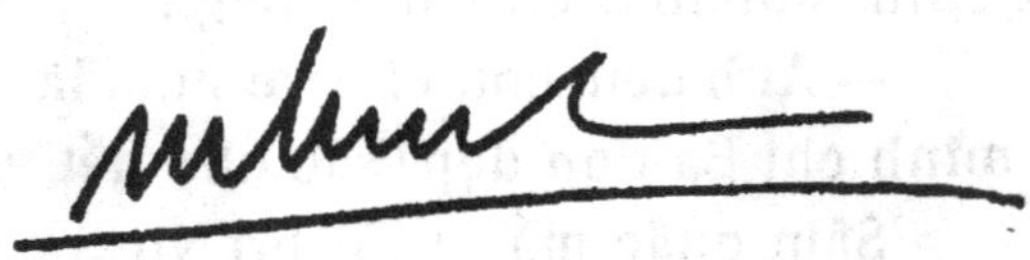

NGUYỄN THỊ VINH
(Đầu thu 1973)

NGUYỄN THỤY LONG

TIỂU SỬ

Tên thật là Nguyễn Thụy Long, *sinh ngày 9.8.1938 tại Hà Nội (Bắc Việt).*

Sống qua thời thơ ấu ở núi rừng Việt Bắc cùng lúc với cuộc kháng chiến của toàn dân Việt Nam chống ách đô hộ của Pháp. Khi chế độ Cộng Sản manh nha thành hình, Nguyễn Thụy Long theo gia đình hồi cư về Hà Nội, sau đó vào miền Nam trước hiệp định Genève hai năm (1952).

Theo học trường Thiếu sinh quân, nhưng rồi lại bỏ binh nghiệp sau khi thân phụ mất. Theo học tiếp tục những năm trung học tại Sài Gòn, Cao đẳng Mỹ Thuật rồi lại bỏ học đi lính khi gia đình gặp chuyện khổ, ly tán. Sau năm năm quân đội, đào ngũ, tù tội, ra khỏi tù sống những ngày lang thang ở những nơi hạ lưu của xã hội. Vì vậy bối cảnh trong những tác phẩm của Nguyễn Thụy Long sau này hầu hết hình thành qua những đời sống mà tác giả đã sống qua.

Tác phẩm đầu tiên của tác giả được ấn hành là tập truyện Vác Ngà Voi. *Sau đó ra tiếp theo hàng loạt tác phẩm. Cuốn tiểu thuyết nổi tiếng nhất của tác giả là* Loan Mắt Nhung. *Hiện vẫn tiếp tục sáng tác.*

NGUYỄN THỤY LONG

QUAN NIỆM VỀ TRUYỆN NGẮN

Tôi khởi sự viết văn bằng viết truyện ngắn. Nhưng không phải vì vậy mà tôi đồng ý với một số người cho là viết truyện ngắn dễ hơn viết truyện dài. Trái lại nữa là khác. Cho đến bây giờ tôi đã có hơn ba chục cuốn truyện dài đã được xuất bản, vậy mà tôi vẫn còn nao nức sung sướng khi hoàn tất được một truyện ngắn khả ưng ý.

Tôi cũng không đồng ý một số người cho rằng truyện ngắn là một số đoạn của truyện dài cắt ra hoặc nói một cách khác là truyện dài do nhiều truyện ngắn góp nhặt lại. Theo tôi, truyện dài và truyện ngắn thuộc hai lãnh vực khác hẳn nhau. Mỗi loại có nghệ thuật riêng của nó.

Mỗi một truyện ngắn theo đúng nghĩa của nó là một truyện khác biệt, không thể một truyện ngắn này giống truyện ngắn khác. Truyện ngắn còn là bước khởi đầu của một nhà văn và một nhà văn suốt một đời viết văn vẫn còn cái thèm muốn khi viết được một truyện ngắn ưng ý.

Về Truyện Ngắn «NGÀY THÁNG BUỒN HƠN»

Chiến tranh Việt Nam, mỗi một nhà văn nhìn theo một khía cạnh khác nhau. Dĩ nhiên chiến tranh phải có súng nổ, bom rơi, tàn phá và người chết.

Có những nhà văn viết thuần túy về những tiếng động ồn ào ấy. Nhưng không phải chỉ có những nhà văn ấy mới đủ thẩm quyền viết về chiến tranh. Tất cả mọi nhà văn đều có quyền viết về chiến tranh Việt Nam. Mỗi nhà văn nhìn chiến tranh qua khía cạnh riêng của mình. Ngày khởi đầu lại cuộc chiến tại Việt Nam, sau hiệp định Genève tôi đã để ý đến chiến tranh tái phát. Nhưng tôi để ý và quan sát theo lối riêng của tôi. Không có một tiếng nổ nào, nhưng tôi nhìn thấy chiến tranh ở đó. Ngay cổng xe lửa ở giữa thành phố này. Nỗi buồn của ông xếp ga, của đám trẻ nhỏ nghịch ngợm. Ở quán cà-phê đầu đường. Chiến tranh rồi đó, và ngay thời gian đó người ta đã mơ tưởng đến ngày ngưng tiếng súng. Ngày mà những chuyến xe lửa khởi hành vào lúc năm giờ sáng.

NGUYỄN THỤY LONG

Ngày Tháng Buồn Hơn

Ông xếp ga Hai Thợ thức giấc vào khoảng năm giờ sáng. Ông quơ tay sang bên cạnh, chị vợ mập ú của ông đã ra khỏi giường từ bao giờ. Ánh lửa từ dưới bếp hắt lên, có lẽ chị đang nấu nước dưới đó. Hai Thợ nhìn ra cửa sổ chấn song, trời còn tối. Ngọn đèn đường vàng vọt chiếu hắt qua tàn cây trứng cá rọi vào vuông cửa thứ ánh sáng nhấp nhá lay động trên tấm màn ngả mầu nước dưa. Phía ngoài đường tiếng xe cộ chạy rầm rầm, sinh hoạt bắt đầu nhộn nhịp sau giờ giới nghiêm. Hai Thợ nằm ngửa nhìn lên đỉnh mùng, người lão ta hơi mền mệt, nhưng hai mắt lại mở toang. Thói quen từ bao nhiêu năm nay đã làm Hai Thợ thức dậy rất đúng giờ. Bốn giờ ba mươi mỗi sáng. Cách đây không lâu khi đường chưa bị nghẹn, khoảng giờ này lại có một chuyến xe lửa dài thậm thượt chạy qua. Hai Thợ vụt dậy khi hồi chuông báo ở trạm trước rung lên. Lão chạy ra cây chắn ngang đường cầm chiếc đèn có mặt kiếng đỏ quơ qua quơ lại chắn xe. Trong khi Hai Thợ vít cần chắn bên này, chị vợ cũng giúp chồng hạ cây chắn bên kia. Chuyến xe lửa từ phía xa lù lù tiến lại hú lên một hồi còi dài. Sức nặng của chuyến tàu làm rung chuyển cả vùng đất. Khói đen lẫn lộn bụi than đỏ thổi bạt về phía sau trong bầu trời nhờ nhờ sáng. Mùi khói than khét lẹt tỏa rộng trong không khí tươi mát. Chuyến xe lửa hú còi lên rồi lao xao, xầm xập trên đường sắt, ánh đèn pha gắn phía đầu tàu sáng chói soi rõ từng viên sỏi trên đường đang rung lên bần bật, những căn nhà lá làm tun hút theo dọc đường tàu sáng tỏa rộng như nhát chổi khổng lồ cản bóng tối phía trước mặt hất khỏi con đường sắt dài vô tận dưới hầm đầu máy, lò than cháy đỏ rực, bụi than tia ra, bạt về phía sau. Từ những cửa sổ toa tàu, đèn còn sáng, những khuôn mặt thò ra nhìn xuống thành phố, những bàn tay vẫy lia gửi xuống đám người không quen biết đứng sau cây chắn. Chuyến tàu dài thậm thượt trôi qua. Hai cây chắn đường được thả cho đứng thẳng lên trời. Những chiếc xe rú ga, ngược chiều nhau lao trên đường nhựa như nguồn nước lớn vừa bị vỡ ra ở một bờ đê.

Hai Thợ không quên tháo cây đèn có bốn mặt kính màu ra khỏi cây chắn. Sau khi tắt đèn cất vào nhà, lão thủng thẳng ra khỏi quán cà-phê phía góc đường như một người nhàn hạ. Trời dần dần sáng rõ. Hai Thợ điểm tâm một dĩa cơm tấm, nhâm nhi ly cà-phê đen nhỏ với điếu thuốc Bastos đỏ. Lúc đó Chín Vè, một người bạn già cùng xóm với Hai Thợ cũng ra ngồi quán. Hai người ngồi chung một bàn, và nói chuyện trời chuyện đất với nhau cho tới khi trời sáng bạch mới chia tay nhau ai về nhà nấy. Hai Thợ về nằm nhà ngửa trên giường vỗ bụng ê a ca vọng cổ, lúc đó chị vợ đã xách giỏ đi chợ. Cuộc sống đời vợ chồng Hai Thợ bình thản trôi qua. Cả hai, tóc đã ngả màu tiêu mà vẫn chưa có nổi một mống con nào. Hai Thợ nghĩ rằng, ông Trời phạt mình vì cái tội ghét con nít. Thật thế, Hai Thợ không thể nào hình dung ra nổi đứa con của mình lại giống bọn nhãi ranh ở khu này. Chúng nó như những đứa con hoang bị cha mẹ ném ra đường một cách vô tội vạ. Chúng ăn nói hỗn hào, chửi thề văng tục. Mỗi khi chuyến tàu chạy ngang qua, Hai Thợ lại rát cổ hò hét. Hai Thợ chịu khổ với bọn chúng. Lão thầm nghĩ nếu ta có con, đứa bé không thể giống được bất cứ đứa nào trong bọn con nít này. Ta phải giáo dục nó. Rồi cho đi học. Bắt buộc nó phải nên người.

Nhưng điều ao ước đó chỉ là ảo tưởng. Nhiều khi

Hai Thợ cảm thấy cô đơn, lão chép miệng thở dài, ta bạc phước.

Nằm mãi trên giường cũng chán, Hai Thợ trở dậy cuộn mùng mền rồi trở xuống nhà dưới. Chị vợ ngồi bên bếp lửa, cời những hòn than đỏ rực trong lò cho thêm hồng. Nghe tiếng động chị hỏi :

— Ba nó dậy làm chi sớm quá vậy ?

Không có con, hai vợ chồng Hai Thợ vẫn thường kêu nhau bằng «Ba nó» hoặc «Má nó», cho thêm ấm cúng. Hai Thợ giơ tay lên che miệng ngáp :

— Không ngủ được thì dậy chớ nằm hoài sao ?

Chị vợ nói dấm dẳng :

— Không có việc thì ngủ cho khỏe xác, hơi sức đâu sáng nào cũng mò mẫm.

— Ở đấy mà khỏe, thất nghiệp đến nơi rồi. Sở Hỏa Xa đâu có phải như mình, nằm ăn không hoài. Còn má nó dậy sớm làm chi vậy ?

Chị vợ ú ớ một hồi rồi thấp giọng trả lời :

— Bởi tôi quen rồi.

Hai Thợ hứ một tiếng rồi bỏ ra ngoài.

Quán cà phê Thọ sứt mỗi buổi sáng vào giờ này đều đông khách. Đèn đã tắt cho đỡ hao điện nên ánh sáng trở nên nhá nhem, nhưng ấm cúng. Những khách hàng có cảm tưởng gần gũi nhau hơn trong câu chuyện, bên ly cà-phê, hơi thuốc. Khói thuốc nhòa nhòa bay trong một chu vi hẹp làm chiếc quán nhỏ trở nên mờ ảo như được bao phủ một lớp sương mỏng.

Hai Thợ bước vào quán, vừa dịp Chín Vè bàn đến chuyện chiến tranh đang bùng nổ tại Trung Đông giữa Do Thái với Ả Rập. Nhìn thấy Hai Thợ, Chín Vè vui vẻ dơ tay vẫy :

— Vô đây, nhập cuộc với bọn này anh Hai.

Hai Thợ cà rà tới kéo ghế ngồi.

Chín Vè chìa tay giới thiệu thanh niên với Hai Thợ :

— Xin giới thiệu với anh đây là thằng Ngọn, con rể tương lai của tôi, nó mới được phép về chơi hồi hôm.

Chín Vè quay sang Hai Thợ :

— Còn đây là anh Hai xếp ga, ở căn nhà ngoài đường tàu.

Hai Thợ đưa tay ra bắt tay gã thanh niên. Ngọn nắm lấy tay lão, cúi đầu một cách lễ phép. Bàn tay hắn to chai, nhưng ấm áp. Hai Thợ bỗng có thiện cảm với hắn, lão bèn hỏi một câu :

— Chú em được dìa phép bao lâu ?

— Dạ một nửa phép thường niên, bảy ngày.

— Về lo cưới vợ hả ?

Ngọn cười, chiếc răng vàng bóng loáng lộ cuối môi trái :

— Dạ đâu có, cháu tính để cuối năm, bởi cháu cứ phải đi hoài nên chưa tính đâu ra đâu hết.

Chín Vè cướp lời con rể tương lai :

— Ấy, tui biểu nó hoài, thời buổi này, trường hợp nó biết lúc nào rảnh được. Cưới thì cưới cái rụp cho xong, rồi nó đi đâu thì đi. Vợ chồng già này bộ không nuôi nổi con vợ nó sao.

Hai Thợ kêu ly «xây chừng». Khi cà-phê được bưng ra, lão quậy đường và hớp một hớp nhỏ.

Đặt ly xuống, lão chép miệng, đưa điếu thuốc, rít nốt điếu thuốc đã cháy gần đến ngón tay và dụi tắt vào cạnh bàn gỗ :

— Anh Chín bàn vậy phải đó chú em, thời buổi này làm gì cũng lẹ lẹ cho ăn chắc.

Ngọn nhìn tàn thuốc chưa tắt hẳn ở góc bàn, một sợi khói ngún lên ở đó, uốn éo rồi mất hút, hắn thấp giọng :

— Dạ, dạ, cháu cũng mong lắm, trước sau gì cũng phải lấy nhau, cháu thương con Lan cháu, cũng muốn cho... xong đi. Nhưng cháu... mắc... kẹt.

— Ủa, mắc kẹt gì ?

— Dạ... Mắc kẹt tiền cưới.

Hai Thợ buột miệng : A... Chín Vè sợ ông bạn già hiểu lầm mình cậy có con gái đẹp nên làm khó dễ thằng rể tương lai chi đó, nên phân bua một cách gay gắt :

— Tao cho không mày con Lan chớ có bày đặt tiền cưới tiền xin gì với mày đâu mà mày «gài» tao câu ác nhơn thất đức đó quá mạng vậy.

Biết mình lỡ lời với ông bố vợ tương lai, Ngọn bối rối cắt nghĩa :

— Ba hiểu lầm lời con nói rồi. Con biết ba má thương, không đòi hỏi gì con. Nhưng dẫu sao con cũng phải lo được năm mười ngàn đồng để làm bữa nhậu sơ sài mời bà con lối xóm. Chớ khi không...

Hai Thợ cướp lời :

— Cháu tính vậy cũng phải, nhưng thời buổi này làm sao xong thì thôi.

Câu chuyện xoay quanh việc vợ con của Ngọn một hồi, cả ba vô tình xoay sang đề tài khác. Hai Thợ khề khà hỏi :

— Vậy chớ lon cánh gà vàng vàng, trắng trắng cháu mang ở cánh tay là cái cấp bực gì vậy ?

— Dạ, hạ sĩ nhất.

Chín Vè nhanh nhẩu cắt nghĩa cho Hai Thợ :

— Hạ sĩ nhất, tiếng Tây kêu là cặp-bò-rằng đó anh không biết sao ?

Hai Thợ không hiểu cặp-bò-rằng là cái gì, nhưng cũng cứ gật đầu lia lịa :

— Xếp hả, cha, coi bộ thằng rể anh còn ít tuổi mà đã chức tước cao vậy đó sao. Chu cha, chắc chiến công nhiều lắm há ?

Ngọn cười khiêm nhượng. Chín Vè thì đầy lòng hãnh diện, mũi hỉnh lên :

— Bộ anh không thấy huy chương đầy ngực nó sao ?

Hai Thợ trố mắt nhìn :

— Mề-đay ấy hả, đâu, y cái đỏ đỏ xanh xanh...

Chín Vè cao hứng :

— Ừa chớ còn cái gì, mỗi cái khuôn vàng vuông nhỏ là một chiến công máu lửa đó, lu bù thần tượng chiến công mà.

Hai Thợ nhìn Ngọn đầy vẻ khâm phục. Chín Vè tiếp:

— Bắc đẩu bội tinh, anh dũng bội tinh, chiến công bội tinh, ối lu bù, trai thời loạn mà anh Hai.

Hai Thợ lại bắt đầu để ý đến sợi dây bện như xoay chảo bỏ lòng thòng bên vai Ngọn hình đầu con cọp màu vàng. Chín Vè cao hứng cắt nghĩa luôn :

— Dây chiến thắng đó.

— Còn con cọp ?

— A, cái đó là «nhãn hiệu» lính Biệt Động Quân.

Hạ sĩ nhất Ngọn phì cười, hắn vui lây cái vui của ông bố vợ tương lai. Hắn cắt nghĩa lại lời ông già vợ cho đúng :

— Dạ phù hiệu Biệt Động Quân, tiểu đoàn cọp ba đầu rằn.

— Cha, nghe tên đã thấy ớn xương sống rồi.

Hai Thợ càng trở nên khâm phục thằng rể tương lai của Chín Vè. Chín Vè cao hứng khoe luôn :

— Ngày xưa tôi cũng là lính đó chớ bộ. Lính hồi

đó khó lắm, học về súng ống rặt bằng tiếng Tây thôi hà. Cha, mười năm lính mà tôi chỉ bò lên được chức bếp thôi. Nếu tôi ở lính đến giờ thì hạng bét ra cũng phải được chức úy chức tá chớ đâu có nghèo mạt rệp như ngày nay, cũng chỉ bởi tại má bầy trẻ bắt tôi cắt đứt binh nghiệp, lâu lâu nghĩ lại tôi tiếc hùi hụi.

— Ở lính anh có đi trận không ?

— Hồi đó thái bình mà, tôi giữ chức huấn luyện vũ khí cho bọn lính mới. Bọn lính mới ngu như con bò, có mấy câu tiếng Tây mà cũng không thuộc. Nè, bác coi học về khẩu súng trường Đông Dương chỉ có mấy câu thôi : *Lơ phú dình anh đó thiên hoa, sờ đĩ vĩ dằng ăng sít bạc ti bành thì bành* mà cũng không thuộc nữa.

Hai Thợ và hạ sĩ nhất Ngọn phát cười ngất. Dứt hồi cười, Hai Thợ nói :

— Tôi nghe cũng đến chịu luôn.

Chín Vè nhìn hai người lơ láo :

— Khó gì đâu bác, tôi cắt nghĩa ra tiếng Việt cái một, cây súng trường Đông Dương chia ra làm sáu bộ phận chính. Vậy thôi.

Nói xong Chín Vè lật ngửa bàn tay nhịp nhịp trước mặt. Từ nãy hạ sĩ nhất Ngọn chỉ ngồi cười, mãi tới bây giờ hắn mới lên tiếng :

— Mỗi người có một nghề, như nghề bác Hai đây con với ba đâu biết được các «bí quyết».

Hai Thợ khiêm nhượng :

— Nghề tôi có chi khó đâu, nâng cần chắn lên, hạ xuống là xong hà. Đứa con nít cũng làm được.

Chiều sắp hết, Hai Thợ đi theo đường xe lửa, lão thấy buồn bã vô cùng. Lão bỗng thấy cuộc đời lão trở nên vô vị. Ánh nắng thật mong manh, dài trên những mái nhà tôn dọc theo đường tàu xe lửa, con đường uốn vòng xa ngút mắt. Lão đứng tần ngần ở trước cây chắn, lão cúi xuống nói nhỏ :

— Mới hôm nào còn đây, mà nay đã ngủm rồi, cuộc đời chẳng biết ra sao !

Hai Thợ vừa ở nhà ông bạn già Chín Vè ra, đứa con gái của Chín Vè ngồi khóc ở một góc nhà.

Chín Vè nói với Hai Thợ :

— Tôi không biết làm sao, con nhỏ này khóc suốt ngày hôm nay. Từ lúc bạn thằng Ngọn về báo tin nó đã tử trận.

Nói xong lão thở dài sườn sượt, quay mặt nhìn ra ngoài đường tàu. Hai Thợ cũng ngồi thở dài bâng quơ. Lão biết lão có an ủi gì thêm cũng bằng thừa. Tốt hơn cứ để cho đứa con gái khóc, có thể nó sẽ nguôi ngoai đi phần nào nỗi khổ tâm. Hãy nhìn vào cái bụng nó, cái bụng nây nẩy của người đàn bà mang thai. Hai Thợ hiểu nỗi khổ tâm của người bạn già hơn ai hết. Sẽ chẳng có một sự bồi thường nào, vì hai đứa chưa chính thức làm vợ chồng. Một đời con gái...

Nắng nhạt màu dần, Hai Thợ ngồi xuống đường tàu, lão sờ tay lên con đường sắt song song chạy dài gần sét rỉ. Trước kia nó nhẵn bóng, ông từng mỏi miệng hò hét bọn nhãi con trong xóm nghịch ngợm mang những nút chai bia xếp dọc theo đường sắt ngồi chờ chuyến xe dài thậm thượt chạy qua cán dẹp, mỏng dính, sắc lem lém. Vậy mà thời gian này, lũ trẻ không còn gì để nghịch ngợm, chơi đùa ở đường sắt nữa. Cách đây ít lâu, một đứa trẻ ôm một đống nút chai bia đến bày trên đường sắt vào trước giờ xe chạy, nó chờ hoài chờ hủy, đôi mắt dõi về cuối đường sắt xa tít tắp. Chuyến xe không tới, trời nhọ mặt người, thằng nhỏ uể oải đứng dậy tính thu xếp đống nút chai bia để ra về. Ông xếp ga bỗng thấy mình buồn lây với nỗi buồn của đứa nhỏ. Ông xách hai chiếc búa ra đứng sau lưng nó :

— Khoan về cháu !

Đứa nhỏ ngước lên, nó ngạc nhiên vì lần đầu tiên ông xếp ga già nói được một câu dịu dàng với nó. Ông cầm lên một nút bia, bóc cái lõi bằng li-e ở bên trong ném đi, ông trao cho thằng nhỏ một cái búa.

— Cháu ngồi đây đập nút phéng với tao, đường sắt cứng thay cho chiếc đe tốt chán.

Thằng nhỏ bạo dạn thủ thỉ :

— Hồi trước có xe lửa chạy ngang tụi cháu đâu có phải bóc cái lõi. Một chuyến xe chạy qua là cái lõi nát nghiến. Nút phéng phẳng lì, đập bằng búa chưa chắc đẹp bằng, ông có tin vậy ?

Hai Thợ gật đầu :

— Ông tin chứ, dầu sao thì máy móc « ngon lành » hơn.

Những tiếng đập chan chát, đều đều trên đường sắt. Đứa nhỏ vừa đập vừa nhìn ra cuối đường sắt :

— Bao giờ xe lửa mới lại chạy qua đây hả ông ?

Hai Thợ lắc đầu :

— Ai biết được. Đứa nhỏ hỏi tới :

— Bộ « lịnh » cấm sao ông ?

Ông già nhìn đứa bé trong bóng tối nhờ nhờ, khuôn mặt ông nổi những nếp nhăn hầu như bị xóa nhòa vầng trán hẹp. Ông lắc đầu :

— Không phải, tại Việt Cộng phá hoại.

Đứa nhỏ ngây thơ hỏi :

— Việt Cộng là ai mà lại dữ vậy ông ?

Hai Thợ ngẫm nghĩ một hồi, lão cố moi óc tìm một giải thích thật giản dị :

— À... à... cái tụi mà đặt lát-tích nổ chết bao nhiêu người đó.

Đứa nhỏ nói vừa reo lên :

— Vậy hả. Cha, hôm tụi nó còn liệng lựu đạn ở Saigon đó ông. Phải bọn đó không ?

Hai Thợ gục gặc cái đầu :

— Thì bọn đó chớ còn ai vô đây nữa, tụi nó không phải chỉ có lựu đạn không đâu, tụi nó còn đặt mìn ở đường tàu cho lật xe hỏa kia. Chết biết bao nhiêu người. Sợ nguy hiểm cho người vô tội nên hồi này xe lửa mới ít chạy. Lâu lâu có một chuyến.

— Hôm qua bằng giờ này cháu thấy có chuyến xe chạy qua, cháu nghi hôm nay nó lại chạy nữa nên cháu mang hết nút phéng ra đây, đâu có dè.

— Mà tụi cháu lấy nút phéng làm chi vậy ?

— Để chơi, để bán lấy tiền mua cà-lem ăn.

Hai Thợ liệng cái nút phéng xuống đường sắt kêu đến beng :

— Điên à ! Ai mà mua đồ quỉ này.

— Trời ! Ông đâu biết. Mắc lắm đó ông, một đồng trước kia mười cái nút phéng ; bây giờ một đồng có năm cái thôi. Nhưng phải là thứ xe cán kia. Còn đập bằng búa thì rẻ mạt hà ông. Một đồng hai chục cái đách còn ai thèm mua.

Hai Thợ hỏi tới :

— Mà tụi bay bán cho ai vậy cà ?

— Mấy thằng nhỏ con nhà giầu. Tụi cháu chơi thẩy đáo.

Hai Thợ đập một nhát búa chót lên nút chai đã phẳng, ho lên một tiếng :

— Ờ, tao đâu có dè.

Thằng bé thủ thỉ tâm sự :

— Ở nhà cháu có cả thùng nút phéng mà chưa

cán, cháu chờ cho lúc có chuyến xe. Khi nào có, ông cho cháu biết nhe, đừng nói với bọn bạn cháu nghe.

— Ai ?

— Mấy thằng đi chơi với cháu đó.

— Nói thì đã sao ?

Đứa nhỏ nhoẻn miệng cười, nó có một chiếc răng cửa sún, nên trong miệng tối om, nó nói như thì thầm :

— Chỉ mình cháu có mới bán mắc được, đồ «quí» mà ông.

Hai Thợ nhìn vào khuôn mặt sớm ranh mãnh của đứa trẻ. Lão thầm nói : Mày ranh thật, mới nứt mắt ra đã biết đầu cơ rồi. Nhưng ông cũng gật đầu :

— Được, khi nào có xe tao sẽ kêu mày.

Đứa bé thu dọn những đồng phéng nhét đầy vào hai túi quần, đứng dậy, nó không quên dặn :

— Cháu là Tót nghe ông, Tót sún !

— Ờ ! Ờ !

— Nhà cháu ở bên kia đường tàu, đó là cái nhà có cái sáo xanh trước cửa. Ông chạy qua nhấp nháy mà, chịu hôn ?

Đứa nhỏ chỉ tay, Hai Thợ nhìn theo.

— Được được, nhưng ngộ lỡ khi có chuyến xe tao kiếm mày không có nhà thì sao ?

Đứa nhỏ đứng ngẩn mặt ra :

— Ờ ! Ờ, quên mất, lại còn cái vụ đó nữa, kẹt rồi.

Đôi mắt nó bỗng sáng lên.

— Hay thế này, cháu bê thùng nút phéng sang gởi ông, khi nào có chuyến xe ông cán giùm cháu ?

Hai Thợ trả lời ngay :

— Không được đâu mày ơi ! Con mụ vợ tao dữ như bà chằng, thấy đống đó nó liệng vô thùng rác tao mất công đền mày.

Đứa nhỏ ngẩn ngơ, nó suy nghĩ một hồi rồi hỏi :

— Ông biết ở đâu có xe lửa còn chạy không ?

— Trên ga Saigon còn ít chuyến.

— Xa quá !

— Nhưng cháu cũng không vô được đâu, vì vào ga là phải mua giấy rồi. Vả lại cháu không thể tới gần đường tàu.

— Sao vậy, cháu canh đúng lắm mà ông ?

— Lính nghi cháu tới đường tàu đặt lát-tích thì sao?

Đứa nhỏ le lưỡi :

— Thôi ngán rồi, người ta tưởng Việt Cộng thì thấy mẹ luôn.

— Pum ! Pum !

Hai Thợ dí một ngón tay vào be sườn thằng nhỏ. Lão giúp nó một tay thu dọn nút phéng :

— Thôi tối rồi, cháu về nghe.

— Dạ, cháu dìa...

Đứa nhỏ bước qua đường tàu ngoái một tay lại vẫy. Bai ! Bai ! Hai Thợ cũng giơ tay vẫy lại.

Buổi chiều chầm chậm xuống, con đường nhoè nhoẹt bóng tối. Hai Thợ thở dài, lão sờ tay lên cằm. Những sợi râu mọc ra tua tủa.

NGUYỄN THỤY LONG

NGUYỄN TƯỜNG GIANG

TIEU SỬ

Tên thật là Nguyễn-Tường Giang, *sinh ngày 24.6.1942 tại Hà Nội. Con út nhà văn Thạch Lam. Qua bậc tiểu học ở trường Hàng Than Hà Nội. Cựu học sinh Chu Văn An Saigon. Hiện là bác sĩ. Hoạt động trong nhóm Văn hóa Thái Độ, viết và đăng thơ trên Thái Độ, Đất Nước. Từ năm 1973, cùng một số bạn hữu chủ trương Tập San Văn Chương.*

QUAN NIỆM VỀ TRUYỆN NGẮN

Hai yếu tố quan trọng cho sự thành công của truyện ngắn là không khí của toàn truyện và cách thức thực hiện (cách viết). Viết truyện ngắn là một điều khó khăn vì người ta chỉ có một số vật liệu hạn chế (những chữ, những chi tiết...) để nói lên những điều thường mơ hồ, không nói được trực tiếp với người đọc. Một truyện ngắn hay là truyện ngắn đã hoàn thành, không hứa hẹn gì thêm ngoài chính nó.

NGUYỄN TƯỜNG GIANG

Về Truyện Ngắn « MỘ BIA »

« Mộ Bia » *không thể gọi là một truyện ngắn. Có lẽ đó là một tùy bút. Đã in trong Tập San Văn Chương số Mỹ Từ Pháp với tựa đề* Dấu Xưa. *Có thể gọi tùy bút là một hình thức của truyện ngắn chăng ?*

Mộ Bia

Buổi sáng hôm ấy trời có nhiều sương mù. Lúc tôi tỉnh dậy hơi lạnh thấm qua nền nhà gỗ truyền qua gan bàn chân làm tôi có cảm tưởng như trở thành một giọt sương. Các cửa sổ đều đóng kín, nhưng qua làn kính trong suốt, những bông hoa *mimosa* nở vàng lay động êm đềm. Căn nhà nằm trên một triền đồi cao, con dốc sáng lên với những viên đá xanh nằm ngổn ngang và những đám cỏ non còn ướt thẫm. Phía dưới xa kia là mặt hồ lớn, hơi khói bốc lên nghi ngút, quyện vào nhau. Kinh đứng bên cạnh tôi, hai tay thủ vào túi áo bành-tô bằng dạ xám đã cũ, thả những làn khói thuốc vào mặt kính. Anh nói nhỏ qua hàm răng cắn chặt cán chiếc tẩu thuốc : Ông có nhìn thấy cây soan tây ở chân đồi không. Tôi nhìn theo tay trỏ xuống một thân cây mảnh khảnh ở giữa những rặng thông, một cây soan tây với những bông hoa mờ nhạt. Kỳ còn nằm ở trong phòng hỏi vọng ra : Có phải cây soan tây ngoài mình gọi là cây sầu đông. Không ai trả lời vì Kinh còn mải mồi lại tẩu thuốc đã tắt. Tôi hà hơi lên mặt kính rồi lấy tay xoa một vòng nhỏ, một hình ảnh nào đó trong một cuốn phim coi đã lâu. Kinh rủ tôi ra xem mấy chậu lan. Ở ngoài trời, gió mát lạnh lùa vào người như thấm nước trên từng phần nhỏ của da, Kinh lấy tay hất nước từ một chiếc mũ sắt tưới cây. Những giọt nước bay lên cao lóng lánh. Hình ảnh một người bốn mươi tuổi, miệng ngậm tẩu thuốc, những đám chân râu xanh chạy trên mép, cầm một chiếc mũ sắt tưới những hàng lan nằm trên bể nước cũ hoặc treo lủng lẳng trên cây làm tôi ngậm ngùi, một chút gì mất mát ở đâu đây. Không khí như không một vẫn bụi, sạch quá. Một chậu lan mới nở sáng nay, những cánh hoa trắng và mỏng, long lanh như tuyết đọng. Tôi kề mũi vào ngửi, chỉ thấy mùi mát lạnh của sương đêm và những cánh nhụy nhỏ như đốm phấn vàng trên cánh bướm. Kinh đã ngừng tay, chiếc mũ sắt rung rinh như một con thuyền. Lan Tuyết Ngọc đấy. Ngày xưa ông bác ông cũng nói về thứ này. Một buổi sáng mù sương nào ở núi rừng Phi-Nôm, người bác già đã dẫn tôi, một cậu bé chưa đầy mười lăm tuổi, vào khu rừng sau nhà tìm lan. Căn nhà bằng gỗ nằm xa quốc lộ, phía sau mở một con đường vào rừng. Qua một con suối nhỏ róc rách những tiếng reo vui — *Người đi lâu chửa thấy về. Nhớ người lòng suối Đa Mê cũng buồn* — là tới rừng rậm. Mùa mưa, rừng âm u và những con vắt lạnh như kim khí bám vào người khiến tôi không có một chút thích thú nào. Ông đi một đôi ủng cao-su cao đến đầu gối, mỗi lần kiếm được một loại lan lại giảng giải tôi nghe. Tội nghiệp tôi, trời lạnh và trí óc còn mơ đến những bông hoa rực rỡ của cuộc đời, tôi nào có thấy những cánh hoa thanh thiết và cao quí của núi rừng là đẹp. Ông chỉ tôi ngửi từng loại hoa, nhưng hương thơm của lan nhẹ quá, nhẹ đến nỗi khứu giác non nớt của tôi chỉ thấy mùi đất ẩm và gỗ mục. Tháng Tám năm đó, ông làm những ngôi đèn ông sao bằng giấy bản mỏng và cả ngày ngồi vẽ từng loại lan trên mặt đèn. Ngày rằm được chiếu sáng bởi những ngọn nến nhỏ, những bông lan như nở hết những cánh hoa đẹp nhất, lung linh trong trận mưa nhỏ hạt. Bây giờ ông đã chết. Tôi ngó bông lan mới nở, ngó những cánh lá lan dài và thon nhẹ, những chiếc rễ cây nhỏ bám vào đất ẩm của chiếc vỏ dừa bổ đôi hay của một thanh gỗ mục. Tôi đã già rồi chăng. Tôi đọc hai câu thơ nhớ được về lan : *Sắc trong Thanh Ngọc hương thơm mộng. Một thoáng mơ tiên thoảng xuống trần*. Kinh nói : Đó là lan Thanh Ngọc, đây cũng có một giò Thanh Ngọc. Lan Thanh Ngọc thơm hơn Tuyết Ngọc nhiều. Rồi Kinh trỏ một giò lan nằm lẫn lộn với các loài khác. Những cánh lá nhỏ, rêu xanh mọc lan trên các rễ cây. Những ngón tay Kinh mơn man nhẹ trên các lá, ngó những đốt cây một cách thích thú. Nhiều khi chỉ có những con sâu nhỏ mà làm hỏng một giò lan của mình. Tôi cười : Thì giết nó đi, có gì khó đâu. Kinh trả lời như tôi vừa làm một điều xúc phạm : Sâu cũng là một sinh vật, nó chắc không ý thức được việc nó làm. Rồi Kinh cười buồn. Có tiếng Kỳ gọi vọng ra : Vào uống trà cho ấm người. Kinh nhấc chậu lan mới nở, mang bằng cả hai tay. Tôi đốt một điếu thuốc thơm, trời lạnh và buổi sáng vắng người.

Chiếc bàn bằng gỗ thấp nằm ở góc phòng trên một chiếc chiếu hoa. Mặt bàn phủ một lớp chăn dạ mầu xám nhạt. Một chiếc bình thủy mầu ca-rô đỏ, một cái ấm đất bằng nắm tay và những tách nhỏ như hạt mít. Kinh đặt chậu hoa ở giữa bàn. Chiêm cũng đã dậy và ngồi gần góc bàn. Chiêm hỏi : Các ông định ở chơi bao lâu. Kỳ đáp : Vui thì ở lâu buồn thì về. Kinh rót trà ra từng tách nhỏ : Phải uống thật chậm, trà Trung quốc đấy. Lan Thanh Ngọc phải có hơi trà mới thơm. Chúng tôi cùng nâng tách trà lên, thổi nhẹ trên mặt nước trong như hổ phách. Hơi trà bốc lên quyện vào những cánh lan và hương thơm tỏa ra, tỏa ra. Căn nhà lát bằng gỗ cả bốn bức tường, sàn cũng lát bằng gỗ đánh vẹc-ni đen bóng. Phòng này Chiêm và Kinh ở. Nửa bên kia là văn phòng làm việc của Ty. Kỳ và tôi hôm qua đến đây đã nói đùa : Ông đúng là công chức gương mẫu, việc nha như việc nhà. Chiêm rời bàn làm việc, chân đi vớ dầy và dép da dẫn chúng tôi qua phòng riêng. Những chiếc ghế mây đã cũ, không còn nệm. Một cành đào còn nở hoa cắm trong chậu sứ. Bàn thờ Phật với hình Đức Quan Âm bồ tát. Một nén nhang đang cháy mùi thơm phảng phất. Chiêm nói : Nhà này trước là *hotel* thời Pháp, bây giờ mình dùng làm Ty sở. Mà ở đây cũng chẳng có gì để làm cả. Ông có bao nhiêu nhân viên ? Chiêm chỉ bâng quơ : Sáu người, mà lẽ ra một người làm cũng quá đủ rồi. Người sinh viên đã từng tranh đấu bao nhiêu năm, làm đổ bao nhiêu chế độ. Giờ đây Chiêm thủ mình trong chiếc áo đan bằng len dầy, mầu tro xám — mầu của Phật tử — một mình đi lại trong căn phòng gỗ của miền Cao nguyên. Chiêm mới được ba mươi tuổi. Tôi nhìn trên vách ở đầu giường có treo hình hòa thượng Thích Quảng Đức lúc viết bức thư trước khi tự thiêu và chân dung của Gandhi, lãnh tụ bất bạo động. Trời lạnh. Ở phía cuối giường có dán một tấm bìa lớn vẽ phóng lại một trang báo Văn Hóa Ngày Nay. Bức tranh có ánh trăng chiếu hiu hắt qua song cửa, soi lên mặt bàn có để một cái ly nhỏ. Bài thơ Tương Biệt Dạ của Huyền Kiêu. Kinh nói : Các ông có thấy tượng Phật đặc biệt của tôi chưa ? Tôi và Kỳ cùng đáp chưa và theo Kinh ra nhà ngoài. Pho tượng đã nát một bên mặt, hai con mắt bị phá vỡ và một mảnh gang của trái bom nào còn gài trên vai. Tôi rờ trên mặt pho tượng, những mấu đồng ram ráp dưới làn da. Giữa thời đại này Phật không có mắt mà lại hay. Chúng tôi trở lại bàn uống trà, cùng im lặng. Chiếc máy thu thanh nhỏ đã cũ rè rè phát ra một bản nhạc buồn. Kỳ vẩn vơ vuốt tay trên nòng súng *Carbine* phòng vệ dân sự, nòng súng đã rỉ ở ngoài. Kinh hít một hơi thuốc dài rồi nhả khói lên cao, hai tay vẫn thu vào trong áo bành-tô. Ngoài trời hình như có gió, tôi nghe thấy tiếng sào sạc của lá cây.

Mẹ tôi mất vào 6 giờ tối. Lúc đó tôi mới làm việc

ở B.H. về, qua nhà đón vợ con lên thăm bà. Không có một linh tính nào báo trước việc đó cả. Có một chi tiết nhỏ, vợ tôi buổi sáng có mua một ít bánh cuốn Thanh Trì—thứ bánh mẹ tôi rất thích khi còn sống—nơi bà gánh hàng rong hông chợ Bến Thành. Đáng lẽ ra tôi về nhà từ buổi trưa và mang lên cho mẹ tôi ăn. Nhưng một phần vì chiếc xe bị hết bình điện phải đi sửa lại, một phần vì hôm đó là ngày trực của tôi, tôi phải nhờ một người bạn thay thế. Buổi trưa trời nắng gắt đến độ mồ hôi bết cả áo quần, tôi mệt như người ở trong lò lửa. Vào khoảng 3 giờ tôi có hơi sốt ruột vì sự chậm trễ. Tôi xuống phòng mổ lấy một bịch máu loại O, bỏ vào bao ny-lông, mua ít đá cục chườm chung quanh. Tôi dặn dò vài nhân viên về sự vắng mặt và đi ra chỗ sửa xe. Bình điện chưa được mạnh lắm nhưng tôi cũng lấy và đi về Saigon. Chiếc xe hơi quá cũ, tay lái bị lỏng, tuy nhiên tôi chạy hết tốc lực có thể được. Tôi có nghĩ nhiều đến mẹ tôi trên đường về nhưng không một chút nghi ngờ bà chết ngày hôm nay. Mẹ tôi bị bệnh đã lâu, ung thư dạ dầy. Cách đây hai năm bà đã bị mổ cắt đi hai phần ba. Người giải phẫu cho bà cũng là ông thầy đỡ đầu cho tôi trình luận án, đã kéo tôi vào phòng riêng và nói : Nếu ăn uống đàng hoàng thì có thể kéo dài hai năm. Tôi cũng nghĩ như thế và bây giờ sức khoẻ của mẹ tôi đã yếu lắm. Hai năm qua đi không một biến chứng nào, tôi nghĩ đôi khi khoa học cũng bị vượt qua bởi nhiều sự tình cờ. Tôi cũng đã đi làm việc được một năm và về thăm bà rất đều đặn. Tôi có gửi bà nuôi đứa con lớn nhất, mới hai tuổi, cũng là cháu trai nội độc nhất của bà. Bà ở cùng người con lớn, anh tôi. Anh độc thân và làm việc ở Bộ Kinh Tế. Tôi còn một người chị theo chồng ở ngoài Huế, lâu lâu về thăm bà một lần. Mẹ tôi vui hay buồn trong thời gian này tôi cũng không quả quyết lắm. Tôi mồ côi cha từ nhỏ, khi sinh ra có ba ngày và tôi đã sống gần mẹ trong suốt ba mươi năm. Khi chiến tranh bùng nổ, một mình bà dắt díu ba chị em tôi về một làng hẻo lánh ở Bắc Giang và tôi sống cả tuổi thơ ở đó. Mẹ tôi đi mót lúa, đi gánh gạo suốt mười cây số để đến chợ, chị tôi phụ giúp bà. Tôi và người anh đi vào rừng kiếm củi, nhặt nấm rẻ hay trái cây. Năm sáu tuổi tôi được đi học ở trường làng cách hai cây số. Con đường đến trường phải qua một khu rừng lau. Vào mùa thu bông lau nở trắng xóa cả một vùng. Năm 49, bà đưa chúng tôi về Hải Phòng, đưa làm hai lần vì sợ nguy hiểm. Tôi và anh tôi về trước, bà gửi chúng tôi ở nhà một người cô (chị ruột cha tôi) rồi lại vội vã quay về đón chị tôi. Lúc trở về Hải Phòng tôi có bị chết hụt mấy lần. Có lần đại bác nổ gần chúng tôi và khi phải tranh nhau qua đò, tôi bị xô đẩy bay xuống lòng sông cuồn cuộn. Họ vớt tôi lên và khi qua sông phải chạy thêm hai cây số với quần áo ướt đẫm. Sáng hôm sau đã nghe tin con đò bị trúng đạn và chìm ở giữa giòng. Tôi nhớ mãi chi tiết này là vì từ sau lần đó mẹ tôi không rời tôi nửa bước, và lòng mến thương của bà, sự âu yếm đặc biệt của bà đã khiến tôi được như ngày nay. Chúng tôi ở Hải Phòng hơn một năm rồi theo gia đình bà cô về Hà Nội. Mẹ tôi xin được việc làm ở Nha Bưu điện, và với một số lương ít ỏi, bà nuôi anh em tôi ăn học đủ cho tới khi vào Nam. Tôi sẽ không có gì nhiều hơn để kể trong khoảng thời gian này. Mẹ tôi tiếp tục làm việc, có được một căn nhà nhỏ của sở. Khi anh em chúng tôi vào đại học, anh tôi đi dạy học thêm phụ giúp mẹ. Tôi trong suốt thời gian này cũng như khi còn nhỏ, không giúp được gì cho gia đình ngoài việc lêu lổng đi chơi, như các thanh niên trẻ và ham chơi khác.

Tôi lập gia đình sớm, mẹ tôi vẫn còn giúp đỡ vợ chồng tôi. Cho đến khi bà chết. Lúc tôi sửa soạn lên thăm bà thì anh tôi tới. Anh không kịp tắt máy xe, bảo tôi : Mợ chết rồi. Tôi không hỏi gì cả. Mẹ tôi chết rồi. Tôi nhớ lại lúc đó tôi không có cảm giác gì lạ. Tôi không tin bà chết. Lần cuối tôi ngồi bên giường, bà cười và nói với tôi : Con cố mua phần đất cho mợ càng gần bà nội càng tốt. Tôi còn nói đùa với bà : Còn phần đất trong hội mợ dành cho con nghe, bỏ đi uổng quá. Mẹ tôi có chân trong một hội tương tế nào đó, nhưng lúc chót bà đổi ý và muốn được chôn gần họ hàng trong một nghĩa địa đã có khá nhiều bia mộ mang những tên đệm giống nhau. Tôi cúi xuống sàn xe, hơi nước đá từ bao ny-lông đựng máu làm tê lòng bàn tay. Tôi mân mê bịch máu, thầm mong có thể anh tôi đã nghĩ nhầm. Vợ tôi tay còn cầm gói bánh cuốn, run run và muốn òa khóc. Tôi lái xe đi bình tĩnh. *Tôi chỉ tin cái chết khi chính tôi xác nhận điều đó.* Mẹ tôi nằm yên lặng trên giường, bình thản, mắt đã khép. Tôi nắm lấy cổ tay bà, cố nghĩ rằng mạch máu còn đập ở đâu đây. Nhưng tôi chỉ thấy mạch máu tôi đập trên đầu ngón tay. Tôi đặt tai lên ngực bà, ngực còn nóng nhưng tôi mơ hồ nghe thấy tiếng lá cây sào sạc bên ngoài cửa sổ. Bà đã chết thật rồi. Tôi ngó những chai nước biển còn lay động trên đầu giường, tôi bóp nhẹ mu bàn chân hơi phù lên của bà. Tôi đứng dậy và đi ra ngoài. *Tôi còn nhìn thấy bà.* Anh tôi ngồi yên lặng ngoài phòng khách. Tôi hỏi : Mợ chết lúc nào ? Buổi trưa khi tao đi làm mợ còn dặn mua nho cho mợ, nhưng khi tao về thì mợ đã chết. Tôi nói : Mợ chết không đau đớn là tốt lắm, bệnh này hay gây cho bệnh nhân khổ sở nhiều. Rồi tôi đi ra vườn. Bấy giờ đã cận Tết, cành đào chị tôi gửi từ Huế vào đang trổ những bông hoa mầu hồng xinh xắn, cây mai ở góc vườn đã trộ hoa vàng. Tôi không thấy mình muốn khóc. Tôi thấy lòng thanh thản, buổi tối chỉ có sao lấp lánh trên nền trời và những cơn gió mát. *Hình như tôi vừa chết chứ không phải mẹ tôi.*

Uống trà xong, tôi và Kỳ rủ nhau xuống phố. Nắng đã lên nhưng mỏng manh quá, chỉ đủ làm hoe vàng một vài ngọn cây. Trời còn lạnh và gió đã thổi bay những lớp sương đọng trên mặt hồ. Con đường ánh lên một mầu xám sáng, chia ra nhiều nhánh như một giòng sông. Khách sạn lớn nhất và đẹp nhất của thành phố nằm giữa hai đường vòng, cô đơn như một tòa lâu đài cổ. Thành phố còn giữ vẻ im lặng của những ngày Tết, người lác đác qua lại, những mầu áo đỏ, vàng còn mang vẻ rực rỡ trên những tấm lụa mới. Tôi hỏi Kỳ : Kinh sao hắn không đi. Kỳ cười : Hắn không có giấy phép. Đã mùng bẩy Tết rồi nhỉ. Một vài cây đào ven đường còn giữ lại bông hoa hồng nhạt, một con chim bay từ mái nhà cũ đến một cành thông. Tôi cố chờ đợi thêm một con chim khác. Nhưng không có gì cả. Tôi nhìn sang Kỳ. Kỳ đốt một điếu thuốc mới, bẻ lại cổ áo. Chiếc áo len đã cũ mầu xám nhạt, quần cũng đã phai mầu và đôi giầy mua sẵn sờn lông đã ngả mầu đất bùn. Trông Kỳ cô đơn quá. Nhưng tôi yêu vẻ cô đơn và trầm tĩnh. Kỳ hơn tôi khoảng mười tuổi, tôi vẫn tự hỏi làm sao chúng tôi lại rất thân với nhau và hiểu nhau như đã nô đùa chung từ khi còn nhỏ. Chúng tôi quen nhau khoảng bốn năm, khi hai người cùng hoạt động trong một nhóm chính trị. Nhưng khi đã bắt đầu thân nhau, ngồi uống cà-phê ở một tiệm cà-phê khuất nẻo, hay nhâm nhi chút rượu mạnh nơi hàng quán bên sông, chúng tôi khám phá ra là cả hai đều không ưa chính trị. Chúng tôi kể cho nhau nghe những thú vui thời tuổi trẻ, sự hoài niệm dĩ vãng và vẻ đẹp của mọi sự vật trên đời. Chúng tôi nói về những ngôi nhà cổ trong vườn trồng đầy những hoa hải đường mà thật tình tôi cũng không nhớ rõ mầu sắc. Đôi khi chúng tôi bàn về thú uống rượu của cổ nhân, kể cho nhau nghe quá khứ mịt mù khi còn nhỏ ở Huế và Hà Nội, hai thành phố mà chúng tôi yêu mến. Chúng tôi lẫn lộn không hiểu Kỳ còn quá trẻ hay tôi già trước tuổi. Tôi và Kỳ đến ăn sáng tại một quán nổi tiếng về bún bò Huế, cắn những miếng ớt cay đến chảy nước mắt và trở lại phòng ăn của khách sạn ngồi uống cà-phê. Kỳ hỏi tôi lơ đãng : Bà cụ ông bao nhiêu tuổi rồi nhỉ ? Tôi đáp : Hình như là 65. Thực tình tôi cũng không nhớ rõ tuổi của bà. Tôi tiếp : Chóng quá, đã chín ngày rồi. Kỳ gọi một ly cà-phê đen và tôi một ly cà-phê sữa. Buổi sáng, căn phòng rộng mênh mông, lạnh lẽo. Bàn bên cạnh hai người ngoại quốc đang đánh một thứ cờ nào đó, một người đàn bà tóc vàng yên lặng hút thuốc. Những ghế khác còn trống, bày ra các tấm nệm mầu hoàng yến và xanh rêu. Tôi lấy chiếc *pipe* nhồi thuốc và mồi lửa. Kỳ nói : Mùi thuốc *cherry* ngon quá, ngồi gần ngửi còn thú hơn hút. Tôi bập bập trên cán *pipe* giữ cho lửa khỏi tắt. Người ngoại quốc bàn bên cạnh ho vài tiếng nhẹ. Người đối diện nói với người đàn bà hai ba câu bằng tiếng Pháp. Tôi có cảm tưởng như đã sống trong cảnh này ít nhất một lần và tự dưng tôi buồn bã. Mẹ tôi đã chết thật rồi. Tôi biết chắc điều đó vì vĩnh viễn tôi không thể nhìn thấy bà một lần nữa. Người quản gia của chị tôi đã vào phòng liệm bà và lần cuối cùng, trước khi đưa vào áo quan tôi chỉ thấy một gói vải mầu đỏ rợ. Rồi sau đó là tiếng khóc, tiếng người nói và có thể là tiếng cãi nhau xôn xao. Rồi mùi hương và mùi nến chảy, tiếng tụng kinh gõ mõ đều đều như từ cõi nào vọng lại. Tôi qui hàng giờ trước quan tài, tôi lễ trả hàng ngàn lần và ôm mặt khóc sau xe tang. Buổi sáng mùng hai Tết, đoàn xe chạy buồn bã giữa những quần áo mới bên đường, và trước khi trở lại nhà tôi vẫn tự hỏi không biết đầu bà nằm về hướng nào dưới lòng đất. Tôi nhấp một ngụm cà-phê còn hơi ấm, tò mò ngắm chiếc tách bằng sứ có vẽ một bông hoa hồng. Mọi vật yên lặng quá. Tôi nghĩ giá có một chút *rhum* ở trong cà-phê thì ngon biết mấy. Nắng đã lên cao, chiếu một vệt dài ngang qua mặt bàn, ngang qua ly cà-phê của Kỳ. Một cặp trai gái chụp hình cho nhau trước cửa khách sạn, bên ngoài cửa kính. Người con gái đưa tay vuốt tóc, những sợi tóc mềm và dài bám hờ hững trên vai. Cô gái còn nhỏ, mặc áo dài mầu tím và khoác áo len mầu sữa đục. Họ nói và cười với nhau, nhưng tiếng động không vang vào được phía trong. Nhìn ra ngoài thấy môi họ mấp máy hay há ra như một phim câm. Cô gái chỉ những bông hoa cúc mới nở phía trái khách sạn, rồi cô đến đứng bên cạnh và một tay mân mê những cúc áo len. Kỳ nói nhẹ: Trông những người yêu nhau hạnh phúc quá. Tôi cười: Sao ông không kiếm lấy một cô cho đời đáng yêu. Nhưng tôi thầm nghĩ cái hình ảnh đẹp đẽ như trong phim ảnh kia chỉ có thể có khi đứng ở ngoài mà nhìn vào, qua một tấm kính. Nó thật trái ngược với cảnh buồn khổ, chỉ có người trong cuộc mới thấm thía nỗi đau đớn dầy vò mình. Cặp trai gái đã bỏ đi, tay nắm tay chạy trên những bậc thang dẫn xuống hồ. Bên kia hồ, đồi cỏ xanh nhuộm nắng và tôi nghe tiếng thông reo như một điệu nhạc buồn.

Ba người ngoại quốc đã đứng dậy. Một người khoác áo lạnh cho người đàn bà. Chiếc áo mầu vàng ấm. Họ vừa đi vừa nói, âm thanh vi vu trong gió. Kỳ trả tiền, tôi cởi bớt những cúc áo len cho đỡ nóng. Nắng tràn ngập các bàn ghế kê sát bên cửa kính. Chúng tôi rời khách sạn, đi ngược về phía cuối thành phố. Một chiếc xe *Lambro* rồ máy chạy ngang rồi khuất nẻo ở một đường dốc. Tôi nói : Đến nhà bà cô tôi ăn cơm trưa luôn. Nhà ở lưng chừng thung lũng, trong một con đường nhỏ. Chúng tôi đi ngang nhà thờ vắng vẻ, hội Văn hóa Mỹ còn đóng cửa. Những *villa* nở đầy hoa *mimosa.* Rẽ vào một con đường nhỏ rất xấu, lăn lóc những viên đá xanh làm đường. Một con chó lớn lông vàng úa ngó chúng tôi nhưng không sủa, tôi vuốt đầu nó. Bà cô tôi ở trong nhà đi ra, chiếc áo lạnh bằng nhung đen giống hệt chiếc áo của mẹ tôi. Bà nói : Tội nghiệp mẹ cháu chết đi chẳng được hưởng gì cả. Tôi đáp : Vâng. Người ta sống để mong hưởng một cái gì. Chắc không phải thế. Đó chỉ là một cách nói để che đậy vẻ cao quí của đời sống. Người ta sống và khổ sở để không hưởng một cái gì. Như những bông lan nở hoa và tàn rụi. Tôi nghĩ thế, ít ra cho mẹ tôi và bà cô buồn rầu đứng kia. Chúng tôi vào nhà, bà cô xuống bếp làm cơm. Tôi và Kỳ ngồi nói chuyện với mấy cô em họ. Kỳ khen những cành đào thật đẹp. Tôi chọn một băng *cassette* và bấm nút. Tiếng ca mềm và ấm trong căn phòng nhỏ. Chúng tôi ngồi vào bàn ăn. Trong bữa cơm ai cũng nhắc đến mẹ tôi. Còn tôi, những món ăn quen thuộc làm tôi nhớ bà hơn cả những lời hỏi thăm. Từ đây, tôi sẽ chẳng bao giờ được ăn những món ăn mà tôi đã ăn trong ba mươi năm qua. Bà cô pha một bình trà nhỏ ướp sen. Tôi ngồi uống trà, lơ đãng trả lời những câu hỏi và nhìn qua cửa kính xuống thung lũng. Bên kia thung lũng là một nghĩa địa lớn, những tấm bia màu trắng sáng lên dưới nắng. Trước mộ mẹ tôi cũng có một tấm bia làm vội vàng bằng xi-măng quét vôi trắng và người khắc chữ đã khắc lầm cả ngày mẹ tôi chết. Tôi quỳ xuống trước mộ, dùng dao sửa lại cho đúng rồi dùng bao hương mầu đỏ chà lên chỗ mới sửa cho cùng mầu. Tôi chợt hỏi không biết hai chậu cúc vàng để bên mộ đã tàn chưa ? Mẹ tôi vẫn mong có dịp lên đây thăm bà cô và ở lại chơi một thời gian —trên này có phong vị Tết như ngoài Bắc—nhưng tôi hiểu rằng, dù là một mơ ước nhỏ mẹ tôi cũng không bao giờ thực hiện được. Tôi đi thơ thẩn ra vườn, ngó những bông hoa xác pháo đỏ rực trên mái nhà, những bông cúc tươi mát vàng rực rỡ, những bông hoa mầu hồng mầu đỏ mà tôi không biết tên, tôi há lớn miệng và hít đầy không khí vào phổi, *mẹ tôi đang đứng ở gần đây, ngắt vài bông cúc lớn cắm lên bàn thờ Phật.* Kỳ ra rủ tôi lên chợ. Chúng tôi leo qua những con dốc đầy hoa quỳ, la cà khắp các quán cà-phê chung quanh chợ cho đến tối. Khi chúng tôi trở lại nhà Chiêm và Kinh, hai người đang ăn cơm. Chiêm ngửng lên nhìn tôi : Bà cụ ông mới mất hả ? Hồi chiều lên phố mới biết. Kinh nói : Ăn cơm chưa, ngồi ăn chút cơm cho vui. Tôi và Kỳ ngồi xuống bàn ăn, bữa cơm chỉ có một đĩa đậu và mấy cọng rau.

Buổi tối tôi theo Kinh ra xếp lại những chậu lan trên bể nước. Kinh xếp những giò lan sắp nở vào một góc. Lan phải có sương mới thanh khiết. Trời tối xẫm và gió lạnh thổi qua đồi, thấm những giọt sương vào da. Kinh thọc hai tay vào áo bành-tô, lửa đỏ lập lòe trên đầu tẩu thuốc. Mùi khói thuốc như tan vào gió. Tôi thấy lạnh ở cổ và ho. Chúng tôi ngồi uống trà đến nửa đêm, Chiêm nhường cho tôi và Kỳ giường có nệm và chăn bông. Hơi lạnh như ùa qua các kẽ hở, tràn ngập trong phòng. *Tôi nằm co ro cố rúc sâu vào lòng mẹ, chiếc chăn bông mỏng không đủ ấm nhưng hơi ấm trong người của mẹ tôi có thể nóng như than trong hỏa lò.* Tôi ứa nước mắt, khóc và gọi trong đêm khuya lạnh lẽo đầy bóng tối : Mẹ ơi. Mẹ tôi đã chết rồi.

NGUYỄN TƯỜNG GIANG

NGUYỄN
TƯỜNG
GIANG

NGUYỄN XUÂN HOÀNG

TIỂU SỬ

Tên thật Nguyễn Xuân Hoàng, *sinh ngày 7 tháng 7 năm 1937 tại Khánh Hòa (Trung phần). Năm 1958 bỏ Y khoa sang Triết học. Đăng bài thơ đầu tiên trên nguyệt san Hiện Đại. Giáo sư Triết tại trường Ngô Quyền (Biên Hòa) 1962. Cũng từ năm đó đăng những truyện ngắn, kịch, tiểu luận đầu tiên trên các tạp chí Mai và Văn Học. Năm 1965, giáo sư triết tại trường Pétrus Trương Vĩnh Ký Saigon và viết cho bán nguyệt san Văn và tuần báo Nghệ Thuật, Khởi Hành.*

Chính thức trông coi tạp chí Văn từ 1972.

Những sách đã xuất bản :

Mù Sương, *truyện, Thời Mới, 1967*

Sinh Nhật, *truyện, Văn Uyển, 1968*

Khu Rừng Hực Lửa, *tiểu thuyết, Đêm Trắng, 1970*

Ý Nghĩ Trên Cỏ, *tùy bút, Nguyễn Đình Vượng, 1971*

Kẻ Tà Đạo, *tiểu thuyết, Nguyễn Đình Vượng, 1973*

Bất Cứ Lúc Nào, Bất Cứ Ở Đâu, *truyện, Văn, 1973*

NGUYỄN XUÂN HOÀNG

QUAN NIỆM VỀ TRUYỆN NGẮN

Truyện ngắn phải là một truyện ngắn. Truyện ngắn không phải là một đoạn nào đó trong một truyện dài. Truyện ngắn có cái không khí riêng, hơi thở riêng, khí hậu riêng, và đời sống riêng của nhân vật và của chính nó.

Về Truyện Ngắn «MỘT NGƯỜI NGỒI TRONG GHẾ BÀNH»

Xin nói riêng về truyện ngắn cho in trong tuyển tập này. Đây không phải là truyện ngắn hay và ưa thích nhất của tác giả. Lý do là khi những truyện ngắn đã được in lên báo xong, đọc lại thấy nó thế nào đó. Có cái gì trục trặc, không ổn, trống rỗng trong những giòng chữ đã viết. Sự thêm bớt sửa đổi trong truyện cho in ở tuyển tập này với ấn bản trong tập Sinh Nhật *xuất bản năm 1968 là một bằng chứng. Có lẽ truyện được ưa thích của mỗi người viết là truyện chưa hề viết, một truyện sẽ được viết.*

Một Người Ngồi Trong Ghế Bành

Tôi gõ cửa một lần nữa. Vẫn không nghe thấy tiếng trả lời. Chắc không có Diệp ở nhà. Tôi châm thêm một điếu thuốc khác, và trong đốm lửa nhỏ lập lòe, tôi dò dẫm từng bực thang trở xuống. Cầu thang hôi một mùi khó chịu và thanh gỗ vịn tay rít nháp làm tôi nghe lợm ở cổ họng. Kỳ quá, không biết cô nhỏ này đi đâu. Mới hồi sáng này gặp tôi ngoài phố, cô ta còn nhắc, anh nhớ đến, thế nào anh cũng phải đến nghe, vậy mà tôi đã gõ cửa không biết bao nhiêu lần, đốt không biết đến điếu thuốc thứ mấy vẫn biệt tăm nàng.

Xuống đến mặt đường tôi mới biết trời đang mưa. Cơn mưa không to lắm, có lẽ bão rớt của miền Trung, nhưng gió từ bờ sông thổi lùa trong hơi nước mát lạnh làm tôi rùng mình. Thời tiết thay đổi đột ngột như vậy, nên buổi sáng sớm nay có chút sương mù và còn lâm râm vài hột nữa. Tôi đi nép trong hàng hiên tránh mưa và trong bụng thầm tiếc về việc đã tới thăm Diệp. Sẽ đi đâu bây giờ đây ? Tôi nghĩ đến quán nước quen có mấy người bạn ngồi ở đó. Từ xa ánh đèn pha của một chiếc xe chạy ngược chiều làm tôi chói mắt. Tôi bước ra lề đường đưa tay đón xe. Trời vẫn mưa lặng lẽ. Bỗng nhiên tôi khám phá ra là dù có hơi tiếc về việc thất hứa của Diệp, nhưng tôi không xúc động về thái độ của nàng. Đốm lửa đỏ của điếu thuốc cho tôi cái cảm giác ấm áp và tỉnh táo hơn. Chiếc xe trờ tới và bất ngờ đậu sát bên tôi. Đèn chiếu vụt tắt:

« *Taxi* ! »

Tôi cúi đầu xuống chực hỏi người tài xế coi có đi

không, nhưng đèn trong xe đã vụt sáng. Tôi thấy Diệp ngồi trong xe và nàng đang mở sắc tay lấy tiền.

«Anh!»

Diệp thò đầu ra cửa xe kêu tôi. Cái vẻ hối hả của nàng làm lạ hẳn một Diệp lặng lẽ và trầm tĩnh mà tôi từng quen biết. Trả tiền xong nàng bước xuống xe, cầm tay tôi kéo đi, không nói thêm một lời nào khác.

Và chúng tôi trở lại căn gác của nàng. Diệp ấm áp đi trong cánh tay tôi. Nàng nói :

« Anh không giận em phải không ? »

« Không. »

« Tin chừng bao nhiêu ? »

« Một ngàn phần trăm. »

« Thôi, đừng có giả bộ, ông ơi ! »

Diệp ôm chặt cánh tay tôi bên hông nàng.

« Cám ơn anh. Ấm quá. »

« Ấm cái quái gì. Lạnh thấy mồ. »

« Đừng có thô bỉ với đàn bà con gái nghe ông ! »

Nàng thả tay tôi ra, nhưng mùi thơm của tóc nàng bay tận mũi tôi.

Đến chân cầu thang, Diệp mở sắc tay lấy cây đèn bấm nhỏ, và chúng tôi lần lên gác.

« Em có chút chuyện nhờ anh. »

« Biết rồi. Nhưng chuyện gì vậy ? »

« Bi mật. »

Diệp mở khóa đẩy cửa vào.

« Chút nữa em nói cho anh nghe. »

Nhà tối mù mù, tôi đứng im trên bục cửa, Diệp lần đến bên vách bật đèn trên trần. Ánh sáng chói chang đổ ập xuống làm ngợp mắt. Diệp nói : « Anh ngồi xuống đây chờ em một chút. » Và nàng bỏ ra nhà sau. Tôi ngồi lên ghế dựa, bắt tréo chân và tình cờ ngó thấy một mảng bùn vấy ở đầu mũi giầy. Con đường từ quãng nhà tôi xuống phố thật tệ, những hôm trời mưa đường lầy lội không thể tưởng, những lỗ trũng đầy nước, ổ gà tùm lum, mặt lộ dợn sóng làm chao xe, nhiều bữa đang chạy ngon trớn tôi bỗng hụp xe xuống một cái, tá hỏa tam tinh, tưởng chết đi được. Diệp đã thay quần áo xong. Nàng đứng trước mặt tôi, trong tay ly trà đang bốc khói :

« Anh nghĩ cái gì vậy. Anh coi nhà em có đẹp không ? »

Nhà của Diệp là một căn phòng hẹp, trần nhà thấp, tường quét vôi màu vàng sẫm tối ám và trơ trẽn. Tôi không ưa lắm cái tối tăm ảm đạm và cái vẻ nhớp nhúa của căn phòng. Tuy vậy tôi đã nói, dù tôi không tin lắm điều tôi nói :

« Đẹp. Đẹp lắm ! »

« Thôi đi ông. Đừng bày đặt nịnh đầm. »

« Đẹp thiệt mà ! »

Diệp ngồi xuống ghế đối diện tôi, đẩy cái gạt tàn thuốc bằng sành về phía tôi. Lúc này tôi mới nhìn thấy Diệp rõ hơn. Nàng đã thay chiếc áo dài mầu xanh thẫm, choàng trên vai một chiếc áo len nhẹ cùng màu nhưng nhạt hơn nhiều, hai cánh tay bỏ lửng, quần chẽn, ống khá rộng phủ gót chân. Da mặt Diệp xanh xao, và trên đôi gò má hơi hóp của nàng, tôi nhìn thấy lấm chấm những nốt mụn nhỏ, hai con mắt đen sâu và rộng chìm dưới lớp màu xanh (khá xanh) của phấn. Nhìn màu da ấy của Diệp, tôi như nghe thấy lại có lần nàng nói, anh thấy không, da em khô héo thế này, đầu em không có đến lấy một sợi tóc mượt, em bị đau gan đó anh, chịu không cách nào trị cho hết được. Dù sao, tôi phải công nhận là Diệp đẹp. Có lẽ vì cái dáng cao cao của nàng, đôi ngực khỏe mạnh trên một thân thể khá mong manh của nàng, cái vẻ lạnh lẽo ở khuôn mặt cẩm thạch nàng, cùng với mớ tóc rối đen khô của nàng làm tôi choáng váng.

« Nhất định là anh nịnh em. »

« Nịnh em thì tôi ăn cái giải gì. »

« Thôi, được rồi. Anh uống nước đi, rồi đưa em đến đó nghe. »

« Đến đâu ? »

Diệp sửa cách ngồi :

« Chỗ anh vẫn thường ngồi với mấy ông bạn của anh đó ! »

« Ở đâu ? Hồi này em làm sao vậy ? »

« Thôi, anh đưa em đi rồi em sẽ chỉ cho. »

Tôi đốt thêm một điếu thuốc nữa và nhìn những ngón tay ăn khói vàng nghệ của mình.

Tôi thực tình không hiểu Diệp muốn gì.

« Nhưng sao em lại nhờ tôi ? »

« Chớ em còn biết phải nhờ ai bây giờ. »

« Có cái gì ở chỗ đó ? »

« Em cần gặp một người. »

« Một người ? Quen ? »

« Em không quen biết người ta, nhưng người ta nói người ta biết em. Người ta nói người ta ao ước được quen em. »

« Tóm lại là em muốn gặp một người đàn ông ngưỡng mộ em, phải không ? »

« Không phải vậy đâu... »

« Thì đó là một người yêu em cũng vậy thôi. »

« Đừng có xịa ông. »

« Tôi có nói là em yêu người ta đâu. Rồi. Bây giờ đi được chưa ? »

Tôi dụi điếu thuốc cháy dở xuống cái gạt tàn và

đứng dậy.

Mưa lâm râm nhỏ hạt và trời vẫn lạnh. Diệp đội khăn lên đầu, mái tóc giấu sụp dưới lớp vải. Chúng tôi đi dọc trở lại theo những hàng hiên. Phố vắng. Diệp nói :

« Phải biết đón xe khó thế này, lúc nãy em đã giữ chiếc *taxi* cho xong. »

Rốt cuộc chúng tôi phải kéo bộ một quãng khá dài. Khi đi ngang qua chiếc xe mì của người Tàu núp dưới chái hiên tôi hỏi Diệp :

« Em có thấy đói không ? Mình ăn cái gì đi ! »

« Ở chỗ đó có bán thức ăn mà — Diệp cười — có lần ở sở về đi ngang qua đó em thấy anh ngồi ăn với mấy ông bạn của anh. Mình có thể vừa ăn vừa chờ đợi được mà anh. »

« Chờ đợi ? Chờ đợi cái gì mới được chớ ? »

« Trời đất ! Mới nói đó mà anh đã quên rồi. Sao mau quên dữ vậy ông ? »

Tôi nắm tay Diệp băng qua con lộ nhỏ. Những ngón tay tròn mềm và lạnh lẽo của nàng nằm trong tay tôi làm tôi sợ. Chúng tôi đã ra đến đường lớn. Mặt lộ đọng nước mưa sáng lấp lánh ánh điện từ những cột trụ trồng dọc theo hai bên lề đường. Xe cộ chuyển động ồn ào đến chóng mặt. Mặc dù Diệp đội khăn, tôi tưởng nhìn thấy mái tóc nàng ướt sũng trên một đôi mắt hân hoan cười cợt. Diệp đi bên tôi tung tăng như một thiếu nữ mới lớn. Có lúc nàng giống một chiếc bong bóng mà sức căng đã giảm không bay được lên cao, lơ lửng trên sợi chỉ nằm trong tay một cậu bé lúc nào cũng chực ngã. Một chiếc xe nhà binh phóng qua thật nhanh làm bắn nước lên người chúng tôi. Diệp giật tay tôi nhảy lui lại. Tôi nghe rõ ràng giọng nàng lầm bầm nguyền rủa người lái xe mắc dịch.

Đến ngã tư đường Diệp bảo tôi :

« Anh qua đây với em một tí »,

« Chỗ này sao? Tôi có bao giờ ngồi ở chỗ này đâu

«Đâu có. Em muốn mua cho anh một gói thuốc mà

« . . . »

« Anh hút Winston phải không ? »

« Sao biết ? »

« Sao không biết. Anh làm gì mà em không biết. Anh làm gì, đi đâu, ở đâu, quen ai, em biết hết. »

« Biết gì nhiều dữ. Còn gì nữa nói nghe chơi. »

« Muốn nghe thiệt không. Nói toạc móng heo, không được giận à nghen. »

«Bộ tưởng tôi con nít à. Hồi này làm sao vậy, cô ba ?».

«Có sao đâu. Anh thực tế một chút coi. Lè phè quá trời. Lông bông lêu bêu cái kiểu anh, ai mà yêu cho nổi ông. »

Điếu thuốc kẹp giữa hai ngón tay, sắp đặt vào môi đã bị tôi kéo lại. Một lần nữa, tôi vỗ điếu thuốc lên bao diêm. Tôi nói :

«Ai mà yêu cho nổi. Yêu ai mà ai yêu ?»

«Đừng có hỏi giọng nhà quê, ông ! Lại đây, em mua cho ông mấy tờ báo. Tờ này phải không ?»

Tôi đứng lại giữa chừng, hơi sợ hãi một chút. Cái cách hiểu biết và nói năng của Diệp với tôi làm tôi bối rối. Tôi nghịch chiếc nắp bật lửa, hỏi :

«Em chẳng quên thứ gì hết. Sao em còn đợi gì mà chẳng lấy quách tôi đi có hơn không.»

«Đừng có diễu nghe bạn »

Đâu có ai ngăn cản không cho chúng tôi cười thả ga giữa đường phố trong một đêm lạnh lẽo và riêng tư như thế này.

Quả như lời Diệp nói, quán nước quen, trần bằng gỗ đánh vẹc-ni, ghế bành rộng thấp, điện ấm và không sáng lắm. Tôi đẩy cửa kính và đứng qua một bên nhường Diệp vào trước. Nàng lột khăn xuống rũ nước mưa và chúng tôi chọn một chiếc bàn hơi khuất trong góc phòng.

« Anh thường ngồi bàn này phải không ? »

« Đúng rồi. »

« Anh uống cà-phê đen nghe. Kêu cho em một ly sữa nóng đi anh.»

« Không, để tôi gọi cái gì bỏ bụng. Đói muốn chết đây này.»

Diệp biên món ăn lên giấy đưa cho người hầu bàn kéo tay áo nhìn đồng hồ, thở dài.

Tôi hỏi :

« Mệt hả ? »

« Đừng diễu ông. Em khỏe lắm mà.» — Diệp có vẻ khỏe thật, dưới ánh đèn chụp bóng tròn, da mặt Diệp hồng hào hơn lúc nãy nhiều, nàng đập tay lên vai tôi — « Kìa anh, anh có thấy chiếc ghế bành da màu đỏ kia không. Ừa, ở chỗ đó đó, cá với anh mười ăn một, là thế nào cũng có một người ngồi ở đó.»

Tôi nói :

« Tôi chẳng hiểu trời trăng gì hết.»

Và tôi phá lên cười.

« Còn em, bộ anh tưởng em hiểu trăng sao gì hả ?»

Nói xong, Diệp ngã đầu ra sau ghế, cười bằng tất cả cái dáng điệu kỳ cục của nàng. Người hầu bàn đến bên chúng tôi, nghiêng mình lễ phép :

« Ông bà gọi thêm món chi ?»

« Không» — Diệp nói trong tiếng cười — «À mà có; làm ơn gọi cho tôi một chú bồi khác. »

Nhưng liền ngay khi đó tôi nghe rõ nụ cười của

nàng chợt tắt sau câu nói và mắt nàng mở lớn ngạc nhiên hướng về phía chiếc ghế bằng da màu đỏ. Một người đàn ông đã ngồi trong ấy tự bao giờ.

Thức ăn đã mang lên và tôi bắt đầu bữa cơm tối một mình.

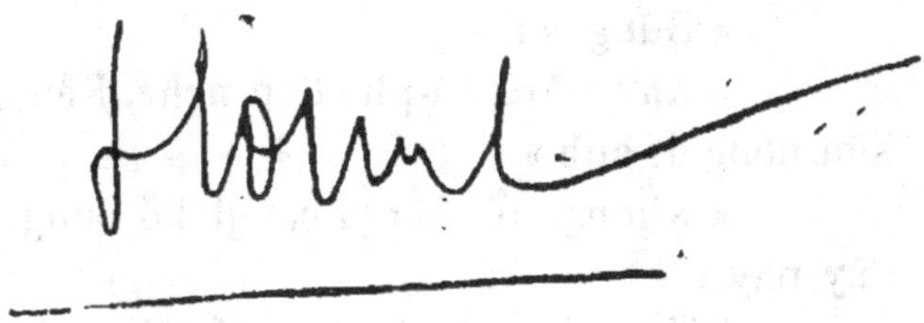

NGUYỄN XUÂN HOÀNG

NHÃ CA

TIỂU SỬ

Tên thật : Trần Thị Thu Vân. *Sinh ngày 20 tháng 10 năm 1939 tại Huế. Thơ :* Nhã Ca Mới, *giải thưởng thi ca toàn quốc 1965. Truyện ngắn : đã xuất bản 6 tập. Truyện dài : đã xuất bản 26 cuốn, tính đến tháng 11.1973. Tác phẩm đã phiên dịch và đang ấn hành tại Hoa Kỳ :* The Short Timers, *nguyên tác :* Vi Ơi, Bước Tới, *truyện dài, bản Anh ngữ của Barry Hilton, Glade Publications. Đời sống riêng : hiện sống ở Saigon với chồng và 5 con.*

QUAN NIỆM VỀ TRUYỆN NGẮN

Chẳng có quan niệm gì, thích thì viết.

Về Truyện Ngắn «TRUYỆN CHO NHỮNG TÌNH NHÂN»

Truyện ngắn Truyện Cho Những Tình Nhân, *trích từ cuốn* Tình Ca Cho Huế Đổ Nát, *một tuyển truyện viết về biến cố Tết Mậu Thân tại cố đô Huế. Dịch giả Hoa Kỳ, ông Barry Hilton, cũng đã chọn truyện này là một trong những truyện ngắn tiêu biểu cho một tuyển tập Việt Nam. Theo ông, câu chuyện tuy ngắn ngủi, nhưng đã phản ảnh được tình tự của người Việt cả trong thời bình lẫn thời chiến.*

Truyện Cho Những Tình Nhân

Vừa dừng xe trước ngõ nhà bác, Diễm đã bấm chuông inh ỏi. Chị Bé Tý chạy ra, vừa cười vừa với cái giỏ mây : Vô đây đã Diễm, vô cúng. Diễm lắc đầu quầy quậy : Thôi để em về, sáng mồng một em sang mừng tuổi hai bác, các anh các chị. Em về, nhà em hôm ni cũng cúng ba mươi mà chị. Chị Bé Tý nhìn chăm chăm vào bàn tay của Diễm đang cầm chặt chiếc ghi-đông xe đạp : A, con ni khá quá hí, đeo nhẫn rồi ta. Ra giêng cưới hả ? Diễm cúi đầu e thẹn : Dạ — Mời tao đi phụ dâu nghe — Dạ, mời chị chớ. — A, con này đeo nhẫn không sợ tụi bạn cười há ? — Anh Phan biểu em đeo. Chị Bé Tý cười ngất : Khỉ, khi mô cưới xong mới đeo, đeo rứa tụi nó nói dị chết. Mi đi lấy chồng còn học không ? Diễm buồn buồn : Không biết nữa chị, ba anh Phan noái em cứ đi học. — Học con khỉ, ở đó mà học. Diễm lật cái nón đội lên đầu : Thôi em về chị, má đợi. Hôm ni ở nhà cũng cúng.

Diễm xoay ghi-đông, cua vòng ra sân rồi leo lên. Diễm sửa lại hai vạt áo dài, vạt sau giắt vào bót-ba-ga, vạt trước phủ lên hai đùi. Theo thói quen, Diễm ngẩng đầu lên hất cho hết tóc ra đằng sau, rồi đạp xe, đi thong thả. Diễm phải vất vả lắm mới lách xe qua khỏi được con đường Trần Hưng Đạo dọc theo vườn hoa Nguyễn Hoàng, phía gần cầu là chợ hoa. Diễm nhìn chỉ thấy những cành hoa mai vàng giơ cao lên khỏi đầu người. Diễm đạp xe qua cầu Tràng Tiền, đi rẽ ngã bưu điện, rồi đạp qua vài con đường nhỏ, đến hàng Đoát. Diễm biết chắc thế nào đi trên con đường này, giờ này cũng gặp Phan. Con đường hàng Đoát này vắng nhất và cũng đẹp nhất. Diễm không thể nào quên được những buổi trời chạng vạng. Phan và nàng, hai người hai chiếc xe đạp, đạp song song vừa đi vừa nói chuyện. Diễm cũng không quên được vẻ hốt hoảng vụng về của cả hai đứa khi dang hai ghi-đông xe ra cho xa nhau, một đứa đạp chậm một tý, một đứa đạp nhanh lên, khi có người từ đằng xa đi ngược chiều tới. Và lịch sử mối tình của hai đứa cũng đầy di tích trên con đường ngắn này. Hình như hôm đó Diễm đi xe đạp, cũng trên con đường này, chiếc dây sên xe bị sút ra. Diễm dựng xe lên loay hoay sửa mãi mà không được. May nhà Phan gần đó, và phút làm quen không mấy khó khăn. Nửa giờ sau, Diễm lên xe đi về, trời chiều, những ngọn điện đường đã bật. Phan đạp xe đi hộ tống đằng sau. Khi tới gần nhà, Diễm chậm lại một chút, quay mặt lại giấu trong nón : Cám ơn anh, Diễm vô nhà. Và Diễm đạp xe vào ngõ chè tàu. Về sau, nghe Phan nói lại là chàng bắt đầu yêu Diễm ngay buổi tối hôm đó, khi hai vạt áo trắng cùng chiếc xe đạp ghi-đông chữ U khuất sau hai dẫy chè tàu xanh, cắt bằng phẳng.

Ngang qua nhà Phan, Diễm không dám nhìn vào nhưng nàng biết Phan sẽ trông thấy nàng. Một lát sau Diễm nghe tiếng xe đạp lách cách phía sau, rồi tới sát bên. Diễm cúi mặt, chiếc nón che kín chỉ chừa hai mớ tóc buông xõa phía trước vai. Nhưng Diễm đợi chờ, hai má nàng nóng bừng.

— Diễm.

— Dạ.

— Em đi mô về đó.

— Em đi sang nhà bác đưa trái cây cúng. Má sai em đi.

— Chứ em đi mô ?

— Em về nhà.

Câu chuyện thật nhạt nhẽo, nhưng Diễm thấy quá quen thuộc, nàng đoán trước những câu hỏi của Phan. Lần nào cũng chừng đó câu hỏi, rồi hai đứa đưa nhau về trên con đường từ hàng Đoát, nghẹo qua đường Nguyễn Huệ, đi ngang qua Ty Công Chánh rồi về đường Trần Thúc Nhẫn. Nhưng lần này thì không, Phan nói tiếp :

— Anh đưa Diễm tới vườn bông Bến Ngự thôi nghe, lên cầu về túi lắm. Hôm ni nhà anh cúng ba mươi.

— Em cũng cúng ba mươi.

— Sáng mồng hai anh sang hí. Mồng một anh về Truồi, ông nội dưới nớ.

— Dạ.

Phan nhìn thấy ngón tay của Diễm đang bấu trên ghi-đông :

— Diễm.

-- Dạ.

— Diễm đeo nhẫn há ?

Diễm liếc nhìn Phan rồi háy một cái :

— Đeo dị òm.

Phan cười, mặt hơi cúi xuống :

— Ừ, mai anh đeo luôn hí.

— Dị òm, bắt chước người ta chi lạ rứa.

— Dị chi mà dị.

— Dị quá, anh đi xê ra, rủi gặp ai.

Phan vừa bẻ ghi-đông quẹo ra vừa nói nhỏ :

— Kệ họ, mình sắp cưới rồi mà...

Diễm đưa tay trật nón ra đàng sau, nàng nhìn con đường hàng Đoát sắp nhập vào con đường Nguyễn Huệ :

— Má nói khi mô cưới hẵng hay.

— Chán mấy bà già.

— Anh không thấy à, khi mô anh tới má cũng bắt em đi rót nước, sai gọi em lăng xăng. À, hay bữa ni anh lên nhà em ăn cúng ba mươi.

— Không được, ông rốp chửi chết. Hôm ni lậy bàn thờ. Dưới chú anh cúng buổi trưa, nhà anh cúng túi.

— Mệt hỉ.

— Ừ.

Bàn tay Phan thả ghi-đông, đưa sang chụp tay Diễm. Diễm để yên, nhưng lắc đầu quầy quậy :

— Anh làm rứa té chết. Dị chết.

Ngón tay Phan đã vuốt trên ngón tay đeo nhẫn của Diễm :

— Em hỉ ?

— Dạ chi anh ?

— Thương anh không ?

— Thương anh hoài. Khi mô cái nhẫn này rời khỏi tay em thì em chết.

— Chớ không phải em tháo ra, em vất dưới sông Hương hay liệng trên núi Ngự há ?

— Mần chi có.

— Em hỉ ?

— Chi anh ?

— Nói thiệt nghe.

— Anh dị òm. Còn có mấy ngày mà lo chi cho mệt.

— Biết răng mà noái. Khi sáng anh tới má em noái cho cưới tháng giêng để anh còn đi Thủ Đức. Còn chưa đầy mười ngày.

— Em chưa nói chi cho tụi bạn em biết hết. Tụi bạn noái em bí mật quân sự.

— Đầu năm em với anh đi thăm tụi nó, nói cho tụi nó biết.

Diễm lắc mạnh cánh tay :

— Anh, gần tới cầu, anh về đi.

— Em sợ túi không ?

— Không, khoảng đường ni sáng rồi, qua khỏi cầu, đi lên dốc một tí, có ông cảnh sát gác nơi cầu anh tề.

— Anh về hỉ !

— Dạ anh về. Diễm trả lời xong cúi đầu đi thẳng. Hàng chè tàu đã lấp ló đằng xa nơi cột điện. Khi Diễm rẽ vào nhà, ngọn điện đường cũng vừa bật lên. Má nàng đang gội đầu trước hiên. Diễm dựng xe dưới gốc cây khế. Má nàng ngẩng lên :

— Đưa đồ cúng cho bác chưa, Diễm.

— Dạ rồi.

— Con thay áo, đi gội đầu bồ kết nì. Má có để sẵn phần cho con. Ra vườn hái trái chanh mà gội cho trơn tóc. À con ơi, con lau lại cho má cái sập gụ nghe. Tối ni rảnh đánh tứ sắc chơi.

Diễm vừa đi vào nhà đã nghe tiếng mẹ vọng theo :

— Chút xíu nữa con dặn bác Bẩy mang xích-lô tới bác Thị đón ông nội về. Ra sau hè mà gọi qua cũng được, đừng đi ra ngõ chi cho xa con hí.

Diễm đi vào phòng, thay quần áo rồi nằm ruỗi ra giường. Chút nữa hãy đi hái chanh, đi gội đầu. Diễm nhìn bình bông nhỏ cắm mấy bông tường vi của Phan mang sang cho hồi sáng. Mấy đóa tường vi màu hồng sáng lạng, nhưng lòng Diễm chợt vui chợt buồn. Nàng nghĩ tới những mùa xuân cũ, những mùa xuân cũ khác hẳn xuân này. Năm nay Diễm không thấy nô nức đón Xuân như mọi năm, mà Diễm thấy mình bắt đầu lớn, bắt đầu thay đổi. Thay đổi cả một đoạn đời cũ. Đi lấy chồng, lấy chồng đối với Diễm như bước vào một đoạn đời dài lắm và đầy xa lạ, bỡ ngỡ. Ở với một người cho tới tra, tới chết, dù đó là người yêu. Diễm cũng thấy trong lòng bao lo sợ, nghi ngờ. Dĩ vãng của Diễm yên lặng quá, hiện tại

Diễm không một điểm nhỏ phàn nàn, còn tương lai thì ra răng đây ? Diễm như một đứa bé con đang đứng trước một ngôi nhà quá lớn và hiểu được rằng không bao giờ mình khám phá hết nổi nó. Diễm nhìn ngón tay đeo nhẫn của mình, nàng đưa lên môi, chà chà cạnh nhẫn trên làn da môi mềm mát. Thôi thế cũng xong, một ước mộng bình thường, cứ thế, ta sẽ sung sướng. Diễm cắn chặt ngón tay đeo nhẫn : Anh Phan, răng em có sắc mấy cũng không cắt nổi ngón tay đeo nhẫn.

Diễm mở cái rương nhỏ, ngắm nghía chiếc áo phin trắng nõn. Chiếc áo này Diễm sẽ mặc để tiếp Phan vào ngày mồng hai. Phan sẽ hỏi : Ai may áo đó. Diễm sẽ sung sướng mà cho Phan biết là chính nàng đã cắt và may lấy. Em sẽ là một bà nội trợ giỏi.

Chắc chắn mà, không tin thì thôi. Diễm mỉm cười một mình.

Sau đó, Diễm nhớ là mình phải ra vườn hái chanh gội đầu, nhân tiện Diễm sẽ gọi luôn bác Bẩy. Diễm vừa đi vừa nhẩy ra vườn. Chiếc áo trắng vải phin nõn còn lung linh trong trí tưởng tượng của nàng. Hình ảnh Diễm đang ở trong đó cùng áo cánh trắng thêu hoa hồng đỏ trên ngực và mái tóc chẩy dài. Nhưng ơ kìa, làm gì có cánh hoa hồng đỏ tựa như trái tim thêu trên ngực ? Diễm bật cười : Thêu như vậy cũng đẹp, nhưng chiếc áo đó đã không thêu. Mầu đỏ không hợp với sở thích của nàng. Nàng coi mầu đỏ như sự bất trắc, sự hung bạo. Bởi thế, Diễm thích đi lấy chồng hơn học nghề cô mụ. Tụi bạn Diễm đã nạp đơn xin học ngành hộ sinh gần hết.

Cây chanh đã hiện ra trước mặt Diễm. Diềm chỉ cần nhìn lên, chỉ cần với một cành vít xuống, tha hồ mà nàng chọn lựa. Hạnh phúc của nàng cũng giản dị quá, mọi thứ đều như vừa vặn trong tầm tay của nàng. Diễm nghĩ đêm nay, sau khi ngồi chầu rìa coi cả nhà đánh tứ sắc, Diễm sẽ nằm lăn nơi cái sập gụ, trước khi ngủ, nàng sẽ ăn hết những cánh hoa tường vi cuối năm của Phan gửi tặng.

Anh Phan,

Rứa là anh kẹt dưới Truồi không lên được rồi. Anh ơi, em cũng đã kiệt lực. Em ngồi viết thư cho anh lúc đang sống trong một căn nhà hầm hết sức chật chội. Một cái hầm nổi, làm sát góc nhà với mười bốn mạng người. Ngày nào cũng từng đó tiếng động, chừng đó nỗi kinh hoàng. Từ hôm mồng một rạng ngày mồng hai, cả nhà bị mắc kẹt không còn lẩn cư vào đâu được nữa. Em viết thư này cho anh là ngày mười bốn, và gia đình em đã chịu sống mười ba ngày trong chiếc hầm nhỏ hẹp này. Xung quanh, Thạch bạn em đã trúng đạn chết, xác lấp vội vã ngoài vườn. Ngay trong nhà mình, phòng bên cạnh cũng có một gia đình hàng xóm xin làm hầm, mang sang hai người bị thương, đêm nào họ cũng la hét khóc lóc ghê quá. Mấy ngày đầu, mấy anh ngoài nớ còn cho thuốc băng bó, mấy ngày nay họ bỏ liều rồi. Chắc mấy người đó chết quá anh ơi, mà họ chết là thành ma trong nhà mình rồi.

Em có bị bắt đi khiêng đạn và chở người bị thương bằng xe ba bánh lên phía Tây Thiên mấy lần, lần nào đi cũng sợ muốn chết giấc vì những quả bom dưới Phú Bài câu lên. Những người đi với em chết nhiều lắm. Em đi khiêng đạn được năm hôm, khiêng người bị thương được hai hôm thì khiếp quá ngất xỉu mấy lần. Em theo mấy người trốn về lại bị nạn kiểm soát. Họ tới tận nhà, má phải xoa nghệ lên mặt em, vả vào mắt em cho sưng húp để xưng bệnh cho họ khỏi bắt đi. Mà em muốn bệnh thật, em bệnh vì lo sợ, vì buồn phiền, vì thương cảm. Má đã rơi nước mắt khóc ròng khi gió bàn lay lát vào mặt em cho sưng vù. Em cũng không cầm được giọt lệ khi nhìn thấy anh Văn trốn trên trần nhà mười mấy hôm, khi ăn khi nhịn, sợ tới chết điếng người vì những trái mọt-chê rơi đều đều dội tứ tung trên miệt Bến Ngự, Từ Đàm.

Mấy hôm nay thì đạn đại bác bắn quá lắm, em nằm ép mình sát đất, cứ bị dội người lên vì đất đai nhà cửa rung chuyển, ngực em cơ hồ như đã vỡ vụn bên trong nhưng lạ em không thấy đau đớn và tắt thở. Em vẫn thở được nhưng hơi thở nặng nề, em vẫn nhai được những bát cơm nấu vội vã, đôi khi chưa kịp ăn đã vất bát cơm, nằm sát xuống mặt hầm, hoặc ôm cứng lấy nhau, và khi dứt tiếng nổ, thấy mắt mình còn nổ đom đóm, ngắt vào da thịt thấy đau, em mới biết rằng mình còn sống. Anh Phan, chắc em chết không gặp anh. Chắc chết quá anh ơi, súng vẫn bắn như mưa trên đầu những người chờ đợi. Nhưng anh ơi, trong những phút kinh hoàng như thế này, trong những phút nằm chờ một quả bom canh đúng rơi trúng miệng hầm đôi lúc em vẫn còn đầy tư tưởng lãng mạn. Em nhớ anh hơn, nao nức hơn, và thấy mối tình mình trở nên quan trọng hơn. Em nhớ buổi chiều cuối năm đi với anh trên con đường hàng Đoát. Thơ mộng quá, đẹp quá, phải không anh ? Và em đã thề thốt gì với anh, anh còn nhớ không ? Anh ơi nếu em chết, anh tìm cho được xác em, nhìn ngón tay em deo nhẫn nhé. Nhưng em sợ chết quá, em chết đi rồi anh sẽ còn ai để thương, còn ai để cưới làm vợ... mà anh lấy người khác em ghen, em chết không nhắm mắt. Con gái Huế ghen dễ sợ lắm, ghen cay như ớt. Anh ơi, ớt đầy một vườn mà bữa ăn nào em cũng thèm tới rớt nước miếng. Em muốn được ăn trái ớt trước khi chết để thành một con ma ghen kinh khủng, em nói bậy quá rồi. Lại bắt đầu bắn đó anh. Làm sao đưa cơm lên cho anh Văn, làm sao cho anh ấy trốn đi được. Ngọn đèn cầy đặt trong hầm lại sắp hết. Phải tiết kiệm, thôi em tắt. Nằm xuống khoảng tối em sẽ nhớ anh, nhớ anh như điên để rủi có chết đêm nay còn tưởng tượng ra anh, anh nghe. Ngọn đèn lụi quá rồi, chữ em viết không biết đang lên dốc Nam Giao hay xuống dốc Bến Ngự.

Anh Phan,

Tai nạn đã xẩy ra rồi. Sáng hôm nay chị Tư ra khỏi miệng hầm thật sớm để đưa vắt cơm lên trần nhà cho anh Văn, sợ lát nữa mấy ông vào kiểm soát, chị vừa ra khỏi miệng hầm thì bị mảnh bom chơm. Máu ra nhiều quá. Em phải xé chiếc áo dài mới để băng bó cho chị. Bây giờ chị đang nằm lịm nơi chân em đây này. Còn anh Văn, anh ấy đã chết, anh Phan, anh Văn không bị đạn anh đói lã và rơi từ trên trần nhà xuống, chết liền tại chỗ. Xác anh Văn đang nằm nơi chiếc sập gụ của ông nội, nằm chung với ông nội em còn sống. Má đã khóc lóc xin mấy anh ngoài nớ ra vườn chôn tạm anh Văn nhưng họ nói ra ngoài đó máy bay thấy đào đất rồi bắn xuống. Trưa nay họ rút lên phía trên nữa rồi. Má nói có thể trốn được. Nhưng trước khi trốn đi tản cư, phải tìm cách chôn anh Văn đã. Cách tốt nhất là đặt anh Văn trong hầm này, khi về hẵy hay. Nhưng lại gặp chuyện phiền phức khác là chị Tư và ông nội. Chị Tư bị thương khó khiêng đi, ông nội thì nhất định ở nhà. Cả nhà khóc mãi, ông vẫn không đổi ý. Còn chị Tư, chị nói thà chết ở nhà, và nằn nỉ cả nhà nên tìm cách trốn đi.

Anh ơi, gia đình em sao thê thảm thế này. Không, đâu phải chỉ gia đình em. Nhà chú Bẩy xích-lô đã chết hết, cả một cái hầm sập xuống. Đứa cháu bên đó chạy sang cho hay vậy. Ngoài đường còn những xác người chưa chôn. Chị Thọ cho biết bây giờ chỉ có hai lối đi, một là xuống cầu Bến Ngự, rồi băng về bên kia sông, nghe nói có Mỹ, hai là đi ngược lên Tây Thiên. Nhưng lên Tây Thiên, thì gặp họ cũng không sống được. Bà Minh, anh Vỹ, anh Cao, bác Hịch đã bị họ bắt theo lên Tây Thiên hết rồi. Nhà mình có anh Văn đã chết. Còn bà già, con nít. Có em thì họ chưa bắt đi, vì vậy má nói phải trốn. Đêm qua họ đem mấy cậu sinh viên vào xử tại sau vườn nhà. Em nghe thấy tiếng súng bắn, tiếng người hét, họ vào nhà xin chiếu, chiếu hết rồi. Em nghe họ đào sau vườn. Họ lấp đất rồi họ kéo nhau đi. Đại bác vẫn cầu lên đều đều. Má nói đến chiều tối, khi bớt tiếng đại bác, sẽ tìm cách trốn ra khỏi nhà. Ở đây thì thế nào cũng chết. Nhưng ông nội thì sợ chết đường. Em không chịu ý kiến ông nội. Thà mình cứ đi tìm lối thoát còn hơn ở nhà chịu chết. Phía dưới dốc cầu người ta di cũng nhiều, chết cũng nhiều. Buổi sáng khi khóc anh Văn, em nhìn ra cửa ngõ thấy một bà mẹ đang nhét một đứa nhỏ vào bụi chè tàu trước cổng rồi vừa khóc vừa chạy. Em chưa kịp la thì phải vào hầm vì những tiếng nổ gần quá, con Mẹo có ra coi, hắn nói thằng nhỏ chết rồi, đang bị kiến đỏ bu đầy người, có con chó mực đang rình rập vào ăn thịt. Lũ chó đói quá, chúng cứ xông vào nhà. Trên sập của ông nội có một đống gạch thật lớn. Ông lấy ném để canh xác anh Văn. Từ sáng đến giờ, ông nội vừa khóc vừa đọc kinh, đôi khi ông chửi bới lung tung. Có một trái đạn rớt giữa sân, mảnh bay đầy sân nhà mà chỗ nằm vẫn yên lành, ông nói đạn sợ ông rồi, ông chỉ sợ bầy chó đói.

Anh ơi, chắc em chết, gia đình em chết hết. Em khóc ròng đây, em khóc muốn ngất khi nghĩ rằng, khi yên, anh sẽ tới tìm em nơi này, anh sẽ không thấy xác em đâu nữa. Tay em nằm trong bụng con chó này, mặt em ở trong bụng con chó khác. Anh ơi, em tội tình chi mà không được nấm mồ. Anh Văn em, ông nội em... em thèm cúng giỗ, thèm được người ta cúng giỗ quá. Bây giờ em mới hiểu tại sao mọi nhà đều cúng chiều ba mươi, tại sao có trầm hương, có cô hồn, có ác quỷ..

Anh Phan, em vừa nghe cả nhà bàn sáu giờ chiều nay sẽ trốn đi vùng khác, ông nội ở lại, chị Tư ở lại, xác anh Văn đặt trong hầm, má, em với Út, với Tây, với Bằng sẽ trốn đi. Mẹo đi theo. Bác Chắc ở lại canh chừng ông nội và rửa vết thương cho chị Tư. Ông nội, chị Tư sẽ vào hầm nằm chung với anh Văn để đuổi chó. Em sẽ đặt lá thư này dưới chiếc sập gụ, chiếc sập gụ lát nữa dây sẽ được kê trước miệng hầm. Nếu em chết, má sẽ chỉ cho anh thấy lá thư này. Em nghĩ là má sẽ sống, cả em cũng phải sống. Chiếc nhẫn mấy ngày nay đã lỏng lẻo, nhưng em vẫn đeo, coi như một thẻ bùa may mắn. Anh ơi, anh đang ở Truồi hay ở đâu ? Em lo sợ quá... Chiều tối em sẽ đi, chưa biết là tìm lấy sự sống hay sự chết.

Đến hôm nay đèn cầy hết, thực phẩm chỉ đủ cho hai người ăn trong mười lăm hôm. Cầu mong sẽ yên sớm hơn. Nghe nói Mỹ đã chiếm được Công Chánh, phía hữu ngạn. Anh có về đến đó không ?

Em đã ăn hết những bông hoa tường vi của anh đêm ba mươi Tết, thuốc trường sinh, thuốc tình yêu. Anh ơi, em phải sửa soạn để đi, lá thư này xin gửi lại dưới sập gụ...

Từ trường kiểu mẫu, Phan đã mấy lần kiếm cách đi lên mạn Bến Ngự, nhưng mấy ngày nay, súng nhỏ súng lớn nổ ran về miệt đó. Phan đi lần được tới bờ sông, người Mỹ đuổi Phan trở lui lại, Phan đứng dọc đường đón tất cả mọi người tản cư đi qua, hỏi thăm tin tức, nhưng chàng vẫn không nhận được một tin tức nào. Cho tới khi gặp được một người từ Bến Ngự chạy về lánh nạn ở Tân Lăng, Phan đến hỏi tin tức, được biết gia đình Diễm một nửa còn mắc kẹt ở lại, một nửa đã trốn theo đường rầy về An Cựu, nhưng tới nửa đường thì Diễm bị một trái bom rơi trúng, cả thân thể Diễm bay kẹt vào một bụi cây. Chỉ nghe chừng đó Phan đã bụm mặt khóc oà, chàng không đủ sức hỏi thăm thêm gia đình Diễm nữa. Mười mấy ngày sau, khi Bến Ngự đã dẹp xong, Phan là người trước nhất theo ngã đường rầy xe hỏa về Bến Ngự. Dọc đường, hắn đã nhận ra xác Diễm. Diễm chỉ còn lại đầu tóc, chiếc mặt đã bầm dập, cả người đã sình thối, nàng kẹt vào giữa bụi cây, và những dòng nước vàng đã chẩy xuống. Cánh áo phin trắng của Diễm đã rách nát, nhưng nơi ngực áo, hai chữ *PD* lồng nhau thêu bằng chỉ trắng vẫn chưa bị mục, và nhờ đó Phan nhìn ra xác Diễm. Diễm mất một cánh tay, và nơi bàn tay còn lại, Phan không nhìn thấy ngón đeo nhẫn đâu hết. Ngón tay đeo nhẫn của Diễm đã bị cắt lìa. Phan tìm cùng khắp không thấy vết tích đốt tay và chiếc nhẫn đó nữa.

Khi đem xác Diễm về tẩm liệm, mọi người phát giác ngón tay đeo nhẫn của nàng đã nằm gọn trong đám ruột bầy nhầy, không ai hiểu tại sao, và chiếc nhẫn cũng không tìm thấy.

Chôn cất Diễm xong, Phan đi tìm mẹ Diễm, bà đang nằm tại một bệnh viện của Mỹ. Phan tìm tới ngôi nhà cũ của Diễm, ông nội nàng đã chết, chị Tư cũng đã chết, xác của Văn, của ông nội, của chị Tư bị chó chui vào gậm nát, người mất tay, người mất chân. Khi dở cái sập gụ ra để lôi những xác chết, Phan đã tìm thấy bức thư của Diễm.

Chiếc xe đạp của Diễm vẫn còn nguyên, dựng ở một góc tường chưa bị sập. Phan dắt chiếc xe đạp ra khỏi nhà, chàng dắt đi bộ chớ không ngồi lên đạp.

Căn nhà của Phan chỉ bị thủng mấy lỗ đạn. Những ngày sau đó, bạn bè của Diễm còn sống sót, chiều đi ngang qua con đường hàng Đoát thấy Phan ngồi trên chiếc xe đạp, dắt theo một chiếc xe đạp, và bên ghi-đông chiếc xe không người, lủng lẳng cột một chiếc nhẫn vàng. Bạn bè không ai dám hỏi thăm, dám an ủi, vì Phan không bao giờ trả lời, không bao giờ đứng lại nghe ai nhắc tới tên Diễm.

Con đường hàng Đoát đến bây giờ vẫn còn đẹp, và chiều chiều vẫn còn những đôi tình nhân song song xe đạp đi trên đó. Bóng dáng của Diễm cũng như những đống gạch vụn, những dấu bom đạn đã lùi dần trong trí nhớ bạn bè. Người ta bắt đầu quen dần với cảnh Phan vừa đi vừa dắt thêm một chiếc xe đạp bên cạnh. Không ai có thì giờ nhắc tới mối tình của họ nữa.

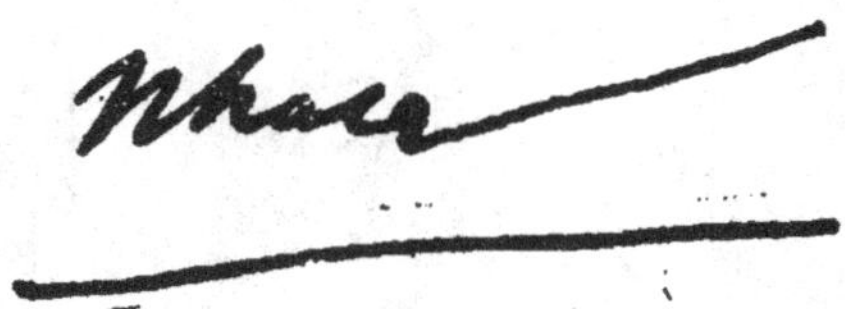

NHÃ CA

NHÃ CA

NHẤT HẠNH

TIỂU SỬ

Tên thực là Nguyễn Xuân Bảo *sinh quán Thanh Hóa, Trung Việt, tăng sĩ Phật Giáo, hiện là thượng tọa đại diện cho Phật Giáo Việt Nam tại quốc ngoại.*

Chủ biên nhiều tạp chí của Phật giáo : Sen Non, Sen Hồng, Phật giáo Việt Nam, Hải Triều Âm, sáng lập viên Viện Đại học Vạn Hạnh và nhà xuất bản Lá Bối.

Các tác phẩm chính :

Biên khảo : Để Hiểu Đạo Phật — Đạo Phật Hiện Đại Hóa — Đạo Phật Ngày Nay — Đạo Phật Ngày Mai — Hoa Sen Trong Biển Lửa...

Văn nghệ : Tình Người *(tập truyện, bút hiệu Tâm Quán)*— Chắp Tay Nguyện Cầu Cho Bồ Câu Trắng Hiện *(thơ)* — Bông Hồng Cài Áo — Nẻo Về Của Ý — Nói Với Tuổi Hai Mươi...

Lời Nhà Xuất Bản

Vì Thầy Nhất Hạnh ở bên Pháp và truyện ngắn «Cửa Tùng Đôi Cánh Gài» dành cho nhà xuất bản chúng tôi do nhà xuất bản Lá Bối đại diện đưa nên không có phần trả lời câu 2 và 3. Trong lần tái bản hoặc khi dịch ra ngoại ngữ chúng tôi sẽ bổ túc phần thiếu sót này cũng như những chi tiết về tiểu sử.

NHẤT HẠNH

Cửa Tùng Đôi Cánh Gài

Bất tư nghị huân, bất tư nghị biến.
(Giáo lý Duy Thức)

Khi chàng dũng sĩ về đến chân núi thì trăng cũng vừa lên. Trăng mười chín soi sáng cảnh núi rừng cô tịch. Ánh trăng nhấp nháy đùa giỡn trên lá cây. Đêm thu mát lạnh. Cảnh vật hình như không có gì đổi thay sau bảy năm xa cách. Cảnh vật tuy không xa lạ, nhưng cũng không thân mật chào đón người cũ từ phương lạ trở về.

Chàng dũng sĩ dừng lại ở chân núi, nhìn lên. Trước mặt chàng, con đường mòn lên núi đã bị đôi cánh cửa tùng khép chặt. Chàng đưa tay cố đẩy. Nhưng hai cánh cửa kiên cố vẫn im lìm không lay chuyển dưới sức mạnh của đôi cánh tay chàng.

Chàng lấy làm lạ. Ngày xưa chẳng bao giờ sư phụ chàng lại cho đóng chặt cửa lên núi như thế này. Chỉ có một con đường đưa tới am sư phụ mà thôi, nhưng bây giờ lại bị đóng chặt. Hơi bực tức, chàng vỗ tay vào đốc kiếm, phi thân nhảy qua. Nhưng chàng không nhảy qua khỏi. Một mãnh lực gì níu lấy thân chàng trở lại, khiến chàng không cất mình lên khỏi hai cánh cửa tùng. Chàng rút gươm định chém rời cánh cửa. Nhưng khi chạm tới cánh cửa, lưỡi gươm văng trở lại như vừa chạm vào thép cứng. Chàng chùn tay, đưa lưỡi gươm lên nhìn. Lưỡi thép sáng loáng dưới ánh trăng. Cánh cửa tùng rắn quá, và hình như đã thu nhận thần lực của sư phụ chàng, nên đã đóng kín đường mòn lại một cách hết sức vững chãi. Chàng thở dài cho gươm vào vỏ rồi ngồi phịch xuống tấm đá lớn gần bên, ôm đầu nghĩ ngợi.

Bảy năm về trước, chàng còn nhớ rõ khi chàng xuống núi, sư phụ chàng đã lặng lẽ nhìn chàng một hồi lâu, không nói năng gì. Cái nhìn của Người tuy dịu dàng nhưng có lẫn đôi chút xót thương. Chàng đã cúi đầu im lặng trước đôi mắt dịu hiền và cái nhìn bao dung của sư phụ. Hồi lâu Người mới thong thả bảo chàng :

— « Ta không thể giữ con ở mãi bên ta. Thế nào rồi con cũng phải xuống núi để hành đạo, để cứu người và giúp đời. Ta cho rằng con có thể ở lại cùng ta trong một thời gian nữa trước khi con rời ta xuống núi. Nay con đã muốn xuống thì con cứ xuống. Nhưng con ạ, ta mong con nhớ những điều ta dặn khi con đã đi vào cuộc sống đồng sự và lợi hành ». Rồi Người cặn kẽ dặn chàng về những điều chàng nên tránh, và về những điều chàng nên làm. Sau hết, Người từ tốn và dịu dàng để tay trên vai chàng : «Con phải nhớ những tiêu chuẩn hành động mà ta đã truyền thọ cho con trong năm sáu năm trời học tập. Chớ bao giờ làm một việc gì có thể gây khổ đau cho mình và cho kẻ khác, trong hiện tại cũng như trong tương lai. Hãy tiến bước mạnh dạn trên con đường mà con chắc có thể đưa con và mọi người về nơi giác ngộ. Nên nhớ kỹ muôn đời những tiêu chuẩn khổ vui và mê ngộ để mà hành Đạo, độ đời. »

« Thanh bảo kiếm mà ta đã trao cho con, con hãy xử dụng nó để diệt trừ ma chướng. Hãy xem đó như lưỡi gươm trí tuệ nơi tâm con sẽ dùng để hàng phục mê chướng và si vọng. Nhưng để giúp con, ta cho con thêm một bảo bối này để con có thể thành tựu công quả một cách dễ dàng. »

Người thong thả lấy trong tay áo ra một chiếc kính nhỏ và đưa cho chàng :

« Đây là *Mê Ngộ Cảnh*. Tấm kính này sẽ giúp con biết rõ thiện ác, chính, tà. Có người gọi nó là kính chiếu yêu, bởi vì qua tấm kính này, con có thể thấy được nguyên hình của loài yêu quái. »

Chàng nhận bảo kính và cảm động đến nói không nên lời. Tờ mờ sáng hôm sau, chàng lên bái biệt sư phụ xuống núi. Người tiễn chàng xuống tận dòng Hồ Khê và thầy trò từ biệt nhau trong tiếng suối róc rách chảy. Sư phụ đặt bàn tay hiền dịu trên vai chàng nhìn thẳng vào cặp mắt chàng. Và nhìn theo chàng dũng sĩ ra đi. Người còn dặn theo : «Nhớ không con, nghèo khổ không thay đổi, vũ lực không khuất phục, giàu sang không mờ ám nhé. Ta ở đây đợi ngày con mang đạt nguyện trở về.»

Chàng nhớ lại những ngày đầu tiên xuống núi tiếp xúc với cuộc đời. Chàng đã gặp trên con đường hành đạo bao bộ mặt khác nhau của con người, đã dùng bảo kiếm và mê ngộ cảnh của sư phụ chàng một cách có hiệu quả. Chàng còn nhớ có một lần kia, trên con đường hành đạo, chàng gặp một vị đạo sĩ tay cầm phất trần, đi lại gần chàng và mời chàng về động để bàn tính công việc giúp đời. Đạo sĩ tỏ ra rất hăng hái với việc cứu nhân độ thế và giúp ích mọi loài. Ban đầu, chàng say sưa nghe theo lời đạo sĩ. Nhưng trong lúc tiếp xúc với vị đạo sĩ, chàng nhận thấy người này có dáng vẻ khả nghi. Chàng đưa tay rút mê ngộ cảnh ra chiếu. Trước mặt chàng, không phải là một đạo sĩ mà là một con yêu lớn có hai nanh dài, một cặp sừng trên trán và hai con mắt xanh lè đổ lửa. Chàng vội nhảy lui lại và rút bảo kiếm chém. Yêu quái cố sức kháng cự, nhưng cuối cùng, chàng thắng, và yêu quái hiện nguyên hình quỳ dưới chân chàng xin dung toàn tánh mạng. Chàng bằng lòng tha tội nhưng buộc yêu quái phải trân trọng hứa lui về tu luyện để thoát xác thành người mà không được trá hình đạo sĩ để lừa bịp và tìm cách nuốt sống những kẻ khờ dại dễ tin ,

Một lần khác, chàng gặp một vị đường quan, rất

có dáng dấp một bậc cha mẹ dân. Vị đường quan râu dài bạc phơ, hứa sẽ trọng dụng chàng và đã chịu khó thức suốt một đêm để bàn với chàng về những điều chính trị ích quốc lợi dân. Vị đường quan đã tỏ ra mình là một người thiết tha đến hạnh phúc muôn dân, nhưng khi đưa mê ngộ cảnh lên, chàng hoảng hốt nhận ra đó là một con heo khổng lồ với cặp mắt háu đói, thèm khát, vô cùng khủng khiếp. Chàng đứng dậy rút gươm chém. Yêu quái bỏ chạy nhưng chàng đã nhảy ra đứng chặn giữa cửa công đường và hét bảo nó hiện nguyên hình. Con heo kinh khiếp hiện hình quỳ dưới chân chàng cầu xin tha tội và hứa sẽ về tu luyện tinh tấn, thoát xác biếng lười, không còn dám trá hình để rúc rỉa xương thịt người dân vô tội.

Có một hôm, đi ngang qua chợ, chàng thấy thiên hạ già trẻ trai gái xúm quanh ngôi hàng sách. Người đang bày bán sách và tranh cho mọi người là một cô gái mặt hoa da phấn, trên miệng luôn luôn sẵn có một nụ cười. Thiên hạ trầm trồ khen ngợi tranh vẽ và thi nhau mua sách. Bên cạnh cô ta lại có một cô gái khác, cũng mặt hoa da phấn, tay ôm đàn, miệng cất tiếng hát khiến mọi người đã mua sách phải mê mẩn tâm thần không muốn ra khỏi cửa hàng. Thật là một cảnh thái bình nên thơ. Chàng cũng ngây ngất đứng nghe, và cuối cùng chàng lại gần cầm lên một bức họa. Màu sắc làm chàng choáng ngợp, nhưng qua nội dung chàng thấy thoáng gợn trong tâm linh một ít nghi ngờ. Đưa mê ngộ cảnh lên nhìn, chàng hốt hoảng thấy nguyên hình hai con rắn độc, phun nọc phè phè. Chàng vội gạt mọi người ra, rút bảo kiếm, quát lên :

— Nghiệt súc ! Đừng phun nọc độc hại người.

Mọi người chạy tán loạn. Hai con rắn độc văng mình tới. Nhưng trước thần lực của lưỡi bảo kiếm, cuối cùng đành phải khoanh tròn dưới gối chàng van xin thú tội. Chàng dùng bảo kiếm cắt đứt nọc độc, đốt cháy cửa hàng và tha cho yêu súc, buộc cả hai phải hứa trở về núi tu luyện cho thoát kiếp ngậm nọc phun người.

Cứ thế, chàng đã xử dụng bảo kiếm và mê ngộ cảnh theo đúng lời sư phụ dặn để cứu người và giúp đời. Chàng đã sống miệt mài với nhiệm vụ. Đã từ lâu chàng vẫn tự cho rằng chàng là *Người Dũng Sĩ Cần Thiết Cho Cuộc Đời*. Cuộc đời không thể vắng bóng chàng. Chàng đã trà trộn trong cuộc sống, có khi thành công, nhưng cũng nhiều khi thất bại. Đối diện với cuộc sống đầy mưu mô gian trá, nhiều lúc chàng phải uốn mình, linh động theo hoàn cảnh để chinh phục và chiến thắng. Có lúc chàng say sưa miệt mài trong công việc. Chàng cảm thấy thích thú khi hành động. Có khi chàng say quên cả ăn cả nghỉ, vì một sự theo đuổi mà chàng cảm thấy vì vui thích mà thực hiện hơn là ý thức rằng mình cần hoạt động để mà phụng sự.

Thời gian trôi cứ như thế cho đến bảy năm. Một hôm trong lúc ngồi nghỉ bên một dòng sông, nhìn dòng nước lặng lẽ trôi, chàng giật mình thấy đã từ lâu, gần hai năm nay, chàng không dùng đến mê ngộ cảnh. Chàng không dùng, không phải là chàng quên rằng mình có mê ngộ cảnh, mà chỉ vì *Chàng Thấy Không Thích Dùng*. Chàng nhớ lại trước đây đã có một thời chàng dùng mê ngộ cảnh một cách miễn cưỡng. Chàng nhớ lại những ngày mới xuống núi ấy, chàng đã chiến đấu rất hăng hái khi thấy nguyên hình những yêu quái xuất hiện trên mê ngộ cảnh. Chàng cũng cảm thấy hân hoan vô hạn khi soi thấy trên mê ngộ cảnh hình dáng các bậc hiền nhân. Nhưng trong thời gian trước đây, một cái gì khác lạ đã đến trong tâm hồn chàng, đến lúc nào chàng không nhận rõ. Chàng đã không thiết tha lắm khi nhìn thấy hình bóng một bậc hiền nhân, mà cũng không giận dữ lắm khi thấy một bóng hình yêu quái. Trong bóng hình yêu quái đó, đôi khi chàng lại nhận ra một vài nét hơi quen thuộc, và lưỡi bảo kiếm đã có thờ ơ khi có những bóng hình yêu quái xuất hiện trước kính thần.

Cho đến những ngày gần đây chàng không dùng mê ngộ cảnh nữa. Chiếc kính vẫn nằm trong túi áo chàng, nhưng đã từ lâu không còn được xử dụng. Chàng lấy làm lạ và đã nói nhiều lần định quay về hỏi sư phụ. Nhưng đã ba tháng qua, bận bịu những gì không đâu, chàng chưa có thể trở về. Mãi cho đến hôm mười hai tháng tám trước đây, đi qua một rừng mai hoa nở, thấy sắc hoa trắng như tuyết lấp lánh dưới ánh trăng thu, nhớ đến những ngày thơ ấu bên rừng mai già học tập dưới chân thầy, chàng mới quyết định trở về. Đường về sao chàng thấy xa quá. Bảy ngày trèo non lặn suối mới về tới được chỗ cũ. Nhưng đến chân núi thì trời đã tối. Trăng cũng vừa lên và hai cánh cửa tùng cũng đã khép chặt lối mòn.

Chàng đành phải đợi. Buổi sáng, người sư đệ của chàng thế nào cũng phải xuống suối múc nước, và như vậy sẽ mở cửa cho chàng. Trăng đã lên tới quá đỉnh đầu, ánh trăng vằng vặc chiếu xuống rừng núi âm u. Trời càng về khuya càng lạnh. Chàng lại rút kiếm ra nhìn. Ánh trăng lại lấp lánh trên lưỡi kiếm. Chàng lại tra kiếm vào vỏ. Trên mặt chàng thoáng nét ưu tư sầu muộn. Chàng đứng dậy. Trăng sáng quá. Núi rừng vẫn u tịch và lạnh lùng. Chàng ngồi xuống phiến đá, chờ đợi. Quãng đời bảy năm qua lại trở về trong trí óc chàng. Trăng dần dần về phía núi xa. Ngàn sao lấp lánh linh động hơn, và cuối cùng bắt đầu mờ nhạt. Phương đông đã nhuộm dần ánh sáng mờ mờ. Đường viền ngọn núi đã nổi dần trên vầng sáng nhạt,

Bình minh sắp về.

Chàng nghe tiếng lá khô xào xạc trên núi. Ngửng lên chàng thấy một bóng người mờ nhạt từ trên đi xuống. Chắc hẳn là người sư đệ của chàng. Trời đang tối quá chàng nhìn không rõ, chỉ thấy hình bóng. Nhưng chắc chắn đó là người sư đệ, bởi vì tay có cầm tịnh bình. Chàng đứng dậy. Bóng người tiến xuống và khi đến gần cánh cửa thì cũng vừa nhận ra được chàng dũng sĩ.

— Đại huynh !

— Sư đệ !

— Đại huynh về bao giờ thế ?

— Ta về lúc trăng mới lên và phải đợi cả đêm dưới này... Tại sao sư phụ lại cho đóng bít lối lên như thế ?

Người sư đệ mỉm cười đưa nhẹ tay mở cửa. Hai cánh cửa tùng bật ra một cách dễ dàng. Người sư đệ bước ra nắm lấy tay chàng và nhìn chàng tận mặt.

— Đại huynh ở một đêm giữa trời chắc lạnh lắm. Sương phủ ướt áo thế này mà, thôi để tiểu đệ phủi bớt cho. Trước kia đệ thường ở dưới núi hái rau nhặt củi và luôn tiện canh chừng người lên núi. Lâu lâu mới có một người lên núi. Nếu tiểu đệ thấy ai đáng lên hầu sư phụ thì tiểu đệ cho lên ; nếu họ không đáng lên thì em lẩn tránh để cho họ lạc đường. Sư huynh biết rằng sư phụ không bao giờ muốn tiếp những người lên núi với tâm niệm không lành. Độ này tiểu đệ bận luyện tập luôn mà sư phụ cũng bận ngồi tĩnh tọa trong thạch động nên Người dặn cho đệ khép cửa chắn ngang lối lên dưới này. Sư phụ có trao phép lạ khiến cho cửa tự động mở ra khi các bậc hiền nhân đến. Nhưng khi những kẻ phàm tục lên thì cửa cứ đóng chặt không thể nào vượt qua được. Nhất là khi kẻ ấy có yêu khí thì đừng mong lên núi.

Chàng dũng sĩ cau mày :

— Nhưng không lẽ ta mà lại là yêu quái ? Sao cửa lại đóng chặt ?

Người sư đệ cười lớn :

— Vâng đại huynh sao lại là yêu quái được ! Đệ cũng quên đi mất là tại sao cửa lại đóng. Nhưng bây giờ dù sao thì đại huynh cũng lên núi được rồi cơ mà, vì cửa đã mở. Nhưng đại huynh đợi em chút nhé. Để tiểu đệ xuống suối múc nước rồi cùng lên một thể. Hay đại huynh xuống suối với đệ cho vui. Cười lên chứ, đại huynh giận ai mà nét mặt trông khó đăm đăm như vậy ?

Hai anh em cười vang. Chàng dũng sĩ đi theo người sư đệ xuống suối. Mặt trời vẫn chưa lên, nhưng phương đông đã rạng. Hai người đã có thể nhìn rõ mặt nhau. Mặt suối lặng trong, in màu hồng của rạng đông. Bóng hai người đứng song song in hình trên mặt suối. Chàng dũng sĩ trong bộ võ phục hiên ngang, lưng đeo trường kiếm. Người sư đệ trong y phục tiểu đồng hòa nhã, tay cầm tịnh bình. Hai người cùng nhìn bóng mình in trên mặt nước mỉm cười. Một con bọ nước nhảy, làm mặt nước hồng gợn nhẹ và bóng hai người rung rung theo làn sóng nước gợn.

— Bóng chúng ta trên mặt nước đẹp quá nhỉ ! nếu bây giờ tiểu đệ múc nước thì sóng dậy và bóng tan mất. À này đại huynh, «mê ngộ cảnh » sư phụ cho đại huynh còn giữ đó không ?

Chàng dũng sĩ cho tay vào túi trả lời :

— Còn đây em.

— Tại sao chúng ta không đem ra chiếu hình chúng ta xem nào ?

Chàng sực nhớ là từ lâu chàng chỉ chiếu mê ngộ cảnh trước người khác mà chưa bao giờ chiếu thử trước hình bóng mình. Chàng lấy kính thần ra, lau bụi vào vạt áo, chiếu trên mặt nước. Hai anh em châu đầu vào mặt kính.

Nhưng bỗng cả hai người cùng hét lên một tiếng kinh hoàng, khủng khiếp, và tiếp theo đó chàng dũng sĩ ngã quỵ trên bờ suối bất tỉnh. Tiếng thét kinh khủng làm chấn động cả núi rừng hoang dại.

Một con nai đang uống nước phía trên dòng hoảng hốt đưa đầu lên nhìn, ngơ ngác kinh sợ. Người sư đệ vừa trông thấy trong kính thần, hình bóng của mình đứng bên cạnh hình bóng một con yêu to lớn với đôi mắt tối sâu như hai miệng giếng không đáy, hai chiếc răng dài quặp sâu vào chiếc cằm vuông, trên một khuôn mặt xám ngoẹt như gà cắt tiết. Người sư đệ rùng mình dụi mắt nhìn lại, trên bờ suối đá xanh, chàng dũng sĩ vẫn nằm ngã lăn bất tỉnh, trên mặt vẫn còn in rõ nét kinh hoàng, đau khổ hiện hình một cách thảm hại trên con người đã từng xông pha lăn lộn bảy năm trong cuộc đời đầy cát bụi.

Phụ Chú

Tôi chấm dứt câu chuyện ngang đây, mà nghĩ rằng chàng dũng sĩ sẽ không còn lên núi lại được. Nhưng sau đó tôi nghĩ có thể thêm vào một đoạn như sau :

Người sư đệ đến ôm lấy chàng dũng sĩ và lấy nước suối vã vào mặt chàng. Vài phút sau, chàng tỉnh dậy, nét mặt vô cùng bi thảm. Hình bóng trên mê ngộ cảnh hiện ra bất ngờ quá và ý thức tự giác trong nháy mắt đã làm cho chàng ngã quỵ. Chàng đã mất hết nghị lực, mất hết sự sống. Tứ chi chàng rời rã, chàng không thể đứng dậy được nữa. Một chân quỳ xuống cát, người sư đệ dịu dàng nâng chàng ngồi dậy. Nét thiểu não và khổ đau còn in rõ trên khuôn mặt chàng.

— Thôi, đại huynh vui lên. Chúng ta sẽ lại lên núi.

Giọng nói của người sư đệ êm như một hơi gió thoảng, nhẹ như một tiếng thì thầm. Nhưng chàng lắc đầu thất vọng. Chàng không còn muốn sống. Đau khổ đã làm chàng thảm não và tâm hồn chàng vừa bị tàn phá tang thương như mặt đất sau cơn phong vũ điên cuồng. Chàng không còn dám có ý tưởng lên núi để nhìn mặt sự phụ.

Người sư đệ vuốt tóc chàng, an ủi :

— Thầy thương anh lắm. Không sao đâu, đại huynh sẽ ở mãi bên thầy *(vỗ về)*. Đại huynh sẽ sống bên em như những ngày xưa êm đẹp cũ *(khóc)*. Em không ngờ bao nhiêu năm dưới núi đã tàn hại anh đến thế.

Và người ta thấy trên con đường mòn cheo leo lên núi, bóng người sư đệ lần từng bước dìu chàng dũng sĩ trở lên động. Trời vẫn còn chưa sáng hẳn ; bóng hai người in trên màn sương mỏng nhẹ của núi rừng buổi sáng. Tia nắng đầu tiên soi rõ dáng điệu thiểu não rời rã của chàng dũng sĩ bên cạnh dáng điệu dịu dàng từ hòa của người sư đệ.

Mặt trời đã nhô khỏi đỉnh núi xa.

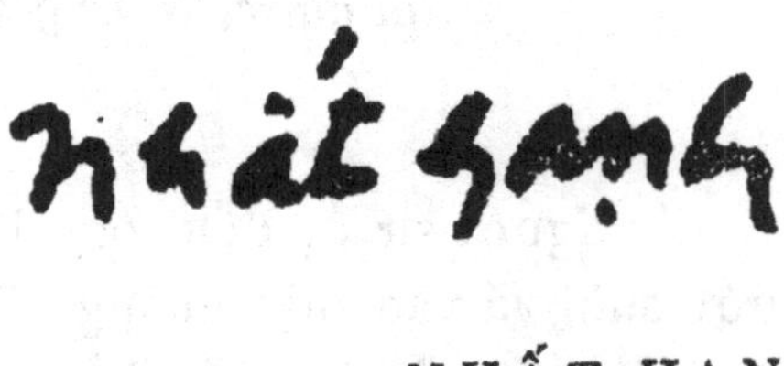

NHẤT HẠNH

NHẬT TIẾN

TIỂU SỬ

Tên thật là Bùi Nhật Tiến, *sinh ngày 24.8.1936 tại Hà Nội. Nghề nghiệp : viết văn, dậy học. Đã xuất bản 16 tác phẩm gồm 14 truyện dài và 2 tuyển tập truyện ngắn. Giải thưởng Văn Chương Toàn Quốc năm 1961 với tác phẩm* Thềm Hoang. *Hiện là Phó Tổng thư ký Trung tâm Văn Bút Việt Nam, chủ trương nhà xuất bản Huyền Trân và chủ bút tuần báo Thiếu Nhi.*

QUAN NIỆM VỀ TRUYỆN NGẮN

Viết là truyền thông với người đọc sự rung động của chính mình về một hoàn cảnh nào đó trong cuộc đời, để gợi lên trong mỗi người tinh thần liên đới của mỗi cá nhân với tập thể. Còn ngắn hay dài, đó chỉ là vấn đề kỹ thuật.

Về Truyện Ngắn «TẶNG PHẨM CỦA DÒNG SÔNG»

Một vài lời nói thêm về tác phẩm, tôi thiết nghĩ chẳng có lợi gì hơn cho người đọc cũng như cho tác giả. Bản chất của sự thưởng ngoạn nghệ thuật là cảm thông. Vậy hãy để độc giả tìm sự cảm thông bằng ngay khi đọc tác phẩm. Vì lý do đó, xin cho tôi được miễn phải hoàn tất phần này theo ý nhà xuất bản.

Tặng Phẩm Của Dòng Sông

Nó mắc lại ở bờ sông. Sợi dây thừng xỏ mũi vướng phải cột tre. Sóng nước đưa nó đi vòng quanh cho đến lúc nó dính cứng lấy cây cột. Bây giờ thì nó nổi lều bều và đen thui như một cái đụn nhỏ. Đấy là xác của một con trâu. Một con trâu chết trương trong lòng nước. Một con trâu nào đó, ở vùng nào đó, đã chết trong một trận giao tranh nào đó trong chiến trận kéo dài mệt mỏi này. Xác con trâu có vẻ đã trôi qua một chặng đường dài. Những cọng rác đuổi theo đã kết lại, bám ở cổ, ở bụng, ở sừng và bùn lẫn đất phù sa đã bắt đầu lên ngấn tại lằn da bụng chỗ mấp mé mí nước.

Người ta trông thấy nó từ sáng sớm. Thoạt đầu là lão Quới đi câu tôm. Lão quan sát nó kỹ càng rồi nhún vai bỏ đi. Xác con trâu trương làm lão nhớ đến những xác người cũng trương to như thế rải rác trên cánh đồng. Mùi tanh tưởi bốc lên làm lão lợm giọng. Lão mất cả hứng đứng câu tại chỗ quen thuộc có nhiều tôm lớn. Sau đó là đám nghĩa quân của anh Bằng. Họ xúm lại quan sát con trâu bằng những cặp mắt nghi ngờ. Tụi nó vẫn thường có những cái trò để mìn trên những bè lục bình cho trôi sông. Chiếc bè táp vô cầu và nổ tung, con trâu cũng nổi như chiếc bè vậy. Nhưng trên làn da đen thui nhếch nháp bùn và máu khô của nó, không chỗ nào mang một cái vẻ đã được gài mìn. Bằng sốt ruột, hươi cây súng xả một băng nổ dài. Có những viên trượt ra ngoài rơi lõm tõm xuống nước. Có những viên ghim lên mình con trâu xé rách từng mảnh lớn. Nước ùa vào thêm, xác trâu bị xô đi táp lại, rồi đổi vị trí cũ. Bây giờ bốn cẳng của nó ngửa lên trời.

Một mùi hôi thối xông lên nồng nặc. Cả bọn bịt mũi nhìn nhau rồi bỏ đi. Con trâu vẫn dính cứng lấy cây cột, và nằm phơi ở đó đến chiều. Chiều hôm ấy có một tốp người đến chiếu cố. Họ gồm có một ông già, một thiếu phụ và một thằng con nít. Thằng nhỏ hăng hái tụt quần lội xuống nước. Thiếu phụ đứng trên bờ ra vẻ ngần ngại. Còn ông già thì không nói, săm săm cầm sợi dây thừng chờ thằng nhỏ bơi tới con trâu là quăng cho nó buộc. Thân mình của thằng bé ốm tong teo. Bờ vai xương xẩu, làn da đen đúa, đầu tóc rối xù. Dưới làn nước đục ngầu và đầy rác rưởi, trông nó như một con chó nhỏ xấu xí, bẩn thỉu đang ngụp lội.

Nó xoải tới trước cọc tre. Chiếc cọc bây giờ đã nghiêng đi vì sức nặng bấu víu của con trâu. Bàn tay nhỏ xíu của nó lần tới đầu mối của sợi thừng. Nó gỡ ra một cách nhanh nhẹn. Con trâu được giải thoát khỏi cây cọc và nằm trong tay dẫn dắt của thằng nhỏ. Thằng nhỏ rít lên một tiếng thích thú. Đã lâu lắm nó mới có dịp được bơi dắt một con trâu trong lòng nước. Nhưng con trâu ngày xưa biết bơi, biết lội, biết ngoan ngoãn giơ lưng cho nó trèo lên và nhìn nó bằng đôi mắt hiền từ. Bây giờ trâu lại nằm ở cái thế lật ngửa, bốn vó chổng lên trời phơi cái bụng xấu xí, bầy nhầy và xông lên mùi thối tha, buốt tới tận óc. Nương theo sóng nước, thằng bé lái được con trâu vào bờ. Mọi người xúm lại giúp nó kéo lên bờ cỏ. Mình trâu nát bét những vết đạn, có chỗ bị mổ banh ra, thịt cháy đen xạm, máu khô đen lại từng mảng như chất nhựa đường. Nhưng cũng còn nhiều chỗ còn tươm.

Bốn cái đùi vạm vỡ, ức nở to, chắc nịch xẻ ra phải được hàng chục ký thịt. Còn hơn là ăn mãi củ mài hay đọt chuối. Ông già vận sức bẩy được xác trâu vào một bờ cỏ. Thiếu phụ giơ xách tay ra soạn một mớ dao to nhỏ.

Có cả cái cưa tay cùn nhưng chắc là sẽ đắc dụng. Một đùi trâu được banh ra. Thịt bên trong chưa đến nỗi ngả mầu xám xịt. Một vài gân máu còn giữ được mầu đỏ tươi. Mầu đỏ làm mọi người càng sáng thêm ánh mắt và thêm vẻ hăm hở.

Bỗng từ xa phóng lại một bóng người. Tiếng cười the thé lan tới, trước khi thân hình bẩn thỉu, rách rưới của hắn ta xuất hiện. Hắn ta không hẳn là một con người. Da hắn tái mét, mắt đỏ rừng rực như hai đốm lửa, hàm răng trắng nhởn, khấp khểnh như răng bò, cái lưỡi lúc nào cũng như thè lè ra, nhễu cả rãi lẫn rớt. Hắn đứng ngất ngư, hai cẳng chân khẳng khiu đong đưa như hai ống sậy. Cánh tay phải còn lành lặn ve vẩy trước mặt, còn tay trái gẫy một nửa để phơi ra ngoài một lớp da rúm ró, trầy trợt, dính đầy bùn và đất bẩn.

Hắn mở to mắt nhìn con trâu. Phẩm vật bất ngờ, làm hắn vui thích. Hắn ré lên cười cầu tài với mọi người. Hai chân hắn nhảy cẫng lên, chạy tới chạy lui, hết ngó ông già lại ngó thiếu phụ, hết ngó thiếu phụ lại xán tới gần thằng nhỏ. Thằng nhỏ liệng cho hắn một mảnh da thừa. Hắn cười lên thành những tiếng khẹt khẹt. Cặp mắt rực lửa, rãi rớt chảy lòng thòng. Cánh tay lành lặn ve vẩy rối rít. Ông già thấy vậy vội la lên :

— Mày rỡn với nó thì hết ngày. Mặc nó !

Vẻ mặt đang hớn hở của gã què bỗng nhiên xịu xuống. Hắn quay lại nhìn chòng chọc về phía ông già, ánh mắt thù hận. Ông già trừng mắt nhìn hắn, rồi chợt hù lên hai tiếng « Bùm ! Bùm ! » Gã đàn ông xanh mặt vội che tay lên đầu, vừa chạy vừa la thảm thiết. Thằng nhỏ thích chí phá lên cười. Nó còn dọa tiếp theo bằng một tràng súng liên thanh bắn bằng mồm nghe y như thật. Gã đàn ông hốt hoảng lao đầu vào một bụi cây, bàn tay còn lại của gã cào xé xuống mặt đất như một con vật đi tìm chỗ trốn. Câu chuyện xảy ra có vẻ làm cho thiếu phụ đứng đó cảm thấy bất nhẫn nên nàng lừ mắt nhìn đứa nhỏ, thằng bé vội vàng cúi xuống cưa nốt mảng đùi trâu gần đứt lìa.

Đến sẩm tối thì con trâu không còn nguyên hình thù lúc trước. Một đống thịt bầy nhầy được lóc ra và buộc gọn trên một cây đòn.

Cái xác còn lại được banh ra toét loét với những lọn xương trắng xóa xen lẫn với những tảng tiết đen xì đang xông lên mùi hôi thối. Ông già hạ lệnh :

— Thôi, về !

Thiếu phụ hỏi :

— Còn cái xác này ?

— Kệ nó.

— Rồi ngày mai nó thối, không chịu được.

— Liệng đại nó xuống sông cho nó trôi về mé dưới.

Ba người lại hì hục một chuyến nữa.

Xác con trâu lại được trả về với dòng nước đục ngầu. Lần này nó không còn nổi được trên mặt sóng. Sau một tiếng « ùm » kéo theo bọt nước bắn tung tóe, cái hình thù kỳ dị của nó trôi phăng đi và chìm sâu xuống tận đáy nước. Trên đường trở về ba người đi một cách vội vã. Những đốm đạn lửa đỏ lừ đã thấy bắn trên nền trời tím sẫm chỗ ngang mé đồn có tháp canh cao vòi vọi. Đồng quê im ả một cách ghê rợn, tựa hồ tất cả đang chìm trong một vùng đất chết.

Không có tiếng chó sủa, không có bóng người đi không cả bóng trâu về chuồng quen thuộc lúc còn thuở thanh bình. Cả ba người lầm lũi bước đi như ba cái bóng chập chờn trong ánh sáng nhá nhem của buổi chiều đã vào thu. Chỉ ở đằng sau, cách một khoảng khá xa, là còn có một đôi mắt theo dõi dấu chân của họ. Đôi mắt đỏ lừ.

Đôi mắt của gã đàn ông đã mất trí giữa những trận dụng độ kinh hồn xẩy ra trong những ngày đã qua. Hắn lủi theo ba người như một con chó ghẻ không dám chường mặt ra trước mọi người. Dẫu sao thì gã vẫn còn sợ tiếng súng ở trên mồm ông già, tiếng súng ròn rã trên mồm đứa trẻ, tiếng súng giống hệt ngày nào cả gia đình của gã bị thiêu đốt trong lửa đỏ, giữa những băng đạn nổ ròn ở cả bốn phía. Hắn bám riết lấy toán người, đi qua những con đường gồ ghề, băng qua những hố bom sâu hoắm, bước lên những thềm nhà hoang cháy xám xịt, những thân dừa gẫy gục, những bể nước khô cạn và những nếp tường vôi đổ sập đã bám đầy rêu xanh. Cuối cùng toán người chui xuống một căn hầm tối. Cánh liếp ở trên được kéo lại và ngăn đôi gã đàn ông với thế giới nhỏ nhoi của ba người. Hắn bực bội ngồi bệt xuống thân dừa đổ ngang lối đi. Bóng tối bao trùm hoàn toàn xuống cảnh vật chung quanh. Hắn có cảm giác như đang bị chôn sống trong lòng mộ tối. Hắn không biết mình đang ở đâu, đang làm gì, và hắn giữ một vai trò gì ở chốn đồng quê hiu quạnh khốn khổ này. Hình ảnh gần gũi đối với hắn nhất là con trâu nằm tênh hênh trên mặt cỏ được những lưỡi dao sáng loáng lóc từng mảnh thịt. Hắn bỗng cảm thấy lúc này mình hoàn toàn tự do được xử dụng cái xác con trâu ngoài đó, vui mừng như vừa khám phá được một điều mới lạ, hắn nhẩy quẫng lên.

Hai cẳng chân khẳng khiu của hắn băng qua đống ngói và gạch vụn. Miệng hắn kêu thành những tiếng quái gở. Chắc lúc đó, trong bóng tối, lưỡi của hắn lại thè ra, rãi rớt lại chẩy lòng thòng. Hắn lần mò ra được tới bờ sông. Nhưng hắn không tìm thấy con trâu, mặc dầu mùi hôi thối của những mảnh thịt vụn còn theo gió thoang thoảng bay đi. Hắn dụi mắt nhìn vào bóng tối để xục xạo từng bờ cây bụi cỏ. Nhưng bốn bề quanh hắn chỉ có tiếng gió rì rào, tiếng nước vỗ óc ách vào mạn bờ, và ở phía đằng xa, rất xa, tiếng bom dây trút xuống một vùng nào nghe rền rĩ như tiếng rên la của mạch đất đang cựa mình đau đớn. Tuy vậy không vì thế mà hắn bỏ cuộc. Hắn bám riết lấy hình ảnh một mình hắn được làm chủ một con trâu. Hắn cũng sẽ lóc thịt, cũng sẽ xỏ vào cây đòn dài, sẽ khiêng một mình về hầm tối. Mùi hôi thối thoang thoảng quanh đây báo cho hắn biết là hắn không tìm lầm chỗ. Nó ở đúng chỗ này. Nó đã nằm tênh hênh trên nệm cỏ ướt, phơi thân hình rách toác dưới nắng xế của buổi chiều sắp tắt. Sự tin tưởng làm hắn không muốn bỏ đi. Hắn ngồi xuống một mô đất nhỏ. Hắn sẽ chờ đến sáng mai. Con trâu sẽ là của hắn. Hắn sẽ là chủ. Hắn sẽ được lóc thịt, không ai có quyền đuổi hắn đi tàn nhẫn như ông già đã xua đuổi hắn lúc buổi chiều. Và hắn đã chờ đến sáng. Ánh sáng lùa vào đôi mắt của hắn tạo thành một vầng chói lọi. Thì ra hắn đã ngủ thiếp đi ở trên mô đất từ lúc nào. Khi mở choàng mắt ra, cảm giác đầu tiên là hắn ngửi thấy mùi hôi thối của mớ thịt trâu còn vương vãi trên mặt cỏ. Điều này làm hắn nhớ ngay đến con trâu to lớn mới nằm đó vào ngày hôm qua. Hắn dáo dác đi tìm. Hắn reo to một tiếng rồi cất giọng cười.

Lưỡi của hắn thè thật dài. Cánh tay còn lại ve vẩy lia lịa. Dưới sóng nước vật vờ, hắn nom thấy một con trâu. Con trâu lại mắc vào cây cột tre đóng ở dưới nước. Cái bụng trương phồng lên, tím ngăn ngắt.

Hắn lấm lét nhìn quanh rồi nhảy bùm xuống nước, Hắn lội lại gần. Bây giờ hắn nhìn ra được rõ hơn.

Đấy không hẳn là một con trâu, vì trên nó có

những mảnh quần áo rách bươm, ướt sũng nước. Nhưng cần gì, cái xác này cũng trương to như xác trâu lại còn nguyên vẹn, lại của riêng mình hắn tìm thấy. Hắn sẽ làm chủ nó, hắn sẽ banh ra lấy thịt một mình, không ai tranh được, không ai có quyền xua đuổi được. Hắn rít lên một cách thích thú. Mắt hắn đỏ ngầu nhìn con mồi một cách say sưa. Hắn gắng thò cánh tay còn lại, cánh tay độc nhất ra gỡ một đụn tóc đang vướng phải cây cột tre. Và rồi bắt chước cử chỉ của thằng bé ngày hôm qua, hắn lôi được cái xác vào bờ. Hắn đang nghĩ đến một chỗ nào khuất nẻo để che dấu tặng phẩm bất ngờ của mình.

Một căn hầm nào đó. Một bể nước khô cạn. Một hố mìn thật sâu. Hay một hố bom nào đó, rất sẵn có ở rải rác trên cánh đồng hiu quạnh của đồng quê tan nát, điêu tàn này. Ở đó hắn sẽ mổ xẻ tặng phẩm của dòng sông như hồi chiều hôm trước đã có người làm như vậy.

NHẬT TIẾN

NHẬT TIẾN

SƠN NAM

TIỂU SỬ

Tên thật Phạm Minh Tày, *sinh ngày 11. 12.1926 ở làng Đông Thái, thuộc vùng rừng U Minh tỉnh Rạch Giá. Học ở trường Trung học Cần Thơ (sau là trường Phan Thanh Giản), xuất thân từ gia đình tiểu điền chủ, học rồi làm công chức vài tháng, bỏ về miền quê. Đã cộng tác với hầu hết các báo chí nhất là nhật báo.*

Các tác phẩm chính : Chuyện Xưa Tích Cũ — Tìm Hiểu Đất Hậu Giang — Hương Rừng Cà Mau — Chim Quyên Xuống Đất — Văn Minh Miệt Vườn.

Hiện sống bằng nghề viết báo tại Saigon.

QUAN NIỆM VỀ TRUYỆN NGẮN

Mỗi loại văn đều có cái khó riêng. Truyện ngắn khó viết vì cần cốt truyện, ngay đến những truyện không có cốt truyện cũng phải có cốt truyện. Nhập đề phải gọn và nhanh và kết thúc đúng nơi, đúng lúc trong phạm vi năm ba hàng mà thôi.

Có thể so sánh với người vẽ tranh tứ bình, vẽ đóa hoa, vài chiếc lá để cho người xem thấy cả một vũ trụ. Hoặc so sánh với người họa sĩ trang trí cho cái chén trà nhỏ, phải gọn, nét rõ rệt và phạm vi hoạt động lại bị hạn chế.

Về Truyện Ngắn «TÌNH NGHĨA GIÁO KHOA THƯ»

«Tình Nghĩa Giáo Khoa Thư» *là truyện mà tôi thích, suy nghĩ rất kỹ, nghiền ngẫm mơ hồ để rồi vài năm sau mới viết ra.*

Lúc bấy giờ, viết cho tuần báo Nhân Loại, viết một mạch tại tòa soạn, cỡ 14 trang giấy học trò, với tiền nhuận bút là 200 đồng, đâu vào những năm 1957-1958. Hồi ấy 200 đồng là nhiều lắm...

Tình Nghĩa Giáo Khoa Thư

— Từ đây tới nhà ông Trần văn Có gần hay xa vậy thầy ?

Thầy xã trưởng đáp :

— Ở xóm Cà Bây Ngọp lận ! Để tôi ra lịnh cho phó hương ấp đòi tên đó tới công sở...

Thầy phái viên nhà báo «Chim Trời» giựt mình :

— Tôi là phái viên, đâu có quyền hạn đó đối với quý độc giả thân mến gần xa.

Thầy xã hỏi :

— Phái viên là gì vậy thầy ?

— Là người thay mặt cho tờ báo đi cổ động và thâu tiền.

— À ! Bây giờ tôi mới biết cái thằng Tư Có. Nó thiếu tiền của nhà báo hả ? Hèn chi nó bơi xuồng lên công sở lãnh báo, đúng bảy bữa là có mặt nó. Nghèo không biết thân lại còn bày đặt làm sang mua báo không trả tiền !

Thầy phái viên cố nén sự bực tức khi nghe người độc giả thân mến của mình bị thầy xã khinh khi ; thầy hút thuốc suy nghĩ rồi lại hơi buồn buồn mà nhớ đến sự thất bại về tài chánh.

Ông độc giả Trần văn Có thiếu sáu tháng tiền báo tức là hai đồng sáu cắc rưỡi. Từ chợ Rạch Giá vô đây, thầy đã tốn gần ba cắc rưỡi tiền tàu, tiền thuốc hút. Chuyến về lại phải xuất thêm ba cắc nữa... Ông độc giả nghèo nàn nầy chắc gì trả được một đồng trong số tiền thiếu chịu nhà báo !

Nhưng đã tới đây rồi mà trở về thì uổng cuộc viễn du Hậu giang này quá ! Thầy phái viên quyết tình binh vực thể diện của người độc giả nọ :

— Không phải tôi đi đòi tiền ! Tôi đi dò hỏi ý kiến bạn đọc đối với tờ báo. Tiền bạc là quý... Nhưng ý kiến của bạn đọc lại quý hơn. Độc giả ở tới đâu, chúng tôi đi tới đó.

Sau vài phút đi tới đi lui, thầy xã gật đầu :

— Được. Để tôi biểu thằng «trạo» chèo tam bản đưa thầy. Thầy nên dè chừng. Tên Trần văn Có nói mười, thầy tin một là vừa. Anh ta công kích tờ Lục Tỉnh Tân Văn của nhà nước Lang-Sa gởi xuống công sở ; đi ăn giỗ thì nói chuyện Hít-Le, chuyện nước Ý đánh nước Á, chừng hỏi kỹ mấy nước đó ở đâu, anh ta bí lối nói lảng qua chuyện Tàu...

Thầy phái viên tò mò :

— Vậy thì ông độc giả của chúng tôi rành chữ nho ?

— Ai biết rõ được. Anh ta nói có đày có nhợ, tích người học trò nghèo tên là ngươi Thừa Cung gì đó... chăn heo ; ông quan đại thần Lý Tích đích thân nấu cháo cho chị ăn dè đâu bị lửa táp cháy râu. Chưa hết đâu, thầy phái viên ơi ! Hễ gặp ai say rượu, anh ta nói một hơi như thầy chùa tụng kinh, có ca có kệ. Cái gì mà *các anh hãy trông người kia đi ngoài đường, mặt đỏ gay, mắt lờ đờ...*

Thầy phái viên cười lớn, nhịp mạnh tay xuống bàn ba bốn lần như đánh trống chầu hát bội, đôi mắt sáng ngời, chân nhảy nhót như con nít :

— Hay quá ! Hay quá ! Tôi thăm ông độc giả đó mới được. Ông làm thầy giáo hả thầy ? Nhờ thầy đưa tôi đi tới gặp mặt. Ngộ quá hen ! Ừ ! Ừ !

Bực mình quá chừng, thầy xã nghĩ : « Ông phái viên nầy kêu mình bằng thầy mà lại tưng bốc kêu Tư Có bằng ông. Hay là ổng chê mình không dám xuất tiền mua báo như Tư Có. Chừng bận về, mình mua vài năm báo chơi cho biết mặt. »

Thầy xã hối thúc cho chú trạo sửa soạn quai chèo đưa thầy phái viên đến ấp Cà Bây Ngọp. Thầy phái viên cám ơn một tiếng nhỏ rồi cúi đầu xuống nói rù rì như xa như gần, trong cuống họng :

— Ờ ! Để coi *các anh hãy trông người kia đi ngoài đường, mặt đỏ gay, mắt lờ đờ, quần áo xốc xếch, chân đi xiêu bên nọ vẹo bên kia, múa chân múa tay, mồm nói lảm nhảm... Lũ trẻ theo sau reo cười chế nhạo...* Đúng vậy, QUỐC VĂN GIÁO KHOA THƯ lớp Sơ đẳng, Việt Nam Tiểu học tùng thư... Sách này do Nha Học Chính đã giao cho ông Trần trọng Kim, ông Đặng đình Phúc và ông Đỗ Thận soạn... Eo ơi ! Cái buổi thơ ấu đó nay còn đâu.

Đường đi ấp Cà Bây Ngọp quá xa xôi ! Chiếc tam bản nhún xuống một cái « ồ » rồi nhảy tới một cái « sạt » theo nhịp chèo hai chèo. Nắng chang chang rắc vàng trên thảm cỏ hoang xanh ngắt. Vài nhánh bình bát gie ra, quất vào bụi sột soạt. Xế chiều, cò trắng điểm lấm tấm trên dãy rừng tràm đằng xa. Lau sậy phất cờ như đón người khách lạ. Trích, cúm núm kêu ré lên. Con rạch thâu hẹp lại. Chiếc tam bản lắc nghiêng như trái dừa khô trên mặt nước đầy sóng gió. Anh trạo chèo một chèo, nghiêng mình bên hữu. Rồi bỗng nhiên anh chụp mỗi tay một cây chèo mà chèo trên đất khô bên bờ rạch. Chiếc tam bản lại lướt nhanh trong lòng nước quá hẹp, vừa đủ lọt bề ngang.

Anh trạo mỉm cười :

— Chèo như vầy đi lẹ hơn. Mọi lần mùa hạn, nước cạn queo, dưới sông đầy bùn non, tôi cỡi trâu trên bờ mà kéo. Chiếc tam bản đi như cộ kéo lúa...

— Chú trạo biết rành nhà Tư Có không ?

— Dạ, biết. Tư Có ở một mình, nuôi heo, giăng câu,

ăn ong, nghe nói y ở xứ Vãng Long xuống đây tính bề dạy học mà xin phép chưa được...

Buổi cơm chiều ngon lành làm sao ! Ăn cá lóc nướng trui, uống rượu «ông Cọp». Anh trạo đã về. Tư Có kềm thầy phái viên ở lại ngủ một đêm, chú hứa sáng mai bơi xuồng đưa thầy trở lại công sở mà đón tàu đò. Thếp đèn dầu cá kéo thêm một tim thứ nhì nữa, cháy khá sáng. Bếp un dưới đất tỏa lên cuồn cuộn, tỏ rõ từng sợi khói mịn màng như mành lưới tơ giăng bủa khắp căn chòi nhỏ hẹp.

Tư Có bỏ mùng xuống, chun vô tấn ba phía rồi mời :

— Thầy Hai vô trong nầy ngồi nói chuyện cho vui. Ở ngoài muỗi cắn. Khói như vậy mà muỗi cứ bu lại rớt lềnh trong thếp đèn dầu cá đó.

Ngượng nghịu, thầy phái viên nhà báo Chim Trời rón rén dở mí mùng, chun lẹ vào ngồi kế bên :

— Xứ gì lạ quá ! Anh Tư ở đây hoài sanh bịnh chết.

Tư Có đáp :

— Xứ Cà Bây Ngọp, nghĩa là trâu chết. Hồi đó nghe nói trâu «len» tới dây thất bại, phong thổ ẩm thấp trâu chết nhiều quá. Họ đặt tên kỷ niệm luôn... Bởi vậy dân tình bịnh hoạn, thưa thớt, làng nầy chưa cất nổi cái trường học.

Thầy phái viên trố mắt :

— Vậy à ? Còn mấy làng khác ?

— Đông Thái, Đông Hòa, Đông Hưng, Vân Khánh Đông... không làng nào có trường hết. Thầy nghĩ coi...

— Hèn chi miệt nầy chỉ một mình anh Tư là độc giả báo Chim Trời của chúng tôi... Báo có thích hợp không anh Tư ?

— Nói chí tình, đó là của người bà con ở Sài Gòn «đăng» dùm tôi, ban đầu tưởng nói chơi dè đâu nhà báo gởi xuống thiệt, xem cũng đỡ buồn. Phần nhiều bài vở của mấy ông viết cao quá. Tôi thường đọc cái chương Văn Uyển, có bài thơ bát cú của cô Bích Lý vịnh cảnh sông Hương. Hay quá lẽ ! Về sau, ông Trần Bất Diệt ở Cầu Kè họa vận...

Thầy phái viên gật đầu, ừ lấy lệ ; thật ra hồi nào tới giờ đi cổ động cho báo Chim Trời mà ít khi thầy đọc kỹ báo nhà. Tư Có hỏi tiếp :

— Nhà báo Chim Trời đông người không thầy ? Chắc là lớn lắm ? Làm sao mà thành chữ được ?

— Có thợ chuyên môn ráp từ chữ a, chữ b.

— Trời thần ơi ! Biết tới chừng nào mới xong, chắc là thợ đông lắm... Còn mấy ông chủ nhiệm, chủ bút, phóng viên... Chắc làm việc rần rộ ngày đêm.

Thầy phái viên sực nhớ đến tình trạng leo heo của tòa soạn, lại gật đầu lần nữa.

— Làm báo thì cần nhiều trí óc lắm, phải không thầy phái viên ? Tiếc là hồi nhỏ cha tôi chết sớm. Hồi đó, ổng làm thầy giáo cũng đặt thơ bát cú, tứ cú. Cha tôi chết, má tôi giữ mấy pho sách, dạy lại tôi. Đó là sách *Quốc văn giáo khoa thư*, thầy còn nhớ không ?

Thầy phái viên cười :

— Nhớ chớ. Làm sao mà quên được ! Hồi nhỏ tôi hớt « ca-rê », tay xách tòn ten bình mực đi học ở trường làng. Hồi đó, trí óc mình sáng suốt, nhớ dai lắm. Bây giờ lớn tuổi, đầu bạc hoa râm, đi làm ăn rày đây mai đó, nhớ nhà, nhớ trường học, nhớ làng xưa.

Tư Có nói :

— Chắc là thầy muốn nói bài « *Chốn quê hương*

đẹp hơn cả » chớ gì ?

Rồi chú đọc một hơi :

— *Một người đi du lịch đã nhiều nơi. Hôm về nhà, kẻ quen người thuộc, làng xóm, láng giềng đến chơi đông lắm. Một người bạn hỏi : Ông đi du sơn du thủy...*

— Đó đa ! Đó da ! Anh Tư nhớ kỹ quá... Người du lịch mới trả lời *: Ở chốn quê hương... từ cái bụi tre ở xó vườn cho đến con đường khúc khuỷu trong làng, cái gì cũng gợi cho tôi mối cảm tình chứa chan...* Bài đó có hình ông già mang kiếng, chống gậy nói chuyện với mấy người khăn đóng áo dài.

— Thì hình nào cũng khăn đóng áo dài. Trừ ra cái hình thằng nhỏ chăn trâu cầm roi : *Ai bảo chăn trâu là khổ... Không, chăn trâu sướng lắm chứ.*

Thầy phái viên phụ họa theo như cùng hợp xướng :

— *Đầu tôi đội nón mê như lọng che, tay cầm cành tre như roi ngựa, ngất nghểu ngồi trên mình trâu, tai nghe chim hót trong chòm cây, mắt trông bướm lượn trên đám cỏ...*

Rồi thầy kéo qua những đoạn khác mà thầy nhớ :

— Hay quá ! Nhà báo bây giờ không ai bằng. Văn chương như vậy là cảm động lòng người... Như cái hình ông già đẩy xe bò lên dốc, có hai đứa học trò kéo dây tiếp sức. *Trời nắng to. Đường thì dốc. Một ông lão đẩy cái xe lợn. Trên xe có ba bốn con lợn to, chân trói, bụng phơi và mồm kêu eng éc...*

Tư Có vỗ trán :

— Còn ông già khuân tảng đá nữa, thấy mà thương: *Trời nhá nhem, chạng vạng tối, tôi thấy một ông cụ già hì hục khuân một tảng dá. Ông cụ nhắc lên để xuống đến bốn năm lần mới đem được từ giữa đường đến chỗ bụi cây mà bỏ đấy... Lão di lỡ vấp phải tảng đá nầy, sầy cả chân đau lắm nên khuân bỏ vào đây, sợ có người vấp nữa chăng.*

Thầy phái viên lại không chịu rằng mình kém trí nhớ :

— Ngang hình ông già đó, chương phía tay trái có bài *Chọn bạn mà chơi, Thói thường gần mực thì đen*. Cha chỉ ngón tay, con đứng khoanh tay cúi đầu mà nghe. Dưới chót lại có hàng chữ viết : *Ở bầu thì tròn, ở ống thì dài.*

Tư Có gật đầu :

— Đó là ngụ ý răn he gương tốt thói xấu. Phải siêng năng như Sửu chăm học, ngồi bên đèn mà đọc sách ; đừng lười biếng như thằng Bích đánh vòng. Phải bền chí học hành. Ờ thầy phái viên chắc nhớ cái hình con kiến tha mồi ! Văn chương nghe như đờn Nam Xuân : *Nước mềm, đá rắn thế mà nước chảy mãi đá cũng phải mòn. Sợi dây nhỏ, cây gỗ lớn, vậy mà dây cưa mãi cũng đứt. Con kiến nhỏ, cái lỗ to, thế mà kiến tha lâu cũng đầy tổ. Người ta cũng vậy...*

Không ai bảo ai, hai người lại nằm xuống lim dim. Tuổi của họ đã quá ba mươi ! Nước chảy mãi mà sao đá không thấy mòn ? Sợi dây cưa mãi, gỗ chưa đứt mà sợi dây sắp đứt trước. Sự nghiệp của họ nào đã có gì : kẻ mến *cái thú ở nhà quê*, người lận đận với *cái thú ở kẻ chợ*.

Nằm mãi không ngủ được, thầy phái viên lắng nghe những *tiếng động trong nhà*, giữa tiếng *mọt nghiến gỗ kèn kẹt như người đưa võng*, bất chấp tiếng chuột chạy sột soạt và nhất là tiếng muỗi rừng lộng hành kêu vo vo, thầy mơ lại những ngày *năm nay tôi lên bảy, tôi đã lớn, tôi không... lêu lổng nữa*. Còn đâu mùi hương của những quyển sách mới bao bìa kỹ lưỡng nhưng vài ngày sau đã rách bìa ! Làm sao nghe được tiếng phập phồng trong ngực của đứa bé khi trời mưa to, đi học trễ, run rẩy bước vào trường rồi cởi áo ra phơi ngay trong lớp... Đây, thầy giáo mặc đồ bà ba, lâu lâu bước ra khỏi lớp để chào hỏi khi thầy xã, thầy cai tổng đi ngang qua. Một đôi lúc, thầy giáo quá cay nghiệt đã dùng thước đánh vào những đầu ngón tay non yếu hoặc hươi cây thước bảng...

Dầu sao đi nữa, những kỷ niệm xa xưa vẫn vui, vui như một lũ học trò giành nhau chụp cho được cây dùi trống, đánh thùng thùng báo hiệu giờ vào lớp.

Giọng Tư Có nói nhỏ :

— Ngủ chưa, thầy phái viên ?

Thầy phái viên yên lặng, *trời mới mưa, các chỗ trũng đầy nước cả nên cóc và nhái kêu inh ỏi.* Vài giọt mưa rớt nhẹ xuống đất... Và rơi trên rạch Cà Bây Ngọp trước nhà. Hồi năm nào, thầy là giọt nước trong lành đó, bây giờ nó đã trôi xa, ra sông, chứa đựng rác rến, chảy băng ra biển. Ừ, họa chăng đó là con đường hiệu quả nhất là được sớm bốc thành hơi, đầu thai trở lại nguồn... Nghĩ vậy, thầy khoan khoái mỉm cười ngồi dậy hỏi :

— Ngủ chưa anh Tư ?

— Chưa !

— Tôi nãy giờ cũng vậy, muốn ngủ sớm để mai về nhà, mà không thấy mệt.

Im lặng một hồi lâu, rất lâu, Tư Có nói ngậm ngùi sau một tiếng thở dài :

— Biết lấy gì làm sở phí cho thầy. Thầy nói thiệt tình nghe coi... Chắc thầy tới đây thâu tiền.

— Đâu có ! Đâu có ! Mình là bạn đời với nhau...

— Thầy hiểu cảnh tôi. Không lẽ gởi cá lóc, rùa, mật ong... nhờ thầy đem về Sài Gòn gọi là tiền của tôi trả cho nhà báo. Tôi «đăng» là vì ái mộ báo Chim Trời chớ ít đọc lắm. Mấy thầy viết cao quá. Tôi mua để dành về sau cho đủ bộ.

— Anh Tư đừng ngại chuyện đó. Cứ tiếp tục đọc.

Lâu lâu dò nơi mục Thư tín không chừng có lời của tôi thăm hỏi anh Tư. Nếu thấy báo đăng đòi tiền các độc giả, xin anh Tư hiểu rằng đó là nhắc nhở các người khác. Tôi hứa nói lại với ông chủ nhiệm mỗi kỳ gởi tặng anh Tư một số báo, hoài hoài cho tới số chót.

Chú Tư Có vô cùng cảm động :

— Thôi, thầy ngủ lấy sức để mai về bình yên. Khuya nghe chồn cáo cộc kêu, thầy đừng giựt mình. Ở đây miệt rừng, không có... *xa xa thì nghe tiếng chó sủa trăng.*

Thầy phái viên cười dòn, tưởng tượng cái cảnh biệt ly ngày mai « *Ôi ! Cái cảnh biệt ly* ở xóm Cà Bây Ngọp *sao mà buồn vậy !* » Vĩnh biệt thì đúng hơn. Nghe nó buồn như một giọng hò, một câu rao Vọng Cổ, nhưng thầy chưa muốn nói ra, giờ này.

SƠN NAM

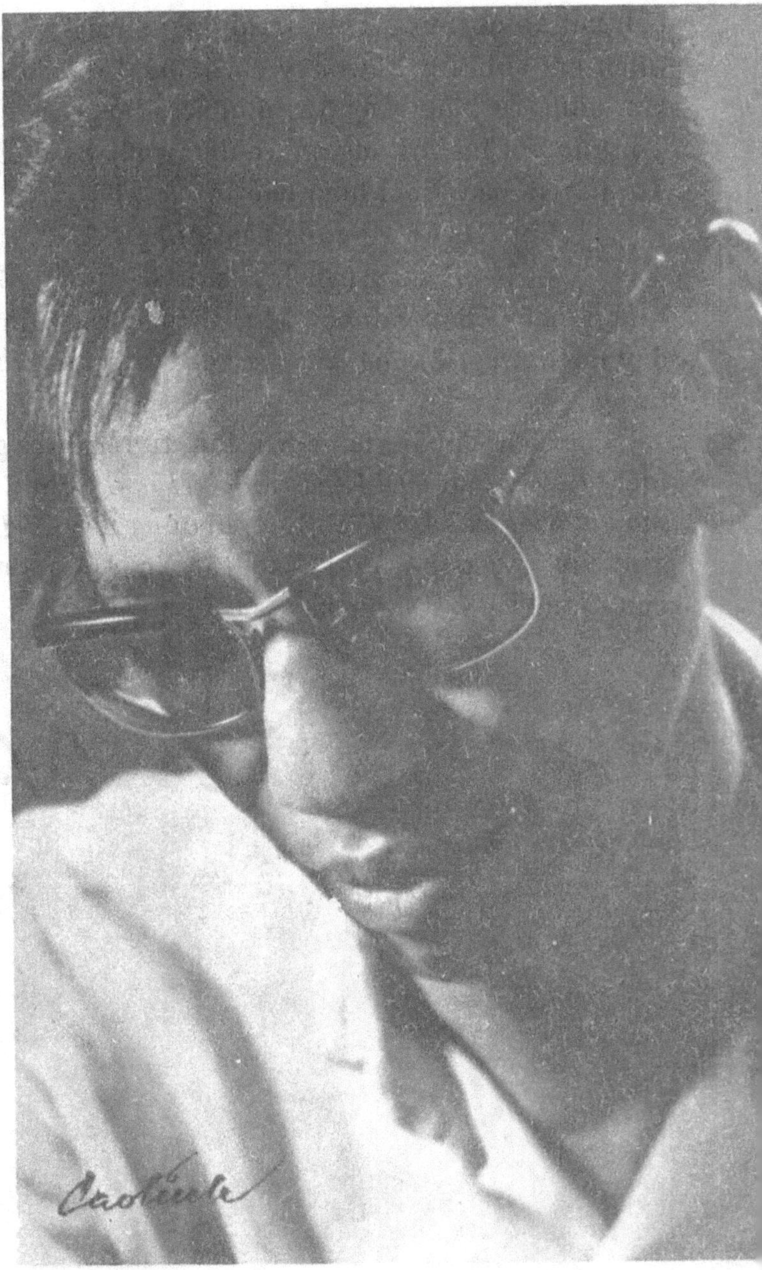

SƠN NAM

THÁI LÃNG

TIỂU SỬ

Tên thật Nguyễn Thái Lãng, *sinh vào mùa thu 1940 tại Hà Nội. Thời thơ ấu chạy loạn với gia đình về sống tại làng Thịnh Quang, Thái Bình. Học Tiểu học tại Hà Nội, Trung học tại Sài Gòn và Đại học Đà Lạt.*

Từ ba năm nay không viết gì thêm và chuyển sang ngành hội họa.

Hiện đang sống với vợ (là một giáo sư hội họa) và các con tại Đà Lạt.

Công việc chính lúc này : vẽ tranh.

Đã hợp tác với các báo Văn, Văn Học, Bách Khoa, Hành Trình, Thái Độ, Đất Nước.

Đã in : Sương Mù Xám, Nhật Ký Của Người Chứng, Trong Một Ngày...

QUAN NIỆM VỀ TRUYỆN NGẮN

Truyện ngắn trước nhất không *phải là một truyện dài viết ngắn lại. Truyện ngắn hay phải cô đọng và tạo được những rung cảm cả trong khi đọc và sau khi đọc.*

THÁI LÃNG

Về Truyện Ngắn «HAI BÊN SÔNG»

Truyện Hai Bên Sông *này viết đã lâu, thời còn đi học — Đó là những ý nghĩ của tuổi trẻ mà đến nay vẫn còn giữ lại trong tôi phần nào.*

THÁI LÃNG

Hai Bên Sông

Tôi hẹn Thư bốn giờ ở bến đò sang bên kia sông, bốn giờ hơn Thư lại. Bầu trời lúc đó cao và trong, không có nắng, gió thổi mạnh. Thư đứng ở bên kia đường đợi cho những xe đi qua. Quần áo và tóc nàng thổi lật ra sau. Trông Thư như đang đứng trên một cái bè ngược gió. Xe vẫn còn đông, Thư vẫn còn đứng đấy, những người đàn ông ngồi trên xe khi qua mặt nàng đều quay đầu lại. Một lúc sau Thư sang, dáng đi còn trẻ. Tôi nghĩ, Thư còn trẻ lắm.

— Anh đợi lâu chưa ? Em có thể đến đúng giờ hay sớm hơn nhưng em vẫn muốn đến thật trễ để anh đợi.

— . . . .

— Có phải lúc chờ đợi như thế anh đã nghĩ trọn vẹn đến em không ?

— . . . .

Tôi lấy thuốc ra hút, Thư không nói gì thêm. Nàng đứng cạnh tôi, nắm một tay tôi, chúng tôi nhìn thẳng sang bên kia sông đợi chuyến phà. Nước sông đục và bẩn hình như đang rút đi. Những chiếc thuyền nan và những ngọn sóng nhỏ, những tầu chiến và những con chim, tất cả xa lạ nhau và tất cả làm tôi không thích.

Phà đến, tôi đỡ một tay để Thư bước lên, rồi dắt nàng ra đứng ở lan can phía cuối. Thư tỳ tay nhìn ra ngoài sông. Nàng bắt đầu nói đến những kỷ niệm có thuyền bè sông nước mà nàng cho là đẹp. Tôi nghe lơ đãng và không trả lời. Em đâu phải chạy loạn, em đâu phải tản cư, còn tôi, mới ba tuổi đã phải bám chặt lấy đầu gối mẹ ngồi chen chúc trên một cái bè, nước chẩy cuộn như thác đổ và chúng nó ở trên đê bắn xuống như điên. Những tràng liên thanh, những tiếng rú, mẹ tôi run cầm cập còn tôi khóc thét lên. Em đâu biết súng «tắc-boọp» là gì, em hơn tuổi tôi nhưng em còn trẻ lắm. Những tiếng súng đâu có đến tai em hồi nhỏ, những kỳ thi đâu có dằn vặt em khi lớn lên và bây giờ, cuộc sống vẫn chiều đãi em. Còn tôi, chiến tranh thi cử học hành và cuộc sống lúc nào cũng vây lấy tôi, phủ kín tôi, bóp nghẹt tôi... làm tôi khổ. Thư nắm chặt tay tôi lắc nhẹ.

— Nghĩ gì thế anh ?

Tôi hất đầu ra trước, nàng nhìn theo về phía người đàn ông đang há mồm nghe vọng cổ từ cái *radio* cắp ở tay. Thư nhìn thật lâu rồi không hiểu sao nàng cười thành tiếng. Người đàn ông cũng quay lại phía chúng tôi toác miệng cười theo, rồi Thư cười to hơn nữa. Tôi không thấy gì lạ, mồm hắn méo mó đầy răng vàng thế thôi. Họ sung sướng nên dễ cười thật.

Phà ghé bến, tôi dắt Thư bước lên cầu, những người phu xe chạy đến mời chào rối rít. Thư mở ví lấy tiền cho ăn mày, tôi không nói gì. Ngày trước tôi ghét kẻ ăn xin và ghét luôn cả những người cho tiền họ, tôi theo sách vở để nói cho ăn mày là sỉ nhục họ. Sỉ nhục cái gì ? Bây giờ tôi nghĩ khác. Họ nghèo khổ quá, tàn tật quá, cuộc sống lại xô đẩy và thờ ơ với họ như thế, biết làm sao ? Chúng tôi đi thẳng vào con đường lớn. Khung cảnh này, những căn nhà lá xiêu vẹo những cây dừa ngả nghiêng những đứa trẻ rách rưới những chiếc xe lôi và những bãi cứt trâu cùng những cặp mắt giương to làm tôi thấy mình bị lạc. Quần áo và khuôn mặt chúng tôi không hòa được vào đây. Chúng tôi cứ đi, đi mãi qua một cổng lớn có chòi canh và người lính áo đen ôm súng gác.

Cánh cổng mở rộng. Tôi đưa Thư vào con đường mòn nhỏ hẹp, hai bên là ruộng. Gió thổi mạnh, mùi lúa non đưa lên, tất cả đều êm ả.

Thư ngồi xuống bãi cỏ nhìn ra ngoài sông. Tôi lấy thuốc hút và đi thật chậm xung quanh nàng. Những cây xấu hổ nằm rạp dưới chân, có tiếng Thư gọi lướt đi trong gió.

— Lại đây, lại đây với em.

Tôi chống một tay nằm xuống cạnh Thư. Gió thổi từ phía nàng sang tôi, mùi thơm da thịt lẫn vào cỏ làm tôi ngây ngất. Thư nói một câu gì thật nhỏ. Tôi nhìn sát mặt nàng, môi hở ra và răng trắng lấp lánh ở trong, gió thổi tóc bay dạt một bên. Tự nhiên tôi thấy yêu khuôn mặt đó. Tôi ngồi dậy gỡ nhẹ tóc nàng, tôi ôm chặt đầu nàng. Chúng tôi hôn nhau. Thư choàng tay qua vai tôi, những ngón mềm vuốt nhẹ vào gáy vào tóc vào lưng. Tất cả nhột nhạt thôi thúc. Sức nặng tôi đổ dồn về phía trước, thân thể nàng ngả theo, toàn thân tôi trườn mãi trên hơi thở dồn dập của Thư. Rồi Thư ghì chặt lấy tôi, cả hai rùng mình. Tôi thấy môi nàng chợt lạnh và dọc theo lưng tôi cũng lạnh toát rồi tan dần. Tôi rời khỏi môi Thư, úp mặt xuống tóc nàng. Thư vẫn nằm yên, hình như mắt nàng mở lớn nhưng không nhìn gì cả. Thư nói :

— Như vừa ngủ dậy, phải không anh ?

— Ừ như vừa ngủ dậy.

Tôi quay lại chống một tay qua người Thư, mắt nàng vẫn mở lớn nhưng không nhìn gì cả. Trời không nắng, mây xuống thấp dần, gió thổi mạnh hơn, khuôn mặt Thư bằng phẳng yên lặng. Tôi nhìn thật kỹ vào môi vào mắt, vào những chuyển động lên xuống trên ngực nàng. Hình như Thư nói một câu gì thật nhỏ và hình như đã có hạt mưa. Tôi cúi vội xuống, chúng tôi lại hôn nhau, hôn nhau mãi trong cơn mưa.

Tôi dắt Thư chạy theo bờ ruộng, nhẩy qua mấy cái lạch nhỏ để vào một nhà chòi chất đầy rơm. Hơi ẩm mốc xông lên hăng hắc. Tôi lấy thuốc hút và Thư lấy lược chải đầu. Tôi quay sang thổi khói thuốc vào đầy tóc nàng. Thư lắc đầu cười. Mưa vẫn lớn, trời tối dần. Một ông lão vác cuốc chạy vào chòi, theo sau là đứa nhỏ. Họ rét run. Đứa bé hai tay ôm ngực đứng chúi vào đống rơm như một con gà ướt. Ông lão vứt cuốc xuống chân moi thuốc ra cuốn. Thuốc ướt, giấy ẩm, tay run cuốn không được. Tôi không còn điếu nào để biếu ông ta. Tôi nhìn qua vai Thư để thấy hai bàn tay run cầm cập, những ngón khô cằn vụng dại, chiếc quần cụt sũng nước, hai cẳng chân gầy, hai đầu gối nhăn nheo đập vào nhau. Tôi thấy họ khổ, tôi thấy cuộc sống này khổ, sắp hết cuộc đời còn phải vác cuốc ra đồng, vẫn phải lội ruộng vẫn phải dầm mưa. Những công lao ông đã làm từ hồi còn trẻ còn khoẻ bây giờ để đâu ? Hay suốt mấy chục năm qua cuộc sống kéo dài, ngày nào làm đủ ăn ngày đó, không bao giờ thừa để bây giờ vẫn thế. Những buổi họp, những hoan hô, những đả đảo có giúp được gì cho cuộc sống này không ? Tôi không biết, thật tôi không biết. Và tôi nghĩ lại những ngày học qua, những triết thuyết, những chứng minh giải thích, những con số, những danh từ thật quả chẳng ăn nhằm gì đến cuộc sống này, hay có chăng, còn xa lắm. Bao nhiêu năm nay không thay đổi và có thể còn tiếp tục kéo dài mãi nữa. Đói và khổ. Mỗi người chỉ đủ lo cho mình, lo suốt đời. Tôi cũng thế, thật nản. Ông lão đã cuốn xong điếu thuốc từ lúc nào, hơi khói ấm và khét tạt sang phía chúng tôi. Tôi thấy Thư thở dài.

Trời tối hẳn, mưa dứt, chúng tôi trở về con đường cũ, không ai nói với ai. Hết cánh đồng, qua cổng lớn. Những căn nhà lá hai bên lại hiện ra với ánh đèn dầu yếu ớt. Cuộc sống nhuộm toàn đen nham nhở. Buổi tối hết phà, tôi thuê một thuyền máy sang sông. Bên kia đèn sáng quá, những ống *néon* xanh đỏ lập lòe trên nóc nhà cao, những mui xe bóng loáng lướt đều. Lên đến bến tôi chợt nghe tiếng hát rú lên cuồng dại cùng tiếng nhạc trong phòng trà góc bên kia. Tôi vẫy một *taxi* mở cửa cho Thư vào. Nàng có vẻ buồn. Xe chạy tới nhưng ngừng lại ngay. Thư nói vọng ra :

— Vào đây ngồi với em một quãng.

Tôi vào, xe chạy qua khu phố đông. Tôi thấy nhiều quán rượu có tiếng nhạc ồn ào, có tiếng cười tiếng nói ngoại quốc và tiếng rú con gái Việt Nam.

— Tại sao anh chẳng nói gì với em ?

Tôi cũng thấy nhiều bích chương biểu ngữ hoan hô đả đảo, những bích chương dán bên tường quán rượu, và biểu ngữ dăng ngang đường xe đi !

— Suốt buổi đi chơi anh chỉ nói với em vài tiếng. Em không chịu nổi đâu, chiều hôm nay chẳng thấy vui gì cả.

Tôi quàng tay qua vai Thư, đếm nhẩm những biểu ngữ trên đầu.

— Tại sao thế anh ? Tại sao anh chẳng nói, anh đổi khác làm em sợ.

— Có gì đâu, có gì để nói nữa đâu. Tại sao em thấy anh đổi khác.

Tôi quay sang hôn nhẹ môi nàng và bảo người tài xế ngừng, Thư như muốn nói điều gì nhưng không kịp nữa. Tôi mở cửa xe rồi xuống thật nhanh.

Buổi tối vừa tạnh mưa, phố đông và sạch. Tôi ra bến đợi xe buýt về nhà. Như thế là hết một buổi chiều rồi đấy, còn buổi tối thì sao ? Đã bao lâu nay, tôi sống dật dờ trống loãng. Tôi không thể học nhưng cũng không thể lao đầu vào bất cứ việc gì. Tôi chỉ có được những ý nghĩ xuông, đúng thế, trong bao năm học hành chỉ cho tôi những ý nghĩ xuông. Và rồi những ngày lại cứ qua đi trống loãng. Xe buýt tới, tôi định lên nhưng đã thấy Tiến bước xuống gọi tôi.

Chúng tôi lại vào một quán nước có nhạc. Bóng tối và nhạc *twist* buồn thê thảm. Tôi gọi bia và muốn uống thật say.

— Tao về phép được tám ngày, còn mày thì sao ?

— Vẫn thế.

— Phải đi xa mới thấy nhớ thành phố này.

— . . . .

— Trông mày xìu quá, chán bỏ mẹ.

— Tao nản !

— Thi trượt à ?

— Không ?

— Trường Luật độ này ra sao ?

— Cũng thế !

— Có đi lính mới nhớ thời rong chơi.

— Tao rong chơi quá nên ngán quá rồi.

— Thì chui vào lính.

— Chui vào lính thì quá dễ rồi, nhưng tao muốn một cái gì khác.

— Thì ra ngoài kia.

— Chỉ có hai cách đó thôi sao ?

— Đúng rồi chỉ có hai cách đó.

— Tao không tin.

— Mày không tin nên mày cứ xìu mãi, chán bỏ mẹ, với tao thì giản dị lắm, tao dễ tin những cái gì có thật mà hiện thời chiến tranh có thật, nên chỉ có một cách là chui vào đấy, hoặc cho bên này hay bên kia, còn ngoài ra vô ích cả.

— Thôi uống đi, mày nói nhiều bỏ mẹ.

— Còn mày trông xìu bỏ mẹ.

Vỏ chai đã xếp đầy bàn. Chất đắng thấm vào người, hơi nóng bốc lên. Một lúc sau tôi thấy đầu nặng, những mạch máu hai bên thái dương căng lên giựt mạnh. Hình như Tiến lại nói về những chuyến trực thăng, những đụng độ và đàn bà. Tôi không còn nghe rõ được gì nữa, đầu tôi nặng như muốn rơi xuống mặt bàn, tôi cố giữ nhưng không được. Nó cứ rơi. Tôi thấy Tiến kéo tôi dậy, lôi tôi đi. Rồi những giòng nước lạnh dội xuống đầu xuống gáy xuống lưng. Tiến lại lôi tôi ra và có tiếng hắn gọi nước chanh. Tôi dựa lưng vào thành ghế duỗi thẳng tay chân. Mệt quá, mọi vật lơ mơ quá. Tôi ngủ thiếp đi. Rồi Tiến lại lay người tôi dậy, hắn cười bằng một giọng khàn. Tôi thấy tỉnh dần.

— Cậu xìu quá, chán bỏ mẹ.

Tôi theo Tiến ra khỏi quán, hắn gọi một xích-lô và nhét tôi vào đấy. Chiếc xe lăn đi mệt nhọc. Tôi đã tỉnh hẳn rồi. Ông già đạp xe và ông lão trú mưa cũng chẳng khác gì nhau. Tuổi gầy sức yếu, thân thể còm mà kế sinh nhai chỉ có hai bàn chân với bắp thịt nhão. Tôi không thể nhìn ông ta lâu, không thể nghe mãi ông phàn nàn. Cho tôi xuống, xuống ngay tại đây. Tôi phải trốn, trốn vào đâu cho quên cảnh nghèo, quên đói khổ ở xung quanh.

Tôi rẽ sang một con đường vắng. Những bóng cây đổ xuống mặt đường như những lỗ huyệt. Tôi đi lần vào từng lỗ huyệt một. Tôi muốn nghĩ đến Thư, đến một cuốn phim, hay đến bất cứ truyện nào nhưng đừng có cảnh nghèo đừng có tiếng súng đừng có bom nổ đừng có tản cư. Tôi cố gắng nhưng không được, chỉ có Thư nhòa vào ông lão trú mưa, Tiến hiện ra trong tiếng súng, tiếng min và Mẹ tôi với cái bè vượt nước. Rồi xe hơi, đèn dầu, cứt trâu, biểu ngữ, tiếng hát, tiếng cười, tiếng máy trực thăng, những cái hôn, những cái chết. Tất cả hiện ra lộn xộn đằng sau mắt tôi. Tôi nhìn xuống mặt đường, bóng tôi đổ dài mãi ra rồi ngắn lại mất hút. Tôi đi vào ngõ tối, tôi đi vào xóm nghèo mà ngay đầu ngõ có biểu ngữ hoan hô, mà ngay vách lá cũng có bích chương đả đảo.

Tất cả như thế và tất cả cứ như thế mãi sao ?

THÁI LÃNG
1965

THANH NAM

TIỂU SỬ

Tên thật Trần Đại Việt, *sinh ngày 26.8.1931 tại Nam Định (B.V.). Bắt đầu viết từ năm 1950. Khởi đầu làm thơ nhiều hơn viết văn xuôi. Từ 1950 đến nay (1973) dã xuất bản trên ba mươi cuốn tiểu thuyết. Vừa truyện ngắn vừa truyện dài.*

Tổng thư ký tòa soạn tuần báo Thẩm Mỹ (1953-1955)

Cùng với Nguyên Sa, chủ trương nguyệt san Hiện Đại (1960)

Tổng thư ký tòa soạn tuần báo Nghệ Thuật (1966)

Hiện viết truyện dài cho một số báo hàng ngày.

QUAN NIỆM VỀ TRUYỆN NGẮN

Truyện ngắn là một thể văn xuôi vừa khó viết mà vừa khó thành công, không thể là một thứ truyện dài rút gọn hoặc một thứ lấy ra từ những đoạn rời của một truyện dài. Càng không thể là những đoản văn, những tùy bút ngụy trang. Trong văn chương tiền chiến và hiện nay, tôi đã thấy nhiều nhà văn thành công trong truyện dài nhưng sang tới địa hạt truyện ngắn lại thất bại nặng nề.

Nhưng đối với những người mới viết văn thì đó chính là một cái bẫy hấp dẫn vì hình như đa số người viết văn đã chọn thể văn đó trong những bước đầu.

Về Truyện Ngắn «VAI PHỤ»

Từ năm ba mươi tuổi trở lại đây, những tiểu thuyết của tôi, truyện ngắn cũng như truyện dài, đều hướng về một lớp người bất hạnh, cô đơn. Truyện ngắn tôi chọn đưa cho tuyển tập này cũng được viết trong thời gian đó.

Vai Phụ

Bây giờ, mỗi lần đi coi hát, nhìn thấy những diễn viên thủ những vai phụ, tôi lại chợt nhớ đến Liêm. Tôi nhìn lên những diễn viên đó (những diễn viên mà suốt một vở tuồng chỉ xuất hiện vào khoảng độ mười phút trở lại) lòng se sắt một nỗi buồn. Hình ảnh của họ là hình ảnh của Liêm mười năm về trước. Cũng những vai trò tầm thường ấy, cũng những câu nói ngắn ngủi ấy, có khi là một vai lính hầu suốt buổi hát chỉ chờ để «dạ» một tiếng thật lớn, có khi là một vai tướng cướp, một tên côn đồ hung dữ mà vở tuồng chưa qua khỏi màn đầu đã bị giết chết. Tôi nhìn họ, nghĩ đến những chiếc đầu tầu nằm ở những ga hẻo lánh, suốt đời chỉ giữ có mỗi một nhiệm vụ là đẩy giúp những con tầu chính lên khỏi một đoạn đèo dốc. Ngày xưa, đã có lần tôi ví Liêm là chiếc đầu tầu xe lửa đó.

Liêm với tôi quen nhau hết sức tình cờ. Ngày ấy tôi đi theo một đoàn hát cải lương lưu diễn quanh năm tại các tỉnh miền Bắc. Tôi giữ một vai trò cũng không lấy gì làm quan trọng lắm trong đoàn hát này. Suốt ngày, tôi chỉ có một nhiệm vụ là cùng với một anh soạn giả chính trong đoàn, sáng tác những vở mới. Công việc thật nhàn hạ. Cốt tuồng thì đã có anh soạn giả nhà nghề nghĩ ra, cả đến lớp lang và những bản ca trong vở, tôi càng không phải nghĩ đến. Tôi chỉ có việc viết đối thoại hoặc sửa lại những lời bản ca cho nó có vẻ... văn chương một chút. Những lúc rảnh rang, tôi thường la cà đi thăm những diễn viên trong đoàn. Phần nhiều tất cả đều ở ngay rạp hát. Bên dưới các bục gỗ dùng làm sân khấu của rạp là những gia đình tài tử hạng trung. Còn những người phụ diễn, những tài tử chỉ cần có mặt mười phút trong một đêm thì ở ngay trên sân khấu. Khi khán giả đã về hết rồi và những chiếc đề-co đã được dỡ đi thì họ kê lên đó những chiếc ghế bố.

Cứ như vậy mà ngủ, không mùng, không chăn. Vào những tháng lạnh, họ ngủ chung với nhau, ba bốn người đắp chung một chiếc chăn. Cuộc sống của họ không hơn gì những người phu sân khấu, những công nhân khuân dọn đề-co. Còn đào, kép chính lẽ dĩ nhiên là đời sống sáng sủa hơn. Họ được ở trong những phòng riêng, ăn uống cũng riêng biệt. Liêm thuộc vào hạng tài tử phụ, bởi vì anh chuyên môn đóng những vai lính hầu, người ở và đôi khi trong một vài vở tuồng huyền bí, anh được thủ những vai quái vật. Cả bộ mặt đẹp trai của anh bị vẽ xanh, đỏ lòe loẹt và phần nhiều bị che giấu sau những chiếc đầu ác thú gớm ghê. Sở dĩ tôi chú ý tới Liêm giữa số hàng chục diễn viên phụ của ban hát là vì anh không giống như những người kép hát khác.

Cuộc sống của anh không hùa theo đa số. Có nhiều người sau khi vãn hát là kéo nhau đi ăn uống hoặc xà vào một tiệm hút nào đó nằm cho tới sáng, buông trôi cái đời mà họ cho là nghệ sĩ, song Liêm thì thật là khác hẳn. Tôi đã để ý nhiều lần và thấy ở Liêm có nhiều nét đặc biệt, nổi bật lên giữa đám người sống trà trộn đó. Ngay cả từ dáng dấp đến cách nói năng, mỗi thứ ở người Liêm đều biểu lộ ra sức sống phong phú mãnh liệt. Khi được nói chuyện với Liêm rồi, tôi lại càng thấy sự nhận xét của tôi là đúng và không khỏi ngạc nhiên về sự có mặt của anh ở trong đoàn hát này. Nhất là sự có mặt ấy lại chẳng có vinh dự gì. Tôi nghĩ, một người như anh, với một trình độ học thức tương đối khá, anh có thể dễ dàng kiếm được một chân thư ký ở ngoài, vừa có tiền vừa đỡ cực nhọc, mà tại sao anh lại lao đầu vào đi theo đoàn hát để tự đày đọa, rẻ rúng cái thân mình như vậy ? Cũng vì sự thắc mắc đó mà chúng tôi chóng trở nên thân thiết với nhau, Liêm cho tôi biết qua về gia cảnh của anh.

Cha mẹ buôn bán, những người anh của Liêm đều có một địa vị xứng đáng trong xã hội. Nghĩa là gia đình anh thuộc vào hạng trung lưu nếu không muốn gọi là giàu có. Tôi biết là khi nói về gia đình mình Liêm đã hết sức thành thật. Tôi hỏi tại sao anh không trở về với gia đình hoặc là theo đuổi việc học, hoặc là tìm một việc làm gì hợp với khả năng hơn thì anh chỉ im lặng rồi nói lảng sang chuyện khác. Từ khi biết Liêm, tôi bao trùm lấy con người của anh. Có lúc, tôi đoán là Liêm đã thi trượt mảnh bằng Tú Tài nên phẫn chí mà tự làm hư hỏng cuộc đời hoặc giả anh là một người có tâm hồn phiêu đãng thích cuộc sống giang hồ nay đây mai đó. Cũng có khi tôi lại khoác cho anh một bộ mặt si tình. Tôi nghĩ đến câu chuyện một anh học sinh vì mê một cô đào hát mà bỏ gia đình để đi theo đoàn hát làm một chân khuân vác đề-co và thấy rằng rất có thể Liêm đang đóng lại vai trò của anh học sinh kia.

Song, bằng ấy giả thuyết đưa ra, tôi vẫn chưa thấy hài lòng. Cuộc sống của Liêm ví như những con sóng ngầm ở dưới đáy đại dương, sự luân lưu của nó không bao giờ hiện lên mặt. Liêm vẫn có vẻ mãi mãi là một con người bí mật đối với tôi, nếu câu chuyện mà tôi sắp kể lại dưới đây không xảy ra.

Cuối năm đó, đoàn hát của chúng tôi về diễn ở một tỉnh duyên hải miền Bắc. Bà chủ gánh có yêu cầu chúng tôi viết cấp tốc một vở tuồng mới để kịp diễn trong buổi đầu năm. Đây là một dịp để cho đoàn hát thâu tiền mạnh nhất trong năm, nếu có được một vở tuồng mới ăn khách.

Anh soạn giả chính của đoàn đã bàn luận với tôi suốt cả một đêm về cốt chuyện để viết. Tuồng La Mã, Nghìn Lẻ Một Đêm, loại ca vũ nhạc diễm huyền, loại phiêu lưu, loại xã hội v.v... được nêu lên để thảo luận. Sau cùng, chúng tôi đồng ý đưa ra một vở tuồng « xã hội, tâm lý, ái tình » thuộc các loại «Lan và Điệp». Bởi vì chúng tôi nghĩ rằng các loại đó bao gồm đủ cả ái tình và nước mắt cũng như những trận cười hoan hỉ, rất hợp với thị hiếu của đa số khán giả. Công việc bắt đầu. Lần này, nhiệm vụ của tôi nặng hơn. Tôi vừa phải nghĩ cốt chuyện lại vừa phân cảnh, soạn lớp và viết luôn đối thoại. Anh bạn soạn giả chính vì còn mắc viết tiếp vở tuồng mới khác nên chỉ giúp tôi công việc soạn lời ca. Trong thời gian tôi viết vở tuồng mới này không lúc nào là Liêm không có mặt bên cạnh tôi.

Về sau, anh ta biến thành một thư ký riêng của tôi. Viết xong trang nào tôi lại giao cho Liêm đánh máy thành nhiều bản để tiện kiểm duyệt và trao cho các tài tử tập dượt. Để cho vở tuồng có được kết quả chắc chắn về mặt diễn xuất, tôi yêu cầu họ tập luôn từng màn đã xong trong khi tôi đang viết màn tiếp. Lẽ dĩ nhiên, cũng như bao nhiêu vở trước, hai vai chính đều giao cho hai tài tử chính của đoàn. Hai người này tôi phải nói rằng, đối với họ tôi không có cảm tình cho lắm, mặc dầu họ là những cây tiền của đoàn hát. Vở tuồng của tôi nếu có thành công hay không một phần lớn trông cậy vào họ. Nhưng nói về diễn xuất thì họ là những kẻ bừa bãi nhất. Những giờ giấc tập dượt ít khi được họ tôn trọng.

Đã vậy, họ lại ỷ vào cái tài « cương » của họ mà không chịu học vở đến nơi đến chốn. Chỉ có bài hát là họ bắt buộc phải học kỹ vì họ biết là khán giả thích nghe họ hát hơn là xem tài diễn xuất của họ. Tuy biết vậy, song tôi cũng đành chịu, không dám động đến họ. Có một điều lạ là trong vở tuồng, Liêm chỉ đóng có một vai rất nhỏ trong màn đầu, nhưng tất cả những buổi tập anh đều có mặt và rất chăm chú theo dõi cách thức của các tài tử. Những lúc đó tôi thấy anh như một nhà đạo diễn ngồi coi các tài tử diễn thử. Anh ngồi vào hàng ghế góc rạp trong làn ánh sáng nửa vời, nét mặt linh động lạ thường. Tôi nghĩ đến giấc mơ của tất cả những diễn viên phụ. Chắc Liêm cũng đang ước mơ một ngày nào đó sẽ được thủ những vai như những tài tử chính trong đoàn.

Nghĩ vậy tôi lại càng thấy thương Liêm hơn. Buổi tối, hôm tập xong màn chót vở tuồng, tôi rủ anh sang một tiệm cà-phê gần đó và muốn cho anh thấy rằng dù anh chỉ là một kép phụ, rất phụ, trong đoàn tôi vẫn coi anh như một nghệ sĩ, tôi liền ngỏ ý muốn anh cho ý kiến về vở tuồng. Lúc đầu thì tôi nghĩ rằng hỏi anh là để cho có chuyện mà thôi, nhưng sau tôi đã vô cùng kinh ngạc khi thấy anh đưa ra những nhận xét xác đáng lạ thường.. Ngoài một vài chỗ yếu của vở tuồng mà tôi đã phải đồng ý với anh, anh lại còn có những nhận xét thật là tế nhị về sự diễn xuất của các vai. Anh không hề bỏ qua một cử chỉ nào của mỗi diễn viên. Anh phê bình cặn kẽ đến nỗi mà trong một lúc, tôi thấy vở tuồng hoàn toàn hỏng về mặt diễn xuất. Tôi không hiểu Liêm đã học những kinh nghiệm diễn xuất ấy ở đâu. Trong sách vở hay là qua kinh nghiệm của những năm tháng đi theo đoàn hát.

Sau buổi nói chuyện đó tôi càng thấy quý mến Liêm hơn. Và dù không thể nào làm theo ý kiến của anh để sửa đổi lại hoàn toàn vở tuồng, tôi cũng đã cố gắng can thiệp để cho các tài tử phải sửa đổi vài đoạn diễn xuất trong vở.

Thế rồi, ngày diễn vở tuồng đó tới. Một việc không may xảy ra. Trước hôm diễn một ngày, Lộc vai chính trong vở bị khản đặc tiếng. Cả đoàn chỉ trông cậy vào vở này. Nếu Lộc khản tiếng thì vở tuồng coi như phải bỏ vì không có một nam diễn viên nào có thể thay Lộc được. Bà chủ gánh cuống quít. Chúng tôi thi nhau đi tìm thuốc cho Lộc. Nhưng tất cả đều vô hiệu. Lộc vẫn không thể nào nói được thành tiếng chứ đừng tính đến chuyện hát nữa. Chết một nỗi là đoàn hát đã quảng cáo rùm beng từ một tháng trước vở tuồng này và lại là dịp đầu năm không thể nào tìm vở khác thay được.

Sau cùng, tôi chợt nghĩ đến Liêm, không hiểu tại sao lúc đó tôi lại cho là Liêm có thể thay Lộc được và, táo bạo hơn nữa, tôi lại đem ngay cái ý kiến đó đề nghị với bà chủ gánh và anh bạn soạn giả kiêm đạo diễn của đoàn. Lúc đó thì mọi người cùng tưởng là tôi nói đùa, về sau thấy bộ mặt quả quyết của tôi thì mọi người lại nghĩ là tôi điên. Nhưng, dù muốn dù không đó cũng là một cách giải quyết cuối cùng.

Mọi người cho gọi Liêm tới. Như tôi đã nói, mặc dù chỉ là một kép phụ, nhưng Liêm là một tài tử đẹp trai nhất đoàn, nên cái khuôn mặt của anh cũng đã gây được một phần tin cậy cho bà chủ gánh hát. Đến lúc tôi bảo anh đọc thử một đoạn trong vở thì đề nghị của tôi được chấp thuận ngay. Thế là cả ngày hôm sau mọi người lại bắt đầu tập dượt lại vở tuồng để cho ăn khớp với nhau.

Điều mà không ai ngờ tới là Liêm thuộc vở một cách nhanh chóng lạ lùng. Chỉ có một đêm mà anh đã thuộc gần hết đối thoại trong vở. Bà chủ gánh bấy giờ mới thấy yên tâm và chỉ còn tiếc là giọng ca của Liêm bị yếu quá, không thể nào làm cho khán giả quên Lộc được.

Buổi tập hôm đó, tôi thấy Liêm sung sướng ra mặt. Chưa bao giờ tôi thấy nét mặt của anh tươi sáng như thế. Chỉ có một điều đáng buồn là cô đào chính khi thấy mình bị đóng với Liêm, một kép phụ tầm thường, thì liền biểu lộ sự bất mãn ra bằng cách thờ ơ trong việc tập dượt. Chúng tôi đã phải dùng đủ mọi cách để khuyến khích nàng song tình thế chẳng thay đổi được một chút nào. Trong khi tập, nàng không chịu đứng cạnh Liêm lấy cớ bị mệt, ngồi trên chiếc bàn nhỏ và nói :

— Tôi quen quá rồi, khỏi cần phải dượt thêm cho tốn công. Chỉ ngại anh Liêm chưa đóng vai chính bây giờ mới cần phải tập thôi.

Rồi tới những đoạn hai người tình tự với nhau, trong khi Liêm để hết tinh thần vào sự diễn tả từ điệu bộ cho đến lời nói thì nàng... vừa... ăn nho vừa diễn một cách gượng gạo. Tôi thấy mặt Liêm tái đi. Mồ hôi lấm tấm trên trán vì tức giận. Ngay đến tôi cũng thấy khó chịu và chướng mắt vì cử chỉ đó. Tôi biết là Phượng — cô đào chính — đã mang sẵn một thành kiến không tốt đẹp đối với những anh kép phụ như Liêm. Có lẽ nàng nghĩ rằng đóng với một diễn viên không có tên tuổi như Liêm thì cái danh tiếng của nàng sẽ bị mất hết.

Tuy nhiên, buổi tối hôm đó, vở tuồng cũng được khai diễn. Người coi đông như nêm cối. Mới tám giờ mà vé đã bán hết phải bán lố tới vé ngày hôm sau. Trước giờ mở màn, Liêm gọi tôi ra một góc sân khấu, nói khẽ :

— Bao nhiêu năm trời nay tôi chờ đợi phút này.

— Liêm có cảm động không ?

— Có, nhưng ít thôi. Anh nên đứng nhắc vở giúp tôi. Tôi sợ một vài đoạn chưa được thuộc lắm.

Tiếng chuông reo báo hiệu giờ khai diễn. Nhạc bắt đầu nổi. Tôi thấy Liêm đứng sau một tấm cánh gà, nhầm lại vở. Trông anh lúc bấy giờ thật là đẹp. Chưa bao giờ tôi thấy một diễn viên nào tôn trọng vở tuồng bằng anh. Còn Phượng thì hình như không để ý gì tới buổi diễn cả. Nét mặt nàng buồn như đến nhà có tang. Nàng đủng đỉnh thay áo, vẽ mặt và hầu như không hề chú ý — dù chỉ một giây ngắn ngủi — tới Liêm. Tới lúc vở tuồng bắt đầu, Phượng bước ra sân khấu như một cái máy. Nàng đã đóng sai lạc hết cả ý nghĩa vai trò của nàng nhưng khán giả vẫn cứ hoan nghênh như thường. Tôi đặt hết tin tưởng vào Liêm và hy vọng rằng nhờ vở tuồng này, anh sẽ bước lên một địa vị khá hơn trong làng sân khấu.

Giờ phút nghiêm trọng đã tới. Liêm xuất hiện trên sân khấu giữa tiếng ồn ào của khán giả từ dưới vọng lên :

— Kép mới, kép mới !

Tôi nghe tim mình như ngừng đập và không ngớt cầu mong cho Liêm trấn áp được những tiếng ồn ào kia. Đúng như ý tôi muốn, Liêm tỏ ra bình tĩnh. Đứng trong hậu trường nhìn ra, tôi không khỏi khen thầm cho tài diễn xuất già dặn của anh.

Hết màn thứ nhất. Tôi thở ra một hơi dài như vừa trút được gánh nặng. Liêm chạy đến nắm tay tôi :

— Tất cả sự thành công của tôi đêm nay là nhờ anh.

Tôi khuyến khích Liêm mấy câu rồi chạy lại chỗ Phượng gợi chuyện :

— Chị thấy Liêm đóng sao ? Khá đấy chứ ?

Giọng Phượng lạnh lùng đến tàn nhẫn :

— Khá ? Tôi mong rằng khán giả cũng nghĩ như anh.

Biết nàng không bao giờ có thể đồng ý với mình được, tôi bỏ đi chỗ khác. Ít nhất, trong tôi lúc đó cũng chớm nở một niềm kiêu hãnh vì đã khám phá ra một tài năng mới của sân khấu. Và tôi yên tâm chờ đợi màn thứ hai. Lần này cũng như màn trước, theo sự nhận xét của tôi, Liêm vẫn đóng trọn vai trò của mình. Tôi nhìn thấy tương lai của anh bắt đầu mở rộng từ phút này. Và, tôi nghĩ đến những vở tuồng sắp viết để cho Liêm có thể trổ được hết tài nghệ diễn xuất. Từ trong sân khấu, tôi ném cho Liêm một cái nhìn triu mến. Liêm cũng trả lời tôi bằng một nụ cười tin tưởng.

Nhưng, bỗng nhiên từ dưới sân khấu, tiếng rì rầm mỗi lúc một lớn và chuyển thành những lời phê bình ầm ỹ mà đến nỗi đứng trong hậu trường, tôi cũng nghe thấy rõ hết :

— Diễn gì mà chỉ toàn thấy nói từ đầu tới cuối thế này ! Sao không thấy hát gì cả.

— Văn Lộc đâu ? Văn Lộc ? Kép chánh đâu ?

Những tiếng Văn Lộc, kép chánh được truyền từ miệng người nọ sang người kia, phút chốc vang lên như một lời đòi hỏi cương quyết. Tôi thấy Liêm bắt đầu bối rối không còn tự nhiên như trước nữa. Anh đã cố gắng để trấn áp những tiếng ồn ào kia, nhưng lần này thì hoàn toàn thất bại.

Một vài tiếng huýt sáo nổi lên.

Rồi đến những tiếng ghế lọc xọc báo hiệu một vài khán giả đứng dậy bỏ về. Bà chủ gánh mặt cắt không còn hột máu chạy lại cạnh tôi :

— Làm thế nào bây giờ hả ông ? Họ mà đòi vé bây giờ thì thật chết hết !

Tôi cố tìm một vài câu nói để cho bà vững dạ nhưng chính tôi lúc bấy giờ, tôi cũng đã bắt đầu lo sợ. Cũng may là màn thứ hai đã hết. Liêm bước xuống. Liêm bước vào, ngã ngồi ngay xuống một chiếc ghế gần đó, không nói không rằng. Còn Phượng thì nét mặt sa sầm, nặng chĩu nói một câu còn đau đớn hơn cả những tiếng ồn ào của khán giả :

— Thật các người đã giết tôi. Tôi đã nói ngay từ đầu mà không ai chịu nghe tôi cả, đi bắt tôi đóng chung với một anh kép không có tên tuổi như thế thì khán giả hoan nghênh làm sao được.

Liêm bỗng chồm dậy nhìn Phượng định nói một câu gì đó, song không hiểu nghĩ sao, anh lại ngồi xuống ghế rũ ra như tàu lá héo.

Chúng tôi không còn biết làm thế nào hơn là ra xin lỗi khán giả và hứa sẽ diễn lại tuồng này khi nào kép Văn Lộc khỏi bệnh.

Màn thứ ba mở lên. Bên dưới, khán giả chỉ còn một nửa. Và cứ thế, khán giả lần lượt bỏ về gần hết khi biết tin là kép Văn Lộc bị khản tiếng. Khi vở tuồng chấm dứt, một không khí nặng nề bao phủ hậu trường. Tôi biết là nếu có mặt ở đó thì chắc chắn sẽ phải nghe một câu nói không đẹp đẽ gì của bà chủ gánh hát, bèn bỏ ra ngoài và có ý định rủ Liêm đi chơi đêm đó để an ủi anh. Nhưng, cả đêm hôm đó, tôi không thấy mặt Liêm ở đâu.

Ngày hôm sau, chương trình bắt buộc phải đổi lại. Chúng tôi phải diễn một vở tuồng Tàu để chờ cho Văn Lộc khoẻ lại mới có thể diễn tiếp được vở mới. Và, như vậy nghĩa là Liêm lại trở về vai trò cũ của mình trong đoàn hát, anh không hề có một ý kiến gì về chuyện này. Nét mặt anh già hẳn đi sau đêm diễn xuất thất bại. Tôi ít gặp anh và có cảm tưởng rằng anh muốn trốn tránh tất cả mọi người, ngay cả tôi nữa.

Một tuần sau, Văn Lộc khỏi bệnh. Chúng tôi lại bắt đầu chương trình quảng cáo cho vở tuồng được diễn tiếp. Đêm đầu tiên của buổi trình diễn lại này, khán giả vẫn đông nghẹt rạp. Và khi Văn Lộc bước ra sân khấu từng hồi vỗ tay nổi lên. Tôi nhìn sang phía Liêm. Lúc ấy anh đang ngồi phụ với người kéo màn. Mặt anh gục lên hai bàn tay. Toàn thân anh rúm ró lại như chiếu bị rách, mỗi lần từ dưới sân khấu vọng lên những tràng vỗ tay khen thưởng Văn Lộc.

Hết màn hai, tôi không nhìn thấy Liêm đâu nữa. Vì còn vướng nhắc tuồng nên tôi không thể đi tìm Liêm ngay lúc đó được. Tôi biết mỗi một tiếng vỗ tay khen thưởng Văn Lộc lúc đó là một nhát dao chém vào người Liêm. Tôi thấy anh bỏ đi như vậy là hợp lý. Vì nếu còn ngồi lại, Liêm sẽ còn khổ tâm hơn nữa khi thấy từng xấp bạc từ dưới ném lên sân khấu để thưởng cho tài diễn xuất của Văn Lộc và nghe thấy từng tiếng suýt soa, rên rỉ của khán giả vẳng lên khi Văn Lộc vào sáu câu vọng cổ quá mùi.

Thấy vở tuồng ăn khách, bà chủ gánh quyết định cho diễn mười đêm liền. Và quả nhiên như dự tính của bà, chín đêm sau đêm nào cũng chật rạp !

Một tháng sau khi xảy ra câu chuyện trên thì Liêm đã rời khỏi đoàn hát. Anh bỏ đi một cách hết sức kín đáo đến nỗi hai ngày sau người ta mới khám phá ra sự vắng mặt của anh.

Người kép phụ đó cũng như bao nhiêu người kép phụ khác đều chịu chung một số phận hẩm hiu : có mặt hay không, ở sân khấu cũng như trong hậu trường, chẳng ai cần để ý tới. Thiếu Liêm, đoàn hát vẫn không có một chuyện gì thay đổi. Một anh công nhân đề-co được chọn vào thay thế cho Liêm.

Người ta làm việc đó bình thản như khi ta thay bức ảnh cũ trên tường. Tất cả mọi người không còn một ai nhớ đến Liêm nữa. Chỉ có tôi. Tôi không sao quên được Liêm. Hình ảnh của anh đè nặng trong tôi. Cho mãi tới bây giờ, tôi đã rời xa đoàn hát cũ, không còn làm cái nghề soạn tuồng cải lương nữa, và đã mười năm rồi, mỗi lần đi coi hát nhìn những vai trò không quá mười phút trong một vở tuồng, tôi lại nhớ tới Liêm, nhớ đến những con tầu suốt đời làm cái việc đẩy những con tầu khác vượt khỏi những đoạn đèo dốc...

THANH NAM
1959

THANH NAM

THANH TÂM TUYỀN

TIỂU SỬ

Tên thật là Dzư Văn Tâm, *sinh ngày 13.3. 1936 tại Vinh.*

Bắt đầu dạy học tại trường Minh Tân Hà Đông (1952) và đăng những truyện ngắn đầu tiên trên tuần báo Thanh Niên (Hà Nội). 1954, hoạt động trong Tổng hội Sinh viên Hà Nội, cùng Trần Thanh Hiệp, Nguyễn Sỹ Tế, Doãn Quốc Sỹ chủ trương nguyệt san Lửa Việt. 1955, cùng các bạn làm tuần báo Dân Chủ — tuần báo Người Việt. 1956-1960, cùng một số bạn thực hiện nguyệt san Sáng Tạo. Nhập ngũ năm 1962, giải ngũ năm 1966, tái ngũ năm 1968.

Các tác phẩm chính :

Thơ : Tôi Không Còn Cô Độc — Liên Đêm Mặt Trời Tìm Thấy.

Kịch : Ba Chị Em.

Truyện ngắn : Khuôn Mặt — Dọc Đường.

Truyện dài : Bếp Lửa — Cát Lầy — Mù Khơi — Tiếng Động.

QUAN NIỆM VỀ TRUYỆN NGẮN

Truyện ngắn là truyện không thể nào viết dài.

THANH TÂM TUYỀN

Về Truyện Ngắn «DỌC ĐƯỜNG»

Không có câu trả lời (ghi chú của Nhà Xuất Bản).

THANH TÂM TUYỀN

Dọc Đường

Ba người đàn ông ngồi quây xung quanh cái bàn gỗ tròn trong quán và cùng hướng về phía quốc lộ chạy mất hút vào trong rừng cao-su ở hai bên. Quán bằng lá nằm cuối dãy phố mươi lăm chiếc, sát cạnh con đường đất xe hơi có thể vào ngăn phố với rừng cao-su. Đầu trên dãy phố là đồn Dân vệ rào ba lần thép gai trên treo lủng lẳng những ống lon rỉ. Người đàn ông ngồi ngoài cùng kế cây cột chống, mặc áo lá quần xà lỏn, một chân co lên mặt ghế, tay bưng ly cà-phê uống từ hớp nhỏ. Người đàn ông liền bên vận quần áo *kaki* sờn rách, đầu đội nón bẻ vành, chân đi giày không vớ, cầm chiếc muỗng nhỏ xíu gõ nhịp lên bàn. Người ngồi tách riêng một phía già hơn hết, tóc tiêu muối, vận quần lãnh đen bám bụi đỏ, áo túi trắng ngả màu, trước một ly cà-phê sữa :

— Có lẽ tụi nó về hết rồi. Ông già nói.

— Còn mà. Ít nhất còn cái 601 chưa về.

— Vậy ai chơi nổi với mầy nữa. Mầy thuộc hết số xe còn gì ? Thằng này điếm quá.

— Ờ... tôi nhớ nhưng biết cái nào tới trước cái nào tới sau ? Người vận quần áo *kaki* đỏ mặt cãi với ông già. Người vận áo lá quần xà lỏn nói :

— Ăn chung gì. Giờ mình chơi hết các thứ xe đi.

— Đâu có được mầy. Mắt tao nhìn không rõ. Xe bc chạy cà rề cà rề tao còn ngó thấy. Chớ bọn xe đò, xc nhà giờ này nó chạy chối chết làm sao tao trông kịp.

— Ai ăn lận tía mà tía sợ.

Ông già lắc đầu :

— Tao cũng không chơi nữa.

Bà chủ quán mập bự, ngồi khuất phía trong, nửa dòm vô trong nhà, nửa dòm ra trước, hỏi giọng khan như bị cúm :

— Nãy giờ cha nào ăn ?

— Huề. Không ai ăn thua hết. Người đàn ông đội nón phân trần. Ông già sỏ dép, đứng lên thọc hai tay vô túi áo, móc tiền :

— Nè, trả tiền ly cà-phê. Tao về cho sớm. Tối nay thế nào cũng có hành quân.

Ông đặt mấy đồng bạc cắc lên bàn, bỏ ra theo phía hông quán, bước ngay xuống con đường đất đi sang phía rừng cao-su, vòng vào sau một gốc cây ngoài bìa đứng tiểu. Tiếng nước chảy mạnh soi vào thân cây. Người đội nón nghiêng đầu ngó la to :

— Ông già gân dữ quá ta.

Người ngồi ngoài cùng chợt vểnh tai nghe ngóng. Tiếng ầm ĩ ở tít xa.

— Còn tao với mầy hả ?

— Đâu có ngán.

— Bài cào hay sóc đĩa ?

— Thứ nào cũng được. Cho mày lựa.

Người vận áo lá vừa nhíu mày suy nghĩ vừa lắng nghe tiếng động. Khuôn mặt dài ốm nhăn nhó. Người đội nón giở chiếc nón xuống và tiền rớt xuống mặt bàn. Y suy nghĩ dò xét kín đáo hơn, cặp mắt mơ màng nhìn vào những lối cao-su thẳng tối. Ông già từ sau gốc cây bước ra đường cũng ngửa cổ nghe.

— Đậu cái nầy rồi về tía. Người đội nón gạ gẫm.

— Tụi bay tuột dù hết rồi. Máy bay trực thăng đó·

Hai người đàn ông còn ngồi trong quán ngó nhau. Người đàn bà cũng nói :

— Trực thăng thiệt.

Vài phút sau, tiếng động cơ nổi rõ, tới gần. Chiếc trực thăng, bay sà thấp ngang qua quán, sang phía rừng cao-su bên kia lộ, quần vài vòng lớn rồi trở lại hướng cũ. Ông già nhìn theo, cười khoái trá nói : Tao biểu mà. Rồi ông bước đi. Con đường đất chạy men bìa rừng cao-su dẫn tới một xóm lá lơ thơ. Buổi chiều vàng rực ở phía đồn Dân vệ, nhưng phía rừng cao-su xanh xẫm xuyên qua những gốc cây thẳng tắp đến cả hai cây số ngàn một chút trời sáng của quãng lộ quẹo như rớt xuống ngang tầm đất. Hai người dân vệ từ trong lối xóm trở ra, chân mang giầy bó túm ống quần bám sình và bụi đất : một người đeo súng hai tay bưng trên miệng nút vào chiếc lá tre non kêu chít chít từng hồi như tiếng chim, một người quàng hai tay trên hai đầu súng đặt nằm ngang cần cổ ngó phía trước, cả hai đều mặc đồ đen đội những chiếc nón vải đen có lưỡi. Họ rẽ vào quán, dựng súng vô vách, ngồi vào chiếc bàn gỗ còn dư trống. Một người kêu người đàn ông vận áo lá :

— Còn nước đá không ?

Người sau này vẫn ngồi nguyên thế co chân, chỉ xoay nửa thân trên hỏi lại người đàn bà.

— Còn nước đá không mầy ?

— Để coi. Chắc còn...

Người đàn bà vác tấm thân nặng, lê bước vô sau bếp, lục cục tìm kiếm và hỏi ra ngoài :

— Mấy chú uống gì ?

— La-de.

Người dân vệ vẫn bưng tay lên miệng nút kêu những tiếng chit chit, trong khi người bạn ngó lên tấm vách trong có cái giá bầy các chai nước hơi màu xanh, màu đỏ, màu vàng, màu trắng, màu nâu xếp dài theo vách ván ám khói đen. Chỉ còn hai chai la-de trên giá. Người đàn ông vận áo lá, chủ quán, nhăn mặt ngó chỗ khác vì tiếng nút kêu của người dân vệ. Người đàn ông đội nón liệng chiếc muỗng xuống bàn kêu :

— Cha. Lâu thế mẹ.

Người đàn bà mang hai cái ly đá chặt cục bự nhô khỏi miệng ly đặt trước mặt hai người dân vệ, rồi lại ì ạch quay trở vô giá lấy nước. Mụ dùng răng cắn mở nút chai xong cất tiếng hít hà, đưa cánh tay áo quẹt ngang mồm. Ly của người dân vệ mải với trò chơi bọt sủi tràn xuống bàn. Anh ta buông tay, chiếc lá tre xanh nõn ép dính dọc theo ngón tay cái bên phải. Anh thủng thẳng lột chiếc lá liệng vào vũng nước trên bàn. Người bạn hỏi :

— Uống lẹ đi mầy. Bọn chúng đi qua thấy về lại cằn nhằn.

Người đàn ông đội nón bỏ ghế ra ngoài hè đứng ngó mông hai đầu đường vắng ngắt như tờ. Đằng chân trời trước mặt, tiếng phi cơ ầm ỳ rồi tắt lặng không thấy dáng. Cách quán hai ba nhà, là tiệm sửa xe máy. Một người thợ liu hiu làm việc với chiếc xe máy lật chổng bánh lên trời. Người đội nón quay vô biểu :

— Tối nay về Biên Hòa ngủ. Còn cái sáu lẻ một mà.

— Ờ, để coi.

Hai người dân vệ uống cạn ly đứng lên sửa lại quần áo, đội mũ đeo súng, trả tiền sửa soạn bước ra khỏi quán. Người đàn bà vừa nhét tiền vô túi vừa nói với chồng :

— Có đi Biên Hòa coi chừng giùm tôi vụ đó.

Hai người dân vệ ra khỏi quán, tiến về phía đồn, dáng đi nghiêm chỉnh hơn. Người nút lá tre đi trước cách bạn chừng hai ba thước, cả hai đều quay dòm vô các mặt phố. Có tiếng gọi trong rào kẽm gai ở đồn và họ cất bước chạy lúp xúp. Trong quán người đàn bà nói, trong khi người chồng mở hộc tủ của cái bàn trên bầy mấy ve bánh kẹo, chai tôm khô củ kiệu chỉ còn thấy nước đục vàng, kê bên dưới giá xếp nước hơi, lấy tiền, trên đầu người đàn ông treo tòn ten vào móc sắt hai nải chuối già và chuối sứ :

— Mấy cha chỉ bầy chuyện đi chơi không à !

Người đàn ông đi tới chiếc ghế bố đặt bên vách, nơi người vợ ngồi để vừa ngó được phía sau phía trước, lượm áo sơ-mi khoác lên thân, nói :

— Mầy không thấy trực thăng quần nãy giờ sao mầy. Bộ mầy muốn cho tao chết...

— Còn tôi dễ tôi không chết hả. Cứ đi hoài tiền đâu chịu cho thấu.

— Tao là đàn ông mầy nghe chưa ? Ở nhà để lỡ như lần trước chúng vô bắt kéo thây về rừng cho chúng. Một mình tao phải kéo bốn cái thây mầy nhớ không, cả đêm cả ngày tới chừng về phát đau còn bị người ta kêu lên kêu xuống hỏi hoài... Mầy chịu vậy không ? Tao ở nhà... Đ. m. thứ đồ đàn bà ngu !

Người vợ kéo quần lên tới bắp vế gãi, mặt mụ đờ đẫn không còn phản ứng. Người đội nón bước trở vô quán nói tiếp :

— Máy bay quần là có chuyện mà...

Người đàn ông chủ quán tỏ vẻ khinh bỉ vợ, bỏ vô sau rửa mặt, rửa chân, rồi thủng thẳng trở ra xỏ quần. Hai người đàn ông ra đứng trước quán. Trong rừng cao-su nghe tiếng còi xe nhận inh ỏi, ba chiếc xe đò đua nhau chạy tới. Dẫn đầu là một chiếc « bờ-dô » mũi khoằm, theo sau là hai xe cá. Chiếc « bờ-dô » thắng ngay trước quán, hai chiếc xe cá vượt đi luôn. Người đàn ông chủ quán quay vô biểu vợ :

— Tao đi nghe mầy.

Người vợ nặng nề bước ra, dặn dò :

— Mai sáng về ghé chợ mua đồ về nghe.

Người đàn ông mới dớm đặt chân lên thang phía sau xe, đợi bạn chui vô khoang nói :

— Đ. m. nhớ mà.

Người lơ chạy vô quán nói :

— Xin miếng nước chị Hai. Không đợi trả lời, thót vô sau nhà. Người tài xế nhấn còi thúc hối, ló đầu ra ngoài :

— Tính ngủ trong đó sao mầy ?

Người lơ chạy ra mặt còn nhẫy nước, nhảy bám vào đuôi xe la lớn :

— Rồi, chạy đi.

Chiếc xe từ từ ngừng trước đồn Dân vệ. Người lính gác trong chòi canh bắc loa tay kêu đuổi : Tới trong kia đậu. Chiếc xe chuyển bánh đi qua hết đoạn đường rào kẽm gai đậu trước quán hớt tóc. Người lơ nhảy xuống đất kêu vô trong :

— Xuống lẹ lên cha nội.

Một người đàn ông tay ôm bọc giấy dầu, lom khom bước xuống. Tới đất, người đàn ông lại muốn trở lên, nói :

— Không phải đây...

Người lơ đã bước lên bực gỗ đưa tay cản ngang :

— Vậy tía quên hay tía lầm đường rồi. Tía ráng đợi đây đón xe mà về. Chớ tôi cứ ngừng hoài đợi tía kiếm nhà tới đêm tụi tôi mới về tới nhà. Cô bác kêu quá trời.

— Cho tôi di khúc nữa...

— Tía hết tiền rồi. Rồi, chạy đi.

Chiếc xe rồ ga vọt thẳng vào phía rừng cao-su xẫm

lạnh. Người đàn ông đứng lại bên đường ngơ ngác. Hắn vận bộ bà ba đen, chân đi săng-đan, tóc cắt ngắn, mặt mũi gồ ghề xanh xao. Hắn ngửa mặt nhìn lên trời trông chiếc trực thăng từ phía rừng cao-su bay tới, đứng im rồi hạ thấp trên bãi trống bên kia đường. Tiếng nổ ù tai, cánh quạt quay cuốn bụi đất mù một khoảng ; cỏ cây ngả rạp. Người lớn, con nít túa ra khỏi nhà ngắm coi, bọn con nít chạy băng ngang lộ tới đứng bên bãi cỏ, tiếng người kêu gọi bị gió và tiếng động cơ quạt bay tung mất hút. Chiếc trực thăng đáp xuống nhưng không tắt máy, nó đậu vài phút rồi lại từ từ cất lên và bay đi về hướng đồn Dân vệ tránh xa quốc lộ. Trẻ con và người lớn còn đứng lại ngắm và bàn tán. Một vài người nhìn thấy người đàn ông bận bà ba đen ôm bọc giấy dầu đứng trước quán hớt tóc. Quán hớt tóc là một chòi lá chỉ có một mái dựng trên một bức vách gỗ thùng sữa và hai cây cột ngoài, ba mặt bỏ trống. Trong quán không có người, thợ đã nghỉ, nhưng vẫn còn một chiếc ghế ngồi trước một tấm gương đóng chặt lên vách, dưới tấm gương là một cái hộc gỗ buộc treo bằng dây kẽm, không có một vật dụng nào để trên. Người đàn ông ngó thấy mặt mình trong gương, con lộ bãi cỏ, mô đất cao xa mờ ; hắn ngoảnh mặt bước tới quay lưng lại đồn Dân vệ hướng về phía rừng cao-su. Kế bên quán hớt tóc là một tiệm chạp-phô của người Tàu, tới một căn nhà ở đóng cửa, trên các cửa đóng dán những bích chương và khẩu hiệu tuyên truyền, tới một tiệm trữ Âu dược. Một tấm bảng gỗ treo ngang đong đưa với dấu thập đỏ. Qua khỏi tiệm trữ Âu dược là một nền nhà đổ, rồi một khoảng đất vuông cao hơn mặt đồng trồng rau muống, làm chỗ họp chợ. Trên nền đất có vết cháy đen loang, cỏ vàng úa không mọc được. Sát chợ là nhà việc : mái thủng, tường lỗ chỗ vết đạn, các cửa sổ bể gẫy, tấm bảng treo rớt chỉ còn một đầu dính trên tường, nhìn vào trong gạch ngói bừa bãi chưa thu dọn. Nhà kế bên nhà việc cũng bị xập mái trước. Khỏi gian nhà đổ, dãy phố nguyên vẹn. Người đàn ông đi qua một tiệm thuốc Bắc, trong tiệm một người con gái Tàu lai ngồi đọc báo sau quầy hàng ; một tiệm bán sách vở và tạp hóa ; một lớp học với mươi bộ bàn ghế và tấm bảng đen ; tiệm sửa xe máy với một người thợ đang lui hui sửa ngoài hè. Người đàn ông ôm gói đứng lại nhìn người thợ làm việc. Anh này chợt ngửng lên loe miệng cười với người đàn ông, nhưng nụ cười tắt ngay tức thời. Anh thợ ngừng hẳn tay ngắm nghía người lạ. Người đàn ông cố gắng cười gượng gạo hỏi :

— Giờ này còn xe trở xuống không anh Hai ?

— Có lẽ hết.

Nói xong, người thợ tiếp tục làm việc, bỏ mặc người lạ đứng ngẩn nhìn xuống. Một hồi im lặng, người đàn ông nói :

— Cám ơn anh Hai.

Người thợ không đáp, cũng không ngó lên. Và người đàn ông lại bước đi. Kế tiệm sửa xe là tiệm chạp-phô nữa của người di cư. Người đàn bà quần áo nâu, răng đen, vấn khăn, mắt hấp háy đứng bên mấy bó củi và tĩn nước mắm ngó người lạ mặt chằm chằm. Người đàn ông ngó mông sang rừng cao-su bên kia lộ. Hắn đi qua hai căn nhà nữa. Trước một căn nhà đóng cửa, đặt một cái lu nhỏ đậy nắp gỗ và một cái ca nhôm máng trên tường. Người đàn ông tiến lại bên cái lu, đặt gói giấy xuống hè, mở nắp lấy cái ca múc nước trong lu uống ừng ực. Uống xong hắn lại múc thêm một ca đầy đứng xích ra gần lộ đổ vào tay rửa mặt và cổ. Nước trà màu nâu đen. Lấy khăn trong túi áo lau khô mặt, hắn đậy nắp lu, máng ca trở lại chỗ cũ, ôm gói đồ đi tới chỗ tận cùng dãy phố là con đường đất đỏ vắng hoe ngăn cái quán và rừng cao-su. Hắn đứng ở đầu đường đất ngó mông vào xóm, nhìn con lộ chạy ẩn giữa hai hàng cao-su tối. Hắn bước vô quán ngồi bàn phía ngoài, đặt gói đồ lên một cái ghế. Người đàn bà mập từ sau bếp bước ra nói :

— Hết trơn nước đá rồi. Cà-phê cũng hết...

— Thím cho ngồi nghỉ đỡ đón xe.

Người đàn bà ngó khách từ đầu tới chân. Trong rừng cao-su tiếng ve bỗng kêu từ xa lan tới gần. Người đàn ông ngó quanh khắp quán hỏi :

— Thím có bán cơm không ?

— Không, không có cơm.

Người đàn bà bỏ vô sau nhà. Người đàn ông ngồi thẳng lưng, mó máy bật cái giây thun buộc gói giấy dầu. Hắn móc trong một túi áo lấy ra một xấp giấy gói kỹ kiểm lại và đếm những tờ giấy bạc. Mấy tờ giấy năm đồng, mười đồng. Người đàn bà trở ra hỏi :

— Không có xe hả ?

— Không có. Sợ hết.

Người đàn bà bỗng lắng nghe bảo :

— Có xe be tới đó.

Người đàn ông vội ôm gói đồ chạy ra lề đường. Hai chiếc xe be kềnh càng rần rần từ trong rừng cao-su, xe chạy chậm. Người đàn ông đưa tay lên cao vẫy kêu : Cho quá giang... Hai người tài xế đưa tay vẫy chào và xe vẫn chạy.

Người đàn ông thất vọng lầm lũi trở vô quán. Từ một trại binh xa lắc vọng lại tiếng kèn chào cờ buổi chiều. Ve kêu rộn hơn. Người đàn bà hỏi :

— Chú ở đâu tới ?

— Tôi đi kiếm thằng em của tôi làm đồn điền cao-su. Có lẽ tôi đi lộn xe. Mấy năm trước đây tôi có lên một lần nhưng không nhớ rõ. Tôi nhớ khu nó ở gần lộ.

— Ồi, đồn điền cao-su biết mấy mà kiếm ? Đồn điền tên gì ở đâu mới được chớ ?

— Tôi không nhớ, tới đúng nơi thì tôi biết.

— Chú nói chuyện trời đất không à.

Người đàn ông đặt gói đồ lên bàn, hai tay ngồi ôm lấy nó. Người đàn bà đột ngột sẵng giọng hỏi :

— Giờ chú tính sao ?

— Tôi không biết tính sao hết. Tôi đón xe...

Người đàn bà cao giọng hơn :

— Chú nói cà rỡn hoài. Giờ này kiếm xe. Chú tính mà mất toi. Bộ khi không chú ngồi đó không cho tôi đóng cửa tiệm đi ăn cơm hả. Chú tính chuyện gì ? Tôi kêu lính trên đồn tới đây bây giờ...

Người đàn ông sửng sốt, giật hai tay ôm gói đồ vào bụng ngó trân người đàn bà :

— Tôi nói thiệt mà thím. Tôi đón xe mà.

— Mà tôi biểu chú không còn xe nữa. Chú tính cách sao ?

Người đàn ông ngó ra lộ, ra ngoài rừng, nói một mình :

— Ờ. Không còn xe.

Tiếng ve kêu chỉ còn lẻ tẻ rời rạc xa xa. Trời bắt đầu tím trên nền bóng núi xa. Người đàn bà tìm quẹt đốt cây đèn dầu hôi mắt vẫn dòm chừng khách lạ. Một chiếc xe díp vụt ngang ngoài lộ như một cơn gió. Người đàn ông dợm đứng dậy như tính rượt theo kêu, lại ngồi xuống ghế. Đèn thắp lên. Cửa bên hông mở ra phía con đường đất bên bìa rừng đã đóng. Người đàn bà đặt cây đèn lên bàn trong, tiến đến gần người đàn ông hỏi :

— Giờ chú tính sao ?

Người đàn ông ngập ngừng :

— Thím cho tôi ngủ đậu. Thím làm phước. Mơi tôi đón xe về sớm.

Người đàn bà kêu lên :

— Đâu có được chú. Nhà tôi đâu phải nhà cho mướn. Biết chú là người thế nào mà cho ngủ đậu. Lỡ đêm chú cắt cổ tôi sao ? Chồng tôi đi khỏi, tôi không chứa đàn ông...

— Thiệt tình mà thím, tôi đi kiếm thằng em tôi. Thím làm ơn làm phước... Chớ giờ này tôi biết tính sao ?

Người đàn bà suy nghĩ vài giây :

— Bộ chú lỡ độ đường thiệt à...

— Thiệt mà thím. Chớ khi không tới đây làm gì.

Người đàn bà lại cao giọng :

— Không được. Chú ở đâu tới, tôi không biết. Chú xin ngủ đậu, không được. Lỡ đêm có chuyện gì người ta xét nhà, tôi nói sao. Không được. Tôi thương chú, ai thương tôi. Thôi chú đi đi, cho tôi ăn cơm. Tôi đói bụng rồi.

— Tôi đi đâu ?

— Đi đâu thây kệ chú chớ. Mắc mớ gì tới tôi.

Người đàn ông chậm chạp đứng lên nhưng chưa bước đi. Người đàn bà tự động lùi lại một bước thủ thế. Người đàn ông nài nỉ :

— Tôi đi đâu ? Thím nghĩ coi...

— Tôi không biết. Mấy người rắc rối lắm. Tôi không kêu lính trên đồn là may phước lắm.

Người đàn ông ngập ngừng bước ra khỏi quán. Dãy phố và con lộ im như tờ, chỉ nghe tiếng ve rộn xa và tiếng côn trùng khởi trỗi lẻ tẻ ở bãi cỏ. Người đàn bà khép cửa quán lại nhưng vẫn còn ló đầu dòm theo người lạ.

Người đàn ông đi trở ngược dãy phố. Trong tiệm chạp-phô, gia đình đang ăn cơm trên bộ ngựa ở ngoài. Người đàn bà vấn khăn đang bới cơm không ngó thấy bên ngoài. Người lạ mặt đứng lại trước tiệm sửa xe. Người thợ đã tắm rửa, thay đồ, ngồi trên ghế ngay trong cửa ôm cây đàn ghi-ta đang khẩy. Người đàn ông đứng lại, rồi tiến tới bên cửa :

— Chào anh.

Người thợ ngừng tay khẩy, ngó lên hỏi :

— Gì anh ?

Người đàn ông đứng trân một hồi mới nói :

— Anh Hai làm ơn chỉ giùm tôi có chỗ nào ngủ đậu một tối, tôi lỡ đường hết xe về.

Người thợ cười riễu, gác cẳng lên thềm cửa :

— Chỗ ngủ đậu. Anh tới đầu quán kia hỏi coi...

— Tôi hỏi rồi. Họ không chịu.

— Vậy tôi cũng chịu.

Người thợ lại tiếp tục khẩy đàn và cười một mình. Người đàn ông vẫn đứng im tại chỗ :

— Anh Hai cho tôi ngủ đậu. Dưới đất cũng được. Mơi tôi đón xe về sớm.

— Cha này rỡn hoài ta. Tôi đâu quen biết anh.

— Anh cho tôi ngủ đậu một tối thôi.

— Bộ anh cho là tôi khùng hả. Cha này kỳ quá..

Người đàn ông quay mặt về phía rừng cao-su trong ấy bóng tối đã đầy. Ngoài rừng trời chạng vạng nhá nhem. Người đàn ông đi tới bên lề đường. Một vài tiếng đại bác nổ ầm ở xa. Hắn đi vài bước về hướng nhà việc rồi bỗng quay bước. Trong tiệm xe máy tiếng đàn dạo đến khúc mùi mẫn. Hắn đến trước căn nhà có đặt lu nước ở ngoài và đứng lại. Nhà cửa đóng kín không thấy ánh sáng. Hắn gõ nhẹ lên cánh cửa rồi nghe ngóng. Có cả mấy phút không tiếng trả lời. Trong nhà tiếng niệm Phật rất nhỏ. Hắn đứng đợi nghe tiếng mõ đều đều thỉnh thoảng đệm tiếng chuông. Trời cứ tối dần. Một hồi hắn lại gõ cửa và sau tiếng ho là tiếng hỏi nhỏ :

— Ai đó ?

Người đàn ông không đáp. Hắn lại gõ cửa. Trong nhà lại nghe tiếng hỏi : Ai đó ? Tiếng động trên cửa và một lỗ hổng tròn được kéo ra ngang tầm ngực người đàn ông :

— Ai ở ngoài đó ?

Người đàn ông cúi nghiêng xuống ngang mặt với lỗ hổng :

— Tôi lỡ độ đường.

— Chú kiếm ai ?

— Dạ không, thưa bác con kiếm chỗ ngủ tối nay. Bác cho con ngủ nhờ.

Bên trong im lặng khá lâu, tiếng thì thào rồi nghe giọng già run rẩy :

— Thôi chú ơi, tôi tu hành chú đừng phá tôi.

— Thưa bác, thiệt tình con lỡ đường. Con đi kiếm thằng em mần trong đồn điền cao-su lại lên lộn xe. Giờ không có xe về. Bác cho con ngủ đậu một tối. Mơi con đón xe về sớm.

— Thôi mà chú, chú kiếm nơi khác. Tôi tu hành mà.

— Không đâu họ chịu cả. Bác làm phước thương con.

— Tôi biết chú nói thật. Nhưng chú thương chúng tôi. Chúng tôi không làm gì hại ai cả. Chú cảm phiền. Trong nhà chỉ có mấy bà cháu không có đàn ông. Lỡ ra tội nghiệp, chú ơi...

— Thưa bác con thiệt tình. Con không gạt. Con

đi kiếm người em.

Bỗng trong nhà có giọng thiếu nữ ngắt ngang:

— Bà tôi nói thiệt mà. Khi không tới đòi ngủ đậu. Ai mà tin được. Tụi tôi la bây giờ là lính trên đồn nghe thấy xuống tới.

— Tôi thiệt tình mà cô hai.

— Thiệt hay không thiệt cũng không ai chứa người lạ trong nhà.

Một tiếng nổ ầm rung chuyển đất. Lỗ hổng đóng xập lại và tiếng chân chạy trong các nhà. Mọi cửa đều đóng vội. Những tiếng nổ tiếp theo còn cách xa. Người đàn ông dáo dác ngó ra đường. Trên trời phía rừng cao-su trái hỏa pháo bắn vọt lên lơ lửng vài phút rồi tắt. Tiếp theo một trái hỏa pháo khác. Người đàn ông đứng ôm bọc giấy bên lu nước.

THANH TÂM TUYỀN

THẢO TRƯỜNG

TIỂU SỬ

Tên thật Trần Duy Hinh, *sinh ngày 25.12.1939 tại Nam Định (Bắc Việt).*

Khởi đầu viết từ Sáng Tạo rồi Thế Kỷ 20, Hành Trình, Đất Nước. Viết văn nhưng cũng có những thời gian làm báo. Hiện ở trong quân đội. Tác phẩm đã hoàn thành gồm 4 tập truyện ngắn và khoảng 30 truyện dài. «Bà Phi» *dài nhất, khoảng 2000 trang (đang in). Các tác phẩm chính :*

Truyện ngắn : Thử Lửa — Người Đàn Bà Mang Thai Trên Kinh Đồng Tháp — Chung Cuộc.

Truyện dài : Chạy Trốn — Vuốt Mắt — Bên Trong — Cánh Đồng Đã Mất.

QUAN NIỆM VỀ TRUYỆN NGẮN

Câu nói hay nhất là câu nói ngắn nhất. Viết truyện ngắn là dùng thứ kích thước nhỏ để dựng một vấn đề có khi... rất lớn.

THẢO TRƯỜNG

Về Truyện Ngắn «VIÊN ĐẠN BẮN VÀO NHÀ THỤC»

Nhân một lần, hồi sau Tết Mậu Thân, lang thang trong khu nhà bị tàn phá vì chiến trận, thấy một cô bé đang lúi húi cạy một lỗ đạn trên tường nhà. Bèn đứng xem. Và nổi hứng, xúc cảm, chạy về viết thành truyện ngắn cho tạp chí Đất Nước đăng lần đầu.

Viên Đạn Bắn Vào Nhà Thục

Từ ngã ba đi vào, cảnh tàn phá vì trận đánh lan rộng đến những con rạch nhỏ. Trước ngày Tết, đi qua khu phố này người ta chỉ nhìn thấy dẫy nhà hai bên đường với những cửa tiệm buôn bán tấp nập. Sau trận đánh dẫy nhà bị cháy trơ trụi, những bức tường đổ nát lỗ chỗ những vết đạn, những mái tôn cháy đen xạm cong queo trên đống than. Một vài chiếc xe chỉ còn trơ lại cái khung đen thui. Tất cả vùng đen thui. Người đi qua con đường này bây giờ có thể phóng tầm mắt nhìn thấy những cây dừa nước hai bên bờ những con rạch nhỏ. Những cây dừa nước vài chỗ cũng bị cháy nám. Xa hơn nữa, người ta có thể nhìn thấy cánh đồng mênh mông miền ngoại ô thành phố.

Qua khu cháy vào bên trong, xóm nhà may mắn thoát được ngọn lửa thì cũng bị những vết đạn phá vỡ lỗ chỗ. Những tấm bảng hiệu bị dùi nhiều lỗ, chênh vênh treo trên những cây sắt, gió thổi lắc lư, như còn cố bám víu cho khỏi bị rơi.

Nhà của gia đình bé Thục ở khu còn lại đó. Bé Thục đang cầm một cây đinh loáy hoáy xoi một lỗ đạn trên tường nhà. Thục hì hục nhẫn nại moi cái đầu đạn nằm trong đó. Thục đã mất cả giờ nhưng mới chỉ nhìn thấy cái đuôi viên đạn đồng đỏ lòm. Mồ hôi vã ra hai bên má, Thục quì gối tiếp tục xoi. Thỉnh thoảng mỏi tay Thục lại bỏ cái đinh trên vỉa hè rồi vẫy vẫy hai tay cho đỡ mỏi. Thục ngồi nghỉ rồi lại tiếp tục.

Một người lính đi tới đi lui. Anh ta thuộc đơn vị hiện trấn thủ khu này. Anh ta chú ý đến Thục và thả bước đến trước cửa nhà Thục. Người lính đeo khẩu súng lên vai rồi đứng tì tay vào hàng dậu gỗ nhìn Thục làm-việc Thục vẫn hăng say mải miết cầm cái đinh xoi lỗ đạn.

Chợt Thục vùng đứng lên ném mạnh cây đinh ra góc sân. Thục nhìn thấy người lính rồi đưa mắt nhìn theo hướng tiếng leng keng của chiếc đinh va xuống nền xi-măng. Thục nhìn lại người lính. Anh ta nhe răng cười Thục. Thục phì cười, hai tay quệt mồ hôi trên trán. Người lính hỏi :

— Em làm gì thế ?

Thục chỉ lỗ đạn :

— Tôi moi cái đầu đạn trong đó để làm kỷ niệm.

Người lính hỏi :

— Làm kỷ niệm, em cũng thích kỷ niệm ?

Thục gật đầu :

— Tôi cần một đầu đạn giữ chơi. Mẹ tôi cũng có một đầu đạn như thế. Mẹ tôi cất trong sắc tay.

Người lính hỏi :

— Tôi có đạn đây, em thích tôi sẽ tháo cái đầu đồng ra cho em một viên.

Thục lắc đầu :

— Tôi muốn moi lấy cái đầu đạn từ trong lỗ kia. Tôi không thích cái đầu đạn chú tháo ra. Đầu đạn kia đã bắn vào nhà tôi. Chú biết cái đầu đạn của mẹ tôi lấy ở đâu ra không ?

Người lính lắc đầu. Thục khoc :

— Cái đầu đạn của mẹ tôi lấy từ ngực ba tôi.

Người lính ngạc nhiên :

— Từ ngực ba em ? Ba em ở đâu rồi ?

Thục ngồi xuống bờ hè :

— Ba tôi chết rồi. Ba tôi là quận trưởng, ba tôi là đại úy, chú là gì úy ?

Người lính cười :

— Anh là lính.

— Chú là lính trơn à ?

Người lính lại cười gật đầu. Thục ngồi nghĩ rồi kể tiếp :

— Ba tôi đánh giặc bị thương nơi ngực đưa về bệnh viện thì ba tôi chết. Nhà thương người ta gửi cho mẹ tôi cái đầu đạn lấy từ ngực ba tôi. Mẹ tôi gói nó cất trong sắc tay và nói « để làm kỷ niệm ».

Người lính như chợt hiểu gật gù :

— Và bây giờ em cũng muốn moi cái đầu đạn trên tường kia làm... kỷ niệm ?

Bé Thục gật đầu :

— Tôi chưa có chồng nên chồng tôi chưa chết. Tôi lấy viên đạn người ta bắn vào nhà tôi để cất đi làm kỷ niệm. Chú bắn chết nhiều người chưa ?

Người lính nhìn chầm chầm vào bé Thục rồi vung cánh tay lên trời phác một cử chỉ bâng quơ :

— Nhiều.

Bé Thục nói một mình :

— Như vậy chắc nhiều người có đầu đạn kỷ niệm, cứ gì mẹ tôi.

Người lính kéo ống quần lên đến đầu gối rồi chỉ một vết sẹo nơi chân cho Thục. Thục nghiêng đầu nhìn qua khe hai thanh gỗ hàng dậu xem vết sẹo của người lính.

Thục hỏi :

— Chú cũng bị đạn ?

Người lính gật đầu giơ hai ngón tay. Thục hỏi :

— Hai lần.

Người lính gật đầu lần nữa. Thục lại hỏi :

— Đâu ?

Người lính cởi khuy áo ngực, vạch một bên cho

Thục xem một vết sẹo trên vai.

Thục lè lưỡi :

— Ba tôi bị có một viên đạn mà chết. Chú bị hai viên đạn sao chú không chết ?

Người lính lắc đầu :

— Tôi không biết.

Thục chống hai tay lên đầu gối, cằm tì trên bàn tay yên lặng. Một lát Thục hỏi :

— Viên đạn kỷ niệm của chú đâu ?

Người lính lắc đầu :

— Tôi không có giữ. Tôi vứt đi rồi.

Thục ngạc nhiên :

— Sao chú lại vứt đi. Chú không thích kỷ niệm sao ?

Người lính gật đầu :

— Tôi không thích. Đầu đạn bị vấy máu bẩn lắm, giữ làm gì.

Thục lại yên lặng. Thục nhìn người lính từ đầu đến chân. Người lính cười. Thục chợt hỏi :

— Ai bắn chú ?

Người lính trả lời :

— Đứa mà tôi tìm bắn nó.

Thục như chiều suy nghĩ rồi hỏi :

— Địch quân ấy hả ?

Người lính lại cười gật đầu rồi hỏi :

— Tôi vào ngồi nói chuyện với em được không ?

Thục đứng lên ra mở chốt cánh cổng :

— Được chứ. Ai cũng vào nhà tôi được. *Hôm đánh nhau ở đây có hai người bộ đội cũng vào nhà tôi. Họ mở cửa vào tự nhiên và bảo mẹ tôi dọn cơm cho họ ăn. Họ có hỏi tôi đâu. Sao chú lại phải hỏi tôi ?*

Người lính mở cánh cổng gỗ bước vào sân, anh

ta đi bên Thục đến chỗ bờ hè. Ngồi xuống cạnh Thục, anh ta nói :

— Có lẽ tại tôi thương em.

Thục trề môi :

— Không phải. Chỉ có mẹ tôi thương tôi mà thôi. Chắc chú là người lịch sự. Ở trường cô giáo bảo tôi thế.

Người lính gật đầu :

— Chắc vậy. Em học lớp mấy ?

Thục dơ bốn ngón tay. Người lính nói :

— Lớp Tư ?

Thục gật đầu hỏi lại :

— Chú học lớp mấy ? Cô giáo của chú cũng dậy chú muốn vào nhà người ta phải hỏi sao ?

Người lính gật đầu, trên môi anh ta vẫn nụ cười, đôi mắt trìu mến nhìn Thục. Thục rờ khẩu súng của người lính hỏi :

— *Nhưng mà chú có súng, chú cần gì phải hỏi ?*

Người lính ôm ngang vai Thục :

— Cô giáo đâu có dậy thế.

Thục toét miệng cười nhìn người lính gật đầu. Người lính chợt rút lưỡi lê ra khỏi bao hỏi Thục :

— Em có muốn lấy cái đầu đạn trong tường kia không, anh lấy hộ.

Thục khoanh tay trước ngực lắc đầu :

— Không. Chú đừng dỡn tôi. *Hôm đánh nhau ở khu này hai người bộ đội mang súng vào nhà tôi ăn cơm, tôi có nhờ họ lấy hộ cái đầu đạn, họ quát tôi bắt ngồi yên ở xó nhà.*

Người lính hỏi tiếp :

— Hai người đó ở đây lâu không ?

Thục dơ ba ngón tay. Người lính nói :

— Ba ngày ?

Thục lắc đầu :

— Họ ăn ba bữa cơm.

Người lính lại hỏi :

— Họ có ngủ trong nhà em đêm nào không ?

Thục lắc đầu :

— Họ chỉ vào trong nhà khi ăn uống, xong họ ngồi ngoài hiên, *họ ngồi chỗ chú đang ngồi*.

Người lính nhìn xuống chỗ mình ngồi như tìm kiếm một dấu vết gì còn lại. Một lát anh ta hỏi Thục :

— Hai người mang súng đó có hỏi chuyện gì em không ?

Thục gật đầu :

— Có.

Người lính :

— Họ hỏi gì ?

Thục kể :

— Họ hỏi ba tôi đâu.

Người lính lại hỏi :

— Em trả lời sao ?

Thục kể tiếp :

— Tôi nói ba tôi chết rồi. Ba tôi đi đánh giặc bị thương rồi chết. Ba tôi là đại-úy. Ba tôi là quận trưởng.

Người lính :

— Em nói vậy hai người cầm súng có làm gì em không ?

Thục lắc đầu :

— Không. Họ không làm gì tôi nhưng họ đứng vội dậy. Họ vào lục soát nhà tôi. Họ bắt mẹ tôi phải mở tất cả các tủ, các hộc bàn, các buồng cho họ xét. Họ trèo cả lên trần nhà nhưng không thấy gì cả.

— Rồi sao ?

— Rồi họ lại ra *ngồi chỗ chú đang ngồi.*

Người lính cầm cái lưỡi lê cạo cạo bùn trên đôi giầy của anh ta. Thục tiếp :

— Đến tối họ vào trong nhà tôi bảo mẹ tôi đưa cái đèn bin của ba tôi cho họ.

Người lính gõ gõ cái lưỡi lê vào đôi giầy cho đất rơi ra. Thục nhìn cái lưỡi thép nhọn hoắt ở tay người lính hỏi :

— Chú đã đâm ai chưa ?

Người lính lắc đầu :

— Chưa.

Thục lại hỏi :

— Thế cái đó để làm gì ?

Người lính nói :

— Để đâm nhưng tôi chưa có dịp đâm ai. Bây giờ tôi muốn dùng nó để moi cái đầu đạn kia cho em. Em bằng lòng không ?

Thục lưỡng lự :

— Tôi phải hỏi mẹ tôi. Mẹ tôi bảo đừng nói chuyện với những người mang súng mang dao. *Hôm đánh nhau ở khu này, hai người bộ đội cầm súng vào nhà tôi đòi ăn cơm, tôi nhờ họ moi hộ cái đầu đạn, họ quát tôi bắt ngồi yên ở xó nhà.* Sau đó mẹ tôi bảo tôi đừng nói chuyện với những người cầm súng cầm dao.

Người lính lại ôm lấy vai Thục.

— Thôi em đừng hỏi mẹ em nữa. Em đừng làm phiền mẹ em nữa. Chắc mẹ em đang làm công việc trong bếp. Tôi muốn lấy hộ đầu đạn cho em vì cô giáo tôi ngày xưa có dậy phải giúp đỡ những người già cả và những người còn trẻ dại.

Thục ngồi yên, đôi mắt nhìn ra thửa ruộng đầy

cỏ nước trước cửa nhà. Lát sau Thục nói lí nhí :

— Nhưng mẹ tôi đã bảo như vậy. Tại chú mang súng mang dao.

Người lính như ghì chặt Thục vào bên mình.

— Tôi mang súng cũng như ba em ngày xưa. Tôi cũng như ba em mà thôi. Em có nhớ ba em không ?

Thục phóng tầm mắt đến một quận lỵ hẻo lánh. Thục đã theo mẹ đến chỗ ba Thục làm việc và đã sống ở đó một thời gian. Thục nhớ lại dãy phố quận nhỏ hẹp với một hàng hủ tíu duy nhất mà mỗi sáng mẹ con Thục đi xe *Jeep* của ba ra đó ăn. Thục nhớ rõ người chủ quán mỗi sáng cúi rạp mình chào mẹ mình là Bà Quận. Thục cũng nhớ đến cái cột cờ giữa ngã tư tỉnh lộ, hàng rào kẽm gai bao xung quanh ngôi nhà lớn ở trong đó ba Thục làm việc và ăn ở. Thục cũng nhớ những buổi chiều đứng từ hiên ngôi nhà đó nhìn ra ngoài qua hàng kẽm gai, ngôi trường cũ kỹ với những đứa học trò bằng tuổi Thục ra về. Những chiếc xe ngựa lộc cộc chạy qua trước quận, người đánh xe phải nhẩy xuống dẫn bộ qua khúc đường đó. Thục cũng nhớ đã hỏi chú lính tài xế của ba Thục tại sao họ lại phải nhẩy xuống dẫn ngựa đi qua trước quận, chú lính bảo «để đề phòng Việt cộng tấn công ». Thục không hiểu nhưng cũng lặng yên.

Thục nhớ ba Thục cũng đã đeo súng và mỗi khi đi hành quân, ba đã hôn mẹ hôn Thục và uống một ly rượu rồi cười ha hả trèo lên xe dẫn đoàn quân phóng chạy ra khỏi quận xả bụi mịt mù.

Mẹ con Thục thỉnh thoảng lại lên ở với ba Thục một vài ngày rồi lại về căn nhà này. Ba Thục làm quận trưởng một thời gian thì xây được căn nhà này : Trước kia nó chỉ là một căn nhà gỗ, sau được phá bỏ xây lại đẹp hơn và có lầu. Thục cũng được nằm giường đẹp hơn và có đệm. Thục được coi truyền hình và nghe nhạc nổi. Thục đã biết tự mở máy thu hình và máy chạy đĩa. Thục hỏi người lính :

— Chú có thích nghe nhạc không ? Ba tôi thích cải lương như mẹ tôi. Tôi thì ghét. Tôi thích nghe hát tân nhạc. *Hôm đánh nhau ở khu này, hai người bộ đội vào nhà tôi đòi ăn cơm, tôi nhờ họ moi hộ cái đầu đạn, ho quát bắt tôi ngồi yên nơi xó nhà.* Tôi có mở nhạc nghe. Nhưng một ông bắt tôi tắt máy còn một người bảo tôi cho ông ấy nghe một bài vọng cổ.

Người lính hỏi :

— Vậy em tắt máy hay để nhạc vọng cổ ?

Thục lắc đầu :

— Tôi vẫn để bài hát tôi đang nghe, mẹ tôi la rầy tôi rồi tắt máy kéo tôi vào trong buồng. Tôi khóc và mẹ tôi xin lỗi tôi, dỗ dành tôi và bế tôi nằm dưới gầm giường tránh đạn.

Người lính xỏ lưỡi lê vào bao hỏi :

— Hôm đánh nhau ở khu này em có sợ không ?

Thục tròn xoe đôi mắt :

— Sợ chứ. Mẹ ôm chặt tôi nấp ở trong xó nhà. Mẹ tôi lấy những tấm đệm cao su ghế bành chặn xung quanh tường để đỡ đạn. Hai mẹ con ngồi như thế và nghe tiếng nổ. Hai người bộ đội trèo lên gác đứng nhìn xuống đường.

Thục đang kể chợt hỏi :

— Hôm đó chú ở đâu ?

Người lính ngập ngừng :

— Tôi... nghỉ phép !

Thục lại hỏi

— Chú về ăn Tết với vợ chú à ?

Người lính lắc đầu :

— Không. Tôi không có vợ. Tôi về ăn Tết với mẹ tôi.

Thục ôm lấy đầu gối người lính và tì cằm trên đó :

— Mẹ chú có thương chú không ?

— Có. Như mẹ em thương em.

Người mẹ từ trong nhà bước ra kiếm Thục. Thấy người lính ngồi với con mình trước thềm nhà, bà ta nói :

— Mời ông vào nhà ngồi ghế uống nước, ông có cần gì cứ tự nhiên.

Rồi bà ta quay sang nói với con :

— Thục, sao con không mời ông khách vào nhà mà lại ngồi trước thềm vậy ?

Người lính lúc đó đã đứng dậy chào bà ta và nói lí nhí vài lời cám ơn. Tay anh ta cầm tay Thục và nói :

— Bà cứ mặc tôi và cho phép tôi nói chuyện với cháu cho đỡ buồn. Cháu nói chuyện dí dỏm lắm.

Bà mẹ lại mời người lính một lần nữa. Anh ta ngập ngừng bước vào nhà. Mẹ Thục lấy nước uống mời. Anh ta rón rén ngồi xuống chiếc ghế sa lông gỗ đã bỏ đi những tấm nệm. Anh ta uống nước và liếc nhìn người đàn bà. Một người đàn bà quá trẻ. Với đôi mắt u buồn, nhiều tư lự. Những sợi tóc mai chảy dài xuống hai bên má. Khuôn mặt ưu tư tội nghiệp. Như có một nỗi buồn tiềm tàng tỏa ra từ đôi mắt lan tràn trên khuôn mặt. Người đàn bà ngồi trên một chiếc ghế và bế Thục trên lòng. Bà ta nhìn xa xôi ra ngoài thửa ruộng trước nhà.

Im lặng khá lâu và người lính cảm thấy bầu không khí không tự nhiên, anh ta lên tiếng :

— Mấy hôm đánh nhau ở khu này bà và cháu có chạy đi đâu lánh cư không ạ ?

Người mẹ ôm Thục và kể :

— Ngay bữa đầu tiên thì đâu chạy cho kịp. Sáng ra thức dậy đã thấy các ông bộ đội đứng đầy đường. Trong khi đó thì hai bên đánh nhau ở phía đầu ngã ba vào thành phố. Tôi cũng định bế cháu chạy tản cư, nhưng ở đây chỉ có một lối ra duy nhất thì đã bị mắc kẹt rồi nên tôi đành ôm cháu núp ở nhà.

Bà ta nhìn Thục và nói tiếp :

— Có hai người bộ đội đứng trước nhà tôi mà con bé này nó chỉ định chạy ra ngoài. Tôi lo quá. Chúng tôi kẹt ở lại đây cho đến ngày hôm sau thì lửa cháy ở phía ngoài. Cháu lại cứ đòi ra xem lửa.

Thục nhìn người lính nói :

— Tôi xem đám cháy và nhìn thấy ngọn lửa từ những căn nhà ngoài kia. Chú có biết không ? *Lửa cháy làm nóng cả mặt.*

Người lính nhìn Thục cười, bà mẹ cũng nhìn con cười với nó. Đoạn bà ta kể tiếp :

— Ngày hôm thứ ba tôi mới bế cháu chạy ra ngoài phố được vì hai ông bộ đội đã bỏ đi. Tôi ra nhà một người quen ở nhờ trong khi gia đình nhà ông bà ấy cũng chạy đi ở nhờ một nhà khác họ cho là an ninh hơn.

Thục nói theo :

— Chú biết không ? Khi mẹ tôi cõng tôi chạy vào thành phố, qua đám cháy kia tôi nhìn thấy nhiều người chết úp sấp. Tôi còn thấy rõ những khẩu súng bên cạnh những xác chết đó. Họ có súng mà cũng bị bắn chết vì súng sao chú ?

Bà mẹ xoa đầu Thục như không muốn con mình nói nữa. Bà ta quay sang người lính :

— Sáng nay tôi cho cháu trở về nhà. Chạy ra

khỏi nhà mới hơn một ngày mà đã thấy khổ quá. Tôi nghĩ sống chết có số, nếu chết thì đã chết ngay cái hồm đánh nhau ở khu này. Bây giờ họ rút đi cả rồi mình cứ về đại nhà mà ở. May nhờ có các ông đến trấn đóng ở đây.

Người mẹ kể đến đây thì ngừng lại và mời người lính uống nước. Anh ta nâng ly uống cạn và đứng lên :

— Bà cho phép tôi moi hộ cháu bé cái đầu đạn ở ngoài bức tường kia. Cháu muốn có nó để làm kỷ niệm nhưng không lấy ra được. Tôi ngỏ ý moi ra hộ cho cháu thì cháu *bảo là bà không chịu vì tôi mang súng mang dao.* Tôi nghĩ rằng bà sẽ cho phép tôi làm vui lòng cháu một chuyện nhỏ này. Tôi mang súng mang dao vì thời đại này không thể không cần những thứ đó. Cũng như ông đại-úy trước kia.

Người đàn bà cúi đầu. Bà ta đưa bàn tay đẩy Thục ra với người lính. Người lính dơ tay với tay Thục giắt ra cửa. Bà mẹ nói theo :

— Con ra chơi với ông khách cho ông ấy vui.

Thục đi theo người lính ra chỗ bờ tường có vết đạn. Người lính rút lưỡi lê cho vào cậy nơi lỗ đạn, lát sau lôi ra được một mẩu đồng đỏ đã quăn queo.

Thục cầm lên xem và hỏi :

— Đạn này của phe nào, chú ?

Người lính cầm cái đầu đạn xem xét một lúc rồi đưa trả lại cho Thục :

— Đạn này có thể bắn đi từ phe tôi nhưng cũng có thể đã bắn đi từ phe hai người bộ đội. Vì phe nào cũng có thứ súng đó hết.

Thục mân mê cục đồng nói bâng quơ :

— Như thế thì khó hiểu thật, chú nhỉ ?

Người lính nhìn vào trong nhà nói với Thục :

— Khó hiểu thật. Nhưng cũng may là nó đã không trúng vào em hay mẹ em như viên đạn đã trúng vào ba em.

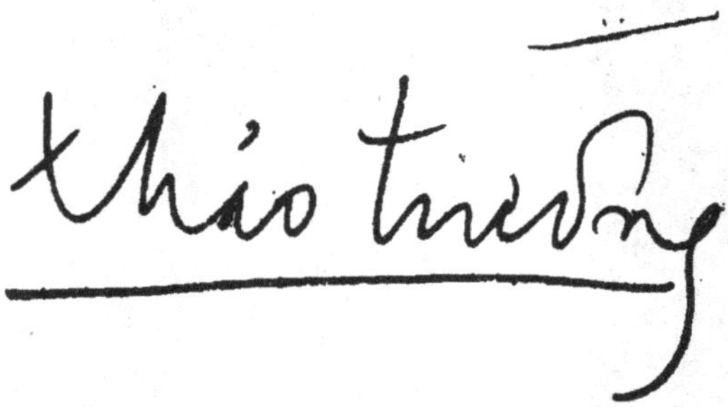

THẢO TRƯỜNG
13.10.1968

THẢO TRƯỜNG

THẾ PHONG

TIỂU SỬ

Tên thật Đỗ Mạnh Tường, *sinh ngày 10.7.1932 tại Nghĩa Lộ, Yên Bái (Bắc Việt) nhưng nguyên quán tại Việt Trì (Phú Thọ).*

Thuở niên thiếu sống ở miền cực Bắc, tham gia kháng chiến lúc còn nhỏ tuổi. Khởi nghiệp từ Hà Nội vào năm 1952. Vào Nam *năm 1954. Làm nhiều nghề ở thành phố cũng như ở nông trường, dạy học rồi đi lính. Đã cộng tác với Đời Mới, Văn Hóa Á Châu, Đời... Hai tác phẩm mang nhiều vết tích đời sống tác giả về cả quan niệm văn chương lẫn cuộc đời là* «Nhà Văn, Tác Phẩm, Cuộc Đời», «Nửa Đường Đi Xuống». *Đã xuất bản chừng 40 tác phẩm gồm đủ loại : truyện dài, truyện ngắn, khảo luận, thơ. Một số quay ronéo và khoảng 10 cuốn đã dịch sang Anh Ngữ. Đã đăng truyện và thơ trên tuần báo Le Monde, Tenggara. Chủ trương nhà xuất bản Đại Nam Văn Hiến từ 1959. Truyện dài đầu tay xuất bản năm 1955 là* Tình Sơn Nữ *và tập thơ mới nhất xuất bản năm 1971 bằng Anh Ngữ* «Asian Morning, Western Music...», *bản dịch của Đàm Xuân Cận, lời vào đề của G.S. Lloyd Fernando.*

THẾ PHONG

QUAN NIỆM VỀ TRUYỆN NGẮN

Mỗi nhà văn có một quan niệm riêng về truyện ngắn. Nhưng quan niệm cho dầu có hay trên lý thuyết, mà không hay trong phần thực hiện, thì quan niệm vẫn chỉ là quan niệm. Với tôi, những mẩu đời nho nhỏ trong cuộc sống mà tác giả bắt chụp được qua rung cảm bén nhậy của mình, sau diễn đạt lại, phải phù hợp với rung cảm, suy tưởng, cộng với quan niệm về cách nhìn cuộc sống của tác giả, vẫn phải mang một ẩn dụ gì mà tác giả muốn nói lên trong đó. Có thể gọi truyện ngắn là những mẩu đời trong sự sống một thời của tác giả. Rồi tùy bút pháp, cách nhìn, nội dung, cộng với khả năng diễn đạt mà mỗi tác giả có, truyện ngắn sẽ đạt tới mức độ cao, thấp. Tóm lại, với quan niệm nào đi nữa, thì truyện ngắn vẫn cần một nội dung sâu sắc, một bút pháp độc đáo, một hấp dẫn cần thiết, để ngay chính tác giả viết ra là độc giả đầu tiên của chính mình một cách thích thú, say mê đã.

Về Truyện Ngắn «THỦY VÀ TÔ»

Truyện ngắn này tôi viết từ năm 1964. Bối cảnh là một nhân vật nữ cộng với một số nhân vật nam, mỗi đời sống đều có một nếp đặc biệt. Bây giờ, người vũ tài danh ấy đã không còn ở vũ trường và những nam nhân vật, thì mỗi người một ngả, nhưng tựu trung lại mỗi nhân vật trong đó đều đóng góp vào sự làm đẹp mình và cuộc đời trong một giai đoạn lịch sử.

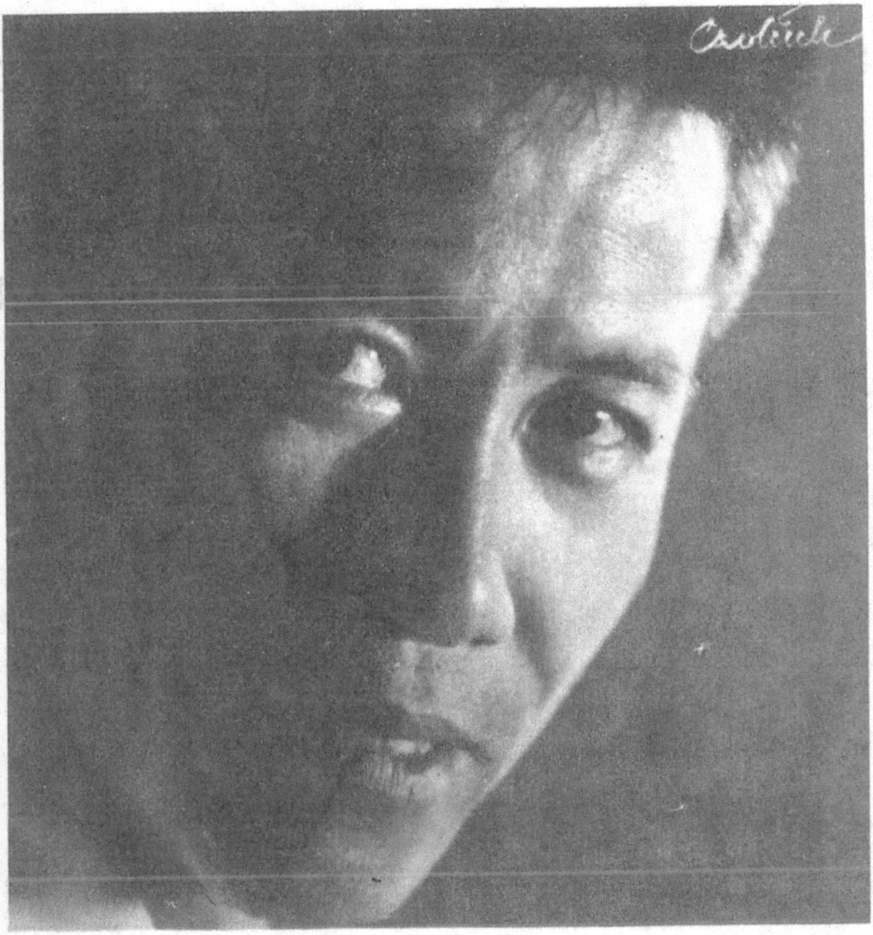

THẾ PHONG

Thủy và T6

cho T... và chiếc sân nhỏ. Từ đấy T trải mình sầu vút lên tận trời cao tăm tối không ánh sao.

Chín giờ tối, tôi vẫn băn khoăn, do dự nhiều, để sửa soạn đi làm. Với tôi, đi làm là từ mười giờ đêm đến hai giờ sáng. Bốn tiếng đồng hồ, có gì là lâu đâu ! Tôi không quên N, cai gà nhắc tôi câu nói đó. Chiều hôm qua, khi chị đến thăm tôi, vì biết rằng tôi đã sinh cháu nhỏ ngoài ba tháng. Lại nữa, chị N kể chuyện rằng trong những kẻ đến mua vui, ở những tiệm khiêu vũ như Tự Do, Moulin Rouge, Olympia, đều là khách phong lưu, mã thượng ; không ai là không nhắc đến tôi. Một vì sao sáng của dĩ vãng, nói theo kiểu ở trong nghề ; nay đã hoàn lương.

Tôi lập gia đình rồi, thì không đi làm nữa. Vẫn chị N kể chuyện về con Nguyệt *« bây giờ chắc Thủy không biết nó, nhưng nó biết tiếng Thủy. Nó là một gà được nhiều khách hào hoa mời bàn nhiều nhất. Nó hỏi chị, có phải trước kia chị Thủy là hoa khôi của những vũ trường không ? Chị gật đầu »*. Trước khi ra về, N còn tặng tôi cái phong bì, mà trong đó tôi biết chắc rằng chị tặng gì vì thấu hiểu rõ hoàn cảnh của chúng tôi bây giờ.

Tôi tiễn chị ra ngoài đầu ngõ, trước khi lên tắc-xi, tiếng chào hỏi thiết tha vọng lại, gợi cho tôi nỗi buồn đau. Đã mười năm, tôi sống với nghề này, thử thách nhiều đêm mặn nồng tình ái, thấu rõ tâm lý đàn ông của nhiều lứa tuổi. Nói rõ hơn thuộc như là thuộc tâm tình con cháu trong nhà, chúng muốn và thích những gì, thì tôi đã đi guốc trong bụng từng đứa một trong những đứa chúng nó. Dĩ vãng của tôi như mỗi người bạn thân thiết bủa vây. Như

Dalat của những ngày tôi gần hai mươi tuổi. Quán cà-phê Huyền và những đứa con trai. Để rồi viên Thị trưởng đã ra lệnh trục xuất chúng tôi. Những tấm ảnh vào thời son trẻ của tôi, mà vài tiệm chụp hình còn trưng bầy. Theo như một anh bạn nhà văn của vợ chồng tôi kể lại, « *nào họ có chịu bỏ đi, vẫn nhớ một ngôi sao sáng vụt đến vụt đi, rồi đi tận phương trời xa* ». Hình hài tôi vẫn còn như hiện diện trong thành phố mù sương. Cả những khung cảnh gần gũi như Suối Vàng, thác Pongour, Gougah, Rừng Thông. Mớ tóc dài như nước của Thủy. Vẻ ngây thơ xưa kia, bây giờ thay vào đấy, là chán và buồn về cuộc sống. Bạn bè chồng tôi thật nhiều và đủ loại. T1 là luật sư. T2 là giáo sư đại học. T3 là văn sĩ. T4 là thẩm phán. T5 là kỹ sư và T6. Còn tôi là T ngoại hạng. Bảy, tám chúng tôi họp thành một nhóm, tiếng dội của cuộc đời và cũng là âm thanh vang vọng của cuộc đời. Nhiều vui và nhiều ray rứt. Từ ba mươi, nhìn lại thấy cuộc đời không quá vui và không quá buồn. Chồng tôi là T6. Bây giờ, tôi không muốn bỏ dĩ vãng. Tôi sẽ khó quên được những ngày ấy, trước khi lấy nhau. Thời kỳ 63 chưa đảo chánh, chồng tôi bị tù đày. Bao nhiêu là hình ảnh, bao nhiêu là nước mắt và tiếng cười chát chúa. Xa lộ vào những buổi chiều hàng ngày, hàng tuần. Với chiếc xe Hillman loại Minx của T4. Với cách tiêu tiền không biết tiếc tay, cũng vẫn của T4. Nói thao thao bất tuyệt và đầy lý sự của T1. Với cái nghèo, nhưng bất cần đời của T3, văn sĩ. Với nét lầm lì, nhiều suy tư của T5, kỹ sư. Còn là em của giáo sư đại học T2. Và dáng hào hoa, trí thức của T6, chồng tôi bây giờ, lại hay chơi trội. Anh ta còn là giáo sư Anh văn, dạy ở các trường Tư thục. Những T kia đang xiết chặt lấy tôi, thì đứa cháu lên gác gọi, hỏi xem dì nó đã sửa soạn xong chưa ? Mẹ nó giục tôi đi làm vì chị N tới đón. Bao vây trong cảnh túng quẫn, vì từ lâu, chồng tôi không còn làm gì, sau ngày ở tù ra. Vì trước đó, anh tham gia vào phong trào vận động sinh viên, trí thức chống chính phủ Diệm. Anh ôm lấy tì vết cuộc đời lao tù, nên đau và ốm, thấm đòn, đành nằm khàn. Chúng tôi sinh ra cãi nhau, một phần vì đồng tiền eo hẹp và tính độc quyền quyết định của anh đối với gia đình tôi. Lại giữa vào thời kỳ sinh nở, bao nhiêu thứ tiền cần phải chi dùng. Đồng tiền thu vào thì ít tiêu ra phải nhiều, anh em bạn không sao giúp đỡ nổi nữa. Tôi còn biết làm gì, để bảo vệ hạnh phúc của chúng tôi bây giờ. Giữa lúc ấy, N đến với tôi, như một ân nhân mà cũng là một người gieo tai họa. Cứu vớt đường sinh kế, nhưng hạnh phúc mỏng manh đi. Tôi định từ chối không đi làm nữa. Cái nghề này tuy kiếm ra tiền dễ thật, nhưng tôi chán nó. Song đến lúc con trai kháu khỉnh của tôi thức giấc, nó khóc, tôi với tay kéo giây đưa võng, rồi lặng đi để ngắm nó. Văng vẳng giội lại từ đâu đây, một lời nói của ai đó, có thể là tôi, chồng tôi, chúng tôi và chúng tôi đành chịu khổ. Nhưng đứa con kia, con chúng tôi, tại sao nó lại bị khổ? Má hồng hồng thơm thơm của nó, đôi môi mọng kia thơm như hương trầm luân mà đầy thánh thiện, nó đã làm gì cho đời hắt hủi, bắt nó chịu số phận hẩm hiu. Tôi nghĩ vậy nên bấm bụng, đi ra phía bàn gương chải tóc. Tôi vẫn còn đẹp, cái đẹp buồn và trầm xuống, như một nghệ sĩ thẩm định, là căn cứ vào tâm hồn và đào sâu sau lớp da mày phấn sáp. Vóc dáng tôi, ở bề ngoài ư, còn toát ra nhiều vẻ khêu gợi và quyến rũ. Tôi không có vẻ đẹp tỉa tách từng chi tiết buông rời. Một T3 bày tỏ ý kiến của anh về tôi, hình như tôi nhớ mang máng thế. Tôi xuống gác rồi ra phố cùng với chị N. Những lời an ủi của người bạn tuổi chị, vốn là người miền Bắc, nên tài hoa, lịch lãm, dễ khơi cho tôi niềm xúc động chân tình. Song tôi vẫn buồn nhiều hơn, vì là đêm khởi sự đi làm, qua nhiều năm bỏ. Đêm nay tôi lại phải làm đẹp lòng khách, bằng những câu nói thiết tha mà chắc gì tha thiết, hoặc phải dùng lời vũ phu cảnh cáo những thú tính lợi dụng của một số khách hàng. Một vòng tay ôm sát, một cái thúc bằng khuỷu tay, một cái véo đùi... Tôi thì đã chán ngấy sự giả dối, càng hơn nữa, là khi tiếp xúc với nhóm bạn bè của chồng tôi.

Tôi nhớ đến hôm nào T3 hỏi tôi «*rồi ra Thủy sẽ trở thành nữ sĩ, vì Thủy chân tình và có tâm hồn*». Từ lâu, tôi không thấy T3 lại nhà chơi, tôi nhắc đến T3, thì chồng tôi lại như ghen bóng ghen gió. Tôi chắc chắn là giữa T3 và T6 có chuyện xích mích chăng ? Thấy tôi ít nói, chị N khuyên nhủ :

— Rồi ra nó lại quen đi Thủy ạ. Ai mà chẳng vậy. Em biết chứ, trước ngày cách mạng, chị có ngờ đâu rằng lại còn được sống lại với nghề này. Mà em nhớ con C chứ, dạo này nó còn chán chường hơn em nữa cơ.

Tôi nhớ đến C. Một dạo, nó tưởng chừng đã xây dựng hạnh phúc với một chàng văn sĩ mặt ngựa, thiếu xương sống, lại sống kiểu hiện sinh nửa vời. Để cho vợ đi làm, còn mình ở nhà ? Như là anh ta sống đời sống ký sinh trùng. Nhưng ba bẩy hai mươi mốt ngày, C phải bỏ nó. Anh chàng bất lực. Con C sống thác loạn. Cũng chẳng đi tới đâu, chị N kể.

Nghe xong truyện, tôi dửng dưng. Và riêng tôi, tôi định dấu chị N về truyện gia đình tôi. Giữa tôi và T6. Nhưng chắc rằng chị N cũng biết rõ một phần nào rồi. Như vậy, tại sao tôi lại còn biện bạch, chẳng hóa vậy là trơ trẽn quá sao ? Nên giữ im lặng mà nghe là đắc sách nhất. Tới tiệm làm, tôi ngồi vào bàn. Nhưng tôi vẫn thấy mình như là khách, chứ không phải là vũ nữ. Vẫn còn gặp lại một số quen thuộc, nhưng vô cùng ít ỏi. Thêm một số khách mới, phần đông lạ mặt. Và bọn con nít mới lớn lên, là con nhà giàu, học đòi ăn chơi và tìm cảm giác lạ. Một bạn trẻ vào loại ấy đi qua nhìn thấy tôi, gọi giật lại :

— Thủy, em sang ngồi bàn với anh đi.

Trong lòng tôi, thầm nghĩ thôi, nó vào trạc tuổi thằng X, *phăng* của tôi hay lại nhà, trước khi tôi lấy T6. Nó hơi hỗn đấy nhé, nhưng nó là khách, còn tôi vũ nữ đi làm, nên chẳng cần tỏ phản ứng làm gì ! Tôi lại càng nhớ đến T3, thời gian gần anh, tôi bất chấp cuộc đời xã hội, tôi sống cho cuộc đời của tôi, thích nói thì nói, chán thì nói là chán, không úp mở và che dấu sự bộc lộ tình cảm của mình một cách khác đi. Hẳn rằng, bây giờ thì trái lại với đời sống có lối úp mở của tôi hôm qua. Thằng con nít mới lớn, làm sao nó biết tôi. Nghĩ là nghĩ vậy thôi. Tôi vẫn phải ra sân nhẩy với nó. Nó hành tôi, kể ra cũng ghê gớm, đáng đồng tiền bát gạo mà cha, ông, nó kiếm ra. Rồi cha ông nó dành cho nó phung phá. Luật thừa trừ có nghĩa từ đấy.

Nó hỏi tôi :

— Anh nghe danh tiếng em từ ngày anh lớn. Bây giờ được hân hạnh nhẩy cùng em một bài *blue*. Em nhẩy tuyệt, nhưng em sao ít nói thế. Hay là em mang tâm sự buồn ?

Tôi trả lời bằng tiếng cười. Tiếng cười của tôi, theo như T3, thì khó mà biết tôi nghĩ gì và tôi sao lại cười. Có một đêm tôi còn nhớ rõ lắm. Đêm ấy hạt mưa nho nhỏ đủ làm ướt mặt đường. T4 lái xe, T1 ngồi ngoài, T3 ngồi giữa, cùng một băng đầu. Cả ba tên đi tìm tôi và T6. Khi đi qua rạp xi nê gần nhà tôi bây giờ, họ thoáng nhìn thấy tôi và T6 ngồi ở quán phở. Chẳng ngần ngại gì, họ vòng xe lại, đậu lên lề. Tôi chạy ra đón họ, còn T6 ngồi trong hiệu. Chưa bao giờ chúng tôi vui như vậy. Ngồi chung một bàn, chúng tôi nô đùa như sắp sửa coi hiệu ăn là nhà mình vậy. T4, người mảnh khảnh, khuôn mặt dấn dỏi, quắc thước ; hẳn lúc xử án mà anh chàng nhăn mặt, nhiều tội nhân sợ khiếp đảm. Chỉ riêng với tôi thôi, anh chàng hơi thấp nhưng tính tình lại rất vui, nói đúng hơn là dại gái, theo kiểu nhà tu xuất trở về đời. Chàng ta là một trong hai tên say mê tôi nhất vào thời gian đó. Sự chạy đua giữa T4 và T6, thì T6 trông thấy thua ra mặt. Tôi biết điều này, nếu trong một bọn đàn ông, hễ có thêm một người đàn bà, mà một kẻ trong đó si mê người đàn bà kia, là cả bọn bắt đầu nhẩy vào vòng chiến. T1 phụ họa, nhưng phụ họa cho T4 ; song lại thật thân với T6 từ xưa, khiến T3 đứng giữa, với anh chàng này, tôi phục anh ta hơn hết thảy. Có lẽ chàng chưa mê tôi và chẳng có cái gì giống mọi kẻ trong bọn. Hoặc là hay hoặc là dở thì chưa biết. Có lần T4 kể truyện lại, vì T3 không ưa đi chơi chung với chúng tôi, thì T4 nói rất sỗ sàng :

— Tôi vừa bảo T3 như thế này, nếu anh không cùng đi chơi với bọn này, anh sẽ không thành người được.

Nói xong T4 cười. Và quay sang phía tôi, như để dẫn giải :

— Thủy biết sao không ? *T3 tiếp*, anh ấy tức quá mà chẳng làm gì được. Anh ta bèn dẫn tôi đi qua một con đường có cái cầu khỉ, dẫn từ Nguyễn Thông sang Trương minh Giảng, qua nẻo trại di cư Bùi Phát. Còn ai ở đây, mà không biết cái cầu ấy, dưới kia là rác rưởi, phân lềnh bềnh trôi, trên là hai cây tre chông chênh. Đi không khéo là được dẫn xuống cầu lịch sử đó. Rồi anh ấy chỉ xuống dòng nước vàng vàng kia, trả đũa tôi, là nếu tôi không dẫn anh T4 qua cầu này, làm sao mà anh thành người được, chứ chưa nói đến làm chánh án xử những việc mà chỉ sai tóc tơ là đầu người ta mất thăng bằng.

T4 cười ròn vang, sau câu nói kia. Rồi tôi kể lại cho T3 nghe về T4 đã nói như vậy, anh nhận là đúng. Anh chàng này đã có bản lĩnh, vì trước mặt tôi mà anh dám nhận với bạn một câu nói khá tàn nhẫn, cay đắng, mà không chối đi, để cho người đẹp thấy rằng mình có giá trị, không phải chỉ giá trị khi nhận điều nào tốt đẹp và chối bỏ cái không đẹp. Trở lại đêm gặp gỡ trước quán phở kia, chúng tôi đặt một nguyên tắc, chấp nhận những ai nói hay và phạt những ai nói chuyện vô duyên, nhạt nhẽo, chọc cười quê. Người nói hay thưởng một đồng. Thủ quỹ là tôi. T4 bị phạt, T1 ít hơn, T3 được thưởng. Giữa lúc ấy, T3 ngoắc hai người bạn quen đi qua đấy. Hai người ngồi vào chỗ, rồi giới thiệu lẫn nhau. Người dỏng cao, gầy, là họa sĩ Tuýt. Người nói giọng miền Nam, tóc dài là thi sĩ Tô Tô. Có mái tóc lòa xòa như tu dòng Hỏa hỏa, hay gần hơn là là mái tóc vô chính phủ của Nguyễn an Ninh xưa kia. Tôi rất ghét những tên đàn ông đa tình, lộ liễu, cứ trông thấy gái đẹp là mê cuống lên. Như anh chàng Tuýt chẳng hạn. Gặp tôi, chàng ta mở lời ngay :

— Em đẹp lắm, hôm nào anh phải vẽ cho em Thủy một bức họa mới được.

Tôi đáp ngay :

— Vẽ như thế nào mới được chứ ?

Rồi tôi cười, tiếng cười của tôi lúc ấy mang thật nhiều ý nghĩa. Mà tôi thấy T3 tủm tỉm, tôi biết ngay là anh đã nhận được nụ cười kia mang ý nghĩa nào rồi. Rồi anh em cười toang lên như nắc nẻ theo sau.

Làm cho Tuýt luống cuống. Tuýt lại đề nghị tiếp :

— Vẽ một bức họa chứ vẽ thế nào nữa. Em tưởng rằng được một họa sĩ cỡ anh đề nghị vẽ là một truyện dễ hay sao ?

T3 thấy có sự gay gắt ở phía Tuýt, họa sĩ bị chạm tự ái rồi, T3 tiếp :

— Ngôn ngữ của cậu chưa hợp với bọn này. Thôi để ngày khác lại chơi, rượt lại ít ngôn ngữ đã.

Tôi tiếp theo :

— Phạt một đồng nữa.

Đáng thương cho họa sĩ, chẳng hiểu đầu đuôi gì, chỉ còn cách há hốc miệng nhìn. Thi sĩ Tô Tô ra cái điều ta đây lắm. Tôi ít đọc thơ văn anh ta, nhưng qua dáng điệu và xử sự, anh ta cũng cừ lắm. Bây giờ Tô Tô lên tiếng :

— Này T3, mày có quyền gì viết về ông Quỳnh đó, tao muốn đọc mà kiếm không ra. Đi đến đâu cũng thấy anh em xì xào về cuốn đó. Tao xin một cuốn, được không ?

T3 trả lời rằng cuốn kia đã hết. Tôi bèn ra cái điều bảo họ :

— Ở nhà Thủy có, hôm nào lại đây tôi cho mượn.

Thi sĩ gật gù. Nhưng chàng ta có vẻ bực, chắc nghĩ rằng, một đứa con gái như tôi mà lại có sách của T3 mà Tô Tô lại không có để đọc. Song thực ra, tôi nói là nói vậy thôi, cũng chỉ là ra cái điều, chứ tôi không có cuốn đó.

Tô Tô quay sang hỏi bạn :

— Về chứ Tuýt, hôm nào tôi tới thăm cô (quay sang phía tôi) và luôn thể mượn cô cuốn kia. Chúng mình hôm nay rượt màn kịch vui quá tay !

Tôi nói đùa ngay :

— Tại vì các anh đóng dở quá. Chưa ăn tiền được, còn bị phạt nhiều.

Hai bạn đi ra ngoài. Tự dưng tôi thương hại, ấy là tôi chưa phải dùng đến, cái bùa, cứ mỗi lần nghe bạn kể truyện xong, mệt nhọc lắm, tưởng câu truyện của mình làm mọi người chú ý lắm, thì tôi đáp gọn lỏn hai tiếng « *thế à* ». Tức thì, kẻ nói truyện với tôi đâm ra luống cuống và hết hứng kể. Chúng tôi còn nhiều ngôn từ lạ, trò chơi đặc biệt, ngay ở trong nhóm với nhau, chỉ cần đôi ba lần không đi chơi chung, cứ như là hội viên mới nhập hội vậy. Anh em nói truyện, mình cứ ngẩn người ra, chẳng hiểu đầu đuôi ra sao cả.

Bỗng tôi trở về với công việc đang làm. Phòng trà khiêu vũ. Tiếng nhạc. Và tiếng người khách hỏi tôi :

— Sao em ít nói thế ?

Tôi cười. Quá ngấy. Với thằng con nít này, lợi dụng ghê gớm. Trên da thịt tôi. Tôi cau mặt. Nhưng không hiểu sao là chẳng cần phản ứng thêm. Nhảy với nó hai bài, tôi sang bàn khác đang chờ. Một bạn quen từ xưa. Thế là tôi bỏ thằng bé ngồi một mình. Nó lại ngoắc cai gà. Cũng khen cho nít nhiều bạc. Chị N bảo tôi :

— Thủy không biết sao, đó là văn sĩ H. nổi tiếng lắm. Tôi bèn hỏi lại văn sĩ sao ? Báo nào ? Chị N bảo *Điện ảnh*. Tôi à một tiếng.

Khách mời tôi sang bàn trạc ngoài bốn mươi. Dáng người cao và nét sắc sảo của một người có học. Trắng trẻo ở màu da, loại người có tiền. Tư cách ở chỗ ít nói loạng quạng. Không lợi dụng da thịt. Kể ra là khá. Nhảy từng bài chọn lựa. *Blue* và *Slow*. Tôi không nhớ rõ chàng lắm, quen ở đâu, bao giờ, thì xin chịu. Hắn là chàng biết rõ về tôi, với tôi thì có quen sơ sơ. Nhưng tôi quên chàng nhiều hơn. Khi nhẩy xong, chàng dìu tôi về chỗ ngồi. Bây giờ, chàng gợi truyện :

— Tôi là bạn của anh ấy (T6). Cùng trong tù với nhau, thời chính phủ Diệm, các anh đứng dậy hò hào chống chế độ cũ rồi bị bắt. Tôi biết cả luật sư X, thẩm phán L (là T4) và anh bạn văn sĩ R là (T3) và cả Thủy.

— Vâng, thưa anh có lẽ vậy.

— Tôi biết tiếng Thủy từ khi Thủy còn mở cà-phê Huyền ở Đà lạt. Và gốc tích của Thủy là người miền Nam, nhưng nói giọng Bắc thật tài. Ngay với chính người sinh trưởng ở Hanoi cũng khó mà phân biệt được. Bây giờ anh ấy (tức T6) ở đâu Thủy ?

— Nhà tôi đi Đalat ít hôm anh ạ.

Một cái ngoắc tay, gọi bồi. Gọi chị N cho khách. Qua câu nói truyện với chị N, khách muốn mời tôi sang Moulin Rouge. Cho khách tính tiền luôn thể. Chị N bảo với khách, là tính sáu, nhưng với khách quen tính năm. Quay sang phía tôi, chàng xin lỗi trong ít phút, để chàng đi tìm người bạn. Tôi gật đầu.

Trước đó, anh bồi đưa lại cho tôi một gói Salem. Thầm nghĩ, anh chàng này hào hoa lắm, tại sao chàng biết tôi hút Salem. Tôi ngồi vào ghế cuối phòng. Gác lửng, ở tận cuối. Chẳng muốn thò mặt ra. Tôi bảo chị N rằng, không tiếp ai nữa, vì hôm đầu đi làm mệt. Nhân dịp này, tôi muốn nhắc lại chính tôi, một vài truyện gần nhất. Sống với T6. Một dịp may hiếm có và cũng là một tai họa hiếm có. Nhờ chàng bốn mươi vô danh bặt thiệp, tự nhiên chị N thấy sự đi mời tôi làm lại là chị có con mắt tinh đời. Bây giờ tôi đã thấy mình thua sút xưa. Về sức khỏe. Xưa kia, rong chơi suốt sáng không biết gì là mệt... *(một đoạn rất dài nói về T6 và Thủy bị mất quãng... Nên thay vào đó dùng những chấm liên hồi...)*

Trước hết tôi quen T1 trong nhóm. Sở dĩ tôi chỉ kể ra đây có T6 vì chính những người ấy, với tôi là nhân vật chính. Ngoài ra, còn nhiều t nhỏ, như Tối văn Sáng, cựu trung úy tình báo, rất giỏi về nghề điều tra tiểu sử đàn bà con gái Saigon. Rồi có lẽ chỉ vì vậy, mà bị sa thải trong nghề chăng? Nhiều khi muốn tỏ ra là tay ăn chơi, hắn biết cả những tiểu sử không biết về mọi người con gái đẹp đi qua quán La Pagode. Thêm một tên t nhỏ nữa là Thùng, cử nhân hai. Một lần T3 bảo Thùng (tức t nhỏ) rằng :

— Thời đại nào thì mày cũng vẫn chỉ là thằng môi giới con gái. Nhưng mày hơn đời là trí thức, vì có kiến thức chứng chỉ hai cử nhân.

Sau khi quen t nhỏ Tối văn Sáng rồi, tôi quen T4. Vì T tối tối ngày ở La Pagode với tôi, rồi tán tụng T4 có nhiều tính nết giống tôi. Như T4 thích cảnh ngồi đây uống cà phê vào chiều, màu tím hoàng hôn buông thả thật thơ mộng trên cành lá ở vườn cây, công viên. Ít lâu sau, gặp T2 rồi T5. Và cuối cùng là T3. Anh này rất ít khi đi chơi với anh em và không đứng về phe nào, cũng chẳng góp ý kiến gì, về sự tranh chấp tôi, giữa T4 và T6. Song tôi chú ý đến sự yên lặng của anh. Tôi lấy T6, vì chàng có dáng của một đàn ông hơn T4. Và tôi phục T6 ở điểm dám chửi chính phủ Diệm thật bạo miệng. Tôi thú vì đó một phần : Còn về tiền T4 chắc chắn có số lương thẩm phán. Nhưng tôi không ưa dáng người tủn mủn và lối nói truyện của chàng, nếu cần phải lựa chọn một người chồng, có đủ yếu tố giữ thăng bằng cho gia đình thì tôi chọn chàng. Xong với tình yêu và hợp *goût* tôi không thích cái vẻ lễ phép của T4 mà chọn T6. Nhưng nếu không có T6, chắn chắc là tôi lấy T4. Đàn ông độc thân là một điều thua thiệt. Một lần, T tối tới mời tôi đi chơi rồi nhân đó anh nói truyện với tôi về T3 nhiếc T6 :

— Mày đừng tưởng mày làm cách mạng là hay đâu. Thứ cách mạng của mày không có tao trong đó. Lúc nào cũng bô bô cái miệng. Tao cần dẫn giải câu ngạn ngữ này cho mày dễ hiểu. Con hoẵng không cắn chết ai vì nó to miệng. Con rắn nọc độc cắn chết người lại lầm lủi nằm bên vệ đường, rồi phun nọc vào mày, ít phút sau mày thấy hiệu nghiệm ngay.

Tôi hỏi T tối tại sao lại có vụ lộn xộn kia. T tối đáp :

— Một buổi tối, tôi gặp T6 và T3 ngồi uống cà-phê. Một trong hai chúng nó ngồi gác chân lên thành ghế.

Cái lối ngồi của T3 làm phiền mọi người và điệu bộ coi đời như cọng rác làm T6 nóng mặt. T6 bảo nó :

— Tao không hiểu sao anh em thằng T2 và 5 chịu khó đọc sách của mày. Và hết lời tán tụng.

T3 trả đũa :

— Tao cũng cần nói thêm cho mày nghe, mày còn là một thứ vô liêm sỉ, anh hùng vỏ của bao Salem. Mày có cần hiểu rằng tao không ưa lối phê phán về tao theo kiểu mày không ? Vì mày làm gì có tư cách của mày mà mày phê phán tư cách tao. Khi mày không có một đồng, xin bè bạn được rồi, lại tiêu như con nhà trọc phú, thử hỏi mỗi đêm không có bao Salem tặng em thì mày có còn dọa làm cách mạng nữa không ?

Khi tôi nghe T tối kể đến đây tôi chợt hiểu rằng T6 yêu tôi chân tình và tha thiết. Chính điểm này khiến tôi cảm động, vì anh biết tôi thích hút Salem. Bao giờ anh cũng chờ tôi tới khuya, hồi ấy các vũ trường chỉ được dùng vũ nữ làm chiêu đãi viên thôi.

Không được phép khiêu vũ, theo lệnh của bà Ngô

đình Nhu, với T6 một kẻ không tiền bạc, không nghề nghiệp yêu mình, tôi thấy chân tình hơn hết. Nên tôi quyết định lấy T6 làm chồng. Hai chúng tôi vẫn sống với nhau trên căn gác thuê hiện tại. Anh chạy xoay sở tiền nong, có khi bí quá, bán cả chiếc Solex, đồ dùng, để có tiền chi tiêu trong gia đình. Nhưng từ ngày anh rể làm ăn thất bại, gia tài khánh tận, T6 bị rơi vào vực thẳm. Rồi hai ông bà thân sinh ra T6 tiếp nhau qua đời, T6 buồn và cô đơn hơn ai hết, anh là người theo đạo Thiên chúa, nhưng không bao giờ đi nhà thờ và tham gia phong trào chống chính phủ Diệm, tiếp tay cho Phật giáo. Như vậy tôi sung sướng rồi còn gì nữa! Còn tinh thần, cũng như sự lo lắng về đời sống vật chất cũng tàm tạm đầy đủ. Tôi sống cho tôi và tình yêu vừa hé rạng. Khi tôi mang thai con so, bây giờ là cháu trai tôi, một mình đơn lẻ. Anh ấy bị cầm tù. Tờ nhật báo xuất bản vào khoảng tháng tám năm đảo chính, đăng hình anh và những hoạt động. Sau cách mạng rồi, hẳn đời sống của chúng tôi sẽ khá lên. Có thể một trong băng của anh ấy sẽ là Tổng, Bộ trưởng và khi ấy như tôi đã đóng góp vào danh dự đường mây của anh đã đạt được khi người ta có lý tưởng để theo, thì chấp nhận mọi khổ ải.

Vào những đêm nằm một mình trên ghế xích đu, từ trên cao sân thượng nhìn xuống, tôi hút Bát tô xanh, để giải nỗi buồn, thở khói vút lên không trung cao thẳm. Nhưng lòng tôi sung sướng, ít ra cái ngõ này đã nhìn tôi bằng con mắt khác xưa. Khi chồng tôi bị bắt và ít lâu sau, báo chí đăng tải hình ảnh, bài vở, thì lúc ấy tôi thương và quí anh, như chưa từng dành cho một người đàn ông nào biết tới được hưởng. Anh bị hành hạ, tôi càng yêu mến anh nhiều vì anh tranh đấu cho chính nghĩa. Tôi hãnh diện có người chồng như vậy. T1 thì trốn chạy. T4 ở ngoài. Một lần T tối lại báo tin cho tôi biết T6 mời T3 tham gia phong trào nhưng chàng văn sĩ từ chối. Tôi khinh T3 ra mặt, người mà xưa kia tôi cho là khá. Chỉ khi nào nguy hiểm, người ta mới rõ lòng người. Cổ nhân dạy không mấy sai lầm. Nhưng một hôm chàng văn sĩ tới nhà tôi. Qua câu truyện tôi biết anh không tham gia với băng của chồng tôi vì lẽ anh coi thường băng kia và không muốn thí thân vào lý do cách mạng. Anh ta vẫn bị chánh phủ theo dõi.

Tôi có người bạn phụ trách về an ninh, một hôm anh kia hỏi thăm về T3, và cho biết anh ta đang bị ruồng bắt. Tôi định đi tìm T3, báo tin này cho anh hay, nhưng không biết là anh ở đâu. Tôi cứ thấp thỏm lo cho anh, có thể là anh đã bị tóm rồi. Sau này gặp lại anh, tôi biết anh lánh ở Cao nguyên Dalat.

Ngày đảo chính thành công, nhà tôi được trả tự do. T1 và T tối trốn ở nhà T4. T3 bảo anh em :

— Thằng T4 cũng không đến nỗi gì như tao tưởng, nghĩa là nó không hèn đâu. Vì nó còn dám chứa hai thằng bạn tranh đấu...

Từ khi chồng tôi ở tù ra, tôi thấy anh có phần thay đổi ít nói bông lông và suy nghĩ chín chắn. Anh thú thật với tôi, ở giai đoạn về sau này, anh cũng chưa có thể làm gì cho gia đình khá được. Chúng tôi vẫn sống chật vật như ngày xưa và T1 cung cấp cho chúng tôi, nhưng chẳng là bao. Cho rằng bạn bè có giúp tiền, chỉ là qua cơn túng ngặt, chứ không thể dùng nó vào việc lâu dài hàng tháng được. Nhà tôi nói lại với tôi về câu T3 nói với anh, có lý :

— Tao mừng cho chúng mày, *Thằng T3 nó nói với anh vậy,* là không giục thân trong nhà đá. Sẽ vẫn chẳng có gì thay đổi đâu. Nhưng có lợi về kinh nghiệm cho mỗi bản thân. Khi thấy cần tranh đấu, dấn thân vào. Nhưng đừng mong rằng mọi việc có thể thay đổi dễ dàng và chóng vánh. Muôn năm bất công vẫn còn đấy. Chỉ có một điều là thay đổi, đó là cái bất công sẽ biến dạng nhiều hình thức. Chẳng hạn thằng T nhỏ Cử nhân hai vẫn đóng tuồng tích cũ của nó. Thằng T tối vẫn lếu láo, nói dóc cả điều mà tự nó đổ cho, và thuộc tiểu sử tất cả các cô gái Saigon qua lượn La Pagode. Có nhiều tiểu sử mà nó huyênh hoang là biết ấy chính là biết cả điều không biết. Nhưng với T6 tao khuyên mày một điều. Sức khoẻ. Mày đã chạy được tiền nằm nhà thương chưa? Những trận đòn của chánh phủ có hiệu lực làm cho mày hao mòn trong nhiều tháng dưỡng sức. Gia đình chúng tôi, từ sáu tháng nay vẫn co óc. Hai đứa thôi, có thể nhịn được, sự khảm khổ có gì là câu nệ. Nhưng con của chúng tôi, thì không thể không có tiền nuôi nó. Nó cần sữa, cần thuốc tây khi ốm và cần quần áo thay đổi hàng ngày. Những thứ đó phải có tiền. Mà chồng tôi vẫn chưa có việc làm xứng đáng với công lao xưa mà anh tham gia chống chánh phủ Diệm. Nên tôi quyết đi làm vũ nữ lại. Tôi biết điều này sẽ làm chồng tôi đau đớn, nếu anh có ý thức làm chồng. Còn gì khổ hơn, mỗi lần anh thấy có người đàn ông khác đưa đón tôi về, tiếng em, tôi buộc phải xưng hô với họ. Dầu là sau mặt chồng tôi. Nhưng con tôi cần tôi có tiền nuôi nấng. Tôi trình bày sự khó khăn muôn mặt đó với một con bạn đồng nghiệp. Từ đó mới có sự móc nối với N. Và chị N đã buộc tôi phải đi làm.

Tôi nhìn đồng hồ tay. Sao lâu vậy, tôi đợi khách đã trả năm tích kê bảo tôi đi nhảy nơi khác. Vẫn chưa thấy chàng trở lại. Tôi chưa gặp loại khách như vậy bao giờ. Hơi là lạ, có phải vậy không? Tôi nhớ lại rồi, chàng ta quen ta gần hết cả băng T. Chàng thuộc vào loại khách biết điệu và sành giữa lúc này. Chị N đưa một đồng nghiệp của tôi vận com lê đen tới. Và nó khá xinh, nhưng theo tôi, hơi nhà quê. Chị N giới thiệu tôi với nó. Thì ra nó tên là Nguyệt. Tôi nói với Nguyệt :

— Tôi có nghe chị N nói về Nguyệt nhiều.

Chị N tiếp :

— Nguyệt nó vẫn nhắc đến Thủy luôn... Nguyệt kể rằng khách thường hỏi thăm về Thủy luôn.

Nguyệt nói với tôi :

— Hèn nào mà khách sang không hỏi thăm chị. Chị nhận em làm em của chị nghe, chị Hai ?

— Có gì đâu mà Nguyệt khen tôi. Chị em cả mà.

Nguyệt nhìn tôi từ đầu tới chân. Sau khi ngắm nghía chán rồi, Nguyệt kể chuyện về loại khách tới đây. Trong số đó có một văn sĩ, thường đi với khách ngồi bàn với tôi lúc nãy. Nguyệt không biết tên văn sĩ ấy.

Nhưng Nguyệt bảo chàng ta là kỳ lắm. Tôi đoán chàng là T3, nhưng T3 vốn ghét không khí trà đình tửu quán, sao anh có mặt ở đây được. Nguyệt tả lại cho tôi nghe vóc dáng chàng văn sĩ ấy. Đúng là T3 và Nguyệt có cảm tình với con người ấy rồi đây, tôi nghĩ vậy.

Khách của tôi đợi đã trở lại. Chàng xin lỗi tôi, vì đi tìm bạn. Chàng ta ở quá xa, chàng lại không có nhà, nên trở lại trễ. Chàng mời tôi sang Moulin Rouge. Và nói nhỏ đủ nghe :

— Tôi muốn dành cho em một ngạc nhiên. Tôi đi tìm văn sĩ R (T3) nhưng chàng không có nhà.

Sau hai tiếng đồng hồ ngồi bàn với chàng, những giờ vui gần chấm dứt. Chàng đưa tôi về nhà. Tôi không từ chối. Vì đợi tắc-xi còn lâu và lại không an toàn. Ít ra là như thế. Khi gần tới ngõ nhà tôi, chàng hỏi ;

— Ngõ vào nhà em có sâu lắm không ?

Tôi tinh ý hiểu ngay là chàng muốn biết nhà riêng của tôi. Tôi gật đầu và chàng dìu tôi đi. Trước khi giã từ, chàng đưa tôi một gói giấy, tôi đoán chắc là thuốc lá Salem. Rồi chàng nói câu giã từ :

— Tôi rất phục em. Vì hạnh phúc mà em hy sinh rất nhiều. Như xưa, em thường hút Salem, mà bây giờ đổi sang Bát-tô xanh. Người cho tôi biết điều này, chính là văn sĩ R.

Mà lúc nãy, để em ngồi chờ lâu, cũng chỉ vì tôi đi tìm R (*... một đoạn bị rách và như có vết xé bỏ...*).

Tôi cảm ơn chàng. Và đi lên gác. Chồng tôi nằm ở đó. Anh không nói với tôi một câu nào. Tôi không đòi hỏi vì tôi biết lý do rồi. Người khách đưa tôi chắc ra tới ngoài lộ. Chồng tôi nhìn sang phía tôi. Và nhìn thấy trên tay tôi gói thuốc Salem. Anh hướng về bao thuốc đó. Từ lâu không có. Tôi đi lại võng nựng đứa con, dù nó đang ngủ. Chồng tôi trở dậy, tay cầm bao thuốc định xé, vò lại. Tôi xua tay và bảo :

— Để con ngủ. Anh hãy cho Thủy nói câu này. Thủy không muốn anh hút một điếu của bao thuốc đó. Vì goût của anh là Lucky Thủy đã mua cho anh đây này.

Tôi mở ví lấy bao Lucky. Chồng tôi im lặng cầm, không lời cám ơn tế nhị. Anh bóc ra ngay, châm một điếu lên giường nằm lại. Tôi vào nhà trong thay quần áo ngủ. Chúng tôi nhìn nhau như không cùng một hướng. Tôi vào giường nằm. Chồng tôi nằm trong, tôi nằm ngoài. Hai đứa xây lưng lại nhau. Tôi đang nghĩ đến màu xanh lá cây của bao Salem trên bàn ngủ, dưới ánh đèn ngủ lờ mờ. Cũng màu xanh, cũng vẫn là Salem. Nhưng bao Salem hôm nay không phải là bao Salem của đêm nào, chồng tôi đưa lại. Có thể bao Salem này tiễn đưa hạnh phúc chúng tôi ?

Tôi ngủ thiếp đi và tin rằng chồng tôi không hiểu vậy.

(. . . . tạm ngưng nơi đây . . . .)

THẾ PHONG
1964

THẾ UYÊN

TIỂU SỬ

Tên thật là Nguyễn Kim Dũng, *sinh năm 1935 tại làng Yên Phụ, ngoại thành Hà Nội. Hiện là giáo sư trung học, sĩ quan QLVNCH, chủ trương nhóm văn hóa Thái Độ và nhà xuất bản Thái Độ.*

Các tác phẩm chính :

Truyện ngắn : Những Hạt Cát — Ngoài Đêm — Nỗi Chết Không Rời *(viết chung với* Duy Lam) — Bản Tình Ca.

Truyện dài : Tiền Đồn.

Tiểu luận : Nghĩ Trong Xã Hội Tan Rã — Chiến Tranh Cách Mạng.

Đoản văn : Mười Ngày Phép Của Một Người Lính — Những Ý Nghĩ Của Bọt Biển — Những Người Đã Qua — Căn Nhà Của Mẹ.

Ngoài sách sáng tác còn biên soạn một bộ sách giáo khoa quốc văn từ lớp 6 đến lớp 9 cũng như đã dịch một số sách ngoại quốc có giá trị.

QUAN NIỆM VỀ TRUYỆN NGẮN

Một khoảng ngắn của đời sống, của cuộc đời.

THẾ UYÊN

Về Truyện Ngắn «CĂN NHÀ CỦA MẸ»

Khoảng chót của lãng mạn xanh, trước khi sang lãng mạn xám.

Căn Nhà Của Mẹ

Mỗi người đều cần có một quê hương để trở về vào tuổi già hay vào những thời kỳ mệt mỏi hay chán nản trong đời. Bởi thế, ai mất quê hương thực sự của mình, đều phải tạo ra quê hương mới bằng cách này hay bằng cách khác.

Rời miền Bắc sau 1954, mang lũ chúng tôi vào Nam, bố mẹ tôi đã từ bỏ nhiều thứ trong đó có quê nội và quê ngoại, một quá khứ khá dài những vui buồn, và căn nhà đã tạo dựng bằng công khó của hai người, nhất là bằng dấu vết những bàn chân phỏ cùng các tiếng khóc tiếng cười của đứa bé đã sinh ra và lớn lên trong đó. Tết năm ấy, tết tha hương đầu tiên, bố mẹ tôi không hề buồn bởi vì hai người chưa già và trừ người con lớn còn ở trong quân ngũ nơi xa, gia đình tôi sum họp đầy đủ trong căn nhà cũ kỹ tồi tàn không điện không nước của khu Bàn Cờ. Tết năm ấy, năm của hòa bình, hầu hết những người dân hai miền còn đầy hi vọng ở tương lai.

Rồi ngày tháng theo nhau qua. Niềm hi vọng ở tương lai của mọi người có còn nguyên vẹn như thế không, tôi không biết. Tôi chỉ biết vào một ngày cuối năm, thứ hi vọng ở tương lai của gia đình khiêm tốn của tôi đã suy giảm nhiều. Lý do thật giản dị : bố tôi, cột trụ của gia đình, đã thấm mệt, đã chịu thua cuộc đời, đi vào tuổi già. Ông đã cam chịu làm một công chức nhỏ cho một cơ quan thuộc binh chủng lo làm nhà xây cầu cho quân đội. Ông thôi không còn nói tới lo xin ra báo, mở nhà in, tái lập một thời kỳ huy hoàng của ông trong những năm còn trẻ nữa. Trong một đêm khuya đi chơi về bắt gặp ông còn thức soạn chồng giấy tờ cũ — những tấm thiếp mời ông dự buổi lễ này tiệc rượu nọ của cả một thời kỳ đã qua —

dưới ánh đèn dầu lù mù và trong tiếng xe chạy ào ào trên con lộ lớn trước nhà, tôi đột nhiên cảm thấy từ thâm tâm một cái gì thúc đẩy tôi ngồi xuống đấy với ông, nói gì chưa biết, nhưng phải ngồi... Hình như đây là lần đầu tiên tôi lờ mờ ý thức được thế nào là cô đơn của một người thất bại về già bó gối chịu thua. Trong căn nhà tồi tàn này, có đầy đủ vợ con nằm ngủ yên chung quanh, nhưng có những nỗi cô đơn tự bản chất đã không sao chia xẻ nổi...

Tôi đã tới ngồi chiếc ghế bên này chiếc bàn mộc, vơ vẩn đọc những tấm thiếp cũ xưa ấy, nghe người già ngồi bên kia nói về cuộc đời, về tuổi trẻ, về những ước vọng vang bóng một thời. Ông nói ông đã làm thất vọng nhiều người, trong đó có mẹ tôi, con gái duy nhất của một gia đình nhiều danh tiếng về văn học cũng như về đấu tranh cách mạng. Ông đã quá rong chơi, quá phung phí tuổi trẻ, để rồi tới lúc này không còn gì. Không một danh tiếng, cũng không cả gia sản. Và vì dù sao cũng là kẻ cuối cùng của một giòng kẻ sĩ lâu đời, ông đã vừa phải khước từ một đề nghị chính trị nhiều bá đạo nhưng cũng nhiều quyền lợi của chính quyền đương thời... Như vậy ông chỉ còn một đời sống khiêm tốn để sống, cuộc đời của một công chức già và một căn nhà nhỏ mới được cơ quan cấp phát cho trong một cư xá hỗn hợp, căn nhà ông hẹn tôi mai sớm tới sở kiếm ông để cùng sang nhận. Trong khuya, không biết là vào giờ nào của đêm, ông trầm giọng: «... sau này, bố chỉ ao ước các con làm được cho bố một căn nhà tranh ba gian hai trái trên nền đất nện, trước nhà đào một ao nhỏ có cầu ao dẫn xuống mặt nước nuôi bèo để không cho xanh um ở ven đô nào cũng được.»

Tính ông chuyên đoán nên bố con ít khi nói chuyện nhiều, chưa kể có thời kỳ tôi còn ghét ông vì bị bắt phải làm những điều ông muốn và tôi không ưa.

Nhưng đêm nay, lần đầu tiên từ khi lớn lên, tôi hiểu bố được một phần nào. Một thoáng nghẹn ngào lẫn khuất với tình thương mến. Tôi cất tiếng nói, nói rất nhiều. Bây giờ đến lượt ông ngồi nghe tôi nói về những ước vọng của tôi — những ước vọng dĩ nhiên thật cao xa của một thanh niên mới lớn.

Chẳng biết ông có tin các lời đao to búa lớn ấy của tôi không, nhưng ít nhất buổi nói chuyện trong đêm cũng làm hai bố con dễ chịu với nhau hơn khi cùng đến nhận căn nhà nằm đầu dãy của một khu nhà dành cho binh sĩ và nhân viên quân chính. Căn nhà nhìn ra bãi cỏ hoang đầy vòng kẽm gai cũ rỉ, sát vách bên là một đống khối bê-tông lớn xếp hỗn độn do đạo quân viễn chinh Pháp bỏ lại, căn nhà vào mùa mưa thì nước ngập và mùa nắng thì mái tôn hừng hực chói chang.

Gia đình tôi dọn tới ở căn nhà ấy và ở thật lâu. Mẹ tôi vốn có tài thích ứng về mọi sự và nhất là về nhà cửa ruộng vườn. Bãi cỏ hoang, mẹ tôi phát cỏ, cuốc đất lên làm thành vườn. Mẹ tôi trồng nhiều cây trứng cá, vì chúng «... vừa chóng có bóng mát vừa chóng có trái cho chúng mày chọc ăn». Mẹ tôi đục thêm cửa sổ hông và khi bọn tôi kêu lên khôi hài là nhìn qua đó thấy đống đá non bộ (các khối bê-tông ấy) đẹp như thế mà thiếu hàng trúc thưa, bà đi trồng hai rặng mía vì «... đốt mía đẹp kém gì trúc mà lại ăn được». Cứ với quan niệm dung hòa mỹ thuật với thực phẩm ấy, khu vườn nhà tôi dĩ nhiên không thể thiếu vài luống sắn thân và lá thật đẹp mỗi khi trời xanh cao và nhiều nắng. Trong căn nhà nhỏ, và trong khu vườn vừa đẹp vừa ngon do mẹ tôi tạo dựng ấy, chúng tôi đã sống những ngày thật vui và nhiều hạnh phúc. Anh Lam tôi đã đưa chị dâu tôi về ngồi dưới bóng mát của các cây trứng cá nở đầy hoa trắng, đêm trăng trông như có sương đọng. Tôi đã từng đưa người yêu của tôi, người sẽ theo gót chị Lam về làm dâu thứ trong căn nhà này, đi giữa hai luống sắn, ven rặng mía dưới vòm hoa ti-gôn. Tôi đã từng bắc thang đưa nàng lên mái nhà, nơi đứa em trai đã sửa cây xếp cành thành một vùng nho nhỏ như tổ chim — một chỗ để hôn nhau. Rồi đứa em gái kế đã hôn người yêu ngoài bờ cỏ sau bụi tre, đã khóc đã cười và đã đi lấy chồng cũng từ trong căn nhà của bố và khu vườn của mẹ...

Những năm tháng vui tươi rồi cũng qua đi, chiến tranh đã bộc phát dữ dội làm phân tán lũ con và gửi những sợi tóc đốm bạc lên mái tóc bố tôi. Từ lâu rồi, ông suy yếu nhanh vì bệnh lao. Đêm Trung thu chót, khi chúng tôi treo đèn xếp đầy vườn, trên ngọn cây sắn ẻo lả, trên cành cây, trong lùm tre và bày cỗ ăn bánh uống trà vui vẻ ngoài vườn, ông chỉ còn đủ sức ngồi thu người trên ghế, vừa hút thuốc vừa ho nhìn ra. Bởi thế, khi bước chân vào quân trường, tôi đã nghĩ không hiểu rằng khi chết, ông liệu có được bao đứa con bên giường...

Và tin ông chết trong bệnh viện Cộng-hòa chết một mình, đến với tôi khi vừa tập trận ở một bãi xa về. Trong khi chờ đợi giấy phép bạn bè đang chạy tứ tung xin hộ, tôi ngồi ở một bệ xi-măng ven vỡ đinh trường, nhớ tới ông trong những ngày gặp chót — gặp thật ngắn vì thời hạn đi phép đã chẳng dài bao nhiêu, tôi lại dành hầu hết cho Thi và cho tôi. Lần phép chót, khi tôi mặc xong quân phục, cầm mũ đi ra, ông đã gọi giật lại, ngập ngừng hỏi tôi còn tiền hay không. Tôi mở ví ra còn hơn ba trăm, chia cho bố một nửa... Nước mắt tôi rớt trên cát vỡ các hình ngôi sao nâu, nhưng tôi không kìm giữ vì biết rằng tới nay, vì ở gần Saigon nhất, tôi sẽ là đứa con độc nhất về kịp với mẹ. Trong căn nhà, trong khu vườn, tôi cần trấn tĩnh. Còn ở đây, võ đình trường trải dài vắng ngắt trong rạng chiều... Tôi chỉ khóc ông một lần nữa sau khi mộ đã đắp, ông đã yên nghỉ trong một nghĩa trang xa lạ, yên nghỉ vĩnh viễn trước khi tôi thực hiện nổi giấc mơ nhỏ của ông trong tuổi già, là làm một căn nhà tranh ba gian hai trái trên nền đất nện, trước nhà có một ao nhỏ thả bèo cho xanh...

Ông chết đi, sau khi tiền tử tuất đã trả, cơ quan đòi lại căn nhà đã cấp phát từ bao năm. Mẹ tôi có báo cho tôi biết, nhưng thân làm lính trấn thủ lưu đồn, tôi làm gì được. Chẳng lẽ để các con nhỏ đi ở nhờ bà con họ hàng, mẹ tôi tới cơ quan cầu xin. Chồng chết không gia sản, các con trai đã đi lính hết mỗi đứa một sư đoàn xa... Thế rồi mẹ tôi được cơ quan chấp thuận cho tạm trú ở khoảng đất ngay sát nhà. Còn căn nhà, vẫn phải trả.

Mất căn nhà nhưng còn được khu vườn mẹ tôi đi vay tiền, xin vật liệu về chất đống, nhưng chưa khởi công vì còn đợi tôi về «cất nóc» hay «thượng lương» chi đó. Tới kỳ về phép, ngồi giữa đống gỗ ngổn ngang, tôi uống trà với mẹ trong khu vườn mà sốt ruột chỉ muốn đi — vì Thi ngồi ngay bên, trong vòng tay và bây giờ hai đứa tôi không cần « một chỗ để hôn » nữa, mà cần tìm một chỗ để yêu nhau. Xong tuần trà, mẹ tôi gọi tôi ra khởi công làm nhà. Tôi nhăn nhó vì sợ mất nhiều thì giờ, nhưng thực ra không có gì : tôi nâng một cái sà gỗ đầu tiên cho mẹ tôi đóng. Thế là xong lễ cất nóc cho một ngôi nhà.

Nhưng căn nhà của mẹ tôi hẳn phải không giống như mọi người. Thiếu gỗ mẹ chỉ làm có ba vách, vách thứ tư là tường căn nhà cũ. Dù chỉ ba vách cũng vẫn thiếu gỗ nên cả mặt tiền chỉ làm gỗ phân nửa dưới còn nửa trên đóng lưới, trong làm màn ngoài treo mành tre. Căn nhà trống trải đến nỗi mỗi khi có gió lớn thổi, lá khô theo các khe hở rơi lả tả đầy nhà và khi mưa lớn thì đúng là cơn gió bốn bề. Một căn nhà «gần» thiên nhiên đến mức tối đa, chim làm tổ trên đình màn và đêm khuya dế kêu ri rỉ dưới gầm giường. Nhưng quả là một căn nhà kiểu liêu trai cho một hàn sĩ trẻ và tôi đã nhiều lần mời bạn văn đến uống rượu nhân dịp xuất bản những tác phẩm đầu tiên trong nơi này, trong căn nhà của mẹ và khu vườn của mẹ.

Rồi thời gian qua nữa. Sau khi phiêu bạt nhiều đơn vị của ba vùng chiến thuật, tôi mới được đổi về Saigon. Khi ấy cấp chỉ huy binh chủng sở hữu khu nhà quyết định dùng khoảng đất trong có khu vườn của mẹ dự trù làm bể bơi hay sân quần vợt chi đó và xe ủi đất cơ hữu đơn vị đã tới san bằng. Khi tôi về, cứ như Từ Thức về trần, khu vườn đã biến mất không còn dấu vết. Mẹ tôi chỉ nói là đã hết sức năn nỉ mấy người lính mới giữ được một cây trứng cá duy nhất bây giờ đã gần như cổ thụ mọc sát vách nhà. Tôi thoáng buồn rầu khi hiểu tại sao mẹ tôi không tới năn nỉ xin các cấp chỉ huy khu đó, mà chỉ đi nọi với mấy người lính lái xe. Và tôi không đủ can đảm để hỏi mẹ tôi khi năn nỉ, liệu có nói các con bà đều là lính như họ, ủi thì ủi, chớ ủi nhà mẹ già em nhỏ của chúng bay không...

Một thời gian sau mẹ tôi theo hai đứa em gái sau chót lên Đà Lạt và tôi cùng gia đình riêng mới tạo dựng, dọn về nhà mẹ ở. Trước khi đi, mẹ dặn coi chừng là có tin đồn sắp có lệnh dỡ nhà trả đất vì cấp chỉ huy binh chủng định biến khu này thành cư xá sĩ quan. Mẹ chẳng dặn thì tôi cũng coi chừng. Làm sao nỡ để mất căn nhà của mẹ, căn nhà của cả một thời kỳ, căn nhà duy nhất bọn tôi có được kể từ khi xa miền Bắc.

Rồi lệnh dỡ nhà đến thật. Tôi làm đơn xin, viện

lẽ thượng cấp đã định cấp phát lại khu này cho sĩ quan thì dù có là dân bộ binh chân lấm tay bùn tôi cũng là sĩ quan xin được lưu cư ở khoảng đất nhỏ bé. Đất là đất chung của quân đội và huynh đệ chi binh... Nhưng một buổi sáng đẹp trời, một văn thư gửi tới cho biết phải dỡ nhà đi, và « vì tình nhân đạo, cho đương sự một thời hạn ba tháng để thi hành lệnh này ». Tôi chưa chịu thua, xin đủ giấy tờ chứng tỏ là nhà có ba lính, thì lính anh lính lính em và lính tôi đều không có nhà, dù là nhà mình mua hay cấp phát.

Nhưng tôi đã thất bại, hoàn toàn thất bại. Lệnh dỡ nhà trục xuất khỏi cư xá được giữ nguyên và không gia hạn thêm lấy một ngày. Còn kèm thêm khẩu lệnh phụ là tới ngày không đi sẽ cho xe *bulldozer* tới ủi tất và cho An ninh tới bắt. Tôi đành gọi người vào dỡ nhà bán vật liệu — vật liệu còn bao nhiêu giá trị sau bao mùa mưa mùa nắng và nước ngập. Bán được năm ngàn đồng, gửi lên cho mẹ, mẹ lại cho trở lại để « các con lấy tiền mà dọn nhà». Thế rồi đến ngày chót, lại một ngày đẹp trời nữa, tôi dọn nhà. Khi buổi sáng trở dậy, mặc bộ đồ trận vào, tôi thấy hơi buồn bã và chua xót.

Rút kinh nghiệm, từ giờ bọn tôi lo kiếm đất trước đã trước khi nghĩ đến chuyện làm nhà khác cho mẹ. Do một tình cờ, anh Lam tôi quen với tỉnh trưởng vùng Đà Lạt. Anh liền nói với người bạn ấy cấp cho mẹ tôi một mảnh đất — trên vùng ấy, núi đồi thiếu gì. Lời yêu cầu ấy được thỏa mãn, các con của mẹ tôi đã có dịp chế bà là « tân địa chủ » và tôi đã có cơ hội để ước mơ là khi nào chiến tranh chấm dứt, các con trai buông súng trở về cầm cưa vác búa vào rừng lấy gỗ về mà làm cho mẹ tôi, lúc đó chắc tóc đã bạc như sương, một căn nhà nhỏ ven một đồi thông nhiều gió lộng.

Trong khi chờ đợi « căn nhà viễn mơ » của mấy ông anh bao năm chỉ biết tranh đấu tới tranh đấu lui nghèo mạt rệp ra không đi đến đâu — lời mấy đứa em gái tôi — thì chúng ra sức làm việc để dành tiền mua nhà, một căn nhà nhỏ thôi, tồi mấy cũng được, miễn là có đất rộng một chút, để rồi « mẹ gõ cho nó mấy cái là thành nhà ở được, cuốc cho nó mấy nhát là thành vườn vừa ăn được vừa ngắm được ». Mà chúng làm việc thực. Tôi và Thi lên chơi, coi chúng đi làm mà chóng mặt. Quả thực là đầu tắt mặt tối. Nhưng rồi một đứa em gái cùng chồng đã dành dụm được tiền mua một căn nhà gỗ tồi ở đầu một thung lũng nghèo. Và mẹ tôi đã vác búa vác cuốc ra, các con cháu xúm lại, đến khi tôi lên lần nữa, căn nhà đó đã sửa xong, xinh xắn, và ngoài vườn theo đúng truyền thống của mẹ tôi, cây su-su leo hiên ngang lên cành mận, phong lan treo dưới dàn bí, rau thơm xen kẽ với cúc vàng, riềng và gừng cạnh dẫy thược dược...

Các con trai không có nhà thì nhà con gái con rể cũng là đẹp rồi. Con nào chẳng là con. Tôi tưởng thế là mẹ kể như có nhà. Nhưng tôi lầm. Trước tết năm nay một bà mợ của trong họ chết. Khi biết rõ tin tức mẹ tôi nói : « Mợ ấy chết sau khi con cái đã thành đạt cả cũng sướng. Nhưng chết ở nhà con rể thì cũng chưa được gọi là hoàn toàn ». Mẹ tôi chỉ nói thế thôi, nhưng tôi và Thi hai đứa đưa mắt nhìn nhau im lặng. Lại phải tính đến truyện chung sức các con làm nhà cho mẹ thôi.

Tôi liền hỏi khoảng đất ngày trước mẹ được cấp phát hiện giờ ra sao... và được mẹ cho biết một vị tỉnh trưởng sau đã nhân danh một công bằng xã hội nào đó đã thu hồi lại rồi. Tôi và Thi lại im lặng nhìn nhau vì trong mấy ngày rong chơi lang thang thành phố miền núi này, hai đứa đã thấy biết bao nhà cửa chiếm đất công xây cất bừa bãi...

Thế là đến cuối năm nay, khi cả gia đình chuẩn bị ồn ào đón xuân cùng thiên hạ, thì me tôi rút cục đất cũng không mà nhà cũng không. Và buổi sáng mồng một tết, nhìn mẹ tôi đứng dưới tam quan chùa Linh phong lộng gió từ dưới các thung lũng lên, tôi chợt nhận ra mái tóc mẹ tôi đã gần như bạc trắng hết dưới ánh nắng đầu xuân, bạc đã gần như sương.

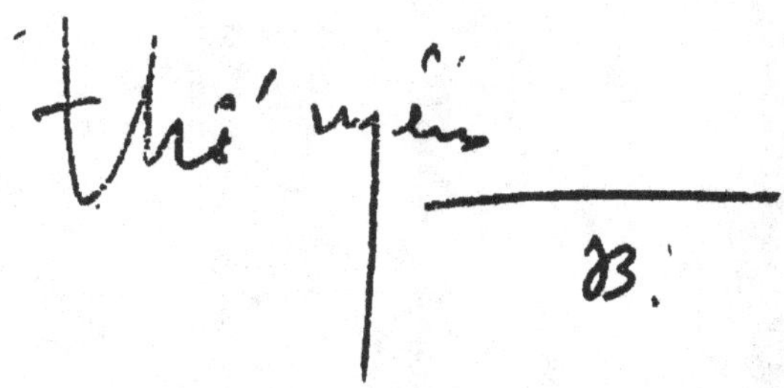

THẾ UYÊN
viết cho vu-lan, 1970

THẾ UYÊN

TÔ THÙY YÊN

TIỂU SỬ

Tên thật Đinh Thành Tiên, *sinh ngày 20.10.1938 tại Gia Định. Làm thơ, viết văn, viết báo, dạy học một thời gian trước khi nhập ngũ, làm phóng viên chiến trường, điều hành nhà xuất bản. Hiện còn tại ngũ.*

QUAN NIỆM VỀ TRUYỆN NGẮN

Quan niệm thế nào là truyện ngắn tùy thuộc vào mỗi giai đoạn sáng tác, tùy thuộc ở cả cái truyện mình muốn viết. Khó thể quy định chặt chẽ một lần một được. Tuy nhiên, kinh nghiệm cũng cho thấy một cách tổng quát rằng với thể truyện ngắn, dường như cái phần trù liệu sơ khởi của tác giả ít bị thay đổi, xáo trộn. Với thể truyện ngắn, tác giả buộc lòng kiềm chế cảm hứng trong giới hạn của câu chuyện. Một bài thơ, một tùy bút, một tiểu thuyết hay một vở kịch hoàn thành đem so với ý niệm đầu tiên của tác giả, có thể khác nhau rất xa. Với thể truyện ngắn, ít khi tác giả gặp phải trường hợp như vậy.

TÔ THÙY YÊN

Về Truyện Ngắn «NƠI CHỐN ĐI QUA»

Mặc dầu là một sản phẩm của tưởng tượng, truyện ngắn Nơi Chốn Đi Qua *lại nặng tính chất tự truyện và phần lớn do trí nhớ hoàn thành. Khung cảnh, nhân vật, tình tiết có thể đã được tác giả, vì những nhu cầu chuyên môn của nghề viết, biến cải ít nhiều, nhưng nỗi buồn thảm chua chát trước sau vẫn còn ở tình trạng nguyên liệu...*

Nơi Chốn Đi Qua

Đầu mùa mưa năm đó, tôi thuyên chuyển về một đơn vị trú đóng ở một tỉnh nhỏ miền Tây. Đơn vị này là đơn vị thứ tư của tôi kể từ khi tôi rời khỏi quân trường. Bây giờ tâm hồn tôi đã chai thắt lại, đời sống quân ngũ cùng sự di động thường xuyên dường như chẳng còn gây nổi những xúc cảm nơi tôi, cái cảnh sống nay đây mai đó chẳng còn làm cho tôi buồn hay vui. Đã là lính, ở đâu cũng vậy mà thôi. Mọi nhớ tiếc, lưu luyến vụn vặt từ lâu không còn bám dính tôi nữa, hòn đá lăn hoài đâu có thể mọc rêu xanh, điều này cũng là một lợi ích cho tôi, thử hỏi tại sao mình lại tự làm khổ thêm vì những xúc động không đâu; thái độ thản nhiên nhiều khi mới thật là cây thước đo lường bề cao của con người trong cảnh ngộ xô đẩy dồn dập.

Chiếc sắc đựng quân trang của tôi đã cũ mòn, bạc thếch. Có lệnh là tôi dồn tất cả vật dụng vào, cột chặt lại, rủ rê bạn bè gặp được ra quán nhậu một bữa đã đời, rồi hôm sau ra xe lên đường không người đưa tiễn. Và đi đâu cũng gặp lại người quen, và tiếp tục làm quen với những người bạn mới. Quân ngũ là một chỗ làm quen rất dễ. Vừa gặp nhau, rủ đi nhậu, nói chuyện tào lao, vậy là đã trở thành bạn hữu. Theo tôi, không có tình bạn nào thắm thiết, an ủi cho bằng tình bạn cùng cảnh ngộ. Ít nhiều gì, chúng ta cũng cần được chia xẻ và am hiểu, nhất là trong những hoàn cảnh khó khăn. Tôi có nhiều người bạn đã chết, nhiều người bạn đã rời xa, sau này ít khi tôi còn nhớ đến. Nhưng lúc chúng tôi còn ở gần nhau, cùng bấp bênh trong cuộc sống xao động mà cái chết pha lẫn mập mờ, chúng tôi đã là những người bạn chí tình. Tình bạn giữa chúng tôi hết sức tự nhiên và rất mực khô khan người lớn đàn ông, chẳng mấy khi được bộc lộ bằng ngôn ngữ hay cử chỉ. Nó có đó cần thiết như một vật dụng trong nhà, nhưng bình thường không ai để ý tới.

Doanh trại của đơn vị ở trong khu vực sâu khuất, yên tĩnh của tỉnh ly., gồm có một ngôi đình thần cột tường sứt mẻ lam nham và mấy dãy nhà mới xây bằng vật liệu nhẹ bao quanh. Phía sau doanh trại, cách một miếng đất trống rộng khoảng ba trăm thước, cỏ hoang lau sậy mọc dầy là phi trường — trực thăng lên xuống ngày đêm không ngớt, tiếng động rền rĩ rung chuyển không khí, nhà cửa và đầu óc chúng tôi. Bên hông, cách một bức tường cao ngất, ở trên có giăng dây kẽm gai và gắn bóng đèn là khám đường, cái thế giới kín bưng, bí mật lâu lâu mới há nhỏ cánh cổng sắt khô rít nhả ra một toán tù nhân lờ đờ đi làm tạp dịch. Còn một bên nữa là quốc lộ chạy về những tỉnh tận cùng đất nước — hằng ngày, những chuyến xe đò, xe hàng hối hả lên xuống đem lại cho chúng tôi một chút cảm tưởng đổi thay khuấy động lan man. Hôm nào không thấy xe lên hay xuống — đường bị địch phá — chúng tôi biết là đơn vị sắp có việc làm.

Vì ở gần phi trường, nên những đêm địch pháo kích vào phi trường, chúng tôi nghe rõ tiếng rít ghê rợn của đạn đạo trên đầu, và lần nào cũng có vài ba trái đạn đi lạc lọt qua vòng rào doanh trại chúng tôi. Nên chúng tôi thường nói giỡn : «Đáng lo ngại nhất là ở chỗ tụi nó bắn dở quá, mình chẳng biết đâu mà đề phòng.» Cũng may là trải qua mấy trận pháo kích hú họa của địch, đơn vị chưa có người chết hay bị thương.

Những đêm địch pháo kích, thành phố để lộ một bộ mặt lạ hoắc và kỳ bí đến độ rùng rợn. Đèn tắt, còi báo động rú lên dằng dặc, sôi réo, lính tráng từ các nơi trong thành phố túa chạy rầm rập về doanh trại, đạn bích kích pháo liên tiếp gào xé trên không trung như một đàn rắn lớn, nện mạnh xuống mặt đất tung toé, những mảnh vụn kim khí chém lồn rồn trên mái tôn, tất cả trực thăng trong phi trường lìa khỏi mặt đất, rồi sân trại rộn lên vì tiếng khua chạm của vũ khí, nón sắt, tiếng kêu réo từ các giao thông hào, tiếng chỉ huy và cả tiếng chửi thề, và hẳn nhiên, tiếng đập dồn dập của trái tim trong lồng ngực từng người. Pháo binh bạn trả lời dữ dội, trực thăng soi đèn pha xuống những địa điểm khả nghi ở những đám ruộng kế cận thành phố, nã đạn đại liên và rốc-kết. Trong khi đó, tại một phía khác của thành phố, lại vang rền tiếng súng dòn dã của một trận tấn công đồn gấp rút, quyết liệt — địch hay dùng chiến thuật dương Đông kích Tây... Cuối cùng, chúng tôi được lệnh hỏa tốc truy kích địch, những đoàn quân xa rầm rộ rời doanh trại chạy về hướng đạn đi. Vậy là trọn đêm, chúng tôi bì bõm trong sình lầy, nổ súng lẻ tẻ. Thường khi chúng tôi đến không — kịp địch chuyển súng đi qua từng trạm ngắn, theo lối chạy tiếp sức — nhưng có một lần, chúng tôi truy được vị trí súng của địch, hạ năm tên và tóm một chú. Truy kích địch trong trường hợp này hết sức vất vả và hú họa — mục tiêu phỏng đoán, bóng tối, lùm buội, sình lầy... — địch có thể đã phân tán mỏng, tay không tà tà trở về nhà, ngủ ngáy pho pho, thành thử nhiều đứa trong chúng tôi lầm bầm chửi thề luôn miệng : « Tao mà gặp được tụi bây...» Nhưng lần mò ra dấu địch, sau một cuộc chạm súng ngắn ngủi, lựa thưa thuộc loại «trước mua vui», nhìn năm cái xác không hồn nằm phơi trong ruộng nước, nhìn gã tù binh khiếp đảm, chúng tôi thấy rõ mình không hề giận dữ như đã tưởng tượng mấy lần khác, cũng như vừa tưởng tượng trước đó không lâu. Gặp địch, đánh xong là thôi. Chúng tôi vẫn không phải là những kẻ thù hằn.

Sinh hoạt trong thành phố và nhất là trong doanh trại hết sức làm nhàm, đều đặn và lặng lờ như một dòng nước tê lười. Những cuộc hành quân thường thường diễn ra không quá mười ngày liên tiếp, cuối cùng cũng chẳng pha đậm thêm được bao nhiêu sôi động trong đời sống loãng nhạt của chúng tôi. Tất cả rồi trở thành thủ tục — cả đến những hiểm nguy và cái chết, cái chết nói chung, cái chết của bạn hữu, của kẻ địch và của dân chúng. Đồng lầy nước ngập mênh mông, lau sậy hoang dã, có khi lội cả ngày trời không tìm được nơi khô ráo ngồi nghỉ chân, đỉa rắn muỗi mòng thét rồi không còn là những thù nghịch ghê khiếp mà mặc nhiên được coi như những quen thuộc sầu thảm của chúng tôi. Về mùa mưa, bầu trời u u, hạ thấp như tấm mền sũng ướt, mây rất sai và chẳng trôi đi, kinh rạch nước lớn tràn bờ, ngày đêm không mấy khi trời ngớt gió, những ngọn gió tưởng chừng bất tận thổi ù ù trong lau sậy vật vờ, mặt trời chẳng xuất hiện, ánh nắng mơ hồ dã dượi, khiến cho tôi có cảm tưởng đang đi trong một thiên nhiên mới tinh của thời kỳ tạo thiên lập địa. Chiến tranh dồn dập, sau mỗi cuộc hành quân, chúng tôi chỉ được ở lại hậu cứ hai ba ngày — thời gian vừa đủ để tắm rửa, đi nhậu một vài chầu, chơi điếm và ngủ vùi để lấy lại sức. Nhờ những khổ cực về thể xác, đầu óc chúng tôi đỡ bị cồn cào bởi những ý tưởng quàng xiên. Máu chảy, máu chảy hằng ngày, những người quen biết lần lượt được đồng bạn khiêng lên trực thăng tải thương. Những nỗi buồn không sụt xuống thấp lắm và những niềm vui cũng chẳng trồi lên cao lắm, mọi sự điều trầm trầm.

Nên ở đây, chúng tôi yêu đời một cách xót xa, yêu đời một cách quyết liệt. Mặc dù thành phố co rút lại và hết sức bỏn xẻn về thú vui, chúng tôi cũng có đủ cách để làm đầy những ngày giờ rảnh rỗi loanh quanh trong thành phố. Như những buổi tối chúng tôi lái xe chạy lòng vòng trên mấy con đường hiếm hoi và ngắn ngủn — những con đường mà người ta có thể đi qua hết với độ mươi mười lăm phút chạy xe. Hoặc túm năm túm ba, chúng tôi la cà ở những hàng quán — trong thành phố chỉ có vài ba hàng quán mở cửa cho đến giờ giới nghiêm. Thường chúng tôi nói rất nhiều mặc dù không có chuyện. Nói xong nhiều khi không nhớ mình đã nói gì. Ngôn ngữ cũng có cái mầu nhiệm là che khuất thực tại và ngày tháng đi qua...

Căn phòng tôi ở chỉ cách bức tường khám đường một lối đi hẹp vừa đủ để mở ra cánh cửa sổ nhỏ. Ngay bên kia bức tường là trại giam nữ phạm nhân. Mỗi ngày ba bận, sáng trưa chiều, các nữ phạm nhân đồng ca bản nhạc : *Quyết tâm diệt Cộng. Quyết tâm diệt Cộng. Đồng bào ơi, chung sức cứu giang sơn...* Các giọng hát chệch choạc, giọng đi trước, giọng chạy sau, giọng cao ngất, giọng lè tè, giọng the thé, giọng khàn khàn, mỗi giọng một bè hỗn tạp rối loạn như một nùi lải đũa đeo nhau ngọ nguậy lung tung. Tuy vậy, cái màn văn nghệ tạp lục này cũng giúp vui cho chúng tôi không ít. Không cần phải lắng tai theo dõi, chúng tôi cũng có thể nhận biết hầu hết những giọng hát đặc biệt quen thuộc. Có hôm trời mưa, ngại đi ra ngoài, chúng tôi, căn cứ vào mỗi giọng hát, suy đoán bàn cãi sôi nổi về tuổi tác, dáng dấp của người hát, và chúng tôi vẫn ao ước có dịp vào thăm trại giam nữ phạm nhân trong giờ trình diễn đồng ca để nhận diện ăn thua.

Vào khoảng tháng chín tháng mười, trời giông biển động liên miên, thành phố chợt náo động lên vì những bầy chim từ ngoài hòn bay về tị nạn — thành phố này ở cách biển mười lăm cây số đường chim bay. Nhất là khu vực doanh trại chúng tôi là nơi có rất nhiều cây sao, cây dầu cao lớn, già có tới hai trăm năm lại càng náo động. Đủ các loại chim bay xa — cò, diệc, vạc, kên kên, thằng nông, già sói, chó đồng — tụ tập rần rần trên những ngọn cây, kêu gào inh ỏi và ỉa trắng mặt đường. Trong những ngày này, trời đất đã xao xuyến, rộn ràng, sự xuất hiện càng lúc càng đông đảo của những bầy chim lại làm cho thành phố thêm phần bồn chồn bứt rứt như người chồng chứng kiến cảnh người vợ chuyển bụng đẻ con so. Trên một thành phố hằng ngày bơ phờ, hiện tượng bất thần này gần như đã trở thành một ám ảnh siêu hình đè nặng chúng tôi. Tiếng chim kêu gào động trời dậy đất làm cho đầu óc chúng tôi căng thẳng, bần thần, tưởng chừng mình được chứng kiến một cuộc dời đổi rộng khắp của thiên nhiên. Khổ hơn nữa, những bày chim này còn bay lượn qua lại không ngừng, làm chật bầu trời thành phố, giũ xuống vô số những con mạc li ti như hạt bụi cắn đốt chúng tôi nổi ngứa đỏ mình. Thành thử chúng tôi chẳng tài nào đứng yên hay ngủ được. Cuối cùng, chúng tôi được phép nổ súng bắn đuổi lũ chim đi. Liên tiếp mấy ngày, trong thành phố như đang xảy ra một trận giặc nhỏ, lũ chim mới chịu vơi bớt trong bầu trời. Những con chim bị bắn rơi, có loại thịt ăn cũng ngon ngon, nhưng nhiều quá đâm ngán. Mấy người lính trong đơn vị có sáng kiến lượm xác chim về làm khô để ăn lần trong những ngày hành quân.

Ở đây, cái chết thường xuyên ray rứt chúng tôi, ngoại trừ những lúc chúng tôi đang đương đầu với cái chết — điều mâu thuẫn đáng suy ngẫm là sự tranh đấu thảm thiết cùng cái chết giúp cho con người tạm quên đi cái chết của chính mình. Chiến tranh có nhiều cái chết hết sức kỳ lạ. Kỳ lạ đến độ những tên vô thần nặng bóng vía nhất trong chúng tôi rồi cũng phải tin nơi số mệnh — một cách thức phòng ngừa chứng bệnh đau đầu. Vừa cười nói đó, bỗng lăn quay ra chết tốt sau một tiếng nổ không ngờ, cái chết vô duyên và lang thang chọn lựa. Chúng tôi cũng quan niệm như bất cứ ai : Đạn tránh mình chớ mình không tránh đạn. Cũng như không bao giờ chúng tôi dám tự cho là mình đánh giặc giỏi. Chúng tôi đã mất hết tự tin ở quyền năng tài trí của con người. Cái chết có thể khuất phục chúng tôi trên mỗi bước vô tình.

Còn nhớ một lần đụng trận, đơn vị chúng tôi bị mẻ mất mười bảy đứa con. Con số mười bảy mạng thương vong, nếu đọc thấy trên tờ báo, giữa những hàng tin chi chít khác, chắc chắn không phải là một con số đáng kể, nhưng nếu nhìn thấy tận mắt một xác chết thôi, thì con số một đó nhất định là một con số vô cùng lớn lao không gì so sánh được. Trời mưa tầm tã cả tuần liền, và trận chiến vẫn còn tiếp diễn quyết liệt, nên phải gần hai ngày sau, chúng tôi mới mò được mười bảy cái xác đồng đội từ các mương rạch mang về. Mười bảy cỗ quan tài chưn nhang xếp hàng trong nhà đậu xe. Vì tình trạng hư rữa của xác chết nên đưa về đến hậu cứ là phải tẩm liệm ngay, không thể để chờ thân nhân người chết tới nhìn mặt. Hôm sau, thân nhân người chết hay tin mới tới nơi quây quần trước mỗi cỗ quan tài. Gia đình của một người chết nọ gồm có cha, mẹ, vợ và năm đứa con. Một người lính hướng dẫn gia đình này đến trước một cỗ quan tài, chỉ và nói : «Anh đó.» Hai người đàn bà rồi năm đứa trẻ lăn ra khóc kể như mưa bấc. Trong khi người cha — một người đàn ông — lại đứng ngẩn ngơ hồi lâu rồi quay sang hỏi người lính : «Mà cậu có chắc đây là con tôi không ? » Lẽ dĩ nhiên, người lính quả quyết : « Chắc chớ bác. Lúc ảnh bị bắn lật, con nằm bên cạnh ảnh, con gỡ tấm lắc tên của ảnh, và cũng chính con phụ giúp bỏ ảnh vô hòm mà. » Người cha gật đầu nhè nhẹ khi người lính dứt lời, nhưng khuôn mặt già cả nhăn nhúm của ông vẫn không trôi hết vẻ ngẩn ngơ và ông cứ đứng lặng. Đến khi sắp sửa hạ huyệt, giữa một hòa âm khóc kể bi ai rộ lên, ông già lại hỏi một người lính khác đứng gần : « Quả thiệt là con trai tôi đây phải không cậu ? » Khuôn mặt ông lúc bấy giờ vẫn không thoáng gợn một chút gì gọi là xúc động. Không thể tưởng tượng được . . . Người lính trả lời : «Chớ bác tính coi còn ai vô đó nữa giờ.» Ông già nghe xong, ngẫm nghĩ hồi lâu, rồi nước mắt mới khởi sự chạy dài xuống đôi má hóp.

Một hôm, đơn vị tổ chức lễ khao quân. Dàn chào, diễn văn, thăng thưởng, tiệc tùng và trình diễn văn nghệ vào chập tối. Biến cố trọng đại này đã được đơn vị sửa soạn từ một tuần lễ trước. Sân khấu dựng lên ngoài trời, lều bạt căng sẵn để phòng mưa, hậu trường là một chiếc *G.M.C.* mui trùm kín mít đậu sát đít vào một bên hông sàn gỗ. Mấy hàng ghế lưa thưa trưng dụng của các phòng, đặc biệt dành cho quan khách và sĩ quan. Ban văn nghệ trình diễn thuộc Tiểu Đoàn Chiến Tranh Chính Trị. Chương trình gồm những món ăn đã hôi ê được xào nấu lại : trong đời lính, thế nào mỗi người cũng đã thưởng thức ít nhất một lần một chương trình tương tự. Còn về thực lực đào kép thì hầu hết những ban văn nghệ dã chiến đều có thể ví như những hồ tắm để cho họ tập bơi, chờ đợi thời vận xông ra biển lớn. Tuy nhiên, mọi người vẫn nao nức hưởng ứng — ở đây, chúng tôi thèm khát ra khỏi thực tại trầm trầm vây hãm ngày ngày, ra khỏi được tấc nào hay tấc đó. Tôi ngồi nhìn những quân nhân nhạc công và những diễn viên ca sĩ lần lượt xuất hiện trên sân khấu — tôi không theo dõi chương trình liên tục mà chỉ theo dõi khuôn mặt dáng điệu những người này. Tự dưng, tôi cảm thấy từ tận cùng tâm hồn rằng mình gần gũi với họ và trong một giây, sự chua chát dâng lên đầy nghẹt cổ họng tôi : có lẽ họ cũng mang nặng mặc cảm thua thiệt như mình, có lẽ họ cũng ôm ấp ước vọng bay cao trong một vùng huy hoàng ngây ngất. Anh đâu phải ngồi nơi đây, cô đâu phải đứng nơi đây, lẽ ra anh đang độc tấu trong một hí viện vương giả trước một quần chúng sang trọng lịch sự, lẽ ra cô đang trình diễn tại một kinh thành rực sáng giữa một đám đông mê hoặc phục tùng. Nhưng bây giờ anh phải ngồi nơi đây, cô phải đứng nơi đây — những ước vọng phai tàn với tháng ngày âm thầm chồng chất, không thực hiện, không khi nào thực hiện ; sự chờ đợi quá đỗi mỏi mòn để không còn là sự chờ đợi nữa. *Đành vậy*, hai chữ cuối cùng của một đời người, chúng ta đã buông xuôi, anh thấy không, cô thấy không ? Tôi thương xót các người như thương xót chính mình. Tôi thông cảm sự bất lực, sự cằn cỗi của các người. Bây giờ, một nốt nhạc đánh sai, có lẽ anh chẳng buồn để ý, một câu hát lạc nhịp, chắc hẳn cô không màng biết tới. Các người đã mất hết tương lai, còn nói chi đến tinh thần cầu tiến nữa. «Để tiếp nối chương trình văn nghệ hôm nay...» Một tràng vỗ tay xã giao đại lượng nổi lên lác đác như tiếng đại liên bắn cầm canh của một xạ thủ thiện nghệ. Tiếng trẻ con cổ võ la hét ầm ĩ, chen lẫn tiếng huýt gió chát chúa của một gã lính ba gai nào đó. Một cô gái vóc dáng mảnh mai, mặc đồ trận rằn ri, tóc kiểu *Sylvie Vartan*, khuôn mặt sáng sủa nhí nhảnh, hiện ra trước máy vi âm, cúi chào khán giả, rồi chiếu thẳng tia nhìn xuống khán trường, một tia nhìn bén nhọn lạnh lùng, và hoàn toàn bất động như có ý yêu cầu đám đông phải lắng dịu. Tôi thấy thích thái độ thách thức ngấm ngầm quí phái đó. Tôi nghiêng đầu hỏi đứa bạn bên cạnh : «Em nào vậy ?» Hắn đáp : « Quỳnh Vân hay Vân Quỳnh gì đó.» Đám đông rồi cũng xẹp xuống. Bài hát bắt đầu : anh anh em em, tiền tuyến hậu phương, áo chiến giày đinh, hoa cài mũi súng, nhớ thương chờ đợi... Bài hát ru dỗ người nghe trong một cơn mê thiếp chập chờn, giả tưởng và rất đỗi bần thần — có lẽ vì ngay trong lúc bị ru dỗ, chúng ta vẫn ý thức rõ ràng đó chỉ là một cơn mê thiếp giả tưởng. Giọng hát của nàng không dở, đó là một giọng hát ân cần, thành khẩn đến độ đau đớn nghẹn ngào, một giọng hát có hồn và đủ sức vượt qua dễ dàng hai bát độ ; chỉ cần một chút kỹ thuật và một chút thời vận, dĩ nhiên, nàng có thể trở thành một ca sĩ cọ giá ở Saigon. Tuy vậy, giọng hát nàng không lôi cuốn tôi bằng đôi mắt nàng, đôi mắt chất chứa tinh nghịch và để lộ một chút khinh bạc dịu dàng. Đôi mắt đó... Chợt đôi mắt đó mở to và sáng rực trong trí nhớ mù mờ của tôi như hai chấm đèn trong sương sớm. Quỳnh Vân ? Quỳnh Vân nào ? Cái tên lạ hoắc này nàng lượm được nơi đâu vậy ? Phụng. Phụng.

Tôi rời ghế, bước vòng ra phía sau chiếc xe *G.M.C.* dùng làm hậu trường. Bài hát chấm dứt. «Để đáp lại tấm thịnh tình của quí vị...» Một bài hát nữa trỗi lên. *Let's twist again*. Tôi nhìn trong khung trống cánh gà thấy nàng hò hét, nhún nhẩy, quay cuồng, hạ thổ, vặn vẹo cần máy vi âm. Thiệt là thảm thương. Càng thảm thương hơn là nàng lại biểu diễn hết sức hăng say, quá mức lương tâm nghề nghiệp. Tôi không thể không nhớ tới một đứa bé gái chừng chín mười tuổi, con của một người mù đánh đàn ăn xin. Đứa bé gái đó ốm yếu, dơ dáy, quần áo rách rưới, bôi hai cục son đỏ lòm nơi má như trái cà chua, người cha hom hem với mái tóc khô cháy, để dài tận ót, đánh đàn — một cây tây ban cầm sai tiếng và tróc lở — đứa bé gái *luýt* lăn ra trên vỉa hè thành phố, nó cũng ưỡn ngực, ngoáy mông, làm đủ mọi thứ. Không hiểu ai dạy nó như vậy. Cha nó mù làm gì biết mà dạy nó.

Điệu nhạc đứng lại trong cơn bão hò reo cuồng nhiệt của đám đông bất kham. Phụng đi vào hậu trường, ngồi xuống băng xe, mở bóp rút khăn tay chậm mồ hôi ướt dính tóc mai. Tôi bước vào chỗ sáng gần nàng, kêu nhỏ : « Phụng. » Nàng lục soát khuôn mặt tôi hồi lâu rồi mừng rỡ bật dậy : « Anh Tiến, trời ơi, sao anh có mặt ở đây ? » Tôi hỏi lại nàng : « Còn em, sao em cũng có mặt ở đây ? » Rồi chúng tôi cùng cười xòa như ngày xưa, hễ gặp những câu hỏi khó trả lời, chúng tôi cười xòa để thông qua. Tôi phác tay chỉ lên sân khấu, hỏi : « Em còn phải làm gì nữa không ? » Nàng lắc đầu. Tôi đề nghị : « Vậy mình ra phố chơi đi. » Nàng cầm bóp, lặng lẽ đứng dậy. Tôi nắm tay đỡ nàng bước xuống xe. Đặt chân xuống đất xong, nàng nói : « Cám ơn anh. » Ngừng một giây, nàng nói thêm : « Em nhảy xe nhà binh quen rồi, anh thấy không ? » Tôi dắt nàng bước len lỏi giữa đám con nít lô nhô, đi ra một chiếc xe *Jeep* đậu gần cổng. Tôi lái chầm chậm trong thành phố bắt đầu sửa soạn giấc ngủ. Trên những đỉnh cây, gió thổi rì rào như giải lụa lang thang. Tôi ngừng xe trước một quán nước nhà sàn. Khách hàng đã thưa thớt ; chúng tôi chọn một cái bàn ở phía ngoài ngó xuống mặt nước. Theo sự dẫn dắt của liên tưởng, chúng tôi kể cho nhau nghe chuyện nhà mình kể từ khi chúng tôi xa cách nhau. Nỗi ngậm ngùi không thể ngăn cản bủa vây và kết hợp chúng tôi. Đối với những kẻ không hề mãn nguyện về cảnh sống hiện tại của mình như chúng tôi, dĩ vãng quả là điều rất đỗi nhọc nhằn khi nhớ lại.

Phụng là người cùng tỉnh với tôi. Nàng nhỏ hơn tôi hai tuổi và học dưới tôi hai lớp. Từ mấy đời, hai gia đình chúng tôi vẫn giao du thân mật với nhau, chưa kể những cuộc hôn phối giữa nhiều người trong hai họ chúng tôi càng ngày càng siết chặt hai gia đình chúng tôi trong một tỉnh nhỏ vốn thưa người, ít chuyện. Hai đứa chúng tôi gặp gỡ nhau hằng bữa. Tình thân giữa chúng tôi hết sức tự nhiên vì nó bắt nguồn từ thuở ấu thơ, tự nhiên đến độ cả hai gia đình chúng tôi dường chư chẳng ai nhìn thấy là chúng tôi khác họ, khác phái và chúng tôi đã lớn khôn, khiến cho chính chúng tôi cũng không nhìn thấy nốt. Là đứa con độc nhất trong một gia đình đã mấy đời giàu sang, Phụng kiêu kỳ như một con ngựa giống quí. Nàng sai khiến hay cưỡng lại kẻ khác bằng mắt nhiều hơn bằng lời. Mặc dầu nàng không hề cố ý, đôi mắt nàng lúc nào cũng ánh lên một chút trịch thượng khinh mạn — từ tấm bé, nàng đã quen được người khác tuân phục hay nuông chiều. Nhưng lạ một điều là thái độ kiêu kỳ của nàng không những đã chẳng đẩy lui kẻ khác mà trái lại còn thu hút họ vây quanh nàng vì hiếu kỳ cũng như vì tự ái.

Năm tôi vào Đại học, gia đình tôi vì sinh kế, dọn về ở một tỉnh miền Đông, và mối liên lạc giữa hai gia đình đã hoàn toàn bị cắt dứt từ đó. Cha mẹ nàng lần lượt qua đời, ruộng đất phố xá không còn sanh lợi, ngôi nhà thừa tự giao cho người dì độc thân già cả điếc lác ở trông nom. Nàng nói : «Ngôi nhà đó, anh nhớ khong bây giờ chỉ còn mặt tiền thôi, chớ bên trong, cột kèo mối mọt ăn rệu hết rồi, chưa biết ngày nào xập xuống nữa.» Ngôi nhà đó dựng lên từ khi ông nội nàng ngồi tri phủ ở tỉnh, cột cửa chạm trổ rồng phượng, nền đá tảng cao gần một thước, nằm ẩn trong một cái sân sâu rộng trồng rất nhiều cây kiểng, con đường từ cổng đi vào lót gạch tàu đỏ, lâu năm chầy tháng mòn lõm như lòng tay, mái ngói lợp âm dương đã ngã màu đen và có những búi cỏ cổ trầu, những túm cây chùm gởi mọc bên trên... Phụng nói thêm : «Biết bao giờ em mới cất được ngôi nhà khác ?» Tôi làm thinh nhưng trong thâm tâm, tôi hơi ngạc nhiên sao nàng còn nghĩ được đến tương lai — tương lai xa vời và khó khăn không tưởng tượng nổi. Đêm càng khuya — ghe thuyền dưới sông đã tắt ngấm đèn đóm — đêm như được khoét sâu thêm trong bóng tối vô cùng tận. Và câu chuyện càng đưa chúng tôi đi sâu vào quá khứ — con đường hầm không lạ không quen trong núi đá lờ mờ ánh sáng lân tinh. Chợt Phụng nói, mắt nàng rực lên như cố gắng soi tỏ quá khứ : «Sao hồi đó anh không chịu nói yêu em ? Anh còn nhớ buổi tối trời mưa trong nhà thủy tạ không ?» Thật tôi không ngờ Phụng còn nhớ buổi tối đó ; một chút ngượng ngùng và một chút thích thú pha lẫn làm nóng những huyết quản của tôi. Buổi chiều, trời đã xẩm tối, chúng tôi đi dạo ngoài vườn về phía bờ sông, một cơn mưa bất thần đổ xuống, hai đứa chạy vào đứng trú trong nhà thủy tạ, cơn mưa nặng hột và ầm ĩ, Phụng đứng dựa cột ngó ra mặt sông mù mịt, những hạt bụi nước li ti bay đậu long lanh trên mái tóc nàng như một đêm hoa đăng, hơi ấm từ người nàng tỏa ra nồng nàn quyến rũ, tôi kéo nàng sát vào người tôi và hôn nàng. Nàng chọc mạnh tia nhìn vào đôi mắt tôi, lặng thinh một cách khó hiểu. Xong, nàng đẩy nhẹ tôi ra, tia nhìn bí hiểm vẫn không rời khỏi mắt tôi, tưởng chừng muốn chiếu suốt tâm hồn tôi, rồi nàng tiếp tục nhìn ra mặt sông và vẫn giữ chặt sự lặng thinh mà lúc đó tôi cảm thấy như là một sự khinh miệt hỗn hào. Tôi rời nhà thủy tạ lầm lũi đội mưa đi về. Mấy hôm sau, chúng tôi lại gặp nhau và tuyệt nhiên không ai mở miệng nhắc tới chuyện đó. Tôi nghĩ rằng có những con đường định mệnh kỳ lạ, tiếp cận và song song với nhau nhưng vẫn không chịu trùng lẫn. Tôi nói ngập ngừng : «Hồi đó, anh không nói yêu em vì sợ mất em.» Tôi bật cười, nói thêm : «Dầu vậy, anh vẫn mất em như thường.» Phụng nghiêm mặt, hỏi; « Có thật là anh mất em không ?»

Tôi đưa Phụng về khi thành phố sắp sửa giới nghiêm. Sân khấu đã tắt đèn lặng trang. Chợt Phụng nói, giọng khuya khoắt như trong cơn mê loạn : «Có ngày em sẽ nổi danh, hát ở những phòng trà sang trọng tại Saigon, kiếm được thật nhiều tiền, cuộc đời sẽ cõng em trên vai. Chừng đó dĩ nhiên, em sẽ thôi không nhẩy *tuýt* nữa.» Tôi siết chặt tay nàng, ngẫm nghĩ hồi lâu rồi mới nói : «Em can đảm lắm, anh tin là em sẽ thành công. » Tôi buông tay nàng ra, nói tiếp : «Còn anh anh sẽ cố gắng lập công to, lên tướng để được cầm nhiều quân, đánh những trận lớn.» Rồi tôi bật cười khan, một cái cười thật độc ác với chính mình.

Vài tháng sau, tôi bị thương nhẹ nơi đùi trái, và chiến thương làm dáng này cũng đóng đinh tôi trên giường quân y viện hơn hai tháng. Khi xuất viện, tôi được thuyên chuyển về một đơn vị khác, làm việc văn phòng, rời bỏ tỉnh nhỏ đó của miền Tây. Cứ ít lâu, tôi lại đọc thấy ở trang sau các tờ nhật báo tên họ, cấp bực những người bạn quen trong khung dầy đậm như những nhắc nhở đau nhói của thời gian và nơi chốn đã đi qua.

Tô Thùy Yên

Còn ở những phụ trang sân khấu kịch trường, mãi tôi vẫn chưa tìm gặp sự xuất hiện của nữ ca sĩ nào tên gọi Quỳnh Vân.

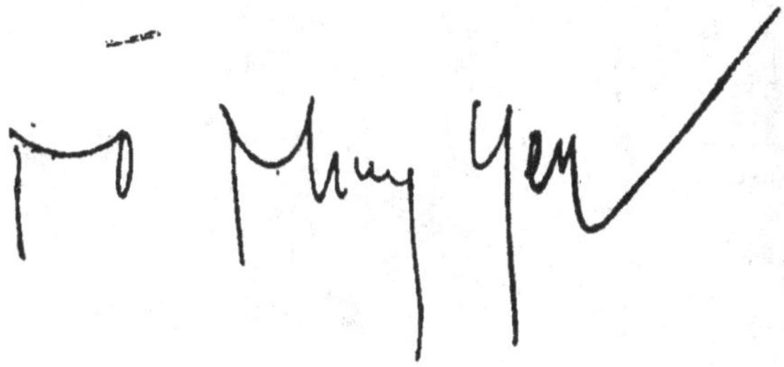

TÔ THÙY YÊN

TÔ THÙY YÊN

TRẦN THỊ NGH.

TIỂU SỬ

Tên thật Trần Thị Nguyệt Hồng, *sinh ngày 18.4.1948 tại An Xuyên, Cà Mau.*

Đã học Đại học Luật khoa Saigon và Văn khoa Huế.

Cộng tác với các tạp chí Văn, Vấn Đề . . . Truyện ngắn đầu tiên đăng trên Vấn Đề năm 1970. Tập truyện đầu tay đang in : Những Ngày Rất Thong Thả.

QUAN NIỆM VỀ TRUYỆN NGẮN

Không có câu trả lời (ghi chú của Nhà Xuất Bản).

Về Truyện Ngắn «NHÀ CÓ CỬA KHÓA TRÁI»

Không có câu trả lời (ghi chú của Nhà Xuất Bản).

TRẦN THỊ NGH

Nhà Có Cửa Khóa Trái

Thử tưởng tượng một người đàn ông đứng tuổi, đứng đắn. Một người đàn ông sắp sửa bốn mươi tuổi, có vợ, có địa vị và tiền bạc. Không lý tưởng sao, tuyệt vời nữa. Một hôm chàng nói với tôi :

— Em dám bỏ trốn với anh không ?

Tôi nhìn chàng nghi ngờ :

— Chưa có cuộc ngoại tình nào thành công cả.

Chàng hỏi :

— Ngoại tình là gì ?

— Là một cố gắng tuyệt vọng.

Chàng có vẻ tâm sự :

— Có khi chung thủy cũng là một cố gắng tuyệt vọng.

Tôi kêu lên :

— Vậy chứ ngoại tình là gì ?

— Là yêu một lần nữa mà không cần phải cố gắng.

Tôi chịu chàng có lý. Hôm đó chúng tôi đi chơi xa lần đầu. Xe qua khỏi Đập Đá vào Vỹ Dạ. Chàng ngâm nga, giọng ấm :

Lâu quá không về thăm thôn Vỹ
Nhìn nắng hàng cau nắng mới lên...

Nắng thật. Nắng lướt trên những tàu cau xanh mượt, rộn rã chói chang. Mặt sông Hương như có trăm nghìn mảnh chai vỡ lóng lánh, những ngôi nhà rải rác dọc đường tường cổng im lìm trong cái vẻ quan liêu rơi sót, những bụi tre xanh mát, những con đường nhỏ um tùm cây lá dẫn xuống bờ sông, thềm đá dưới mé nước... Tôi đã nghĩ thầm chàng thật thi sĩ, chàng vẫn có cách nói chuyện ví von rất duyên dáng và khả năng liên tưởng của chàng thật bén nhậy bất ngờ. Chàng thuộc nhiều thơ tiền chiến, biết nhiều về địa lý nước nhà cũng như nguồn gốc các di tích lịch sử. Chàng thực tế trong công việc, nhậy cảm trước mọi hoàn cảnh và mơ mộng trong tình yêu. Đó là một người đàn ông có tâm hồn và biết liều lĩnh, biết ngoại tình. Sau đó, như cao hứng bởi cảnh trí thanh bình và tươi mát trước mắt, chàng luôn miệng ngâm thơ.

Xe ra cửa Thuận. Trời vẫn trong sáng cho tới hai giờ rưỡi rồi đột nhiên đổ mưa. Cơn mưa mịn màng làm trời đất trắng xóa như được phủ một lượt tơ mỏng. Ở một đoạn đồng trống chàng dừng xe lại, sát mé ruộng. Chúng tôi hôn nhau. Cái hôn đầu tiên chưa kịp đoán trước hay chuẩn bị dù sao cũng đã làm tôi thất vọng chút ít. Tôi quệt nước bọt trong tay áo và chàng có vẻ bồn chồn khi nhìn thấy cử chỉ đó. Tôi không biết, lúc ấy tôi khinh chàng. Tôi nói : À, thì ra ! Chàng tỏ vẻ không hiểu. Tuy nhiên sau đó chàng vẫn hôn tôi hoài.

Trên đường về chúng tôi ngừng lại một quán lá, gọi bia và khô mực nướng thay cơm trưa. Chàng nhìn mưa lướt trên mặt đường nhựa bên ngoài, dáng đăm chiêu. Tôi bày tỏ thiện chí :

— Thú quá nhỉ !

Chàng chỉ gật đầu. Hai người vì thế không nói thêm gì với nhau cho đến lúc xe trở về phố. Chàng không nhắc gì về ý định rủ tôi đi trốn nhưng có vẻ muốn hẹn với tôi một lần gặp khác. Để cho không khí đừng căng thẳng quá, tôi làm bộ bắt chước giọng ngâm thơ rên rỉ của chàng :

— « Anh cứ hẹn nhưng anh đừng đến nhé !... »

Chàng cười lớn, gượng vui thích trước bộ tịch tôi. Chàng không biết thật ra trong thâm tâm tôi cũng đã muốn như vậy hết sức. Tôi không muốn gặp lại chàng.

Buổi đi chơi đầu tiên như vậy không có dấu hiệu gì tốt. Những lần sau gặp nhau tình cảm của mỗi người có phần khả quan. Tôi tỏ ra sẵn sàng hơn, chuẩn bị hơn trong những lúc đón nhận chàng. Trong khi đó chàng cũng có cái vẻ chu đáo không kém. Nếu dan díu với đàn ông có vợ là tội lỗi thì đó là một thứ tội lỗi rất quyến rũ. Tôi bị lôi cuốn lúc nào không biết. Ít lâu sau chàng đưa tôi về nhà.

Đó là một căn phòng thuê, thuộc phần trái của một tòa nhà lớn gồm nhiều gian cho thuê. Căn phòng dẹp lép tối thui, diện tích khoảng 2m50 x 10m50, trang trí theo chiều dọc. Chàng ít khi ở nhà nên cửa trước luôn khóa trái, và vì vậy đi từ cửa sau sẽ nhìn thấy theo thứ tự : bàn rửa mặt, nhà vệ sinh chung với nhà tắm, giường ngủ cỡ lớn, kệ sách kê ngay đầu giường, tủ đứng nằm ngang đậu lưng với kệ sách ngăn chỗ ngủ với gian trước, một chiếc tủ khác mới hơn kê sát tường tiếp theo đó, bàn viết, tủ lạnh. Tất cả những thứ này đều nằm hẳn phía bên trái ; bên mặt là lối đi, hẹp khoảng 4 tấc, dọc theo tường có giăng giây thép để vắt quần áo, khăn lông. Riêng gian trước đối diện với bàn viết và tủ lạnh là một bộ ghế thấp, gồm 4 cái bọc đệm kê xoay quanh một cái bàn nhỏ, làm nơi tiếp khách, uống trà, đọc báo, nghe nhạc... Ngoài cùng là cửa trước, khóa trái. Nguyên dãy cửa sổ dọc theo thành tường bên phải đều được đóng kín mít, che thêm giấy bồi bên ngoài. Phòng phải để đèn luôn vì không có ánh sáng.

Cửa sau bước xuống mấy bậc tam cấp, rồi cách một khoảng sân xi măng là nhà bếp. Trên bếp những cái lò dầu ám khói nguội lạnh. Chị giúp việc còn nhỏ tuổi, kẹp tóc, mặt rỗ hoa mè, da đen xám, răng sún. Chị không phải nấu ăn thường nên suốt ngày nằm chèo queo trên cái giường sắt cũ trong góc bếp, hoặc giặt ủi lờ lững như phim quay chậm. Chỗ ở của chàng nhìn chung có vẻ gì cầu thả tạm bợ, dù thế đã được chàng giới thiệu như một tổ ấm thâm niên.

Ngay ngày đầu tiên tôi bắt gặp trong tủ đứng những chiếc áo dài cũ, máng chung với những bộ đồ lạnh của chàng, đồ ngủ và nịt vú xếp ngăn nắp ở ngăn trên cùng. Trên bàn viết, lẫn với mớ sách báo bừa bãi những bức thư nét chữ mềm mại quấn quít. Chàng không giấu giếm nhưng ghét giải thích, tôi quan sát im lặng. Không phải tôi tò mò hay muốn xông xáo ngay vào đời tư của chàng, tôi chỉ muốn biết rõ cái chỗ tôi sẽ chung sống với chàng dù tạm bợ hay lâu dài, một căn phòng và chàng, dù thế nào, không đáng gọi là chốn mơ ước sao ? Nhưng trong đó, trời đất, còn quanh quẩn một bóng dáng khác, người đàn bà mà chàng chẳng bao giờ nhắc nhở nói tới dù chính đó là điều khó khăn duy nhất trong cuộc ngoại tình của chàng. Tôi im lặng và chàng im lặng kình địch. Hay chàng sợ mọi cách giải thích của chàng đều sẽ làm tôi khổ tâm ? Hay trong sự im lặng, chàng muốn nói rằng sự có mặt của tôi trong nhà này đã là một cách giải thích rõ ràng sự lựa chọn của chàng ? Dù sao, mọi lý luận của tôi lúc bấy giờ không có gì chắc chắn ; tôi không muốn nói là tôi đang lo âu, như thế tôi có vẻ thất thế ngay từ phút đầu.

Đêm đó chúng tôi yêu nhau. Chàng không ngạc nhiên khi biết tôi còn ngây thơ. Chàng nói không phải sự trong trắng của tôi quyến rũ chàng. Chàng mê sự sòng phẳng của tôi. Trong hơi thở nóng ấm tình ái, tôi nghe chàng nói nhỏ :

— Em...

— Nghĩa là sao?

— Nghĩa là em yêu anh chứ sao!

— Vì sao khi yêu nhau người ta dày vò nhau?

— Để nhớ.

Tôi bấu tay trên lưng chàng. Thật không còn thứ đau đớn nào hơn. Thứ đau đớn để nhớ lại bùi ngùi về sau trong những tình cảm ơn nghĩa. Đêm nóng và mùi mồ hôi trộn lẫn giữa hai người làm tôi bứt rứt cảm động. Chàng khen:

— Em can đảm lắm.

Tự nhiên tôi nói lớn, giọng hờn mát:

— Rồi sao nữa, trời đất!

— Nằm yên...

Tôi thì thầm:

— Nàng sẽ trở lại.

Hai người im lặng sau câu nói đó. Chàng có vẻ khổ tâm. Bây giờ chính tôi là người lên tiếng trước. Sợi dây căng thẳng tự nhiên bị đứt một đầu...

Gần sáng tôi khóc. Chàng dỗ, nín đi em. Chàng nói nhỏ, nín đi em.

Những ngày sau chúng tôi bình tĩnh hơn. Tôi bắt đầu làm quen với các thói quen của chàng. Buổi sáng thức dậy chàng nghe tin tức đài *BBC* trong khi tôi còn ngủ nán trong giường, sau đó cả hai cùng uống cà phê ở cái bàn nhỏ ngoài gian trước (chàng không ưa ăn sáng, dù một lát bánh mì mỏng, tôi nhịn đói theo). Chàng đi tắm và hắt hơi trung bình khoảng 6,7 cái trong lúc xối nước. Chàng thường ra khỏi phòng tắm với cái khăn lông màu xanh quấn quanh cái bụng phệ, người nhễ nhại thơm ngát. Chàng vừa tiếp tục hắt hơi vừa loay hoay với lọ thuốc cạo râu *The Hot One* có lúc hôn tôi khi mồm miệng đầy bọt nóng bỏng. Chàng mặc quần áo, chải tóc, mái tóc ướt chải sát xởn xơ làm khuôn mặt chàng trơ trụi bóng nhẫy. Đôi mắt cận thị không mang kính có những tia máu đỏ mệt mỏi, nụ cười sáng, những hạt tàn nhang phập phồng trên hai cánh mũi. Chàng đi làm lúc 8 giờ rưỡi sau khi đã để lại một nụ hôn thơm kem đánh răng.

Tôi thường ngồi thừ người sau đó, trên cái ghế thấp chàng ngồi uống cà phê khi nãy, hoặc chỗ bàn viết, hoặc ở mép giường, lắng tai nghe tiếng giày chàng đi ngoài hè, tiếng chàng mở cửa xe, đóng lại, tiếng chàng nổ máy xe, chờ máy đủ nóng để de ra cổng, tiếng chiếc xe hù hụ ồn ào như động cơ trực thăng lát sau nhỏ dần, lẫn lộn trong các tiếng động khác của phố xá. Tôi tự nhiên thở dài, bắt đầu dọn dẹp những thứ chàng vất bừa bãi (tờ báo, ly nước, chiếc khăn tay, bộ đồ ngủ, đôi dép...). Tôi tắt đèn, tắt quạt, tắt nhạc, bắt đầu chờ đợi chàng, trong giấc ngủ gà gật lười biếng, trong những dòng chữ vô nghĩa lơ đãng, quyển sách thờ ơ trên tay như để trám một việc làm, một sự trống vắng buồn tẻ đến ngao ngán. Tôi làm bộ tắm gội cho lâu, săn sóc cái cổ cái gáy, lưng ngực tay chân như sửa soạn trang trọng cho chàng một món quà tặng. Tôi uống nước, xuống bếp lóng ngóng xem chị giúp việc lo bữa ăn trưa hoặc tự tay nấu lấy những món chàng thích. Trở lên phòng xem đồng hồ, lắng nghe tiếng xe chàng về, tiếng chàng tắt máy đóng cửa, tiếng giày chàng nghiến trên cát, bước lên bậc tam cấp phía sau, tiếng chìa khóa tra vào ổ mở cửa. Tôi đã làm bộ chăm chú viết một cái thư, đọc một trang sách, theo dõi một cột tin chiến sự, trong tờ báo cũ, để lắng nghe bước chân chàng nhẹ nhàng đến gần, chàng hôn tôi chào hỏi, mừng rỡ.

Chúng tôi ăn trưa ở cái bàn vuông dưới bếp. Những

bữa ăn thường thường có rượu ngọt, hoặc tệ lắm bia hộp. Trong lúc ăn chàng hỏi thăm tôi về buổi sáng ở nhà, em làm gì, em buồn không, em mới gội đầu hả, em có làm *yaourt* thêm không... vân vân..., tuyệt nhiên chàng không đề cập gì tới công việc của chàng ở sở hay về bạn bè chàng. Thỉnh thoảng chàng nhận được thư của nàng, nét chữ trên bì thư mềm mại quấn quít, những hôm đó chàng lộ vẻ tư lự, ít nói (chàng ghét giải thích, tâm sự, than thở) Chàng có cách ăn uống rất hồn nhiên, tôi thường cảm động một cách đột ngột khi nhìn thấy chàng vò vặn đôi đũa kẹp nhúm rau xanh chấm trong đĩa nước kho, hoặc khi chàng cầm ly rượu tu một hơi cạn tới đáy. Chàng đưa chén xới thêm hoặc ăn canh không ở cuối bữa. Tất cả những động tác chàng làm, những thói quen của chàng đối với tôi như một thứ rượu làm nghiện. Tôi muốn hớp cạn cả đời sống chàng. Chàng không biết thế, chàng ghét tỉ tê tỉ mỉ. Chàng chỉ thích nhìn tôi và khen em đẹp, mắt em buồn, môi em đa tình, anh thích em mặc cái áo đó... vân vân...

Sau bữa chàng đứng dậy cầm cái chìa khóa cửa lên nhà trên, hai vai chàng tròn trịa khoẻ mạnh, hai cánh tay bỏ trần, những hạt tàn nhang trên ngực, cổ, gáy, chiếc áo may ô trắng mới nhét trong cái quần tây chưa thay. Chàng đánh răng, ra nằm ở cái ghế ny lông mở dài, tờ báo banh trước mặt lật phật hơi gió từ cái quạt điện *Westinghouse* vặn số 2, chàng nghe nhạc *FM*, trở mình làm các thanh sắt cửa nhau cút kít, chàng ngủ với tờ báo đắp trên ngực, cái đầu ngoẻo một bên vai, chân gác lên chiếc ghế thấp. Tôi yêu cái bộ say sưa của chàng khi ngủ, giống hệt giấc ngủ thẳng thớm của một nông dân nhọc mệt sau công việc đồng áng. Trông chẳng có vẻ trí thức chút nào nhưng được cái vô tư lành mạnh. Tôi thường bỏ ngủ ngồi ngắm nghía chàng, chờ giờ chàng đi làm buổi chiều. Chàng thức dậy lúc hai giờ rưỡi hay sớm hơn, rửa mặt, uống nước, tìm cái gì ăn, khen *yaourt* tôi làm khéo, hôn tôi trong lúc cài nút áo sơ mi hay lúc sửa lại cà vạt, thắt lưng. Chàng nói, anh đi nhé !

Buổi chiều như thế tôi lại chờ đợi nữa, trong những tình cảm rũ rượi, ủ ê hơn, bởi thời tiết oi bức nóng nảy, gian phòng chật hẹp lúng túng. Tôi sẽ tắm rửa, hoặc ngồi hàng giờ săm soi mặt mũi trước tấm gương lớn của chiếc tủ đứng. Có khi tôi bật khóc nức nở không vì lý do gì rõ rệt, rồi thử kẻ chì đen lên hai mí mắt sưng. Tôi trầm trồ say đắm vẻ hoang tàn trên mặt mình, những lúc ấy coi tôi giống hệt một góa phụ. Một góa phụ còn trẻ và xinh đẹp. Tôi sẽ tủi thân với ý nghĩ ấy hoặc tôi sẽ tỉ mẩn so sánh, tưởng tượng về người đàn bà của chàng — nàng là một người như thế nào, tại sao nàng bỏ đi rồi viết cho chàng những lá thư hứa hẹn ngày trở về, tại sao chàng yêu tôi mà vẫn có vẻ như đang dốc lòng mong ngóng nàng, tại sao tôi ở đây chia sẻ may mắn, đánh cắp hạnh phúc nàng ? Cũng có khi tôi rón rén một mình, mở hé cánh cửa tủ nhìn lại những chiếc áo dài của nàng máng trong đó bên cạnh những bộ đồ lạnh của chàng, rón rén và bắt gặp mình vụng trộm nhỏ mọn, một cách tội nghiệp. Sau những giây phút như thế, tôi chờ đợi chàng bứt rứt ân hận, đôi khi quyết liệt hăm hở trong những dự tính mới về những ngày dây dưa tạm bợ với chàng, đôi khi tôi eo sèo tìm cách an ủi mình.

Như thường lệ những ý tưởng của tôi phần nhiều ít khi ngã ngũ hay được sắp xếp thứ tự, minh bạch. Chàng sẽ về trước khi tôi kịp hấp tấp tìm ra một giải pháp nào đó. Chúng tôi ăn cơm tối, và chàng — như thường lệ, không nói gì về một ngày vừa qua của chàng. Có thể chàng để ý nhìn thấy đôi nét hốt hoảng bất thường trên mặt tôi, chàng sẽ hỏi : em giống như mới khóc ?

Buổi tối là thời gian tôi yên tâm nhất, với những tình cảm hoàn toàn về chàng. Và vì vậy tôi sẽ quên hết lo lắng phiền muộn. Chúng tôi thường ngồi ở gian trước uống trà, đọc báo, bàn về thời cuộc, hoặc vui miệng chàng kể cho tôi nghe về tuổi nhỏ của chàng bằng cái giọng chàng cố làm ra vẻ khách quan (chàng ghét tâm sự), nhưng đã có lúc chàng không dấu được những cảm xúc chất phác chân thật. Có đêm chàng mời tôi uống rượu rồi mang thơ cổ ra đọc. Giọng chàng ngất ngưởng, cao hứng. Lúc ấy chàng trẻ hẳn lại, đôi mắt cận thị bỗng lãng mạn và đôi môi mềm yếu của chàng như kích thích hết mọi giác quan của tôi. Còi hụ giới nghiêm và chúng tôi nấn ná kéo dài những buổi tối như thế với những xúc động đằm thắm. Đêm, sau đó đẹp như một cơn mưa, chàng xối lên tôi cơn mưa nồng nhiệt hạnh phúc.

Một thứ hạnh phúc mỏng manh, bùi ngùi. Một sự yên tĩnh đầy đe dọa. Những buổi trưa buổi chiều chờ đợi chàng khốn khổ một mình. Những giấc ngủ sảng hoàng, cánh tay chàng ghì siết dớn dác giữa khuya, tiếng chàng gọi tức tưởi em. Em. Chàng la lớn : Không ! Chàng đau đớn như đang bị hối thúc trong những ý nghĩ ráo riết. Tôi đắm đuối hơn trong hơi hướm chàng, thèm nhớ các thói quen chàng, thương xót tâm tình chàng. Không có những ngày chủ nhật, ngày lễ, không còn những buổi đi chơi xa, những bữa ăn sang trọng ở hiệu, không còn liên hệ bạn bè, gia đình. Bên cạnh chàng tôi quên hết ngày tháng, sở thích. Tôi sống như thách thức với sự dị nghị, phân bua với mọi bất trắc khả dĩ.

Một hôm chúng tôi đồng ý xa nhau. Nàng sẽ về

trong tháng tới giữa lúc cả tôi lẫn chàng đều gần như kiệt quệ. Tình ái là cái gì thật kinh khủng. Cuộc ngoại tình của chàng dần dần chỉ còn là những cố gắng tuyệt vọng, chàng thú thật. Đêm cuối chúng tôi say rượu ngất ngư. Tôi ngả ngớn hát ca dao :

Đồng hồ sai vì bởi dây thiều...
Em xa anh vì bởi sợi chỉ điều xe lơi...

Chàng, mặt mũi đỏ ké đỡ tôi vào phòng trong. Chàng dụi mặt vào cổ tôi, phụ họa :

Đứt dây nên gỗ mới chìm
Bởi anh ở bạc em tìm nơi xa...

Chàng hỏi :

— Ngoại tình là gì ?

— Vừa thôi, cha nội !

Đêm túy lúy, ngây ngất.

Sáng sớm tôi xếp quần áo vào vali. Chàng ngồi cạnh mép giường nhìn tôi đi tới đi lui thu dọn những thứ lặt vặt (bàn chải đánh răng, khăn mặt, kính soi, kẹp tóc, thuốc gội đầu, thuốc ho...). Tôi mang đi hết, không để sót một món. Tôi ghét di tích, kỷ niệm. Chàng ngồi tần mần mớ quần áo lót tôi còn để bừa ở ngoài, hỏi xin :

— Cho anh một cái.

— Cái nào ?

— Cái này. Chàng chọn.

— Cái đẹp nhất của anh đó.

— Anh sẽ đền cho em hai cái mới.

Chàng sẽ quên, hoặc chàng sẽ nhớ tôi trong sự lẫn lộn của thời khắc, kỷ niệm. Chàng sẽ... Không hề gì. Chúng tôi hôn nhau chỗ tủ lạnh. Chàng thoa vòng lên môi tôi một chút nước thơm trong cái lọ con màu xanh hiệu *Old Spice*, loại nước hoa chàng hay dùng sau mỗi lần cạo râu, nụ hôn nóng rát như muối ớt. Tôi hít lấy hít để ngực áo chàng, cánh tay chàng, cổ chàng. Tôi nói :

— Để nhớ.

Cuộc chia tay coi bộ bịn rịn. Trước khi đi tôi nhìn lại một lượt căn phòng. Những sợi tóc còn sót trong chăn gối chàng, chiếc khăn ướt vắt cầu thả trên sợi dây thép, ly sữa uống giữa khuya còn một chút cặn dưới đáy, tờ báo tơi tả nhàu nhượi, mùi xà phòng chàng tắm buổi sáng, mùi *Parazol* quen thuộc trong nhà cầu, ống kem đánh răng vặn vẹo... Tôi nhìn lần cuối và nghĩ thầm, không hề gì, đâu sẽ lại vào đấy khi tôi đã đi, chàng sẽ tiếp tục những thói quen cũ, sẽ chờ đợi nàng. Phải không anh ? Cái ly bôi mình nhấp cạn rồi mà, còn một chút cặn chứ mấy ? Thôi để dành.

TRẦN THỊ NGH.

TRẦN TUẤN KIỆT

TIỂU SỬ

Tên thật là Trần Tuấn Kiệt, *còn ký bút hiệu Sa Giang. Sinh ngày 1.6.1939 tại Sadec. Thuở bé sống lẩn cư ở Đồng Tháp Mười. Mẹ mất lúc lên 8, cha bỏ đi giang hồ; sống với bà ngoại cho đến lớn. Đã có lần cỡi trâu vượt sông Cửu Long từ Đồng Tháp Mười về Sadec. Bị Maroc đánh, rất thù Maroc. Bỏ lên Saigon sống lang bạt lúc 11 tuổi. Học âm nhạc rồi bỏ. Đậu hạng nhứt thổi sáo ở Quốc Gia Âm Nhạc. Sau huấn luyện viên võ Thiếu Lâm ở «Tây Sơn Nhạn». Sống phần nhiều với nghề dạy võ.*

Bắt đầu làm thơ lúc tìm được quyển Việt Thi của Trần Trọng Kim. Được giải Văn Học Nghệ Thuật năm 1969. Cộng tác đầu tiên với nhà văn Nhất Linh ở Văn Hóa Ngày Nay, rồi Phổ Thông, Sinh Lực, Bách Khoa, Văn, Nghệ Thuật, Tiếng Nói...

Đã xuất bản hơn 20 tác phẩm, một số là truyện và võ học, còn đa số là thơ.

Truyện dài : Tiếng Đồng Nội — Sa Mạc Lan Dần — Mê Cung — Màu Kỷ Niệm . . .

Thơ : Thơ Trần Tuấn Kiệt — Nai — Bài Ca Thế Giới, Cồng Gió — Niềm Hoan Lạc — Thần Linh Và Ngục Tù — Lời Gởi Cây Bông Vải *(giải nhất văn học nghệ thuật 1969).*

TRẦN TUẤN KIỆT

QUAN NIỆM VỀ TRUYỆN NGẮN

Khi viết truyện, tôi có hứng hơn làm thơ. Nhất là truyện ngắn. Có thể các nhà văn ngày nay có một thái độ triết lý trong truyện. Viết truyện để phát biểu tư tưởng đã được cô đọng lại. Với tôi, truyện và thơ đều là sự lên tiếng cho Thần Linh và Sự Vật. Không có điều gì nêu lên ý tưởng của chính mình cả.

Về Truyện Ngắn «ĐUỔI BÓNG»

«Đuổi Bóng» *sở dĩ tôi thích nó và gởi cho nhà xuất bản vì đó là một cuộc săn đuổi theo một thứ ánh sáng, một làn chớp ở giữa vô cùng. Tôi nghĩ đó là tiếng vang vọng của Thần Thoại về với xã hội loài người hôm nay. Một xã hội đầy nhân tính nhưng thiếu Thần Linh.*

Đuổi Bóng

Tôi nhớ tất cả mọi sự vật vừa hiện ra kia mà. Tôi cũng nhớ là mình rõ ràng có cắn một trái đào giữa bầu trời hồng bên cạnh một giai nhân kỳ diệu... Sao lại thế nầy, tôi lại đứng trơ vơ ở trong cái bóng cây chơm chơm nầy. Oi bức quá. Tôi cởi phanh áo nhìn ra bốn phía. Ô hay, nàng bỏ tôi ? Nàng có thật chăng ? Miệng tôi còn thơm tho, tôi còn nghe rõ, thở rõ thật đậm đà làn hương nhẹ nhàng nồng ấm của nàng bốc ra. Ở chốn thị thành nào, tôi có thể quay về chứ ? Tôi phải trở lại chứ ? Đường nào để trở lại đây ! Tôi trơ vơ, một bình một bóng. Cái thế giới thần kỳ đâu rồi ? Ở phương xa, ồ lạ lùng ghê gớm chưa, một bầy diều hâu đang bay lên. Tôi chả lẽ đứng đây mãi sao ? Nàng đã dùng một thứ ma thuật chăng ? Bỗng dưng tôi nghe văng vẳng bên tai tôi thấy mường tượng trước mắt hình ảnh tuyệt đẹp, lời vọng thiết tha của nàng — Hỡi chàng hãy đến em, hãy tìm em... đường đi dù gian hiểm, nhưng nghị lực của chàng sẽ thắng, linh hồn chàng sẽ đủ bình tĩnh mà lên đường... Chàng hãy tìm đến em để sống trùng phùng trong giấc mơ vạn đại của chúng ta... Chàng hãy từ bỏ trần gian mà lên đường, nơi gió cát không phải là cõi trú của những linh hồn trong sạch, hãy lên đường chàng ơi. Hãy yêu em, tự ngàn năm qua em vẫn chờ đợi khắc khoải ở trong tòa cổ tháp cô đơn nầy.

Rồi hình ảnh tòa cổ tháp mường tượng ở phía chân trời xa tiếng nhạc thiều huy hoàng trời và một màu trời hồng lam lớt phớt bao phủ một vùng. Hình ảnh Nữ Chúa càng lúc càng xa xôi mờ dần cùng với màu sắc nhẹ nhàng đó trước mắt tôi. Và tôi nhìn rõ thấy hình bóng một lần chớp đang soi qua đám bụi mờ còn lại. Lần chớp ở hướng mặt trời lặn trên một vùng sỏi khô cỏ cháy, màu đất cằn cỗi xám xệt như da người già cả.

Tôi vội mặc nhanh chiếc áo. Mồ hôi vã ra từ ngực như vừa tắm xong, tôi theo đuổi lằn chớp trước mặt. Càng lúc hồ như tôi càng quay trở về... mặc dù tôi tiến bước. Trên đường đi càng nhanh, tôi cảm thấy đường về càng gần gũi. Có lẽ tòa cổ tháp không xa, vì lằn chớp cứ xoắn tít phía chân trời Tây, và bước chân tôi đã vững vàng tiến mạnh : Tôi chưa chồn chân mà lẽ nào tôi không thể đến được cái xa vời huyền ảo đó, cái cõi mà rõ ràng tôi chiêm niệm được vài lẽ buồn vui hoặc đã cảm thấy lạ lùng vì chứng kiến bọn trần gian mê muội nọ. Tôi biết họ câm lặng, họ mê muội có lẽ nào tôi cũng mê muội như họ hay sao ?

Chiều xế bớt sức nóng, tôi nghe bụng đói. Cái đói thường ngăn chặn và làm trở lui nhiều bước tiến, tôi hy vọng rằng ở cái hướng tôi đến, trên đường sẽ có nơi trọ, sẽ tìm được thức ăn. Lúc đói cồn tới tôi chợt thấy hối hận lúc lên đường tôi không hề chuẩn bị mang theo những đồ vật cần thiết, hoặc gạo hoặc muối hoặc lương khô. Đi giữa đường mình mới thấy cần thiết những thứ ấy vô cùng. Mệt nhoài tôi muốn đặt lưng xuống, ý nghĩ mông lung cứ xoắn trong đầu tôi. Những ý nghĩ về nơi đặt lưng nằm xuống hơn là những thôi thúc bước nhanh.

Khi tới một làng nhỏ ở cận quả đồi trọc, tôi thấy xa xa có một vườn đào xanh um. Vườn đào mọc giữa bãi cát nóng, tôi chợt nghĩ ngay đến việc gặp gỡ nàng. Hy vọng có lẽ đó là nơi mà tôi tìm đến. Cái vườn đào giống như vườn đào đã biến mất trong thế giới kỳ ảo của nàng. Tôi cố nhướng đôi tròng mắt đã mệt mỏi lên để nhìn rõ hơn. Trong cây lá đó, làn gió thổi rào rào. Gió như mang đến niềm tin, gió như nhắn gởi, gió như thúc giục mình mau bước đến.

Tôi lần theo bước người đi trên cát. Có lẽ ở đây có người, những dấu chân nhỏ như dấu trẻ con hay phụ nữ. Có lẽ họ vừa mới qua đây, họ để lại dấu chân trên cát.

Chung quanh tôi ngoài khu vườn đào rậm tôi không thấy bóng dáng nào nữa cả. Tôi lại lo âu, tôi lại thấy bơ vơ. Tôi cô đơn lắm. Ở phương xa, bóng tối hầu như những khu rừng cây sầm uất, bao phủ không còn thấy gì, dù là hình ảnh của ký ức, hay tưởng tượng mà ra. Tôi chợt nghĩ tới một cơn bão, có thể xua đẩy tôi nhanh hơn. Tôi nghĩ tới ánh sáng. Tới ánh sao. Tới mặt trăng và mặt trời. Rồi đầu óc tôi điên mê. Lúc tay tôi với vào một nhánh cành rậm, tôi nắm chặt cho khỏi ngã, nhưng kỳ thực thì tôi đã ngã chúi xuống cát. Tôi cố nhìn lên lờ mờ những quả đào lộn hột, không như thứ đào hồng mơn mởn mà nàng vừa cho tôi hưởng... Dù sao cũng đỡ dạ được. Tôi đưa cả hai tay, tôi chới với ngồi lên. Nhưng đành chịu thôi. Tôi đã kiệt lực... và mơ thấy hình bóng nàng. Nàng dỗ nước lay tỉnh và cho tôi ăn một trái đào. Tôi nhớ những ngón tay nuột nà kia và lời sầu hận, xen lẫn lời trao gởi hứa hẹn một niềm yêu đương lạ lùng, hình ảnh nùng diễm đó, không... không bao giờ tôi thấy được tại cõi trần nầy!

Lúc đưa tay nắm được bàn tay nàng, tới lúc sắp sửa ghì chặt lấy vòng lưng, lúc sắp kề môi lên môi, má mịn màng nọ, nàng đã tan biến, và tôi đau xót thấu tim gan. Tôi gọi to, chới với và hồi tỉnh.

Một bàn tay xạm đen nhỏ, rất duyên dáng của ai vừa khép lại chiếc cửa sổ, như đóng khung nơi tôi nằm. Tôi chưa chết ư? Tôi thấy khát nước và tôi gọi lên. Tôi gọi giữa hoang vu. Ôi tiếng gọi tự nhiên chua sót vô cùng. Hỡi loài người, tôi đã bỏ người, tôi đã khinh người, tôi

—

đã định hủy diệt tất cả những tính chất người của tôi mà đi, mà lên đường tìm nàng. Nhưng giờ phút này, tôi kêu gọi... tôi quá cô đơn rồi người ơi ! Tôi quá khao khát nước. Tôi kêu gọi nhưng biết gọi ai đây ! Giữa hư vô — Tôi nghĩ thế.

Thoạt cửa phòng mở, một người đàn bà hiện vào nói to :

— A, ông nầy đã tỉnh rồi !

Bà ta nói dường như để mọi người ở ngoài cái căn buồng nầy biết.

— Bà làm ơn cho tôi chút nước.

— Ông nằm yên để tôi lấy cho. Nằm tĩnh dưỡng nhé ông. Một lát sẽ có cháo cho ông dùng lại sức.

Tôi bỗng ứa nước mắt gật đầu. Tôi khát quá, nói giọng khao khao có lẽ bà ta không nghe, nên tôi thều thào lại :

— Xin bà cho tôi chút nước... khát lắm.

Người đàn bà nghe rõ vội chạy đến bàn rót vào một cái tô lớn, mang đến :

— Đây ông dùng, nước mưa lâu năm đó.

Tôi ực xong tô nước, gật đầu cám ơn, định hỏi xem họ vực tôi vào đây đã từ bao lâu và bây giờ đã mấy giờ, nhưng ê chề mỏi mệt, tôi đành im bặt, cố giữ lại sức.

Trong phòng yên tịnh tôi cố giữ bình tĩnh lắm mới nằm yên được, khỏi chồm dậy. Vì tôi biết nếu tôi chồm lên tức thời sẽ ngã xuống ngay, tức thời sẽ tăng gia mệt mỏi. Tôi ráng để tâm trí yên nghỉ. Không dám nghĩ đến màu sắc của lằn chớp rực, vì nó sẽ hiện lên khuôn mặt kiều diễm của nàng. Nó sẽ thu hút tôi trỗi dậy, lên đường trong lúc còn mê mệt. Nàng ơi nàng đẹp lạ thường ! Lạ thay tôi không thể nào chợp mắt được yên tĩnh sao. Nàng, bóng dáng và thế giới thần kỳ nọ cứ hiện ra chập chờn uyền mộng ! Để xua đuổi những uyền mộng vô cùng đó tôi mở mắt nhìn ra ngoài cái kẽ hở của vách phên. Tôi thấy chập chờn vài tia sáng nhạt, tôi cố nhìn nhưng nó biến mất. Tôi cố tìm nhưng hầu như là đóm bay, vừa chợp tắt đã xa xôi, trả lại cái mênh mông vô cùng của đêm tăm ti. Thời gian lúc nầy thật cần thiết cho tôi. Tôi nao nức muốn hiểu đã mấy giờ đêm, và bao lâu nữa tôi mới được thoát khỏi nơi u tối nầy, thoát khỏi cái vùng bóng tối miên man. Tôi nghĩ về những con đốm bay. Ờ, có lẽ một giây phút nào đó ta hóa thành đốm bay ra ngoài dạo chơi với cây cỏ, có lẽ thú vị biết bao nhiêu !

Nhưng đốm đã bay rồi. Nó không mang lại ánh sáng. Tôi yếu đuối, tôi cô đơn và không dám gọi. Tại sao tôi không dám hét lên. Hay là... ồ, tại sao họ bỏ mình nằm trên giường nầy và không cho mình một ngọn đèn sáp nào cả. Họ sống âm thầm đã quen mình đâu có thể sống âm thầm như thế được. Họ phải thông cảm một kẻ cô đơn chớ. Một kẻ đau yếu, một kẻ lạ lạc đến phương trời, đến khu vườn của họ chớ ? À, mà lạ chưa, sao ta lại oán hận họ ? Họ đã cứu mình mà. Họ muốn cho mình ngủ yên đây mà. Trong bóng tối, ngoài ánh sáng có khác nhau gì đâu đối với họ. Chỉ riêng có ta thôi, căn phòng sao bịt bùng quá đỗi, thu hẹp buồng ngực thở của ta. Mấy giờ rồi ? Ta muốn biết lắm ! Sao thế kia, ta không yên được, ta còn thở đây mà, ta còn biết đây mà, nhưng cái biết hư vô tràn ngập thật vô ích mà thời gian hiện hữu thì quá mơ hồ, vì mà ta biết bây giờ một, hoặc là hai, hoặc ba giờ khuya, ta đỡ xao xuyến vì thao thức biết bao.

Hình ảnh người Nữ Chúa lại hiện lên trong trí não ta. Lẽ mầu nhiệm nào đó ? Có lẽ là kỷ niệm chăng ? Kỷ niệm của những giây phút thần kỳ đã hiện lên một lần tạo thành viễn ảnh xa xăm, tạo thành giấc mơ xao xuyến mãi linh hồn. Hình ảnh của nàng phủ vây ta trong bốn bề u tịch nầy như hình ảnh của Thượng Đế soi rọi, hiện khắp nơi trong niềm tin mãnh liệt của loài người. Ta cứ chập chờn mê loạn mãi, giữa trần gian mạc mạc... giữa cây lá xanh um, hay giữa khoảng không gian nào ngoài cõi đời, ngoài kiền khôn ta còn bắt gặp được thế giới của nàng lại. Cái thế giới kỳ bí kia, ta chưa tường tận hiểu biết, ta chưa nghe rõ âm vang lạ lùng, ta chưa hiểu sự thật... A, có lẽ hình ảnh chói lọi của nàng đã mờ đi đã xóa đi thật nhiều sự thể mà khối óc ta cần biết, tính tò mò của ta cần được thấy rõ ràng. Và cả nàng nữa, ta chưa hiểu rõ lai lịch nàng ra sao, và cái vòng hào quang bao phủ quanh nàng có phải chăng là một màu huyễn hóa cả. Cho tới lúc ta nghe vọng một tiếng gà, tiếng gà báo bình minh thì ta mới yên lòng ngủ được. Nhưng tiếng gà báo hiệu bình minh giữa mê tâm nầy lúc nào sẽ gáy vọng. Ta đã mường tượng nghe đâu đây, nghe từ phương trời Tây... nghe tự hướng Đông, không đúng và không phải ? Đó chỉ là giọng cú rúc chứ không phải tiếng gà. Ôi tiếng gà bình minh bao giờ trổi lại, bao giờ đôi cánh vỗ, đôi cánh tả hữu cùng vỗ một lần... để cho giọng gà kia gáy vang lên giữa vườn đào nầy... gáy vang lên giữa căn phòng tối nầy, gáy vang lên trải dài tiếng ngân trong lòng sa mạc mênh mông nầy ? Chưa, tiếng gà chưa vọng lên, và đôi cánh gà chưa vỗ lên... đôi cánh vỗ thì cát bụi sẽ mù mịt, tất nhiên là cát bụi sẽ mù mịt trước rạng đông, trước giọng gáy vang đó, rồi vẻ bình minh sẽ hiện lên chan hòa...

Ta ao ước ngủ một giấc ngon lành. Thao thức mãi thế nầy sao hỡi nàng, sao hình bóng của nàng ám ảnh mãi lấy hồn ta.

Ta bị vây phủ bởi hào quang với mùi hương sùng diễm kia rồi... ta sắp choáng ngợp đây và... Ở kia cái lần chớp.

Bây giờ thì ta mở mắt thực sự đây, tất cả mọi cửa sổ đã mở toang, khí trời oi bức quá, làm sao đây, ta lại khát, ta lại đói, thân thể ta mỏi nhừ và mộng ảo của ta đã tan biến đi đâu cả. Ta cố gượng dậy. Dù sao cũng phải cố gượng dậy chớ ? Ta một mình mà. Ta có bạn bè đâu, ta có thấy ai đâu. Cát nóng hắt vào mắt ta, gió nóng lùa vào ngực ta, bụi nóng bay mù trời. Ồ ngọn gió nào thổi qua chăng ? Ta khát, ta đói quá chừng trong cái giới hạn quá tầm thường, quá nhỏ mọn của ta.

Bầy quạ khoang đã hiện ra trên nền trời phía Bắc. Bầy quạ khoang hiện nhanh và hầu như bao trùm lấy mặt trời, khiến tối sầm lại một thoáng, khiến tinh thần ta xao động, khiến ta cảm thấy một điều lạ xâm chiếm tâm hồn, da thịt ta đang bị loài quạ rỉa rã rời đây, đau buốt đây. Và mỏm sọ dừa của ta sao mà trống rỗng thế nầy ?

Một giọng cười rất êm hầu như là một tiếng hát khẽ... Ờ phải, đó là một giọng cười nhỏ của người đàn bà, bàn tay bà ta đã cho nước ta uống. Ta nhớ lại rồi. Bàn tay đẹp quá, và lúc mơ mệt, ta không nhìn rõ gương mặt của bà ta. Ắt là gương mặt phúc hậu lắm. Gương mặt của bà tiên hiền, của Quan Thế Âm hiện lên để cứu khổ cứu nạn cho ta chăng ?

Nhưng sao bước chân của người lại nặng nề thế kia. Ta nghe rõ là bước chân đó đang tiến về phía mình, tiến về chậm chạp, tiến về phía cửa cái căn phòng nầy. Ta chờ đợi từng bước chân đó, bước chân mang hy vọng đến cho ta trên chiếc giường nầy.

Những cửa sổ soi rọi tia nắng quá đỗi gay gắt, tôi vã mồ hôi ra và phát sợ những cơn gió khô khan thỉnh thoảng phả vào như hơi thở của mùa hạ. Tôi chờ trong chốc lát, và đinh ninh rằng thế nào cánh cửa phòng, cánh cửa cái của căn phòng sẽ được mở ra. Tôi cố gượng dậy được, dựa lưng và nhắm mắt.

Cái quả lắc khua động, tôi mở bừng mắt ra nhìn. Ở, cửa phòng chính đã mở rồi kia. Tôi ho khẽ để bà biết rằng mình đã tỉnh dậy từ lâu và ngồi lên ở đây. Tôi muốn kêu gọi bà một tiếng nhưng mắt tôi lại nhắm nghiền không mở ra được. Tôi không biết vì sao thế. Tôi cũng không mở miệng nói lên lời nào được nữa. Lạ chưa ?

Một khắc bà để một vật gì lên bàn, tự dưng mắt tôi mở ra được và bắt gặp đôi mắt mờ nhạt của bà, đôi mắt xa vắng hầu như mất thần vì bụi cát phủ nhòa qua tròng mắt.

Tôi bắt gặp một gương mặt đen sạm chữ điền, làn da rám nắng và loang lổ như tổ ong, mí mắt lèm nhèm bên trái, còn bên mặt bà quấn chiếc khăn màu vải nâu phủ sụp xuống đến ngang trái tai, tôi không nhìn được. Gương mặt của người giống như một chiếc lá bàng khô vàng võ, in đậm lên những dấu vết tàn phá chày ngày chày tháng. Bà im lặng một lát, rồi mở lời :

— Tối qua tôi mang cháo đến cho chú em nhưng chú em mê man không biết gì cả, bây giờ tỉnh rồi, vậy tốt lắm đó, có cháo nóng cho chú em dùng đây, đừng ngại gì cả.

— Cháu cám ơn bà lắm. Tôi gượng nói như thế.

Bà xua tay và mang tô cháo đến gần giường, đặt cạnh tôi :

— Mệt ăn vào sẽ thấy khỏe ngay, chú em đừng ngại.

Nói xong bà ngồi xuống cạnh tôi, nhìn tôi từ từ húp những muỗng cháo. Đúng là những muỗng cháo hồi sinh. Tôi cố húp hết tô cháo mồ hôi mồ kê nhỏ ra đầm đìa. Bà ta trao khăn và nói với giọng thương cảm, tiếng nói như bốc dậy lên mối tình nhân loại thương mến nhau lúc hoạn nạn, tiếng nói tôi khó quên được :

— Chú em ở đâu lại đến khổ sở như thế nầy, chú em hãy lau sạch mồ hôi. Chắc bị cảm nắng đó. Ở đây người lạ đến dễ bị nhiều thứ bệnh hoạn lắm. Nhưng không sao đâu, có mồ hôi tươm ra sẽ dễ chịu ngay đó mà. Ráng tĩnh dưỡng và đừng nghĩ gì hết.

— Thưa bà ở đây là miền nào, xứ nào bà cho tôi được biết ?

Người đàn bà lắc đầu :

— Chú em hỏi làm gì cái miền đất nầy, khô khan đá sỏi, quanh năm họa chăng mới có một đoàn người buôn lậu, hay làm việc gì có vẻ mờ ám nguy hiểm đi qua. Họ không làm khó dễ già nầy, và cũng chẳng ai để ý đến vùng cỏ cháy đất cằn nầy mà đặt cho nó một cái tên gì. Cả già nữa, có lẽ già cũng quên cả tên họ của mình rồi kia.

Tôi ngồi nhổm dậy, cảm thấy khỏe một chút vì có chất gạo muối vào người, tôi thấy người đàn bà có vẻ lẩn thẩn, nhưng cũng không muốn để ý đến công việc gì của ai. Tôi im lặng, thì thấy bà ta mỉm cười, nụ cười dung dưỡng như của một hiền mẫu.

Giây phút sau khoảng chừng vài hơi thở, người đàn bà hỏi bâng quơ :

— Rồi chú em định đi về đâu ?

Tôi lắc đầu tư lự hơn lúc nào hết khiến bà ta cười :

— Tôi đoán chú em không phải là một người làm việc mờ ám gì, chú em cũng đừng ngại gì tôi hết. Nếu nay mai thấy khỏe cứ việc lên đường.

— Tôi đi theo một lằn chớp... Ý định của tôi muốn trả lời như thế, nhưng thật là ảo tưởng, thật là mơ hồ, thật là huyền hoặc nếu tôi nói cho bà biết như vậy nên chỉ ậm ừ :

— Tôi đi ngắm cảnh lạc bước đến đây bà ạ. Rồi để cho vui câu chuyện, tôi hỏi thăm đến gia đình. Bà ta lắc đầu chưa kịp đáp thì bên ngoài một đứa con gái độ mười hai mười ba tuổi ẵm sề sệ trên tay nó một đứa nhỏ hầu như còn bú, nó vừa quẹt mũi rãi vừa đặt đứa nhỏ xuống chiếc giường bên cạnh tôi. Nó nhìn tôi trân trối, ánh mắt đượm vẻ buồn bã lắm.

— Đó chúng nó đó, tôi đã lượm chúng nó ngoài bìa rừng ngoài kia. Nơi đám mả loạn của dân làng dưới thung lũng. Ngoài ra không còn một ai nữa. Con lớn đó suýt bị cọp vồ đấy chớ, bây giờ nó gan lì lắm không sợ gì cả, nhiều lúc nó đi chơi rong, nó đuổi theo lũ khỉ vượn mãi trong rừng sâu cả ngày đêm.

Ba bà cháu nói xong từ giã tôi ra ngoài. Người đàn bà bảo phải đi hái củi, đứa cháu được trao cho việc tắm rửa đứa bé. Tôi chắc đâu đây có giếng nước, khi tôi hỏi bà ta lắc đầu và bảo đứa con gái lem luốc trước mặt tôi phải ẵm đứa bé đi mãi vào tít ở trong khe suối khỏi lùm cây khô khan cao chót vót bao quanh tầm mắt. Nơi đó có khe suối trong, huyết mạch của cả một vùng quanh đấy.

Tôi tin ở đâu đây còn có một vài túp nhà của dân miền sơn cước, mơ hồ tôi nghe văng vẳng trong gió có một điệu nhạc khí nào như tiếng chuông mõ công phu.

— Em bé, em dùm đưa tôi ra bờ suối, tôi tắm mát một chút nào.

— Ờ, sao em ngó tôi như vậy ? Em làm y lời bà nọ chớ, em đưa đứa bé nầy ra bờ suối đi, tôi sẽ theo em ngay, mùa xuân gì mà nóng nực thế nầy hở em.

Mặc tình tôi nói, đứa bé vẫn đứng im. Bà nọ thì bỏ đi ra ngoài từ lâu, bà đi mất hút vào cánh rừng rậm, ban đầu tôi còn thoáng thấy hình bóng nhỏ nhoi nọ lang thang, tôi còn thấy màu áo, thứ màu đất đỏ lâu ngày lấp loáng trong nắng. Rồi bóng đó qua khỏi khuôn cửa sổ, tôi không thấy gì nữa hết.

Đứa bé im lìm, cho đến một lúc lâu nó ú ớ đưa tay ra nói gì với thằng bé con. Thằng bé con cười, tôi không biết nó có rõ cái cử chỉ nọ hay không. Nhưng tôi vừa có ý nghĩ là đứa bé gái nọ dường như là bị câm vậy.

Sao nó lại nhướng mắt nhìn tôi. Nó lại đưa tay vẫy tôi kìa. Tôi nghĩ lại — Nó biết nghe thì phải. Nhưng sao nó câm lặng và u buồn thế nầy. Tôi thấy chua xót cho nó quá. Tôi thấy trong lòng nhuốm lên một màu vô vọng vì nó. Thực tốt, nếu mà nó ở trong một xã hội đầy rẫy những hạng người biết nói... Ở đây thì tốt hơn, nó câm lặng, cỏ cây cũng thế. Niềm câm lặng hòa dịu, đồng điệu lắm, có lẽ cả hai đều hiểu được nhau, cỏ cây sự vật, và nó...

Giờ khắc qua tôi đi theo nó, nó đi quá nhanh, vẹt qua cỏ dại, vẹt qua bờ buội, vẹt qua cỏ rậm và chen lấn trong các gốc cây rậm rì, bám víu đầy những rong rêu mốc thếch. Tôi bương bả theo nó phát mệt. Một lát thì ra đến vùng cỏ lau xanh mướt khác hẳn cái khu vườn đào và những luống cát nóng hổi ngoài kia. Tôi nghe một tiếng chim đầu tiên hót. Tiếng chim trong một nhánh hoa màu vàng ở trên chót vót cao vọng xuống ngọt ngào như hơi mát cỏ hoa...

Đứa con gái mặc tình với khung cảnh quen thuộc, nó cũng không cần nhìn tôi, nó vứt thằng nhỏ nằm chỏng gọng trên đám cỏ lún phún bên bờ suối. Thằng bé khóc la mặc tình. Còn nó đi tìm thứ gì đó trong bụi rậm ! Tôi tắm rửa trên giòng suối một lúc lâu, sốt ruột vì nó không trở về. Lau chùi xong, tôi leo lại nơi thằng bé, thấy nó ngủ, quanh nó vài con ong bay vù vù. Thằng bé ngủ vùi trong điệu rít vi vu của bầy ong như một điệu ru êm ái mà mùa hạ vàng riêng dành cho nó.

TRẦN TUẤN KIỆT

TRẦN TUẤN KIỆT

TRÙNG DƯƠNG

TIỂU SỬ

Tên thật Nguyễn Thị Thái, *sinh ngày 15.4.1944 tại Sơn Tây Bắc Việt. Di cư vào Nam năm 1954 và sống ở Saigon. Trình độ học vấn : Đại học. Khởi sự nhập tịch làng văn từ năm 1965 qua sự giới thiệu của nhà văn Võ Phiến với tạp chí Bách Khoa. Sau đó cộng tác thêm với các báo Văn, Vấn Đề, Đời, Diễn Đàn . . . Ngoài lãnh vực văn chương còn sinh hoạt trong các ngành Phát thanh, Truyền hình, Báo chí, Điện ảnh... Tác phẩm đầu tay :* Vừa Đi Vừa Ngước Nhìn, *một tập truyện ; và từ đó tới nay cũng chỉ mới cho xuất bản một tập truyện vì tự nghĩ chưa đủ «chín mùi» để viết truyện dài...*

QUAN NIỆM VỀ TRUYỆN NGẮN

Tuy nhiên, vẫn quan niệm rằng truyện ngắn là một thể tài cô đọng, khó thực hiện và đòi hỏi người viết một sự duyên dáng trong lối kể chuyện — tựa như công việc của một họa sĩ hí họa tài ba.

Về Truyện Ngắn «CHUNG CƯ»

Truyện ngắn «Chung Cư» *dành cho nhà xuất bản được sáng tác trong một hoàn cảnh khá độc dáo. Sáng hôm sau là thời hạn phải trao bài ; tối hôm đó, cơm nước xong 8 giờ tôi ngồi vào bàn viết với ý định kể một câu chuyện tình. Nhưng không khí nơi tôi ở dạo ấy (1970) — chung cư Nguyễn Thiện Thuật — vào giờ đó lại là lúc mà các tiếng động có cường độ mạnh nhất và rồi trong lúc vật lộn tranh đấu cho tâm hồn mình một yên tĩnh vừa đủ để khai thác đề tài dự định, tôi bị lôi cuốn vào việc ghi lại sinh hoạt của chung cư với tất cả sự phản kháng dành cho nếp sinh hoạt không thể phù hợp với tâm hồn người Việt Nam nói riêng và tâm hồn con người nói chung giữa một thời đại máy móc. Và viết xong truyện đó, tôi thấy sảng khoái và nuôi ý định rời chung cư từ đó...*

TRÙNG DƯƠNG

Chung Cư

I

Đến chiều vụ dọn nhà kể như xong. Trong khi Hạo đang lo đóng đinh lên vách để treo vài bức tranh ở nhà ngoài, Nhiên loay hoay thu xếp những vật dụng gồm nồi niêu, soong chảo, bát đũa v.v... vào hai dẫy tủ đóng sát vào tường cách mặt đất gần hai thước, theo hình thước thợ, trong bếp. Người thiếu phụ cảm thấy hân hoan, sung sướng đến độ, có lúc, nàng đứng ngẩn ra giữa những thùng sữa bằng giấy bỏ ngổn ngang trên sàn nhà, trong đựng các đồ bếp núc chưa được xếp ra, tự hỏi không biết nên sắp xếp ra làm sao, với một tâm trạng y hệt như của một đứa trẻ khi được dọn đến nhà mới. Nhưng ở một đứa trẻ, nó chỉ cảm thấy dọn nhà là một thay đổi thú vị, hơi pha tính chất phiêu lưu và hoàn toàn vô trách nhiệm. Còn ở Nhiên, việc dọn nhà lần này là cả một sự quan trọng, một hạnh phúc lớn lao và quý giá mà lần đầu tiên, từ ngày lấy Hạo, nàng có được. Bởi vì, đây là lần đầu tiên vợ chồng nàng được làm sở hữu chủ căn nhà này, một căn nhà vuông vức, xinh xắn, nằm ở lầu hai tại một trong khoảng mười tòa nhà thuộc chung cư N.T.T. Bẩy năm làm vợ Hạo, trên mười lần dọn nhà, đến cái độ nhiều lúc muốn sắm thêm ít đồ đạc cần dùng, Nhiên cũng không dám, vì luôn luôn sống trong tâm trạng phải dọn nhà khiến nàng e ngại. Với Hạo, việc đó đã trở thành quen thuộc. Vả lại, trước khi lấy Nhiên, anh đã quen nếp sống lưu lạc giang hồ, đồ đạc sang lắm là một cái sắc tay trong đựng dăm ba bộ quần áo và mấy cuốn sách gối đầu giường (theo cả hai nghĩa), mà tệ lắm là... trần có bộ quần áo đeo trên người với đôi dép lẹp kẹp ; hôm nào đồ bỏ giặt, rủi có người tới rủ đi chơi, là y như rằng anh phải cáo ốm hoặc bận. Thành ra, việc phải dọn nhà luôn luôn không hề làm Hạo bận tâm. Nhưng với Nhiên không thế được ! Nàng là một người đàn bà, có khuynh hướng về một cuộc sống ổn định, giấc mộng muôn đời của đa số đàn bà. Dù chẳng bao giờ tỏ ra phiền trách chồng về nỗi cửa nhà, nhưng Nhiên đã có những lúc không che giấu được sự chán nản, mệt mỏi. Họ lênh đênh khắp Sàigòn, hầu như khu vực nào của Sàigòn họ cũng đã đặt chân tới, ở qua ít tháng, ít hôm hoặc ít giờ. Nếu có ai nghe họ kể, chắc không tin được, nhưng quả thật đã có lần bấn quá, chưa thuê kịp nhà, họ đã phải trú chân hết hai đêm tại một khách sạn rẻ tiền gần trung tâm thành phố. Đó là lần đầu tiên Nhiên ở tại một khách sạn. Nàng sợ cái không khí sô bồ và nhơ nhớp ở đó, đến độ không dám dời chồng đến nửa bước, sợ nhất là khi phải ở trong phòng một mình, tưởng như lúc nào cũng có thể có người giả vờ vào lộn phòng với một ẩn ý nào đó... Mà nào phải họ khó khăn trong vấn đề nhà ở gì cho cam. Nhiên cho rằng có lẽ tại số vợ chồng nàng nó lận đận, biết sao. Lại được cái anh chồng quá dễ dãi, gì cũng xong. Thuê nhà đấy, nhưng hễ chủ nhà vừa ngỏ ý lấy lại nhà, là Hạo trả liền, để rồi vợ chồng lại khăn gói quả mướp ra đi. Hạo thường an ủi vợ : « Thôi cứ sống tạm ở thành phố này, chịu lận đận đôi ba năm, khi nào yên lành vợ chồng con cái mình về miền quê, hay lên cao nguyên kiếm lấy mảnh đất trồng rau cải, dựng một mái lều, anh sẽ mở một lớp học nhận dăm ba đứa học trò kiểu Cao Bá Quát xưa, sống cũng sướng chán.» Hôm nào vui miệng, Nhiên góp chuyện, đùa chồng : «Nhưng nhất định là anh không bất đắc chí như Cao Bá Quát đấy chứ ? »

Cho đến một dạo khi những gia đình nạn nhân

cháy nhà sau vụ Tết Mậu Thân rục rịch rút thăm lãnh nhà bồi thường trong các chung cư do chính phủ xây cất, mở đầu kỷ nguyên « nhà chung cư » tại nước Việt Nam Cộng Hòa, có nhiều gia đình không ở, vì một số lý do nào đó, bèn gọi người bán lại. Thoạt đầu giá cả tương đối rẻ : từ năm, sáu trăm ngàn đến hai, ba trăm ngàn, tùy theo nhà ở dưới đất, hay lầu Một, lầu Hai, lầu Ba. Dân Việt Nam dễ mắc bệnh phong thấp, hoặc... sớm bị mỏi lưng, chồn gối, nên có khuynh hướng không ưa nhà ở trên các lầu cao. Do đó, các căn ở dưới đất thường đắt hơn cả, và càng lên cao, giá càng rẻ.

Hạo có một người bạn thân hồi trước Tết Mậu Thân, dạo khu B.C., đường N.T.T. còn ở trong tình trạng mới mở mang, anh ta có chiếm được một mảnh đất trên một bãi rác, bèn dựng một túp lều, dựa nhờ vào vách một căn nhà gần đó, bán cà-phê nước ngọt làm vì, theo kế hoạch chiếm nhà chiếm đất theo vết dầu loang, cho đến khi một ngôi nhà gỗ hai tầng được chính tay anh ta chớp nhoáng dựng lên, bất chấp cả các điều kiện nhà cửa của Sở Vệ sinh Đô Thành. « Ngôi nhà » hẹp vanh vanh, chiều dài sáu thước, chiều ngang vỏn vẹn có... hai thước. Nhưng chiến thắng cuối cùng và đáng kể nhất của anh, là treo được một cái bảng số nhà và lấy được một cái sổ gia đình tại khu đó. Kịp khi vụ Tết Mậu Thân xảy ra, cả khu này bị khói lửa liếm sạch trong đó có « ngôi nhà » kỳ dị của anh ta. Rồi khi khu đó được tái thiết xong với những tòa nhà chung cư rất khang trang, mát mắt đứng sừng sững vững vàng đầy vẻ mời gọi, anh ta, lúc đó đã phiêu bạt nơi khác làm ăn có chiều phát đạt, chợt nhận ra mình còn giữ được tấm sổ gia đình độ nào, bèn vác nó về và rút thăm lãnh được một căn, trong chung cư, nhưng anh khóa cửa bỏ đó, không ở.

Tình cờ gặp Hạo, người bạn thân của thuở hàn vi lưu lạc giang hồ, và nghe Hạo cho biết về tình cảnh của mình, anh ta bèn cho Hạo mua lại căn nhà chung cư của mình, với điều kiện trả góp, đến khi nào hết thì thôi, với giá ba trăm ngàn.

Và thế là Hạo đương nhiên trở thành chủ nhân ông của một căn nhà trong chung cư. Khỏi phải nói Nhiên sung sướng đến mức nào, bởi vì đối với nàng, như thế có nghĩa là từ đây chấm dứt kiếp Do Thái lang thang, như thế có nghĩa là từ đây, Nhiên có thể sắm sửa, bày biện tổ ấm của gia đình nàng thế nào, tùy thích, như thế có nghĩa là từ đây, nàng bắt đầu thấy được cái mộng ước muôn đời đàn bà của mình trở thành thực tế, không còn là một chuyện viển vông nữa. Nếu dân Do Thái coi *Palestine* là Đất Hứa, là Thánh Địa của họ, thì căn nhà chung cư cũng là một thứ «Đất Hứa» của Nhiên vậy. Tuy nhiên, để làm vui lòng chồng, Nhiên đã nói : «Dù vậy, khi nào yên lành, em vẫn theo anh lên Cao nguyên hay về miền quê, để cùng anh thực hiện giấc mộng của một Cao Bá Quát... không bất đắc chí. Căn nhà này, sẽ để cho con cái mình chúng ở, đi học, anh nhé». Hạo chỉ cười. Dầu sao, đây cũng là một dịp dừng chân nghỉ ngơi cần thiết. Hạo nghĩ đến việc cầm bút viết lại, một việc mà anh đã tạm xếp lại một chỗ, vì mắc kế sinh nhai và... dọn nhà liên miên.

— Em nghĩ gì mà đứng thần người ra thế ?

Nhiên giật mình quay lại. Nàng chợt bẽn lẽn khi thấy chồng đứng ở hành lang dẫn xuống nhà bếp. Nàng có cảm tưởng chồng đã đọc được những ý nghĩ và cảm xúc của mình. Nàng nói lảng :

— Em... chắc phải cho bớt bát đĩa đi, anh à...

Nàng thấy ngay sự lố bịch của mình. Cứ làm như

mình nhiều bát đĩa, lắm không bằng, dù sở thích của mình là sưu tầm bát đĩa, đồ sứ v.v... Lẽ ra mình phải nói : Em phải sắm thêm ít bát đĩa nữa để bày cho sướng, cho đã, mới phải.

— Các con chạy đi đâu rồi, anh ?

— Chúng nó đang bận «khuấy phá» các ngõ ngách, xó xỉnh của «con tàu» này.

— Con tàu nào, anh ?

— Đó chỉ là một cách ví von. Em không thấy mỗi tòa nhà chung cư với những hành lang chạy dài bao quanh nó, giống như một con tàu chở hành khách, đấy sao !...

Vặn nước rửa tay, Hạo bảo :

— Anh đói rồi. Mình đi ăn tiệm bữa nay chăng ?

Nhiên dẫy nẩy :

— Sao anh hoang thế ! ? Em đã mua sẵn thức ăn từ sáng. Để em làm cơm, mình ăn mừng nhà mới luôn, chẳng hơn à ?

Hạo vừa lau tay vào chiếc khăn bông, vừa nói :

— Em muốn thế, cũng được... Làm lẹ lẹ lên, anh đói quá rồi đấy.

Nhiên khẽ « dạ » một tiếng, rồi thu xếp đồ đạc và lôi chiếc bếp cồn ra.

Có tiếng bát đĩa chạm vào nhau từ các căn khác vọng lại và tiếng trẻ con khóc, tiếng người nói nghe như sát bên tai, bởi cứ tám căn một chung nhau một khoảng không gian lộ thiên cho có không khí, từng cặp căn một đối diện nhau, không vách ngăn, người từ nhà này có thể nhìn sang nhà kia, nhìn lên nhà trên, nhìn xuống nhà dưới một cách... vui vẻ, xum vầy.

Nhiên cảm thấy ấm cúng, thân mật ngay được với khung cảnh mới lạ này.

Một giờ sau, hai vợ chồng Hạo và hai đứa con trai,

một lên sáu và một lên năm tuổi, cùng nhau quây quần bên mâm cơm đặt trên chiếc bàn ăn trong bếp. Ăn trong bếp tuy hơi hẹp, song gọn và tiện hơn. Thằng Tuấn Anh khoe đã cùng với thằng Tuấn Em đi lục lạo khắp các tầng lầu trong « con tàu » này, lại sang cả « tàu » khác nữa làm Nhiên trợn mắt kêu lên :

— Coi chừng lạc đó, con !

Tuấn Anh lên mặt thành thạo :

— Lạc sao được, mẹ, « tầu » nào cũng giống « tầu » nào hà. Các « ca-bin » đều y hệt nhau hà, chỉ khác ở chỗ có « ca-bin » có ti-vi, máy lạnh đủ hết, có « ca-bin » không...

Nhiên mắng yêu con trong khi Hạo nhìn con vẻ trầm ngâm, thú vị :

— Sư mày thằng Tuấn Anh nhé. Lanh lắm chỉ tổ choắt người, không khá được !

Hạo quay sang vợ :

— Khiếp ! Em mắng con cái giọng gì nghe mà... ghê quá vậy ?

Nhiên cười xòa, lảng sang chuyện khác :

— Mình ở đây, thật tiện, anh nhỉ ! Mưa gió khỏi lo nhà giột. Cống rãnh khỏi lo nghẹt... Chả bù dạo trước ! Em nghiệm lại thấy là chưa bao giờ mình được ở một cái nhà không bị mưa giột, hay cầu cống tắc, chưa kể nhà méo xẹo, thiếu đầu hụt đuôi. Em nhớ hồi mình ở cái nhà dưới Tân Định. Nghĩ lại vẫn còn ớn ! Nhà gì mà thắt đuôi chuột dễ nể ; lại thêm ngay giữa phòng khách mọc lên một cây dừa thân to như thân cổ thụ, trái dừa già khô lâu lâu lại rơi lộp bộp xuống mái ngói. Hôm nào mưa to gió lớn, thân cây vặn tới vặn lui làm sàn nhà muốn tróc vậy đó. Chưa kể chú tắc kè cứ đêm đêm vặn mình kêu, «hết tiền ! hết tiền !»...

Hạo cười, vừa ăn vừa ngó vợ. Nhiên là một người vợ rất dịu hiền và ngoan ngoãn. Chỉ phải tội nhiều lúc nàng nói hơi nhiều, như một đứa trẻ học nói, bạ chuyện gì nói chuyện ấy, líu la líu lô. Hạo cảm thấy vui lây với niềm vui của vợ.

Cơm nước xong, Tuấn Anh lại kéo Tuấn Em đi chơi. Hạo rủ vợ đem ghế ra ngồi ngoài hành lang trước cửa. Anh bàn với vợ mua lấy vài loại cây leo cho leo ở phía trước để nhìn cho mát mắt. Anh cũng nói cho vợ nghe ý định viết lại của mình. Hai vợ chồng nói lan man qua chuyện ở chung cư, về sự thiệt thòi của những gia đình ở tầng cao nhất và tầng thấp nhất. Trời mưa, nhà giột, thì những gia đình trên cùng lãnh đủ, cống cầu có nghẹt hay đường chung cư có lụt lội, các gia đình tầng đất hứng. Mình ở tầng này, vậy là trung bình, anh nhỉ. Thế mỗi ngày hai lần giúp anh đem xe lên xuống vị chi là bốn lần cầu thang, em không ngại à ? Như thế cũng như thể thao, càng khỏe, mà anh. À, tiền nước điện ở đây, mình trả ra sao há ? Điện thì trả theo công tơ ; còn nước thì họ tính theo công tơ chung, rồi chia đều ra từng căn, trả giá đồng hạng. Vậy thì nhà nào xài ít tha hồ mà chịu thiệt, anh nhỉ. Bà bên cạnh bảo em là có người lãnh đổ rác, mỗi căn chịu ít tiền mỗi tháng. Cái nhà bà ở căn 119 quét cầu thang lô này đó. Mỗi tháng họ xin hai chục. Vậy hả ?... Họ tổ chức vậy được đấy chứ, anh nhỉ ? Sao ? Anh đang nghĩ gì vậy ? — Không... à..., anh nghĩ đến một cuốn truyện có bối cảnh là một chung cư...Này anh, em nghĩ nếu tụi nó có pháo kích lại, coi mòi mấy anh ở tầng trên cùng lãnh quá, anh há ? — Chỉ nói dại, cái nhà cô này. Bộ cô cho chúng nó chỉ pháo kích trên đầu mình chứ còn trước mặt sau lưng thì không, đấy chắc ? Hôm nào rảnh, anh với em vô đường Nguyễn Trãi — phải đường Nguyễn Trãi không nhỉ? — tìm đến cái tiệm bán cây đó, lựa vài loại cây leo. Anh khoái trồng mướp. Lá mướp đẹp, trái mướp dài xanh buông thòng xuống dậu, trông thật đã con mắt — Thôi anh ơi, trồng mướp tụi nhỏ đi qua, chúng phá mất. Trồng thứ bông giấy hay bông kèn, tiện lại dễ mọc, không hay bị chết, bị khô. Nhưng việc đầu tiên là hẵng làm cái mái nhà che chỗ hành lang dẫn xuống nhà bếp bên cạnh nhà tắm đã, không có mưa xuống hắt chết — Em chỉ nghĩ đến cái nhà bếp của em thôi hà — Chứ sao. Cũng như anh lo giàn cây trước nhà của anh đó. Anh thấy không, trẻ con chơi ở đây cũng sạch sẽ hơn. Cả một lô những hành lang bọc quanh tòa nhà suốt bốn tầng lầu tha hồ cho các cậu chạy nhé, khỏi lo xe cộ, rác rưởi, bụi bặm...

II

Cứ năm phút một, khi Hạo vừa gờ gờ ngủ, lại có tiếng trẻ con vừa chạy vừa la rầm rập qua trước cửa. Hạo lại lầm bầm trở mình. Cuối cùng, thấy nằm phía ngoài không ồn, Hạo ôm gối vào phía trong, sát lối hành lang dẫn vào nhà bếp. Anh vừa đặt mình nằm xuống giường bỗng khám phá dường như căn trên đầu căn anh ở đang có một cuộc họp mặt gia đình trong bếp. Mọi người tranh nhau nói, cười oang oang. Thêm vào đó, là tiếng rửa chén bát, tiếng trẻ khóc, tiếng máy phát thanh. Đã hơn một giờ trưa rồi. Hạo cần nghỉ trưa để buổi chiều có thể làm việc. Nhưng Hạo không tài nào chớp mắt được lấy một phút.

Bên giường bên, Nhiên đang đọc báo. Thấy chồng thở dài, trằn trọc mãi không ngủ, nàng đưa mắt nhìn anh, vẻ ái ngại, song không dám nói gì.

Bọn trẻ lại chạy qua trước cửa. Dường như có tiếng la của cả hai thằng Tuấn. Hạo bỗng chồm dậy, nhào ra cửa gọi như hét :

— Tuấn Anh ! Tuấn Em ! Về bảo !

Hai thằng bé đang hùng hục chạy, nghe bố gọi, bèn đứng khựng lại, ngó về phía bố nó, dò xét, chờ đợi. Hạo toan la con, bỗng nhận ra gốc cây mướp của anh đã bị đứa nào vặt khỏi chậu kiễng từ hồi nào, cái cây vừa mới nho nhoe leo được hàng lưới thưa đan bằng dây thép che hết gần nửa phần trên khoảng lan can trước nhà.

— Đứa nào... đứa nào vặt cây mướp của ông ! ? Đứa nào ?

Hạo giận đến run cả người, run cả giọng. Tuấn Anh và Tuấn Em ngờ bố gọi về về vụ cây mướp, chúng cùng lên tiếng :

— Không phải con !

— Không phải con, bố. Con... không biết đứa nào. Chắc bọn thằng Vạn bên xóm Đền vẫn qua đây chơi.

Hai thằng bé, mỗi đứa đến đứng bên bố, tay chống nạnh ngó cây mướp, vô tình không dè bị Hạo mỗi tay véo tai một đứa lôi vào trong nhà. Chúng kêu oai oái :

— Bố ơi, đâu phải con vặt !

— Oan con mà, bố ơi ! hu hu... con không biết gì hết !

Nhiên buông tờ báo xuống giường, ngồi dậy :

— Cái gì mà ba bố con làm ồn quá vậy ? Buổi trưa...

Hạo quay lại vặc với vợ :

— Buổi trưa ! Buổi trưa cái con khỉ ! Sao không bảo bọn trẻ thôi chạy, mấy nhà hàng xóm thôi nói, thôi nghe máy hát đi, có được không ?

Nhiên can chồng :

— Thôi mà, anh. Muốn bảo con nó về nhà, thì lựa lời chứ. Sao anh lại... giận cá chém thớt thế.

Được thể, thằng Tuấn Em ngoác miệng ra gào, bên thằng Tuấn Anh chỉ dám mếu máo là cùng. Nhiên dẫn hai con ra nhà bếp.

Còn lại mình Hạo, anh chán nản buông mình xuống ghế sa-lông, đốt một điếu thuốc để dằn cơn giận. Bây giờ thì Hạo thấy tỉnh hẳn ngủ. Một lúc sau cơn giận tan Hạo cảm thấy buồn buồn. Từ ít lâu nay, Hạo dễ mất bình tĩnh, hay nóng giận, không biết vì sao. Trước kia anh nổi tiếng là một người đơn giản, trầm tĩnh. Cái gì đã thay đổi mình đến thế nhỉ, Hạo tự hỏi. Có lúc Hạo nghĩ hay vì đã lâu anh không có dịp đi đây đi đó để thay đổi không khí tù túng của thành phố ? Và vì con người ưa cuộc sống lưu lạc giang hồ của anh không thể thích nghi với một ổn định ? Làm gì ra có được cái lý do lãng mạn đến thế ! Đôi khi Hạo cảm thấy sống bên cạnh vợ con, nhất là Nhiên mà anh thấy cô đơn hơn thuở hai vợ chồng còn lận đận ? Chẳng lẽ anh ghen với vẻ an bình của vợ, với sự thích nghi khá nhiệt thành và say mê của nàng với cuộc sống ở chung cư, với sự am hiểu tường tận đầy thích thú của nàng về mỗi cá nhân riêng tư ở chốn này ? Hay đúng hơn, anh tức vì Nhiên dường như đang bị lôi đi xa khỏi vùng ảnh hưởng của anh, để gia nhập vào cuộc sống ở đây, cuộc sống mà anh chẳng thể hòa mình ? Ngày xưa, vì luôn luôn phải dọn nhà, Nhiên chẳng mấy quan tâm đến hàng xóm láng giềng. Ở đây khác hẳn. Cái bếp trong một căn nhà chung cư, thay vì là chỗ ẩn sâu kín nhất trong nhà lại là nơi để lọt ra ngoài những chuyện riêng tư của mỗi gia đình nhiều nhất.

Hạo dụi điếu thuốc vào chiếc gạt tàn, đứng dậy

sửa soạn đi làm, như một người bị xua đuổi ra khỏi một nơi đáng lẽ phải là chốn yên ổn và ấm cúng nhất.

Sau mấy tiếng làm việc hùng hục, Hạo thấy lòng nguôi nguôi. Anh ân hận đã để mất bình tĩnh hồi trưa, đã nghĩ không tốt về vợ. Anh toan về nhà, sực nghĩ ra hôm nay thứ sáu có cải lương truyền hình, nên ngần ngại. Anh nghĩ bây giờ có về nhà, cũng chẳng được cùng vợ con ngồi trò chuyện vui vẻ trong hòa khí nào. Anh không chịu nổi cái cảnh đã chẳng làm gì được, dù ngồi đọc một cuốn sách, dù muốn nằm nghỉ nghe nhạc êm dịu, bởi vì Nhiên sẽ bị màn ảnh truyền hình lôi cuốn, bởi vì căn nhà sẽ tràn ngập những âm thanh từ tứ phía đổ lại. Đến cái thèm khát được rúc vào xó bếp cũng là điều không được thỏa mãn tại chung cư. Cuộc sống đang bị máy móc và đủ các thứ âm thanh lủng củng xâm chiếm loạn xà ngầu... Từ ngày về ở trong chung cư, Hạo chưa được hưởng lấy một buổi sáng ngủ muộn và thức giấc trong một sự êm lắng trọn vẹn, thanh thoát, trong sáng...

Khi Hạo về đến khu chung cư, đồng hồ đã chỉ mười một giờ ba mươi. Tuồng cải lương đã dứt. Mọi nhà còn chong đèn mở cửa ra vào hoặc cửa sổ, cho thấy mùng chiếu dọc ngang bên trong. Có căn, cả gia đình lăn ra ngủ không trên nền nhà đá hoa lau sạch và đồ đạc duy nhất là một cái tủ đựng quần áo dựng ở góc nhà, với dăm ba cái ghế dựng sát mé tường. Hạo tránh nhìn vào các nhà còn để đèn. Nhưng bước chân của Hạo, tuy nhỏ, cũng đủ khơi dậy sự chú ý của những khuôn mặt hoặc đang cúi trên sách báo, hoặc đang khâu vá... Họ ném cho Hạo những cái nhìn ơ thờ hơi mệt mỏi sau một ngày tranh đấu ngấm ngầm với đủ loại tiếng động ồn ào và cuộc chạy đua vô tận. Có lúc, Hạo thầm ví cuộc sống ở chung cư như một đứa trẻ : ban ngày thật hoạt động, ban đêm thật yên tĩnh êm đềm. Hạo hiểu rằng mình đã tỏ ra quá khắt khe với nó, đứa trẻ ấy.

Hạo dùng chìa khóa riêng mở cửa. Bọn trẻ đã ngủ cả. Chỉ còn mình Nhiên. Nàng đang ngồi giặt đồ. Tiếng giũ và sả nước khua động cả bốn tầng lầu. Ở đây, một căn có người đi vào nhà cầu, là cả tám căn liên hệ tới khoảng lộ thiên chung đều biết do tiếng nước giật cầu. Thường Nhiên giặt đồ sau khi rửa chén bát buổi tối xong. Hôm nay nàng giặt trễ. Tối thứ sáu nào nàng cũng giặt đồ trễ, trừ phi tuồng cải lương trên ti-vi dở quá! Hạo nghĩ có lẽ mình đã bất công với vợ. Cả ngày ở nhà lo việc chợ búa, bếp núc, giặt giũ, nàng có gì để giải trí đâu, ngoài cái ti-vi. Trước kia, Nhiên cũng thích đọc sách. Nhưng Hạo không hiểu sao từ ngày về đây ở, Nhiên không mấy đọc nữa. Anh cũng chẳng có dịp hỏi vì sao. Anh ngỡ rằng mình có thể đã biết lý do tại sao. Dầu sao, Nhiên cũng chỉ là một người đàn bà đơn giản, dễ bị lôi cuốn bởi những thú vui dễ dãi.

— Hôm nay, em giặt đồ trễ vậy?

Nhiên cười, hơi có vẻ mệt mỏi:

— Thứ sáu mà anh! thứ sáu nào chả vậy. Cái ti-vi của nhà nó « nhẩy » quá, anh à.

— Tại thiếu ăng-ten, chắc vậy.

— Anh dùng cơm chưa? Còn...

— Rồi, em.

Một lát sau, Nhiên xếp đồ giũ rồi vào một cái sô, đậy nắp lại, để mai sẽ phơi. Nàng tắm táp qua loa, thay bộ đồ mát bằng hàng nội hóa, rồi tắt đèn lên nhà nằm cạnh chồng lúc đó đang nằm hút thuốc. Hạo dang tay ra cho vợ gối lên tay mình. Họ nằm im một lát. Hạo cảm thấy tâm hồn dịu hẳn đi. Hạo thường làm việc khuya, khi vào giường nằm Nhiên đã ngủ rồi. Rất ít khi họ được hưởng cái thú cùng thức nằm bên nhau như hôm nay, Hạo có cảm tưởng dù sống bên nhau, mà hai vợ chồng có nhiều lúc như lạc mất nhau.

Anh dụi thuốc lá, quay sang vòng tay ôm lấy vợ siết vào người mình. Anh chỉ muốn nằm yên ôm vợ trong vòng tay như vậy. Nhưng người đàn bà lại nghĩ khác. Đôi khi cái ý thức bổn phận ở nàng mãnh liệt một cách thái quá.

Hạo biết vợ chỉ đợi làm xong bổn phận, là sẽ lăn ra ngủ.

Hạo đốt một điếu thuốc khác khi nghe hơi thở đều đều, nhẹ nhàng đầy vẻ yên bình của người vợ đang nằm quay lưng lại phía mình, chiếc gối ôm trong vòng tay, giữa cặp đùi còn vương hơi ấm của cuộc ái ân vừa qua. Trong im lặng của đêm, Hạo nghe cay đắng trong lòng. Hạo có cảm tưởng sẽ có một ngày nào đó, khi cơ hội cho phép họ dời thành phố, dời khỏi cuộc sống bủa vây, ngột ngạt này, chính Nhiên sẽ từ chối đi theo anh.

Lúc ấy, anh sẽ trở thành một thứ Cao Bá Quát bất đắc chí thật sự, một thứ Cao Bá Quát tân thời, chỉ vì chẳng thể thích nghi được với cuộc sống đang đi dần đến chỗ máy móc của những đua chen, vật lộn, của những tòa nhà chung cư hiện diện như những con tàu bị kẹt trên đất liền, với những căn nhà chung cư không một góc, xó an toàn cho một tâm hồn mỏng manh bị đe dọa không ngừng, bởi những âm thanh hỗn độn của ngày và bởi chính cả sự im lặng tĩnh mịch của đêm...

— Cậu nghĩ đến cậu nhiều quá...

— Anh muốn nói... tôi ích kỷ? Tôi bình thường, như mọi người. Tôi thương vợ, thương con, hòa nhã với mọi người, và sẵn sàng giúp đỡ bất cứ ai cần sự giúp đỡ, trong khả năng của tôi. Làm sao có thể gọi như vậy là ích kỷ được?

— Cậu không hiểu ý tôi. Tôi muốn nói, cậu thiếu sự hòa mình với cuộc sống xung quanh. Cậu đặt ra một số nguyên tắc cho cuộc sống của cậu, và cậu bo bo giữ lấy chúng, không chịu linh động hóa chúng đi, khi cần. Muốn sống cho thích hợp với cuộc sống, đôi khi cần phải hy sinh một số nguyên tắc, hay ít ra tỏ ra uyển chuyển trong việc áp dụng chúng. Cậu thiếu cái đó.

— Kết quả ?

— Cậu cảm thấy cô đơn trong xã hội cậu đang sống, cô đơn ngay giữa những kẻ thân yêu là gia đình cậu.

— Tôi đã tập cười, tập tha thứ. Anh thấy đó : tôi lúc nào cũng cười, và sẵn sàng bỏ qua mọi sự.

— Cậu cười, nhưng thật ra cậu đeo mặt nạ có vẽ cái miệng cười, đấy thôi. Cậu bỏ qua, nhưng sự thực như thế đâu có nghĩa là cậu từ bỏ quan điểm của cậu và chấp nhận những người mà cậu tha thứ, mà cậu đã phẫn nộ vì họ, dần dần, mọi người trở nên xa lạ đối với cậu, và ngược lại, cậu hóa ra xa lạ đối với họ.

Vậy tôi phải làm sao ?... tôi phải làm sao bây giờ... Hạo trở mình nghĩ đến ngày mai và những ngày mai nữa. Anh phải làm sao bây giờ ? Nhiên ơi ! Em Thiên Nhiên của anh ơi...

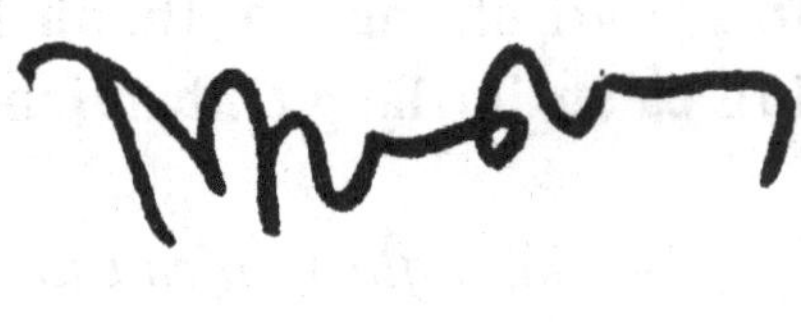

TRÙNG DƯƠNG

TÚY HỒNG

TIỂU SỬ

Tên thật là Nguyễn Thị Túy Hồng, *sinh ngày 12.10.1938 tại Chí Long, Phong Điền, Thừa Thiên. Sống ở Huế và Saigon, ngoài ra không biết một tỉnh nào khác. Nghề chính : dạy học — trường Hàm Nghi (Huế), trường Mạc Đĩnh Chi (Saigon). Bắt đầu viết truyện ngắn* «Bát Nước Đầy» *năm 1961 rồi nghỉ hai năm liền, sau đó mới lắc rắc viết lại. Từ 1969 đến 1973 : lao vào nghiệp viết tiểu thuyết hàng ngày cho các nhật báo. Hầu hết các nhật báo ở Saigon đều có cộng tác một thời gian ngắn. Sách đã xuất bản trên dưới 20 cuốn.*

Các tác phẩm chính : Vết Thương Dậy Thì — Thở Dài. — Tôi Nhìn Tôi Trên Vách — Mùa Hạ Huyền — Những Sợi Sắc Không.

QUAN NIỆM VỀ TRUYỆN NGẮN

Viết truyện ngắn khó hơn viết truyện dài. Mất cũng nhiều thì giờ. Có khi hai ba tháng chưa ra một truyện. Tôi chú ý mạnh đến cách xử dụng từ ngữ và tâm lý nhân vật hơn là tìm cốt truyện và bố cục câu chuyện. Truyện ngắn đòi hỏi nhiều công phu và hy sinh. Tôi chú ý thật nhiều đến đoạn kết. Quan trọng như phần kết luận trong một bài luận ở trường học. Bây giờ, sau khi đã tự hủy diệt rất nhiều ở nghiệp viết thuê cho báo hàng ngày, tôi khó lòng viết lại được những truyện ngắn như những truyện ngắn ở tập truyện đầu tay.

Về Truyện Ngắn «LÒNG THÀNH»

Sáng tác thứ ba của đời cầm bút. Viết xong cái truyện ngắn thứ ba này, tôi mới hiểu tôi và tôi biết truyện này đã gây một vài ngạc nhiên nhỏ chung quanh. Huế và Saigon vẫn cách xa diệu vợi và vẫn còn thấm ướt kỷ niệm cho đến bây giờ. Tôi viết truyện này, tôi làm bài luận văn đặc biệt nhất cuộc đời, khi tôi còn là một cô giáo cấm cung tại Huế. Giờ đây, trên bìa năm 1973 nhìn lui, văn chương của mình không biết có phải đã bước giật lùi ? Làm văn nghệ sao mà thê thảm ? Chỉ có hồi bắt đầu làm mới sung sướng. Tôi viết cái truyện ngắn thứ ba này khi đang vô cùng sung sướng với nhiều hy vọng nẩy từng nụ non.

Lòng Thành

Thưa Bà,

Lâu nay tôi vẫn theo dõi lời của bà trên mục « giải đáp tâm tình ». Bà đã dàn xếp bao nhiêu rắc rối nội tâm. Những người nghe bà giờ đây có lẽ đã bình yên rồi. Hôm nay, tôi xin mạn phép tuần tự kể câu chuyện dài đời tôi và mong bà giúp cho đoạn kết.

Vì câu chuyện ấy có liên quan đến những điều xảy ra trong đời tôi sau này, cho nên mặc dù như thế không được khiêm tốn tôi vẫn phải thưa ngay rằng trước đây bốn năm tôi đã từng là một ca sĩ có tên tuổi ở đô thành. Trời cho tôi giọng hát hay, cái may mắn ấy giúp tôi nuôi sống gia đình.

Nhà cũng có anh, nhưng trong hoàn cảnh cần phải hy sinh này, anh tôi lại làm reo đòi cho có một gia đình riêng của anh. Đàn ông lấy vợ khi nào cũng còn kịp ; nghĩ thế nên cả nhà tôi kết bè phản đối nàng dâu chưa về nhà chồng. Ai mà ưng được người chị dâu biết gần hết chuyện đời ấy, chị nói chuyện liên hồi trước mặt đàn ông. Chị quá tỉnh táo, không bao giờ để lộ cảm xúc lên mặt hay ngập ngừng im lặng trước nam phái.

Mẹ tôi bảo anh : «E hắn nhai mày.»

Anh tôi nổi cộc. Anh đem cả số tiền tháng lương mới lãnh về chặt hai ra, làm mồi lửa. Anh đành đoạn thoát ly gia đình ! Cha mẹ tôi có con trai đầu lòng mà không nhờ được. Gánh nặng trên đôi vai ngang, tôi phải hát đêm ngày. Ở tuổi hai mươi, con gái bây giờ vẫn còn rất trẻ, nhưng lòng tôi thì già đắng lại. Đau buồn trĩu nặng trên mí mắt. Già tự trong lòng già ra. Tôi không có nhan sắc để giúp đỡ cho tiếng hát, cố tránh chuyện buồn để tìm tươi non cho gương mặt.

Tôi theo học nhạc từ năm mười lăm. Trên đầu lưỡi tôi vẫn quen nhảy nhót những tiếng ca rộn rã. Ở chéo khăn tay, trên ngực áo mặc ở nhà, luôn luôn khập khễnh những nét nhạc vui đời. Gia đình níu nhờ tiếng ca của tôi. Tôi đem hơi ca đổi lấy tiền. Các chị em ở nhà đi ra đi vào mòn guốc, ai cũng đẹp hơn tôi cả. Trổi nhất là Thanh, cốt cách chứa trong cái bằng tú tài. Có người mời Thanh đóng phim. Thanh cười. Nó đang chờ ngày làm bà lớn. Trong cuộc sống thiếu điều kiện vật chất nhưng vẫn trau chuốt bề ngoài, dĩ nhiên chúng tôi va chạm lung tung. Lục đục cãi nhau cả ngày từ khi mặt trời mọc cho đến lúc trăng lên. Gây gổ sa đà mê man, quên cả việc đóng cửa gương để phòng hàng xóm. Bao nhiêu tật, bao nhiêu tướng trên người đều bị xoi ra hết. Thật là nhìn ra nhìn vào, đời ở đâu cũng đều thấy khổ. Làm con gái trong nhà này như làm tướng cướp. Thanh hét ra lửa, ngọn đòn của nó bao giờ cũng độc, hạ liền độc thủ trong nháy mắt :

«Đó, đó là chị, chị Liên của tôi đó. Chừng ấy tuổi rồi mà chưa có chồng. Chị tưởng cha mẹ hãnh diện vì chị lắm chắc. Không đi cho rồi, còn ở nhà báo hại mãi. Vẫn biết chị luống tuổi thì sinh ra gắt gỏng, khó nết : nhưng ai dại gì mà làm nạn nhân cho sự khủng hoảng kia.»

Phần tôi, lập đầu công trong gia đình nhưng Thanh vẫn tìm cách hạ :

«Đồ «khôn nhà dại chợ». Cái đồ ca sĩ ưỡn ẹo ra hát bị bọn cao bồi chửi vào mặt cũng phải vuốt mà chịu. Còn về nhà thì... thì...»

Tôi tức giận oằn người. Chỉ có cách nói xấu nó với người ngoài mới trả được hận. Ra đường Thanh đẹp, tinh thần cao.

Tôi mắng lại : «Dù có làm chi đi nữa, ta cũng hãnh diện nuôi mi một phần. Mi là cao-bồi ở nhà cao-bồi vườn, vì mi chửi tao ở đây còn tụi bạn mi ở dọc đường dọc chợ chửi tao trên bục ca. Cân quá.»

Bao giờ gây sự với Thanh, tôi cũng được tiếp sức cả. Các chị ở ngoài mỗi người «thổ» vào một câu làm Thanh hao mòn khí phách. Bao giờ Thanh cũng phải đương đầu với một lực lượng. Thanh cô đơn, nó phải khóc cho sự yếu thế của mình.

«Ai cũng có vây cánh cả, chỉ mình là trơ trọi. Hoàn cảnh dồn mình vào chỗ xấu. Chị Hiền, chị là tiên hiện xuống nhà nầy, chị hát ra vàng mà. Tôi mà đi khỏi cái nhà nầy, khi khuất mắt cái sào huyệt đàn bà là không thèm ngoái lại, không thèm lui một bước. Chị Hiền, được cho chị hơn tôi đi, hiện tại bây giờ thì chị hơn đi nhưng để còn tương lai coi ai đã hơn ai. »

Bao giờ cũng khoe vốn ! Tôi mong cho Thanh đi lắm. Tôi mong cho các chị mỗi người có một «lối đi đưa đến thành La Mã. »

Thưa bà, chị em cứ xáo trộn mãi nên mẹ hằng ao ước gả trụm cả bầy cho một chàng !

Thời gian làm con gái, chúng tôi sống vô trật tự với nhau ; ngoảnh đi ngoảnh lại tuổi ba mươi đã gần kề. Đêm nằm mà nóng gan, nóng phổi. Cha tôi mài miệt xem sách trọn tuổi già để quên lo. Mẹ tôi chơi bài tứ sắc và dạy dỗ con cái. Bà la mắng con nhiều nhất là ba câu, đánh tứ sắc ù được ba ván đầu, còn thì «xỉu» dài. Khi mẹ rầy chúng tôi vài tiếng không nổi, bỏ đi chỗ khác thì lòng nặng trĩu ; khi mẹ phủi áo tan sòng tứ sắc thì «túi rỗng không và lòng cũng rỗng không. » Trong truyện Tàu có anh Trình Giảo Kim ráng được ba búa đầu rồi vác đại phủ co giò chạy, bà có đọc «Thuyết Đường» không ? Mẹ tôi chắc là hậu thân của tướng Tàu đó. Đánh dâu thua đấy. Mẹ muốn thả lỏng cho chúng tôi tự giác lỗi lầm. Có lẽ mẹ tôi bắt chước J. —J. Rousseau mà dạy con, theo gương Trình Giảo Kim mà đánh bài, nên cha tôi mới không giàu sang chăng ?

Thưa bà, đó là chuyện trong nhà, còn chuyện ngoài đường nữa. Cái khổ vì nghề nghiệp mới chính là tai ách. Đi nắng về sương, ăn ngủ thất thường, tôi tự ví mình với « kiếp cò ăn đêm ». Thịt xương hao mòn lần. Trời khuya tê cóng, đường phố nằm yên, chỉ còn mình ca nhi thức, lật đật về gõ cửa nhà mình, lau vội phấn son, lên giường nằm trở mình cho đến sáng. Da mặt ít có dịp trở lại tự nhiên, ngày đêm vẫn chà xát kem với bụi phấn lần lần dày và to ra. Hai lá phổi mỏng mảnh của tôi một ngày kia sẽ bở rệt như đôi cánh bướm. Sau mỗi đêm đại nhạc hội, sinh lực chuyền hết ra cuống cổ, tôi phải ngậm sâm cho ngọt giọng. Người đời ác với chúng tôi lắm. Tôi còn nhớ mãi kỷ niệm hãi hùng đêm đầu tiên ra mắt khán giả phòng trà. Cả một bầy thú rừng la ó, huýt còi miệng, đập phá bàn ghế, tôi co rúm người lại, chới với chụp lấy cổ chiếc *micro* tìm một chỗ vịn đỡ ; bọn ác quỷ rú lên làm sao cho mình dở sống dở chết trên bục ca. Để cám ơn họ mình phải tập trung tất cả sức lực ra hát cho thật hay, uốn người thật dẻo, mỉm cười sao cho lẳng.

Giọng hát độc đáo, kỹ thuật vững chắc, tôi thủng thẳng đi hát và gấp rút thành công. Bà có nhận thấy loài xướng ca của chúng tôi giàu lòng vị tha không ? Mặc người ta gào thét, đả đảo, mặc bọn đàn ông thô bỉ xô đuổi người ca sĩ vẫn nhơn nhơn như không, cố đem cử chỉ đẹp nhất ra khoe, nụ cười khéo nhất ra chìu, ra dâng hiến. Bao nhiêu «anh hoa đều phát tiết ra ngoài », bao nhiêu duyên dáng mặn mòi đều vung vãi dưới ánh đèn màu. Người đời không tốt nhưng mình cứ tốt lại. Mình cần họ, mình phải mất cho họ.

Tôi tuyên bố riêng với các bạn : « Mấy anh chàng ở xa ỉ đông làm tàng... Một khi muốn sống gần với ca sĩ thì chết... Các con của mẹ ơi... »

Tiếng hát của tôi có ngôi thứ rõ rệt. Ngoài lúc trau dồi, tập tành với một vài nhạc sư quen thân, tôi còn phải luyện giọng ca, tiếng ngân. Nghe dĩa vừa thích vừa lợi. Tôi còn một phương pháp nhà quê nữa là rúc đầu hát vào lu nước nghe tiếng mình như ễnh ương kèu. Mình phải tập cách dồn ép hơi trong cổ họng làm sao cho lần lần nghe bớt rồ, bớt xốn tai. Đừng để hở cả hai tai, mình phải bịt kín lỗ tai lại để nghe giọng thật của mình. Phải nghe mình hát để sửa cho mình. Sự tập luyện kéo dài suốt đời ca sĩ. Tôi biết chịu thương chịu khó nên được mến chuộng. Có người bảo tiếng hát của tôi như hiểu thấu lòng người, như an ủi ; đôi khi nghe như vừa khóc vừa hát. Người đời vẫn thích mình làm nũng với họ, lắm khi thật đáng giận đáng ghét : mình hát cho họ nghe mà họ còn ác với mình.

Một buổi chiều mấy chị em tôi đang sang trọng đi làm, có hai chàng ôm nhau trên chiếc *vespa* phanh chậm xe lại, nói vào mặt : « Các em của anh bữa nay đi ăn sương sớm quá ? »

Một chị bạn phản ứng liền : « Quân hạ cấp, ba người... sáu chiếc gót sắt đâm lủng mắt bây giờ. »

Tôi nhủ thầm : « Mẹ rất buồn khi nghe các con nói thế. »

Càng ngày tôi càng « bay » nhiều ở các phòng trà. Họ tranh nhau mời tôi. Tôi «chướng» với họ đủ mọi điều kiện. Vì thiếu những người như tôi cuộc đời sẽ đình công.

... Rồi sự lạ ở ngoài xảy vào gia đình chúng tôi.

Một người mê giọng hát của tôi và mê luôn cả tôi đêm đêm trực ở phòng trà nhưng không bao giờ thấy tận mặt mặt thật của tôi cả. Người ta đánh tiếng muốn nói chuyện với tôi để tìm hiểu. Đó là một sự huy hoàng và rực rỡ : Tiến sĩ vật lý. Xôn xao quá ! Nhưng khi cái xôn xao đã lắng một nửa tôi mới bình tĩnh lại để nghe kể rằng ông nghè vật lý tuổi đã giáp ngũ tuần, tóc mây đã bị thời gian cướp mất một khoanh trên đầu. -

Ông đề nghị đến nhà gặp tôi cho biết. Cả mấy chị em cùng đợi.

Cha mẹ tôi bàn ra bàn vào rất nhiều. Mẹ cứ hỏi đi hỏi lại đến mười lần tôi có bằng lòng không làm Thanh phải bực : «Để còn ngắm dung nhan ông ta đã chứ !» Mẹ tôi chắc lưỡi : «Lấy chồng già như hắn bây giờ thì sướng nhưng về sau phải nuôi con mệt. Đợi đến chừng ấy tuổi mới lấy vợ. Mình nên nghĩ đến sau này một chút... cha già con mọn»

Chị Liên cãi lại . «Ở Mỹ ở Pháp người ta lấy toàn chồng già. Hơn hai ba giáp là chuyện thường. Càng so le càng độc đáo. Tình càng già càng bảo đảm...» Mẹ tôi cười : «cơ chi hắn hỏi con Hoài thì gả liền, cho thêm con Liên nữa, gả một biếu một.»

Thanh cười lộ cả hai hàm răng đều như bắp tươi. Cái lúm đồng tiền thêm duyên trên má bên phải rất sâu. Vẻ đẹp phong phú, khi thôi cười đồng tiền vẫn còn.

Nó nói với tôi : «Bất luận già trẻ lớn bé, ai đáng phục thì lấy. Bọn con nít ở trong nắm tay mình, muốn nắm lại lúc nào cũng được cả. Tụi mình ví như mấy chiếc đò. Đàn ông là những cái neo, neo đò lại, níu đò cho cứng để phòng sóng gió, mà neo thì phải lựa thứ tốt, bằng sắt hảo hạng, sắt tra...»

Diệu, người chị kế hơn tôi một tuổi, đẹp thua

Thanh một ít, hất Thanh ra để khuyên tôi : «Con Hiền có sự nghiệp, thiên hạ đều biết. Mi muốn lấy ai cũng có sẵn. Người tầm thường như tao mới đáng lo... giá trị cứ đánh vào ông chồng... Mi cần chi mà phải ham... Chẳng thà cha mẹ ép rồi mình mới đau khổ mà lấy.

Diệu thích dạy học, tin ở mình. Chị biết mình đẹp, biết món này, món kia, nên biết giá trị của mình từ mọi góc cạnh. Chị nói rất nhiều lần, cho tôi biết ý nghĩ của chị : «Ai mà lấy tao sau này sướng lắm nghe.»

Một bữa chị nhờ thằng em con dì chở *solex* đến trường. Đứa em vùng vằng, Diệu cười với nó : «Thằng này không biết hân hạnh chi cả. Bao nhiêu người sẽ mời tao lên ô-tô của họ. Chừ mi chở tao một bữa đỡ đã...»

Chuyện gì mà vào nhà tôi cũng có thể được bàn bạc suốt năm canh. Tôi muốn ngủ quá rồi, chị Diệu vẫn còn hăng : «Đàn ông bây giờ bần lắm. Họ chỉ cưới ai có nghề nghiệp trong tay. Con Hiền lương to hơn Tổng thống... Nhưng... người đàn bà Tây phương có can đảm lấy chồng già vì bên họ có đạo luật ly dị. Chịu lấy ông lão lúc ấy là nghĩ dài sau này còn làm lại, còn tái bản nhiều lần nữa. Mình mà muốn thay chồng thì chỉ có việc trù cho chồng chết hoặc thuốc...»

Thưa bà, chuyện lấy chồng, dù là lấy ông già đi nữa cũng đáng làm mình xao động chứ. Tôi chuẩn bị chờ đón, gọt rũa những câu sắp nói cho trơ láng. Tôi hoang mang không biết ông ta đến thăm vào ngày giờ nào. Và... mẹ cha đã cố tình làm cho tôi vắng nhà lúc người ấy xuất hiện. Thanh bưng khay nước ra mời khách và Thanh đã làm cho người ta quên rằng người ta đến đây là vì tôi. Qua phút ban sơ mẹ và các chị đều hiểu rằng tôi đã bị loại tuy chưa vào bán kết. Những lần mấy chị em rút vào trong nhường chỗ cho Thanh tiếp chuyện với nhân vật mới của gia đình, chúng tôi nhìn ra đôi lứa ấy mà thấy cả một sự sắp xếp lộn xộn.

Tôi trêu Thanh: «Con Thanh tiếp chuyện mệt lắm nghe. Khi không muốn cười hắn cũng phải bặm miệng cho cái lúm đồng tiền lõm vào. Lỡ quên thì đêm nằm ân hận mãi.»

Sau ngày Thanh lên xe về nhà chồng thì chị Hoài được làm việc với Mỹ, Diệu đi dạy học. Hai phòng trà mời tôi ký giao kèo. Tiền vào nhà tôi như lá mít rụng. Không khí gia đình bây giờ thở ra thở vào thấy khoan khái lắm. Ngoài số đồ dùng và đồ trang sức thời đại, chúng tôi mỗi người trung bình có hai áo lụa mỡ gà để đi dưới nắng Sàigòn. (Thi nhân bắt buộc mỗi người con gái đều phải may áo lụa phải không bà ?)

Tôi cần hát cũng như tôi cần thở. Tiếng hát của tôi bây giờ yên một chỗ nhưng tên tuổi tôi nổi dồn dập. Cái khó là tạo được thanh thế ban đầu. Tiếng tăm tôi cứ nhẹ nhàng đi lên như bong bóng khinh khí. Đúng là thời kỳ tôi làm mưa làm gió. Tôi than với các anh nhà báo là không ai chia xẻ thân phận tôi ra nhiều miếng nhỏ để hát được nhiều nơi.

Danh vọng đón rước tình yêu. Một trung úy quân y, Chinh, đi hỏi tôi giữa gian nhà chật ních bà con bên ngoại. Chinh đến với tôi hoàn toàn lạ hoắc. Và tôi yêu người đàn ông lạ ấy giữa đám đàn ông quen. Các chàng nghệ sĩ tính sai. Ai cũng tưởng đời làm nhạc phải cột liền với đời ca nữ để «anh đặt lời ca nàng đem bán». Tôi gieo cầu vào địa hạt cao tức là đánh lạc thành kiến của họ.

Chinh cao, to oai, đúng với quan niệm về đàn ông của phụ nữ. Cái bằng cấp của chàng thì cày cối súc vật đều thích. Tôi đã đủ mọi chiều ao ước. Trời đất cùng nhau hân hoan !

Các chị phê bình kín Chinh như thế này : « Người cẩn thận, kỹ lưỡng quá... hí ! Chắc là khi cất tiền anh chàng vuốt xếp tờ bạc thẳng lắm, thẳng lắm, ờ ờ anh chàng đút bàn ủi điện ủi cho láng, cho phẳng phiu, cầm lên hôn một cái rồi cho vào hòm».

Cái gì ở đầu lưỡi các bà ấy xuất ra cũng trần ai cả !

Tôi nguyện với tình yêu, lúc quay lưng xô ngã cuộc đời con gái tôi sẽ từ bỏ tất cả, xa sân khấu, lui khỏi địa vị một ngôi sao để làm một người tầm thường. Tôi sẽ giã từ sự nghiệp đang lên, hy sinh tất cả danh vọng để trọn nghĩa làm vợ. Một người đàn bà không thể vừa giỏi bên ngoài vừa giỏi bên trong được. Vì chàng tôi phải ly thân với nghệ thuật. Tên tuổi của tôi phải chết cho lòng thành quấn quýt bên chàng. Tôi không tự hào mình có ý nghĩ to đáng tuyên bố. Bất cứ nữ nghệ sĩ nào gặp được tình yêu chân thành cũng đều làm thế cả. Đó là ơn huệ tối cao cho đàn ông ở thế gian. Ngoài ra chồng tôi giàu và danh giá, tôi cần chi phải đi làm. Chàng nuôi mười vợ cũng còn dư dả.

Nhưng thưa bà, tôi đã làm vợ chàng trước khi hy sinh. Buổi sáng hôm ấy tôi đến thăm Chinh ở phòng trực. Kinh nghiệm còn sơ suất đi thăm người yêu mà tôi đánh phấn nụ và mang áo dài nội hóa. Bản tính hiền khiến mình quên cả. Thứ phấn nụ bằng thạch cao nhồi với bột gạo. Chinh chỉ cúi xuống hôn hai lần là bay cả màu trắng.

Hàng nội hóa, chuyên môn sống lại khi bàn ủi nguội, chỉ một tay âu yếm của chàng đủ vò nhăn nếp. Hàng mình còn một cái bậy nữa là mau rũ, sợi xạc lổng ra lần, làm mình lạc quan cứ tưởng bụng nhỏ lại. Tôi thầm nghĩ đời tư mình không có chi để phải xin lỗi người yêu cả. Có bao giờ tôi chương hình mình lên mặt báo hay bìa nhạc; lạnh lùng với ký giả, lập nghiêm với nam nghệ sĩ, không bao giờ « em, em » với các « chú » bạn. Ngôn ngữ vẫn còn tân. Một bài báo chê dáng đi của tôi cực khổ. Đôi vai ngang gánh vác nhiều. Chiếc lưng dài muốn trườn tới trước như để giảm bớt chiều đi lên của bộ ngực.

Niềm vui trong đôi mắt Chinh đón tiếp tôi ở phòng trực. Chàng kéo tôi ngồi bên ghế nhựa. Toàn thân tôi xao xuyến dễ chịu. Chiếc đùi hằn lên trong ống quần *satin* sáp vào lần vải lính *kaki*. Bàn làm việc của Chinh nhiều sách chữ Pháp. Dưới mặt kính bàn có ba chữ : *dur*, *pur*, *sur*. Lần đầu đến chơi tôi đã chú ý. Đó cũng là một phần nội dung, tâm hồn của chàng.

Tôi mở sắc lấy nho đút cho chàng. Chinh vừa nhai vừa ngậm những cọng tóc mai trên trán tôi. Chung quanh yên lặng, sổ sách, giấy tờ ngăn nắp. Trong phòng trực có vẻ thân mật ấm cúng như trong phòng làm việc của người chồng trong nhà. Chinh nói chuyện rất ít và có duyên. Tôi nhìn xuống vạt áo dài và hỏi :

« Anh Chinh, nếu dĩ vãng của em hắc ám, nếu có người dèm với anh rằng ngày xưa em phải đi gánh nước, thì anh có tin không ? Anh có đi cưới em chăng ? »

Chinh vòng tay qua sau lưng tôi :

« Nếu ngày trước em đi gánh nước thì ngày nay anh có người vợ biết được môn gánh nước... À Thanh đã có tin vui chưa ? »

« Mới nghi ngờ. »

Tôi tháo cái khuy bấm cuối cùng của áo dài ra tránh đường xếp nơi bụng mỗi khi ngồi lâu và ngã người ra đàng sau. Chinh nói đột ngột :

« Em đẹp hơn Thanh, chị Diệu, đẹp nhất nhà. »

« Vì mắt anh chỉ thấy em nên không quen nhìn,

những cái khác dù đẹp. »

Chinh nhìn tôi, nhìn phủ cả người. Cái khuy áo dài bỏ ngỏ. Thứ hàng lót *valisère* mềm mại như da thịt con gái. Bàn tay Chinh lần lần đi dạo trên người. Tôi cảm biết những cái rùng mình của da thịt, hất tay chàng ra thì bị níu đứng lên. Hơi thở dồn lên mặt. Bốn cái môi dán vào nhau liên hoan rất dài. Tôi có cảm tưởng thân thể vạm vỡ của chàng đổ trên người tôi. Những khớp xương và gân yếu đi rã rời. Trời đất loạng choạng trước mắt. Tinh thần, ý chí không còn nữa. Nước mắt và mồ hôi ướt mặt. Gia đình tôi không ai hay biết tôi mắc nạn ở đây cả. Tất cả chỉ có hai người, chuyện gì mà chẳng xảy ra. Chinh đi khóa cửa lớn cửa nhỏ và khóa luôn thân thể tôi lại. Thôi đủ hiểu rồi...

Tai nạn bao giờ cũng kết thúc bằng tiếng tỉ tê của đàn bà. Vết đau đầu tiên có bao giờ lành được. Tôi khóc vì cái quyền làm được mọi sự của đàn ông. Từ đây nhất định đời mình phải dán vào đời chàng. Cuộc sống đã ngã ngũ. Mình vừa ký giao kèo chịu thua.

Những thời gian sau tôi không đến với chàng ở phòng trực. Chúng tôi đi chơi nhiều nơi. Chuyện khó đầu tiên chàng đã qua được rồi đưa đẩy thói quen cho những lần sau.

Chinh giới thiệu tôi với những người bạn mới. Chàng hướng dẫn tôi vào hát trong quân đội. Tôi ngạc nhiên lắm :

« Anh Chinh, em sắp lấy chồng còn bày thêm hát xướng gì nữa... em phải lo giải nghệ lần chứ... Anh đừng chiu em không đúng chỗ. Vì con sau này, vì anh bây giờ, em phải từ bỏ tất cả nghệ thuật. Em không thèm đi hát nữa đâu.

«Hiền vẫn hát khỏe lắm mà.»

Tôi cười :

«Nhưng có chồng thì phải biết coi sóc cửa ngõ chờ chồng đi làm việc về.»

«Em không thông minh một tí nào cả. Yêu em, anh đâu phải ngồi nhìn em, anh phải cảm thông hướng đi của em, anh phải hãnh diện lắng nghe tài nghệ của em tung hoành. Nếu anh nhốt em lại nghệ thuật sẽ lên án anh. Anh không có can đảm cướp em trên tay nghệ thuật. Anh không xứng đáng làm em phải hy sinh cuộc đời đầy hào quang của em. Anh không có quyền chặn đứng danh vọng của em. Bổn phận của anh là thúc đẩy khuyến khích em : Anh tôn thờ em để em tôn thờ nghệ thuật.»

Những lời sốt sắng ấy như dán đôi môi của tôi vào nhau. Lặng đi một lát tôi mới nói được :

«Nhưng từ khi gặp anh, nghệ thuật, người yêu cũ của em, đã tự thấy bất lực, thấy thua sức hắn, nên tự rút lui. Em nhất định ngã trên tay anh... Anh đã thắng trận huy hoàng.»

«Ơn em to quá, anh không dám nhận... Em phải suy tính cho sòng phẳng để sau này khỏi phải ân hận.»

Tôi bỗng bật cười quệt má chàng :

«Nói nghe tuyệt lắm nhưng sau đừng có ghen nghe ông anh.»

Một đêm đang ca hát, bỗng dưng tôi thấy buồn nôn. Gần đây thân thể có phần hư sự. Vòng eo và dưới eo cành ra. Công việc mấy bộ máy trong thân thể bắt đầu sai chạy lủng củng như thể phải chứa thêm một mầm sống nữa. Tôi nghi mình đã «bị» rồi, khi bác sĩ Chịnh dò lại thì quả đúng. Chàng cưới tôi với một bào thai còn non như trứng.

Thưa bà, đám cưới xong, đêm ngày tôi vẫn tiếp

tục ca hát. Chinh thúc đẩy tôi siêng năng đến phòng trà. Chàng không thuộc hạng đàn ông muốn đóng cửa giữ hạnh phúc ở nhà.

Tôi không còn xem việc lấy chồng là một cách tu nữa. Lấy chồng cũng như tiếp tục làm con gái, ca hát liện hồi như lúc xưa. Cha mẹ lỗ, mình còn mệt nhoài người vì đã có một gia đình với một ông chồng. Nghệ thuật và chồng làm tôi tiêu hao sinh lực.

Tôi xin nhắc lại với bà, bất cứ một nàng ca sĩ nào lúc sắp vu qui cũng phải chịu cho nhà báo ít nhất một lần phỏng vấn, đại đề : Lấy chồng rồi cô có thôi hát không ? — và muôn câu trả lời như đúc kết vào một : — Đợi xem tình yêu của chồng ra sao rồi sẽ xét sau.

Chinh từ chối sự hy sinh cuối cùng ấy. Chàng chỉ nhận xương thịt của tôi còn nghiệp dĩ cầm ca nhường cho nghệ thuật. Chinh muốn gửi tôi cho tất cả thiên hạ, chàng không muốn có riêng, có độc quyền một người vợ. Tôi không hoàn toàn thuộc về một người. Tình yêu chung chạ thế này làm tủi mặt cả vợ lẫn chồng. Tôi không chịu nổi. Một cách gián tiếp, chàng buộc tôi phải đi hát cho cả thiên hạ nghe. Tôi cảm thấy rõ ràng mình bị cưỡng bách yêu nghệ thuật. Chàng thật độc tài vô lý. Tôi suy nghĩ nhiều đêm và cảm thấy đau khổ như thể mình bị ép duyên. Đã ghét thì không thể sống với nghệ thuật được. Mình đâu phải là vật giải trí lành mạnh. Đi hát mà cũng bị bó buộc như lúc còn bé phải xách cặp đi học. Các bạn ca nhi vẫn tôn lên ngôi hoàng hậu vì chồng tôi biết trọng tự do của vợ. Khi mình đã ớn nghệ thuật mà còn xông xáo vào các phòng trà ca hát nữa là tự đày đọa mình. Thật là hỗn láo. Đứng trên bục ca nhìn xuống đám thực khách nhồm nhoàm vừa ăn vừa thưởng thức, được nghe những câu đe dọa, những lời nhục mạ thô bỉ, tôi căm thù tất cả, đàn ông và chồng. Ánh đèn thay đổi màu sắc luôn luôn trên da mặt khiến mình cảm thấy vẻ giả dối nhân tạo của mình ; lòng oán giận vu vơ, và cái thai đang mọc tứ chi ở bụng dưới mỗi lúc cứ thúc nhẹ dạ dày tống những chất chua lên cổ khiến tôi vừa ca vừa lợm giọng.

Hát mà không cần biết đến nghệ thuật, dửng dưng lạ hoắc không chút rung cảm. Tôi trực giác cái đà đi xuống của mình. Biết nhưng không có quyền tha cho mình được giã từ trà thất. Chính mình vật lộn với nghệ thuật, với nghề của mình. Tiếng hát sẽ mất hết căn bản.

Tôi ao ước được ở nhà đợi chồng đi làm về. Tôi muốn sống yên. Cứ tất tả lo việc bên ngoài, vợ chồng thật không có thì giờ để thương yêu, tìm hiểu săn sóc cho nhau. Chuyện phục vụ chồng, thờ chồng đối với tôi hoàn toàn xa lạ. Không có thì giờ để thực hành những bài «Gia huấn ca » đã học ở trường. Về nhà tự săn sóc cho mình cũng chưa xuể. Mỗi ngày phải mang hai ba thứ mặt nạ dưỡng da.

Nhưng cuối tháng cầm hơn sáu chục ngàn đồng bạc về nhà tôi cũng không tự hào cho cái công dụng của mình. Chinh ăn lương nhà nước có giới hạn ít ỏi.

Chàng đem tiền gởi hết ở ngân hàng. Chúng tôi có dư bạc nên yêu nhau không cần tiền, nhìn nhau mà cùng nhìn về nhà băng. Chỉ nhìn theo hướng ấy chúng tôi mới cảm thông nhau. Nhưng chính hướng đi ấy đã giết chết lần mòn tâm trạng và sự nghiệp của tôi. Một thời gian không lâu nữa tôi sẽ bị chết chìm trong lãng quên và trong sự ruồng bỏ của thính giả. Tôi tiên đoán sẽ nhìn tận mặt ngày tàn của mình nên muốn « rụng » trước cho rồi.

Bụng còn sát, bốn đường nhíp trên áo dài chưa nao núng, tôi còn phải lăn lộn với nghệ thuật. Cha mẹ và các chị giận lẫy tôi về chuyện không vâng lời chồng chịu ở nhà. Ai cũng tỏ thiện ý giúp đỡ Chinh, dành nhau khuyên răn tôi, Thanh tự lấy mình làm gương để trách :

« Không biết đến bao giờ chị mới hết hát. Chị không biết thương cho thân chị. Chị cũng là người sao chị cứ tự hành hạ, cứ hạ mình cho thiên hạ giải trí. Đúng là đem bán linh hồn cho người ta chơi, người ta thưởng thức. Ngày nào cũng cứ bêu mặt trước công chúng, quá nhẹ thể. Em thì em ở nhà hãnh diện với địa vị của chồng em. Còn chi đau khổ cho đàn ông hơn là chỉ nắm được thể xác của vợ còn tâm hồn thì « muôn sự của chung ». Chị là người của ngoài đường. Ai muốn thương chị cũng được, ai muốn nói hỗn cũng được. Chị coi em, lúc xưa em định học tới cùng. Lấy anh Thân rồi em cũng còn đi học nhưng một hôm em nghĩ lại mình còn đi học là chưa thương chồng lắm, tội cho chồng, chẳng thà đi làm để giúp đỡ thêm...»

« Nhưng ca hát cũng là một nghề. »

« Nghề chi không đứng đắn, không có tôn ti trật tự chi cả, nghề ăn sương tinh thần. Nếu chị đi dạy học hay làm thư ký thì có ai phàn nàn. Chị nghĩ coi anh Chinh cao thượng, hiền lành. Sao chị không cho chuyện lấy chồng là hết. Chồng là tất cả... còn có chi hơn để mình mơ ước. Đi hát bị tai tiếng suốt đời...»

Dù muốn dù không, khi bụng lồm cồm tôi cũng phải ở nhà. Nghỉ hát khỏe người như ngày nào cũng uống thuốc. Da thịt đâm chồi ở những chỗ khuyết trên thân thể.

Trên bàn làm việc của Chinh vẫn hàng chữ *dur, pur, sur* Chàng có đến ba đức tính chính, không kể những cái phụ tùng khác trong khi tôi chỉ có lòng thành yêu chồng. Trong thời kỳ dự bị sinh đẻ, tôi rất sợ phải ngửa tay xin tiền chàng. Tiền chẵn ngân hàng giữ hộ, còn tiền lẻ tiền riêng đã cạn từ lâu. Vì tự ái, vì e ấp tôi chỉ cho thai nhi những cái mình có thể. Quà biếu cũng tạm đủ dùng. Con tôi chưa ăn nhờ chi của cha nó cả.

Đến ngày con tôi phá vỡ lòng mẹ để ra ngoài. Chinh đi công tác trạm xa. Mẹ, các chị em và anh rể dìu tôi vào quân y viện. Mỗi người nịnh một câu cho tôi quên đau nhưng tôi cần một người, cần hai vòng tay ân ái để lấp khỏa những đau đớn tày trời do đứa con đang làm dữ bên trong. Giờ phút ra đời của thai nhi là một cuộc động đất trong lòng mẹ. Tôi cần một chả vai thân yêu để cắn, để cào trả thù những giờ phút sung sướng. Mắt tôi mờ lệ và mồ hôi. Mẹ đưa cho ngậm một lát sâm, tôi cắn cả tay mẹ. Đứa con đang xé rách bào thai, đang xô ngã chỗ cưu mang nó để mau ra đời. Nghĩ đến lúc Chinh tìm tôi, tìm đến cái khó nói nhất của thế nhân, nghiến răng bóp chặt cánh tay anh rể và nguyền rủa :

«Đồ chó...»

Mẹ tôi lau mồ hôi cho tôi và can :

«Xấu con... gắng chịu một chút.»

Qua một đêm lộng hành, sáng hôm sau thằng bé mới ra đời. Tiếng khóc lọt lòng của con là bản hùng ca đầu tiên đời làm mẹ của tôi. Tôi mỉm cười, khi anh rể vào thăm tôi khoe :

«Để em chọc cho nó khóc, giọng *tenor* khá lắm.»

Chinh chưa về chào đón con. Tôi muốn kể với chàng nỗi đau đớn chịu đựng đêm qua.

Anh rể đánh điện tín ra Huế cho mẹ chồng tôi. Mẹ Chinh vào đến nơi mà chàng vẫn chưa xong công tác. Bà đến thăm dâu với một người bạn già. Mẹ Chinh còn rất trẻ. Nét nhan sắc vẫn còn giữ ở khuôn mặt, sống mũi, đường viền môi. Bà trang điểm qui phái và người bà nếu tái giá cũng còn có người yêu được. Vuốt ve thằng cháu đích tôn, bà quay sang bà bạn :

«Chị coi dâu tôi ngoan chưa. Đám cưới vừa xong, thiệt hút chưa tàn điếu thuốc Cẩm lệ đã đẻ rồi.»

Bà kia tiếp liền :

«Thế là chị phúc hơn người ta chứ sao.»

Thử xong hai câu nói trên, qua mười lăm phút tôi mới biết trong người thiếu máu sản hậu.

Mẹ Chinh ra Huế liền. Hơn một tháng sau thì chết vì đứt mạch máu cổ. Đúng là có phúc, vì tôi không sinh sớm thì bà đâu thấy mặt cháu nội.

Cháu bé quấy lắm. Cháu lộn ngày với đêm. Từ mười giờ tối trở đi cháu thức dậy rầy rà cho đến sáng. Ban ngày thì nhắm tít hai con mắt lại ; ai đến thăm cũng nhằm lúc ngủ. Cháu là thằng Viêm. Viêm được hai tháng thì thôi khóc đêm. Cặp mắt bây giờ nhiều lúc biết nhìn theo một chiều hướng. Thỉnh thoảng cháu đưa hai bàn tay bé tí xíu của mình lên ngắm mãi không biết chán. Viêm không phá nữa, tôi phải lồm cồm trở dậy đi hát. Áo dài phải may lại vì thân thể nở to ra. Những đường cong lún vào thịt.

Thưa bà, đứa con ra đời làm tôi sạch cả vốn liếng. Giọng hát vàng son tắt đi nghẹn ngào. Âm thanh của ngày xưa đã vỡ rồi, khí giới không còn nữa. Bà thử tưởng tượng một danh ca bỗng dưng mất giọng, gái giang hồ mất nhan sắc... cuộc đời cũng bệ rạc như nhau. Tôi chết sớm quá.

Bây giờ tôi hát tạm được như những giọng ca sản xuất từ đất Huế. Nhờ uy thế cũ của một thời ngang dọc tôi chỉ hành nghề ở một phòng trà nhỏ với số lương ít ỏi. Quá khứ bị tổn thương nặng quá. Tôi lấy biệt hiệu khác. Người ta còn nhắc nhở đến tôi một thời gian tỉ như khi một vì sao rụng đi ánh sáng còn xuống trần gian vài năm mới tắt.

Tôi cần tiền ghê gớm, cũng như lâu nay vẫn đòi tự lập.

Chinh thì đi công tác cả đời. Chúng tôi sống hòa bình nhưng không có ánh sáng hạnh phúc. Mỗi người nghĩ mỗi ngả.

Thằng Viêm được một năm rưỡi thì Chinh đi Pháp tu nghiệp. Mẹ con tôi sống lạnh lẽo với người con gái giúp việc. Ngày tiễn chân Chinh đi xa có mấy chị em và một người bạn gái của gia đình. Sương, Sương, bạn của Thanh, thân với chúng tôi như ruột thịt.

Tôi quên nhắc đến Viêm. Đầu tóc da thịt của cháu thơm mùi con nít một cách dễ thương lạ. Cháu tròn và nục như thằng bé quảng cáo sữa *Guigoz*. Bà mà thấy thương liền. Chỉ tội là nước da hơi xấu, chắc là sán. Trẻ con vẫn thường bị sán hành. Con ở hay bồng Viêm ra nắng. Một buổi tôi đi trình diễn về thì Viêm nhác chơi nóng nóng dẫy, tôi hoảng hốt bồng con thức suốt đêm. Sáng tôi vội vàng viết thư cho Chinh kể nỗi lo lắng. Hơn một tháng sau mới có thư ở Pháp về. Đại ý bức thư : Con đau là chuyện nhỏ nhặt. Đàn bà lo chuyện ấy không nổi sao mà còn quấy rầy, không cho chồng yên tâm tu học phương xa.

Quả thật tôi chưa đủ điều kiện làm đàn bà. Nếu đủ sao còn bị chồng khinh. Tôi đốt bức thư giấu cảnh bạc phước với chính mình.

Vái trời trả cho tôi vốn liếng ngày xưa, cho tôi tìm lại phong độ cũ. Tất cả không còn nữa nên hạnh phúc mới thẳng cánh bay. Tôi muốn đoạt lại thanh sắc nguyên vẹn ban đầu và sẽ cố gắng trau dồi sự nghiệp để đứng trên địa vị cao ngất của mình nhìn xuống và để ngửa mặt mỉm cười hào quang danh vọng. Chỉ có cách ấy mới trả thù được. Phải rực rỡ như một tinh tú, phải cao hơn chồng, phải có sau lưng hàng ngàn kẻ ái mộ.

Hiện tại héo hắt quá.

Bụng của Viêm tích được nhiều sán lãi rồi. Tôi mua chai thuốc tẩy ruột. Viêm phải ăn ngọt đến ba ngày. Ngày thứ nhất tôi cho nó uống làm bốn lần cách nhau một buổi cháo đặc với đường phổi. Hai ngày sau, vì bận tập dượt theo chương trình đại nhạc hội, tôi giao chai thuốc cho người ở, dặn đi dặn lại phải coi đồng hồ, cách hai giờ cho em ăn cháo uống thuốc. Đứa con gái ham trai, rót ụp cho con người ta uống cả một lần. Mấy trăm con sán lãi trong bụng thằng bé say thuốc quấy phá ruột gan đề ra ngoài một lúc. Từng nùi, từng nùi sán đũa chui ra hậu môn. Chúng bò ngọ nguậy chọc thủng dạ dày. Chúng thoát bằng mọi ngả, trồi lên miệng, bò ra lỗ mũi, chui lên cửa hai mắt, bóp nghẹt con tôi tím bầm cả người. Ngồi trên *taxi* đến nhà thương tôi gào khóc, tôi móc giun lãi trong cổ họng Vi êm, ghé miệng hút những con sán trong mũi. Sán ra bít lối làm con tôi tắt thở dọc đường. Tôi chết giả trên nệm xe. Thưa bà, đau chi mà chết cho cam.

Tôi viết thư cầu cứu Chinh che chở tinh thần, van xin tình thương để dằn nỗi khủng hoảng.

Chinh trách tôi bất cẩn, thiếu ý thức bổn phận. Chàng đau đớn không muốn về nước. Chàng sợ hậu quả tai hại đã cưới vợ nghệ sĩ.

Nhưng rồi Chinh cũng trở về và chúng tôi sẽ sống hai người hai nỗi cô đơn cho hết kiếp vợ chồng trong căn nhà rộng thênh. Ngày giờ kế tiếp nhau buồn. Căn nhà thiếu hạnh phúc yên lặng như bệnh viện, thỉnh thoảng mới vang tiếng cười của Sương. Từ khi Viêm chết, Sương hay đến ăn cơm với chúng tôi.

Tôi cần Sương đến nhà chơi. Có Sương, Chinh ít lầm lỳ. Sương tuyên bố « Chỗ nào có Sương mọi người không được buồn ». Sương bắt ai cũng phải cười theo nàng. Nhưng Sương sống cầu thả bất cần như thể mình không phải là con gái, học hành phất phơ cho có lệ. Tâm hồn chai lại, hết mơ ước, không còn muốn nói xấu ai nữa nhưng tôi vẫn nhột nhạt trước tính táo bạo của Sương. Ngày hiệp kỵ gia đình, trước tinh thần nghi lễ và bao nhiêu nhân vật cũ, Sương cứ đi theo trêu cha tôi. Ông cụ lúc này thường hay deo kính đen trong nhà, thứ kính mặt rất nhỏ như hình con mắt :

« Bác đeo gương nhỏ tí ti hấp dẫn quá trông như cháu mặc đồ tắm *deux pièces.* »

Lúc này Chinh không còn yên lặng trong cách đối xử nữa. Chàng có những câu nói xé đầu óc :

« Hiền phá hư cuộc đời của tôi, phá lở toang cả. Lột tước giọng ca ra khỏi con người thì còn lại chi ? Hiền chỉ còn là một xác phàm, thua hết, thua hết cả mọi người. Con người của Hiền có chi, nuôi một đứa con cũng để cho chết... Vợ tôi chỉ là một cái xác phàm.»

Tôi nói rõ cho chàng biết :

« Anh không cần nói tôi cũng hiểu từ lâu. Thái độ của anh, cách đối đãi của anh đối với tôi từ trước đến giờ đã giảng nghĩa quá nhiều rồi. Khi cưới tôi, anh chưa cân nhắc kỹ lắm. Cái vốn liếng của tôi làm sao bền vững, làm sao dai cho bằng những cái chỉ số lương cao của những người vừa học giỏi, vừa đẹp vừa con nhà, sắp hàng lấy chồng la liệt trong xã hội. Tôi biết anh lấy tôi không phải vì thanh, vì sắc, vì chi tiết khác của con người nghệ sĩ... Bọn xướng ca vô loài chúng tôi có bao giờ giữ tiền được lâu, làm ra dễ, mất dễ. Cái tài trời cho tôi cũng mong manh như bọt xà phòng, một thời thôi, sống đó, chết đó. Khi đã tuột dốc thì lăn ù, tuột thẳng, tuột một mạch. Tôi bây giờ hiện nguyên hình tầm thường, rẻ mạt, hết thời. Tâm hồn của tôi, nếu có, thì cũng bị đe dọa quá rồi, con chết, sự nghiệp tan tành. Anh Chinh ạ, chính lúc này, lúc cái tinh thần yếu đuối của tôi cần được nâng đỡ, mơn trớn xoa dịu, lúc này tôi cần tình thương gia đình, cần anh, bấu víu anh, khao khát tình thương của anh, nhưng lại chính là lúc tôi phải chịu tội, phải trả, chịu trách nhiệm về những cái tội đã để mất đó. Và anh, từ lâu, anh vẫn thi hành bản án trừng phạt đó. Tôi làm hư đời anh, tôi đâu cố ý.»

Tôi nói một hơi dài, nước mắt trào lên nghẹt mũi.

« Nếu tôi không lo đi làm tiền, nếu tôi được yên thân ở nhà như bao nhiêu người vợ khác thì Viêm đâu có chết oan... Từ khi lấy anh lúc còn thời, còn giọng, tôi đã bất mãn về việc đi hát, tôi cảm thấy như bị ép buộc phải hiến dâng khoái lạc tinh thần cho thiên hạ.»

Chinh nghe nói cũng buồn lắm. Tôi mất ngủ mấy đêm liền cứng hai mí mắt. Sương đến ăn cơm tối và đòi ngủ lại. Hắn đeo chuỗi hạt lòng dòng gần đến bụng như ca sĩ. Sương lục tung những đồ trang điểm. Áo ngủ của tôi cái nào Sương mặc cũng chật. Khi hắn cởi áo dài bên trên thân thể chỉ còn mặc một chiếc nịt ngực không dây treo như «đeo gương mát» (lời Sương) thì Chinh đi vào. Cả Chinh và Sương đều tỉnh như không.

Khi ăn cơm Sương nói chuyện lảy lảy. Tối hôm ấy tôi quên cả lịch sự không ngủ với Sương cho có bạn. Sương nằm phòng ngoài nói chuyện vào. Tôi nằm bên Chinh thao thức câm nín. Chừng một giờ khuya thì Sương vùng dậy gõ cửa phòng chúng tôi thình linh. Hai vợ chồng hốt hoảng trở dậy. Tay níu áo khép ngực, miệng Sương nói thật thà đến trắng trợn :

« Em sợ cô đơn — cho em nằm ngủ chung với anh chị... »

Tôi trợn mắt xô mạnh Sương ra ngoài :

« Giỡn vừa thôi. »

Đứng ngượng ba người với nhau vài phút, tôi lật đật kéo tay Sương, lấy gối đến nằm với hắn.

Một hôm đi công tác về, Chinh cầm tay tôi bảo :

« Có tin mới cho em... tin lành... Vì em chán sống ở Sàigòn rồi nên anh đã xin về Huế làm ăn. Sống ở đó yên hơn. Cái mòi này, ở đây mãi chắc em chết yểu. Anh chỉ còn đợi giấy tờ thuyên chuyển và sự vụ lệnh là bay ra Huế liền. Sương có ông cậu lập một trường mẫu giáo ở Vỹ Dạ. Anh nhờ Sương viết thư xin ông cho một lớp. Em thu xếp ra Huế trước giữ chân, không có người ta giành. Anh phải ra sau vì còn đợi giấy tờ. Em hát hay, thích hợp với nghề. Dạy con nít vui lắm em à, tiếp xúc với tụi ấy mình thấy yêu đời, yêu nghề.»

Thưa bà, khi cánh tàu bay lìa mặt đất, từ từ nhướng lên, cúi xuống Sàigòn lần chót, nhìn những người dưới đất làm nền cho cảnh biệt ly, mắt tôi bỗng vướng phải hình ảnh Chinh đứng bên Sương, rất xứng đáng. Tôi lạnh người cảm thấy chắc chắn mình bị phỉnh. Cảm giác tức tối bẽ bàng như sa mù phong kín tâm tư làm tôi không thấy gì nữa. Nước mắt lặng lẽ chảy một đường nhỏ dài xuống hết mặt ; tôi nuốt những giọt sắp xuống bên trong mũi và ngồi yên như những người khác. Sắp đặt không cao chi cả mà cũng dụ được mình. Người ta đẩy tôi ra bằng một miếng mồi tầm thường. Có những chặng đường nặng mây, tàu bay chao mũi, tôi ậm oẹ nôn mửa. Một bà người Huế ngồi bên cạnh bảo.

« Đi máy bay lần đầu phải không chị.» Tôi lắc đầu. Cổ họng lợm mãi. Nước vàng vọt ứa ra. Có nên tin rằng chuyện buồn nôn là một triệu chứng vui.

Tôi ở nơi nhà xưa cũ, cột kèo choán hết diện

tích. Nhà rộng thênh thang gió vào bốn ngả. Thời tiết Huế nặng như chì. Đôi lúc trời thật mâu thuẫn vừa nắng vừa mưa. Chiều chiều, những ngọn gió nồm thổi trái phương làm mình ngái ngái trong người.

Thưa bà, cần chi, có chi đó mà trở lại. Huế với Sàigòn có bao lăm, muốn bay về lúc nào chẳng được. Quay lại làm gì. Miễn cưỡng ghép hai cái xác không hồn vào nhau để khinh bỉ nhau suốt đời sao ? Lý hay tình chi cũng bỏ hết. Cứ cho đấy là chuyện ly thân mà pháp luật là đôi tâm hồn tự làm chứng lấy. Tôi nhất định sang tên chồng cho người khác, cúi đầu sống cho mình.

Nhưng thưa bà tôi phải cô đơn rõ ràng như vậy thiên hạ có cười không. Họ có cho là quá dại không ? Tôi xin bà một quyết định : về với chồng, ở lỳ đất Huế hay quay lui lại sống cùng cha mẹ. Bà đã thu xếp việc nhà cho bao kẻ mất hạnh phúc xin bà giúp tôi một chuyến. Xin đội mãi ơn bà.

Trần Thị Nhơn Hiền

TÚY HỒNG
1962

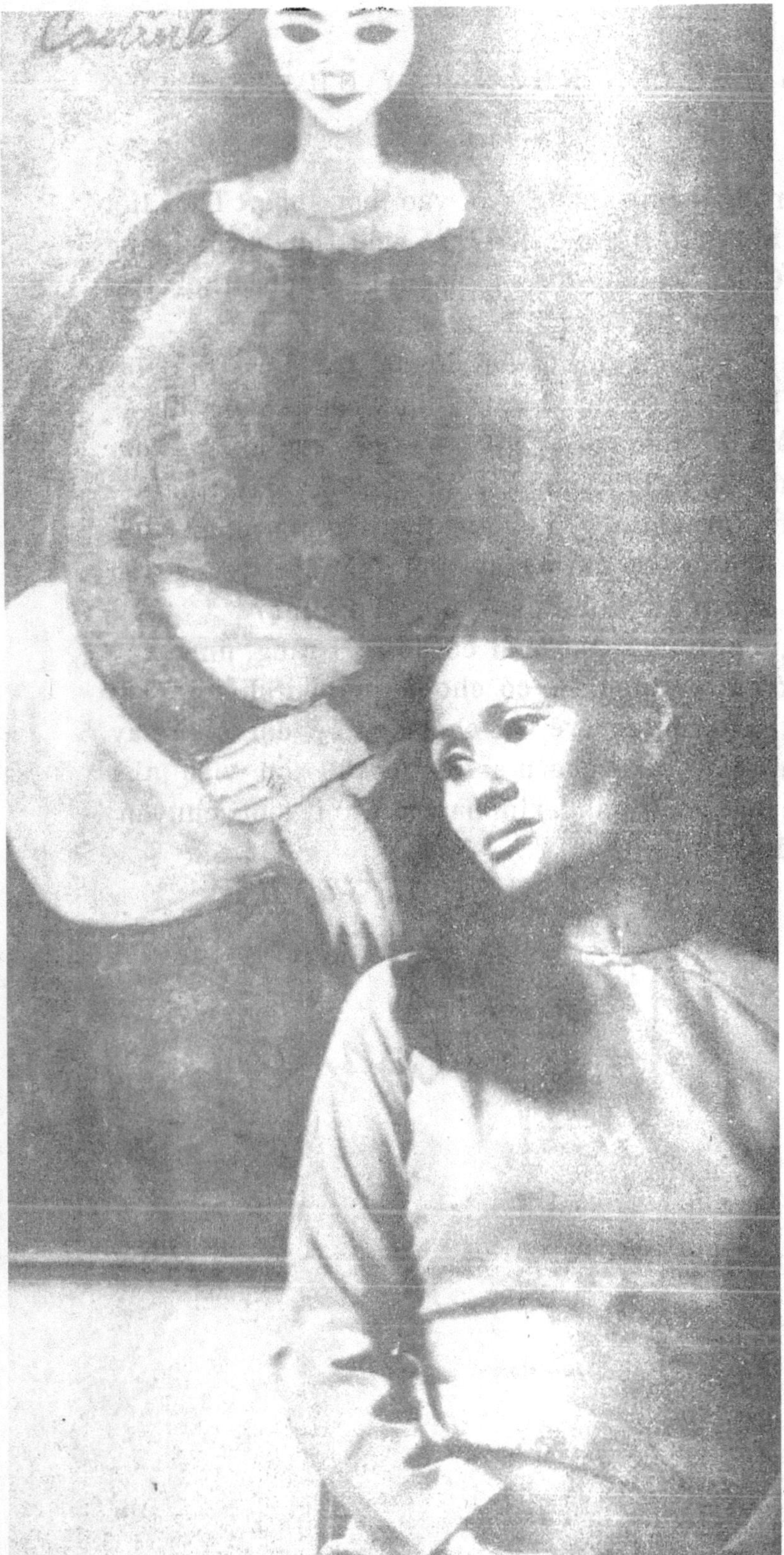

TÚY
HỒNG

VIÊN LINH

TIỂU SỬ

Tên thật là Nguyễn Nam, *sinh ngày 20.1. 1938 tại Hà Nam. Từ 1950 sống tại Hà Nội. Lớn lên và trưởng thành tại Saigon. Hoàn toàn sống bằng nghề cầm bút từ 1962. Tổng thư ký Tòa soạn nhiều tuần báo chuyên về Văn học, Nghệ thuật như Kịch Ảnh, Nghệ Thuật, Khởi Hành, Hồng.*

Tới 1973 đã cho xuất bản 17 tác phẩm trong đó 14 cuốn là tiểu thuyết.

QUAN NIỆM VỀ TRUYỆN NGẮN

Một thể văn cô đọng gần như thơ. Khi viết truyện ngắn hoặc là tôi viết xong ngay trong vài giờ, hoặc không bao giờ xong cả.

Về Truyện Ngắn «NGÔI NHÀ TÔI ĐÃ Ở»

«Ngôi Nhà Tôi Đã Ở» *được viết khi tôi 27 tuổi. Từ đó tới nay tôi không còn viết được bao nhiêu truyện ngắn. Hình như đây là truyện ngắn tôi thích nhất.*

VIÊN LINH

Ngôi Nhà Tôi Đã Ở

Ngôi nhà tôi ở thuộc bất động sản của chùa Phú Thạnh. Hôm tôi xách chiếc va-li quần áo và sách vở tới, sư ông ngắm tôi, gật đầu chào Thầy tới ở hôm nay hả? Thế cô đâu? Tôi ngó vào lễ phòng tối om, nhìn thấy suốt qua lòng chùa cánh cửa sơn xanh của ngôi nhà lát nữa tôi sẽ dọn tới ở đó. Tôi nói Thưa thầy, tôi chưa có vợ. Sướng đa, ông nói, thế ở với bạn hả. Một mình thầy ạ. Ông lại kêu ở thế buồn chết. Trước khi tôi xách chiếc va-li tiếp tục đi, ông trao cho tôi chiếc chìa khóa ngôi nhà tôi sẽ ở. Chìa khóa nè, hai cái, khi nào thầy cần tôi sẽ đưa cho cái kia. Rồi ông chỉ xiên lòng chùa, qua đó chúng tôi thấy cánh cửa sơn xanh của ngôi nhà phía sau. Ông nói Chỗ thầy thanh niên, tôi nói thật, nhiều người tới ở ngôi nhà đó lắm rồi, nhưng một hai tuần lại dọn đi gấp. Họ bảo nhà có ma đó. Tôi chỉ mỉm cười, không tỏ ý kiến gì hết. Nhưng tôi nghĩ tôi là một con ma tổ bố, thêm một con ma nữa có ăn thua gì.

Cầm chiếc chìa khóa đồng nằng nặng của ông sư trao cho, tôi đi vòng qua hông chùa, nơi có một chiếc giếng khơi, một bãi chuối xơ xác và lối chục ngôi mộ, đi về phía ngôi nhà. Đường đất và cát, lởm chởm ít gạch nổi. Chân gạch còn viền nước mưa của ngày hôm qua. Đi hết nền chùa, tôi đứng trước ngôi nhà. Mái tranh, vách ván, sàn gỗ, bắt nổi trên một con kinh cạn. Lòng kinh đầy lá chuối khô và lá tre, ở đó mọc lên những chiếc cột gỗ nâng đỡ lấy ngôi nhà tôi vừa tới. Trong một năm đã qua rồi, tôi đã có lần ở một căn nhà nổi trên sông, đêm mưa nghe nước lõng bõng như nằm thuyền. Con kinh cạn với lá khô chạy qua dưới chân nhà tôi, vòng ôm lấy mặt sau của khu chùa, một phía đổ ra một nhánh con sông của Sài Gòn, nghe đâu như là Bến Tắm Ngựa hồi xưa. Bên cạnh nhà tôi có hai ngôi nhà khác, nằm lọt hẳn xuống lòng con kinh cạn, nhưng thuộc về bờ bên kia, mái chỉ ngang với nền chùa Phú Thạnh.

Khi mở cửa xong, quay ra lấy va-li tôi lại nhìn thấy sư ông. Ông mặc đồ nâu đi dép da, người béo tốt sạch sẽ. Ông hỏi Thầy vừa ngắm con kinh hả ? Thỉnh thoảng mới có nước thôi. Tôi giật mình Tôi tưởng kinh cạn chứ. Thì cạn, nhưng thỉnh thoảng cũng có nước. Mùa mưa ấy mà, các nơi ứ lại, nó có nước. Sao, nhà ở được chứ. Dạ được, kể cũng là ba phòng. Ờ, phòng khách đó rồi phòng ngủ với cái phòng bếp. Thầy có nấu không. Tôi im lặng. Tôi có nấu ăn không. Dạ, khi có khi không, tôi buột miệng nói. Thầy chùa cười Ngày ăn ngày nghỉ hả. Nói rồi ông mách tôi ra ăn ở tiệm cơm đầu ngõ. Ngon mà rẻ lắm.

Bấy giờ một bà lão đi lại phía chúng tôi. Hôm đi qua con ngõ, thấy trên cổng chùa có treo tấm bảng Nhà Cho Thuê, tôi đạp xe vào và gặp bà. Thấy nói tôi có một mình bà cụ mừng lắm. Tuy vậy cụ cũng hỏi Nhưng chắc thỉnh thoảng cậu cũng có bạn chứ. Tôi bảo. Thỉnh thoảng chắc phải có. Cái đó không sao, bà cụ đáp. Bà cụ mặc đồ nâu, đi guốc nâu, trông xa xa như sư ông, nhưng trông gần mới thấy. Cụ tới đứng cạnh chúng tôi, bắt vào câu chuyện Cậu định nấu ăn hả. Nếu tiện tôi nấu giúp cho. Tôi ăn tiệm cụ ạ. Ờ, coi chừng mà cháy nhà. Cụ bước hẳn vào trong nhà, chỉ cho tôi chỗ kê bàn ghế. Một lát cụ ngó lên mái nhà như chợt nhớ. Cái chỗ này nó dột, để tôi kêu thợ lợp lại, mùa mưa rồi còn gì. Vâng, hôm qua đã mưa. Tôi ngó chỗ mái dột và ngó xuống chỗ dột. Chỗ ấy không thể kê bàn viết được, ngủ cũng không được, dù tôi chỉ trải trên đó một tấm nệm có thể xê dịch. Hai ông bà cụ đi ra sân chùa, nhìn lên đỉnh cây lông say, lá đều đặn như một loại si nước. Tôi khép cửa khóa trái, ngồi xuống cái ghế giữa nhà châm một điếu thuốc. Ngọn lửa vàng nhờ nhờ, hơi khói ấm áp, tôi lặng lẽ một lát và khi nước mắt trào xuống, tôi vội vã ra khỏi nhà.

Hai ngày sau, nhà cửa cũng tạm gọi là xong xuôi. Có bàn ghế, sách vở, đóng thêm vài cái đinh trên ván, rút đi vài cái đinh khác, chăng thêm một sợi dây kẽm, bỏ đi một vài sợi dây khác, bóc đi vài tấm hình Kim Cương, Kim Vui, treo lên vài tấm hình khác, đó là ngôi nhà của tôi. Buổi trưa, khi ánh nắng bừng lên qua các khe gỗ tôi phủi tay nhìn lên căn nhà mới. « Ngôi nhà này là của em đó. Nếu không có em, anh không tới ở đây ». Như một người yêu lòng phơi phới, tôi hay nói thầm như thế. Nhà còn thiếu nhiều lắm nhưng thôi để em mua sắm hộ anh. Tôi nghĩ thầm. Cô ấy sẽ phải mua cho mình cái này và cái này. Tôi nghĩ. Nhất định là cô ấy sẽ phải mua thứ đó. Tôi muốn lặng im để xem điều ấy có xảy ra đúng như ý mình không. Ngôi nhà, một mình nó không lạ gì hết. Tôi rời bỏ gia đình từ năm mười bảy tuổi đi kiếm việc làm để tiếp tục việc học, tôi đã ở nhiều căn nhà khác nhau, thường thường với bạn, đôi lúc một mình. Năm mới lớn tôi sống dưới một mái nhà thờ của cha Vĩnh, ở gần trường đua Phú Thọ. Bấy giờ cha thấy tôi hiền lành nên cho riêng một căn phòng ở sau bục gỗ nơi cha thường rao giảng mỗi sáng chủ nhật. Một hôm có chiếc xe Huê Kỳ chở mấy cha khác ở tòa Tổng Giám Mục tới hội họp rất lâu trong phòng cha, gần phòng tôi. Chị Hiền, người vẫn thổi cơm tháng cho chúng tôi ăn buồn lắm. Chị bảo chắc chị sắp phải về Hốc Môn. Nhưng chính tôi phải đi, vì cha Vĩnh phải đi, và không ai cho tôi ở căn phòng đó nữa, ít năm sau tôi thuê vài căn nhà khác ở các miệt ngoại ô cư trú tạm' căn nhà nào cũng để lại cho tôi vài kỷ niệm. Tôi hay ngắm nghía chiếc chìa khóa phòng mỗi khi ngồi buồn trong quán nước hay trong các rạp xi-nê. Có chiếc chìa khóa cửa trong túi, tôi lớn hẳn lên. Đi đêm, tôi không ngại lúc về nhà nữa. Khuôn mặt mẹ tôi với mái tóc xổ mỗi khi lục đục ra mở cửa giữa đêm làm tôi ngại ngùng. Hôm nay tôi đã thuê căn nhà riêng, đã thu xếp căn nhà đó không phải để tạm trú nữa, ngôi nhà trên con kinh cạn mở ra trong đời tôi những cánh cửa có rèm vải màu lay động trước gió.

Chính tôi đã ngạc nhiên khi nhìn thấy cánh cửa nhà mình có một tấm màn. Ích đến thăm vỗ tay cười hô hố Tấm màn đẹp quá. Cậu mà cũng có màn cửa nữa. Tôi ngửa cổ cười nói Sao lại không. Cậu tưởng tôi không thể ở một ngôi nhà có màn cửa sao. Ích tuột dép ngoài cửa, bước lên sàn nhà, vừa đi vừa ngó loanh quanh.

Lại có nệm nữa. Lại cả hai cái gối nữa. Hắn kêu lớn chùn người xuống. Tôi lặng yên, một lát nói đùa Độ này đau lưng. Ích gật gù, ngồi xuống sàn nhà, gần đống sách trên một manh chiếu gấp lại. Chúng tôi ngồi trên sàn gỗ nói chuyện với nhau. Ích gạt tàn thuốc xuống khe ván, và hắn ngó xuống hỏi :

— Dưới này là cái gì.

— Con kinh cạn và rác khô. Coi chừng cháy.

— Không cháy đâu. Cháy thì thôi chứ gì. Con kinh này ăn ra đâu đây.

Tôi giải thích loanh quanh. Đang lúc ấy có tiếng rung nhè nhẹ trên sàn gỗ. Ích lắng nghe và nhìn ra. Ai dắt xe vào thế. Chúng tôi nghe tiếng khóa xe lẹt xẹt rồi tiếng nón va chạm lạp cạp rồi tiếng guốc nhọn và vững. Một lát cánh tay áo trắng lấp ló ngoài khung cửa sổ, cử động đều đều. Tôi biết là Cúc đang cởi găng tay. Sau đó Ích đứng dậy và Cúc hiện ra ngoài cửa. Chúng tôi chỉ nhìn nhau cười, không nói tiếng nào. Nàng mang theo vào nhà chiếc nón và cái cặp sách màu nâu, vân cá sấu giả, cái cặp phồng phồng đựng nhiều thứ cồng kềnh không phải là sách. Ích khen tôi đang nói lần đầu tiên hắn ở một ngôi nhà có màn cửa. Thế hả anh. Anh thấy đẹp không. Đẹp. Đẹp. Tôi may đấy anh ạ. Bỗng Cúc kêu lên :

— Kìa anh, có khách mà ăn mặc thế à ?

Tôi ngó xuống chiếc quần cộc sọc xanh, nói :

— Khách khỉ gì.

Ích kêu :

— A cái quần cũng đẹp quá.

Cúc đặt cái cặp lên bàn, liếc nhìn chúng tôi. Nàng ngồi xuống chiếc nệm trải ở góc phòng nói rất tự nhiên :

— Tôi may đấy, đẹp không anh.

— Đẹp chớ, Ích lại kêu to và cười ha hả rồi đứng dậy. Hắn bảo :

— Nghe anh chị nói ở chùa, ai cũng tức cười. Thế mà ở chùa thật chớ.

— Ở chùa thật nhưng tụi tôi không định tu đâu anh ạ.

— Nó mà tu cái gì. Khi nghe nói chị tới đây với nó, chị biết người ta nói gì không ?

— Không. Nói gì anh ?

— Người ta nói hoa rơi cửa Phật đấy.

Cúc che mặt kêu Eo ơi, rồi mở tay nhìn tôi. Nàng bảo Ích :

— Tội lỗi quá anh nhỉ ?

— Tội lỗi khỉ gì, tôi nói.

Ích bắt tay tôi.

— Chúc ông bà hạnh phúc.

— Ơ — Cúc kêu — tội chỉ là bạn anh ấy thôi.

— Thì cứ hạnh phúc, lấy nhau sau cũng được chứ gì ?

— Tôi chưa định lấy anh ấy anh ạ.

Ích xỏ chân vào dép tự khép cửa lại. Tôi nghe tiếng chân hắn kéo trên sàn gỗ. Cúc nói câu ấy không phải nói đùa. Câu ấy thật. Nàng ôm lấy đầu tôi. Anh đừng khóc anh. Biết đâu em sẽ đổi ý kiến. Anh phải làm em đổi ý kiến chứ.

Tôi lăn xuống sàn nhà. Tôi biết làm sao để nàng đổi ý kiến. Tôi nghèo lắm. Tôi học dốt lắm. Tôi thua sút nhiều điều tất cả mọi người. Tôi thất nghiệp. Từ ba trăm cây số về Sài Gòn, tôi đã bỏ dạy ngôi trường giúp tôi sinh sống trong hơn một năm qua. Người bạn hiệu trưởng đưa tôi hai ngàn bạc. Anh còn hai ngàn, cầm về Sài Gòn mà tiêu. Nếu mình có tiền thì đã cho anh mượn thêm. Chúc anh hạnh phúc. Tôi đã chỉ có hai ngàn để xây dựng một tổ ấm, thuê được căn nhà và ăn cơm hàng từng ngày. Nhưng phải có một ngôi nhà, đó là điều cần thiết nhất. Ngôi nhà này đây là ngôi nhà đầu tiên đáng kể nhất trong đời tôi. Tôi đã dọn dẹp trí tưởng tượng từ những ngày vừa quen Cúc. Ngôi nhà không cần sang lắm, chỉ cần biệt lập tránh xa mọi người. Như cánh chim vừa rời chiếc tổ mẹ nuôi, tôi đã tha từng cọng lá, từng nhánh cây quí kết một chiếc tổ cho mộng tình mới lớn. Tôi không rõ nàng đã mơ ước những gì trong thời con gái, và tôi thật tình có đúng là bóng dáng mơ ước ấy không. Hay tôi chỉ là một người tình cờ cần có trong một ngôi nhà nàng dự tính từ quá khứ. Chiếc màn cửa em ơi, nó không đúng ý anh, một màu vàng úa không phải là màu anh mơ tưởng.

Một lúc nào đó, không rõ vì sao tôi cười tươi trước một tấm gương.

— Em mua cho anh tấm gương đó, đẹp không.

Tôi gật đầu, ngắm mặt mình trong gương. Rồi tôi kéo nàng cúi xuống soi chung vào tấm gương ấy. Xí quá, Cúc nói, đứng dậy đặt tấm gương tròn ngay ngắn trên bàn viết. Nàng lấy từ cặp ra một chiếc khăn mặt mới. Tôi ngồi dậy ngay ngắn, rồi ra khóa cửa lại. Khi trở vào, Cúc nói Em phải đi đây. Có hai giờ thực tập. Bỏ đi em. Thực tập không bỏ được. *Cours* thì em bỏ rồi.

Anh. Nàng gọi, nhìn tôi chăm chú. Mỗi lần Cúc nhìn tôi chăm chú tôi bỗng thấy mình đang rất sợ hãi. Cặp mắt nâu và đôi lông mày nở nang mượt đậm tha thiết nhưng nghiêm nghị ngó tôi. Bộ anh nói với anh Ích là em đến đây ở với anh hả. Không. Anh chỉ nói là em đến luôn. Thế sao anh ấy bảo là hoa rơi cửa Phật. Tôi gượng cười Anh ấy đùa em đấy mà. Đùa gì, nói tức mình. Có gì mà tức em. Ai cũng biết là chúng mình yêu nhau. Nếu anh bỏ em thì mới hoa rơi cửa Phật chứ. Mà, tôi cười, chỉ chết anh mới bỏ em được. Việc gì em phải tức mình. Em tức vì anh ấy nói đúng. Chả hoa rơi với anh là gì. Tôi nắm lấy tay Cúc Thôi anh đưa em đi học. Anh ở nhà làm việc đi. Ở nhà buồn lắm. Ở nhà đi lát em tới nữa. Lòng tôi tươi tỉnh hẳn. Thế thì anh ở nhà. Cúc lại bỗng gọi khẽ. Anh, em nói cái này anh đừng cười nhé. Anh cười thì ăn thua gì. Ừ. Nói đi. Kỳ quá hà. Cúc nhại tiếng nhìn tôi một lát. Anh à, đêm nay em ngủ lại với anh.

Tôi không dám cười, mặt mũi bần thần, sung sướng. Dường như tôi thở ra một cách khác thường, chân tay lúng túng bàng hoàng. Khi Cúc đòi tôi mở cửa, tôi mặc kệ đứng im. Ở trong tôi vỡ ra tất cả những ánh sáng còn che kín. Ở trong tôi chảy xối xả tất cả những nguồn suối con người. Như một bóng mát, tôi nằm ngủ trong tiếng gió lồng lộng của ngày tháng thanh niên.

Nửa đêm mưa đổ xuống rào rạt cùng với gió mạnh. Tôi quờ quạng sang bên, thấy Cúc nằm thu gối lên ngực như một đứa bé. Qua những khe vách ván, ánh chớp thỉnh thoảng nháng lên, tôi thấy mình gần với trời với đất lạ thường. Tôi ngó Cúc sợ hãi. Khối ngọc ngà của đời tôi lúc nào tan vỡ, những mộng tưởng lâu nay đã đến lúc tàn chưa. Dường như có lúc giữa hai lần chớp, khuôn mặt nàng đổi khác. Đôi mi rung động tựa hồ ánh mắt khi mở biến đổi theo ý nghĩ. Trong giấc ngủ, người thân thiết của mình đã ở đâu, đã sống ở miền nào, đã nhớ những gì vừa mới mất. Tôi không biết. Tôi hoàn toàn không biết đến một chút. Nhìn ngắm và tưởng tượng nàng, tôi tưởng như hạnh phúc đang la đà đâu đó, như một cánh chim trong mưa lướt thướt giữa khoảng đường bay nửa chừng. Đêm ngủ lại của nàng bó chặt tôi những lo sợ hoang mang, tôi biết là tôi sắp phải rời bỏ ngôi nhà đang ở. Đã kết thúc từ đây bao nhiêu hy vọng. Đời mở ra những cánh cửa mênh mông. Giọt lệ nóng tròn như thứ ngọc trai trong nước mặn lăn trên má nàng đánh thức tất cả sự quên lãng cố dìm đi. Trí nhớ xa nhất cũng phải trở về, tôi vừa hiểu, tôi vừa thấy. Đó là giọt sương mai của đêm đã hết, một ngày mới phải bắt đầu lại. Cúc mở mắt ngó xuống nệm, và nhìn thấy tôi. Khuôn mặt nở bừng, và chúng tôi quấn quít quên ý nghĩ. Quên lo lắng. Nhưng rồi tôi biết. Đó là một hy sinh. Đó là một rộng lượng đền bù, đó là một biện hộ, đó là ân nghĩa cho nhau để kết thúc lo âu và mở đầu tưởng nhớ.

viii Viên Linh

Nàng òa khóc Anh ơi, quên em đi. Quên em đi. Em biết anh yêu em nhưng quên em đi, phải chi em không gặp anh.

Tôi lặng lẽ hút thuốc, tỉnh thức và khô khan. Cơn mưa đã đổ xuống con kinh cạn khối nước từ hai bên bờ thành phố, tôi nghe lá khô bắt đầu nổi lên, bắt đầu chuyển động. Có tiếng rào rào rất nhỏ đâu đó truyền dưới sàn nhà. Có nước. Có nước. Tôi tưởng tượng con kinh chuyển động, thức giấc sau một mùa khô ráo, nứt nẻ, quên lãng. Áp tay xuống sàn, qua lần nệm và gối, tôi nghe rần rần đâu đó như mộ tâm vang.

— Em ngồi dậy đi, tôi bảo Cúc.

— Gì đó anh.

— Con kinh em ạ. Con kinh dưới sàn nhà mình đó, nước nhiều lắm.

— Có sao không anh.

— Không, nhưng mà anh thấy ông thầy chùa có vẻ lo ngại lắm. Lúc anh mới dọn tới, ông ấy cứ nhắc có nước. Chắc nó ngập.

— Nhà cao lắm mà.

Tôi không trả lời, trở dậy thắp đèn. Tôi có cảm tưởng một ngôi mộ nào đó ở trước chùa, trong những ngôi mộ nằm trên đất chùa, bắt đầu chuyển mạch. Nhưng Cúc không thể nào hiểu được những điều ấy. Một cái gì đó thức tỉnh ở trong chính tôi, như có lúc tôi nhìn thấy bóng mình chuyển động trong khi tôi nằm im một chỗ.

Qua một mùa mưa, tôi đổi khác. Thất thần và héo hắt. Con ngõ chùa ướt sũng lá đu đủ, lá chuối và bùn cát. Mỗi lần ra vào, đi ăn hay lên thành phố có chút việc, tôi thường gặp sư ông hơn mọi khi. Ông khoẻ mạnh nhưng có vẻ nặng nhọc, đăm đăm ngồi đánh cờ tướng với một nhà tu hành khác dường như ở đâu đó xiêu lạc về. Người này gầy ốm xanh mướt. Tôi ít chào hỏi ông, nhưng thỉnh thoảng ông hỏi tôi :

— Khoẻ mạnh chứ thầy.

— Dạ bình thường.

— Thầy giỏi đa. Những người trước không ai ở lâu được như thầy. Ba tháng vài tuần là dọn đi chỗ khác. Độ này ít thấy cô tới.

— Dạ, em tôi bận.

Nói rồi tôi đi nhanh, vẻ thẳng thốt trông thấy. Mở cửa vào nhà, tôi hoảng hốt. Vết xe của Cúc in đậm trên sàn gỗ. Tới bàn, tôi thấy chiếc chìa khóa cửa để đó. Cúc sẽ không tới nữa. Có gì đâu, có gì đâu, bởi ngôi nhà này chỉ là mộng tưởng của tôi thôi. Nhưng chính ở đó tôi không thực hiện được điều gì ngoài sự sống tự nó cứ trồi lên, trồi lên, mọc như cỏ dại của một vườn cây cảnh, mà niềm vui là cái cây độc nhất của một miền thung lũng nóng. Tôi tự thấy tôi là cái cây ấy, tình yêu chỉ nẩy sinh từ một gốc, như cái bóng nằm của một cây đứng chon von. Tôi nào nhìn thấy em, người tình đợi chờ hạnh phúc như trái chín. Tôi tham lam, ăn vốc tuổi xuân nghèo.

Thật ra tôi tưởng vậy thôi, tôi không rõ lý do nào Cúc không trở lại. Nàng im lặng, im lặng cho tới bây giờ. Sáu tháng sau tôi trả sư ông chiếc chìa khóa bằng đồng, bán vài thứ đồ đạc cồng kềnh cho nhà bên cạnh, tự mình thấy mình cũng là một thứ hoa rơi cửa Phật.

Nhiều năm qua đi tôi vẫn không quên ngôi nhà ở sau chùa Phú Thạnh. Mỗi lần đi qua con ngõ xơ xác lá chuối và lá đu đủ, tôi có ý muốn vào xem ai đang ở trong ngôi nhà đó. Hắn có hạnh phúc không, hắn có thấy ma không, hắn có nghe con kinh lên xuống không, hắn có thức giấc vì tiếng chuông chùa và người đàn bà ăn mặc giống sư ông mỗi giờ chuông mõ kêu inh đi qua phía giếng nước. Ở trong trí nhớ của tôi, ngôi nhà ấy đầy đủ một trái tim vàng. Hạnh phúc tôi đã mất là hạnh phúc lớn nhất trong đời tôi. Tôi lớn lên trong một đôi tay ôm ấp dẫn dắt, và lúc mà hướng chỉ không còn, tôi tự do trong một than tiếc mù mịt. Nếu Chúa đã hiện ra ở Lộ Đức, thì tôi phải quay về đó.

Hôm qua gặp lại Ích, hắn kêu Tôi nghe anh cháy nhà. Tôi sửng sộ Láo, tôi vẫn bình yên. Thật mà, tôi mới đi qua chỗ chùa, cái nhà ấy cháy rồi. Thế à, tôi bàng hoàng hỏi. Cháy rồi à. Bấy giờ hắn mới biết tôi không còn ở đó nữa. Nhưng tôi đã ở đó. Đã sống ở đó.

Buổi chiều tôi về chùa Phú Thạnh bằng xe buýt vàng, như tôi đã từng đi về những năm trước. Một người đàn bà hơi ngờ ngợ ra chặn đầu tôi :

— Chào thầy.

— Chào bà.

— Thầy quên tôi hen.

Tôi muốn nhớ lắm. Nhưng không nhớ nổi. Bà ta cười :

— Tôi chủ nhà hàng cơm ngã tư đây mà.

Tôi ngượng ngùng cười trừ :

— À tôi nhớ rồi. Bà mạnh khỏe chứ.

— Cũng thường. Hôm nào thầy đi mất biệt.

— Tại tôi kẹt quá. Thôi tôi trả bà bây giờ vậy, đừng phiền.

Tôi móc túi trả bà ta số tiền cơm tháng cuối cùng ăn chịu, rồi quay đi, theo con ngõ cũ vào chùa. Thầy có nấu ăn không. Ngày có ngày không. Nhưng tôi không nấu ăn ở đó bao giờ hết. Sư ông trông thấy tôi, mời vào uống nước trà, nói chuyện về ngôi nhà tôi đã ở. Tôi ngỏ ý muốn vào thăm, ông lắc đầu :

— Tro than không hà, trông tang thương lắm. Coi mất công buồn thầy ơi.

Tôi có vẻ lưỡng lự. Ông nói thêm :

— Coi mất công buồn mà. À, thế ông có cháu nào chưa ?

Tôi hỏi lại. Chắc thầy muốn nói tới cô em tôi hồi xưa. Ông thày chùa gật đầu :

— Thì chớ ai, cô hiền quá, hạp ông lắm.

Tôi bùi ngùi nói với ông :

— Thưa thầy, em tôi mất rồi.

Ông nói Trời ơi và kêu một tiếng nhẹ, nhìn tôi. Tôi đứng vội dậy đi nhanh ra ngoài ngõ. Có một điều gì đó lẽ ra phải giữ lấy một mình, phải giấu kín và im lặng. Không ai nên nói với tôi về một đám cháy, chẳng phải đâu, ngôi nhà ấy hãy còn, chính tôi còn trông thấy nó khi tôi bỏ đi.

VIÊN LINH

VÕ PHIẾN

TIỂU SỬ

Tên thật : Đoàn Thế Nhơn.

Bút hiệu : Võ Phiến, Tràng Thiên.

Sinh tại Bình Định, ngày 20.10.1925. Học ở Qui Nhơn và Huế. Tham gia kháng chiến. Trở về vùng quốc gia sau hiệp định Genève. Bắt đầu đăng báo Mùa Lúa Mới, sau đó đã cộng tác với các báo Bách Khoa, Sáng Tạo, Thế Kỷ Hai Mươi, Văn, Tân Văn, Văn Học...

Giải thưởng văn chương toàn quốc năm 1961.

Đã xuất bản vài chục tác phẩm :

Truyện : Người Tù — Mưa Đêm Cuối Năm — Đêm Xuân Trăng Sáng — Đàn Ông — Một Mình...

Tùy bút : Đất Nước Quê Hương — Ảo Ảnh — Phù Thế...

Tiểu luận : Tạp Bút I, II, III — Tạp Luận — Chúng Ta Qua Cách Viết...

QUAN NIỆM VỀ TRUYỆN NGẮN

Từ ngày ông Nhất Linh cố gắng qui định mấy phép tắc «viết và đọc tiểu thuyết», *thì tiểu thuyết bắt đầu từ chối các khuôn phép truyền thống. Tiểu thuyết phá thể, truyện ngắn cũng vậy. Quan niệm về truyện trải qua lắm đổi thay.*

Về phần tôi, hồi gần đây tôi thích những truyện ngắn giống như những bài thơ. Dĩ nhiên, thứ thơ bằng tản văn và có ít nhiều tình tiết.

Về Truyện Ngắn «MỘT NGÀY ĐỂ TÙY NGHI»

Bạn đọc có nhận thấy thiên truyện này là một bài thơ tản văn có tình tiết chăng? Nếu được vậy, tác giả lấy làm sung sướng vô cùng, vì đã đạt chủ đích.

Một Ngày Để Tùy Nghi

Buổi chiều, anh về tới nhà trời hãy còn sáng một lúc lâu. Khoảng một giờ. Trong ráng chiều, đôi ba con én nhào lộn ngoạn mục trên các mái nhà.

Một buổi chiều, cuối mùa đông, anh Tư đi làm về, trong người rân rân mệt mỏi, nằm trông theo những con én bay ngược bay xuôi trong xóm. Én bay rạo rực. Nó không bay vì nhu cầu chuyển dịch. Nó lướt qua rồi tức thì lộn trở lại, bay vô ích. Nó bay như chỉ để phô trương, để biểu diễn những pha bất ngờ. Én bay trong xóm đôi ba con hay năm bảy con ? Khó đếm được. Nó bay loạn xị. Nó rạo rực niềm vui trên xóm nghèo, trong ráng chiều, khi người người mệt mỏi. Anh Tư nằm trông theo én bay cho đến khi đèn đường bật sáng.

Mưa bắt đầu rơi lai rai trong bóng tối lúc nào không hay. Khi ló đầu ra sân sau, tới chỗ chum nước, thì mưa ướt tóc, tay quờ nắm cán gáo thì cán gáo ướt đầm.

Mưa rơi im lặng lai rai trong lúc anh Tư ăn cơm và lúc anh ăn xong nằm đọc báo. Rồi mưa tạnh bao giờ cũng không hay biết. Khuya, trăng lên cao, sáng mát. Dưới ánh trăng, ngôi mả vôi nằm lù lù trước nhà, phía bên trái cửa ra vào, với cái bia mộ cũ kỹ rêu lở, dưới ánh trăng ngõ hẻm gồ ghề, tường nhà mảng tối mảng sáng, dưới ánh trăng mấy cái quần áo phơi chưa khô ở sân sau, chiếc xe đạp ba bánh của đứa con v.v... Đâu có gì để ngắm trăng. Nhưng đêm trăng gợi một nao nức vu vơ.

Anh Tư nghĩ đến câu thơ cổ, lạc loài trong trí nhớ :

Nhị thập tứ kiều minh nguyệt dạ

Nhị thập tứ kiều ? Có gì hấp dẫn hơn những tường

nhà mảng tối mảng sáng trong xóm? hơn những chiếc lốp xe cũ vứt nằm trong hẻm? những quần áo vắt phơi trên dây? Đâu có gì, đêm trăng trong câu thơ lạc loài, không mô tả, đêm trăng trống huếch trống hoác mà vẫn thu hút.

Anh Tư muốn thức, nhưng khuya rồi, không được thức nữa.

Giữa chừng giấc ngủ, chợt tỉnh dậy. Có tiếng xe gầm gừ trước nhà. Chiếc xe đang cố gắng nhích tới nhích lui, trở đầu một cách khó khăn. Đêm đêm vẫn có mấy người tới đánh bạc ở nhà bên cạnh, bây giờ họ ra về. Ánh đèn xe của họ chiếu sáng tận trong phòng anh Tư. Trước ánh đèn xe, mưa lại rơi lai rai tự lúc nào. Bấy giờ có lẽ đã quá giờ giới nghiêm một chút, chiếc xe mấy người đánh bạc đi xa rồi, cả xóm vắng lặng. Anh Tư chẳng còn được bao nhiêu thì giờ nữa, anh vội vã ngủ lại.

Lần khác anh thức giấc, bốn trái hỏa châu cùng sáng rực một lúc, treo lơ lửng giữa trời về phía Tân Cảng. Ánh sáng rọi tận trong mùng. Anh bỡ ngỡ nhìn rõ những đường may ráp hai lá mùng, nhìn thấy tờ báo trải nằm trên trần mùng. Bốn trái hỏa châu trừng trừng sáng rực một lát rồi tắt. Bên ngoài còn lại thứ ánh trăng xanh mát. Mưa lại đã ngưng tạnh. Anh không còn thì giờ nữa.

Lần khác nữa, thức giấc, nghe có tiếng xích-lô máy nổ lẻ loi ở xa. Hết giới nghiêm. Gần lắm rồi, không còn thì giờ. Anh cần nghỉ thêm một chút.

Quả nhiên vừa chợp mắt lại được một tí đã nghe tiếng rao hàng. «Mì... nóng đây.» Hết. Từ lúc này, thì giờ không thuộc về anh Tư.

Bình minh lóe lên như một cánh tay giơ cao, sắp

sửa đập xuống. Anh Tư sợ bình minh. Mỗi buổi sớm là một đe dọa. Mỗi buổi sớm mở đầu một ngày nhọc nhằn. Ngày nào cũng là ngày của công việc. Việc nọ tiếp việc kia, giờ khắc đun đẩy nhau liền liền suốt tới chiều.

«Mì... nóng đây.» Anh mở mắt. Sương trắng lờ mờ ngoài cửa. Trong không gian có tiếng con cu cườm buông xuống, nặng chình chịch. Tiếng u trầm làm cho buổi sớm lắng vào những suy tưởng sâu xa. Anh Tư muốn nằm yên chút nữa, theo dõi con chim cườm. Nhưng sáu giờ rưỡi rồi. Muộn rồi. Anh Tư đâu còn thì giờ ? Anh chỉ có một giờ trước mặt. Một giờ để làm mấy động tác thể dục, để rửa mặt, cạo râu, đi cầu, để ăn sáng, mặc đồ, để soát lại chiếc xe qua loa trước khi phóc lên thẳng xông tới sở.

Anh Tư không thể dậy trễ mười phút. Tiếng con cu cườm nặng chịch những suy tư trong sương sớm u trầm không thuộc về anh. Ánh sáng trên mái ngói, trên lá cây, mỗi buổi mai không thuộc về anh. Minh nguyệt dạ không thuộc về anh...

Nhị thập tứ kiều ? Ở đâu vậy ? Cảnh trí nó ra sao ? Đêm trăng, anh nghĩ tới nó. Nó gợi những mơ ước xa khơi. Anh Tư tưởng tượng mình phất phơ thơ thẩn ở chỗ «nhị thập tứ kiều» xa xôi viễn vông đó. Nhưng, nhị thập tứ kiều cũng không thuộc về anh. Anh Tư tưởng tượng những rạch nước chạy giữa hai hàng cây trong các khu vườn ở Lái Thiêu ở Chợ Giữa, tưởng tượng rừng tre gai ở Cao nguyên miền Trung, những giải mây ẩm ướt, mang vô vàn giọt nước li ti lê thê kéo ngang qua đèo Hải Vân. Anh Tư tưởng tượng những ngóc ngách trong đô thành, cảnh sống sầm uất đầy bất ngờ của xã hội nghèo túng, tưởng tượng những quán cà-phê ba tàu, những vườn hoa đây đó ở Sài Gòn Chợ Lớn, những nơi có thể ngồi phất phơ nhẩn nha...

Nhưng những thứ đó không thuộc về anh : công viên, tiệm nước ba tàu, vườn cây Lái Thiêu v.v... Anh Tư không thể ở bất cứ đâu. Anh Tư chỉ có thể ở sở.

Bình minh lóe lên như một cánh tay giơ cao, và anh Tư cúi đầu xuống chịu trận.

Anh Tư đã cúi đầu chịu trận sáng hôm nay, sáng hôm qua. Anh cúi chịu ngày này qua ngày khác, năm này qua năm nọ. Anh không có ngày nào của anh, thuộc về anh. Cả cuộc đời là của công việc. Sự mưu sinh tước đoạt trọn cuộc sống của anh.

Giả sử anh cắt ngang chuỗi ngày liên tục ấy, tự do sử dụng thì giờ để làm những cái anh thích, sống theo một chương trình tự anh xếp đặt, như thế dăm ba ngày anh sẽ mất việc ngay, khốn đốn ngay. Anh không tự ý ngừng cái nhịp sống ấy được. Nhìn về phía tương lai tít tắp, anh Tư không thấy đến bao giờ có thể gặp những ngày do anh làm chủ, thuộc quyền sử dụng của anh. Trên giấy tờ thường có những bản sao văn thư gửi đến các cơ quan «để tùy nghi». Nhưng ngày tháng trong đời, khiếp ! không có những ngày để tùy nghi. Không thể có một cuộc đời để tùy nghi.

Anh Tư tưởng tượng coi cải lương đã đời tới mười hai giờ đêm, ăn cháo cá ở Chợ Cũ hồi một giờ sáng, về nhà đọc truyện tàu vài chương, đem đàn và mấy bản nhạc thích thú ra đánh đi đánh lại tới hai ba giờ sáng trước khi đi ngủ. Mờ sớm, con cu cườm điểm từng tiếng u trầm trong sương, anh lắng tai, theo dõi. Anh tha hồ nghe chim gáy, nghĩ đến bên ngoài sương đang còn lạnh, tha hồ thu người vào chăn, trong sự ấm áp, thấy thích anh có thể cùng vợ ân ái, thong thả, nhẩn nha. Rồi lăn kềnh ra ngủ nữa. Bên ngoài, ánh bình minh hiền lành đánh tan sương, sưởi ấm không khí. Anh Tư thức dậy quá chín giờ. Hỏi đến các hàng quà rong bán món ăn sáng thì đều bán hết ráo trọi : mì nóng, hết ! bún riêu, hết ! cơm bì, hết !... Anh cười ha hả thích chí, tự mình chiên lấy một đĩa trứng, chạy mua một khúc bánh mì, tự pha một cốc cà-phê. Điểm tâm xong, mười giờ rưỡi sáng. Ăn cơm trưa lúc ba giờ chiều v.v...

Như thế là một ngày được tùy nghi. Một ngày giả tưởng. Một ngày huyền hoặc. Cuộc ái ân huyền hoặc lúc bình minh, bữa điểm tâm huyền hoặc hồi chín giờ sáng...

Anh Tư tưởng tượng cái ngày ly kỳ của mình, anh tha hồ vùng vẫy trong cái ngày ấy, như con cá trong nước con chim trên trời, anh ngược anh xuôi, đảo lộn hết chương trình trật tự sinh hoạt anh, tung hoành... Anh Tư say sưa... Nhưng cái ngày ấy ở đâu ? Cuối tầm mắt mình, anh không hề trông thấy có nó.

Về phía tương lai không trông thấy, nhưng trong dĩ vãng soát lại ắt có. Hồi anh Tư còn nhỏ, cha anh còn đi làm việc nuôi cả nhà, hồi ấy hẳn anh đã có những ngày trọn vẹn để tung tăng, muốn làm gì thì làm, còn cha anh thì cũng như anh bây giờ, ông vượt từng ngày từng ngày. Cho đến cái ngày cuối cùng, ông không đủ sức vượt nổi, ông chùng chình rồi ngừng hẳn lại vào lúc bốn giờ chiều. Đáng tiếc ! nắng đã xế nghiêng. Giá ông cố gắng được hai giờ nữa thì én chiều sẽ bay rộn ràng khắp xóm, ông sẽ cảm thấy thoải mái, như con ngựa về tới chuồng.

Cha anh ngừng lại nửa chừng, khi ấy ông đang làm cai ở một xưởng dệt.

Sau đó thì anh đi làm. Ủa, không phải từ đây không tìm được những ngày tự do của anh. Trong kỷ niệm của anh Tư có những đêm nhậu say tới hai giờ sáng, hôm đám cưới thằng Hùng làm cùng sở anh buồn lình lang thang suốt đêm, hồi mới tập thổi sáo hôm nào anh cũng chờ hơn mười một giờ mới lên gác thổi cho tới một hai giờ sáng... Trong kỷ niệm lại có những lần cuối tuần anh đưa bạn gái đi Cấp, về tới sở vừa đúng tám giờ sáng thứ hai, có những buổi trưa ngồi trong rạp xi-nê thường trực với đào v.v...

Soát lại dĩ vãng, anh Tư ngạc nhiên. Ngày này tiếp ngày kia, ngày nào cũng vẫn là ngày của công việc, tất cả bấy nhiêu ngày tháng vẫn đều là của hoạt động mưu sinh : thế nhưng hồi trai trẻ giữa công việc liên tiếp anh Tư đã tìm ra những khe hở để thổi sáo, để tán cô bạn. Tài tình thật.

Dần dần những khe hở như thế trở nên khó tìm thấy.

Một hôm, trong một khe hở thời gian, anh Tư làm quen với một người con gái dễ thương, Nàng cho anh biết địa chỉ, ở một ngõ hẻm bên Khánh Hội. Anh ghi nhớ. Sau, gặp lại, nàng mượn của anh cuốn truyện xem chơi. Anh định lấy cớ đòi sách, tới nàng. Nhưng rồi lây lất chưa tới được. Kế, nghe nói nàng mê một anh trung sĩ. Nàng «mê» ra sao, anh không rõ. Anh không quan niệm được thái độ yêu đương của nàng. Nhưng vì biết nàng «mê» người ta rồi, anh bỏ qua.

Thật lâu, tình cờ gặp lại nhau, anh Tư nhận thấy cô bạn đổi tính, buồn bã, lơ đãng, nhưng vẫn còn cảm tình đối với anh. Hai người thân mật, hàng ngày gần nhau. Anh được biết là anh trung sĩ nọ đã mất một chân ngoài mặt trận, không chết. Dĩ nhiên, anh Tư muốn biết giữa nàng với người tình xấu số ấy bây giờ ra sao, rồi sau nầy tính sao. Anh Tư khó đề cập thẳng, nàng thì vắn tắt, khó hiểu. Nàng nói : « Khó chứ anh. » Anh tưởng tượng như vậy nghĩa là : bỏ không nỡ, tiếp tục thì không còn yêu. Tưởng tượng mơ hồ thế thôi, không tiện hỏi thêm. Trông nàng uể oải, lạnh nhạt, vật vờ, gần như vô tình. Anh nghĩ đó là một hình thức của sự đau khổ, nên anh ái ngại.

Một ngày trời lạnh, buổi trưa cùng nằm dưới một tấm ra. Anh Tư xoay người. Cô bạn đang khoanh hai tay vòng trên đầu. Nàng toan gỡ tay, hạ xuống. Anh nhẹ nhàng ấn giữ hai tay, để yên vòng trên đầu. Hai tay chống đối yếu ớt ; rồi nửa chừng, nàng mỉm cười, để yên. Hai mắt nhắm. Trong khi anh cử động, mắt nàng vẫn nhắm, bình yên... Anh Tư thấy lòng bình thản ; anh không chút vồ vập, anh thong thả, thong thả. Một lúc anh ngừng cử động, nhìn xuống, chợt thấy mắt nàng hé ra một lằn nhỏ ; trong lằn hé ấy tròng mắt chạy qua chạy lại long lanh. Anh có cảm tưởng nàng thao thức, bất an, ngờ vực. Và anh tiếp tục, và nàng hoàn toàn nhắm mắt, bằng lòng. Êm ả, khoan thai. Cả hai cùng im lặng. Mỗi lúc anh ngừng, tròng mắt nàng ngờ vực bất an trong lằn hé ti ti, và anh lại tiếp tục...

Xong, hai người nằm bên nhau. Ngày lu lít, lờ mờ, không có ánh sáng, không khí lành lạnh. Trong nghỉ ngơi, thỉnh thoảng anh Tư bắt gặp một ý nghĩ của mình, lẻ loi, biếng nhác, như một con ruồi bay lơ thơ vẽ một đường vòng yếu ớt trong căn phòng vắng vẻ buổi trưa. Anh nghĩ đến sự nhớp nháp của mình trên người cô bạn gái, đột nhiên anh thương mến mênh mông, thương man mác bao la. Cái uể oải của nàng kêu gọi một uể oải nào đó tiềm phục sẵn nơi anh. Anh Tư vụt phát giác ra sự mỏi mệt của mình. Ngày tháng trước mặt anh chợt có vẻ đe dọa. Anh sợ nó. Anh có cảm tưởng từ nay mình sẽ tìm ra một cách khó khăn những khe hở thời gian để yên hưởng một chút êm đềm bên cạnh bạn. Và anh không muốn xa rời nàng nữa.

Ít lâu sau đó, anh Tư xin cưới nàng.

Rồi càng ngày, quả nhiên, anh càng không tìm thấy cơ hội rảnh rỗi giữa công việc mưu sinh. Anh không biết tìm đâu ra. Lâu dần, anh không tưởng tượng nỗi, không quan niệm nỗi mình có thể tìm thấy nữa. Chỉ mải đối phó với sự giục giã cấp bách của một buổi sớm, anh đã hụt hơi. Một ngày vừa qua thoát, anh Tư vừa nghỉ ngơi được tí chút, một ngày khác đã tới ngay. Nấp sẵn tự bao giờ ở chân trời, bình minh vụt ló ra chiếu lòa vào cửa, hò to : «Đây, một ngày nữa nhá !» Và anh Tư thưa : «Vâng.» Càu nhàu, khổ sở, nhưng vẫn lẽo đẽo phục tùng, anh Tư không có cách nào ngoài cách thưa : Vâng.

Từ đây cho đến cuối đời anh, cho đến ngày tàn của nhân loại, miên man ngút ngàn, cứ kế tiếp nhau những tiếng quát : «Ngày nữa nhá ! Ngày nữa ! Ngày nữa ! Nữa nhá ! Nữa nhá!...» Những âm vang, những tiếng vọng ma quái tự lặp nhau, đinh tai nhức óc, khủng khiếp, tuyệt vọng.

Giữa những âm vang giục giã gắt gao ấy, ở một tuổi nào đó trong đời, người ta còn có thể dùng dằng, dừng lại chỗ này một chút chỗ kia một chút để vui thú. Nhưng người ta không cầm cự được lâu, rồi chỉ còn có chạy dài.

... Buổi chiều, cuối mùa đông, anh Tư đi làm về, nằm trông theo những con én bay ngược bay xuôi trong xóm, với nỗi lo ngay ngáy rằng đêm sắp ập tới và sẽ tan nhanh.

Anh Tư nằm trông cho đến khi én hết bay, và mưa rơi lai rai trong bóng tối từ lúc nào không biết. Mưa rơi lặng lẽ, êm đềm, nhưng hồi lâu đã tụ đủ để rớt giọt.

Phía bên kia đường, trước hiên căn nhà lá của ông Hai Xích-lô, một cô gái mặc chiếc áo dài trắng đứng đùa với những giọt nước từ trên mái rơi xuống. Hẳn nàng nghĩ trong nhá nhem tối không ai trông thấy, không ai để ý tới mình. Nàng đưa tay ra hứng nước, nàng ghẹo từng giọt nước lòng thòng ở đuôi lá. Nàng mỉm cười vui thích một mình.

Anh Tư biết: một cô gái không thể vui thích với những giọt nước mà mình trêu ghẹo. Cô ta chỉ có thể đang vui với niềm rạo rực nơi mình. Nàng tìm chỗ vắng, để, cô độc, được tha hồ đối diện với niềm rạo rực của mình. Nàng ghẹo giọt nước như trêu con chó, con mèo, trong lúc trí nàng bị thu hút vào một ấn tượng nào, một hình ảnh nào, một ước mơ nào đó.

Anh Tư nghĩ tới cô bạn ngày xưa của mình. Nàng đã «mê» anh trung sĩ cách nào? Có «mê» như cô gái trước hiên nhà đối diện kia chăng? Anh Tư thắc mắc, không mường tượng được thái độ yêu đương nọ, chỉ biết thái độ nàng yêu mình. Anh nhớ lại lúc nàng nhắm mắt. Nhắm mắt để không cho bạn nhìn được mình. Mỗi người giữ lấy tâm tư riêng, từ chối sự xâm phạm của bạn. Sự thỏa thuận thụ động, buồn bã.

Nhưng tất cả đã xa rồi. Anh sẽ không còn tìm được những khe hở thời gian nào để trông bạn nhắm mắt để thổi bài sáo giữa khuya, để nghe con chim cườm buổi sớm, để điểm tâm nửa buổi mai...

Còn cô gái nhà bên kia, cô còn xoay xở được. Hãy cố gắng. Đùa với nước mưa đi. Và ngày mai, ngoài tám giờ của công việc, hãy xoay xở đâu đó vài giờ để... Cố lên!

Mưa tạnh. Trăng sáng, giãi xuống ngôi mả vôi lù lù trước cửa, choán khuất nửa chân cô gái. Phần anh Tư, anh phải đi ngủ, chuẩn bị chờ đợi buổi bình minh sắp đến, nếu không anh sẽ mệt nhoài và không vượt nổi thêm một ngày, như cha anh xưa kia.

Còn cô gái, cô cứ thức. Chúc cô may mắn.

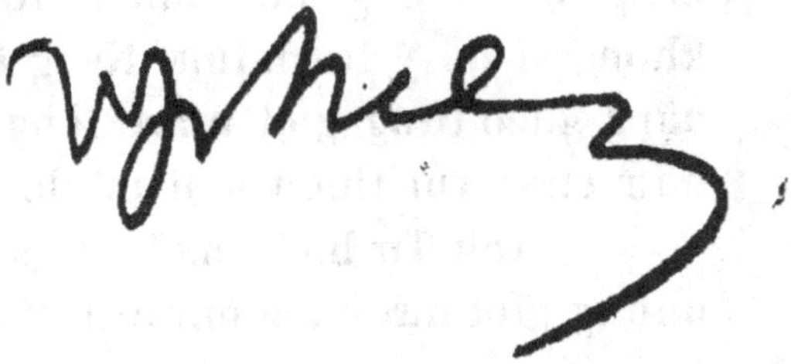

VÕ PHIẾN

VÕ PHIẾN

VŨ HẠNH

TIỂU SỬ

Tên thật là Nguyễn Đức Dũng *sinh ngày 15.7.1926 tại Bình Nguyên, Thăng Bình, Quảng Nam. Học ở quê nhà (Thăng Bình) rồi ở Đà Nẵng, và Huế. Sống trong vùng kháng chiến Liên khu Năm cho đến Hiệp định Genève. Đấu tranh đòi hiệp thương hai miền Nam Bắc năm 1955, bị chánh quyền Diệm bắt giam ; cuối 1956 được tự do, vào Sài Gòn viết báo và dạy học, cộng tác với Bách Khoa, Mai, Văn... Năm 1961 chính quyền Diệm bắt lại nhưng nhờ báo chí can thiệp nên sớm được tự do. Năm 1967 đã tham gia Lực Lượng Bảo Vệ Văn Hóa Dân Tộc.*

Đã viết : Vượt Thác — Mùa Xuân Trên Đỉnh Non Cao — Lửa Rừng — Đọc Lại Truyện Kiều...

QUAN NIỆM VỀ TRUYỆN NGẮN

Thu gọn một cảnh sống, một cuộc đời và cố gắng trình bày những nét đậm đà nhất, tiêu biểu nhất hầu góp phần xây dựng xã hội theo chiều hướng mà mình cho là hợp lý, tiến bộ. Sự trình bày ấy có thể là tố cáo, là khích lệ, là phê phán, là tán thưởng... Nó cũng đồng một chủ đích như truyện dài, nhưng chỉ khác ở chỗ nó ngắn, và vì ngắn vấn đề phải khiêm tốn hơn, đơn giản hơn.

Về Truyện Ngắn «CỔ TÍCH NGÀY XUÂN»

Nội dung câu truyện Cổ Tích Ngày Xuân thật quá rõ, nói dài dòng sợ bất kính với bạn đọc. Đó là mâu thuẫn giữa chính và tà, thiện và ác. Đó là đối lập giữa văn hóa thoái bộ, hưởng thụ vị kỷ, nhằm tạo những hạng mọt sách chỉ biết có mình mà không quan tâm gì đến đồng bào, đồng loại, sớm thành một mối tai họa cho dân chúng ; và văn hóa nhân bản, một thứ nhân bản đích thực, cụ thể, bắt nguồn từ sự cảm thông với đông đảo kẻ khốn khổ và đồng hóa với những giá trị lớn lao, cao đẹp một cách hồn nhiên qua chiến đấu và thử thách.

Cổ Tích Ngày Xuân

Mai Trầm là một kẻ sĩ ở mạn Hoài Dương, người không cao, chí lại thấp, thường lấy cái lỗ đồng tiền làm thứ mắt kiếng ngắm nhìn thiên hạ. Trải bao nhiêu năm đèn sách, gã chỉ mong chiếm bảng vàng đặng làm một con chuột lớn đục khoét túi tiền của dân cho thỏa giấc mộng cao sang.

Mỗi ngày, ôm sách đến trường ở cách xa nhà độ hai ngọn núi, Mai Trầm thường dừng bước lại trên đèo Chân Cửu, cúi nhặt một viên đá nhỏ ném vào trong một hốc núi tục gọi là hang Huyệt Động và tự nhủ rằng : «Chừng nào hang đá lấp đầy thì ta cũng sẽ công thành danh toại». Hăng hái trong khát vọng ấy, Mai Trầm chúi mũi chúi lái mà học, không biết đất trời gì nữa.

Thầy dạy, một hôm, gọi Mai Trầm lên và bảo :

— Ta thấy con rất có chí, biết điều cầu học. Nhưng nên soát xét lại thái độ học của mình.

Vòng tay cung kính, Mai Trầm thưa lên :

— Dám mong sư phụ chỉ giáo, chẳng hay con có điều gì phải nên sửa đổi ?

Thầy dạy bảo rằng :

— Có hai điều đáng quan tâm : Một là con chỉ chuyên nhìn vào sách mà không chịu nhìn vào đời. Con người phải sống với đời chứ không thể nào nằm ngồi ở trong sách mãi. Sách chỉ là một phương tiện để đi vào trong cuộc sống đó thôi. Cắm cúi vào trong sách vở mà không biết đến bên ngoài, liệu khi rời sách bước chân vào đời thì khác nào kẻ mù lòa nói chuyện trăng sao ? Bởi lẽ sách vẫn ở nguyên một chỗ mà cuộc đời thì biến hóa phi thường.

Thầy dạy ngừng lại để xem phản ứng trên mặt người học trò giỏi, rồi tiếp :

— Hai là trong khi học tập con không nhìn thấy bạn mình. Không ai có thể tiến bộ thật sự nếu chỉ lo học riêng lấy cho mình. Con ngồi giữa đám bạn bè mà chỉ biết mỗi phần con, lấy họ làm cái khung tốt cho mình nổi bật thì sao cho hợp đạo học ? Cái gì mà con cướp đoạt của đời thì đời sẽ cướp đoạt lại. Sự cướp đoạt lại có thể ở trong hiện tại, có thể ở trong tương lai, nếu không kiếp này thì trong kiếp khác.

Mai Trầm vâng dạ nhưng vẫn không chịu thay đổi lối học của mình. Đến mùa thi cử, Mai Trầm hăm hở đi thi. Con đường từ nhà dẫn đến kinh kỳ khá xa, phải tính ít nhất hai tuần băng qua nhiều thác, nhiều ghềnh. Họ Mai rủ một người bạn đồng môn, quê ở làng bên, tên là Vương Bái, khăn gói lên đường.

Khi qua gần lỗ Huyệt Động, Mai Trầm chợt nhớ đến lời khấn vái hàng ngày của mình là bao giờ đá lấp đầy thì mình thành đạt, cúi nhìn thấy huyệt vẫn còn khá sâu bèn bảo Vương Bái :

— Bây giờ thì anh đi trước để tôi lấp cái huyệt này cho đúng với lời tôi đã khấn nguyện ngày xưa.

Người bạn họ Vương đáp lời :

— Chúng ta đồng hành mà lại kẻ trước người sau thì coi sao được ? Anh cứ lấp đi, tôi góp sức với.

Mai Trầm liền nói :

— Phải rồi, anh lấp với tôi một tay cho chóng. Mình hứa với mình chứ có hứa với ai đâu !

Hai người hì hục suốt một hồi lâu thì hốc lấp đầy. Đến lúc xuống suối rửa tay, Mai Trầm rửa mãi không sạch, nước cứ đục lầy loang rộng ra trên mặt suối. Mai Trầm giận lắm, hậm hực :

— Cái đất vùng này sao mà dơ bẩn đến thế?

Quay sang Vương Bái, thấy gã rửa xong ngồi trên tảng đá, Mai Trầm liền hỏi :

— Sao mà chóng vậy ? Chắc là anh quen ở bẩn quá thôi.

Vương Bái lấy làm ngạc nhiên, bảo rằng :

— Tay tôi đã sạch lắm rồi, sao còn phải rửa ?

Mai Trầm lại đưa tay mình lên coi thấy còn lấm láp, lại xuống vũng suối kỳ cọ. Cuối cùng đôi bàn tay Mai vẫn không chịu sạch. Không được hài lòng, Mai vội lau tay rồi cùng khăn gói lên đường.

Đến một tòa miếu rất xưa hai người cùng ghé vào nghỉ. Nhân có tấm bia khá cổ, rêu phong, Vương Bái cúi đọc. Mai Trầm cũng ghé lại xem nhưng không biết được là gì. Mai hỏi :

— Chữ gì mà kỳ cục vậy ?

Vương Bái đáp lời :

— Đây là một lối cổ tự có từ sáu bảy trăm năm về trước, gọi là chữ Triện Đại Trang, bây giờ ít ai dùng nữa.

Mai không muốn nhận mình dốt, bảo rằng :

— Tôi có học qua chữ ấy đã lâu nhưng quên nhiều rồi. Thế anh có đọc được không ?

Vương Bái đáp lại :

— Đọc hết không được nhưng vẫn hiểu rõ đại khái.

Mai Trầm ra vẻ lưỡng lự rồi hỏi :

— Vậy bia nói gì ?

— Ghi lại công đức một người ăn mày.

— Ăn mày mà cũng có công đức sao ?

— Sao lại không thể có được ? Người này tên là Mã Ngữ bấy giờ sống ở Thủy Lăng, gặp mùa lụt lội nước lên tràn ngập xóm làng đến phải bỏ xứ mà đi. Tiếp đến lại bị giặc cướp quấy phá không sao sống nổi, lâm vòng bệnh hoạn phải đi cầu thực tha phương. Đến tại miền này Mã Ngữ chọn ngôi cổ miếu làm nơi trú ngụ, ăn xin quanh vùng. Bấy giờ giặc ngoài kéo đến rất đông, án ngữ cả vùng Tây Bắc giết hại vô số sinh linh. Đại tướng Ninh Sơn cầm quân tiến đánh, đẩy chúng ra được năm mươi dặm ngoài nhưng sau quân giặc viện binh tiến đến khá đông lập mưu gài bẫy bắt được hùng tướng Ninh Sơn trói chặt dẫn về. Qua ngôi miếu này vừa trưa, trời rất oi bức, quân giặc dừng lại nơi đây, viên tướng của giặc là Trầm Phi Bá vào trong miếu cổ nghỉ trưa. Lúc ấy, Mã Ngữ đang nằm trong miếu, nghe động, vội dòm ra ngoài thấy thế không dám chạy đi, vội chui vào trong bệ gạch ở nơi chính điện. Đến trưa, Mã Ngữ nghe có tiếng ngáy như sấm làm cho các khung cửa gỗ mong manh rung động, thò đầu ra xem thì thấy tướng giặc nằm ngay trên điện mà ngủ. Liếc nhìn chung quanh không thấy có ai thấp thoáng, mấy tên lính gác đang ngồi ngủ gà, ngủ gật ngoài sân, lập tức họ Mã bò ra, men gần lại bệ, rón rén nắm thanh bảo kiếm tên giặc đặt bên cạnh mình, chém mạnh giữa cổ khiến nó chết ngay không kịp kêu lên một tiếng. Đoạn Mã cởi hết giáp phục mặc vào người mình, đun xác giặc xuống dưới bệ rồi leo lên trên nằm vào chỗ nó. Xế trưa lính gác ngoài sân nhìn thẳng vào trong thấy tướng còn ngủ không dám đánh thức, đành chịu bồn chồn chờ đợi. Mãi đến khi trời sụp tối, Mã mới ngồi dậy, làm bộ mệt nhọc bước ra, rồi tiến đến chỗ Ninh Sơn, làm vẻ hung hăng, xua tay ra dấu bảo lính dạt xa hai bên và vung lưỡi kiếm như muốn chém đầu. Nhưng Mã hạ kiếm chặt đứt các vòng dây trói, bảo nhỏ :

— Ngài trốn mau lên. Tôi đã giết tên tướng giặc ấy rồi.

Ninh Sơn tiếp lấy thanh kiếm, quay lại chém chết

những tên đứng gần rồi kéo Mã Ngữ xông xáo giữa đám giặc cướp, mở một đường máu. Quân giặc canh giữ chung quanh ùn ùn kéo đến khá đông phóng dao bủa tên nhưng nhờ trời tối và tài võ nghệ của tướng Ninh Sơn nên cả hai người chạy thoát. Ra khỏi núi được một dặm, Mã Ngữ không đi được nữa vì kiệt sức rồi. Mã nói :

— Tôi đã bị tên từ sớm nơi lưng nhưng không dám nói, sợ Ninh tướng quân vì tôi mà dừng bước lại.

Ninh Sơn đặt Mã ngồi xuống, rút mũi tên ở lưng ra thì Mã ngã lăn trên đất. Bèn hỏi :

— Ngài là ai đây mà giết được loài giặc dữ cứu tôi trong lúc khốn nguy ?

Mã Ngữ mệt nhọc đáp lại :

— Tôi chỉ là tên ăn mày ngụ trong cổ miếu đó thôi. Không có chí khí, không có bản lĩnh, nhưng cảm cái lòng oai hùng xưa nay của ngài vì dân khử bạo, lại căm cho loài cướp nước dã man nên thừa cơ hội mà giết được giặc.

Kể lại sự việc vừa qua, Mã gắng gượng tiếp :

— Bây giờ thế là toại nguyện, vì cả cuộc đời ăn mày tủi nhục đã có dịp tốt dựa nhờ thế mạnh tướng quân mà bớt xấu hổ. Nay có chết đi cũng chẳng hối tiếc.

Đại tướng Ninh Sơn cúi xuống lấy miệng hút máu thấm độc ở nơi vết thương của Mã, quỳ lạy rồi nói :

— Con người có những lúc bĩ không ai tránh được nghèo khốn nhưng cái tinh thần vị nghĩa, bất khuất vẫn còn, là còn sáng tỏ như sao trên trời. Hình hài của ngài là kẻ ăn xin nhưng tâm hồn ngài là đấng trượng phu cao trọng hơn trăm ngàn lần những bọn mũ cao áo dài quì gối khom lưng trước lũ giặc quỉ để mong kiếm chút bổng lộc cao sang. Tôi với ngài đây cùng gặp gỡ nhau ở trên tinh thần cứu nước, nhưng tôi xin cảm tạ ngài là bậc ân nhân.

Mã Ngữ gắng gượng đáp lại :

— Tôi biết mình không còn sống được nữa. Xin chúc tướng quân còn đủ sức khỏe giết loài ác tặc cứu dân.

Ninh Sơn khóc ròng, vội hỏi :

— Ngài còn dặn bảo điều gì nữa không ?

Mã phều phào nói :

— Ước nguyện cho mọi con người đừng ai khốn khổ, đói nghèo, điêu linh vì giặc giã nữa. Xin cho gửi xác gần tòa cổ miếu, vì đó là nơi nương náu nhiều ngày...

Nói xong, tắt thở. Ninh Sơn vuốt mắt cho Mã Ngữ xong, cởi chiếc áo ngoài gói xác họ Mã rồi đào một huyệt mà chôn lấp lại, hì hục trong đêm bỏ đá mấy đống làm dấu mộ phần. Sau đó, Ninh Sơn đuổi sạch kẻ thù, thống nhất cõi bờ, truyền đem mộ người ăn mày dời đến cổ miếu, dựng một bia lớn ghi rõ công đức và phong làm Mã Đại Vương.

Mai Trầm nghe xong có ý không được bằng lòng. Gã nói :

— Thờ phụng cả bọn ăn mày là điều quá đáng.

Vương Bái trả lời :

— Đâu có thờ phụng ăn mày ? Thờ người cứu nước là Mã Ngữ đó.

Mai bỗng hỏi lại :

— Thế anh học cổ tự này ở đâu ?

Vương đáp :

— Nhà tôi vốn nghèo, đâu có cách gì học hỏi cho nhiều. Tôi tự tìm học trong các sách xưa rồi quen lê la tìm đọc trong các bia cổ. Nhưng biết thì ít mà hiểu thì nhiều là nhờ mình đọc ở ngoài các chữ.

— Làm sao mà đọc ở ngoài chữ được ?

— Phàm các câu nói, câu văn đều có một số các tiếng chính yếu như là bộ óc, thấy được cái óc đủ rõ con người, không cần phải biết chân tay. Hơn nữa, đó cũng là thói quen thôi.

Nghĩ rằng Vương Bái giấu cái sở học với mình nên Mai tỏ ý không vui. Rồi họ tiếp tục lên đường về kinh ứng thí.

Qua đến Liêu Nam thì trời tuôn mưa xối xả suốt ba ngày liền, cả hai trú ngụ trong một ngôi chùa. Đến ngày thứ ba nước sông cuồn cuộn dâng lên tràn ngập. Đứng trên chùa cao nhìn xuống thấy những làng mạc bập bềnh trong nước, vị sư trưởng rất băn khoăn hội cùng tăng ni trong chùa đẵn cây, phá các tường gỗ đóng bè cứu lụt. Vương Bái hăng hái phụ lực cùng với mọi người xông ra cứu giúp dân làng.

Mai cứ ngồi lì trong phòng đọc sách, bảo với họ Vương :

— Lụt cả trời đất mà riêng chúng ta cứu đỡ phỏng được mấy người ? Hơn nữa, bỏ công mười năm đèn sách mà chết đuối trong mưa bão thì uổng phí quá.

Vương bèn đáp lại :

— Học cốt giúp người, nay thấy nỗi nguy kẻ khác mà ngồi yên sao ?

Mai không đáp lại, chúi đầu vào sách. Càng ngày nước lụt càng cao, nạn nhân càng nhiều, mọi người quanh vùng sống sót đều tập trung lại nơi chùa là chỗ cao nhất để lo công việc cứu trợ. Một hôm, có một nông phu là Hàn Kỳ Lực vừa vớt xác chết trở về đi qua phòng Mai Trầm ở, thấy Mai tay cầm quyển sách liền nhảy xổ vào quát lớn :

— Khốn nạn ! Nhà ngươi là ai mà lúc này còn điềm nhiên tọa thị ngồi đó nhai văn nhá chữ, mặc cho mọi người chết chóc, lo âu ?

Rồi giằng quyển sách ném ra ngoài cửa, túm lấy

đầu tóc Mai Trầm kéo ngược hẳn lên, hỏi rằng :

— Mày có thấy nước ở ngoài kia không ?

Mai Trầm ú ớ đáp lại :

— Có... thấy.

— Thế sao mày cứ ngồi im trong phòng để cho mọi người lo lắng mà không đóng góp phần nào ? Cái loại như mày ngày sau thi đỗ làm quan lại càng chết bọn dân đen này thôi.

Nói xong Kỳ Lực những toan hành hung, nhưng vị sư trưởng nghe động, chạy đến bảo rằng :

— Thôi chớ gây điều huyên náo trong lúc mọi người đều phải bận tâm, bận trí vào việc cứu nạn. Việc thiện phải được xuất phát từ lòng, bắt buộc làm gì ? Kẻ nào đã không muốn thấy, đã chẳng muốn làm, thì nên khuyên nhủ hơn là ép uổng.

Rồi gỡ tay Hàn Kỳ Lực, kéo gã ra ngoài.

Mai Trầm sau cơn hoảng sợ, lấy làm giận lắm, tự bảo :

— Ta nhớ mày rồi, sẽ có lúc gặp.

Ở trong thâm ý, họ Mai quyết tâm thi đỗ, làm quan, xin về trấn nhậm vùng này trị bọn lỗ mãng với mình một phen.

Nhưng sau hôm đó Mai Trầm cảm thấy không có cách gì ngồi yên mà học, nên gắng gượng theo Vương Bái cứu giúp nạn nhân bão lụt. Khi cả hai người chèo một chiếc bè đến một ngôi nhà chìm ngập trong nước, thình lình bỗng nghe có tiếng kêu rên thê thảm. Họ Vương vội vàng lái bè cập đến rồi cả hai cùng leo lên trên nóc, sờ soạng tìm đến chỗ phát ra những tiếng kêu.

Họ thấy một người cao tuổi nằm trên mái ngói, nhợt nhạt, thoi thóp, tay vẫn còn cầm chặt lấy một gói khá nặng. Họ Vương vừa chạm đến người, kẻ kia đã kêu rú lên, ôm sát gói đồ vào ngực, ngón tay run rẩy, co quắp, bấu chặt lại như móng vuốt của loài thú dữ.

Gã kia thều thào :

— Trời ơi ! đừng ai động đến tôi hết.

Rồi lại rên rỉ hết sức thảm thiết như muốn kêu cứu. Họ Vương liền bảo với Mai :

— Đây là một gã trọc phú trong cơn lụt lội lo giữ lấy vàng để mặc vợ con cuốn theo dòng nước. Rồi đem vàng lên chỗ kín đáo nhất mà nằm, chờ cho nước rút, nhưng đã kiệt sức quá rồi.

Mai Trầm nói rằng :

— Vậy kệ xác nó.

Vương bảo :

— Trong khi cứu nạn thế này, khó lòng phân biệt kẻ ác người thiện. Chúng ta chỉ biết đó là mạng người mà thôi. Dầu sao cũng phải đem gã ra khỏi nơi này.

Nói xong, giục Mai áp lại khiêng người kia ra nơi bè. Người ấy kêu la hốt hoảng như ai cắt cổ, tay vẫn không ngừng ôm chặt gói vàng trên ngực. Gã kêu :

— Không đi đâu hết ! Không đi đâu hết !

Vương cúi xuống bảo :

— Chúng tôi cứu ông, đừng sợ. Không ai chiếm lấy của cải ông đâu.

Gã kia quẫy mạnh, hé mắt nhìn ra, lại kêu :

— Trời ơi !

Và đạp cặp chân gầy nheo vào cả hai người như muốn đẩy họ xuống nước. Mai nói :

— Cho nó chết đi rồi đem vàng kia về cứu các nạn nhân khác, thế là thượng sách.

Vương đáp :

— Bổn phận của ta là đi cứu người chứ không có quyền phán xử.

Rồi tìm mọi cách đem gã kia lên trên bè.

Chèo được một quãng thì gặp gió ngược, bè không đi mau cứ lơ lửng mãi giữa vời. Trời dần dần tối, gió càng thổi lạnh. Người kia chịu không nổi được, rên rỉ một hồi rồi tắt lịm dần. Vương Bái vuốt mắt cho gã rồi xé vạt áo đắp lên trên mặt. Nhưng được một lát, bỗng thấy xác gã ngồi nhổm hẳn lên đưa tay quờ quạng, rồi chừng như không chịu nổi một sự tuyệt vọng lớn lao, gã nhoài người ra khỏi bè, lăn mình xuống nước tối đen như là vực sâu thăm thẳm.

Mai Trầm quá sức ngạc nhiên hỏi rằng:

— Sao gã đã chết, còn ngồi dậy được?

Vương Bái đáp lời:

— Có lẽ thần xác của gã nhiều năm quá tha thiết với bạc vàng nên khi đã chết còn thiết tha chăng?

Thốt nhiên, gió nổi rất lớn rồi mưa tuôn xuống thêm nhiều. Trong đêm mù mịt, hai người ngồi sát gần nhau trên bè mà vẫn không thấy mặt nhau. Chiếc bè mỗi lúc càng chòng chành hơn, Vương liền bảo Mai:

— Cố giữ gói vàng đem về cho vị sư trưởng cứu giúp nạn nhân.

Rồi bèn nỗ lực chèo chống, để mong ngược gió về chùa. Nhưng gió quá mạnh đẩy nước, đẩy bè trôi phăng về phía Tây Nam. Phần đã gắng sức quá nhiều trong mấy ngày qua, phần bị đói lạnh trong đêm nên đến nửa khuya thì Vương cảm sốt, nằm gục mê man trên bè, không biết đất trời gì nữa.

Mai Trầm lo giữ gói vàng, không chèo chống được, cứ mặc cho bè trôi đi. Đến khi sờ vào trán của Vương Bái thấy nóng mê man, Mai tự nhủ rằng: «Cách này chắc gã không sao sống nổi. Nếu ta đưa gã về chùa mà gã sống được thì phải nuôi dưỡng mất cả tháng trời chưa chắc khỏi bệnh.»

Đoạn xô Vương Bái xuống nước, rồi cầm sào đẩy bè tới, sau khi đã cột chặt gói vàng vào cổ mình.

Bấy giờ trời đã lặng gió, Mai Trầm chèo cho tới sáng thì đến một thị trấn lớn. Ở đây khá cao, nước chỉ tràn vào tới thềm nên mọi người vẫn đi lại mua bán như thường. Mai Trầm tìm một nhà trọ, thuê một gian phòng lịch sự rồi đóng chặt cửa, ngồi đếm số vàng. Đây là lần đầu họ Mai thấy vàng quá nhiều như vậy nên hoa cả mắt, tay cứ run lên không sao đếm được. Giờ lâu, gã mới định tâm và đếm được một trăm nén. Tuy vậy, vẫn cứ ngại mình lầm lẫn nên phải đếm đi đếm lại đến mấy mươi lần. Xong, gã tìm vào hiệu kim hoàn đổi bớt một nén, lấy tiền vào quán ăn uống no nê rồi sắm sửa các vật dụng lên đường.

Họ Mai thuê một chiếc ghe khá lớn, đi theo đường biển mà đến kinh kỳ. Trên ghe, suốt ngày Mai được ăn nằm thong thả nên thấy vui vẻ cực độ.

Một hôm, đến thành Giang Biên thì gặp trời tối, ghé đậu nơi bến. Cơm nước xong xuôi, Mai ra ngồi trước mũi thuyền ngắm cảnh đèn sáng và người đi lại nhộn nhịp trước mắt. Bỗng nghe có một tiếng hát rất là não nùng bên cạnh. Nhìn qua, thấy một thiếu phụ khá đẹp đang hát trong một khoang thuyền. Chung quanh, người nghe thỉnh thoảng ném tiền tán thưởng. Tiếng hát vẳng lên :

Vượt trăm nghìn ngục nhân gian
Tìm sao cho gặp mặt chàng thì thôi
Con thơ như ngọc lan rồi
Mẹ cha khuất bóng, còn đôi lứa mình
Đưa tay vuốt tóc còn xanh
Bạc đầu riêng vẫn để dành cho ai...

Mai Trầm gọi người lái thuyền, và bảo :

— Gọi người ca nữ ấy đến cho ta. Bảo ở luôn đây đêm nay.

Người kia trả lời :

— Ca nữ là Chung Tử Ly phiêu bạt tìm chồng bị quan bắt giam giữ trong ngục tối lâu ngày rồi đày ải đến chốn xa. Nàng không bao giờ tiếp khách.

Mai Trầm có vẻ khó chịu, nói rằng :

— Phàm gái xướng ca đều phải sống thêm bằng nghề ấy cả, sao không chịu tiếp ? Bảo nó đòi giá bao nhiêu, ta cũng chịu trả.

Lái thuyền đợi Chung Tử Ly hát xong đám ấy, đón mời sang thuyền. Mai Trầm vừa gặp mặt nàng vội nói :

— Ta tuy hơi lùn nhưng tài năng ta cao hơn thiên hạ, điều đó không nói ắt nàng cũng hiểu. Nguyên ta nghe nói chồng nàng bị bắt, thật là cảnh ngộ đáng thương. Hãy lấy mảnh giấy ghi rõ lý lịch, rồi nay mai đây thi đỗ ta sẽ tìm cách cứu xét cho nàng.

Tử Ly vội vàng lấy giấy trần tình, rồi trao cho Mai. Mai nói :

— Ta nghe nàng hát ban nãy nhiều rồi. Bây giờ ta mời nàng qua để mà trả tiền.

Tử Ly tỏ vẻ ngạc nhiên hỏi lại :

— Thưa ngài, những người ở trong đám ấy trả cho tôi rồi, ngài ở ngoại cuộc, không phải tính tiền.

Mai Trầm bèn đáp :

— Phàm nghe giọng hát thì phải nghe xa mới thật là hay. Ngồi gần, người hát chiếm hết giọng hát. Ta trả cho nàng gấp ba lần tiền của bọn lúc nãy.

Tử Ly trả lời :

— Thưa ngài, tôi không dám nhận.

Mai Trầm mỉm cười :

— Gái hát chê tiền, quả cũng là điều rất lạ. Xưa nay, ta đọc trong sách, thấy lớp như nàng đều sống vì tiền cả mà.

Từ Ly nghiêm sắc mặt lại, trả lời :

— Xin ngài đừng đem sách vở ra mà xúc phạm cuộc đời. Cho phép tôi lui.

Mai Trầm gượng nói :

— Thôi đừng giận dữ. Chẳng qua ta nói thử lòng đó thôi. Nào hãy ngồi xuống đi nào.

Người đàn bà vẫn đứng yên.

Mai Trầm nói tiếp :

— Con đường ta đi còn xa, muốn có một người đàn bà bên mình. Vậy nàng theo ta có được hay chăng ?

Từ Ly đáp lại :

— Ngài đi về đâu ?

— Về kinh.

Sau một phút giây suy nghĩ, Từ Ly trả lời :

— Xin vâng. Tôi mong được theo về đó kêu oan cho chồng.

Mai Trầm nghĩ bụng : « Bọn này chỉ khéo làm bộ. Mới gặp thì lại khoác vẻ đạo đức, nhưng chính đó là kiểu cách đòi giá cao thôi.»

Rồi bảo lái thuyền dọn riêng một khoang cho Từ Ly nằm.

Từ Ly yên lặng đến nơi dành riêng cho mình. Nửa đêm, đang nằm thao thức, nàng thấy Mai Trầm tắt đèn tiến tới bên nàng.

Lập tức, Từ Ly ngồi dậy, cầm lấy chiếc đàn.

Mai Trầm đưa một bàn tay lên che miệng nàng. Nhưng nàng gạt phắt tay gã, toan kêu to lên thì gã vội bảo :

— Đừng kêu. Ta sẽ cho nàng nguyên một nén

vàng.

Từ Ly trả lời :

— Nén vàng của ngài không xóa sạch được ô nhục

Mai Trầm liền bảo ;

— Đêm tối không ai hay biết, làm sao mà ô nhục được ?

Người đàn bà đáp :

— Ô nhục đối với chính mình, hà tất phải đợi kẻ ngoài biết đến. Xin ngài lùi lại, không thì tôi sẽ kêu lớn.

Mai Trầm gắng gượng nói tiếp :

— Hai nén vàng ròng, có bằng lòng chăng ?

Từ Ly cả giận, trả lời :

— Đem cả núi vàng cho ta, ta cũng không thèm. Đừng có nhiều lời, vô ích.

Mai Trầm bèn nói :

— Thân ngươi giá đáng bao nhiêu mà nói những lời khinh mạn. Nay mai ta đỗ đạt rồi, những hạng như nàng không đáng cho ta chọn làm tì thiếp một đêm, có gì mà cao giá vậy ?

Nói xong, hậm hực lui về chỗ nằm nhưng cứ trằn trọc không sao ngủ được.

Sáng dậy gã bảo Từ Ly :

— Ta chọn một người đàn bà để theo ta trên đường xa mà nàng thì vô dụng quá.

Từ Ly trả lời :

— Tưởng ngài kiếm người sửa sang cơm nước cho nên tôi mới chịu lời. Nay không ưng chịu, xin trả tôi về chỗ cũ.

Bây giờ thuyền đã đi xa biết là mấy dặm sông hồ ? Mai Trầm hằn học :

— Ta đã bị ngươi lường gạt.

Người đàn bà nói :

— Kẻ lường gạt người, chính là ngài đó.

Mai Trầm trợn mắt :

— Con tiện tì này vô lễ !

Từ Ly không khuất, đáp lại :

— Đê tiện hay là cao sang chỉ đo được bằng nhân cách mà thôi. Những kẻ khinh mạn đàn bà không phải con của giống người.

Mai Trầm trợn mắt :

— Hừ, to gan quá lắm. Sao ngươi dám bảo không phải con của giống người ?

— Vì chúng đâu biết có mẹ. Mẹ chúng chẳng là đàn bà hay sao ?

Mai Trầm tức lắm, tưởng có thể xách Từ Ly mà ném xuống bể.

Đến chiều hôm đó, thuyền ghé lại miền Nghi Đảo là nơi hoang vắng. Gã bảo người đàn bà lên mua ít đồ nhắm để tối uống rượu. Khi Chung Từ Ly lên bờ đi được một quãng, gã bảo lái thuyền nhổ neo mà chạy. Lái thuyền hỏi lại :

— Còn người đàn bà ?

Mai đáp :

— Cho nó ở lại. Chẳng dùng được việc gì cả.

Lái thuyền không chịu :

— Ở đây là chốn hoang vu, sao nỡ bỏ người ta lại ?

— Nhà ngươi chớ có bận tâm vô ích. Cứ cho thuyền đi, ta sẽ trả gấp rưỡi số tiền đò.

Chủ thuyền ham lợi, giọng buồm, nhổ neo đi thẳng.

Ra đến kinh kỳ, chỉ còn ba ngày đã tới khoa thi, sĩ tử bốn phương kéo đến ồn ào tấp nập, quang cảnh thật là náo nhiệt khác thường. Trong thời bấy giờ có Lưu Hào Vĩ là viên chủ khảo hết sức tham lam, lén cắp đề thi đem bán cho những con nhà vọng tộc để kiếm vàng ngọc. Cứ mỗi đề thi được đánh đổi bằng số nén vàng ròng và kẻ mua bán gặp nhau trong một hầm đá khá rộng sau dinh thừa tướng họ Võ, vốn là cậu ruột của Lưu.

Giá bán quá cao nên bọn con quan lười biếng học hành rủ nhau chung vốn mua các đề ấy. Đồng thời đôi người thấy đó là dịp tốt để làm ăn nên quyết mua đề đem ra khai thác làm giàu.

Một người bạn thi ở gần phòng trọ của Mai, tên là Lý Can, thấy Mai ăn tiêu sang trọng biết là gã có tiền nhiều, bèn mớm cái ý mua đề trục lợi. Mai Trầm mừng lắm hẹn với Lý Can vào một buổi tối cùng đi tới hầm đá ấy.

Đến nơi, cả hai thấy một người rất đạo mạo, ra vẻ là tay phương diện quốc gia đang ngồi chính giữa, hai bên có hai thuộc viên uy nghi, ngồi ở hai bên.

Mai Trầm bèn hỏi :

— Xin cho biết giá nhất định mỗi đề là bao nhiêu tiền ?

Thuộc viên bên hữu trịnh trọng đáp rằng :

— Ở đây là một tổ chức nhân đạo giúp đỡ cho những kẻ sĩ suốt năm không có thì giờ học hành, nên không có một lề lối mua bán như bọn gian thương.

Người ngồi ở giữa gật đầu, nói tiếp :

— Chính thế. Chúng ta phải làm việc thiện để mà cứu đời.

Người ngồi bên cạnh phụ họa :

— Vì vậy, không thể nêu ra giá cả bây giờ. Văn chương lại vốn là một thứ đồ vô giá. Một khi đỗ đạt, các người có đủ phương tiện làm ăn, tiền của lương dân sinh sinh, hóa hóa hết sức nhiệm mầu, khai thác bao nhiêu cũng được. Do đó các người phải cho biết trước sẵn có bao nhiêu tiền bạc ta mới tùy liệu mà đòi giá cả phải chăng.

Mai Trầm bèn đáp :

— Tôi chỉ có ba nén vàng.

Lập tức, người kia hầm hầm quát lớn :

— Đồ khốn, lui ra ! Chỉ có ba nén mà cũng tính chuyện đỗ đạt là nghĩa làm sao ?

— Thực tình tôi có năm nén nhưng còn phải để chi dụng vì con đường về rất xa.

Người kia lộ vẻ suy nghĩ rồi hỏi vị ngồi ở giữa :

— Ý của Thượng quan thế nào ?

Vị này phán rằng :

— Nếu xem nó quả là học trò nghèo thì nên giúp đỡ để mua phúc đức về sau. Bán rẻ cho nó nửa đề cũng được.

Mai Trầm kêu lên :

— Nửa đề thì làm sao hiểu mà thi cho đặng ?

Vị đại quan nói :

— Tiền nào của nấy là lẽ thường tình xưa nay. Nếu muốn hiểu đủ thì cứ trả gấp đôi số vàng. Bây giờ chịu vậy thì ta trao cho, song điều quan trọng ngươi phải là học trò nghèo mới được. Chúng ta chỉ thương những kẻ khốn cùng, vì đây là triều đại của dân nghèo.

Mai Trầm nói :

— Tôi quả là thứ dân nghèo chính hiệu, nghèo trên ba đời.

Vị đại quan truyền :

— Khám nghiệm ngay xem để biết thực giả ra sao !

Hai người bên cạnh áp đến lôi Mai Trầm lại trước đèn, lật bàn chân gã ra xem. Cả hai làm bộ quan sát thật kỹ, nháy nhó với nhau, rồi nói :

— Đích thực là học trò nghèo. Thôi lấy nó sáu nén vậy.

Mai Trầm lôi ra sáu nén, đặt ở trên bàn cho vị đại quan xem lại. Vị đại quan nói : Hãy chận tên này xét lại chu đáo, chắc nó còn vàng trong người. Hai kẻ thuộc hạ lại xông đến lôi Mai Trầm, đè xuống, lục lọi một hồi lôi ra từ trong lưng quần đủ hai chục nén, và nói :

— Đại quan thật là sáng suốt. Đích thị nó không phải là dân nghèo.

Vị quan nghiêm nghị phán rằng :

— Đã nghèo sao còn có vàng ? Vả lại bọn nghèo thường thường chăm học, làm gì phải chạy mua các đề thi ! Tội của thằng này to lắm, dám mạo nhận cái danh nghĩa nghèo nàn để mà lường gạt bề trên, thật đáng giam vào ngục tối. Song nếu nó nộp đầy đủ số vàng thì hãy khoan dung cho nó một lần thứ nhất.

Mai Trầm tiếc của, xanh mặt, nói giọng thiểu não :

— Vậy xin hãy giao đề thi cho tôi.

Vị quan rút một tờ giấy màu vàng có đóng dấu rất kỹ lưỡng, rồi bảo :

— Bọn ta làm ăn lâu dài và có tín nhiệm, nhà ngươi chớ lo. Cầm biên lai này, và trước ngày thi ghé lại nơi đây mà nhận đầu đề. Không thể giao sớm cho ngươi để ngươi đem về phổ biến bậy bạ.

Mai Trầm cùng với Lý Can đành phải cáo từ lui ra, lòng rất buồn phiền. Ra đến bên ngoài, Mai Trầm giậm chân than thở :

— Thôi chết cha rồi, bị kẹt hai chục nén vàng trong đó, dễ gì mà lấy lại được ! Đem bao nhiêu của mua mảnh giấy lộn này sao ?

Họ Lý an ủi :

— Không hề gì đâu. Người ta là vị đại quan, lẽ nào mà nói sai lời.

Mai đáp :

— Nó không nói sai, nhưng chắc là nó nói láo. Bây giờ chúng ta nguy mất. Chưa kịp làm ăn mà đã lỗ hết cả vốn liếng. Việc này chung qui là tại anh cả.

Lý buồn rầu lắm, nghĩ ngợi một lát rồi nói :

— Thôi được. Tôi đã có cách.

— Cách gì ?

— Bây giờ ta làm thế này...

Đoạn kề miệng vào tai của Mai Trầm nói nhỏ mấy câu. Mai Trầm hớn hở gật đầu :

— Thôi vậy cũng được.

Qua tối hôm sau hai người tìm thuê hai gã du đãng, cho ăn mặc rất lịch sự, đứng núp ở ngoài hầm đá của viên đại quan họ Lưu rồi cùng thuê một căn nhà rất là bí mật ở ngay cuối phố. Cứ thấy kẻ nào đi đến thì bọn du đãng đón đường, bảo rằng :

— Các người muốn tìm Lưu đại quan đấy phải không ?

Nếu họ đáp phải thì cứ dẫn đi ngoằn ngoèo và đưa đến căn nhà riêng. Tại đây Mai Trầm đã mua của một gánh hát một bộ đồ quan rất đẹp mặc vào, ngồi giữa, gã Lý Can bận sắc phục nha môn làm người chuyền ngôn. Cả hai bịa ra nhiều đề, viết thành nhiều bản, rồi đòi giá cao mới bán, do đó chỉ trong mấy ngày đã kiếm được một món tiền rất lớn, trên cả hai trăm nén vàng.

Mai bảo Lý rằng :

— Không ngờ mình lại làm ăn khá giả thế này. Cũng nhờ là bọn sĩ tử bây giờ lười biếng quá cỡ, thêm nữa địa vị ngày nay dễ kiếm chác hơn. Điều mà ta sung sướng nhất là chúng cứ ỷ có sẵn đề rồi không chịu coi lại văn bài nên mình có dịp đỗ cao.

Do bọn Mai, Lý phỗng hết tay trên như vậy nên quan họ Lưu ế hàng, cuối cùng đến ngày thi cử, đành phải giao đề cho Mai để lấy thêm vài nén nữa.

Năm ấy Mai đỗ thủ khoa, Lý cũng đỗ cao, và một số đông con nhà có tiền nhưng không biết chữ bao nhiêu cũng được mũ cao áo dài. Một số bị mưu của Mai, mất tiền mà không trúng đề, giận lắm, làm đơn tố cáo họ Lưu gian lận. Nhưng Lưu khôn khéo đút lót quan trên nên chỉ có vài ba người thuộc hạ bị khép vào tội tử hình mà thôi.

Mai được bổ nhiệm làm quan trấn thủ Hà Tây là vùng hết sức giàu có. Bấy giờ xã hội bày ra tình trạng rối loạn vô kể. Nguyên do là vì những hạng cai trị đều không có một căn bản học vấn và đạo đức nào mà chỉ nhờ mấy nén vàng đã làm quan được nên cùng thi nhau vơ vét của dân, cốt sao cho được nhà cao cửa lớn, ngựa xe rộn rịp là thỏa dạ rồi. Họ lập thành một tổ chức rộng lớn gọi là Kim Tiền đảng hội, chỉ có mục đích là kiếm cho được nhiều tiền. Mỗi một hội viên phải đeo trên ngực ở trong lớp áo nhà quan một đồng tiền lớn, mài nhẵn, không có mặt trái mặt phải nào cả để làm huy hiệu. Gặp nhau thì chỉ lấy ngón tay trỏ bấm vào đầu ngón tay cái để làm dấu hiệu liên lạc, chào kính. Các hội viên này phát triền ngày một thêm đông, làm cho thanh thế của hội thật là lẫy lừng hết sức. Một trong những tay trụ cột của tổ chức này là Hoàng Kim Trọng có uy tín lớn khắp nơi, ở đâu cũng được một số quan lại cao cấp đỡ đầu và nhiều gái đẹp đỡ đuôi. Nói về nghi thức nhập hội thì ly kỳ lắm. Chỉ cần làm một tờ trình lý lịch, trong đó nêu rõ đã trục lợi như thế nào, rồi viết một bài luận văn bênh vực cho tiền, là được trúng cử vào kỳ thứ nhất. Sau đó, vào kỳ thứ hai là kỳ vấn đáp, có ba người đeo mặt nạ hỏi các câu rất khó khăn về chuyện làm tiền, phải thuộc lòng các nhân vật lịch sử đã nhờ tiền bạc làm nên danh giá hoặc đã vì tiền mà không từ bỏ một thủ đoạn nào. Trung bình cứ hỏi mười câu mà đáp đúng được năm câu là trúng tuyển rồi. Ai không nói đúng số ấy thì phải về nhà nghiên cứu trên ba tháng nữa mới được ứng thí kỳ hai. Đậu xong cả hai khóa ấy là vào kỳ ba, thiên nhiều về môn thực hành hơn là lý thuyết.

Đại khái các môn thực hành gồm có các khoa như sau : bỏ người dự thi vào trong một phòng rồi bịt mắt lại, đoạn bảo anh ta tìm đồng tiền giấu một nơi nào đó trong các khe cửa. Thí sinh cần phải dùng mũi chứ không được phép dùng tay để tìm. Môn này tuy cũng hơi khó, song tính trung bình ba trăm thí sinh thì bị đánh hỏng độ năm sáu người là cùng. Nguyên do là các vị đứng giám khảo cho Hội, vốn là những người có trình độ cao nên rất sẵn sàng nhận món hối lộ của các thí sinh để cho họ đỗ. Thủ đoạn rất dễ : chỉ cần bôi vào đồng tiền một mùi gì đó rồi cho thí sinh biết trước để họ đánh hơi, và muốn cho thật chắc chắn họ vẫn bôi vào đồng tiền những chất hôi hám đặc biệt. Chỉ có thí sinh nào nghẹt mũi lắm mới bị đánh hỏng.

Về cách khảo thí thực tập thứ hai, thì có môn này : một người cầm một đồng tiền xoay mạnh cho nó quay như chong chóng rồi thí sinh phải xoay người cho kịp đồng tiền. Nếu tiền còn quay mà thí sinh đã ngã nhào thì coi như là phạm phép, không thể dung nạp. Cách này tuy khó gian lận vì nó có vẻ công khai, song các ông lớn chủ trì cũng vẫn có thừa phương pháp để mà ủng hộ thí sinh. Họ chỉ việc quay nhẹ tay một tí là được.

Còn cách thứ ba rất là khó nói, vì chẳng hợp với vệ sinh, song cũng nên kể ra luôn, là bỏ đồng tiền vào một thùng lớn đựng toàn phân bã rồi cho thò tay, mở mắt để mà bươi móc lục lọi sao cho tìm được. Tất nhiên phải có một sức chịu đựng cao độ về các mùi hôi mới đứng suốt buổi mò mẫm như thế. Nhiều thí sinh đã bôi đầy dầu thơm vào mũi mà vẫn không sao chịu nổi, có người ngất xỉu nửa chừng. Nói chung, còn có nhiều môn khác nữa, như là nhai tiền, nuốt tiền, câu tiền và giấu tiền... nhưng tương đối dễ thực hiện.

Trong số các bọn quan lại móc họng dân chúng lấy tiền và trong số các hội viên của tổ chức trên thì Mai Trầm có uy thế rất lớn. Một phần vì gã đậu cao, có tiền bạc nhiều khi ra nhậm chức, lại có thủ đoạn. Suốt một năm ròng trấn nhậm gã đã tống giam có đến ba trăm người dân có chút máu mặt, lấy vợ của hàng nha lại có đến bốn năm mươi người. Vàng bạc của gã đúc thành từng khối vuông vức, chồng làm bức tường trong nhà, và gã ngủ giữa tường vàng tên gọi là Kim Bích phòng.

Được trên hai năm, Mai Trầm một hôm soi gương bỗng thấy mặt mũi của mình thay đổi khác xưa rất nhiều. Trán gã tự nhiên lồi lõm, y tưởng bị sự suy tính bất thường bên trong làm cho ảnh hưởng bên ngoài, lại thêm cặp môi dày ra mím lại, biểu lộ một tấm lòng tham không đáy và sự thèm khát không nguôi. Nhất là cặp mắt luôn luôn đục ngầu, hấp háy đảo nhìn đầy ý soi mói, sục sạo. Có quan Đô Úy ở gần muốn gả cô con gái quí cho Mai nhưng Mai chưa muốn lấy vợ. Gã nói:

— Có một người vợ thì chỉ có mỗi một vợ mà thôi. Không có vợ nào thì sẽ có được mọi người làm vợ.

Một hôm đang ngồi suy nghĩ bỗng nghe có tiếng động mạnh, ngẩng đầu nhìn lên thấy một quyển sách rớt ở góc phòng. Trong óc sực nhớ mối thù bị người nông dân nắm tóc kéo lên buộc đi cứu lụt ngày nào, liền nổi cơn giận quyết lòng trả thù. Mai liền cho kẻ tâm phúc là Hắc Đạo Nhơn mang một lễ tốt và một phong thư đem qua cho viên tổng trấn vùng ấy, nhờ bắt và áp giải Hàn Kỳ Lực đến tại nha môn của mình.

Viên tổng trấn này là Tòn Bảo Ngọc cũng ở trong ban lãnh đạo Hội Đảng Kim Tiền nên khi nhận được phong thư, vội vàng cho đi bắt Hàn Kỳ Lực. Lúc ấy vào trưa, Kỳ Lực đang nằm ngủ dưới gốc đa thì có bốn tên sai nha đi tới. Kỳ Lực không hề hay biết gì cả, thiêm thiếp giấc nồng. Một tên lấy chân đá vào mạn sườn Kỳ Lực nhưng anh ta vẫn không hay. Một tên khác bèn dùng đao đánh mạnh vào ống chân anh, khiến anh choàng mắt, tỉnh dậy, hỏi rằng :

— Các anh là ai mà lại phá ngang giấc ngủ người ta như vậy ?

Tên sai nha đáp :

— Mày đui hay sao mà không thấy rõ chúng ta là ai ?

Kỳ Lực trả lời :

— Sao lại chẳng thấy ? Lũ mày chỉ là một phường chó má đấy thôi, dựa vào lưng bọn quan lại ác thú để mà hiếp đáp dân lành.

Lập tức một tên sai nha vung chiếc roi da quất mạnh vào mặt Kỳ Lực. Nhưng Kỳ Lực không né tránh chỉ hơi lắc đầu, hé miệng cắn chặt chiếc roi vào giữa hàm răng rồi gặc một cái thật nhanh khiến cho tên kia ngã chúi về trước, buông vội tay ra. Kỳ Lực cầm lấy chiếc roi, đứng vụt ngay dậy, quát to :

— Nào, lũ chó săn, bay muốn trừng trị thế nào cho xứng tội trạng ?

Mấy tên còn lại vung đao chém tới loạn xạ nhưng Hàn Kỳ Lực vẫn múa chiếc roi vun vút đỡ gạt, nhiều lần quất mạnh vào mặt mũi chúng, khiến chúng tối tăm mày mặt. Tên bị ngã chúi lần đầu nhiều lần muốn ngồi nhổm dậy để cứu đồng bọn nhưng con roi da trong tay Kỳ Lực vận chuyển quá nhanh, đến nỗi mỗi lúc gã nhổm dậy được đã bị một roi giáng xuống ngay mông quắn quýt không sao ngồi thẳng.

Kỳ Lực giao đấu một lát thì bọn sai nha đều bỏ chạy dài. Anh ta đuổi theo nắm cổ một tên hỏi rằng :

— Bọn mày đi tìm đứa nào ?

Tên này liền đáp :

— Chúng tôi được lệnh bắt người có tên Kỳ Lực, họ Hàn.

— Bắt về tội gì ?

— Không rõ tội gì. Quan trên truyền bảo như vậy.

— Đưa trát cho tao xem nào.

Tên sai nha đưa tờ trát cho Kỳ Lực. Đọc xong, Kỳ Lực kêu lên :

— Trời ơi ! Nó bảo rằng ta can tội xúc phạm quan trên, hành hung kẻ sĩ, lỗ mãng, khinh người. Bọn này láo thật !

Rồi quay sang bọn sai nha, Hàn nói :

— Bọn bay chẳng cần phải tìm đâu xa, tao đây là Hàn Kỳ Lực. Nói thật, cả trăm đứa bay cũng chẳng làm gì nổi tao, nhưng bọn mày đã có lòng tìm đến mà ta cũng có bụng muốn gặp quan chúng mày để xem cho rõ hư thực. Vậy hãy theo ta về nhà để ta gói ghém một ít áo quần, mang theo một ít lương thực, thưa lại ít tiếng với cha mẹ già, rồi ta sẽ đi cùng với chúng mày.

Nói đoạn, đưa tay vẫy bọn sai nha trở lại, cùng quay về nhà. Sau khi chuẩn bị hành lý, Hàn thưa cha mẹ :

— Việc nhà đã có mấy em lo liệu, xin cha mẹ chớ lo phiền. Nếu con không đi, chúng sẽ vu cáo làm phiền cha mẹ. Nay thử đến đó, xem lũ ác ôn này dở trò gì.

Kỳ Lực vừa tới công đường thì quan trấn thủ chẳng nói chẳng rằng cho lính trói chặt nhốt vào ngục tối. Ngày sau, cho một toán quân mang đao, mang kiếm áp giải về dinh Mai Trầm. Vừa thấy mặt Hàn, họ Mai quát tháo :

— Hay cho tên kia ! Mày có nhớ mặt ta không ?

Kỳ Lực trả lời :

— Một kẻ làm ruộng khốn khổ như tôi làm sao quen được với ngài mà nhớ hay quên. Có lẽ ngài lầm với kẻ nào chăng ?

Mai Trầm cười gằn, rồi đáp :

— Khốn nạn, mày đừng mong trốn tội lỗi của mày. Ta đây là kẻ học trò ngày trước trốn tránh nạn lụt tại chùa Hoa Nghiêm đã bị nhà ngươi xúc phạm. Nay ta cho đem ngươi đến không ngoài giáo dục cho ngươi về sự tôn kính đối với kẻ sĩ để ngươi nhớ mãi suốt đời và truyền lại cho con cháu của ngươi lòng tôn kính ấy.

Kỳ Lực mím môi, làm thinh, tự thấy mình đã dại dột dẫn mình đến nộp mạng cho quỉ dữ. Cuối cùng, nghĩ rằng không lẽ chịu sự khuất phục dễ dàng, Kỳ Lực trả lời :

— Quan lớn bây giờ là kẻ có quyền, ngài muốn làm gì lũ dân hèn này chẳng được. Nhưng nếu ngài muốn nhớ lại thì ngày xưa tôi chỉ xúc phạm đến một kẻ sĩ vô trách nhiệm trước bao nỗi đau khổ của đồng bào mình chứ đâu có làm thương tổn mọi kẻ sĩ được ?

Mai Trầm quát lớn :

— Đừng có hỗn láo ! Truyền cho nha lệ đánh nó trăm roi như là bài học vỡ lòng. Rồi mày còn được học tập nhiều bài khác nữa cho thêm sáng mắt.

Bọn sai nha lôi Kỳ Lực ra sân, đánh đúng trăm roi khiến Hàn quằn quại cố nén tiếng kêu, cắn răng chịu đựng gia hình.

Thấy vẻ mặt quá bình tĩnh của Hàn, Mai căm tức lắm, bảo rằng :

— Tên này thuộc loại cứng đầu, đánh đập bao nhiêu cũng không biết sợ. Phàm con người có biết sợ mới biết phục thiện. Vậy nhốt nó vào ngục tối, ta sẽ có cách.

Rồi người nông dân đôn hậu và kiên cường ấy sống chết ra sao ? Và người đàn bà chung thủy và đáng yêu kia, bị bỏ rơi giữa hoang đảo, còn mất thế nào ? Anh chàng thư sinh trung chính, nhiệt thành, bị xô xuống vùng nước lụt, giữa đêm mưa bão, có thoát được chăng ?

Sự việc còn dài, ngày xuân lại ngắn, chỉ xin vắn tắt trình bày để khỏi nản lòng bạn đọc đang phải thưởng xuân trong nỗi băn khoăn.

Hòn đảo mà nàng Từ Ly lạc vào không phải là chốn hoang vu. Nơi đấy là chỗ trú ẩn của những đàn ông trốn chạy đàn bà. Những anh chồng gặp vợ dữ, những gã trai bị phụ tình, đồng mang những nỗi nghi hoặc về đời, đổi lại thành họ Nghi cả, chọn miền đất này — gọi là Nghi đảo — làm căn cứ địa. Bắt gặp Từ Ly, họ liền ghép nàng vào tội đột nhập phá hoại, toan xé xác nàng cho hả những mối hờn giận đối với đàn bà chất chứa lâu nay. (Kể ra điều đó không những bất công còn phi lý nữa. Nhưng xét cho cùng thì từ xưa nay đàn ông đãi ngộ đàn bà vẫn chưa có gì tốt hơn điều đó bao nhiêu.)

Tuy nhiên Từ Ly không để cho mình trở thành nạn nhân của những anh chàng râu quặp mang mối mặc cảm hốt hoảng về người đàn bà. Dầu biết rằng đáng lý ra đàn bà phải nên xé xác đàn ông thì mới công bằng, nhưng tự hiểu mình cô thế nàng phải mềm mỏng để mà thoát nạn. May thay ở nơi người nàng ngời chói một thứ ánh sáng hết sức kỳ diệu đẩy lùi được sự hung tợn của bọn mày râu. Cái ánh sáng ấy không chỉ ở vẻ xinh đẹp và sự hiền dịu của nàng, mà chính ở lòng chung thủy và sự hi sinh của nàng cho một tình nghĩa cao sâu. Lớp đàn ông ở Nghi đảo thật sự xúc động về nàng, họ chợt thấy rằng người đàn bà tốt và đáng yêu quí vốn có nhan nhản trên mặt đất này. Và họ hiểu người đàn bà, có lỗi lệ chăng, phần lớn cũng do chính bọn đàn ông gây ra.

Giác ngộ điều ấy, họ cùng tranh nhau hộ tống nàng Chung Tử Ly trở về đất liền, như tranh nhau bảo tồn một giá trị, và cũng vì thế dân trên Nghi đảo dần dần trốn hết, bởi không còn đủ lý do để tập họp nữa. Từ đó, ở trong đất liền, những anh chồng buồn và những gã tình nhân khổ không còn có chỗ di trú như xưa, đành phải lẩn quẩn trong nhà để mơ về một chân trời xa lạ. Nơi chân trời ấy, không phải vắng bóng đàn bà, mà có người tình trong mộng chung sống với mình toàn bằng rau cỏ và không khí.

Còn chàng Vương Bái, đang sốt mê man, bị gã Mai Trầm xô xuống giữa vùng nước lụt, thoảng bị ngấm lạnh, tỉnh người. Cái lối chữa trị ngày nay bệnh viện Cơ Đốc vẫn dùng là ngâm các người bị sốt vào trong nước đá có lẽ cũng được xuất phát từ chuyện này chăng ? Nhiệt độ đã nhờ nước lụt làm giảm khá mau, chàng Vương cố gắng bơi lội và vớ phải được một cây cột nhà khá lớn trôi nổi giữa dòng. Ôm chặt vị cứu tinh cột, chàng được sóng nước tấp vào chân núi hoang vu. Ở đây, Vương Bái gặp nhiều nạn nhân sống sót như chàng, nhưng điều phải chịu đói lạnh vì đồ cứu trợ được một số người làm việc từ thiện thường hết đem bán ngoài các chợ trời.

Nhưng trong những tháng ngày dài đói lạnh, Vượng Bái có dịp nghĩ ngợi sâu xa về cuộc đời mình và về cuộc đời đồng loại. Đau khổ vẫn là vị giáo sư tốt, và học trò ngoan Vương Bái tìm được chân lý trong kiếp sống này. Chàng đã đứng lên, mạnh dạn đối diện với những gian lao trước mắt, quần tụ tất cả những nạn nhân lại, không còn mơ tưởng bảng vàng như một lá bùa hộ mệnh, mà đem sức mạnh hợp đoàn vươn lên từ những kêu đòi chính đáng để mà xây dựng tương lai.

Và một mùa xuân đã đến với chàng. Ngục tù của gã Mai Trầm đã bị san bằng, Kỳ Lực cũng như chồng nàng Từ Ly và bao kẻ khác đã được giải thoát. Niềm vui đoàn tụ, sau những đắng cay, lại càng thắm thiết, mặn nồng.

Tất nhiên Mai Trầm đã không còn nữa, dù gã vẫn còn tiếp tục được sống trong nỗi buồn phiền. Bởi lẽ gã tượng trưng cho bóng tối, mà bóng tối phải thuộc về dĩ vãng.

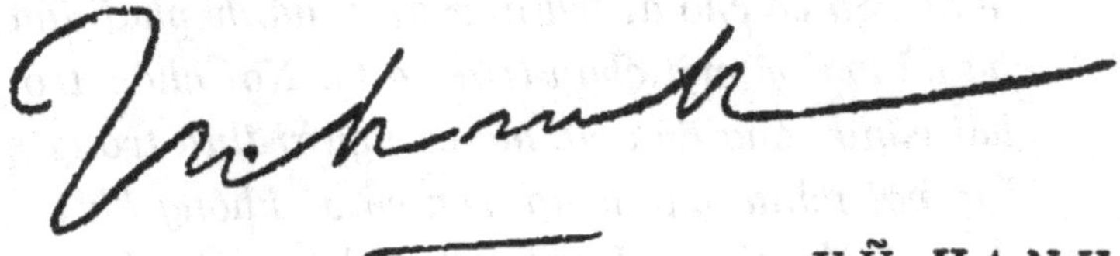

VŨ HẠNH

VŨ KHẮC KHOAN

TIỂU SỬ

Tên thật là Vũ Khắc Khoan, *sinh ngày 27.2.1917 tại Hà Nội.*

Hiện thời : viết văn và dạy học.

Những tác phẩm chính :

Kịch : Hậu Trường — Giao Thừa — Thành Cát Tư Hãn — Những Người Không Chịu Chết — Ga Xép.

Truyện : Thần Tháp Rùa.

Lộng ngôn : Thằng Cuội Ngồi Gốc Cây Đa — Ngộ Nhận.

QUAN NIỆM VỀ TRUYỆN NGẮN

Để người đọc «tìm ra» thì tiện hơn.

Về Truyện Ngắn «NGƯỜI ĐẸP TRONG TRANH»

Không có câu trả lời (ghi chú của Nhà Xuất Bản).

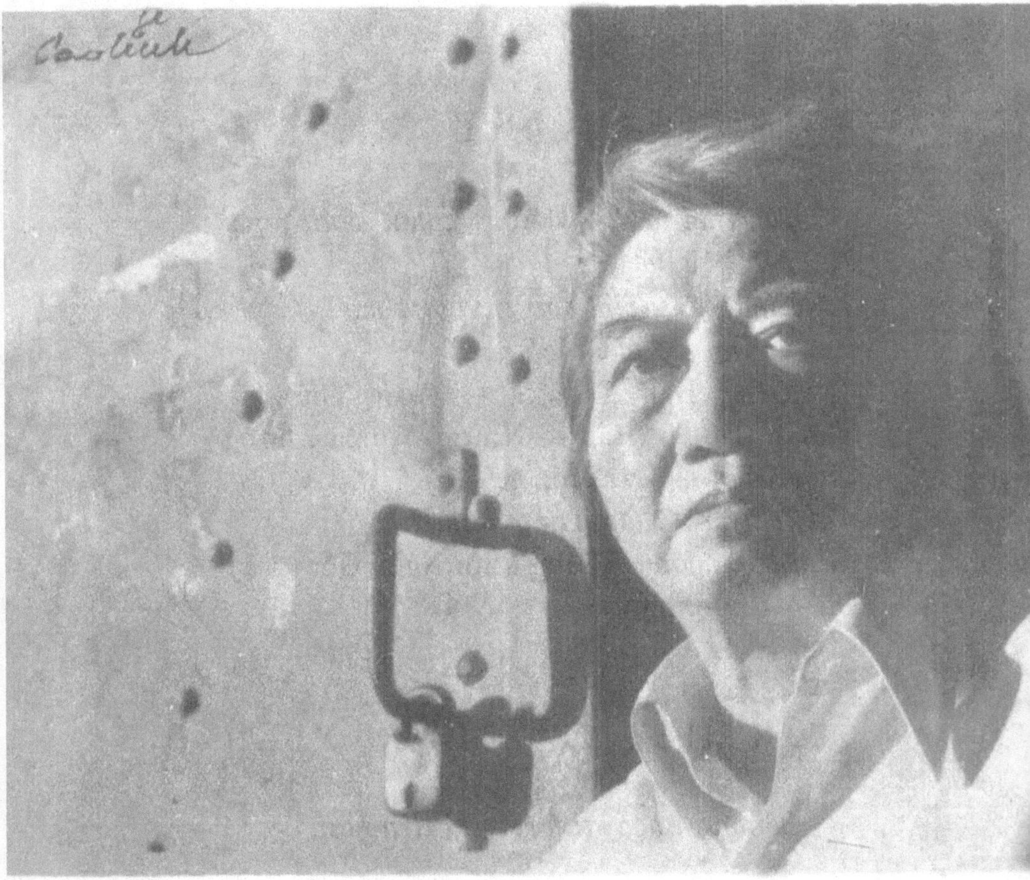

VŨ

KHĂC

KHOAN

Người Đẹp Trong Tranh

Gửi Hòa, 1939...

Sương chiều dâng lên đã kín khung song. Bình rượu đã vơi gần nửa mà hai chú cháu vẫn chưa vào chuyện.

Trần Công nhìn cháu, ngập ngừng rồi lại nâng chén. Tú Uyên cúi đầu yên lặng. Chàng biết là ông chú lặn lội từ Sơn Nam lên Kẻ Chợ không phải chỉ là để uống một bữa rượu với chàng. Gia dĩ, gió may đã thổi, luống cúc nảy chồi, trời trở sang thu, kỳ thi sắp tới, chú chàng nhất đán không thể vì một câu chuyện giao tế thường tình mà bỏ đám học trò đang sửa soạn vào kỳ khảo hạch.

Tiếng một chiếc ngỗng vẳng trên không. Trần Công rùng mình. Ông với chiếc điếu, chậm rãi nhồi thuốc rồi châm đóm. Khói thuốc lào miền Tiên Lãng tỏa ấm gian phòng. Tú Uyên biết là ông chú sắp vào câu chuyện.

Ông chú nói rằng :

— Mai thì chú xuôi sớm. Còn trông cho họ kịp kỳ khảo hạch. Mà nhà cũng neo người. Anh biết đấy...

Trần Công ngừng lại giây lát, đủ để Tú Uyên thấy thoáng hiện lên trên nền ký ức một nếp nhà ba gian hai chái, những hàng cau thẳng tắp, một giàn thiên lý, những pho sách dưới ánh trăng, một ấm trà thơm buổi sớm, rặng tre xào xạc, ngõ tối đom đóm lập lòe, những bước đi thầm lặng của một người thím đã luống tuổi mà vẫn chưa một lần sinh nở.

Tú Uyên thấy lòng se lại. Chàng thấy cần phải làm một cái gì, có thể làm bất kỳ cái gì để an ủi một ông chú đã nuôi chàng từ tấm bé, từ khi cha mẹ chàng mắc bạo bệnh quy tiên. Chàng với bình rượu rót đầy chén Trần Công. Trần Công đỡ lấy chén rượu rồi nói tiếp :

— Ít lâu nay chú thấy trong mình không được như xưa. Chú sợ những khi bất thần trái tiết dở giời. Mà họ nhà ta thì chỉ còn có chú và... anh.

Tú Uyên chợt hiểu rõ câu chuyện. Thì ra là chuyện lập gia đình. Chàng định lên tiếng thì Trần Công đã giơ tay ngăn lại :

— Để chú nói nốt... Bố cháu thì mất sớm. Mẹ cháu cũng vậy. Cái việc chung thân của cháu giờ đây là chú phải lo. Lần này lên đây, chú đã có ý định.

Thế rồi ông nói tiếp đến tên một người thiếu nữ. Ông khen ngợi gia thế và tài sắc của nàng. Ông viện ra tất cả chữ nghĩa của thánh hiền để nêu cao cái nghĩa thiêng liêng của việc tề gia. Ông gợi đến cái viễn ảnh cô quạnh và xót xa của một dòng họ không người nối dõi.

Nhưng đến khi trống vòm canh cửa Nam điểm vào canh một, một ngọn bạch lạp được thắp lên thì ông không nói nữa. Vì từ nãy tuy vẫn đối diện mà Tú Uyên như không để ý đến lời nói của chú, mắt nhìn qua song, tâm tư hút hẳn vào lòng một đêm đầu thu trở lạnh, lộng âm thanh heo hút của gió và lá khô xào xạc rụng ngoài vườn.

Gian phòng trở nên tịch mịch khác thường, một già một trẻ, mỗi người một tâm sự. Ánh nến chập chờn, gò má người thư sinh cao thêm lên, tròng mắt của chàng thăm thẳm. Trên khuôn mặt đó, Trần Công cố tìm lại những nét ngây thơ của một Tú Uyên vô tư lự, mười ba tuổi đã lầu thông kinh sử, miệng cười là hoa hồng hàm tiếu, mắt long lanh như sao Hôm sao Mai. Trần Công lắc đầu : người đối diện không còn là cháu ông nữa. Đó là một con người lạ mà tâm hồn chắc đang nung nấu những suy tư thắc mắc nó vượt khỏi tầm thông cảm của một người chất phác như ông.

Tú Uyên bỗng nhìn thẳng vào chú. Giọng chàng

thiết tha :

— Cháu muốn thưa với chú một điều: Chú đừng giận thì cháu mới dám nói...

Rồi chàng ngập ngừng nói tiếp :

— Thưa chú... có bao giờ... chú nghĩ đến sắc đẹp của một người đàn bà ?

Câu hỏi đột ngột, lạ lùng quá sức tưởng tượng của Trần Công. Ông lặng người trong giây lát. Rồi ông nhớ lại ngày trước, những buổi du nhai nhộn nhịp, đêm Thăng Long tưng bừng hội Hoa Đăng, .một chàng tân khoa sênh sang áo gấm, một tà áo lụa thiên thanh thấp thoáng sau một cánh cổng khép hờ. Duyên kỳ ngộ là duyên đẹp ba sinh. Người thục nữ yểu điệu đã trở nên người vợ hiền.

Ông định thần :

— Anh hỏi thế là có ý gì, chú chưa hiểu...

— Thưa chú, cháu biết là câu hỏi đã quá đường đột. Nhưng mấy tháng nay, cháu nghĩ đã nhiều. Cháu nghĩ đến những áng thơ hay, những nét vẽ tài tình và những người đẹp trên đời, Vương Duy, Lý Bạch và Tây Thi, Bao Tự, Dương Quý Phi...

Lúc bấy giờ Tú Uyên đã mất hẳn vẻ trầm tư. Tròng mắt long lanh như vừa bắt chợt một vài dáng hình là lạ thấp thoáng ngoài song. Giọng nói trở nên thắm thiết, tâm sự nung nấu từ lâu, giờ đây, gặp dịp, gặp người để mà lời lời kể lể, Trần Công yên lặng ngồi nghe, Tú Uyên nói tiếp :

— Cháu nghĩ đến khúc Thanh Bình điệu, Lý Bạch đối diện Dương Quý Phi...

Bất giác Trần Công khẽ đọc :

Vân-tưởng y thường hoa tưởng dung
Xuân phong phất hạm lộ hoa nồng...

Lời thơ như vọng về từ một nẻo xa xôi hun hút. Gian phòng rung rinh ánh nến bỗng chốc bàng bạc không khí Thịnh Đường, người thơ chưa dứt một cơn say lại đã chập chờn mê tỉnh trước cái sắc đẹp não nùng của người thiếu phụ.

Tú Uyên sang sảng ngâm theo :

Nhược phi Quần Ngọc sơn đầu kiến
Hội hướng dao đài nguyệt hạ phùng.

Trần Công trầm ngâm giây lát rồi mới nói :

— Lời thơ như chén ngọc chạm mâm vàng. Cái kỳ thú trong thơ là do nơi cảm hứng vô biên trong lòng thi sĩ. Tại sao đọc thơ cổ nhân cháu lại nghĩ đến sắc đẹp của một phụ nhân ?

Tú Uyên ngập ngừng :

— Cháu thiết tưởng dù sao thì sắc đẹp của mỹ nhân cũng là cái cớ để cho cảm hứng bắt nguồn. Huống hồ lời thơ óng chuốt, hơi thơ đầm ấm như ánh sáng mùa xuân, họ Lý chắc không thể nào vô tình trước nhan sắc của Dương Quý Phi.

Trần Công lặng lẽ châm đóm. Năm xưa sinh thời Tiên Đế, khi còn là một sĩ tử ngày ngày ngồi nghe giảng văn ở Quốc Tử Giám, ông đâu có những thắc mắc như bọn thiếu niên ngày nay ? Ông thấy cần phải lập nghiêm. Bèn cất tiếng giữa khói thuốc tỏa ra trắng xóa...

— Câu chuyện văn thơ đã rõ như ánh trăng rằm. Anh không nên nghĩ quẩn mà quên việc học hành. Chú tiếc rằng hội Tao Đàn của Tiên Đế không còn tồn tại, cho nên lũ các anh ngày nay mới thiếu người dìu dắt.

Trần Công không ngờ Tú Uyên đã cắt lời ông. Tú Uyên sẵm nắm :

— Thưa chú, cháu thiết tưởng cái việc lập hội Tao Đàn không phải là hoàn toàn đắc sách cho việc văn chương.

Trần Công trừng mắt :

— Anh nói thế là có ý gì ?

— Thưa chú, theo ý cháu, nếu có thứ văn chương quan hệ tới chính trị và luân lý thường tình có thể dùng quy tắc để mà khuôn nắn thì cũng có thứ văn chương, lời như cánh con bằng, tứ như sóng ngoài khơi, hội Tao Đàn nào mà gò bó nổi ?

Lúc bấy giờ, Trần Công không còn giữ nổi được bình tĩnh. Giọng ông run lên :

— Vậy thế ra tất cả những lời ngâm vịnh của Tiên Đế, anh đều cho là không đáng kể hay sao ? Anh mắc tội mạn thượng mà không biết đấy ! Cũng may chỉ có anh với tôi, chứ nếu lọt vào tai người ngoài thì tội anh là đáng chém.

Tú Uyên cúi đầu. Chàng biết rằng phải dùng đến chữ «tôi» để nói chuyện với cháu là ông chú đã quá giận. Chàng yên lặng giây lâu rồi mới kính cẩn lên tiếng :

— Thưa chú, cháu biết là đáng tội chết. Nhưng vì lòng thành muốn hiểu, nên mới dám đường đột trực ngôn. Tiên Đế là một bực anh quân, là ân nhân của kẻ sĩ. Cái công của Ngài đối với giang sơn đất nước thật cao như trời, rộng như biển cả. Nhưng... Ngài lại là một bực thi nhân...

— Ra đến bây giờ anh mới nhận...

— Cho nên ép uổng văn chương, làm thơ khẩu khí cũng là một việc bất đắc dĩ của Ngài. Chỉ những lúc hồn thơ lai láng, tứ thơ phiêu diêu, lại gặp duyên kỳ ngộ như Lý Bạch thuở trước...

Tú Uyên bỗng ngừng lời. Chàng vừa nhớ ra một câu chuyện cũ. Mắt chàng tươi hẳn lên :

— Chú còn nhớ câu chuyện ngâm vịnh tại chùa Ngọc Liên năm xưa ? Cháu cho đấy mới là những vần thơ đắc ý của Ngài...

Trần Công cười thầm trong bụng. Ông quên sao được câu chuyện cũ, câu chuyện gặp gỡ giữa Tiên Đế và người tiên ?

Ông gật gù nhìn cháu, cơn giận tiêu tan với gió lạnh đầu thu vẫn đang xào xạc ngoài vườn. Nhưng... những vần thơ đắc ý của Tiên Đế là những vần thơ nào ?

Ông nói :

— Tiên Đế ngự chơi chùa Ngọc Liên, nghe thấy một ni cô ngâm một câu kệ :

Ở đây mến cảnh mến thày
Tuy vui đạo Phật, chưa khuây lòng trần.

Ngài có truyền ni cô lấy câu kệ đó làm đầu đề... nhưng anh vừa nói đến những vần thơ của Ngài, anh còn nhớ không ?

Tú Uyên bèn cất tiếng, trầm trầm lời thơ ngân lên trong yên lặng của gian phòng :

Gió thông đưa kệ tan niềm tục
Hồn bướm mơ tiên lẫn sự đời

Trần Công ngẩn người, không chịu :

— Hai câu đó là của ni cô...

Tú Uyên vẫn bình tĩnh :

— Thưa chú, người đời thường hay hồ đồ mà truyền lầm chuyện cũ. Họ chỉ biết cái khẩu khí của Tiên Đế qua những bài thơ xướng họa trong hội Tao Đàn. Còn cái tâm hồn thi nhân phiêu dật của Ngài thì ít có người thông cảm. Ngài gặp người tiên và hồn thơ nảy tứ. Cháu cho đó là những vần thơ đắc ý nhất của Ngài.

Trần Công không biết nói gì. Lời giải của cháu ông tuy đột ngột, lạ lùng mà không hoàn toàn vô lý. Tiên Đế và người ni cô. Một thi nhân và một mỹ nhân. Vả lại Tiên Đế cũng đã vời người đẹp ngồi cùng xe để về Cung... Nhưng...

Giọng ông già đượm sầu hoài cổ :

— Đến nửa đường thì người tiên chợt biến...

Tú Uyên tiếp lời :

— Nhưng Vọng Tiên Các vẫn còn.

Thế rồi... cả hai chú cháu ngồi yên không nói. Gian phòng tịch mịch, ánh nến leo lét. Bóng đêm dày đặc ngoài song. Trong yên lặng quạnh hơi thu, tiếng trống xa xa vẳng lại, khô cằn. Canh hai bắt đầu. Trần Công sực tỉnh giấc mơ quá khứ. Đến lúc bấy giờ ông mới nhận thấy cái vẻ lạ lùng của câu chuyện Tú Uyên. Câu chuyện lan man như không chủ đích, trong khi ấy thì cái việc hôn nhân vẫn chưa giải quyết. Cái công lặn lội từ Sơn Nam lên đến đây chẳng là vô ích hay sao ? Ông dặng hắng rồi trở lại giọng cũ.

— Chuyện văn chương có thể thâu đêm khôn dứt. Chú tiếc không thể nán lại ít ngày để mà nói cho hết lời. Nhưng còn cái chuyện... chung thân của anh, chẳng hay anh có ý gì không ?

Tú Uyên tỉnh hẳn cơn mơ. Chàng bàng hoàng :

— Thưa chú... Cháu thiết nghĩ việc hôn nhân tuy hệ trọng nhưng cháu còn dở việc học hành...

— Anh nói lạ. Vẫn biết đại đăng khoa rồi mới tiểu đăng khoa là thuận lẽ. Nhưng anh lại ở vào nghịch cảnh. Chú khuyên anh nên nghe lời cho chú yên tâm.

— Thưa chú...

— Chú sẽ bảo thím nhờ người bắn tiếng với nhà gái.

Tú Uyên biết là tình thế đã đến chỗ quyết liệt. Chàng thu can đảm nói thẳng một hơi :

— Thưa chú, nếu chú ép, thì nhất định là cháu sẽ phải mang tội bất hiếu. Vì hiện giờ, cháu không còn bụng dạ nào để tính đến việc chung thân.

Giọng chàng tha thiết, tầm mắt xa thăm thẳm hướng về một buổi đã qua. Tiếng mõ cầm canh rời rạc. Gió heo hút ngoài song.

Tâm sự bắt đầu kể lể.

Lúc bấy giờ vào khoảng hậu bán thế kỷ thứ xv, bốn phương phẳng lặng, thiên hạ thái bình, con gái đến tuổi cập kê thường thức thâu đêm dệt cửi trong mành, con trai đọc sách Khổng Khưu từ thuở đầu còn để chỏm, ông già chống gậy trầm ngâm bên khóm cúc, bà lão lần tràng hạt mơ về cõi Niết Bàn. Trong nhà ngoài ngõ, trên đồi thoai thoải, dưới ruộng đồng chiêm, từ sương buổi sáng long lanh ngọn cỏ tới sao ban đêm mở hội trên trời, người người lấy sống làm vui, tiếng âu ca hòa nhịp cùng lời chim, tiếng gió.

Một chiều cuối xuân, từ Quốc Tử Giám thủng thẳng về nhà, gió nhẹ phơ phất vạt áo the huyền, chân bước mà không thấy vướng, tâm thần phơi phới cùng nghĩa sách lời kinh, bỗng Tú Uyên thấy khang khác trong người. Như một đợt heo may lạnh se da thịt. Như ngất ngây cùng khói thuốc một sớm đầu thu. Mảnh mai, nhè nhẹ — chiếc bướm non vờn dịu cánh hồng — một cảm giác chớm nở trong lòng người thư sinh.

Chàng dừng lại, định thần nghe ngóng, nghiêng nghiêng mái tóc quấn rối vài vòng khăn nhiễu tam giang. Cảm giác nở dần như hoa nhài hàm tiếu gặp lúc trăng lên. Cảm giác dâng lên như sóng đại dương khi mặt trời lặn. Cũng không hẳn là khó chịu. Cũng không phải là nao nao cái tuổi dậy thì.

Bèn ngửng lên trời. Và chợt hiểu : trên trời rực màu áo vóc đại hồng, lững lờ có một đám mây trắng nõn đang chuyển hình, xê dịch từ Đông qua Tây. Nền trời cùng đám mây, tất cả cái cảnh tượng chuyển động huy hoàng đó, Tú Uyên thấy vừa quen thuộc mà rất lạ lùng. Bởi tuy chưa từng được thấy mà hình như trong tận cùng tâm thức của chàng, đã từ lâu, vẫn ẩn hiệu một ước mong thầm kín được mắt nhìn tận mắt những cảnh chuyển vần huy hoàng tương tự. Hình như mối rung động màu sắc kết hợp này đã bắt nguồn tự lâu lắm, tự xa lắm, tự một kiếp nào thăm thẳm... Có lẽ, trong một cơn mơ, hay chập chờn, giữa những giấc ngủ chập chờn...

Tú Uyên nghĩ như vậy. Chàng lại còn thấy phải làm một cái gì. Bèn khẽ nói, đủ cho một mình nghe thấy :

— Bạch vân...

Và ngừng lời : tiếng nói vừa cất lên, người thư sinh đã cảm thấy ngay nỗi bất lực của ngôn ngữ. Lời nào, tiếng nào mà có thể nói lên, gợi lại cái màu tơ nõn bồng bềnh mây trắng, cái ráng đỏ rực đặc quánh ánh tà huy này ? Từng trang sách cũ lần dở trên nền ký ức, những vần, những điệu, châu ngọc lời lời, gấm thêu lớp lớp, nhưng tất cả chữ nghĩa thảy đều nhạt mùi ma túy trước sự giao hòa rực rỡ mà vô cùng giản dị của màu và sắc đang tưng bừng trước mắt Tú Uyên.

Tú Uyên linh cảm cần thiết tìm ra những lời, những chữ tân kỳ, những chữ, những lời chưa từng một ai dùng tới, may ra...

— Tại sao không vẽ ?

Tú Uyên giật mình ngoảnh lại. Người vừa cất tiếng là một ông già.

Đến nay kể lại câu chuyện cùng ông chú, cố gắng nhớ lại, Tú Uyên vẫn thấy khó khăn khi muốn bằng lời mô tả hình dáng của ông già chiều đó. Chỉ biết đó là một ông già như mọi ông già và không giống một ông già nào

Tú Uyên đã gặp. Chỉ biết ngay lúc đó, Tú Uyên không nói lên được một lời nào.

Chàng ngoan ngoãn theo gót ông già bước vào một quán rượu dựng dưới gốc cây cổ thụ ven đường.

Rượu mang lên, ông già điềm nhiên uống cạn ba bát lớn mà không lên tiếng. Qua khe liếp, chiều tím sẫm rồi theo tiếng trống điểm vào canh một, tím chuyển sang lam, từ từ ngả màu đen quánh. Đêm xuống. Gió nổi lên từng đợt. Người chủ quán lấy thêm rượu rồi lặng lẽ rút vào nhà trong. Im lìm lành lạnh, không khí gợi lời tâm sự, ông già đặt bát xuống mâm, nhìn Tú Uyên.

Hỏi :

— Chán học rồi ư ?

Câu hỏi đột ngột đi thẳng vào tâm can người thư sinh. Tú Uyên ngỡ ngàng chưa biết nói sao thì ông già đã cất tiếng cười. Gian quán bỗng thôi trống trải. Ánh đèn dầu trở nên ấm cúng. Gió lùa kẽ liếp đượm nồng hơi sống mùa xuân. Tú Uyên tự nhiên cũng thấy tâm hồn cởi mở, tưởng như vừa cạn vài bình rượu tốt đối diện với bạn cố tri.

Bèn xích lại gần, giọng thân mà kính :

— Lão trượng nói như soi thấu cõi lòng tiểu sinh. Tiểu sinh tự hỏi, không biết vì sao...

Ông già lại như đùa cợt :

— Thử nghĩ xem.

Tú Uyên vội tiếp :

— Vì đám mây trắng buổi chiều chăng ?

Ông già vuốt râu im lặng. Giây lâu mới trả lời :

— Mây trắng chiều nay chỉ là mối duyên liên lạc. Còn thì cấu tứ giữa phường Bích Câu, hồn thơ lai láng đã từ lâu làm nghiêng ngả cành cây ngọn cỏ, nỗi lòng dễ giấu được ai ? Già biết công tử từ lâu. Nhưng cũng phải đợi đến mây nổi chiều nay mới có dịp ra mắt.

Câu trả lời úp mở, thâm ý ra sao, lúc bấy giờ Tú Uyên cũng chưa lường hết. Đành cũng theo đà câu chuyện mà hỏi tiếp :

— Nhưng sao lão trượng lại biết tiểu sinh chán học?

Ông già cạn thêm một bát rượu đầy rồi mới thủng thẳng trả lời :

— Ngày nay thiên hạ đã bình. Việc xử thế trở nên dễ dãi, cái học vì vậy mà sinh ra trọng từ chương. Người có nội tâm u ẩn, như công tử đâu lại chịu uốn mình theo cử nghiệp ? Gia dĩ cấu tứ mà chửa thành văn, nhìn mây chuyển mình mà xôn xao trong dạ, nỗi lòng u uất đã hiện rõ nơi đầu mày cuối mắt, tưởng không cần là Trần Đoàn tái thế, cũng có thể ức đoán đôi phần.

Lúc bấy giờ đêm đã sẫm màu mà Tú Uyên tưởng như đâu đây có ánh muôn sao lấp lánh. Niềm tâm sự bấy lâu u kết, đến giờ đã giải nguồn cơn. Tú Uyên tha thiết ngùi ngùi :

— Tiểu sinh là người xấu số, sinh nhằm lúc trị bình, có cố gắng đọc sách tu thân thì bất quá cũng đến giẫm lại lối mòn của người đi trước, cho nên thường thâu đêm nghĩ ngợi, quyết tâm tự tạo cho mình một nếp sống khác người. Thế mà mòn mỏi bấy lâu vẫn chưa tìm ra được lối.

Ông già ngắt lời :

— Sao không dùng bút mà khơi nguồn tâm sự ?

Tú Uyên tiếp ngay :

— Tất cũng không ngoài cách đó. Nhưng cấu tứ đã lâu mà ý chẳng thành văn... Cũng như chiều nay, mây trắng nổi lên cuồn cuộn, nền trời như áo tân khoa, vậy mà đến khi tìm lời mô tả thì lại cảm thấy óc rỗng trống không...

Ông già cười ngất mà rằng :

— Thế cho nên mới phải vẽ. Cảm hứng đột khởi tân kỳ như quen như lạ, lời tất cũng phải tân kỳ, đột ngột. Nhưng ngôn ngữ thường xuất tự lý mà ý đẹp của đám bạch vân lại trọng vì tình, việc tìm lời hợp ý không thể dễ dàng nhanh chóng. Chi bằng dùng ngay màu sắc để ghi màu sắc, lấy đường cong, nét thẳng của ngọn bút tơ mà hình dung dáng dấp có hơn là phải gián tiếp mượn lời để mà ngụ ý ?

Tú Uyên như con bệnh gặp thầy, xăm xăm đứng dậy vái dài mà xin thụ giáo. Ông già nâng bình rượu rót đầy hai bát rồi thủng thẳng :

— Hãy cạn đã.

Tú Uyên tuy không quen nhưng cũng nhắm mắt cạn non nửa bát. Trong giây lát, rượu ngấm vào cơ thể, hơi men bốc thẳng lên đầu, Tú Uyên bỗng thấy toàn thân nhẹ nhõm, tâm thần phơi phới như đám mây trắng chơi vơi trên nền trời rực đỏ ban chiều. Bèn giương mắt nhìn quanh thì như lạ như quen, mờ mờ ảo ảo, cảnh vật nhờ nhờ như một bức tranh thủy mặc. Định thần, cố cưỡng lại men thì thấy ông già đang cúi đầu trước một tờ giấy lớn giải rộng, tay lăm lăm cây bút đại tự. Mắt Tú Uyên dán chặt vào đầu cây bút. Bàn tay ông già ngần ngừ giây lát rồi gân tay bỗng nổi, mấy đầu ngón tay thuôn giáng lá lan bám chặt lấy cán bút, đầu bút chúc xuống mặt giấy. Toàn thân ông già giữ lặng như pho tượng đá, duy từ đôi mắt quắc lên, như có một sức vô hình phả xuống bàn tay: bút múa trên tờ giấy. Từng nét, từng đường, phút chốc đám mây trắng ban chiều đã cuồn cuộn nổi lên trên mặt giấy phơn phớt chu sa.

Tú Uyên nhìn không chớp mắt, thần trí lâng lâng cùng với cảm giác ban chiều cũng vừa nở lại trong lòng.

Cũng như ban chiều, cảm giác vừa kịp nở, đã loang ra, đã vượt khỏi cơ thể của chàng. Từ ông già tới chàng, từ chàng vươn tới ông già, qua dấu vết một bóng mây vần vụ, niềm thông cảm rung rung nhịp cầu ba động của màu và sắc điều hòa, của dáng và hình cân đối. Tú Uyên sửa soạn chuồi mình vào cái không khí lâng lâng nhịp nhàng tiết tấu đó thì ông già đã đặt bút xuống phản, nhìn Tú Uyên mà rằng :

— Công tử đã thấy chưa ?

Tú Uyên bùi ngùi :

— Lão trượng bút pháp như thần, tiểu sinh đức bạc, biết đến bao giờ mới theo kịp gót ?

Ông già gật gù :

— Công tử là người cốt cách. Nếu quyết tâm, chắc cũng không lâu. Nhưng không biết có đủ gan mà theo đuổi không ?

Tú Uyên sốt sắng :

— Xin nói cho nghe.

Ông già bèn xốc lại cổ áo mà rằng :

— Nuôi trong nội tâm ý thành muốn đạt là nhân. Gặp ngoại cảnh là duyên đã bén. Bức tranh này là cái quả kết thành. Nhưng từ nhân tới quả, từ cái tuyệt đối trong lòng phả thành cái tuyệt đối trong thơ, trong họa, sẽ phải qua rất nhiều đoạn đường hy sinh, nuôi dưỡng. Lão nói như vậy không biết đã hết ý chưa ?

Tú Uyên không biết nói sao, đành cứ phải cúi đầu vâng dạ.

Ông già lại tiếp :

— Công tử đã nuôi ý đẹp trong lòng, lão xin giúp thêm chút duyên liên lạc. Vả ý đẹp mơ hồ, gia dĩ công tử còn đang tuổi trẻ, vậy thử thách vẫn là điều cần thiết. Huống hồ mây trắng nổi trên nền trời đỏ lửa tuy đẹp nhưng đối với lứa tuổi thiếu niên có lẽ cái đẹp đó không thiết thực bằng vưu vật này...

Nói đoạn, ông già phất mạnh tay áo xuống bức tranh. Đám mây bỗng từ Đông vần vụ sang Tây rồi từ từ biến mất. Nền tranh dịu lửa, màu hồng chu sa dần dần trở nên mát dợi. Nền tranh gợi đến chất rêu bám miệng giếng khơi giữa trưa một ngày đại thử.

Ông già cất bút. Bút chạy loang loáng trên nền tranh. Trước mắt Tú Uyên dưới ánh đèn dầu, lần lần hiện lên, huyền huyền ảo ảo, vô cùng linh động, những đường cong ấm dịu thân hình uyển chuyển một người thiếu nữ. Chàng trai tuổi chưa đến hai mươi — Tú Uyên — bỗng thấy sung sướng đến rợn người. Bởi giờ đây, không phải chỉ là sự điều hòa của màu và sắc, sự nhịp nhàng của nét và hình. Giờ đây cả màu và sắc và nét và hình đã trở nên màu-sắc-nét hình của da của thịt. Chất ma túy toát ra từ người thiếu nữ trong tranh quyến rũ không phải chỉ nguyên có phần thị giác, mà toàn thể giác quan, mà toàn diện con người của chàng tuổi trẻ.

Tú Uyên khẽ kêu lên :

— Chà... đẹp !

Rồi im bặt. Ông già chỉ bức tranh, tủm tỉm :

— Đã được ngắm một vưu vật như thế này chưa ?

Tú Uyên ngập ngừng :

— Ở đời, làm gì có được một trang tuyệt thế giai nhân như vậy ?

Ông cụ gật đầu :

— Thế nhân còm cõi trong khoảng bốn mùa luân chuyển vì sao dược với cái dẹp trong tranh ? Nhưng giả thử được gặp thì nghĩ sao ?

Tú Uyên thầm đặt lại câu hỏi với lòng.

Tự lúc trưởng thành, chàng chưa hề để ý đến đám

phụ nhân. Thỉnh thoảng cũng có thoáng gặp một vài tà áo phất phơ óng ả, cong cong vành nón quai thao. Đôi khi, thoảng qua hàng giậu nhỏ, hoặc lả lơi giữa một đêm hoa đăng dập dìu nam thanh nữ tú, cũng có thoáng nghe vài lời ngỏ ý của những cô gái trong phường cầm lòng chẳng đậu trước cái giọng sang sảng bình văn, cái dáng dấp quỳnh giao của anh chàng thư sinh mặt trắng. Nhưng, tự lúc trưởng thành, lòng vẫn lặng thinh, Tú Uyên đã từ thuở nhỏ chỉ biết vùi đầu vào trang sách cổ...

Lần này... nghĩ sao ?

Tú Uyên còn đang lúng túng thì ông già lại hỏi :

— Nếu gặp, liệu có thể cầm lòng, vượt khỏi tình thường da thịt của thế nhân được không ?

Câu hỏi làm rối thêm tâm tư, Tú Uyên không dám nghĩ thêm. Chàng rằng :

— Nếu có phải thử thách mới cầm nổi bút tạo nên vẻ đẹp thì tiểu sinh cũng xin được một phen thử thách.

Ông già gật đầu :

— Nếu vậy được.

Vừa nói vừa cầm bút và trên đầu người thiếu nữ trong tranh, tô đậm một nét vòng tròn. Đoạn vứt bút, cạn nửa bát rượu rồi nói tiếp :

— Lão thêm một nét trăng rằm. Cái đẹp trong tranh sẽ cùng ánh trăng mà biến hóa. Công tử hãy treo bức tranh này trước án sách. Ý thành của người ngắm tranh rồi sẽ có phen thể hiện.

Nói đoạn đứng dậy thu dọn bút nghiên. Tú Uyên luống cuống ngăn lại :

— Xin lão trượng dạy thêm vài lời vàng ngọc. Tiểu sinh thật tình vẫn chưa thấu ý.

Lúc bấy giờ ông già đã đứng bên liếp cửa, râu tóc bạc phơ, hình dáng mờ mờ áng mây buổi sáng, nét núi ban hôm. Tiếng nói từ nơi xa xôi vọng lại :

— Hãy cứ làm đúng lời ta dặn. Tất sẽ hiểu dần.

Tú Uyên cố nài xin cho tái ngộ thì lại vẳng nghe :

— Lúc cần gặp thì cứ mang tranh này đợi ta tại phía Cầu Đông sông Tô Lịch. Ta sẽ đến.

Những lời cuối cùng thoảng như một cơn gió nhẹ. Cánh liếp mở toang. Bóng ông già lãng đãng mờ dần vào lòng một đêm dày đặc, không trăng mà vắng cả sao.

Gian phòng yên lặng khác thường khi Tú Uyên kể dứt câu chuyện.

Trần Công đợi một lát rồi nhìn cháu. Ông thấy cần phải lên tiếng mà chưa biết nói gì. Câu chuyện tuy lạ lùng nhưng giọng người kể chuyện lại chân thành, tâm sự người sống trong chuyện u uất hiện lên đuôi mắt, Trần Công khẽ đặt tay lên vai cháu, giọng ông trìu mến lạ thường :

— Thế rồi sao nữa, cháu ? chú vẫn nghe đây.

Tú Uyên thở dài :

— Bức tranh vẫn treo bên phòng học. Đêm đêm lặng ngắm vẻ đẹp trong tranh, từ xuân qua hạ đến nay đã vào thu mà vẫn chửa thấy gì...

Trần Công bèn đứng dậy :

— Cháu dẫn chú sang xem.

Lúc bấy giờ đã quá canh ba, trăng hạ tuần nghiêng nghiêng đầu khóm trúc góc vườn, nét trăng thanh và gọn, ánh trăng thấp thoáng qua giàn cây leo soi chếch xuống dọc hàng hiên dẫn xuống phòng học. Chó sủa bâng quơ tiếng một. Gà thôn xa vọng lại tiếng gáy lẻ loi. Gió may xào xạc kẽ lá, Trần Công rùng mình, ngửa mặt nhìn trăng.

Ông lẩm bẩm một mình :

— Trăng hạ tuần. Vào thu rồi...

Tú Uyên vén tấm mành trúc. Hai chú cháu lặng lẽ bước vào một gian phòng nhỏ, đồ đạc sơ sài, ngổn ngang sách vở, mờ mờ có bức tranh treo tận cuối phòng.

Trần Công tiến lại bức tranh, vừa đi vừa nói :

— Nào...

Nhưng bỗng im bặt, tay run run nắm chặt lấy vai Tú Uyên. Trong yên lặng khác thường, hai người đứng sững, tròng mắt hút hẳn vào lòng bức tranh.

Lòng bức tranh vắng vẻ, quạnh hiu. Người thiếu nữ trong tranh không còn nữa. Nét trăng tròn trong tranh cũng đã biến dạng để trở thành một nét lưỡi liềm.

Ngoài trời... vắt vẻo ngang song, trăng hạ tuần nhếch mép, như cợt như đùa.

Mờ sáng hôm sau, Trần Công dời phường Bích Câu một mình ra bến tìm thuyền về Sơn Nam.

Tú Uyên không kịp tiễn chú : chàng đã ra đi, ngay từ lúc gà chưa gáy sớm, sương còn nặng trĩu ngọn cỏ mọc ven tường Quốc Tử Giám. Chàng nhằm phía cầu Đông sông Tô Lịch mà rảo bước, con đường vắng vẻ, lác đác vài ba đám gánh gồng đến chợ, sao Mai khi mờ khi tỏ, ánh đèn hàng quán tuy le lói mà kẽ liếp vẫn kín như bưng. Gió buổi sớm đầu thu thấm lạnh qua vai áo mỏng, sương nội cỏ thấm ướt gót chân, nhưng, chim bỗng ríu rít truyền cành, ánh nắng hoe vàng, vàng hoe cả dòng sông Tô gợn sóng, vào giờ Mão thì Tú Uyên đã ôm bức tranh mà bước lên cầu.

Tới giữa cầu, bâng khuâng nhìn quanh bốn phía rồi tựa thành cầu mà đợi.

Một lát sau nghe tiếng gọi dưới sông. Nheo mắt cố nhìn thì mờ mờ trong đám sương lam, có chiếc thuyền nhỏ đang rẽ sóng mà vào bờ. Thuyền vừa cập bến, có người bỏ mái chèo thủng thỉnh bước lên. Đến lúc bấy giờ Tú Uyên mới nhận ra ông già buổi trước.

Bèn mừng mừng tủi tủi, chấp tay vái dài mà nói chẳng nên lời. Ông già ngửa mặt cười vang, râu tóc bạc màu khói nước, phơ phất trong gió sớm gợn mặt sông Tô.

Dứt tiếng cười, ông già mới lên tiếng :

— Lão đến hơi chậm, công tử thứ lỗi cho nhé !

Tú Uyên kinh cẩn :

— Được gặp là may, đâu dám kêu nài rằng nhanh hay chậm ? Giả thử phải đợi đến mãn kiếp, tiểu sinh cũng ôm cầu mà đợi.

Ông già gật gù :

— Chí tình thay...

Rồi lại tiếp :

— Làm gì mà người đẹp chẳng phải động tâm !

Tú Uyên tỏ vẻ ngạc nhiên, ông già bèn chỉ bức tranh mà rằng :

— Quên chuyện hôm qua rồi sao ?

Tú Uyên giật mình :

— Thế ra lão trượng đã biết chuyện...

Thì gạt đi :

— Ta nên đi ngay. Thì giờ là vàng ngọc. Trăng rằm còn khuyết, ta e có người đang đỏ mắt mong tin.

Nói đoạn, thoăn thoắt xuống bến, rồi bước lên thuyền. Tú Uyên cũng vội theo gót. Một lát sau, con thuyền bỏ cầu Đông, men theo dòng sông mà trôi nhẹ về Nam.

Tú Uyên đợi mãi vẫn không thấy ông già nói tiếp, bèn đánh bạo lên tiếng trước :

— Dám thưa lão trượng, tiểu sinh nghe thấy nói có người chờ đợi, tiểu sinh vẫn chưa hiểu là ai ?

Ông già lại cười vang mặt sông mà không trả lời.

Thuyền đi đến lúc mặt trời mọc ngang một con

sào thì Tú Uyên không dằn được lòng, đành lại gạn hỏi. Đến lúc đó, ông già mới lên tiếng :

— Đêm đêm đối diện, từ lúc tàn xuân cho tới đêm qua... vậy mà công tử không biết là ai ư ?

Rồi lại cười mà chỉ bức tranh :

— Người đẹp trong tranh chứ còn ai nữa...

Lời nói quá đột ngột, Tú Uyên chưa kịp thấu ý, thuyền đã dừng lại. Ông già gác mái chèo, chậm rãi nói tiếp :

— Từ đây tới chùa Ngọc Hồ cũng không xa, công tử hãy lên bộ mà tới thẳng chùa. Rồi sẽ được toại ý.

Tú Uyên vẫn như người mơ ngủ :

— Tiểu sinh sẽ gặp người cũ trong tranh ư ?

Ông già mỉm cười mà rằng :

— Đang đợi công tử đấy...

Tú Uyên cảm thấy hân hoan đến nghẹn thở, nhưng vẫn chưa dám tin :

— Lão trượng nói thật hay định đùa tiểu sinh :

Ông già bèn nghiêm giọng :

— Tất không phải chuyện đùa. Tuy nhiên, công tử cũng cần gượng dẹ. Người ta tuy có lòng với công tử nhưng vẫn còn ngại cái vòng kiềm tỏa của một ánh trăng. Công tử đừng ngỏ lời trước. Tới chùa tìm một cành cây rồi treo bức tranh lên mà ngồi đợi. Thấy gì cũng đừng tỏ vẻ ngạc nhiên. Cứ như thế mà làm. Chắc chắn sẽ thành công.

Tú Uyên chăm chú lắng nghe, ông già ngừng trong giây lát rồi lại nói :

— Người đẹp chẳng qua chỉ là phương tiện. Thể hiện vẻ đẹp trên tranh mới là cái đích của công tử. Đừng nên đắm đuối vào phương tiện mà lãng quên cái đích của mình. Lão khuyên công tử từ nay phải sửa mình cho vững, vì thử thách còn nhiều... Giữa một người đẹp đào tơ mơn mởn và một nét họa trong tranh, giữa cái nhất thời tương đối và cái tuyệt đối bất chấp thời gian, sự chọn lựa sẽ vô cùng đau xót. Thôi... lão nói quá nhiều. Xin mời công tử.

Tú Uyên sụp xuống lạy. Ông già vỗ vào vai mà từ biệt, Tú Uyên ôm bức tranh lên bờ. Lúc quay lại, thuyền đã dời bến. Chợt nhớ ra, bèn gọi với mà xin tái ngộ. Giọng ông già vẳng lại trên sông :

— Hễ thành công thì còn duyên hội ngộ. Bằng không thì có gặp nữa cũng là vô ích. Thôi !

Trong giây lát chỉ còn nghe thấy tiếng mái chèo khua nước. Con thuyền đi dần vào sương buổi sớm còn vương lại, trắng xóa mặt sông.

Giập bã trầu thì Tú Uyên tới chùa.

Chùa vốn là nơi thắng cảnh Thăng Long nhưng hôm đó không nhằm ngày lễ nên cảnh chùa vắng vẻ, cổng tam quan mờ mờ ba chữ Ngọc Hồ Tự. Qua cổng tới mấy bực đá xanh, rồi Tú Uyên bước xuống một khoảng sân rộng rãi lát gạch Bát tràng.

Nhìn quanh không thấy ai, chàng lẳng lặng đi lại một gốc phong già, chọn một cành thấp mà treo rộng bức tranh. Treo xong, tìm chỗ khuất, ngồi đợi.

Không bao lâu, vẳng nghe có tiếng người nói chuyện đàng xa. Cố lắng tai thì rõ là tiếng đàn bà mà sân chùa quạnh hiu lộng gió, tuyệt nhiên không một bóng người. Tiếng nói chuyện mỗi lúc một gần. Tú Uyên cảm thấy rợn người nhưng nhớ tới lời ông già nên cố ngồi yên mà đợi. Một lát sau, đã nghe rõ nhỏ to từng lời đối thoại giữa một giọng trầm trầm đứng tuổi và một trong veo của một cô gái đang tơ.

 Vũ Khắc Khoan

Giọng người đứng tuổi thoảng buồn :

— Không biết mai kia Giáng Kiều có còn nhớ tới chị không ?

Giọng cô gái — Giáng Kiều — khẽ cất lên trong và nhẹ, tưởng như đâu đây có giọt mưa Ngâu thánh thót xuống mặt hồ thu.

— Cứ nghĩ tới lúc chia tay mà em đã thấy nao nao trong dạ.

Người đứng tuổi cất tiếng cười :

— Thế sao mặt lại cứ tươi như hoa nở thế kia ? Không biết anh chàng tu đã mấy kiếp mà...

Giáng Kiều e lệ cắt lời :

— Nói khẽ chứ chị, ngộ nhỡ có ai nghe thấy...

Người đứng tuổi vẫn chưa chịu tha :

— Ở đây vắng vẻ, chỉ có chị em mình. Gia dĩ mối tình si của anh chàng đã làm khuyết cả nét trăng rằm, còn giấu nổi ai ?

Dứt lời, cả hai im lặng. Tú Uyên nghe nhẹ có tiếng hài thêu lướt trong ngọn gió. Tú Uyên nghe như hai người lững thững lại gần. Rồi giọng người đứng tuổi lại cất lên :

— Đã từ lâu, chị thôi vướng mắc, thế mà cũng đang lây cái vui của em đấy.

Giọng Giáng Kiều thỏ thẻ thoảng tới Tú Uyên. Chàng có cảm tưởng người thiếu nữ vô hình đang thì thầm tâm sự bên tai, hơi thở phả vào tận mặt :

— Vui hay buồn, thật tình cũng không hiểu rõ. Chỉ thấy nao nao trong dạ... Chị Giáng Tiên này, không biết mai sau phó mặc tấm thân ràng buộc với một nét trăng, rồi sẽ ra sao ?

Giây lâu, mới có tiếng trả lời, giọng người đứng tuổi là Giáng Tiên, như gợn một niềm ái ngại :

— Nghĩ làm gì, em ? Em không có quyền chọn lựa ?

Giáng Kiều lại thủ thỉ :

— Thế còn chị ?

Im lìm. Gió nổi lên, tịch mịch. Giây lâu, lại vẫn giọng Giáng Kiều :

— Sao chị lại im không nói, chị giận em sao ?

Thoảng nghe có tiếng thở dài. Rồi giọng Giáng Tiên cất lên, nghe như từ một quá khứ xa xôi vọng lại.

Giáng Tiên khẽ ngâm :

Hồn bướm mơ tiên lẩn sự đời...

Câu thơ ngâm dứt, hồn thơ lai láng, dư ba làm dựng tóc gáy Tú Uyên. Chàng vừa kịp ngăn một tiếng kêu thốt tự đáy lòng thì Giáng Tiên đã tiếp :

— Chuyện của chị đã xưa rồi. Cũng vì chuyện đó, cũng vì một chuyện tương tự như chuyện của em, cũng vì một phút cảm thông với một tâm hồn thi nhân, cũng vì một vài vần thơ mà chị đã được siêu thoát. Chuyện của chị xưa rồi. Nhắc lại cũng là vô ích. Rồi ra em sẽ như chị. Chị khuyên em nên vững tâm chịu đựng. Nhờ tay chàng, em sẽ hoàn toàn thoát khỏi nơi vòng kiềm tỏa thời gian.

Tú Uyên có cảm tưởng hai người dừng lại nhìn nhau. Giây lâu, mới lại nghe thấy Giáng Tiên cất tiếng :

— Mà thôi, chị về. Để em đợi chàng. Chắc cũng sắp lại đấy.

Giáng Kiều năn nỉ :

— Không gặp nhau nữa ư ?

Không có tiếng trả lời. Gió lộng thổi trên sân chùa bát ngát. Tú Uyên nín thở. Một lát sau, giọng Giáng Kiều nghẹn ngào khẽ thoảng bên tai :

— Bức tranh... Tân lang đã đến.

Tú Uyên bước vội đến gốc cây phong. Nhìn quanh vắng vẻ. Sân chùa in bóng cây phong gầy guộc, màu gạch

Bát tràng tái ngắt dưới ánh nắng thu.

Quay lại bức tranh thì nét trăng hạ tuần đã trở lại hình tròn.

Trong tranh, nguyên vẹn in hình người cũ, Giáng Kiều.

— Giáng Kiều...

Tú Uyên khẽ thốt lên như vậy, lần này không biết đã mấy mươi lần, từ lúc dời chùa bước về nhà, run tay treo bức tranh lên chỗ cũ.

— Giáng Kiều...

Mà lắng nghe, chỉ có tiếng gió đầu mùa lộng thổi ngoài song. Trong tranh, dưới ánh trăng tròn, Giáng Kiều, người đẹp, vẫn giữ nguyên dáng cũ : Giáng Kiều vẫn chỉ là những nét và hình.

Lúc bấy giờ đêm đã vào khuya, tiếng đồng hồ thánh thót, gian phòng lạnh toát hơi may, Tú Uyên với tay lấy bình rượu, rót đầy một chén, rồi lặng lẽ nhìn Giáng Kiều mà nâng chén. Men loang tê lưỡi, bốc cháy niềm chờ đợi : Giáng Kiều vẫn nguyên vị đứng yên.

Bèn vùng dậy xăm xăm đến trước bức tranh. Rồi nhân men bốc lên đầu, chàng thẳng tay đẩy mạnh cánh song.

Gió lùa vào phòng học, ánh nến chập chờn, trăng ngoài trời hiện lên vắt vẻo ngang song. Trăng trong tranh bỗng khuyết dần : hai nét trăng lại giống hệt nhau.

Thế rồi gian phòng sực mùi hương lạ, tà áo người trong tranh phấp phới, sắc màu giao động, Giáng Kiều khép nép cúi đầu thi lễ. Tú Uyên chưa kịp ngạc nhiên, thì gót sen thoăn thoắt, Giáng Kiều đã đứng bên chàng. Lúc bấy giờ, mắt đen thăm thẳm, hơi thở rộn ràng, da ấm mịn cỏ non phơi nắng, môi mọng thơm quả quý chín mùi, tóc mềm cuồn cuộn xuống vai, Giáng Kiều là đợt sóng ngoài khơi, là mây trắng trên trời : Tú Uyên phút chốc tưởng như bồng bềnh bay bổng rồi lại cảm thấy tự chuồi xuống vực.

Chàng gượng giơ tay khép kín cánh song. Ánh nến đã tắt tự bao giờ. Gió ngoài trời vẫn thổi, Tú Uyên thầm mong gió thổi không ngừng.

Đầu canh năm, gà gáy ran bờ giậu, hàng xóm rủ nhau thức dậy thổi cơm, Tú Uyên cũng từ từ tỉnh giấc. Sực nhớ chuyện đêm qua, dụi mắt mà nhìn thì vẫn thấy Giáng Kiều nằm cạnh còn đang thiếp ngủ. Bèn đẩy mạnh cánh song rồi chống tay nghển đầu mà no mắt ngắm. Ánh sáng bàng bạc một bình minh đầu mùa trở lạnh chảy dài theo một vóc người thanh tú. Nhìn kỹ thì đường cong mềm mại, nét nhỏ nhịp nhàng, nhan sắc so với lúc còn ở trong tranh lại có phần hơn.

Gió thoảng vào phòng, Giáng Kiều dướn người nhích lại Tú Uyên. Da thịt ấm nồng, hơi thở thơm mùi phong lan nở dưới trăng rừng, Tú Uyên lại thấy choáng váng, tưởng như đang ngụp lặn dưới muôn nghìn đợt sóng lên xuống thất thường. Chàng cố gượng vùng dậy. Tiếng động làm Giáng Kiều tỉnh giấc, mắt đen láy mở to ngơ ngác. Rồi nhoẻn miệng cười. Tú Uyên ngập ngừng :

— Nàng... là ai ?

Thì cũng ngập ngừng :

— Lại còn phải hỏi ư ?

Bàn tay Tú Uyên mơn theo cái dáng bềnh bồng của mớ tóc mây, bàn tay dừng lại nơi thoai thoải giữa vai và cổ rồi nằm gọn trong mười ngón búp măng run rẩy của Giáng Kiều. Tiếng động bên ngoài mờ dần. Trong tịch mịch của gian phòng, không khí nghe như vần vụ từng luồng rạo rực...

Một lát sau, Tú Uyên mới nói :

— Biết nàng là người đẹp trong tranh. Lại nhân nghe trộm câu chuyện ở sân chùa mà biết thêm được tên. Nhưng ở đâu mà lại, tại sao lại từ trong tranh mà bước vào đời, Giáng Kiều...

Mười ngón búp măng siết chặt, hơi ấm người thiếu nữ ấm ran bàn tay Tú Uyên. Nàng đáp :

— Nhưng sao lại băn khoăn tìm hiểu nguyên do ? Đôi ta gần nhau thế này chưa đủ sao ?

Tú Uyên bèn đem chuyện cũ ông già vẽ tranh mà kể lại. Nghe xong, Giáng Kiều bỗng dưng nức nở, hàng mi ướt đẫm, tròng mắt ngấn lệ long lanh.

Gạn hỏi thì ngập ngừng không muốn nói. Giây lâu mới lên tiếng :

— Thiếp nhờ tay người tạo nên thể xác. Lại nhờ ý thành của chàng gây nên sinh khí mà trở thành người. Thân thiếp vì vậy mà hoàn toàn tùy thuộc nơi chàng. Không biết có tin được lòng ai không ?

Tú Uyên tự nhiên cũng thấy thổn thức trong lòng. Bèn nâng đầu Giáng Kiều đặt vào lòng rồi mắt nhìn tận mắt :

— Sinh này nguyện đem cả chuỗi ngày xanh còn lại mà nguyện yêu nàng. Như thế đã đủ tin chưa ?

Giáng Kiều chớp chớp hàng mi mà thỏ thẻ :

— Đời thiếp chỉ biết có chàng, không tin chàng còn biết tin ai ? Nhưng... còn ông già ?

Trên nền ký ức Tú Uyên, bỗng nổi lên một dáng mây chiều. Chàng nhớ tới lời hứa của chàng khi gặp ông già : chàng sẽ vượt mọi thử thách để cầm nổi bút mà tạo nên vẻ đẹp. Chàng nhớ lại lời khuyên của ông già khi dời bến sông Tô :

— Người đẹp chẳng qua chỉ là phương tiện. Thể hiện vẻ đẹp trên tranh mới là cái đích cuối cùng. Không nên đắm đuối vào phương tiện mà quên mất đích...

Chàng nhìn Giáng Kiều : Giáng Kiều ngước mắt nhìn chàng. Giáng Kiều chỉ là phương tiện. Biết nói gì đây ?

Tú Uyên cố nén một tiếng thở dài. Chàng linh cảm những ngày sắp tới sẽ là những ngày thắc mắc. Nhưng hiện giờ chàng không muốn nghĩ. Hạnh phúc đang tràn trề hiện tại, hạnh phúc là hương nồng da thịt, ăm ắp sinh lực của cuộc đời lộng gió heo may. Hạnh phúc giờ đây trọn vẹn, bởi mong manh, mong manh như giọt lệ lẻ loi đang còn vương lại nơi đuôi mắt Giáng Kiều.

Chàng cúi xuống thì thầm :

— Giáng Kiều... đôi ta...

Và bắt chợt ánh mắt của mình thăm thẳm tận cùng tròng mắt Giáng Kiều. Đột nhiên, chàng thấy chớm lại trong lòng, từ những ngày thơ ấu âm thầm sống cạnh Trần Công, cái cảm giác xa xưa, rờn rợn, cô đơn mà vô cùng quyến rũ, khi một mình nhìn sâu xuống lòng một vực giếng khơi, khi lòng vực giếng dâng lên vòi vọi hình ảnh cô đơn của chàng.

Cảm giác đó lan ra như một chất men. Vòng tay Giáng Kiều nặng trĩu nơi cổ, Tú Uyên thôi nghĩ, quên hẳn những lời đối thoại vừa qua, từ từ nhắm mắt mà đắm mình vào lòng cảm giác.

Lúc bấy giờ mặt trời đã lên cao. Ánh nắng đầu thu nhè nhẹ qua song, giát vàng lên bức tranh vẫn trải rộng trên tường.

Nền tranh hoang rộng...

Trăng trong tranh đã lặn từ lâu.

Thế rồi, nhịp theo tuần trăng ngoài trời, nét trăng

trong tranh khi mờ, khi tỏ, lúc khuyết, lúc tròn, hai người mê man quấn quít lấy nhau, lãng nhìn cảnh vật bên ngoài, lấy tình yêu làm lẽ sống.

Giáng Kiều bám chặt vào cuộc đời mà quên hẳn cuộc sống trong tranh. Tú Uyên thì đóng cửa không tiếp khách, để nguyên sách vở lên bụi. Bạn bè lúc đầu thấy lạ cũng có nhắn lời khuyên nhủ, hàng xóm dị nghị có khi nhắc khéo đến chuyện Liêu Trai, nhưng Tú Uyên cứ câm lặng mà để thoảng bên tai, lâu dần cũng không còn ai buồn nói tới. Có việc qua ngõ, cũng chỉ biết nhìn cổng khép kín, ngắm giàn thiên lý thấp thoáng trong vườn mà lắc đầu rảo bước cho nhanh.

Một buổi sáng, gió nhẹ đầy song, hoa đào nở đỏ góc vườn, trời xanh cao nhẹ, chim yến lượn từng đàn, Tú Uyên biết là mùa đông đã qua từ lâu. Bèn nhẹ đặt đầu Giáng Kiều xuống gối, với tay nhặt một cuốn sách để lay lắt từ lâu trên bàn mà dở ra xem. Sách luận về cái viễn tượng xa xôi, một khi Đạo lớn của người nước Lỗ được nơi nơi thực hiện. Nhưng đọc được non một trang, nghĩa sách vẫn thoảng như gió ngoài trời, Tú Uyên vứt quyển sách xuống chân giường mà lơ đãng nhìn quanh.

Chợt thấy bức tranh, bắt chợt nghĩ đến ông già. Bèn vùng đứng dậy, mài mực, lấy bút, trải giấy xuống mặt án thư, vén tay áo mà vạch một nét. Nét bút vừa phác, Tú Uyên thấy nhẹ như một cánh chim. Vạch thêm nét nữa thì Ý Chim như đã vươn hai cánh, như muốn vỗ mạnh mà dời mặt giấy. Tú Uyên chấm mực, phác nhanh một nét sao đêm. Chim tức thì vỗ cánh mà vút lên cao rồi mất hút vào lòng ngôi sao lấp lánh. Gió chợt nổi lên trên nền giấy. Ngôi sao tắt ngấm. Nền giấy trở lại trắng tinh.

Quay lại, Giáng Kiều đã đứng bên chàng.

Hai người lặng lẽ nhìn nhau.

Một lát sau ,Giáng Kiều mới nói, giọng như cố ghìm cảm động :

— Chàng phải bắt đầu tự thiếp. Thiếp mới là thật. Còn đôi cánh chim vừa vẽ chỉ là những trò ảo mộng...

Tú Uyên nhìn lên bức tranh treo trên tường, Giáng Kiều cũng nhìn theo mà rằng :

— Chàng phải vẽ lên chính bức tranh đó. Chàng đã hứa với ông già. Vả lại thân thiếp dầu sao chỉ là phương tiện. Chàng nên cố gắng thành công.

Tú Uyên như người mơ ngủ, cầm bút tiến lại bức tranh. Giáng Kiều đứng im lặng một chỗ, dáng điệu giữ nguyên dáng điệu cũ, khi gót sen chưa bước vào đời. Tú Uyên dúng đầu bút xuống nghiên mực rồi quay lại nhìn Giáng Kiều. Tầm mắt chàng như xa ra, như vươn tới áng mây trắng chiều xuân năm ngoái, như lướt trên lớp sóng sông Tô. Chàng nghĩ tới ông già. Chàng nghĩ tới một nền giấy chu sa, bềnh bồng có dáng mây vần vụ. Tầm mắt gần lại. Từng đường, từng nét, Giáng Kiều hiện lên trước mặt chàng, Giáng Kiều mà từng đường cong, từng nét nhỏ, cả tấm thân trau chuốt toàn khối ngọc lành, đối với chàng không còn gì xa lạ.

Chàng bắt đầu vẽ.

Bắt đầu Giáng Kiều có cảm giác như có ai bới tóc mà đếm từng sợi tóc. Thế rồi, khi ngọn bút Tú Uyên vừa chạm xuống nền tranh thì cảm giác tê rợn vừa qua đã trở nên nhức buốt. Tóc bị nhổ dần từng sợi, mỗi sợi tóc nhổ đi lại được thay thế bằng một mũi kim... Cứ như thế, cực hình tiếp tục đồng thời với ngọn bút Tú Uyên loang loáng trên mặt nền tranh.

Nàng muốn cắn chặt môi, để khỏi bật tiếng kêu.

Nhưng lại sợ Tú Uyên ngừng bút, nên toàn thân cố giữ không cử động, mặt vẫn phải tươi mà nước mắt trào ra đã ướt đẫm cả vạt áo ngoài.

Ngọn bút Tú Uyên vạch nhỏ từng nét tóc mây, ngọn bút in hằn xuống mặt giấy, mớ tóc mây bồng lên đen biếc màu da trời mùa hạ giữa đêm trăng. Giáng Kiều cố dán mắt vào bức tranh để quên đau xót. Nhưng mắt nàng trong chốc lát bỗng hoa lên. Và khi nghe tiếng động, Tú Uyên ngoảnh lại thì Giáng Kiều đã ngã vật xuống bên giường. Vội chạy lại thì Giáng Kiều đã ngồi dậy như thường. Hỏi ra mới biết chuyện, bèn vứt bút mà rằng :

— Lời hứa với ông già tuy nặng, nhưng mối tình của đôi ta còn nặng hơn. Xin thề không vẽ nữa.

Dứt lời, những nét vừa phác trên tranh cũng mờ dần rồi biến mất. Bức tranh trơ lại nền tranh.

Từ hôm ấy, tâm hồn hai người không còn hồn nhiên như cũ. Tình yêu tuy vẫn nồng nàn mà ngay những phút đắm say đến cực độ, tâm tư vẫn còn thấp thoáng ám ảnh cô đơn. Hai người thôi là một. Đuôi mắt Giáng Kiều gợn lên từng đợt ưu tư. Tú Uyên đôi khi tự bắt chợt âm thầm nhìn sâu vào một khoảng trời hun hút. Gia dĩ nét trăng trong tranh đêm đêm vẫn tỏ, ánh trăng tỏa ra, hắt hiu, kêu gọi. Tú Uyên lại nhớ tới ông già.

Những lúc ấy, giọng Giáng Kiều trở nên tha thiết, tiếng nhỏ to gợi đến cung bực một chiếc đàn tì nỉ non bên bờ sông vắng. Trong không khí hiu quạnh của gian phòng, Tú Uyên lặng nghe thấm vào lòng từng lời tâm sự và từng đợt quạnh hiu.

Giáng Kiều rằng :

— Thiếp từ tiếp ý của chàng mà bước vào đời, đến nay mới biết tình yêu là nặng, mới biết xót xa cho phận con người. Nhưng... tấm thân đã phó thác nơi chàng, thiếp nguyện hy sinh tất cả vì chàng. Lần đầu chưa thành công, tại sao không nghĩ lại mà thử thêm lần nữa ?

— Tại sao ?...

Tú Uyên không nói thêm, vòng tay khép chặt thêm vào đôi vai nho nhỏ Giáng Kiều.

Tại sao ? Vì chàng biết là muốn thành công thì sẽ mất Giáng Kiều. Lời ông già giờ đây mới là rõ nghĩa.

— Giữa một người đẹp mơn mởn đào tơ và một nét họa trong tranh, giữa cái nhất thời tương đối và cái tuyệt đối bất chấp thời gian...

Tú Uyên phải chọn lựa. Giữa một bức tranh và Giáng Kiều. Giữa cái đích hãy còn xa lắc và một tấm thân hiện đang run rẩy trong vòng tay khép chặt của chàng. Giữa cái chửa thành hình và cái hiện hữu. Sự chọn lựa thật vô cùng đau xót.

Một đêm cuối xuân, mây đen vần vụ từ buổi chiều, không khí hầm hập chuyển mùa, trăng chưa mọc mà sao không sáng trên nền trời mù mịt, gió không thổi mà ngừng lại từng nội cỏ, lùm cây, trống vừa dứt canh ba, Tú Uyên từ từ ngồi dậy, không định ý mà mắt nhìn hướng thẳng vào bức tranh mờ ảo một khoảng trống không trên vách.

Hốt nhiên, chàng cảm thấy đã đến giờ quyết liệt. Bèn nhẹ bước xuống giường, chọn cây nến lớn thắp lên mà bước thầm đến trước bức tranh. Ánh nến lung linh, nền tranh bát ngát gợn lên từng đám mây đen, không khí trong tranh tiềm tàng chờ đợi. Tú Uyên liếc nhanh về phía Giáng Kiều. Giáng Kiều vẫn đang thiếp ngủ, đường ngực nhịp nhàng hơi thở đều đều.

Chàng khẽ gọi :

— Giáng Kiều...

xxx

Vũ Khắc Khoan

Đủ để một mình nghe thấy, để bỗng thấy trong lòng chứa chan lớp lớp sóng thương.

Chàng quay lại, giơ cao ngọn nến. Mây trong tranh vần vụ thêm nhanh. Lửa nến chập chờn, nét mặt Tú Uyên in hằn khắc khổ. Ngọn lửa từ từ kề sát bức tranh. Nhưng ngọn lửa vừa kịp tạt vào nền tranh thì bỗng gian phòng loe sáng. Cùng một lúc, trăng đã nhô lên : chênh chếch ngoài song, chênh vênh một khoảng trong tranh, ánh trăng tràn ngập gian phòng, át cả ánh nến đang thoi thóp trong bàn tay Tú Uyên.

Thế rồi, gió lớn nổi lên khắp chỗ : ngoài trời, trong tranh. Mây đen cuốn sạch. Lửa nến chưa kịp bén vào bức tranh, đã tắt ngấm.

Tú Uyên nghiến răng bóp nát ngọn nến mà xô lại bức tranh. Cũng vừa lúc đó, giữa lòng đêm thâu tịch mịch, bỗng cất lên một giọng trầm trấm :

— Hãy khoan...

Tú Uyên rợn người đứng sững. Giọng ai nghe quen thuộc, giọng xa xôi heo hút núi ngàn. Hốt nhiên nghĩ ra, chàng khẽ kêu lên :

— Giáng Tiên...

Thì Giáng Tiên cũng từ bóng tối đi ra, nhịp nhàng, yểu điệu, Giáng Tiên thoắt đã đứng trước bức tranh, đối diện với chàng. Nàng cúi đầu thi lễ : không khí trở nên êm ả, hây hây ngọn gió cúi xuân. Ngước nhìn người thiếu phụ, Tú Uyên thấy dịu hẳn nỗi lòng : sắc đẹp Giáng Tiên đã vượt ra khỏi vòng tục lụy. Vẫn những đường cong óng ả, vẫn là vóc liễu mảnh mai, nhưng ở Giáng Kiều thì não nùng rạo rực, mà ở Giáng Tiên thì lại thanh thoát dịu dàng. Một đàng là tuyết miền Bắc cực hay ánh chói mặt trời giữa nơi sa mạc. Một đàng là gió mùa xuân, là ánh nắng mùa thu. Một đàng vươn lên là sóng trùng dương.

Một đàng bình thản tỏa ra là mặt hồ im lặng. Giáng Kiều vẫn còn đau xót. Giáng Tiên đã hết đau xót từ lâu.

Tú Uyên vụt nhớ lại. Chàng đọc thầm :

Hồn bướm mơ tiên lẫn sự đời...

Giáng Tiên mỉm cười :

— Thế ra công tử đã nghe thấy...

Rồi lại tiếp ngay :

— Giờ đây thiếp đã quên lãng việc đời. Nhưng vì bản thân đã qua cầu đau xót, cho nên phải về đây đêm nay để mà an ủi những người đồng cảnh.

Tú Uyên như người mê ngủ. Chàng rằng :

— Sinh này xin nghe. Nàng đừng nề hà mà không nói rõ.

— Đến đây đêm nay là muốn nói rõ. Câu chuyện chắc dài, công tử cho phép...

Nói đoạn, ung dung kéo ghế mà ngồi. Tú Uyên lật đật xin lỗi, thì xua tay mà rằng :

— Chúng ta một hội một thuyền, chẳng nên khách sáo. Công tử cứ cho tự nhiên. Xin mời công tử.

Tú Uyên ngập ngừng, liếc nhìn về phía Giáng Kiều. Giáng Tiên biết ý :

— Công tử để nguyên cho Giáng Kiều yên giấc. Nàng còn yên giấc cho tới hết câu chuyện. Cho tới khi nào công tử quyết định xong xuôi.

Tú Uyên tuy không hiểu mà không dám hỏi nhiều. Chàng ghé ngồi xuống ghế đối diện, Giáng Tiên nói tiếp :

— Thiếp xin bắt đầu bằng chuyện của thiếp. Vì có liên lạc với chuyện của công tử. Chắc công tử không ngờ, Giáng Kiều và thiếp, hình hài tuy có khác mà cốt cách lại giống nhau. Bởi cũng do một bàn tay cấu tạo.

Tú Uyên thốt lên :

— Ông già !

Giáng Tiên gật đầu :

— Chính ông già.

Tú Uyên vẫn chưa hết ngạc nhiên :

— Trời... tại sao vậy...

Giáng Tiên nói tiếp :

— Ông già vì ý thành của công tử mà tạo nên Giáng Kiều. Cũng như trước kia tiếc cho hồn thơ của Tiên Đế mà tạo ra thiếp. Sự nghiệp văn chương của Tiên Đế đâu có phải là vài bài thơ khẩu khí truyền tụng trong chốn Tao Đàn ? Đem cái vĩnh cửu là thơ để mưu cái nhất thời là chính trị, Tiên Đế nếu không gặp thiếp, tất sẽ mai một hồn thơ. Nhưng một chiều thông cảm, hồn thơ lai láng, Tiên Đế đã dám vượt cả lễ nghi trong thiên hạ mà ngồi chung xe với một ni cô... Và cũng vì thế, đến nay...

Giáng Tiên ngừng lại, tầm mắt xa hút.

Tú Uyên như lây cảm động, chàng khẽ ngâm :

Gió thông đưa kệ tan niềm tục
Hồn bướm mơ tiên lẫn sự đời...

Giáng Tiên ngùi ngùi :

— Lời thơ vang lại tới đêm nay, vì hồn thơ phiêu diêu thoát khỏi duyên trần tục, dư ba chắc không phai mờ trong mai hậu... Cũng vì thế đêm nay mới được ngồi đây mà hầu chuyện công tử.

Tú Uyên vội hỏi :

— Nàng nói sao ?

Giáng Tiên chậm rãi :

— Vì thiếp đã trở thành bất diệt. Bất diệt cùng với hồn thơ. Thiếp đã đi vào lòng tuyệt đối. Giả thử năm xưa, bánh xe không kịp thời dừng lại, Tiên Đế không kìm được tình thương da thịt thì... đâu có ngày nay ?

Tú Uyên bất giác ngoảnh lại nhìn Giáng Kiều. Bắt chợt tầm mắt Tú Uyên, Giáng Tiên liền tiếp :

— Sự lựa chọn nào mà không đứt ruột ?

Dưới ánh trăng, tấm thân Giáng Kiều bỗng trở nên mờ ảo, hình nét lung linh chuyển động như muốn vươn lên, cập tới một nhịp giao hòa mới lạ.

Tú Uyên nhìn thẳng vào Giáng Tiên :

— Xin hỏi thêm một điều. Ông già là ai ?

Giáng Tiên cười mà không đáp. Gạn hỏi thì úp mở mà rằng :

— Không là ai cả.

Rồi lại tiếp :

— Cũng có thể là chàng.

Tú Uyên chưa hết ngạc nhiên thì bỗng từ xa vẳng lại tiếng gà gáy sáng. Rồi, trống vòm canh dồn dập, hơi đêm tan loãng, ánh trăng mờ dần, nền trời bàng bạc, Giáng Tiên rũ áo đứng dậy, giọng cất lên như xa như gần :

— Đã đến giờ thiếp phải lên đường. Bình minh đã rạng. Giáng Kiều còn ngủ. Công tử nên kịp thời quyết định. Công tử trông kìa...

Vừa nói vừa chỉ bức tranh.

Nét trăng trong tranh đã lặn từ lâu.

Quay lại thì xiêm y lãng đãng ngoài song, Giáng Tiên chỉ còn là những nét mờ mờ chấm phá đang phai nhòa trên nền sương buổi sớm mù trời.

Tú Uyên tiến lại bức tranh.

Lúc bấy giờ Giáng Kiều vẫn còn thiếp ngủ.

Bỗng dưng, Giáng Kiều cảm thấy, giữa cơn mê tỉnh chập chờn, có con bướm trắng vờn quanh, cánh bướm đập nhẹ lên từng tế bào da thịt. Cảm giác tê tê dại dại lan ra như vết dầu loang. Phút chốc toàn thân tê liệt, cất tiếng kêu thì âm thanh vừa ra khỏi miệng đã mất hút trong một khoảng không gian yên lặng khác thường. Bên hé mắt nhìn thì thấy Tú Uyên đang lăm lăm ngọn bút, đứng trước bức tranh, nền tranh sơ sài phác nhẹ một nét hình dung toàn thể thân hình yểu điệu một trang thiếu nữ. Giáng Kiều thấy nhói nơi tim : Tú Uyên đã lựa chọn.

Hai người lặng lẽ nhìn nhau : phút yên lặng dần dần trở nên một phút cảm thông có giá trị một cuộc giao hoan trọn vẹn, mà ái ân lớp lớp, niềm yêu đương đã vượt khỏi tình thường quấn quít nơi mái tóc, làn da.

Thế rồi tròng mắt Tú Uyên xa thẳm, bàn tay cầm bút nổi gân, ngọn bút bắt đầu tỉ mỉ đi vào từng nét.

Giáng Kiều nghiến răng chờ đợi cực hình...

Bỗng, toàn thân thấy nhẹ lâng lâng, Giáng Kiều có cảm tưởng biến thành bông nõn, bồng bềnh trên đầu một ngọn gió xuân. Rồi ngọn gió xoay chiều thành cơn lốc nhẹ, Giáng Kiều chuốt dáng, thân hình như vươn cao đến tận mây xanh.

Cảm giác lạ lùng đó dâng lên như đợt sóng thủy triều. Không gian ngừng lại đã tự bao giờ. Trăng thôi mọc. Ánh mặt trời mãi mãi là ánh thiều quang.

Chợt nhớ tới Tú Uyên, bèn quay lại thì long lanh tận dưới hàng mi, đuôi mắt Tú Uyên bắt đầu ngấn lệ...

Ngọn bút tung hoành loang loáng như một ánh thép lưu cầu bị dồn vào một thế cụt. Ngọn bút táp xuống nền tranh, sầm sập mưa sa xuống mặt sông dài giữa cơn bão lớn. Từng nét một, người đẹp trên tranh lần lần thể hiện. Từng nét một, Tú Uyên bỗng thấy Giáng Kiều mờ dần trong một đám mây mù khởi dâng không biết tự đâu.

Chàng dụi mắt, định thần và chợt hiểu. Tay cầm bút run lên. Đám mây mỗi lúc một thêm dày đặc, thấp thoáng chỉ còn nhìn thấy vài nét Giáng Kiều.

Bèn nghiến răng, gạt lệ, mà chúc đầu ngọn bút

xuống nền tranh.

Nét bút cuối cùng là một nét trăng rằm.

Đám mây phút chốc trở nên trắng xóa, bồng bềnh nhẹ lướt qua song, mờ dần vào một khoảng trời cao thăm thẳm.

Giáng Kiều đã đi vào lòng tuyệt đối.

Gian phòng vắng ngắt, hoe hoe màu nắng cuối xuân.

Tú Uyên vứt bút, gục xuống bên cạnh bức tranh đã thành hình.

Nửa tháng sau, không thấy tiếng động trong nhà, hàng xóm sinh nghi, kéo sang đầy ngõ, rủ nhau phá cửa mà vào. Cửa vừa mở thì mùi mốc xông lên, nhện giăng đầy đó, sách vở ngổn ngang, động đến là tan thành bụi.

Thì ra Tú Uyên bỏ đi đã từ lâu.

Duy trên vách nguyên vẹn vẫn còn bức tranh tố nữ.

Bức tranh đó, Trần Công giữ làm đồ gia bảo, đêm ngày lặng ngắm không thôi. Một ít năm sau, nỗi buồn tuyệt tự ăn sâu vào tâm não, vợ chồng Trần Công theo nhau mà quy tiên. Bức tranh vì thế mà sang tay họ khác. Từ đó, trải mấy triều đại đổi thay, bức tranh đổi chủ đã mấy lần, mà nét bút vẫn còn nguyên như cũ.

Kịp đến khi, tang thương biến đổi, quân Pháp-lan-tây chiếm giữ các nơi, bức tranh không hiểu sao lại lọt vào tay quan Đình nguyên họ Phan lúc bấy giờ đang phất cờ khởi nghĩa Cần Vương khoảng rừng Hồng Lĩnh. Họ Phan có tài dùng quân, biết phép đúc súng, nhưng lại yêu việc thi, họa, cầm, kỳ, nên rất quý bức tranh tố nữ, luôn luôn treo trong phòng việc, không lúc nào dời. Thường lúc rỗi, hay ngồi một mình đối diện bức tranh mà thổi ống tiêu. Những lúc đó, tâm sự u uất lộ ra cả âm thanh, tiếng trúc theo gió Lào tỏa khắp chiến khu Ngàn Trươi, ai nghe thấy cũng phải trau mày gạt lệ.

Lúc bấy giờ, bức tranh đã mờ, nét vẽ như có sương mù bao phủ.

Đến một đêm, trăng trong tranh bỗng dưng đỏ ửng : họ Phan bắt đầu thụ bệnh.

Trước khi nhắm mắt, họ Phan có đòi nhìn lại bức tranh.

Nhưng trăng trong tranh đã rụng.

Người đẹp trong tranh đã đi trước họ Phan.

VŨ KHẮC KHOAN
1957

Mục Lục

song

MCMLXXIV

www.ingramcontent.com/pod-product-compliance
Lightning Source LLC
LaVergne TN
LVHW032020041026
849517LV00008B/2684
* 9 7 9 8 3 3 0 2 9 7 9 4 8 *